THE
TAMIL CLASSICAL DICTIONARY

THE
TAMIL CLASSICAL DICTIONARY

MOOTOOTAMBI PILLAI

GYAN

Published by

Gyan Publishing House
5, Ansari Road
Daryaganj, New Delhi-110002
Phone: 011-47034999, 9811692060
E-mail: books@gyanbooks.com

Distribution Network
gyanbooks.com
India, USA, Canada, UK, Australia, France

ISBN : 978-81-212-4237-0 (PB)
First Published, 1902

2nd Impression 2020

Printed at: Gyan Press, Delhi.

The book at your disposal is the edition of an old book originally published long back. The Text quality of this book may not be at par as compared to our other books but many readers approached us to reprint this important book so that it could satiate their hunger. We request all the readers of this book to help us to improve its quality by providing the necessary text of those pages which are not properly visible. Your valuable support in this case will be highly appreciated and acknowledged and our future readers will be benefitted immensely.

G. P. Coomaraswamy Esq.

COLOMBO.

முகவுரை.

அத்திரன் பாதம் பத்திசெய் வோர்க்குப்
புத்தியுஞ் சித்தியும் கைத்தலக் கனியே.

திருவளர் பொதியத் தொருமுனி பாதம்
ஒருக சிறியேன் சிரமிசை யுறவே.

பூவுலகத்திலேயுள்ள பாஷைகளுள்ளே வடமொழியும் தென்மொழியும் மிக்க பழமையையும், இலக்கண வரம்பும், நூற்பெருக்கமும், அதிப்புராதன இதிகாசங்களும், ஞானநூன் மலிவும், நாகரிகவளமுமுடைய பாஷைகளென்பது ஆய்ந்தோர் துணிபாம். இருபாஷையாளரும் வைதிக சமயிகளே யாதலின் வேதபுராணேதிகாசங்களும், தருமநூல்களும், ஏனைய சாஸ்திரங்களும் இருவர்க்கும் பொதுநூல்களேயாம். ஒருநூலிலே ஒருவர்பெயர் கேட்கப்படும்போது அவர் யாரென்றாலும், எக்காலத்தவரென்றாலும், யாதுசெய்தாரென்றாலுமாகிய இன்னோரன்னவினாக்கள் உதித்தல் வித்தியார்த்திகள் கண்ணும், வித்தியாவிநோதர்கள் கண்ணும் இயல்பேயாம்.

ஆதலின், வேதாகமபுராணேதிகாசங்களிற் கூறப்பட்டதெய்வங்கள், தேவர்கள், இருஷிகள், முனிவர்கள், அசுரர், யக்ஷர், கந்தருவர், கிந்நரர், அவதாரபுருஷர், பக்தர், அரசர், வள்ளல்கள், வித்துவான்கள் முதலியோர் சரித்திரங்களும், புண்ணிய க்ஷேத்திரம், நதி, தடாகம், விருக்ஷ முதலியவற்றின் வரலாறுகளும், தமிழ்நாட்டுப் பண்டைக்காலத்து அரசர், புலவர், வள்ளல்கள் முதலியோர் சரித்திரமும், நூல்களின் வரலாறுகளும், வைதிகசாஸ்திரக்கொள்கைகளும் ஆராய்ந்துணர்தல் தமிழ்கற்போர்க்கும், தமிழ்க் கலா விநோதர்க்கும் இன்றியமையாதனவாம். அதுமாத்திரமன்று; ஆசிரிய கர்ணபரம்பரையாகப் பாடங் கேட்டவழியன்றி மற்றெவ்வகையானும் பொருள்காண்டற்கரிய செய்யுளுமோ எண்ணில. அவைபெரும்பாலும் சரித்திர முணர்ந்தாலன்றி அர்த்தமாகா. "தந்துவெனுந்தானவனைச் சுடுசரத் தாற்றணித்தானும் * *" என்றும், "வஞ்சம்படுத்தொருத்தி வாணாள்கொள்ளும் வகைகேட்டஞ்சும் பழையனூரா லங்காட்டெம்மடிகளே" என்றும், வருவன வற்றுக்குச் சரித்திரவுணர்ச்சியின்றிப் பொருள்காணுதல்கூடாது. இச்சரித்திரங்கள் யாண்டுளவென்று தேடியறிதலும் எளிதன்று. இவ்வாற்றான் முட்டுறும் மாணாக்கர்க்கும் மற்றோர்க்கும் பெரும்பாலும் பயன்படுமாறு ஒருநூலை இதுகாறுந் தமிழிலே எவருஞ்செய்திலர். அதுநோக்கியே இந்நூல் அக்ஷர அடைவாக வகுத்துச்செய்யப்பட்டது. இந்நூல்தொடங்கிப் பதினறுவருஷமாயின. ஆகியும் இந்நூல் ஆரம்பநூலேயாம். தமிழிலேயுள்ள நூல்கள் எத்தனை லக்ஷம்! வடமொழியிலேயுள்ள நூல்கள் எத்தனை கோடி!

அவைகளிலே கூறப்பட்ட தேவர், அசுரர், முனிவர், அரசர் முதலியோர் பெயர்கள் எத்தனை லக்ஷகோடி! அவற்றையெல்லாம் ஒருங்கேயளந்தெல்லை கண்டுவிட்டேம் என்று நடிப்பாமல்லேம். எத்தனையோ பண்டிதர்கள் கூடித் தம்முள்ளே விசாரம்பண்ணிக்கொண் டெத்தனையோ காலமாராய்ந்து விதானித்துத் திரட்டிவைத் தியற்றற்பாலதாகிய நூலை யாஞ் செய்யப்புகுந்தது, குளந்தொண்டற்பாலதாகிய விடத்திலே காடை சிறகாற் சிறுகுழி செய்ததுபோலாம். எமதறிவின் சிறுமையையும், அவ்வறிவுகொண்டளப்பான் புகுந்த கலைக்கடற் பெருமையையும் நோக்குங்கால் நகைமுகமே தோன்றுமென்னுமுண்மைபற்றியே, நிரம்பிய அறிவுடையோர்க்கு இந்நூலின்கண்ணேயுள்ள நிரம்பாமை உவப்பாகுமென வுள்ளந் துணிந்தேம்.

இந்நூலிலேயுள்ளனவெல்லாம் பெரும்பாலும் பலநூல்களினின்றும் உள்ளவாறாகவும், சங்கிரகமாகவும், சூசனமாகவும், விரிவாகவும் வகுத்தியற்றப்பட்டனவேயாம். எமது மதமாகவும் ஊகமாகவு முள்ளன மிகச்சிலவேயாம். இந்நூலகத்தே வருங் காலநிரூபண மெல்லாம் பிரபல வேதுக்களைக் கொண்டு துணியப்பட்டனவேயன்றி வாளாகொள்ளப்பட்டன வல்ல. ஆவசியகமாகத் தோன்றிய விடங்கடோறுமே பிரமாணமெடுத்துக்காட்டினும், ஏனையவற்றில் விரிவஞ்சியுஞ் சாமானியநோக்கியும் அஃதொழிக்கப்பட்டது.

இந்நூலைக் கொழும்புநகரத்திலே பிரபுசிகாமணியாகவும், வித்தியாவிநோதராகவும், ராஜமந்திரதரராகவும் விளங்குபவராகிய ஸ்ரீமான். பொ. குமாரசுவாமி முதலியாரவர்கள் வித்தியாபிமான ஞாபகசின்னமாக நின்று நிலவுமாறு சமர்ப்பித்துப் பிரகடனஞ்செய்தாம். இந்நூற்பிரகடனச் செலவிலொருபாகம் தாம்பொறுப்பதாக வாக்களித்து இந்நூலை மெச்சிக் காலந்தோறுந் திருமுகம்விடுத் தெம்மையூக்கிவிட்ட முதலியாரவர்கள் பெருந்தகைமைக்குக் கைம்மாறு காணகிலேம். இந்நூலிலொருபாகத்தைக்கண்டு மெச்சித் திருமுகமனுப்பித் தமக்கு நூறுபிரதிகள் அனுப்புமாறு அநுஞ்ஞைசெய்த பாலவனத்தம் ஜமீந்தாரும், திசையெல்லாந் தன்புகழ்நிறுத்திய பொன்னுச்சாமி நரேந்திரன் தவப்புதல்வரும், மதுரைப்புதிய தமிழ்ச்சங்க ஸ்தாபகரும், வித்துவசிகாமணியும், பரம்பரையாகத் தமிழ்வளர்த்த குலதிலகருமாகிய ம. ரா. ரா. ஸ்ரீ. பாண்டித்துரைத்தேவரவர்கள் வித்தியாபிமானமும், உதார குணமும் நம்மனத்தைவிட்டகலா.

யாழ்ப்பாணத்திலே வித்தியாபீடமாய், உத்தியோகம, உயர்குடிப் பிறப்பு, செல்வ முதலியவற்றாலுயர்ந்து விளங்குபவராகிய ஸ்ரீமான். த. கதிர்வேற்பிள்ளையவர்களும், ஸ்ரீமான். அட்வக்கேட் அ. கனகசபைப்பிள்ளையவர்களும், ஸ்ரீமான். பிறக்டர் வி. காசிப்பிள்ளையவர்களும் இந்நூற்பிரகடனத்திற் குபகாரிகளாயினமைக்காக அவர்க்குப் பெரிதுங் கடப்பாடுடையேம்.

நாவலர்கோட்டம்
யாழ்ப்பாணம்
கலியுகம் ௫௲௬

ஆ. முத்துத்தம்பிப்பிள்ளை.

அபிதான கோசம்

THE TAMIL CLASSICAL DICTIONARY.

அ—விஷ்ணு; பிரணவத்து முதல் அக்ஷரம். (அகாரம் விஷ்ணு; உகாரம் மகேசுவரன்; மகாரம் பிரமா.)

அஈசன்—கேது.

அகஜாதை—பார்வதி. (மலைமகள்.)

அகத்தி, அகஸ்தி—அகஸ்தியன்.

அகத்தியசங்கிதை, அகஸ்தியசங்கிதை—இஃது அகஸ்தியரால் வடமொழியிலே செய்யப்பட்டவொருநூல்.

அகத்தியபண்டிதன், அகஸ்தியபண்டிதன்—வடமொழியிலே பாலபாரதமென்னும் நூல் செய்தவர்.

அகத்தியப்பிராதா, அகஸ்தியப்பிராதா—அகத்தியன் சகோதரன்.

அகத்தியம், அகஸ்தியம்—அகஸ்தியர்செய்தமுத்தமிழிலக்கண நூல். சிலசூத்திரங்களன்றி ஏனையவெல்லாம் இறந்தொழிந்தன.

அகத்தியன், அகஸ்தியன்—இவர் மகா விருஷிகளுளொருவர். மித்திரனும் வருணனும் சமுத்திரதீரத்திற்சஞ்சரித்தபோது, அங்கே ஊர்வசிவர, அவளைக்கண்டு மோகாதீதராகித் தமது இந்திரியங்களைக் குடத்தில்விட, அகஸ்தியரும் வசிஷ்டருமுற்பவமாயினர். அதுகாரணமாக அகஸ்தியர் கும்பமுனி கும்பசம்பவர் முதலிய நாமங்களைப்பெறுவர். ஆரியர் விந்தமலைக்குத் தெற்கே செல்லலாகாதென்ற கட்டுப்பாட்டைக் கடந்து முதன்முதல் தக்ஷிணம்வந்து அந்நாட்டியல்புகளைத் திருத்திச் செம்மைசெய்தவர் இம் மகா முனிவரே.

பர்வதராஜபுத்திரி கல்யாணத்துக்குத் தேவர்களும் இருஷிகணங்களுஞ்சென்று திரண்டபோது, மேருத் தாழ்ந்து தெற்குயர்ந்தது. அதுகண்ட தேவரெல்லாரும், அகஸ்தியரை நோக்கி, நீரே தென்றிசையிற்சென்று அங்கிருந்து சமஞ்செய்தல் வேண்டுமென்று விண்ணப்பஞ்செய்ய, அவருடன்படுதலும், அவரோடு அரசிளங்குமாருஞ் சிலர் புறப்பட்டார்கள். அவர் தென்றிசைநோக்கிச்செல்லும்போது, கங்கையிடஞ்சென்று காவிரியை வாங்கிக்கொண்டு, ஜமதக்கினிமுனிவரிடஞ்சென்று அவர் மகன் திரணதூமாக்கினியைத் தமக்குச் சீடராகத் தரும்படிகேட்டார். அவர் இசைந்து கொடுப்பத் திரணதூமாக்கினியைப் பெற்றுக்கொண்டு, புலத்தியனரிடஞ்சென்று, அவர் தங்கையாகிய லோபாமுத்திரையைத் தமக்கு மண்முடித்துத் தருமாறு வேண்டி, அக்கன்னிகையையும்பெற்றுக்கொண்டு விந்தமலையையடைந்தார். அங்கே அம்மலை அவர்க்கும் பரிவாரத்தினர்க்கும் வழிவிடாது தடுப்ப, அதனைத் தரைமட்டமாக அழுத்திவிட்டு இப்பாற் சென்றனர். அப்போ

து இல்வலன் வாதாபியென்னும் அசுர சகோதரரிருவர், முனிவரைக் கண்டு மகிழ்ந்து, இல்வலன் பிராமணனாகவும் மற்றவன் ஆடாகவும் வடிவெடுத்துநின்றார்கள். முனிவர் சமீபித்தலும், இல்வலன் சென்றுவணங்கி, அவரை விருந்துக்கழைத்து, ஆடாகி நின்ற தம்பி வாதாபியைக் கொன்று, யாக கருமஞ்செய்து விருந்திட்டான். அவர் விருந்தருந்தி எழுந்தவுடனே இல்வலன் வழக்கம்போல வாதாபியைக் கூவி யழைத்தான். வாதாபியும் அகஸ்தியர் வயிற்றைப் போழ்ந்துகொண்டு வெளியே வர வெத்தனித்தான். அஃதுணர்ந்து அகஸ்தியர் "வாதாபேஜீர்ணோபவ" என்று தமது வயிற்றைத்தடவி அவனைச் சீரணப்பண்ணி மற்றவனையுஞ் சாம்பராகச்சபித்துவிட்டார். இவ்வாறே அநேக முநிவரைக்கொன்றுவந்த இல்வலனும் வாதாபியும் ஈற்றில் அகஸ்தியரால் மாண்டார்கள். அப்பால் அகஸ்தியர் சையகிரிசென்று, அங்குநின்றும் பலமுகமாகப்பெருகி வீணே கழிந்த நதியைக் கங்கைநீரால் சுத்திசெய்து, தம்மோடுடன்வந்த அரசிளங்குமரரைத் துணைக்கொண்டு அதனை ஒருமுகமாகத்திருப்பி, நாடுவழியேபாயுமாறுவிடுத்து, அதற்குக் காவிரியெனப் பெயரீந்து, அப்பாற்சென்று வேங்கடத்திற்றங்கிக் குமரவேளருளைப்பெற்றுக்கொண்டு பொதியமலையை யடைந்து, அதனைத் தமக்கு ஆச்சிரமமாக்கி அங்கிருப்பாராயினர். தெற்கே அதுகாறும் நாடாகாது கிடந்த காடுகளையெல்லாம் நாடாக்கித் தம்மோடுவந்த அரசிளங்குமாரர்களுக்கு அந் நாடுகளைக் கொடுத்து அவர்களுக்கெல்லாங் குருபீடமாயிருந்தார். அப்போது இலங்கையிலிருந்து இராக்ஷசர் அந்நாட்டிற்சென்று துன்பஞ்செய்யவெத்தனித்தார்கள். அதுகண்ட அகஸ்தியர் இராவணனைச் சங்கீதத்தாற் சிநேகித்து அவனால் இராக்ஷசரை ஆண்டுச்செல்லாமற்றடுத்தனர்.

அகஸ்தியரோடுவந்த அரசிளங்குமரரே சேர சோழ பாண்டி மண்டலங்களை அமைத்தவர்கள். அதற்குமுன்னே இந்நாட்டில் அரசுசெய்தவர்கள் குறுநிலமன்னர்கள். உத்தரத்தினின்றுவந்த இவ்வேந்தர்களே தென்னாட்டைத் திருத்திப் பலவகையானும் விருத்திசெய்தார்கள் என்பது நன்றாக நிச்சயிக்கப்படும். அவ்வுண்மை "சுராதிராசன்முதலாகவரு சோழனுமுனாட் சோழமண்டலமமைத்தபிறகு" என்றும், "காலனுக்கிது வழக்கென வுரைத்த வலனுங் காவிரிப்புனல் கொணர்ந்தவவனும்" என்றும் வரும் கலிங்கத்துப்பரணி இராசபாரம்பரியத்துச் செய்யுட்களாலினிதுபெறப்படும்.

அப்பால், அவர் தாம் புகுந்தநாட்டுக்குரிய பாஷையாகிய தமிழையும் செம்மைசெய்யக் கருதி அப்பாஷையில் அதற்குமுன்னரில்லாதசாஸ்திரங்கள்சிலவியற்றுமாறு தொடங்கிமுதலிலே தமிழுக்கு மிக்கவிரிவுடையதாகியவோரிலக்கணநூலைச் செய்து அதற்கு அகத்தியமெனப் பெயரிட்டனர். அதன்பின்னர்ச் சோதிடம், தருமநூல், வைத்தியநூல் முதலியன செய்தார். இவைகளையெல்லாங் குமரியாற்றுக்கருகேயிருந்த தென்மதுரையிலிருந்து அரசுசெய்த காய்சினவழுதியினது அவைக்கண்ணே யரங்கேற்றினர். இவைகளைக் கேட்டுமகிழ்ந்த காய்சினவழுதி இறையனாரை முன்னிட்டு அகஸ்தியரைக் குருபீடமாகவை

த்துச் சங்கம் அமைத்துத் தமிழ் ஆராய்வித்தான்.

இதுவே தலைச்சங்கமாக நெடுங்காலம்நிலைபெற்றுவரும்போது அதற்கிடமாயிருந்ததென்மதுரை கடல்கொள்ளப்பட்டழிந்தது. இதுமாத்திரமன்று, குமரியாற்றின் றெற்கே நாற்பத்தொன்பது நாடுகள் கடலாற்கொள்ளப்பட்டன.

இப் பெரும்பிரளயம் வந்தகாலத்தைஆராயுமிடத்து அது துவாபர கலியுக சந்தியாதல் வேண்டும். யுகசந்தியாவது யுக முடிவுக்கு ஐயாயிரமாறாயிரம்வருஷமுண்டென்னுமளவிலுள்ள காலம். ஒவ்வோர்யுகசந்தியிலும் பிரளயமொன்றுண்டாகுமென்பது புராணசம்மதம். ஆகவே தென்மதுரை அழிந்தகாலம் இற்றைக்குப் பன்னீராயிரம் வருஷங்களுக்கு முன்னராதல்வேண்டும்.

இற்றைக்கு 11481 வருஷங்களுக்குமுன்னர் ஒரு பிரளயம் வந்தபோயதென்றும், அப்பிரளயத்தால் இப்பூமுகத்திலே சமுத்திரதீரஞ் சார்ந்த நாடுகளெல்லாம் சிதைந்தும் திரிந்தும் பூர்வ ரூபம்பேதித்துத் தற்காலத்துள்ள ரூபம்பெற்றனவென்றும், "போசிடோனிஸ்" முதலிய தீவுகள் சமுத்திரவாய்ப்பட் டழிந்ததும் அப்பிரளயத்தாலேயாமென்றும், "அத்திலாந்தி"சரித்திரமெழுதிய "எல்லியட்"என்னும்பண்டிதர் கூறியதும் இதற்கோராதாரமாம்.

அதுநிற்க. அகஸ்தியர் காலகேயர்பொருட்டுச் சமுத்திர நீரையெல்லாம் ஆசமனஞ்செய்து வற்றுவித்தாரென்றும், நகுஷன் தேவேந்திரபதம் பெற்றகாலத்தில் அகஸ்தியர் அவன் சிவிகையைத்தாங்கிச்செல்ல, அவன்அவரை நோக்கிச், "சர்ப்பசர்ப்ப" என்று கூற, அவர் கோபமுற்று அவனை மலைப்பாம்பாகிப் பூமியில் விழுமாறு சபித்தனரென்றும், இராமர் இலங்காபுரிக்குச் சென்றவழியில் அவருடைய ஆச்சிரமத்திற்றங்கி அவர்அருள்பெற்றுப்போயினரென்றும் இன்னோரன்ன பலகதைகளுள.

அகஸ்தியர்தமிழிலேசெய்தநூல்களெல்லாம் அழிந்தொழிந்துபோயின. அவர்பெயராலே தற்காலத்துவழங்கும் வைத்திய நூல்கள் முற்றும் புரட்டுநூல்களாம். அகஸ்தியர் மாணாக்கராவார் திரணதூமாக்கினியென்னு மியற்பெயரையுடைய தொல்காப்பியர், அதங்கோட்டாசான், துராலிங்கன், செம்பூட்சேய், வையாபிகன், வாய்ப்பியன், பனம்பாரன் கழாரம்பன், அவிநயன், காக்கைபாடினியன், நற்றத்தன், வாமனன் எனப் பன்னிருவர். தொல்காப்பியர்செய்த தொல்காப்பியம் அகஸ்தியத்தின் வழிநூல்.

அகஸ்தியர்பெயரால் ஒரு நக்ஷத்திரமுமுளது. அஃது ஆகாயத்திலே தோன்றிற் சமுத்திரம் அலையொடுங்கும்.

அகண்டானந்த முனி—லக்ஷ... ஸ்தோத்திரம்முதலியன செய்த சம்ஸ்கிருதகவி.

அகத்தீசுவரர்—திருஅகத்தியான்பள்ளியிலே கோயில்கொண்டிருக்கும் சுவாமிபெயர்.

அகநானூறு—உக்கிரப்பெருவழுதியென்னும் பாண்டியன் தொகுப்பித்த அகப்பொருணூல். பெருந்தேவனார் முதலியோர் பாடியது.

அகம்பன்—(ரா) சுமாலிமகன். ஜனஸ்தானத்திலே கரதூஷணாதிரை ராமர்கொன்றபொழுது அச்செய்தியைச் சென்று ராவணனுக்குச்சொன்னவன். பின்னர் இலங்கையை ராமர் வளைந்தபோது மேலைக் கோட்டைவாயிலிலே

யாத அரசுபுரிந்தவன். இவனுக்குப்பின் இவன் மனைவி இராச்சியத்தைச் செவ்வேநடத்தினள்.

அக்கினிவேசன்—இக்ஷுவாகுவினது தம்பியாகிய அரிஷியன்வமிசத்துத் தேவதத்தன்மகன். இவன் ஞானியாகி ஜாதகர்ணமகாவிருஷியெனப்பெயர்பூண்டான். இவன்வமிசத்துப் பிராமணகுலம். அக்கினிவேசியாயனமெனப்படும்

அக்கினிஷ்டோமம்—வசந்தகாலத்தில் ஐந்துதினங்களிலே செய்து முடிக்கற்பாலதாகியவொருயாகம்

அக்கினிஷ்டோமன்—சட்சுர்மனுவினது மகன்.

அக்குரூரன்—சுபற்குனன் மூத்தமகன். விருஷ்ணிவமிசத்துச் சாத்தகியுமிவனும் சிறியபிதாப்பெரியபிதாப்பிள்ளைகள்.

அக்குரோதன்—அயுதாயுமகன்.

அங்கன்—(1) உன்முகன் சேஷ்டபுத்திரன். இவன் பாரி சுநீதி. இவன்புத்திரன் வேனன். (2)யயாதியினது நான்காம்புத்திரனாகிய அனுவமிசத்துப் பலி புத்திரன்.

அங்கசன்—மன்மதன்.

அங்கதபுரம்—இமயமலைக்குச்சமீபத்திலேயுள்ள ஒரு பட்டணம். இலக்ஷுமணன்குமாரனாகியஅங்கதனால் நிருமிக்கப்பட்டது.

அங்கதன்—(1) வாலிமகன். இவன்தாய்தாரை. இவ்வங்கதனை ராமர் தமது சேனாபதிகளுளொருவனாக்கி அவனை ராவணனிடந் தூதுபோக்க, அவன் பேசிய சூதானது அதி சாதுரியமும் வாக்குவிலாசமும் அதி மாதுரியமும் மிகுவசீகரமுமுடையது. (2) (இக்ஷுவாகுவமிசம்) இராமருடைய தம்பி இலக்ஷுமணனுடைய புத்திரன். இவனேஅங்கதபுரத்தை நிருமித்தவன்.

அங்கதேசம்—கங்கையும் சரயுவுஞ் சங்கமிக்கின்றதேசம். இது சிவபிரான் மன்மதனையெரித்து அங்கம்போக்கியவிடத்தைத் தன்னகத்தேயுடைமையால் அங்கதேசமெனப்பெயர்பெற்றது.

அங்கர்—அக்காட்டி லுள்ளோர்.

அங்கனை—உத்தரதிசைக்குக்காவல்பூண்ட பெண்யானை.

அங்காதிபன்—அங்கதேசத் தரசன்.

அங்காரகன்—(1) ஏகாதசவுருத்திரருளொருவன். (2) செவ்வாய். நவக்கிரகங்களுள் ஒன்றாகிய இச்செவ்வாய் சிவந்தமேனியுடைமையின் செவ்வாயெனவும், அந்நிறம் பேதித்துத் தோன்றுமாயின் பூமியிலே நோய் கொடிய யுத்தம் முதலிய வுற்பாதங்களுண்டாதற்காரணமாமெனவும், பூமகனெனவுஞ் சொல்லப்படும்.

அங்காரவர்ணன்—சோமசிரவ தீரத்திலே அர்ச்சுனனோடு யுத்தஞ்செய்து அவன்விடுத்தஅக்கினிபாணத்தாற்றகிக்கப்பட்டுவேற்றுருக்கொண்டு சித்திரரதன்என்னும் பெயரோடு அந்தரத்திற் பறந்து போன ஒரு கந்தருவன். இவன் சொற்படியே பாண்டவர்கள் தௌமியமுனிவரைத் தமக்குப் புரோகிதராகக் கொண்டார்கள் இவன்பாரி கும்பீனசை.

அங்கி—அக்கினிதேவர்.

அங்கிரசன் } (1) பிரமமானசபுத்
அங்கிரன் } திரருளொருவனாகிய

இவனுக்குப் பிரகஸ்பதி, உதத்தியன் என இருவர் புத்திரரும் யோகசித்தியெனவொரு புத்திரியும் பிறந்தார். யோகசித்தி பிரபாவசுவை மணந்து விசுவகர்மாவைப் பெற்றவள். முன்னொருகாலம் தேவர்கள் தாங் கொடுத்த அவிகளை அக்கினிதேவன் வகிக்காது கோபித்தேக, அவர்க்கு

ப்பிரதியாக அங்கிரசனை வைத்துத் தமது கருமத்தை முற்றுவித்தார்கள். அஃதுணர்ந்து அக்கினி திரும்பிவர, அங்கிரசன் அவரைப் பிரதமாக்கினியாகவைத்துத் தான் சாரூபம்பெற்று அவர்க்குப் பிரதமபுத்திரனாயினான். இவ்வாறாகிய அங்கிரசன் சிவையை மணந்து, பிரகசோதி, பிரககீர்த்தி, பிரகமுகன், பிரகமதி பிரகபாணன், பிரகஸ்பதி, பிரகபிரமா என எழுவர் புத்திரரைப்பெற்றான். பின்னரும் சினீ, வாலி, குகு, அர்ச்சிஷ்மதி, மகாமதி என ஐவர் புத்திரிகளைப் பெற்றான். இவரெல்லோரும் அக்கினிரூபமேயுடையர். (2) உன்முகன் புத்திரன்; அங்கன்தம்பி; பாரிஸ்மிருதி.

அசகன்—சுமந்துமகன்.

அசங்கன்—(ய) அக்குரூரன் தம்பிகளுளொருவன்.

அசனை—பலியினது பாரி: வாணாசுரன் தாய்.

அசமஞ்சசன்—சகரனுக்குச் சுகேசியிடத்திற் பிறந்தபுத்திரன். இவன் துஷ்டகுணத்தை நோக்கி இவனைச் சகரன் தன்னிராச்சியத்திற்கு வெளியே தள்ளிவிட்டான். இவன்மகன் அம்சுமந்தன்.

அசி—காசிக்கருகேயுள்ள ஒருநதி.

அசிக்கினி—(1) தக்கன்இரண்டாம்பாரி. இவள் அறுபது புத்திரிகளைப் பெற்றவள். (2) ஒருநதி.

அசிதை—அப்சர ஸ்திரீகளுளொருத்தி.

அசிபத்திரம்—இஃது ஆயிரயோசனை வட்டமாயுள்ள ஒருநரகம். மிகக் கொடிய சூரிய கிரணம் போன்றவும், அக்கினிக்குண்டம் போன்றவும், வாளாயுதம்போன்றவுமாகிய இலைகளையுடைய மரங்களையுடையது. அங்குள்ள மிருகங்களாலும் பக்ஷிகளாலுந் துன்புறுத்தப்பட்டோடும் பாபிகளை இம்மரங்கள் ஊறுசெய்து வருத்துமியல்புடையன. ஆகவே இந்நரகம் கொடிய பாவிகளுக்கேயுரியது.

அசுமகன்—(1) [இ]கல்மாஷபாதன்மகன். இவன்தாய் பிரசவவேதனையால்வருந்த வசிஷ்டர் பிரசூதிபாஷாணம்என்னும் கல்லால் அவள்வயிற்றைத்தடவுதலும் இவன்பிறந்தானாகலின், அசுமகனெனப்பெயர்பெற்றான். (அசுமம்-கல்)இவன்மகன் மாலகன். மாலகன் நாரிகவசனெனவும்படுவன். (2) விதேகதேச ராசாவாகிய ஜனகன் தன் பந்துக்களையிழந்த துக்கத்தால் உலகவாழ்வை வெறுத்துக் காட்டுக்கேக எத்தனித்தபோது, அவனுக்குப் பிரபஞ்சவியல்பையுணர்த்தி ஞானோபதேசஞ்செய்து அவனை ராஜாங்கத்தைக் கைவிடாமற் றடுத்த ஒரு பிராமணோத்தமன்.

அசுரர்—தேவ சத்துருக்கள், அமிர்தங்கொள்ளாதவர்கள். இவர்கள் தைத்தியர், தானவர் என இரு வமிசத்தார். இரணியாக்ஷன். இரணியகசிபன், பலி, வாணாசுரன் முதலியோர் தைத்தியர். சம்பரன், தாரகன், விப்பிரசித்தி, நமுசி, அந்தகன் முதலியோர் தானவர்.

அசுரேந்திரன்—தாரகாசுரன் மகன். வீரவாகுதேவராற்கொல்லப்பட்டவன்.

அசுவதீர்த்தம்—கங்கையிலே காலாநதி வந்து கூடுகின்றவிடத்திலுள்ள தீர்த்தம். காதி தன் புத்திரி சத்தியவதியைக் கொள்ள வந்த இருசிகனை ஆயிரங்குதிரை கேட்க, அவ்வசுவங்களை இருசிகன் இவ்விடத்திலே பெற்றமையால் இப்பெயர்பெற்றது.

அசுவத்தாமன்—துரோணன் கிருபியிடத்துப் பெற்ற புத்திரன். இவன் சிரஞ்சீவி. பாரதயுத்தத்திலே அசுவத்தாமவென்னும் யானையொன்றிறக்க, அதனை வாய்ப்பாகக்கொண்டு பாண்டவர்கள் அசுவத்தாமன் இறந்தானென்று துரோணன்காதில் வீழுமாறு சொல்ல, அஃதுண்மையெனக்கொண்டு துரோணன் மூர்ச்சையாகிவீழ்ந்து திட்டத்துய்மனாற் கொல்லப்பட்டான். அதனைப்பின்னர் உணர்ந்த அசுவத்தாமன் துரோபதை பெற்ற பிள்ளைகளையெல்லாம் கொன்று பழிவாங்கி வந்து பரீக்ஷித்தனையும் கர்ப்பத்தில் அழிக்க முயன்றான். அதனைக் கிருஷ்ணன் தடுத்துப் பரீக்ஷித்தலைக் காத்தனர்.

அசுவசேனன்—தக்ஷகன் மகன். இவனைக் காண்டவதகனத்திலே சாகாமல் தேவேந்திரன் காத்தான். பின்னர் இவன் நாகாஸ்திரமாகிக் கன்னனிடமிருந்து, கன்னன்ஏவியபோது அர்ச்சுனன்கிரீடத்தைச் சேதித்துச்சென்றவன்.

அசுவபதி—மத்திரதேசத்தை யாண்டவோரரசன். இவன்சந்தானவிச்சையால் பதினெண்ணாண்டு சாவித்திரியைநோக்கித் தவங்கிடந்து அவளருளால் சாவித்திரியைப் புத்திரியாகப் பெற்றவன். (2) கைகேயி தந்தையாகிய கேகயதேசராஜன். இவன் மகன் யுதாசித்து.

அசுவமேதம்—ஒரு யாகம். அவ்வியாகத்தைச் செய்ய விரும்புபவன் ஒரு சிறந்த குதிரையை அலங்கரித்து அதன் நெற்றியிலே அவ்வியாகவரலாறு வரையப்பட்ட ஒரு பட்டங்கட்டி அதற்குக் காப்பாக ஒரு சேனையையும் புறத்தே செல்லச் செய்து அதனைத் திக்குகள்தோறுமனுப்புவன். அதனைச் சத்துருக்கள் பற்றிக் கட்டுங்காலையில் அவர்களை வென்று அதனைமீட்டு அச்சத்துருக்கள் கொடுக்குந் திறைகளோடு தனது திரவியமுஞ் செலவிட்டுச்செய்யப்படுவதாகிய யாகம் அசுவமேதமெனப்படும். இங்ஙனம் நூறு அசுவமேதஞ்செய்தவன் இந்திரபதம் பெறுவன்.

அசுவினி—நக்ஷத்திரமிருபத்தேழிலொன்று.

அசுவினிதேவர்—சூரியன்பாரியாகிய வடவாரூபமபெற்ற சௌஞ்ஞாதேவியினது நாசியிற் பிறந்தோர். இவர் இருவரும் அதிரூபர். இவர்கள் தேவ மருத்துவர்கள். இவர்கள் ஓரிடத்துவசிக்காதலெங்குஞ் சஞ்சரித்து ஔஷதம், சஸ்திரம் என்னுமிரு பிரயோகமுஞ்செய்து அற்புதவைத்தியம்புரிபவர்கள். இவர்களதிரூபியாகிய சுகன்னிகை என்பவளையும் அவளுக்கு விதிவழிவாய்த்த குரூபமுந் தீராநோயுமுடையனாகிய சியவனனையுங் கண்டு, அவளைநோக்கி, இவனையேன் மணந்தனை என, நுங்குற்றமோரீர் பிறர்குற்றமாராய்தலென்னையென்றாள். அதுகேட்ட தேவமருத்துவர் நங்குற்றம்யாதென்றனர். அவள் எனது நாயகன் குற்றங்களைத் தீர்ப்பீரேல் சொல்லுவேனென்ன, அதற்குடன்பட்டுச் சியவனனை இளங்குமாரனாக்கி இனிக் கூறுகவென்றார். அதனைக் கண்டசுகன்னிகை, இன்று நம்தவங் கைகூடிற்றென்றுமகிழ்ந்து அவர்களைநோக்கி, ஐயன்மீர், நீர் தேவமருத்துவராகவும் உம்மை அத்தேவர்கள் யாகங்களில் வைத்துக்கொண்டாடா தொழிவது யாதுபற்றியோவென்றாள். அது கேட்டு வெள்கிய அசுவினிதேவ

ர் அவனை வியந்துவாழ்த்திப்போயினர். அசுவினிதேவரிடம் சியவனன் தான்பெற்ற நன்றியை மறவாதாகித் தனது மாமனாகிய சரயாதியை ஒரு யாகஞ்செய்யவும் அதிலே தேவர்களோடு அசுவினிதேவர்களுக்கும் அவிகொடுக்கவும் வேண்டினான். அவ்வாறே அவன் அவிகொடுக்க இந்திரன் சினந்து தனது சக்கிராயுதத்தை எடுத்தான். அசுவினி தேவரால் அவனுக்குக் கையிலே சோர்வாதமுண்டாக, இந்திரன் இதனைத் தீர்ப்பீரேல் எம்மோடுசமானாக்குவேமென்றிரப்ப, அவர்கள் அந்நோயை நீக்கி அன்றுமுதல் தேவர்களோடு சமநிலை பெற்றார்கள்.

அசோகவர்த்தனன்—சந்திர குப்தன் பௌத்திரன். இவன் மகததேச ராசா.

அசோகன்—(1) தசரதன் மந்திரிகளிலொருவன். (2) புத்தன். (3) ஓராசன். இவன் பௌத்தசமயத்தைப் பெரிது மபிவிர்த்திசெய்தவன். செங்கோன்மையிலுஞ் சிறந்தவனாய் விளங்கினவன். இவன் 2192 வருஷங்களுக்குமுன் மகததேசத்தி லரசுபுரிந்தவன்.

அச்சுதன்—(1)சிவன். (2)விஷ்ணு.

அச்சுததீக்ஷிதா—இவர் தம் பேரால்அச்சுதாவைதவேதாந்த சாஸ்திரமொன்றுசெய்த சம்ஸ்கிருத பண்டிதர்.

அச்சுதரகுநாதன்— சம்ஸ்கிருதத்திலே ராமாயண சார சங்கிரகஞ்செய்தவர்.

அச்சுமகன்—அசுமகன்காண்க.

அச்சோதம்—ஒரு வாவி. இஃது அச்சோதையென்னும் நதிக்கு உற்பத்திஸ்தானம். குபேரனுடைய சயித்திர ரதமென்னும் நந்தனவனம் இவ்வாவிக்கரைக் கண்ணது.

அச்சோதை—ஒரு புண்ணியநதி. அச்சோதை முந்திய ஜன்மத்திலே மரீசிபுத்திரராகிய பிதிர்கணங்களுக்கு மானசகன்னிகையாகப்பிறந்து, அப்பிதிர்களாலே நிருமிக்கப்பட்ட அச்சோதமென்னும் சரோவரதீரத்தில் ஆயிரந்தேவவருஷந் தபசுசெய்து அவர்களை மகிழ்விக்க, அவர்கள் திவ்வியாலங்கார பூஷிதர்களாய்ப் பிரத்தியக்ஷமானார்கள். அவள் அப்பிதிர்களுள்ளே தனக்குத் தந்தைமுறையுடைய மாவசன் என்பவனைத் தனக்குக் கணவனாகுமாறு வேண்டினாள். அதுகேட்ட பிதிர்கள் சினந்து அவளை நோக்கி உன் தபசு குலைகவென்று சபிக்க, அவள் யோகப் பிரஷ்டையாகிச் சுவர்க்கத்திலிருந்து கீழ்நோக்கி வீழ்ந்து பூமியிற்படியாது அந்தரத்திலே நின்றாள். அன்கேநின்றபடியே அவள் மீண்டும் பிதிர்களைநோக்கித்தவஞ்செய்ய அன்று அமாவாசை ஆதலால் அத்தினத்திலே பிதிர்களைநோக்கிச் செய்யப்படும் அற்ப தபசுகளையும் அப்பிதிர்கள் அக்ஷயமாகப் பாவித்துத் திருப்தியடைவதியல்பாதலின், அவள் தபசுக்கு மகிழ்ந்து, நீ தேவர் செய்யுங் கருமபலத்தையெல்லாம் அநுபவித்து இருபத்தெட்டாவது துவாபரயுகத்திலே மீன்வயிற்றிலேபிறந்து சத்தியவதியெனப்பெயர்பூண்டு விளங்கிப் பராசரரால் வியாசரைப்பெற்று, அப்பால் சந்தனுவுக்குப் பாரியாகி, விசித்திரவீரியன் சித்திராங்கதனென்போரையீன்று, ஈற்றில் அச்சோதையென்னும் புண்ணிய நதியாகக்கடவையென்றுவரமளித்து மறைந்தார்கள்.

அஜகரன்—இரகசியமான பிரமஞானத்தைப் பிரகலாதனுக்குபதேசித்த மகாவிருஷி. இவராச்சிரமம் சையகிரிச்சாரலின்கண்ணது.

அஜகவம்—சிவன் வில்லு

அஜகன்—புரூரவன் வமிசத்தானாகிய ஜன்னுவினது பௌத்திரன்.

அஜமீடன்—அஸ்திபுத்திரன். இவன் புத்திரர் பிருகதிஷுன், நீலன், ரிக்ஷன் எனமூவர். பார்கதிஷ, பாஞ்சால, கௌரவவமிசங்கள் இவனாலுண்டாயின.

அஜமுகி—சூரபன்மன்றங்கை. காசிபன் ஆட்டுருக்கொண்டு மறியுருக்கொண்டு நின்றமாயையைக் கூடிப்பெற்றபுத்திரி. சூரபன்மனகுலத்துக்குநாசகாரணமாகப் பிறந்தவள் இவளே.

அஜன்—(1) இ. ரகுபுத்திரன். இவன்மகன் தசரதன். விதர்ப்பராஜபுத்திரியாகிய இந்துமதியினது சுயம்வரத்துக்குப்போன அஜன் வழியிலெதிர்ப்பட்ட ஒருயானைமீது பாணந்தொடுக்க, அவ்வியானை தனது பூர்வ ரூபமாகிய கந்தருவனாகி, இருடிசாபத்தால் யானையுருப்பெற்றமை கூறித்தனக்கு அஜனால் விமோசனமுண்டாயதுபற்றி அவனுக்குத்தானுணர்ந்திருந்த அஸ்திரவித்தையின் றன்மைகளை யுபதேசித்து அந்தரஞ்செல்ல, அஜன் அவ்வித்தியாசாமர்த்தியத்தால் சுயம் வரத்துக்கு வந்திருந்த அரசரையெல்லாம் புறங்கண்டு இந்துமதியையும் மணம்புரிந்தான். காளிதாசகவி அஜனுடைய பிரதாபத்தை யெல்லாம் மிகச்சிறப்பாக வெடுத்துக்கூறுவர். (2) திருதன்மகன். (3) பிரமன் (4) சிவன் (5) விஷ்ணு (6) மன்மதன்

அஜாதசத்துரு—(1) தருமராஜா. (2) விம்பாரன் புத்திரன் இவன் கலி இரண்டாயிரத்தைஞ்ஞூற்று நாற்பத்தொன்பதிலே மகததேசத்துக்கு அரசனாகமுடிதரித்தவன். இவன் வமிசத்திலே சிசுநாகன்முதலிய அரசர்பிறந்தார்கள். இக்காலவரையறை "டக்டர் பூலர்" நிச்சயித்தது.

அஜாமிளன்—கன்னியாகுப்ச புரத்திலிருந்த மகாபாதகனாகிய ஒரு பிராமணன். இவன் மனைவி ஒரு சூத்திரப்பெண். இவன் அந்தியகாலத்திலே தன்மகன் நாராயணனைக்கூவியழைத்துக்கொண்டு தேகவியோகமாயினன். அந்நாராயணநாமவிசேடத்தால் காலதூதர் அவனை விடுத்துப்போக அவன் மீளவும் உயிர்பெற்று மிக்கபக்தி யுடையனாயினன்.

அஜிகர்த்தன்—சுனசேபன் றந்தை. இவன் சில வேதகீதங்களுக்குக் கர்த்தன்.

அஜிதன்—(1) பிரமா. (2) விஷ்ணு. (3) சிவன்.

அஞ்சகன்—குனிபுத்திரன்.

அஞ்சலநாயகி-திருமயிலாடுதுறையிலே கோயில்கொண்டிருக்கும் தேவியார்பெயர்.

அஞ்சனபருவன்—கடோற்கசன் புத்திரன். இவன் பாரதயுத்தத்தில் அசுவத்தாமனாற் கொல்லப்பட்டவன்.

அஞ்சனம்—மேற்றிசைக்காவல்பூண்ட ஆண்யானை.

அஞ்சனாக்ஷிஅம்மை-திருக்கற்குடியிலே கோயில்கொண்டிருக்கும் தேவியார்பெயர்.

அஞ்சனாவதி-ஈசானியதிக்குக் காவல்பூண்ட பெண்யானை.

அஞ்சனை—ஓரப்சரப்பெண். இவள் ஒருசாபத்தாற் குஞ்சரனென்னும் வானரனுக்குப் புத்திரியாகப்பிறந்து இச்சித்த ரூபங்களை யெடுக்கும் வன்மையுடையளாய்

ஒருநாள் மனுஷரூபமுள்ள ஒரிளம்பெண்ணாகி வாயுபகவானைக் கூடி அநுமானைப் புத்திரனாகப் பெற்றவள். அதன்பின்னர்க் கேசரியென்னும்வாநரனைமணம்புரிந்து அவனுக்குமனைவியாயினவள்

அஞ்சுமான்—சகரன் பௌத்திரன். அசமஞ்சசன்புத்திரன்.

அஞ்சுலன்—சாணக்கியன்.

அஞ்சைக்களத்தப்பர்—திருஅஞ்சைக்களத்திலே கோயில் கொண்டிருக்கும் சுவாமிபெயர்.

அடிதானவன்—அந்தகன் மகன். இவன் சுயரூபத்தோடிருக்குங்காலும்சாகாமலும் வேற்றுருக்கொள்ளும்போது சத்துருக்களாலிறக்கவும் வரம்பெற்றவன். ஒருநாள் பார்வதிதேவியாருடைய ரூபமெடுத்துச் சிவனை வஞ்சிக்க எத்தனித்தபோது அவராற் கொல்லப்பட்டவன்.

அடியார்க்குநல்லார்.—சிலப்பதிகாரவுரையாசிரியர். இவர் நச்சினார்க்கினியர்க்கு முந்தியவர்.

அட்டாங்க விருதயம்—இது நூற்றிருபது அத்தியாயங்களால்ஆயுள்வேதம் முழுதும் கிரமமாகக்கூறும்நூல். வடமொழியிலே வாக்படரால் செய்யப்பட்டது.

அணிகொண்டகோதை — திருமுல்லைவாயிலிலே கோயில்கொண்டிருக்கும் தேவியார்பெயர்.

அணியியல்—மதுரைத் தமிழ்ச்சங்ககாலத்திலேயிருந்து பின்னிறந்துபோனஒருஅலங்காரநூல்

அணு--யயாதி புத்திரருளொருவன்.

அணுகன்—விப்பிராஜன்மகன். இவன் சுகுனிபுத்திரி கீர்த்திமதியை மணம்புரிந்தவன்.

அண்ணுமலை—அருணசலம்.

அதங்கோட்டாசான், அகத்தியர்மாணாக்கருளொருவராய்த் தொல்காப்பியர் செய்த தொல்காப்பியத்தை அரங்கேற்றக் கேட்டவராகிய காரணிகர்.

அதசிரசு—பரிதானம் வாங்குவோர்புகும் நரகம்.

அதர்மன்—வருணனுக்கு ஜேஷ்டாதேவிவயிற்றிற்பிறந்த புத்திரன். இவன் மனைவி நிருதிபுத்திரியாகிய இம்சை. இவன்தங்கை சுரநிர்தை. பயன். மகாபயன், மிருத்தியு என்போர் இவன்புத்திரர்.

அதர்வவேதம்
அதர்வணவேதம் } — நான்காம் வேதம். இவ்வேதம் சத்துருநாசத்திற்காக அநேக மந்திரங்களை யுடையதாயினும் மற்றைய வேதங்களைப் போலவே வைதிக கிரியானுட்டானங்களுக்கு வேண்டற்பாலனவாகிய தோத்திரங்களையும், அநேக சூக்தங்களையுமுடையது. இதிற்கூறப்படும் சத்துருநாசமந்திரங்கள் ஆபத்துநிவிர்த்திக்காக ஓதப்படுவன. (வேதங்காண்க)

அதர்வணாசாரியன்—பாரதத்தைத் தெலுங்கில்மொழிபெயர்த்தபண்டிதன்.

அதலம்—கீழுலகங்களுளொன்று. அது வெள்ளிமயமானது. அதில் வசிப்போர் நாகர்.

அதிகன்
அதிகமான் } —(1)இவன் தனக்குக்கிடைத்த அமிர்தத்தையும் கருநெல்லிக் கனியையும் தானுண்டு உடம்பு பெறாது ஔவைக்குக்கொடுத்தபெருவள்ளல். (2) ஔவைசகோதரன். இவனே தான் பிறந்தவுடன் தன்னைவிட்டுப்போக வருந்திக்கலங்கிநின்ற தாயைநோக்கி, "கருப்பைக்குள்முட்டைக்குங் கல்லினுட்டேரைக்கும்"என்றகவிசொல்லி யாற்றினவன்.

அதிகாயன்—[ரா] ராவணனுடைய மகன். இவன் பிரமாவினிட

ம் அவத்தியகவசம்பெற்றவன். இலட்சுமணனால் பிரமாஸ்திரம் விட்டுக்கொல்லப்பட்டவன். அவத்தியகவசம்-வதம்பெறுக் கவசம்.

அதிசாந்திரன்—சந்திரன். ௩௯.

அதிசுந்தரமின்னாள்—திரு அச்சிறுபாக்கத்திலே கோயில்கொண்டிருக்கும் தேவியார் பெயர்.

அதிசூரன்—ஏனாதி நாயனாரைக் கொன்ற பாதகன். (2) சிங்கமுகாசுரன் மகன்.

அதிதி—குசன்மகன்: ராமன்பௌத்திரன்.

அதிதி—(1)தக்ஷன்தாய். (திதிஇல்லது அதிதி: பகலிரவற்றகாலம். சிருஷ்டிக்குமுன்னுள்ள காலம் என்பது பொருள்), (2) தக்ஷன் மகள். இவள் கசியபன் பாரி. இவள் புத்திரர் ஆதித்தியர். இந்திரன் முதலியவர்களும் இவளுடைய புத்திரரெனக் கூறப்படுவர்.

அதிபத்தநாயனார்—நாகபட்டனத்திலே பரதவர்குலத்திலே அவதரித்துச் சிவபக்தியிற் சிறந்தவராகவிளங்கியவிவர் தமக்குத்தினந்தோறும் அகப்படுகின்ற முதல்மீனையிற்று அப்பொருளைச் சிவ தொண்டுக்கே விட்டு வருபவர். சிலதினங்களாக ஒவ்வொருமீனகப்பட, நியமப்படி அவற்றைச் சிவதொண்டுக் காக்கிப் பட்டினியினால் வருந்தியவழியும் தமது பக்தியை நிலைநிறுத்த, அஃதுணர்ந்தருளியசிவபெருமான் அருள்புரிந்து துன்பங்களையெல்லாம் நீக்கப்பெற்றவர்.

அதிரதன்—(அம்) சத்தியகர்மன் மகன். இவன் கங்கைக்கரையில் வந்தடைந்த குந்திசிசுவாகிய கர்ணனை யெடுத்துவளர்த்தவன். இவன் மனைவி விராதை.

அதிருசியந்தி—(1) அருந்ததி. (2) சக்தியினது மனைவி.

அதிவீரராமபாண்டியன்—பாண்டியர்வழியிற்றோன்றிய வோரரசன். இவன் தமிழில் நைடதமுதலிய அநேக நூல்களியற்றியவன். வரதுங்கபாண்டியன் தம்பி. இவன்விளங்கியகாலம் சாலிவாகனசகம் எழுநூற்றுமுப்பத்தெட்டெனச் சில கற்சாசனங்களால் நிச்சயிக்கப்படும்.

அதிஷ்டானபுரம்—சேதி தேசத்து ராஜதானி.

அதீனன்—சஹதேவன் புத்திரன்.

அதுலகீர்த்தி—அதுலவிக்கிரமனுக்குப்பின் மதுரைக்கரசனான பாண்டியன்.

அதுலவிக்கிரமன்—இவன் சமரகோலாகல பாண்டியனுக்குப் பின் மதுரையி லரசுசெய்திருந்த பாண்டியன்.

அதூர்த்தரஜசு—குசநாபன்மகன்.

அதோக்ஷஜன்—விஷ்ணு.

அத்தியக்ஷரம்—ஓங்காரம்.(பிரணவம்.)

அத்தியான்மராமாயணம்— விசுவாமித்திரராற் செய்யப்பட்டவோருபதேசநூல்.

அத்தியான்மர்—அண்ட பிண்டம் இரண்டிலும் வியாபகமாயுள்ள வாயுக்கள் பதின்மூன்று மிப்பெயர்பெறும்.

அத்திரி—பிரமாவினுடைய மானசபுத்திரருளொருவன். மனைவி அநசூயை. இவன் தனது தபோபலத்தால் சோமதுர்வாசதத்தாத்திரேயர்களைப்பெற்றவன். இவ்வத்திரி பிரஜாபதிகளு ளொருவன். சந்திரன் இவ்வத்திரியினது கண்களினின்றுந் தோற்றியதென்று இரகுவம்சம் முதலிய நூல்கள் கூறும். இராமரைத் தண்ட

காரணியத்தில் இவ்விருஷி கண்டபொழுது அவரைத் தமது ஆச்சிரமத்திற்கழைத்து உபசரித்தாரென்று இராமாயணங் கூறும். இவர் சப்த இருஷிகளுளொருவர்.

அத்திரிகை—ஓரப்சரப்பெண்.

அத்துவைதம்—இது பிரமமல்லது வேறில்லையென்பதே தனக்குச் சித்தாந்தமாகக்கொண்ட வேதாந்த மதம். பிரமம், அவித்தை என இருபதார்த்தங்கள் இம்மதத்தாற் பிரதிபாதிக்கப்படும். அவற்றுள் பிரமம் சத்தியம், ஞானாநந்தாத்மகம், நிர்விகாரம், நிரவயவம், நித்தியம், நிர்த்தோஷம், விபு என்னும் ஏழு லக்ஷணமுடையது. அவித்தை, அபாரமார்த்திகம், சதசத்துவிலக்ஷணம், சடம், சவிகாரம், சாவயவம், அநாதிசாந்தம், அஞ்ஞானரூபம் என்னும் லக்ஷணங்களுடையது. பஞ்சபூதங்கள் அவித்தையினது காரியங்கள். அவற்றுணின்றும் திரிகுணக்கலவையாகிச் சத்துவகுணத்தின் கூறுகிய ஞானேந்திரியம் ஐந்தும் அந்தக்கரணம் நான்குமுண்டாகின்றன. ரசசால் கன்மேந்திரியங்கள் ஐந்தும் பிராணன் ஐந்தும் உண்டாகின்றன. இவையெல்லாம் சூக்குமதேககாரணம். தமோகுணத்தின் கூறுகிய அபஞ்சீகிருத பூதங்களினாலே பஞ்சீகிருதபூதங்களுண்டாம். இவையே ஸ்தூலதேகமாம். பிரபஞ்சநாசம் பிரளயமெனப்படும். மோக்ஷசாதனமாவன நித்தியாநித்தியவஸ்துவிவேகம் விஷயபலவைராக்கியம் முமூட்சுத்துவம் என்பன. இவற்றாற் பிரமந்தவிர வேறில்லையெனக்காண்டல் மோக்ஷம்.

அத்துவைதாநந்தன்— வேதாந்த நூலுக்கு வியாக்கியானஞ் செய்தவர். சதாநந்தர்க்குக் குரு.

அநசூயை—(1) அத்திரிபாரி. ஸ்ரீராமன் வனவாசத்துக்கண் தண்டகாரணியத்தில் அத்திரி ஆச்சிரமத்துக்குச்சென்றிருந்தபோது இவ்வநசூயை சீதைக்குப் பெண்களுக்குரிய ஒழுக்கங்களெல்லாம் உபதேசித்து உனக்குச் சுமங்கலியத்தேலோப மில்லாதிருக்கக்கடவதென்றாசீர்வதித்து அநேக வஸ்திராபரணங்களுங்கொடுத்தவள். (2) சகுந்தலை தோழி.

அநந்தநேமி—புத்தர் காலத்திலே உச்சயினியிலே அரசுபுரிந்திருந்த பிரத்தியோதன் தந்தை.

அநந்தவிஜயம்— தருமபுத்திரன் சங்கு.

அநந்தவிரதம்—இது புரட்டாசிமாசத்துச் சுக்கிலபக்ஷத்துச் சதுர்த்தசியில் அநுட்டிக்கப்படுவதாகிய அநந்தபத்மநாபன் விரதம். இது பாண்டவர்கள் வனவாசஞ் செய்தபோது கிருஷ்ணனாற் கூறப்பட்டது. அது மகத்தான ஐசுவரியங்களைக்கொடுக்கவல்லது.

அநந்தன்—(1) ஆதிசேஷன். (2) விஷ்ணு. (3) சிவன். (4) கிருஷ்ணன். (5) பலதேவன். (6) வாசுகி. (7) பிரமம். (8) ஆகாயம். (9) புத்தருடைய பிரதமசிஷருளொருவன். இவனே கௌசாம்பியிலரசுசெய்திருந்த உதயனன் மனைவியர் ஐஞ்ஞூற்றுவருக்கும் பௌத்தமதோபதேசஞ் செய்தவன்.

அநந்தை—(1) பார்வதி. (2) பூமி.

அநந்நியஜன்—காமதேவன். (தசகுமாரசரித்திரத்திற்பிரயோகம்)

அநபாயன்—ஒரு சோழன். இவனே சேக்கிழாரைக்கொண்டு பெரியபுராணஞ்செய்வித்தவன். இவனுடைய அரசின்செம்மையையும்கீர்த்தியையும்நோக்கி அக்கா

லத்துப் புலவரொருவர்சொல்லியவெண்பாவருமாறு:—

"அன்னைபோலெவ்வுயிருந் தாங்குமனபாயா-நின்னை யாரொப்பார்நிலமேவந்த-ரன்னதே-வாரிபுடைசூழ்ந்த வையகத்திற்கில்லையாற்-சூரியனேபோலுஞ்சுடர்"

அநமித்திரன்—(ய) உதாசித்த புத்திரன். இவன்புத்திரர் நிக்கனன், சினி, பிருசினி என மூவர்.

அநரணியன்—(இ) 1. அநேநசன். (இ) (2)திரசதசியன் புத்திரனாகியவசுதன். இவன் இராவணனாலிறந்தபோது எனதுவமிசத்தில் வந்துபிறக்கப்போகின்றஸ்ரீராமனால் நீயுங் கொல்லப்படுவாயென அவனுக்குச்சாபங்கூறி இறந்தவன். இவன் மகன் அரியசுவன்.

அநர்க்கராகவீயம்—முராரியாற்செய்யப்பட்ட ஒரு சம்ஸ்கிருத நாடகம்.

அநலப்பிரியா—சுவாகாதேவி.

அநலர்—தேவதாபேதம். இவர் நாறபத்தொன்பதின்மர். இவர்க்குத்தலைவன் அபிமானன். அவன்புத்திரர் பாவகன், பவமானன், சுசி என மூவர். இவர்கள் புத்திரர் நாற்பத்தைவர். அக்கினிகாண்க.

அநலன்—1. மாலிமகன். விபூஷணனது அநுசரன். 2. அக்கினி. 3. குசன்வமிசத்து நிஷதன்மகன்.

அநலை—மாலியவானுக்குச் சுந்தரிவயிற்றிற்பிறந்த புத்திரி.

அநாகுலன்—இடைச் சங்கத்தார் காலத்திருந்த ஒரு பாண்டியன். சாரகுமாரன் தந்தை. இவன்தேரேறி விண்ணிடைச் செல்லும் போது திலோத்தமையைக் கூடிச் சாரகுமாரனைப்பெற்றவன்.

அநாயு—அநகை. கசியபன் மனைவியாகிய தக்ஷன்மகள்.

அநிருத்தன்—(1) கற்பாரம்பத்திலே நாராயணன் பிரமாவைச்சிருட்டிக்கவெடுத்தஅவதாரம். (2) பிரத்தியுமனனுக்கு உருக்குமிணியினது புத்திரி வயிற்றிற் பிறந்த புத்திரன். கிருஷ்ணன்தௌகித்திரன். இவன் வாணாசுரன் மகளாகிய உஷையாற் கவரப்பட்டவனாய் அவள் தோழி சித்திரலேகை சகாயத்தால் கடினமாகிய காவலைத்தாண்டி உஷையுடைய பள்ளியறையிற் போய்ச்சேர்ந்து இரகசியமாக அவளைக்கூடியபோது, வாணாசுரன் அஃதுணர்ந்து அவனை யுத்தத்திற்கொல்ல எத்தனித்தாற்றாது ஈற்றிலே தனது மாயாசாலத்தால் அவனை மயக்க, அஃதறிந்த கிருஷ்ணன் அவ்வாணாசுரனைப் போரிலே தோற்றோடச்செய்து அநிருத்தனைக் காத்து உஷையையும் அவனுக்கு மனைவியாக்கினார்,

அநிலன்—(1) அஷ்ட வசுக்களுள் ஒருவன். (2) வாயு. அவன் பாரிசைவை. புத்திரர் புரோஜவன், விஜானகதிஎனஇருவர். (3) (ரா) மாலிமகன். இவன் விபீஷணன் தோழன். அநலன் தம்பி.

அநீகன்—(ய) வசுதேவன்தம்பி.

அநு—(ய) (1) குருவசன்மகன். (2) கபோதலோமன் மகன்.

அநுகீதை—வேதாந்தகிரந்தங்களுளொன்று. அது பாரதத்தில் அசுவமேதபருவத்திற் சொல்லப்பட்டுளது.

அநுகை—அநாயு.

அநுதாபன்—தநுபுத்திரன்.

அநுபதேவன்—(1) (ய) தேவகன் மகன். (2) அக்குரூரன் இரண்டாம் புத்திரன்.

அநுபமை—தென்மேற்றிசைப்பெண்யானை.

அநுமதி—பிரமாவினது பாரிகளுளொருத்தி.

அநுமதீயம்—பாவ ராக தாளமென்னும் மூன்றின் லக்ஷணங்களையுங்குறித்து அநுமனார்செய்த பரதசாஸ்திரம்.

அநுமன் } அநுமந்தன் } வாயு அநுக்கிரகத்தால் அஞ்சனைவயிற்றிற்பிறந்தஒருவாநரவீரர். மிக்கஆற்றலும் வலியுமுடையவர். இவரைத்தேவ அமிசமென்ப. கல்வியறிவாலுஞ் சிறந்தவர். இவர் வாலியினது அக்கிரமங்களைச் சகிக்கலாற்றாதவராகித் தற்செயலாகராமரையடைந்து அவரால் வாலியைக் கொல்வித்து அவன் தம்பிக்கு முடிசூட்டிய பின்னர், ராமருக்கு அடிமை பூண்டு அவருக்குத் தூதராகிச்சீதையைத்தேடி இலங்கைக்குக் கடலைத்தாவிப்பாய்ந்துசென்று, அங்கே சீதையைக்கண்டு மீண்டு ராமரை அடைந்து, அவரைக்கொண்டுசென்றுசேதுபந்தனஞ்செய்து, அவ்வழியே அவரையும்சேனையையும் நடத்திப்போய், அவர் ராவணனை வதைத்துச் சீதையைச்சிறைமீட்டு வருங்காறும் அவருக்கு யுத்தசகாயஞ்செய்து, பின்னரும் ராமபத்தராயிருந்தவர்.

அநுஹலாதன்—(தி) இரணியகசிபன்மகன்.

அநுஹிராதன்—குரோதத்தால் நஷ்டமடைந்த ஓரரசன்.

அநூரு—கசியபப்பிரசாபதிக்கு விநதையிடத்துப்பிறந்த புத்திரன். கருடன் இவன் தம்பி. இருவரும் அண்டசம். விநதை தனது சகக்களத்தி கத்துருவைக்கு முதலிலே புத்திரன் பிறந்து விட்டானென்னும் அசூயையினாலே தன்னுடைய அண்டம் பரிபக்குவமடைய நாளாயிற்றேயென்று சினந்து அவ் வண்டத்தையுடைத்துவிட, அதுகாரணமாக அநூரு

தொடைமுதலிய கீழங்கங்களில்லாமற் பிறந்தான். தன தங்கவீனத்துக்குக் காரணமாயிருந்தவள் தாயென வுணர்ந்த அநூரு அவளைக் கத்துருவைக்கு அடிமையாகவென்று சபித்துவிட்டுச் சூரியனிடஞ்சென்று அவனுக்குச் சாரதியாயினன். இவன் அருணன் என்றும் பெயர்பெறுவன். இவன் பாரி சியேனி. மக்கள் சம்பாதி சடாயு.

அநேநசு } அநேநசன் } (1) ஆயுபுத்திரன். இவன் நகுஷன் தமையன். இவன்மகன் சுதத்தன். (2) (இ) ககுத்தன் மகன். இவன் அநரணியன் சுயோதனன் என்னும்பெயர்களும் பெறுவன்.

அந்தகன்—யமன்.

அந்தசிலம்—விந்தியபர்வதத்திலுள்ள ஒருநதி.

அந்தரம்—ஆந்தரதேசம். தெலுங்கதேசம்.

அந்தரிக்ஷன்—(த) முராசுரனுடையமகன். இவன் கிருஷ்ணனாற் கொல்லப்பட்டவன்.

அந்தர்த்தானன்— விசயாசுவன். புருது சக்கரவர்த்தி மகன். இவனுக்குப் பாரிகள் இருவர். முதற்பாரி சிகண்டி என்பவள் வசிஷ்டன் சாபத்தாற் பூமியிலே பிறந்து, பாவகன், பவமானன் சுசி என்னும் மூன்று அக்கினிகளையும் பெற்றாள். இவர்கள் தம் பாலியத்தில் இறந்தார்கள். இரண்டாம் பாரியான நபஸ்வதியிடம் அவிர்த்தானன்பிறந்தான்.

அந்தன்-(1) திருதியனுடையபௌத்திரபுத்திரன். (2)(த)விப்பிரசித்திமகன்.

அந்தீசாரன்—(1) மதிசாரன். (2) அந்தகன். (3) (ய) சாத்துவதன் மக்களுள் ஒருவன். இவனுக்குப் பசமானன், குந்தூரன், சுசி, கப |

ளபரிக்ஷன்என நால்வர் புத்திரர். (4) தருமகன்.

அந்திமான்—கொடையிற் சிறந்த வள்ளற்பெயர்கொண்ட எழுவருளொருவன்.

அபயகுலசேகரசோழன்— இச்சோழன் நம்பியாண்டார் நம்பி நிவேதித்த பழம் முதலியவற்றைப் பொல்லாப்பிள்ளையார் என்னுஞ் சிலா விக்கிரகம் உண்மையாகத் துதிக்கைநீட்டி யேற்றுத்திருவமுது செய்யக் கண்டவன்.

அபயன்(1)—தருமன் புத்திரருள் ஒருவன். (2) ஒருசோழன். இவன் கலிங்கநாட்டிற் படைநடத்திப்பெரும்போர்புரிந் தந்நாட்டைத் தன்னடிப்படுத்தி மீண்டவன்.

அபாணை—பார்வதிதேவியார் சிவபெருமானை நோக்கித் தவஞ்செய்து கொண்டிருந்த காலமெல்லாம் தாம் இலையிற் புசிப்பதில்லையென்று நியமஞ் செய்தமையால் இப்பெயர் பெற்றார். (பர்ணம்—இலை)

அபிசாரர்—காசுமீரத்துக்குச் சமீபத்திலுள்ள ஒரு நாட்டில் வசிப்பவராகிய கிருஷிகர்கள்.

அபிசித்து—(ய) (1) தவித்தியோதன். (2) ஒரு நக்ஷத்திரம்.

அபிதானசிந்தாமணி—ஏம சந்திரன செய்தசைனசித்தாந்த நிகண்டு.

அபிதான ரத்தினமாலை.இஃதொருசம்ஸ்கிருதவைத்தியநூல்.

அபிநவகுப்தன்—சங்கரா சாரியராலே வாதத்திலே வெல்லப்பட்ட ஒரு சம்ஸ்கிருதபண்டிதன்

அபிமன்னியன்—(1)அர்ச்சுனனுக்குச்சுபத்திரையிடத்திற்பிறந்த புத்திரன். இவனைச்சந்திர அமிசமாகப் பிறந்தோனென்பர். விராடன்மகள் உத்தரையை மணம்புரிந்தவன். இவன் பாரதயுத்தத்திற் பதின்மூன்றாநாள் பதுமவியூகத்தை யழித்து உட்புகுந்து அசகாயனாய்த் தனித்து நின்று கொடியயுத்தஞ்செய்து ஈற்றில் உயிர் துறந்தவன். இவனிறந்தபோது இவன் புத்திரனாகிய பரீக்ஷித்து உத்தரைகருப்பத்திலிருந்தான். பதுமவியூகமாவது சேனைகளைச் சிலந்திவலையினது ஆகாரமாக அணிவகுத்து நிறுத்தி அதற்குள்ளே சத்துரு சேனைகளை அகப்படுத்தி யுத்தஞ் செய்யுமோருபாயம். (2) காசுமீர தேசத்திலே ஆயிரத்தெண்ணூற்றைம்பது வருஷங்களுக்குமுன்னே அரசுசெய்த அரசன்.

அபிராமி—(1)இற்றைக்குநானூற்றறுபதுவருஷங்களுக்குமுன்னே மதுரையிலரசுசெய்த வீரபாண்டியராயன் காமக்கிழத்தி. இவளுடைய புத்திரன் சுந்தரத்தோள் மாவலிவாணதிராயன். இவனுஞ் சிறிதுகாலமரசு செய்தவன். (2)சப்தமாதர்களுளொருத்தி (3) பார்வதி.

அபிராமிப்பட்டர்—இவ் வந்தணர் நூற்றறுபது வருஷங்களுக்கு முன்னே திருக்கடவூரிலே பிறந்து தமிழும் சம்ஸ்கிருதமும் நன்குகற்றுத் தமிழ்ப்புலமை நிரம்பியவராய்த் தேவி பூசையே அதிசிரத்தையோடு செய்பவராயொழுகுநாளிலே தஞ்சைமாநகரஞ்சென்றரசனைக்கண்டு அவன்பாற்றமது கல்விச்சாதுரியத்தைக் காட்டி அங்கே சிலநாள் வசித்தார். ஒருநாள் அரசன் அவரைநோக்கி இற்றைத் திதியென்னவென்று வினவ, அவர் அற்றைநாள் அமாவாசையாகவும் மறவிபற்றிப் பூரணைநாளென்றார்.அரசன்சிலேஷார்த்தமாக, "இதமதிகெட்டதினம்" என்றுகூற,

பட்டர் அவன் குறிப்பையுணர்ந்து, தாம் கூறியதைத் தாபிக்கவெண்ணி, பூரணைதான் என்று வலியுறுத்துரைத்துச் சூரியாஸ்தமயனவேளையில் வந்து காட்டுவேனென்று விடைபெற்றுப் பூசைக்குச்சென்றார். அரசனும் அஸ்தமயன காலம் எப்போது வருமென ஆவலோடுகாத்திருந்தான். பட்டர்குறித்த நேரத்திலே அரசன் சமுகஞ்செல்ல இருவரும் உப்பரிகைமேற்சென்று கீழ்த்திசை நோக்கி யிருந்தார்கள். இச்சமாசாரத்தைக் கேள்வியுற்ற நகரத்துச்சனங்கள் எல்லோரும் அவ்விடத்திற் சென்று கூடினார்கள். மாலைக்காலமும் வந்தடுத்தது. பட்டர் சர்வாண்டங்களையுமீன்று காக்கின்ற உலகமாதா தம்மையும் காப்பாளென்னும் பேருறுதியுடையராய் அரசனைநோக்கி, ராஜகெம்பீரா! என்வாக்கு என்வாக்காயிற் பொய்க்கும்: என்வாக்கெல்லாம் தேவிவாக்கே யாதலின் மெய்வாக்கேயாம்; காட்டுவேன் காண்பாயாகவென்றுகூறி, அபிராமியம்மையார்மீது அன்பு மயமாகிய ஓரந்தாதி பாடத்தொடங்கிப் பத்துக்கவிசொல்ல, பூரண கலையோடுகூடிய தண்ணியசந்திரன் கீழ்த்திசையிலே யுதித்து யாவருங்கண்டு கண் களிகூர மேலெழுந்தது. பட்டர்தாமெடுத்த அந்தாதியை அவ்வளவிலே நிறுத்தாமலும் மனம் பேதுறாமலும் உளங்கனிந்து நூறுபாவாற் பாடிமுடித்தனர். அதுகண்ட அரசன் அதிசயமும்ஆநந்தமும் பேரச்சமு முடையனாகி அவரை வீழ்ந்து நமஸ்கரித்துத் தாமிரசாசனத்தோடு சில மானியங்கள் கொடுத்தான். இன்றும் அவர்பரம்பரையில் வந்துளோர் அச்சாசனமும் மானியமுமுடையராய்த் திருக்கடவூரில் வசிக்கின்றார்கள். (இற்றைக்குப்பத்துவருஷத்துக்குமுன் யாம் திருவிடைக்கழிக்குச்சென்றபோது அச்சாசனத்தைக்கண்ணாரக்கண்டேம்.) பட்டர் முறுகிய அன்போடு பூசித்து வந்த உலக மாதாவாகிய உமாதேவியார் சிலம்பே சந்திரனாகி அரசன் முதலியோர்க்குத் தரிசனங்கொடுத்துச் சிறிதுநேரத்தில்மறைந்தருளிற்றென்பர்.

அபிராமியம்மை, அபிராமித்தாய், அபிராமவல்லி — திருக்கடவூரிலே கோயில் கொண்டிருக்கும் தேவியார்பெயர்.

அபிஷேகபாண்டியன்—உக்கிரபாண்டியன்மகன். உக்கிரபாண்டியன் புலிவாய்ப்பட்டிறக்க, அவனுடைய காமக்கிழத்தி புத்திரன் ஆபரணமண்டபத்துப்புகுந்து பட்டத்துக்குரியமுடியைக் கவர்ந்துசென்றான். தேடியபோது அஃதில்லாதிருப்பக்கண்டு, கவன்று, நவரத்தினங்களுக்கு என்செய்வோமென்று மந்திரிகள் திகைத்தார்கள். அப்பொழுது சிவபிரான்மாணிக்கப் பொதியோடு ஒருவணிகனாகி அவர்பாற் சென்று மாணிக்கம்விற்றுத் திருவிளையாடல்காட்டிப்போயினர். இப்பாண்டியன் காலத்திலேயே கல்லானைகரும்பருந்திய அற்புதத்திருவிளையாடல் நிகழ்ந்ததுமாம்.

அப்சரசுகள்—ஒருதேவகணம்; மேனகை, அரம்பை, கிருதாசி, திலோத்தமை முதலான தேவகன்னியர். இவ்வப்சரசுகள் பாற்கடலிற் பிறந்தவர்களென்றும், கசியபன் புத்திரிகளென்றுஞ் சொல்லப்படுவார்கள். இவர்களைக்கந்தருவப் பெண்களென்றுங் கூறுப. இவர்கள் பதினான்கு

வகைபபடுவர்.

அப்ஜன்—(1) சந்திரன். (2) தன்வந்திரி. (ஜலத்திற் பிறந்தவனென்பதுபொருள்.)

அப்பர்—திருநாவுக்கரசு நாயனார்.

அப்பிரககற்பம்—சிவபிரானருளிய ஒரு வைத்தியநூல். அஃது அப்பிரகவிஷயமேயெடுத்து விரிப்பது.

அப்பிரதிரதன்—(பு) மதிசாரனது மூன்றாம்புத்திரன். கண்ணுவன் தந்தை.

அப்பிரதிஷ்டம்—இஃது ஒருநரகம். அந்நரகத்திலே கொடிய பாவிகள் ஆங்குள்ள எண்ணில்லாத யந்திரங்களிலிட்டு அரைக்கப்படுவார்கள்.

அப்பிரமை—கீழ்த்திசைப் பெண்யானை.

அப்பூதியடிகள்—இந்நாயனார் திருநாவுக்கரசுநாயனாரது மகிமைகளைக் கேள்வியுற்று அவரைக்கண்டு ஆராதிக்க வேண்டுமென்று பேரவாக் கொண்டிருக்குநாளில் ஒருநாள், திருநாவுக்கரச ரங்கேவர, அவரையுபசரித்து, அவர்க்கன்னம்படைக்கும்பொருட்டு ஓரிலைக்கலங்கொண்டுவரப்போன தம்மைந்தன் வாழைமரத்தடியிலிருந்தநாகங் கடித்திறக்கவும், அதனைப்பெரிதாகக்கொள்ளாது அப்பிரேதத்தைமறைத்துவைத்துவிட்டுத் திருநாவுக்கரசருக்குத் திருவமுதுசெய்வித்தலிலேயேகருத்துடையராயிருந்தார். திருநாவுக்கரசரஃதுணர்ந்து அப்பிள்ளைக்கு விடந்தீர்த்து நாயனார் பக்தியை மெச்சித் திருவமுது செய்து போயினர். அப்பூதியடிகள் திங்களூரிலே பிராமணகுலத்திலுதித்தவர்.

அப்பையதீக்ஷிதர்—இவர் காஞ்சிபுரத்துக்குச் சமீபத்திலுள்ள அடையகுலம் என்னும் அக்கிரகாரத்திற் பிறந்த அந்தணர். வடமொழியில்மகாசதுரர். இவராற் செய்யப்பட்ட நூல்கள் ஏறக்குறைய முந்நூறு. அவை சிவகர்ணாமிர்தம்முதலியன. தர்க்கம், வியாகரணம், வேதம், புராணம்முதலியவற்றில் மகாநிபுணர். சிவபரத்துவஞ்சாதித்தாருள் இவர் தலைத்தர வல்லுநர். இவர் கலியுகம் 4700 அளவில் விளங்கினவர்.

அமரசிங்கன்— விக்கிரமார்க்கன் காலத்திலேவிளங்கிய ஒருசைனவித்துவான். இவனே அமரஞ்செய்தவன்.

அமராவதி—தேவேந்திரன் இராஜதானி.

அமரிஷன்—சுசந்திமகன்.

அமர்நீதிநாயனார்—பழையாறையென்னுமூரிலே வணிகர்குலத்திலேயுதித்த சிவபத்தர். இவருடைய பக்தியைச்சோதிக்குமாறொருநாள், சிவபெருமான்ஒருமுனிவரைப்போலச் சென்று ஒரு கௌபீனத்தை அவரிடத்தில் அடைக்கலமாக வைத்துவிட்டுப்போய் மீண்டுவந்து கௌபீனத்தைக் கேட்டார். அது தெய்வச்செயலாற் காணமற்போய்விட அமர்நீதிநாயனார் திகைத்துநின்றுண்மையைச்சொல்லி அதற்கீடாகப் புதிதொன்று தருவேனென்ன, முனிவர் தம்மிடத்திருந்தமற்றொரு இணைக்கௌபீனத்தை ஒரு தராசிலிட்டு அந்நிறை கொண்டது கொடுக்கவென்றார். அமர்நீதியார் தம்மிடத்திருந்த வஸ்திரவகையெல்லாமிட்டும் தட்டுச் சமப்படாததுகண்டு மனைமக்களையேற்றித் தாமுமேறிச் சமப்படுத்திக் கடைத்தேறினார்.

அமவசு—புரூரவன்மகனாகிய விஜயன்.

அமாவாசியை—பிதிர்தினம். அச்சோதை காண்க.

அமிசு—(ய) சாத்துவதன் தந்தை.

அமிதாசுவன்—பரிகிணுசுவன்.

அமிர்தகவிராயர்—இற்றைக்கு இருநூற்றிருபது வருஷங்களுக்கு முன் இரகுநாத சேதுபதியை ஒருதுறைக்கோவையென்னும் நூலினுற் பாடினவர்.

அமிர்தசாகரம்—பிரதாப சிங்கன் செய்த வைத்தியநூல். இதில் நோயும் சிகிற்சையும் விரிவாகக் கூறப்படும்.

அமிர்தத்துவஜன்— காண்டிக்கியன் தந்தை.

அமிர்தநாயகி—திருப்பாதாளீச்சரத்திலே கோயில்கொண்டிருக்கும் தேவியார்பெயர்.

அமிர்தமதனம்—இதன் பொருள் அமிர்தங்கடைதல். தேவர்களும் அசுரர்களுங்கூடி அமிர்தங்கொள்ளக் கிருதயுகத்திலே மந்தரத்தைமத்தாகவும் வாசுகியைத்தாம்பாகவுங்கொண்டு திருப்பாற்கடல் கடைந்தனர். விஷம், லக்ஷுமி, சந்திரன், தந்வந்திரி, உச்சைசிரவம், கவுஸ்துபம், பாரிஜாதம், ஐராவதம், கற்பகதரு, காமதேனு, அமிர்தம் இவை திருப்பாற்கடல் கடைந்தபோதெழுந்தன. திருப்பாற்கடலென்றது, மூலப்பிரகிருதி ஆகாயரூபமாகிக் கிடந்து, பின்னர்த் தடித்து வாயுரூபமாகிக்கிடந்து, பின்னர்த்தடித்து வைசுவாநரமென்னும்அக்கினிரூபமாகிக்கிடந்த பரிணாமரூபப் பிரமாண்டத்தை. கண்ணுக்கு விடயமாகிய தோற்றப் பிரபஞ்சமெல்லாமுண்டாயதுஇவ்வமிர்தமதனத்தினாலேயாம். இவ்வுலகங்காரியப்பட்டமுறையையே அமிர்தமதனமெனப் பௌராணிகர்கள் குறிப்புரையாற் கூறிப் போயினார்கள். கிருதயுகமென்பதன்பொருள் பிரமாண்டஞ்சிருட்டிகாரியப்பட்ட யுகமென்பது. மந்தரமென்றது ஆகாய மத்தியிலே கிடந்துதான்சுழலும்போது தன்சந்நிதிப்பட்ட சர்வாண்டங்களையுமுடன்சுழலச் செய்வதாகிய ஒரு சக்தியை. அது கலங்காநிலைமைத்தாதலின்மலையெனப்பட்டது.

வாசுகி யென்றது அண்டங்களையெல்லாந் தத்தநிலையினிறுத்துவதாகிய ஒருசக்தியை. இவ்விரண்டு சக்திகளும் ஒன்றுதன்மாட்டுக்கவர்வதும், மற்றது தனது நிலையையே நாடுவதுமா யொன்றற்கொன்று தம்முண்மாறுகொண்டன. தேவாசுரர்களெனக் கூறப்பட்டன வீண்டு முறையே இரசோகுணப் பிரவிருத்தி தமோகுணப்பிரவிருத்திகள். மேலே கூறப்பட்ட இரு சக்திகளையும் இவ்விருவகைப் பிரவிருத்திகளும் எழுப்பியாட்டியசெய்தியேகடைதலெனப்பட்டது. கடைதலானுண்டாகிய கொடியவுஷ்ணமே விஷமெனப்பட்டது. லக்ஷுமியென்றது இளமை அழகு முதலியவற்றைத் தருமாற்றலை. உச்சைசிரவம் ஐராவதமென்பன முறையே குதிரை வடிவும் யானை வடிவுமுடையனவாய் நக்ஷத்திர மண்டலத்துக் கப்பாலுளவாகிய இரு தாரகாகணம். கவுஸ்துபமென்றது சூரியனை. சூரியனுக்கு அண்டயோனியென்றும், சந்திரனுக்கு அப்ஜன் என்றும் பெயருண்டாயது இத் திருப்பாற்கடலிடைப்பிறந்தமைபற்றியேயாம். இவற்றால் இவ்வமிர்தமதன விஷயம் சிருட்டிகருமத்தைக் குறித்ததேயாமென நிச்சயிக்கப்படும்.

அமிர்தமுகிழாம்பிகை—திருத்த

ருத்திப்ற்கோயில்கொண்டிருக்கு ந தேவியார்பெயர்.

அமிர்தாம்சன்—சந்திரன். சந்திர தேகம் அமிர்த சொரூப மாதலி ஞலே தேவர்கள் அபரபக்ஷத்தி லே தினமொருகலையாகப் பதிஞ றுகலைகளையுமுண்கின்றார்கள்.

அமுதகடநாதர்—திருக்கோடிக்கு மகரிலே கோயில்கொண்டிருக்கு ஞ் சுவாமிபெயர்.

அமுதகலைநாதர்—திருக்கலயநல் லூரிலே கோயில்கொண்டிருக்கு ம் சுவாமிபெயர்.

அமுதசாகரர்—யாப்பருங்கலக் கா ரிகைசெய்தவர். இவர் சைனர்.

அமுதவல்லியம்மை-(1) திருப்ப ணங்காட்டூரிலே கோயில்கொண் டிருக்குந்தேவியார்பெயர். (2)தி ருக்கலயநல்லூரிலேகோயில்கொ ண்டிருக்குந் தேவியார்பெயர்.

அமுதகடேசர்—திருக்கடவூரி லே கோயில்கொண்டிருக்கும் சு வாமிபெயர்.

அமோகவர்ஷன்—கலி காலாயிர மளவில் தொண்டைமண்டலத்தி லரசுபுரிந்த வோரரசன். இவன் காலத்தில் அருகமதம் அபிவிரு த்திபெற்றது.

அம்சுமந்தன் } (1)(இ) அசமஞ்சச
அஞ்சுமான் } ன்புத்திரன். இவ ன்புத்திரன் திலீபன்.(2)சூரியன்.

அம்சுமாலி }
அஞ்சுமாலி } —சூரியன்.

அம்சுலன்—சாணக்கியன்.

அம்பரீஷன்—(1)(இ)மாந்தாதா பு த்திரன். மகன் யாவனுசிவன்.(2) இரண்டாம் நாபாகன் மகன். நபகன் பௌத்திரன். இவன் சு த்த அரிபக்தன். இவ்வம்பரீஷன் துவாதசிவிரதத்தை அநுஷ்டித் துவருநாளில் ஒருநாள் தூர்வாச ர் அவனிடஞ்சென்று இற்றைப் போஜனம் உன்னிடத்திலென்று சொல்லி யமுனாநதிக்கு ஸ்நான ஞ்செய்யப்போயினர்.போனவர் சற்றே வரத்தாமசமானதுகண்டு அம்பரீஷன் விரதமுகூர்த்தந்தப் பப் போகின்றதேயென்று ஆசம னத்தை முடித்தான். அச்சமயம் தூர்வாசரும்வந்தார்.அம்பரீஷன் தம்மை மதிக்காதுபோனனென க்கொண்டு கோபித்துத் தமது ச டையிலொன்றையெடுத்து அம்ப ரீஷனைப்பஸ்மமாக்குகவென்றெ றிந்தார். அதுகண்ட விஷ்ணு த மது சக்கரத்தை அச்சடையைஎ ரிக்க விடுத்தார். அதைக்கண்ட தூர்வாசர் ஓட அவரையும் துரத் திக்கொண்டு அச்சக்கரம் பின் னே சென்றது. அவர் பிரமாதி தேவர்களிடம் போயொளிக்க அ வர்கள் அம்பரீஷன்றான் இதை த் தடுக்கவல்லானென்ன, அம்ப ரீஷனிடஞ் சென்றார். அம்பரீஷ ன் சக்கரத்தைத் தோத்திரித்து அவரைக் காத்தான். இவ்வம்பரீ ஷனுக்கு விரூபன் கேதுமந்தன் சம்பன் என மூவர் புத்திரர்.

அம்பர்—(1) திவாகரநிகண்டுசெய் வித்த சேநதன் என்னும் சிற்றர சன். (2) ஒரூர்.

அம்பர்கிழான்—ஒரு வேளாளப் பிரபு.

அம்பஷ்டதேசம்—உசிநாரனுடை ய மகன் சுவிரதன் என்பவன் நி ருமித்த ராச்சியம்.

அம்பாத்திரயம்—ஞானம்பா, பிர மராம்பா, மூகாம்பாஎன மூவர்.

அம்பாலிகை } —காசிராஜன் பு
அம்பிகை } த்திரிகள். அம்பை யினது தங்கையர். விசித்திரவீரி யன் பாரிகள். இவ்விருவருள் அ ம்பிகை மூத்தவள். விசித்திரவீரி யன்இறந்தபின்னர் தேவரநியா யம்பற்றி இவள் சத்தியவதியின

ரி அநுமதிகொண்டு வியாசரைக் கூடித் திருதராஷ்டிரன் பாண்டு என்பவர்களைப் பெற்றாள்.

அம்பிகாபதி—(1) சிவன். (2) தமிழ்ப்புலமையிற் சிறந்தோனாகிய கம்பன் புத்திரன். இவன் சிங்காரரசம்பெறப் பாடுவதில் மகா நிபுணன்.

அம்பிகை—பார்வதி.

அம்பிகையம்மை— திரு ஆப்பனூரிலே கோயில்கொண்டிருக்குந் தேவியார்பெயர்.

அம்பை—(1) பார்வதி. (2) காசிராஜன் மகள். இவள் கன்னியாயிருக்கும்போது தந்தை சுயம்வரம்வைத்து அவளைச் சாளுவராஜனுக்குக்கொடுக்க, வீட்டுமன் பலபந்தமாக இவளையும் இவளுடைய தங்கையராகிய அம்பிகை அம்பாலிகை என்பவரையும் யுத்தத்திற் சத்துருக்களை ஓட்டிக் கைப்பற்றிக்கொண்டுபோய்த் தன்னுடைய தம்பியாகிய விசித்திரவீரியனுக்கு விவாகஞ்செய்யவெத்தனித்தபோது, அம்பை என்பவள் முன்னே தந்தையால் சாளுவனுக்குத் தத்தம்பண்ணப்பட்டவளாதலால், அவளை மீண்டு விவாகத்திற்கொடுப்பதுகூடாதென்று சாஸ்திரிகள் கூறித் தடுக்க, அப்படியே வீஷ்மன் சாளுவனிடம் அவளையனுப்ப, சாளுவன் அவளை விவாகஞ்செய்யேன் என்றுதள்ள, அவள் உடனே உயிர்துறந்து துருபதன்மகளாகச் சிகண்டியென்னும்பெயரோடு பிறந்து வீஷ்மரைப் பாரதயுத்தத்திற் கொன்றவள்.

அயவந்தீசர்—திருச் சாத்தமங்கையிலே கோயில்கொண்டிருக்குஞ் சுவாமிபெயர்.

அயன்—அஜன்.

அயிந்தவர்—ஐந்தவர்.

அயிராபதேசர்—திரு எதிர்கொள்பாடியிலே கோயில்கொண்டிருக்கும் சுவாமிபெயர்.

அயிரை—ஒரு நதி.

அயுதசித்து—(ய) சகஸ்திர சித்துவினுடைய தம்பி

அயுதாயு—(1) (சூ) ரதிகன் மகன். (2) சிந்துத்துவீபனமகன். இருதுபர்ணன் தந்தை. பங்காசரன் எனவும் பெயர்பெறுவன்.

அயோத்தியா
அயோத்தி } —சூரிய வமிசத்து ராசாக்களுக்குக் கோசலதேசத்திலுள்ள ராஜதானி. சரயுநதி தீரத்திலுள்ளது. இந்நகரத்தரண் மிகவுயர்ந்த மதிலையுடையது. இம்மதின்மீது, குத்தல், வெட்டல், எறிதல், எய்தல் என்னும் நான்கு ஊறுபாடுஞ் செய்யவல்ல பிரதிமைகள் அமைக்கப்பட்டிருந்தமையால் பகைவர் போய் வளைதற்கரியது. இது சப்தபுரிகளுளொன்று.

அயோமுகன்-தநுபுத்திரருளொருவன்.

அயோமுகி— தண்டகாரணியத்திருந்த ஓரரக்கி. இலக்குமணனால் மூக்கு, முலை, காதுகள் கொய்யப்பெற்றவள்.

அயோனிசை—சீதாதேவி. ஜனகன் புத்திரகாமேஷ்டியாகஞ்செய்து பொற்கொழுக்கொண்டவ் வியாகநிலத்தை யுழுதபோது பூமியினின்றெழுந்தவளாதலின் இப்பெயர்பெற்றாள். (யோனியிற்பிறவாதவளென்பதுபதப்பொருள்.)

அரங்கம்—ஸ்ரீரங்கம். இது திருவரங்கமெனவும் வழங்கப்படும்.

அரசகேசரி—ஈழ மண்டலத்திலே சாலிவாகனசகம்ஆயிரத்தநானூற்றின்மேல் அரசுபுரிந்த பரராசசேகரன் மருகன். இவ்வரசகேசரியே இரகுவமிசத்தைத் தமிழிலே 2,500 விருத்தப்பாவினாற்

பொருணயம் சொன்னயம் கற்பனாலங்கார முதலிய நூல் வனப்புக்கள் அமையப்பாடித்திருவாரூரிற்சென்று அரங்கேற்றியவன்.

அரசிலிநாதர்—திரு அரசிலியிலே கோயில்கொண்டிருக்கும் சுவாமி பெயர்.

அரசை—சுக்கிரன் புத்திரி. (தண்டகாரணியம் காண்க).

அரட்டன்—பெருமனைக் கிழத்தியையும் கண்ணகிதாயையும் புத்திரிகளாகப்பெற்ற சேரநாட்டுவணிகன்.

அரதத்தாசாரியர்— ஹரதத்தாசாரியர் காண்க.

அரத்துறைநாதர்—திருநெல்வாயிலரத்துறையின்கண்ணே கோயில்கொண்டிருக்கும்சுவாமிபெயர்

அரபத்தநாவலன்— திருப்பெருந்துறையிலே வேளாளர் குலத்திலே விளங்கிய ஒரு தமிழ்ப் புலவன். இவனே தமிழிலே மூன்றூற்றுத்தொண்ணூறு செய்யுளாற் பரதசாஸ்திர லக்ஷணஞ் செய்தவன்.

அரம்பை—ரம்பைகாண்க

அரிசிற்கரைப்புத்தூர்— காவிரியின்தென்கரையிலுள்ள ஒரு சிவஸ்தலம்.

அரிசிற்கிழார்—அரிசிலென்னுமூரிலே வேளாளர்குலத்திலே அவதரித்துத் தமிழ்ப்புலவராய்க் கடைச்சங்கத்தில் விளங்கியவர்.

அரிச்சத்திரம்—பாரதயுத்தத்திலே குருசேனை தங்கியிருந்தஸ்தானம்

அரிச்சந்திரன்—ஹரிச்சந்திரன் காண்க.

அரிமர்த்தனபாண்டியன்-குலேசபாண்டியன்மகன். இவனே குதிரைவாங்க மாணிக்கவாசகரைப்போக்கிநரிபரியாகக்கண்டவன்

அரியசுவன்—திருஷ்டகேதுபத்திரன்.

அரிவாட்டாயநாயனார்— திருக்கணமங்கலத்திலே, வேளாளர்மரபிலுதித்த சிவபக்தர். இவர் கடவுளுடைய நைவேத்தியத்துக்காகக் கோயிலுக்குக் கொண்டுபோன வெண்மையான அரிசி வழியிலே இருந்த ஒரு கமரிலே கைதவறிவீழ்ந்து சிந்திப்போக, இனியாதுசெய்வேன் என்பொருட்டுப் பூசைக்காலமுந் தவறுவதாயிற்றே என்று சொல்லிக்கொண்டு தமதூட்டியை அரிந் துயிர்போக்கத்தொடங்கினர். தொடங்கலும் பரமகருணாநிதியாகிய சிவபிரானது திருக்கரம் அக்கமரினின்றெழுந்து தடுத்து அவரை ஆட்கொண்டருளியது.

அரிஷ்டநேமி—(1) இவரொரு பிரஜாபதி. சகரசக்கிரவர்த்திக்கு ஞானோபதேசஞ்செய்தவர். (௨) (மி) குருஜித்து.

அரிஷ்டன்—(i)தநுபுத்திரன்.(2) இடபரூபமெடுத்துப்போய்க்கிருஷ்ணனோடுபோர்முட்டியபோது கிருஷ்ணனாற் கொல்லப்பட்ட அசுரன். (3) மித்திரனுக்கு ரேவதியிடத்திற் பிறந்த மூத்தமகன்.

அருகன்—இக்கடவுள், அச் சமயத்திற் கூறியபடி, ஒன்றை ஆக்கலும் அழித்தலுஞ்செய்யாதவர்; ஆதிஅந்தமில்லாதவர்; உயிர்கள் மீது மாறாக்கிருபையும் அருளுமுடையவர். அநந்தஞானம், அநந்தசக்தி அநந்தானந்தம் முதலிய குணங்களையுடையவர். மூன்றுதர்மசக்கிரத்தையுடையவர். நான்கு திருமுகங்களை யுடையவராய் அசோகமரநிழலிலிருப்பவர். கன்மரகிதர். தம்மைப் போலவே வேதமும், உலகமும், காலமும், உயிர்களும், தன்மமும் நித்தியப்பொருள்களென்று வெளியிட்டவர். அருகனை முதற்கடவுளாகவுடைய சமயம் அருகசமயமென

ப்படும். இச்சமயம் கடைச்சங்கமிருந்த காலத்துக்குப் பின்னர்ப் பெருகிச் சிலகாலத்திலேஅருகியது. அச்சமயிகள் ஆரியதேசத்திலமிகச் சிலரே இப்போதுளர்.

அருக்கன்—(1) (பு) இருக்ஷன். (2) சூரியன். (3) இந்திரன்.

அருச்சுனன்—அர்ச்சுனன்காண்க.

அருணந்திசிவாசாரியர்—திருத்துறையூரிற் பிறந்து சகலாகமபண்டிதரென்னும் காரணப்பெயருடன் விளங்கிய ஆதிசைவர். இவர் சைவசித்தாந்த உபதேசஞ்செய்த சந்தானசாரியருள் ஒருவர். மெய்கண்டதேவரது மாணாக்கர். சிவஞானசித்தியென்னு நூலியற்றியவர்.

அருணன்—(1)(த) முராசுரன் மகன். கிருஷ்ணனாற்கொல்லப்பட்டவன். (2) சூரியன்.

அருணாசலம்—பஞ்சலிங்கஸ்தலங்களுளொன்று. தொண்டைநாட்டிலுள்ளது.

அருணாசுவன்—(இ) பரிகிணாசவன் இரண்டாம் புத்திரன்.

அருணாஸ்பதம்—வருணநதிதீரத்தின்கணுள்ள ஒருநகரம்.

அருணி—(1) வசுபுத்திரன். (2) பிரமமானசபுத்திரருளொருவன்.

அருண்மொழித்தேவர்-சேக்கிழார்

அருந்ததி—(அரஞ்சோதி) கர்த்தமன் மகள். வசிஷ்டன் மனைவி. மகா பதிவிரதையாகையால் விவாகத்தில், நக்ஷத்திரரூபமாயிருக்கும் அருந்ததியைச் சுட்டிக்காட்டி இவ்வருந்ததிபோ லிருப்பாயாகவென்று நாயகிக்குநாயகன் காட்டுதல் உலகவியலாயிற்று. துருவநக்ஷத்திரத்திற்குச் சமீபத்திலே சப்தஇருஷி நக்ஷத்திர கணமிருக்கின்றது: இந்தச் சப்தஇருஷிகணம் 2,700 வருஷங்களில் ஒருவட்டஞ்செய்யும். இவ்வேழுக்குநடுவில் வசிஷ்டநக்ஷத்திரமுளது. அதனை அடுத்துள்ளது அருந்ததி.

அருந்தவநாயகி—திருப்பழுவூரிலே கோயில்கொண்டிருக்கும் தேவியார்பெயர்.

அருந்தோளம்மை— திருத்தெளிச்சேரியிலே கோயில்கொண்டிருக்கும் தேவியார்பெயர்.

அருமருந்துநாயகி—திருந்துதேவன்குடியிற் கோயில்கொண்டிருக்குந் தேவியார்பெயர்.

அருள்நாயகியம்மை—திரு அறையணிநல்லூரிலே கோயில்கொண்டிருக்குந் தேவியார்பெயர்.

அர்ச்சி—புருதுசக்கிரவர்த்திதேவி.

அர்ச்சிகபர்வதம்-வைடூரியபர்வதம்

அர்ச்சிதாதிமார்க்கம்—இது சகுணப்பிரமோபாசகர்கள் பிரமலோகஞ்செல்லும் நெறி. சூரியசந்திரவிததியுல்லோகங்கள் வழியாகச்செல்லுநெறி,

அர்ச்சுனன்—(சு) பாண்டுமகாராஜாவுக்குக்குந்திதேவியிடத்திலே தேவேந்திரப் பிரசாதத்தாற் பிறந்த புத்திரன். பாண்டவர்க்குள் மத்தியமன். வில் வித்தையிலேதனக்குஇணையில்லாதவன். இவன் பாரதயுத்தத்தில் ஒரேதினத்தில் ஏழு அக்குரோணி சேனாவீரரையுங் கன்னனையுஞ் சங்கரித்தவன். நரன் எனனுந் தேவஇருஷி பாரதயுத்தத்தின் பொருட்டு அர்ச்சுனனாக அவதரித்தானென்றுசொல்லுவர். இவனுக்கு வில் காண்டபம்; சங்கு தேவதத்தம். இவனுக்குப் பற்குனன், பார்த்தன், கிரீடி, சுவேதவாகனன், வீபற்சு, விஜயன், கிருஷ்ணன், சவ்வியசாசி, தனஞ்சயன் என்பன நாமாந்தரம். இவனுக்குப் பாரியர், திரௌபதி, உலூபி, சித்திராங்கதை, சுபத்திரை என நால்வர். அ

ர்ச்சுனனை துரோணாசாரியரிடத்து வில்வித்தைபயிலும்போது, துரோணன் மகன் அஸ்வத்தாமன் அவன் சாமர்த்தியங்கண்டு பொறாமையுற்றுத் தனது பரிசாரகனை நோக்கி, அர்ச்சுனனுக்கு ஒருகாலத்திலும் விளக்கின்றி அன்னம்படையாதிரு என்றான். ஒருநாட் போசனம்பண்ணும்போது தீபம் அவிந்துபோக, அதைப் பொருட்படுத்தாது வழக்கம்போலப் புசிக்கும்போது வழக்கமான கருமங்களைக் கைகள் இருளிலுஞ்செய்யுமெனக்கண்டு, வில்வித்தையையும் இருளிற் பயின்று வருதல்வேண்டுமென்று நினைத்து அன்றுமுதல் இருளிலும்பயின்றுவந்தான்.

துருபதனைப் போரில்வென்று சிறைசெய்துகொண்டுபோய்த்துரோணாசாரியருக்குக் குரு தக்ஷிணையாகக்கொடுத்தவனும், பாண்டுவாலும் வெல்லப்படாத யவனராஜனை வென்றவனும், ரதயுத்தத்திலே பெரும்பெயர்படைத்தவனும் இவனே. வில்லாளரெல்லோரையும் திகைத்து நாணும்படிசெய்த மீன யந்திரத்தை ஓரம்பால் வீழ்த்தித் திரௌபதையை மணம்புரிந்து வில்லுக்கு விஜயனென்னும் பெயரை நாட்டினோனுமிவ்வீரனே,

இவன் பாசுபதாஸ்திரம்பெறும்பொருட்டு மகத்தானதவஞ்செய்யும்போது, அவன் தபசைக் குலைக்கப் பன்றியுருக்கொண்டு மூகதானவன் சென்றமையுணர்ந்து சிவபெருமான் ஒரு வேடனாகி அப்பன்றியைத் தொடர்ந்து செல்லுதலும், பன்றி விரைந்தோடி அர்ச்சுனனைச்சாடவெத்தனித்தது. அச்சமயம் அர்ச்சுனனை அது சாடாவகை தடுக்குமாறு சிவபெருமான் ஒருகணைஏவினர். அர்ச்சுனனும் ஒருகணை விடுத்தான். இருகணையாலும் பன்றியிறந்தது. அர்ச்சுனனோடு சிவன் விளையாட்டாக நான் கொன்றேனென்ன, அவன் நான் கொன்றதென்ன இருவரும் சிறிதுபோது மற்போராட அர்ச்சுனன் அவரை வில்லாலடித்தான். அவர் அவனை ஆகாயத்திலெறிந்தார். அவன் விழுமுன் தமது சுயரூபத்தைக் காட்டி அவனையுங் கையிலேந்தினர். அதுகண்டர்ச்சுனன் அவரைத்தோத்திரஞ்செய்து பாசுபதம்பெற்றான். அருச்சுனன் துரோணாசாரியரிடத்திலே வில்வித்தை மாத்திரமன்று அர்த்தசாஸ்திரம், தத்துவசாஸ்திரமுதலியனவும் கிரமமாகக் கற்று நன்னெறிகொண்டவன். தமையனுரையைத் தலைமேற்சூடியொழுகியவன். இவன்பொருட்டே பகவற்கீதை அநுக்கிரகிக்கப்பட்டதுமாம்.

அர்ச்சுனி—(1) வாணாசுரன் மகள். (2) வாகுதையென்னும் நதி.

அர்த்தநாரீசுவரன்—பாதித்திருமேனி யுமாதேவியுருக்கொண்ட சிவபெருமான். மேலேகாண்க. (2) திருக்கொடிமாடச்செங்குன்றூரிலே கோயில்கொண்டிருக்கும் சுவாமிபெயர்

அர்த்தநாரீசுவரி— சிவபெருமானது திருமேனியிற் பாதி பெண்ணுருவாகக்கொண்ட தேவி. முன்னொருகாலத்திலே பிருங்கியென்னுங்கணநாதர் உமாதேவியாரை வணங்காது சிவனுக்குமாத்திரம் வணக்கம்புரிந்தபோது உமாதேவியார் கோபங்கொண்டு அப்பிருங்கிதேகத்து வலிமையெல்லாவற்றையும் போக்க, பிருங்கி நிற்கமாட்டாதவராகிச் சார்ந்து கீழே விழுந்தார். அதுகண்ட சிவன் அவருக்குத் தமது தண்டத்தைக்கொடுத்து அவரை யெழுப்பி அநுக்கிரகித்தனர். அது கார

ணமாக உமாதேவியார் கேதார க்ஷேத்திரஞ்சென்று அங்கே தவங்கிடந்து அர்த்தநாரீசுவரி யாயினர். (2) திருக்கொடிமாடச் செங்குன்றூரிலே கோயில்கொண்டிருக்குந் தேவியார்பெயர். (இத்திருமேனி சத்தியுஞ் சிவமும் அபேதமென்பது விளக்குவது.)

அர்த்தாவசு-ரைப்பியன்புத்திரன்.

அர்ப்புதபர்வதம்—இஃது அநர்த்த தேசங்களுக்குச் சமீபத்திலுள்ள ஒரு மலை. இதன்கணுள்ள ஜனங்கள் அர்ப்புதபர்வதரெனப்படுவர்கள்.

அலகநந்தை—கங்கா நதிக் கிளைகளுளொன்று.

அலங்காரநாயகியம்மை—திருவரங்கப்பெரும்பாழியிலே கோயில்கொண்டிருக்கும் தேவியார்பெயர்.

அலம்பசன்—(1) (ரா) பகாசுரன் தம்பி. கடோற்கசனாற் கொல்லப்பட்டவன். (2)(ரா) பகாசுரன் மகன். இவனுங் கடோற்கசனால் மாய்ந்தவன்.

அலம்பசை—இக்ஷுவாகுவமிசத்தனான திருணவிந்துபாரி. விசாலனுக்குத் தாய்.

அலர்க்கன்—(கா) குவலயாசுவன் மகன்; மிக்க பிரசித்திபெற்ற அரசன். இவனுக்குத் தத்தாத்திரேயர் யோகோபதேசஞ்செய்தார். இவன்மகன் சந்ததி.

அல்லி } **அல்லியரசி** —சித்திரவாகன் என்னும் பாண்டியன் புத்திரி. இவள் கல்வியாராய்ச்சியிலும் வில்வித்தையிலும் சிறந்தவளாகித் தந்தையினது அநுமதியோடு பாண்டிநாட்டிற்றென்பாகத்துக்கு அரசியாகி இலங்கையிலுமொருபாகத்தை வென்று அவ்விலங்கைக்கடலிலே காலந்தோறும் முத்துவாருவித்தவள். அருச்சுனன் தீர்த்தயாத்திரையின் பொருட்டுப் பாண்டிநாட்டை அடைந்தபொழுது அங்கே இவளைக் கண்டு சித்திரவாகன் அநுமதியோடு மணம் புரிந்தான். சித்திராங்கதையென்னும் பெயருடையவளுமிவளே.

அல்லியங்கோதையம்மை--திருப்புள்ளமங்கையிலே கோயில் கொண்டிருக்குந் தேவியார் பெயர்.

அவக்கிரீதன்—(ரி) பரத்துவாசன் மகன். இவன் குருமுகமாகக் கல்லாமல் தபோபலத்தால் வேதங்களையெல்லாமோதிக் கர்வமுடையனாயினான். அதுகண்டு ரைப்பிய முனிவர் கோபங்கொள்ள, அக்கோபாக்கினியில் ஒரிராக்ஷசன் தோன்றி இவனைக் கர்வபங்கஞ் செய்துகொன்றான். அப்பொழுது ரைப்பியபுத்திரன் அர்த்தாவசன் இரங்கித் தேவர்களைப் பிரார்த்திக்க அவர்களால்உயிர்பெற்றவன்.

அவந்தி—உச்சயினி காண்க.

அவிகாரவாதசைவன்—கொடிய வெயிலிலேநடந்தோரால் அடையப்படுகின்ற மரநிழல்போலப்பதி விகாரமின்றிநிற்ப, ஆன்மாவானது தானே பக்குவமடைந்தபோது ஞானக்கண்பெற்றுப் பதியைச் சேருமென்பவன். அகப் புறச் சமயிகளுளொருவன்.

அவிநாசியப்பர்—கொங்குநாட்டிலேகோயில்கொண்டிருக்குஞ் சுவாமிபெயர்.

அவீக்ஷித்து—கரந்தமன் புத்திரன். இவன் ஜனன காலத்தில் இலக்கினத்தைத் திக்கிரகங்கள் பாராமையால் அவீக்ஷித்தென்னும்பெயர்பெற்றான். இவன்மகன் மருத்து சக்கிரவர்த்தி. (வீக்ஷிண்யம்-பார்வை.)

அவுசீநரசிபி—யயாதி தௌகித்திரருளொருவன்.

அழகம்மை-(1) திருமழபாடியிலே கோயில்கொண்டிருக்கும் தேவியார்பெயர். (2) திருக்களரிலே கோயில்கொண்டிருக்குந் தேவியார்பெயர்.

அழகர்மலை—இது பாண்டிநாட்டின்கண்ணதாகிய ஒரு விஷ்ணு ஸ்தலம்.

அழகாம்பிகை—(1) திருநறையூரிலேகோயில்கொண்டிருக்குந் தேவியார்பெயர். (2) திருநறையூர்ச் சித்தீச்சரத்திலேகோயில்கொண்டிருக்குந் தேவியார்பெயர்.

அழகாலமர்ந்தநாயகி— திருமாந்துறையிலே கோயில்கொண்டிருக்குந் தேவியார்பெயர்.

அழகியநாயகி— திருவெண்ணியிலே கோயில்கொண்டிருக்குந்தேவியார்பெயர்.

அழகியநாயகியம்மை—திருநூமாத்தூரிலே கோயில்கொண்டிருக்குந் தேவியார்பெயர்.

அழகுசடைமுடிநாதர்—திருக் குரங்காடுதுறையிற் கோயில்கொண்டிருக்கும் சுவாமிபெயர்.

அழும்பில்— சேர நாட்டிலுள்ளதொரு சிற்றூர்.

அழும்பில்வேள்—இவன் அழும்பிலின்கண்ணே அரசுவீற்றிருந்தகுறுநிலமன்னன்.

அளகாபுரி—குபேரன் ராஜதானி. இது கைலாசத்துக்கணித்தாகவுள்ளது. இங்கேவசிப்போர் யக்ஷரும் கின்னரரும். நவநிதிகளைத் தன்னகத்தேயுடைமையால் மிக்க சிறப்பினையுடையது. புலவர்கள் ஒரு நகரைச் சிறப்பித்துக் கூறப்புகுமிடத்து இதனையே உவமையாகவெடுத்துக்கூறுவர்.

அளர்க்கன்—அலர்க்கன்.

அறிவனார்—பஞ்சமரபென்னுநூல் செய்தவொரு தொல்லாசிரியர்.

அறையணிநல்லூர்—நடுநாட்டிலே பெண்ணைநதி தீரத்திலேயுள்ள ஒருசிவஸ்தலம்.

அறையணிநாதர்—திருஅறையணிநல்லூரிலே கோயில்கொண்டிருக்கும் சுவாமிபெயர்.

அனந்தகுணபாண்டியன் — குலோத்துங்கபாண்டியன் புதல்வருளொருவன். இவன்காலத்திலேயே நாகமெய்ததும் மாயப்பசுவைதைசெய்ததுமாகிய திருவிளையாடல்கள் நடந்தன.

அனந்தசுகபாண்டியன்— அனந்தகுணபாண்டியனுக்குப் பின் அரசுசெய்த ஒரு பாண்டியன்.

அனந்தவிதகுண பாண்டியன்—குலபூஷண பாண்டியனுக்குமுன் அரசுசெய்தவன்.

அனந்தேசுரர்—ஈசுர தத்துவத்திலிருக்கும் அஷ்ட வித்தியேசுரருள்ளே தலைமைபெற்றவர். இவர் மாயாதத்துவபுவனங்களையுண்டாக்குமதிகாரமூர்த்தி.

அனுசிரிதம் }
அநாசிரிதம் } இருநூற்றுமுப்பத்தைந்து புவனங்களுளொன்று.

அனு-யயாதிபுத்திரருளொருவன்.

அன்னம்—ஹம்சமென்னும் வடமொழி அன்னமெனத் தமிழிலே மருவிற்று. பாலையு நீரையுங் கலந்துவைக்கிற் பாலைப் பிரித்துண்ணுமியல்பினதாகியவொருதெய்வபக்ஷி. பிரமாவுக்கு வாகனமிதுவே. இதன்நடை மிகச்சிறந்ததாதலிற் பெண்களுடைய நடைக்கு உவமையாகப்புலவராலெடுத்தாளப்படும்.

அஷ்டகணநாதர்—நந்தி, மகாகாளர், பிருங்கி, கணபதி, இடபம், கந்தர், பார்வதி, சண்டர்என வெண்மர். இவர்கள் சிவ கணங்களுக்கு அதிபர்கள்.

அஷ்டகன்—விசுவாமித்திரர் புத்திரருள் ஒருவர்.

அஷ்டகாதியர்—அஷ்டகன், பிரதத்தன், வசுமன், அவுசீநரசிபி என நால்வர். இவர்கள் யயாதிமகளபுத்திரர். யயாதியால் அநேகநீதிகள் உபதேசிக்கப் பெற்றவர்கள்.

அஷ்டதிக்கஜம்—ஐராவதம், புண்டரீகம், வாமனம், குமுதம், அஞ்சனம், புஷ்பதந்தம், சார்வபௌமம், சுப்பிரதீகம் எனக் கிழக்காதிமுறையேஎட்டியானைகள். இவற்றின்பெண்யானைகள், அப்பிரம், கபிலை, பிங்கலை, அநுபமை, தாமிரபருணி, சுப்பிரதந்தி, அங்கனை, அஞ்சனாவதி என எட்டு. இவற்றுள் ஆண்யானைகள் முறையே அவ்வத் திக்குபாலகருக்கும் பெண்யானைகள் அவர்கள் தேவியருக்கும் முறையே வாகனங்களாம்.

அஷ்டதிக்குபாலகர்— கிழக்காதிமுறையே, இந்திரன், அக்கினி, யமன், நிருதி, வருணன், வாயு, குபேரன், ஈசானன் என எண்மர்.

அஷ்டமூர்த்தி—பிரமாவானவர் சிருஷ்டியை அபிவிருத்திசெய்யுமுபாயமறியாது மயங்கிச் சிவபிரானைத்துதித்துச் சிந்தைசெய்தபோது சிவபிரான் அப் பிரமாவினதுபுருவமத்தியிலே எட்டுமூர்த்திகளாக அவதரித்து அருள்புரிந்தனர். அம்மூர்த்திகளாவார் பவன், சர்வன், ஈசானன், பசுபதி, வீமன், உக்கிரன், மகாதேவன், உருத்திரன் எனவெண்மர். இவர்க்கு வடிவம் முறையே ஜலம், பூமி, வாயு, அக்கினி, ஆகாயம், சுகர்மன், சோமன், சூரியனெனஎட்டுமாம். இவர்க்குச் சக்தி, உஷை, சுகேசி, சிவை, சுவாகா, திசை, தீக்ஷை, ரோகிணி, சுவர்ச்சலை என முறையேயெண்மர். எண்வடிவங்கொண்டோனெனச் சிவனும் அஷ்டமூர்த்தியெனப்படுவர்.

அஷ்டவக்கிரன்—(ரி) ஏகபாதனுக்குச் சுஜாதையிடத்துப் பிறந்த புத்திரன். இவன்கருப்பத்திலிருக்கும்போது, எப்போதும்சிஷரோடு வேதாத்தியயனஞ் செய்துவருகின்ற தந்தையினது அத்தியயனங்களையெல்லாம் சிஷர் நித்திரையால் மாறுக ஓதக்கேட்டு அதனைத் தந்தைக்குக் கருப்பத்திலிருந்தபடியேயிருந்து சொல்ல, தந்தை அதுபொறாமல் அச்சிசுவை அஷ்டவக்கிரங்களையுடைய தேகத்தோடுபிறக்கக்கடவாயென்று சபித்தான். இவன் மிகுந்த தேககாந்தியுடையனாகியும் அங்கஹீனனாயிருப்பக்கண்டு அரம்பைமுதலிய தேவகன்னியர் அவனைப்பழித்தார்கள். அதனால் அஷ்டவக்கிரன் அக்கன்னியரைப் பார்த்து, நீங்கள் கள்வர்கையில் வருந்துவீர்களாகவென்றான். அதுகாரணமாக, கிருஷ்ணன் நிரியாணமடைந்தபின்னர் அர்ச்சுனன் பின்னாற் சென்ற கோபிகாஸ்திரிகளாகிய அவ்வரம்பைமுதலியவர்கள் கள்வர்கைப்பட்டார்கள்.

அஷ்டவசுக்கள்—(பாரதத்தினுள்ளபடி) பிரஜாபதியினது பிள்ளைகள். தரன், துருவன், சோமன், அபன், அநிலன், அக்கினி, பிரத்தியூஷன், பிரபாசன் என எண்மர். (ஏனையபுராணப்பிரகாரம்) இவர்கள் தக்ஷப்பிரஜாபதி மக்களிலே பதின்மரானதருமன்பாரிகளிலே ஒருத்தியிடத்தில்வசுவனுக்குப் பிறந்தபுத்திரர் எண்மர். இவர்கள் ஒருசமயம் வசிஷ்டருடைய ஓமப்பசுவை அபகரித்துச் சென்றமையால் அவராற் சபிக்கப்பட்டு மனுஷலோகத்திலே சந்தனுவுக்குப் பாரியாகிய கங்காதேவியிடத்திற்பிறந்தார்கள். அவர்களுள் அபன் மிக்கஅபராதி. இவன் மற்றஎழுவரது சதுர்த்தாம்சங்களைப்பெற்று வீஷ்மனாகப்பிறந்து

தி பராக்கிரமசாலியாகவும் தரு
''வாளுகவும் விளங்கினன்.

அஷ்டவித்தியேசுரர்— அனந்தர்,
சூக்குமா, சிவோத்தமர், ஏக நே
த்திரர், ஏகருத்திரர், திரிமூர்த்தி,
ஸ்ரீகண்டா, சிகண்டியென வெ
ண்மர்.

அஸ்தி—ஜராசந்தன்மகள், கம்சன்
முதன்மனைவி.

அஸ்திகன்—ஜரற்காரனுக்கு வாசு
கியாகிய சர்ப்பராஜன்தங்கை. ஜ
ரற்காரியிடத்திற்பிறந்தமுனிவன்.
ஜனமேஜயன் சர்ப்பயாகஞ் செ
ய்தபோது தக்ஷகன்முதலிய நாக
ர்களை இம்முனிவன் ரக்ஷித்தவன்.
தக்ஷகன் அய்யாகத்துக்கஞ்சி இ
ந்திரனைச்சரணடைந்திருந்தும்அ
வ்யாகாதிபன் தனது மந்திரபல
த்தால் தக்ஷகனோடு இந்திரனையும்
இழுத்தான்.

அஸ்திரஹிருதயம்.—சகல சத்து
ருநாசமும் கீர்த்தியும் செய்யும்
ஒருவித்தை. இது சிவன் சுவாய
ம்புவுக்கும், அவன் வசிஷ்டனுக்
கும், அவன் சித்திராயுதன் என்
னும் கந்தருவனுக்கும், அவன் தன்
மகள் மக [தௌகித்திரி] ளாகிய
மனோரமைக்கும், அவள் சுவரோ
சிக்கும்கொடுத்தது. இதுசுவரோ
சிசமனுசம்பவத்திலே சொல்லப்
பட்டது.

அக்ஷபாதன்.—நியாய சாஸ்திரஞ்
செய்த கௌதமன்.

அக்ஷயலிங்கேசுவரர்.— திருக்கீழ்
வேளூரிலே கோயில்கொண்டிரு
க்கும் சுவாமிபெயர்.

அக்ஷன்—இராவணன்மகன். அனு
மானாற் கொல்லப்பட்டவன்.

அக்ஷித்திரயம்.—மீனாக்ஷி, காமாக்ஷி
விசாலாட்சி.

ஆகமங்கள்—ஈசுரனு லருளிச்செ
ய்யப்பட்ட தந்திரசாஸ்திரங்கள்.
அவை சைவவைஷ்ணவ ஆகமங்க

ளென இருவகைப்படும். வைஷ்
ணவாகமங்கள்பாஞ்சராத்திரம்,
வைகானசம் என இரண்டு. சோ
மகாசுரன் வேதங்களைச் சமுத்தி
ரநடுவிற்கொண்டுபோய் மறைத்
தபோது, விஷ்ணு தன்னுடைய
பூசார்த்தமாகப் பூசாவிதயைச்
சாண்டில்லியவிருஷிக்கு ஐந்து
ராத்திரியில் உபதேசித்தமையா
ல் பாஞ்சராத்திரமெனப் பெயர்
பெற்றது. வைகானசம் அறவற
முதலியவொழுக்கங்களும் யோ
கஞானசித்திகளுங் கூறுவது.

சைவாகமங்கள்—காமிகம் மு
தல் வாதுளமீறாகிய இருபத்தெ
ட்டுமாம். இவை சதாசிவமூர்த்
தியினது ஈசான முகத்தினின்று
ம் தோற்றின. தத்துவ சொரூப
மாகிய விக்கிரகங்கள், ஆலயங்க
ள், பூசைகள்என்னுமிவற்றினுண்
மைப்பொருள்கள் அவ்வாகமங்
களாலுணர்த்தப்படும். இவ்வாக
மங்கள் மந்திரமெனவும், தந்திர
மெனவும், சித்தாந்த மெனவும்
பெயர்பெறும். ஒவ்வொன்றுக்கு
ம் ஒவ்வொருகோடியாக இருபத்
தெட்டுமிருபத்தெட்டுக்கோடி கி
ரந்தங்களுடையன. இவை ஞான
பாதம், யோகபாதம், கிரியாபா
தம், சரியாபாதமென்று தனித்
தனி நான்குபாதங்கள் உடைய
னவாயிருக்கும். இவற்றுள் ஞா
னபாதம் பதிபசுபாசம் என்னு
ம் திரிபதார்த்தங்களின் ஸ்வரூப
த்தையும், யோகபாதம், பிராணா
யாமம் முதலிய அங்கங்களையு
டைய சிவயோகத்தையும், கிரி
யாபாதம், மந்திரங்களின் உத்
தாரணம், சந்தியாவந்தனம், பூ
சை, செபம், ஓமம் என்பனவ
ற்றையும், சமய விசேஷ நிரு
வாண ஆசாரியாபிஷேகங்களை
யும், சரியாபாதம் பிராயச்சித்த
ம் சிராத்தம் சிவலிங்கவிலக்கண

முதலியவைகளையும் உபதேசிக்கும். ஆகமமென்பது, பரமாப்தரினின்றும்வந்தது எனப்பொருள்படும். இவ்வாகமங்களுக்கு, வழிநூல்நாரசிங்கம்முதல் விசுவகன்மமீறாகிய உபாகமங்கள் இருநூற்றேழுமாம். மூலாகமங்கள் இருபத்தெட்டும் வேதம்போலச் சிவனாலருளிச்செய்யப்பட்டமையின் சைவர்க்கு இரண்டும் முதனூல்களாம்.

ஆகா—ஹாஹாகாண்க.

ஆகாசம்—சிவன் அஷ்டமூர்த்தங்களுளொன்று. அஷ்டமூர்த்திகாண்க.

ஆகாசகங்கை—தேவருலகத்திலுள்ள கங்கை,

ஆகாசவாணி—அசரீரி. கர்மசாக்ஷியாக அந்தர லோகத்திலே நிற்கின்ற ஒரு சக்தி. ஒலிவடிவாயிருந்து ஆபத்துவேளையிலே சான்றுரைபகர்வது. திருவள்ளுவர் தமது நூலையரங்கேற்றியகாலத்தும் சீதையினது கற்பை இராமர் ஐயுற்றபோதும் பிறவமையங்களிலும் இவ்வசரீரிவாக்குயாவராலுங் கேட்கப்பட்டது.

ஆகுவாகனன்—விநாயகக் கடவுள். ஓரசுரன்இவரோடுபொருதாற்றுதோடி ஆகு ரூபங்கொண்டு மறைய அவ்வாகுவைப்பற்றித் தமக்கு என்றும்வாகனமாகக்கொண்டனர். ஆகு பெருச்சாளி.

ஆகுகன்— (ய) தேவகன் தந்தை.

ஆகுகி—தேவகன் மாதலி

ஆகூதி.—1) சர்வதேஜசன் பாரி. சட்சுர் மனுதாய் (2) சுவாயம்புவமனுவுக்குச் சதரூபையிடத்திற் பிறந்தபுத்திரி. இவள் தமக்கையர் பிரசூதி, தேவகூதி.

ஆக்கினீத்தரன்—பிரிய விரதனுக்குச் சுகன்னியகையிடத்திற் பிறந்த பதின்ஞெருவர் புத்திரருள்ளே மூத்தவன். இவன் பாரிபூர்வசித்தை. பிரியவிரதன் இவனுக்குச் சம்புத்தீவைக் கொடுத்தான். அதை இவன் தனது புத்திரரான, நாபி, கிம்புருஷன், அரி, இலாவிருதன், ரம்மியன், இரணவந்தன், குரு, பத்திராசுவன், கேதுமாலனென ஒன்பதின்மருக்கும்பிரித்துக்கொடுத்தான்.

பிரித்தவகை—நாபிக்கு இமயத்தின்றெற்கிலுள்ள பரதகண்டமும், கிம்புருஷனுக்குப் பரதகண்டத்துக்கு உத்தரத்திலுள்ள ஏமகூடபர்வதத்தின்றெற்கிலுள்ள கண்டமும், அரிக்கு ஏமகூடத்தின் வடக்கிலுள்ள நிஷதபர்வதத்துக்குத் தெற்கிலுள்ள நைஷதமும், இலாவிருதனுக்கு நிஷத பர்வதத்துக்கு வடக்கே மேருவை நடுவேகொண்ட இலாவிருதகண்டமும, ரம்மியனுக்கு, இலாவிருதத்துக்கும் நீலாசலத்துக்கும் நடுவேயுள்ள கண்டமும், இரணவந்தனுக்கு ரம்மியகண்டத்துக்குவடக்கே சுவேதபர்வதத்துக்கு இப்பாலுள்ளகண்டமும், குருவுக்குச் சுவேதபர்வதத்துக்குவடக்கே சிருங்கவந்தத்தாலே சூழப்பட்டகண்டமும், பத்திராசுவனுக்குமேருவுக்குக்கீழ்த்திசையிலுள்ளகண்டமும், கேதுமாலனுக்கு மேருவுக்கு மேற்கிலுள்ள கண்டமும் கொடுக்கப்பட்டன. இவை நவகண்டமெனப்படும்.

ஆக்கினேயபுராணம்.— உபபுராணங்களுளொன்று. இதுபிருகுப்புரோக்தம். இஃதுஎக்கியாதிஅக்கினிகாரியங்கள்கூறும். இதுபதினாயிரம் கிரந்தமுடையது. இப்பெயர் அக்கினிபுராணத்துக்குமாம்.

ஆங்கிரசன்.-(பிரகஸ்பதி காண்க.)

ஆசவபாண்டேசுவரன்.— காசி

யிலிருக்கும் ஓர் அற்பதேவதை. இந்தேவதையையுபாசித்தவந்த சாண்டாளனுக்கும் அவன் மனைவிக்கும் அது கட்குடத்திலேதோன்றி அநுக்கிரகஞ்செய்ததென்பது ஐதிகம்.

ஆசாரகாண்டம்.—இது விஞ்ஞானேசுவரியம் என்னும் தருமசாஸ்திரத்தில் ஒருகாண்டம். இதில்நான்கு வருணத்தாருக்குமுரிய தருமங்களும் பிரஆசாரங்களும் சொல்லப்பட்டிருக்கின்றன.

ஆசிரிதன்.—திஷ்யந்தன் பௌத்திரன். இவனுக்குப் பாண்டியன், சோழன், கேரளன் என மூவர் புத்திரர். இவர் மூவரும் தனித்தனி வமிசகர்த்தராய்ப் பின்னர்ப் பிரகாசிக்குமாறு தத்தம் பெயரால் ஜனபதங்களையுண்டாக்கினர்.

ஆசிரியர் நல்லந்துவனார்.— இவர்கடைச்சங்கப் புலவர்களுளொருவர். கலித்தொகைசெய்தவர்.

ஆசுவலாயனன்—ஒரு மகாவிருஷி. இருக்குவேதகிருஹ்யகருமங்களைக்குறித்துச் சூத்திரஞ்செய்தவர். அது ஆசுவலாயன சூத்திரமெனப்படும்.

ஆசௌசம்.—ஜநநாசௌசம் மிருதாசௌசம் என இருவகைப்படும். அவற்றுள் ஜநநாசௌசம் விருத்தி ஆசௌசமெனப்படும். பிராமணர்களிலே பித்திராதிசபிண்டர் இறந்தால் ஆசௌசதினம் பத்தாம். க்ஷத்திரியருக்குப் பன்னிரண்டு. வைசியருக்குப் பதினைந்து. சூத்திருக்கு முப்பது. குடுமிவைக்க முன்னிறக்கும் சிசுக்களுக்கு ஒருதினமும் வைத்த பின்னிறந்தால் மூன்றுதினமுமாம். ஜநநாசௌசமும் மேற்சொன்ன முறையேயாம். இன்னும் பிறவுள.

ஆச்சிரமங்கள்,— வருணாச்சிரமங்கள்.

ஆஞ்சனேயன்.—அநுமான்.

ஆடகமாடம்.—(1) இரவிபுரம். (2) திருவனந்தபுரம்.

ஆடகேசுரர்—பாதலத்தைக்காக்கின்ற கோடியுருத்திரருக்குத் தலைவர்.

ஆணிமாண்டவியன்.—மாண்டவியன்.

ஆதிசேஷன்— கசியபப்பிரசாபதிக்குக் கத்துருவையிடத்திற் பிறந்தமூத்தபுத்திரன். இவன்தனது தாய் கத்துருவை அவள் சககளத்தி விநதைக்குச்செய்தஅக்கிரமத்தைச் சகிக்காதவனாய்த் திருக்கோகர்ணம், கந்தமாதனம், முதலியதிவ்வியக்ஷேத்திரங்களிற்சென்று மகாதவங்களைச் செய்திருந்தான். பிரமாஅவன்தவத்தைமெச்சிப்பூபாரத்தைத்தாங்கும்பலத்தை அவனுக்குஅநுக்கிரகித்தார். பின்னரும் ஈசுவரப் பிரசாதத்தால் விஷ்ணுவுக்கு ஆயிரமபணாமுடியுடைய சர்ப்பசயனமும் சர்ப்பங்களுக்குராசாவுமாயினான்.

இவன் பிருகுவினால் சபிக்கப்பட்டுப் பலராமாவதாரம் பெற்றான்.

ஆதிதேயர்.—அதிதிவமிசத்தர். அவர்கள் தேவர்கள்.

ஆதித்ததேவர்— திருவிசைப்பாப் பாடியகண்டராதித்தர்.

ஆதித்தன்.—(1) சேரநாட்டிலிருந்த ஓரரசன். இவன் சிதம்பரத்துக் கனகசபையின் முகட்டைக் கொங்கிற் செம்பொன்னினால் வேய்ந்தவன். (2) சூரியன்.

ஆதித்தியர்—அதிதியிடத்திலே கசியபப்பிரஜாபதிக்குப் பிறந்த புத்திரர் பன்னிருவர். தாதா, மித்திரன, அரியமன், இந்திரன், வருணன், அமிசுமந்தன், பகன், விசுவர்தன், பூஷன், சவிதா,

துவஷ்டா, விஷ்ணு என்னும் இவருள்ளே விஷ்ணு, இந்திரன் என இருவரும் வைவசுவதமனுவந்தரத்தில் ஆதித்தியராகவிருந்து சட்சுர்மனுவந்தரத்திலே துஷிதராயினர். கற்பாரம்பத்திலே பிரமாவினாற் சிருஷ்டிக்கப்பட்ட ஜயரெனறும் இவரைச் சொல்வார்கள். இப்பன்னிருவரும் சிருஷ்டியில் இச்சையில்லாதவராய்ப் பிரமாவினது ஆஞ்ஞைக்குட்படாராயினர். அதனுல் மநுவந்தரங்கடோறும் பிறக்குமாறு சபிக்கப்பட்டார்கள்.

ஆதித்தியர் அதிதிபுத்திரரெனப்பொருள்படும். இருக்குவேதத்திலே அதிதி எண்மர்புத்திரரையீன்றுளென்றும் அவருள்ளே யொருவனைப் புறத்தேதள்ளிவிட்டு மற்றையெழுவரையுமுடன்கொண்டு தேவர்கள்பாற்சென்றுளென்றுங் கூறப்பட்டிருத்தலைநோக்குமிடத்து, புறத்தே தள்ளப்பட்டவனுகிய விசுவதன் என்னும் புத்திரனே இப் பூலோகத்துக்கு ஒளிதருபவனுயினுன் எனக்கொள்ளல்வேண்டும். மற்றையெழுவரும் மேன்மேலுள்ளவுலகங்களுக்குக் கதிரவர்களாயினுர்கள். ஆதித்தியர் பன்னிருவர் பெயரும் வேதத்திலுள்ளனவேயாம். ஆயினும ஆதித்தியர் பன்னிருவரும் வேறு; உலகத்துக்குப் பிரத்தியக்ஷமாகவுள்ள சூரியனும்வேறு. ஆதித்தியர்சோதிரூபர். சூரியன் அக்கினிரூபன்.

ஆதித்தியன்—சூரியன்.

ஆதித்தியஹிருதயம்—ஒரு தோத்திரம். இதனை ஓதிவந்தால் சூரியானுக்கிரகமுண்டாம். இதுராவணனைக் கொல்லச்சென்ற ராமருக்கு அகஸ்தியரால் உபதேசிக்கப்பட்டது.

ஆதிநாதன்,—ஒரு சைனகுரு.

ஆதூர்த்தரஜன்—சசன் மூன்றாம் புத்திரன். தர்மாரண்யத்தை யுண்டாக்கியவன். இவன் மகன் ராஜரிஷியாகியகயன்.

ஆத்திரேயன்—சந்திரன்.

ஆத்திரையன்—ஒரு தமிழ்ப்பேராசிரியன்.

ஆநந்தகிரி—சாலிவாகனசகம் எண்ணூற்றின்மேலிருந்த ஒருசம்ஸ்கிருதவித்துவான். இவரைச் சங்கரதிக்குவிஜயம் என்னும் நூல்செய்தவரென்றொருசாராரும், சங்கராசாரியருக்குச் சீடராக அவர் காலத்திருந்தவரேயன்றி சங்கரதிக்குவிசயஞ்செய்தவரல்லரென்று மற்றொருசாராருங் கூறுவர்.

ஆநந்ததீர்த்தர்— மத்துவாசாரியர்கள்.

ஆநந்தநாயகி— திருநெல்வாயிலிற் கோயில்கொண்டிருக்கும் தேவியார்பெயர்.

ஆந்தரதேசம்— கோதாவிரி கிருஷ்ணாநதிகளுக்கு மத்தியிலுள்ள தேசம். இது தெலுங்க தேசமெனப்படும். திரிலிங்கதேசமென்பது வடமொழிவழக்கு.

ஆந்தரபிருத்தியர்—சூத்திரகன் வமிசத்தாரான மகததேச வரசர். இவர்கள் சாலிவாகனசகாரம்பமுதல் 400 வருஷம் ராச்சியம்புரிந்தோர்.

ஆந்தரம்—ஆந்தரதேச பாஷை. இதுவே தெலுங்கு என்றும் தெலிங்கு என்றும் வழங்குவது. இதுகண்ணுவமகாவிருஷியால் பிரவிருத்திசெய்யப்பட்டதென்பர்.

ஆந்தரர்—ஆந்தரதேசத்தார். பஞ்சதிராவிடருள் ஒருவகையர்.

ஆபத்சகாயர்—திருப்பழனத்திலே கோயில்கொண்டிருக்கும் சுவாமிபெயர்.

ஆபத்சகாயேசுவரர்— குரங்காடு

துறையிலே கோயில்கொண்டிருக்கும் சுவாமிபெயர்.

ஆபத்தம்பன் } **ஆபஸ்தம்பன்** } ஒரு மகாவிருஷி. யசுர்வேத விஹித கர்மங்களைக்குறித்துச் சூத்திரங்கள்செய்தவர். அஃது ஆபஸ்தம்பசூத்திரமெனப்படும்.

ஆபன்—வசுக்களுளொருவன்.

ஆபீரம்—சிந்துநதிக்கு மேற்கிலே ஆரியாவர்த்தத்தோடு சேர்ந்த ஒருதேசம்.

ஆப்பனூர்க்காரணர்—திரு ஆப்பனூரிலே கோயில்கொண்டிருக்கும் சுவாமிபெயர்.

ஆமூர்—தொண்டைநாட்டின்கண்ணதோரூர்.

ஆம்பிகேயன்—திருதராஷ்டிரன்.

ஆம்பிரவனேசர்—திருமாந்துறையிலே கோயில்கொண்டிருக்குஞ் சுவாமிபெயர்.

ஆயதி—மேருபுத்திரி. தாதா மனைவி. மிருகண்டன் தாய்.

ஆயாதி—உத்தானபார்வி.

ஆயு—புரூரவன் மகன். இவன் நகுஷன், க்ஷத்திரவிருத்தன், ரஜி, ரம்பன், அநேநசு, என ஐவர்புத்திரரைப் பெற்றவன்.

ஆயுஷ்மந்தன்—(தி) பிரகலாதன் புத்திரருளொருவன்.

ஆயோதனபபிரவீணன்— இவன் குலசராசகுலோத்துங்கனுக்குப்பின் அரசுசெய்த பாண்டியன். இவன்காலம் துவாபரயுகத்து அந்தியகாலம்.

ஆய்—இவன் அரசரால் வேளென்னும்பட்டஞ்சூட்டப்பட்ட ஒரு வேளாளன். பொதிகைமலைசார்ந்த ஆய்காடுடையவன். பெருங்கொடையாளன். இவன் குட்டுவன்கீரனார் முதலியோரால் பாடப்பட்டவன். பயன்கருதிக்கொடுக்கு மீகையாளனல்லனென்பது, "இம்மை செய்தது மறுமைக்காமெனு-மறவிலை வாணிக னாஅயல்லன்" என்னும் புறநானூற்றுச்செய்யுட் கூற்றால் விளங்கும். தனக்குப்பாமபுகொடுத்த நீலாம்பரத்தை ஆலின்கீழிருந்த இறைவனுக்குக்கொடுத்தவனு மிவனே.

ஆரஞ்சோதி—அருந்ததி.

ஆராத்தியர்—பிரமணருள்ளே லிங்கதாரிகள். இவர்கள் வீரபத்திரோபாசகர்கள்.

ஆரியசித்தாந்தம்.—இஃது எழுநூறுவருஷங்களுக்குமுன்னாற் செய்யப்பட்ட சோதிடநூல்.

ஆரியபட்டன் } **ஆரியபடன்** } சாலிவாகன சகாப்தம் இருநூற்றின்மேலிருந்த ஒரு மகா சோதிஷன். இவர் செய்த சோதிடசித்தாந்தத்தில் பூமி கோளவடிவினதென்றும் பூமி தன் நாராசத்திலே தினந்தோறும்சுழன்றுவருகிறதென்றுங்கூறப்பட்டிருக்கிறது

ஆரியர்—வேதவிதிகளைக் கைக்கொண்டொழுகுபவர்களாய்ச் சதாசாரசீலர்களாயுள்ளவர்கள். சரஸ்வதி திருஷத்வதி நதிகளுக்கு மத்தியதேசத்திலிருந்து பின்னர் ஆரியாவர்த்தமெங்கும் வியாபித்தவர்கள்.

ஆரியாங்கனை—ஓர் இயக்கி.

ஆரியாவர்த்தம்— இமயத்திற்கும் விந்தியத்திற்கும் மத்தியிலுள்ள தேசம். ஆரியர்கள்தேசம். பூர்வம் பரதகண்ட ராஜாக்கள் யாவரும் இங்கேயே வசித்தார்கள்.

ஆரியை—பார்வதி.

ஆருகதன்—ஞானவர்ணீயம் முதலிய பதினெண்குணத்தையும் அரசிகம் முதலிய ஆறு குணத்தையும் விடுத்து முன்னைக்கன்மம் புசித்துத்தொலைந்தவிடமே வீட்டின்பமென்பவன்.

ஆருணி—அயோதன்.

ஆலங்குடிவங்கனா-இவர் கடை

ச்சங்கப்புலவர்களுளொருவர்.

ஆலந்தரித்தாஈசுவரர்— திருப்புள்ளமங்கையிலேகோவில்கொண்டிருக்கும் சுவாமிபெயர்.

ஆலவாய்—மதுரையிலேசோமசுந்தரக்கடவுள் எழுந்தருளியிருக்கும் ஆலயம்.

ஆலாலசுந்தரர்—ஆதி காலத்திலே சிவன் தமது திருவுருவத்தைக் கண்ணாடியிலே பார்த்தருளலும் அத்திருப்பிரதிவிம்பம் அதி சுந்தரவடிவுகொண்டொரு மூர்த்தியாயிற்று அம்மூர்த்தியே இவர். இவர் பின்னர் ஒரு சாபத்தாற் சுந்தரமூர்த்திநாயனாராக அவதாரஞ்செய்தவர்.

ஆவுடையநாயகர்— திருமுருகன் பூண்டியிலே கோயில்கொண்டிருக்குஞ் சுவாமிபெயர்.

ஆவுடையநாயகி— திருமுருகன் பூண்டியிலேகோயில்கொண்டிருக்கும் தேவியார்பெயர்.

ஆளுடையநாயகியம்மை—திருப்பரங்குன்றத்திலேகோயில்கொண்டிருக்குந்தேவியார்பெயர்.

ஆனகதுந்துபி—வசுதேவன்.

ஆனகன்—(ய) வசுதேவன்தம்பி.

ஆனகோந்தி—இருஷியமூகபர்வத சமீபத்திலுள்ள ஒருநகர்.

ஆனர்த்தம்—இது யவன சமுத்திரத்திலே துவாரகைக்குச்சமீபத்திலுள்ள நாடு. இதிற் சரியாதிமகன்ஆனர்த்தன் குசஸ்தலியென்னும் நகரத்தை நிருமித்தான். அதனால் அதனையுள்ளிட்ட நாடெல்லாம் அவன்பெயர்பெற்றது.

ஆனர்த்தன்—சரியாதிமகன். இவன்மகன் ரைவதன்.

ஆனாயநாயனார்—மழநாட்டிலேமங்கலமென்னுமூரிலே பிறந்து, பசுக்களைமேய்த்து அவைகளைக்காத்தலையே தமக்குவந்ததொழிலாகக்கொண்டு,வேய்ங்குழலிலே சி

வஸ்தோத்திரங்களைப் பொருந்திக்கல்லுமுருகப்பாடிச் சிவனைஅக்கீதத்தோடுகூடியபத்திவலையிலே சிக்குவித்துஅருள்பெற்றவர்.

ஆனீகன்—(ய) வசுதேவன்தம்பி. இவன் இரண்டாம் மைந்தனும் ஆனீகன்எனப் பெயர்பெறுவன்.

இசைஞானியார்—சடைய நாயனார் மனைவியார். இவரே சுந்தரமூர்த்திநாயனாரை ஈன்றருளிய பாக்கியவதியார்.

இசைநுணுக்கம்—சாரகுமாரன் பொருட்டுச் சிகண்டி செய்த இசைத்தமிழ்நூல்.

இடங்கழிநாயனார்— கொடும்பாளூரிலே சிவனடியார்க் கன்பராயிருந்தரசியற்றிய ஓரரசர்.

இடும்பில்—ஒரூர்.

இடைக்காடனார்—இவரை ஔவைசகோதரரென்றுசொல்லுவர். இடைக்காடென்னுமூரி லிருந்தவர். கடைச்சங்கப்புலவர்களுளொருவர். கிள்ளிவளவன் சிறப்பைப் பாடினவர்.

இடைக்குன்றூர்கிழார்— நெடுஞ்செழியன் போர்த்திறம்பாடிய புலவர். (புறநானூறு)

இடைச்சங்கம்—இது கபாடபுரத்திலே சித்திரரத பாண்டியனென்னும் வெண்டேர்ச் செழியனாலே தாபனஞ்செய்யப்பட்டு முடத்திருமாறன் காலம்வரையும் நடைபெற்றுவந்ததமிழ்ச்சங்கம். இதன்வரலாற்றை மேல்வரும் ஆசிரியப்பாக் கூற்றானுணர்க,

"வடுவறுகாட்சிநடுவட்சங்கத்-
தகத்தியர்தொல்காப்பியத்தமிழ்
முனிவ-ரிருந்தையூரிற்கருங்கோ
ழிமோசியா-ரெள்ளாப் புலமை
வெள்ளூர்க் காப்பிய-னிறவா வி
சையிற் சிறுபாண்டரங்கன்-றே
சிகமதுரையாசிரியன் மாறன்-ற
வரொப்பாயதுவரைக்கோமான்-

றேருங்கவிபுனை சிறந்தையரிவரோன்பதோடடுத்த வைம்பதின்மராகுர் - தவலருங்கேள்வித்தன்மைபொருள்ளிட்-டிவர் மூவாயிரத்தெழுநூற்றுவரே-வையகம்பரவச்செய்த செய்யுளு-மிருங்கலிகடிந்த பெருங்கலித் தொகையொடு-குருகுருவெண்டாளி தெருள்வியாழமாலை-யந்நாளிலக்கணமகத்தியமதனொடு-பின்னுட்செய்த பிறங்குதொல்காப்பிய-மதிநலங்கனிந்த மாபுராணம்-புதுநலங் கனிந்த பூதபுராணம்-வல்லிதி னுணர்ந்த நல்லிசை நுணுக்கமுஞ்-தாவாக்காலந் தமிழ்பயின்றதுவு-மூவாயிரத்தோடெழுநூற் றியாண்டு-பரீஇயசங்கமிரீஇய பாண்டியர்கள்-வெண்டேர்ச்செழியன்முதலாவிறல்கெழு-திண்டேர்க்கொற்ற முடத்திருமாறன் - முரசுடைத்தானைமூவாவந்த-மாசுநிலையிட்டோரைம்பத் தொன்பதின்ம - ரிவ்வகையரசரிற்கவியரங்கேறின-ரைவகையரச ராயிடைச் சங்கம்-விண்ணகம்பரவு மேதகுகீர்த்திக்-கண்ணகன்பரப்பிற்கபாட புரமென்ப."

இடைச்சுரநாதர்—திரு இடைச்சுரத்திலேகோயில்கொண்டிருக்கும்சுவாமிபெயர்.

இட்டசித்தி— அழகர் மலையின்கண்ணதொருபொய்கை. விரும்பியதெல்லாங்கொடுப்பதுஎன்பது அதன்பொருள்.

இதிகாசம்-இராமாயணமும்பாரதமும். இவை சரித்திரமுகமாகப்புருஷார்த்தங்களை யுபதேசிப்பன.

இத்துமவாகன். (ரி) அகஸ்தியன் பௌத்திரன்.

இந்திரகாளியம்.—யாமளேந்திரன்செய்த இசைநூல்.

இந்திரஜித்து } (ரா) ராவணன்
இந்திரசித்தன் } மகன். இவன்இந்திரனைச்சிறைசெய்து இலங்கைக்குக்கொணர்ந்தானாதலின் இந்திரஜித்து என்னும் பெயர்படைத்தான். இவன் பூர்வநாமம் மேகநாதன். அதிமாயாவி. பதினான்கு வருஷம் நித்திராகாரமில்லாதவனெவனோ அவனால் இறத்தல்வேண்டுமென்றுவரம்பெற்றவன். அப்படியே லக்ஷுமணனாற் கொல்லப்பட்டவன். (மேகநாதன் காண்க)

இந்திரசேனன்—(1)நளன்மகன். (2) தருமன்சாரதி. (3) சூரியன் மகன்.

இந்திரசேனை-(1)மௌத்கல்யமகாவிருஷிபாரி. (2) துரோபதை. (3) நளன்மகள்.

இந்திரத்துயுமனம்.—ஒரு வாபி. இந்த இந்திரத்துயுமனனென்னுமரசன் தானஞ்செய்த ஆடுமாடு நின்று பள்ளமாகியதால் வாவியாயிற்று. இவன் இந்திரசதனத்தில் நெடுங்காலம் போயிருந்துவிட்டமையால் அவன் கீர்த்தி உலகத்தில்இல்லாதுபோயிற்று. அவன் தேவர்களால் தேவலோகம்விட்டுஓட்டப்பட்டுப்பூலோகம் வந்துபார்த்தபோது, தன்னையுலகத்தறிவாரெவரையுங்காணாதுஈற்றில் யுகாந்தரனென்னுங்கச்சபமாத்திரம் தன்னை யறிவதாகச் சொல்லக்கேட்டான். ஆகவேஇவன்போனதற்கும், மீண்டதற்கும் இடையேஅநேகசந்ததிகளாயின. இவ் வாபி ஜகநாதத்திலுள்ளது.

இந்திரத்துயுமனன்.— இருஷபன் பௌத்திரன். பரதன் புத்திரன். தாய் சுமதி. இவன் ஒருநாள் ஆழ்ந்தநிட்டையிலிருக்கும்போது அங்கே அகத்தியர் வந்தார். அவருக்கு இவன் உபசாரஞ்செய்யாமையால் அவரால் மதயானையாக வென்று சபிக்கப்பட்டான். அதனால் யானையாகிச்சஞ்சரித்துவரும்போது தாகந்

ளிக்கும்பொருட்டு ஒருதடாகத்
திலிறங்க, ஒருமுதலை அதனைப்
பிடித்திழுத்துப்போக, ஆதிமூல
மேயென்றுகூவி நாராயணனைத்
தோத்திரித்தமாத்திரத்தில் அவ
ருடையசக்கராயுதம் அம்முதலை
யைக்கொன்றுயானைரூபம்தவிர்த்
துரக்ஷிக்கப்பெற்றவன். இக்கதை
கஜேந்திரமோக்ஷமெனப்படும்.

இந்திரப்பிரஸ்தம்—பாண்டவர்க
ளுக்கு ராஜதானி. டில்லிக்குச்ச
மீபத்திலேயுள்ளது. காண்டவப்
பிரஸ்தமெனவும்பெயர்பெறும்.

இந்திரப்பிரமிதி,—(ரி)வியாசசிஷ
ஞகிய பயிலவன்சிஷன். இவன்
இருக்குவேத சங்கிதையை நா
ன்கு பாகமாக்கிப் பாஷ்கலன்,
போத்தியன், யாஞ்ஞவற்கியன்,
பராசரன், மாண்டுகேயன், அக்
கினிமதி என்பவர்களுக்குபதேச
ம்பண்ணியவன்.

இந்திரவதி.-கோதாவிரியுடன் கல
க்குமோருபநதி.

இந்திரவாகனன்.—கருத்தன்.

இந்திரன்—தேவராசன். கிழக்கு
த்திக்குபாலகன். கசியப்பிரசா
திபதிக்கு அதிதியிடத்திற் பிறந்
த புத்திரன். இவன் ராசதானி
அமராவதி. ஆயுதம்வச்சிரம். பா
ரி சசிதேவி.வாகனம் ஐராவதம்.
சபை சுதர்மம். குதிரை உச்சை
சிரவம். சாரதி மாதலி. உத்தியா
வனம் நந்தனம். மகன் ஜயந்த
ன். இந்திரன் துவட்டப்பிரமாவி
னது புத்திரன் விசுவரூபனையும்,
விருத்திராசுரனையும் கொன்ற
தோஷமாகிய பிரமகத்திகாரண
மாகத் தேவேந்திரபதத்தை இழ
ந்தான். அப்போது நகுஷன் தன
துதபோபலத்தால்இந்திரனாயின
ன். அதுகண்டு இந்திரன் அசுவ
மேதயாகஞ்செய்து மீண்டும் இந்
திரனாயினன். இவ்விந்திரபதம்
நூறு அசுவமேதஞ்செய்தான்யா
வன் அவனுக்குரியது. ஆகவே ம
னுஷராற்பெறத்தக்கது. இதுவ
ரையும் இறந்துபோன இந்திரர்க்
குக் கணக்கில்லை. இப்போ திருப்
பவன்புரந்தரன். இந்திரன் கௌ
தமபத்தினியையிச்சித்தகாரணத்
தாலக்கௌதமரா லுடம்பெங்கு
ம்யோனிமயமாகச் சபிக்கப்பெற்
றுப் பின் கௌதமரைப் பன்மு
றைவேண்டி உடம்பெங்குங்கண்
ணுதமாறு பெற்றான். அதனால்
ஆயிரங்கண்ணன், சகஸ்திராக்ஷ
ன் என்னும் பெயர்கள்பெற்றான்.
பூர்வத்திலே சிறகுடையனவா
யிருந்தமையாற் பறந்து பறந்து
வீழ்ந்து நகரங்களை அழித்துவந்த
மலைகளைச் சிறகரிந்து அவற்றது
கருவத்தை அடக்கினமையால்
கோத்திரபித்து எனவும் பெயர்
பெற்றான். ஒருகாலம், சியவன
விருஷியாகஞ்செய்தபோது அசு
வினிதேவருக்கும் பங்கீந்தான்.
அதுகண்ட இந்திரன் சினந்து அ
வ்விருஷிமேலே தன் வச்சிராயுத
த்தைஓங்க, இருஷி அதனை ஸ்தம்
பனம்பண்ணினர். அதுகாரணமா
கத் துச்சியவனன்எனவும் பெய
ர்பெற்றான். இந்திரன்மேகங்களை
வாகனமாகவுடையவன். இந்திர
னே மழையைக் காலந்தோறும்
பெய்விப்பவன். இந்திரனை மகிழ்
விக்கும்பொருட்டு ஆரியர்வருஷ
ந்தோறும் பொங்கலிடுவதும் வி
ழாவெடுப்பதும் பண்டைக்காலந்
தொட்டின்றுமுள்ளவழக்கம். ம
கரசங்கிராந்திக்கு முதனாளிலே
யேஇப்போதிப்பொங்கலிடப்படு
கின்றது. அதனைப் போகிபொங்
கலென்று வழங்குவர். போகி இ
ந்திரன். கிருஷ்ணன் யாதவர்க
ளிடத்தி லிருக்கும்போது இப்
பொங்கல்வந்தது. யாதவரெல்
லோருந் திரண்டு இந்திரனுக்கு
வேள்விசெய்தார்கள். அவ்வேள்
வியை இந்திரன் கொள்ளாவகை

தடுத்துக் கிருஷ்ணன் தான்கொண்டான். அதுபொறாதிந்திரன் சினந்து மேகத்தைஏவி யாதவர்களுடைய பசுநிரையைக்கொல்லும்பொருட்டுக் கன்மழைபொழிவித்தான். கிருஷ்ணன் ஒருமலையையிடந்து குடையாகப்பிடித்து அப்பசுநிரைகளையும் யாதவர்களையுங்காத்தான். சூரபன்மன்தேவர்களையெல்லாஞ்சிறைசெய்து மீன் சுமக்க வைத்தபோது இந்திரன் அக்கொடுமைக்காற்றாதோடிச் சீர்காழியில் மறைந்திருந்து குமாரக்கடவுள் சூரனைக்கொன்றருளியபின்னர் அமராவதி சென்றான். இவன்மகள் தெய்வயானை.

இந்திராவரஜன்.-உபேந்திரன்.(இந்திரஅவரஜன்: அவரஜன்-தம்பி)

இந்தீவராக்ஷசன்.—நளநாபன் என்னும் கந்தர்வ ராஜன் மகன். வரூதினி தம்பி. இவன் கபடோபாயத்தினால் ஒரிருஷியையடைந்து ஆயுள் வேதத்தை முற்றக் கற்ற பின்னர் அக்குருவை இகழ்ந்தமையால் இராக்ஷச ரூபம் பெறுமாறு சபிக்கப்பட்டவன். பின்னர்ச்சுவாரோசியினால் அச்சாபம்விமோசனமாயிற்று.

இந்து.—(1) சந்திரன். (2) அதிசாந்திரன். (3) சாசுவதன்மகன்.

இந்துமதி.—விதர்ப்பராஜன்மகள். அஜன்பாரி. தசரதன்தாய்.

இமயமடக்கொடி.—திரு இடைச்சுரத்திலே கோயில்கொண்டிருக்கும் தேவியார் பெயர்.

இமயம்.—ஹிமாலய மலை. பாரத வருஷத்துக்கு வடக்கெல்லையாக வுள்ளது பூவுலகத்துள்ள மலைகளுளுயர்ந்து வளஞ்சிறந்ததாதலின் இம்மலை பர்வதராஜாவெனவும்பெயர்பெறும். இம்மலையரசன் இமவானெனப்படுவன். இக்கேமகாவிருஷிகளும்யோகிகளும் சித்தரும் வசிப்பார்கள்.

இயக்கர்.—யக்ஷர்காண்க.

இயக்கன் — பூதப் பாண்டியன் தோழன்.

இயற்பகைநாயனார்.-காவிரிப்பூம்பட்டினத்திலே வணிகர் குலத்திலே பிறந்தவர். இவர் சிவனடியார்களைச் சிவனெனப்பூசிக்கும் பக்தசிரோமணியாயொழுகிவருநாளிலே, சிவன் ஒரு பிராமண வேடங்கொண்டு அவர்பாற் சென்று, ஒன்று வேண்டிவந்தேன் என்றுகூற, இயற்பகையார் அவரைநோக்கி,நம்மிடத்துள்ளபொருள் எல்லாம் சிவனடியார் பொருளேயாம் கூசாது கேட்கவென்ன, ஐயர் உமது மனைவியைத் தரல் வேண்டுமென்ன, இயர்பகையார் நம்மிடத்துள்ள பொருளைக்கேட்டீர்என்றுகூறி முகமலர்ந்து தமதுமனைவியை உடன்படுத்திச் சுற்றத்தார் தடுக்கவுங் கேளாது கொடுத்துக் கொண்டு செல்லும்என்றார். ஐயர் தமதுமெய் வடிவைக்காட்டி அவருடையபக்தித்திடத்தை வியந்து அருள் புரிந்து போயினர்.

இரகுநாதசேதுபதி.—இவர் இருநூற்றுமுப்பது வருஷங்களுக்கு முன்னர் இராமநாதபுரத்தில் அரசுபுரிந்திருந்தவர். இவர் தமிழ் வித்துவான்களைச் சன்மானித்துத் தமிழைவளர்த்த மகௌதாரிய சீலர். ஒரு துறைக்கோவை என்னும் அற்புதப் பிரபந்தத்திலே அமிர்தகவிராயராலே புகழ்ந்து பாடப்பட்ட சேதுபதி இவரே. இவர் முன்னோரும் இவர் பரம்பரையில் வந்தோரும் இவரைப்போலத் தமிழ்க்கலாவினோதரே.

இரகுவமிசம்—காளிதாசன் வடமொழியிற்செய்த ஒரு காவியம். இதனைத் தமிழிலே மொழிபெயர்த்தவர் அரசகேசரி.

இரட்டையர்.—ஒருவர் அந்தகராகவும் மற்றவர் முடவராகவும் பிறந்த சகோதரராகிய புலவர் இருவர் இப்பெயர்பெறுவர். இவர்கள் காஞ்சிபுரத்திற் பிறந்து தமிழ்க்கல்வியில் மிக்க வல்லவராகி முடவரை அந்தகர் தோள்மேல் ஏற்றிக்கொண்டு முடவர் வழிகாட்ட ஊர்கடோறுஞ் சென்று கவிபாடிப் பெருங் கீர்த்தி பெற்றவர்கள். இவர்கள் செய்த நூல்கள் தைவீகவுலா முதலியன. இப்புலவர்களே காணுமறியேன் அவளும் பொய்சொல்லாள் என்னும் பழமொழியை வெளிப்படுத்தித் தாமாராயாதவிஷயங்களையும் சரஸ்வதி அருளால் செய்யுள்வாயிலாக ஆங்காங்கும் வெளியிட்டு வந்தவர்கள்.

இரணியகசிபன்—(தி) கசியபனுக்குத் திதிவயிற்றிலே பிறந்தபுத்திரரிருவருளொருவன். மற்றவன் இரணியாக்ஷன். இரணியகசிபன் கொடியதவமுஞற்றிப் பிரமாவிடம் தன்னைத் தேவரும் மனிதரும்விலங்கினங்களும் அசுரருங்கொல்லாதிருக்கவரம்பெற்று,அதனால் மிக்க கருவமுடையனாகித் தன்னையேயுலகக் கடவுளாகக்கொண்டு வழிபடல்வேண்டுமென்றுவகுத்து,அதுசெய்யாதாரையொறுத்துப் பெருங்கொடுமைசெய்துவந்தான். அவன்மகன் பிரகலாதன் தந்தையைப் பொருட்படுத்தாது விஷ்ணுவை வழிபட்டுவந்தான். அவனைப்பலவாறுதன்பஞ்செய்தும்அவன் மதியாமைகண்டு இரணியகசிபன் தன்கையிலே வாளையெடுத்துக்கொண்டுபிரகலாதனைப்பார்த்து, இவ்வாளை நீவழிபடும் விஷ்ணு தடுக்கவல்லானோவென்றேங்கி அவனைவெட்டவெத்தனித்தான்.உடனேவிஷ்ணுமூர்த்தி ஒருதூணினிடமாக நரசிங்க ரூபத்தோடு தோன்றி அவனைக்கொன்று பிரகலாதனைக்காத்தருளினார்.

இரணியநாபன்.—இவன் யாஞ்ஞவற்கிய முனிவரிடத்து யோகம்பெற்றவன்.

இரணியன்-(1)இரணியகசிபன்(2) சூரபன்மன்புத்திரருள் ஒருவன்.

இரணியாக்ஷன்—(தி) திதியிடத்திற் கசியபனுக்குப் புத்திரனாகப் பிறந்து பூமியைப் பாயாகச் சுருட்டிச் சமுத்திரத்தி லொளித்தபோது வராகமாகிய விஷ்ணுவாற் கொல்லப்பட்டவன்.

இரவிபுரம்.— மலைநாட்டின்கண்ணதோரூர்.

இராகவன்—ராகவன்.

இராசமன்னார்கோவில்.— காவிரியின்றெற்கேயுள்ள ஒரு வைஷ்ணவ ஸ்தலம்.

இராசமாபுரம்.—ஜீவகன் இராசதானி. இஃது ஏமாங்கத தேசத்திலுள்ளது.

இராஜகுஞ்சரன்.— பராராஜகுஞ்சர பாண்டியன்.

இராஜகெம்பீரபாண்டியன்.—இராசேச பாண்டியனுக்குப்பின் அரசுசெய்த பாண்டியன்.

இராஜசார்த்தூலன்-இராசசூடாமணிக்குப்பின் அரசுசெய்த பாண்டியன்.

இராஜசூடாமணி—இராசமார்த்தாண்டனுக்குப்பின் அரசுசெய்த பாண்டியன்.

இராஜசேகரபாண்டியன்.—இவன்கரிகாற்சோழன்காலத்தவன்.

இராஜபயங்கரன்.—பராராசகுஞ்சரனுக்குப்பின் அரசுசெய்த பாண்டியன்.

இராஜமார்த்தாண்டன்—சித்திரவிக்கிரம பாண்டியனுக்குப்பின் அரசுசெய்த பாண்டியன்.

இராஜராஜபாண்டியன்—பன்றி குட்டிகளை மந்திரிகளாக்கிய திருவிளையாடல் கண்டவன்.

இராஜாதிராஜ பாண்டியன்.—வரகுணபாண்டியனுக்குப் பின் அரசுசெய்தவன்.

இராஜேசபாண்டியன்.— இராசேந்தர பாண்டியனுக்குப்பின் அரசுசெய்தவன்.

இராஜேந்திரபாண்டியன்.—இரசவாதஞ்செய்த திருவிளையாடல் கண்ட பாண்டியன்.

இராதை—ராதைகாண்க.

இராதாகிருஷ்ணன்—ராதா கிருஷ்ணன்.

இராமநாதர்.— இராமேசசரத்திலே கோயில் கொண்டிருக்கும் சுவாமிபெயர். இவ்விலிங்கம் ராமர்தாபித்தது.

இராமன்.—ராமன்காண்க.

இராவணன் —ராவணன்காண்க

இராவணீயம்-இராகங்களைச்சாமவேதத்திற்பொருந்திப்பாடும் முறையை அறிவிக்கும்நூல். அஃது இராவணனாற் செய்யப்பட்டது.

இரு.—அதிதி.

இருகன்.—விஜயன்புத்திரன்,விருகன் தந்தை.

இருக்ஷம்.—மாளவதேசத்தருகேயுள்ள ஒரு மலை.

இருக்ஷன்.—(1) அசமீடன் மூன்றும் மகன். இவன் பௌத்திரன்குரு. (2) புருஜன்மகன். பருமியாசுவன் தந்தை. (3) (கு) தேவாதிதிமகன்.

இருசங்கன்—பேருசங்கன்.

இருசிகன்.—ஔர்வன்மகன்.விசுவாமித்திரன்தங்கை சத்தியவதி கணவன். ஜமதக்கினிதந்தை.

இருசுவரோமா—சுவர்ணரோமா மகன.

இருததாமன்.—(ய) வசுதேவன்

தம்பி. ஆனகன் மகன்.

இருதத்துவஜன்.—(கா) பிரதர்த்தன்.

இருதவாக்கு —(ரி) இவன் தனக்கு ரேவதிநக்ஷத்திரத்து நாலாம்பாதத்திற்பிறந்தபுத்திரன் துஷ்டனாகியநிமித்தம் ரேவதியைப் பூமியில்வீழுமாறுசபித்தவன்.

இருதன் —(மி) விஜயன் மகன்.

இருதுபர்ணன்.—(இ) அயுதாயுவன் மகன். சர்வகாமன் தந்தை. இவனுக்கு நளன் அசுவஹிருதயத்தை உபதேசித்து அவனிடத்தில் அக்ஷயஹிருதயத்தைத்தான் பெற்றான்.

இருநிச்கிழவன் —கோவலன்தந்தை இறந்ததாற்றுறவு பூண்டவன்.

இருபன்.—பிரமமானசபுத்திருளொருவன். சனகசநந்தன சனற்சுஜாதசனற்குமாரரோடுபிறந்தவன். அவர்கள் ஐவரும் சிருஷ்டிசெய்யவுடன்படாது மறுத்தமையால், பிரமா மீண்டும். மரீசியாதியர் ஒன்பதின்மரைப் பெற்றான். இவனை இருஷபன் என்றுஞ் சொல்வர்.

இருபுக்ஷன்.—இந்திரன்.

இருமலர்க்கண்ணம்மை-திருச்சாத்தமங்கையிலே கோயில்கொண்டிருக்கும் தேவியார் பெயர்.

இரும்பிடர்த்தலையார்— கரிகாற்சோழன் மாதுலனர். இவர் அச்சோழனுக்கு மந்திரியாகவும் புலவராகவும்இருந்தவர்.

இருஷகிரி.-மகத தேசத்தில் வராகபருவதத்துக்கெதிரிலுள்ளமலை.

இருஷபம்
இடபம் } (1) சிவன் வாகனம். (2) நந்திதேவர். (3) ஓரிராசி.

இருஷபன்.—(1) நாபிமகன். இவனுக்குப் பரதன் முதலிய நூறு புத்திரருளர். (2) உபரிசரவசு வ

பிசத்தன். (3) சுக்கிரீவன்சேனையில் ஒருவானரன். (4) இந்திரனுக்குச் சசிதேவியிடம் பிறந்த இளையமகன்; சயந்தன்தம்பி (5) இருபன்.

இருஷிகள்.—(இருஷி என்பதன் பொருள் சத்தியதரிசி என்பது.) இருஷிகள் பிரமவிருஷி, தேவவிருஷி, மகாவிருஷி, பரமவிருஷி, காண்டவிருஷி, சுருதவிருஷி, இராஜவிருஷி எனவெழுவகையர். அவருள்ளே பிரமவிருஷிகளானோர் நிர்க்குணப்பிரமோபாசனையையே சாதித்துநிற்போர். இவர்கள் இருஷிகளுள்ளே அக்கிரபதமுடையர். வசிஷ்டர் முதலியோர் இக்கணத்தினர். தேவவிருஷிகளானோர் உலகத்தக்கு ஆன்மஞானோபதேசஞ் செய்து காக்கும்பொருட்டு இருஷிகளாக அவதரித்த தேவர்கள். நாரதன் கபிலன் முதலியோர் இக்கணத்தர். மகாவிருஷிகள் புத்திதத்துவங்கடந்து மகத்தத்துவம் வரையுஞ்சென்றோர். வியாசர்முதலியோர் இக்கணத்தர். பரமவிருஷிகள் ஆன்மலாபத்தை நாடி உலகவின்பத்தை முற்றத்துறந்தோர். பேலர்முதலியோர் இக்கணத்தினர். காண்டவிருஷிகள் வேதத்தில் ஒவ்வொருகாண்டத்தில் வல்லுநராய்ச் சாமானிய சனங்களுக்கதனைப்போதிப்போர். ஜைமினிமுதலியோர் இக்கணத்தினர். சுருதவிருஷிகள் வேதங்களைச் சிரவணஞ்செய்து ஒவ்வொரு சாஸ்திரத்தை எடுத்துப் பிரசுரஞ்செய்தவர். வைத்திய சாஸ்திரஞ்செய்த சுசுருதர்போல்பவர். இராஜவிருஷிகள் இராச்சியமுறைகாட்டி உலகியல்நிலை நாட்ட அவதரிப்போர். மாந்தாதா ஜனகன்முதலியோர் இக்கணத்தினர்.

எக்கருஷிகோணங்கம் எத்தினைச்சிறந்தமகரிஷிகளுக்கும் காண்டற்கும் உணர்தற்கும் அளவிடற்கும் அரியனவாய் மாயாசொரூபமாய்த் தூலநிலைமுதற் சூக்குமநிலைவரையும் விரிந்துகிடக்கும் சராசரங்களினதும் அண்டகோடிகளினதும் தத்துவசொரூபங்களையெல்லாமுள்ளவாறு கண்டவர்களும் அவைகளையுலகுக்குவெளியிட்டவர்களும் இம்மகாவிருஷிகளேயாவர். இருஷிகள்வாக்கு ஆரிஷமெனப்படும். யாவருமாரபொய்க்கினுமாரிஷம்பொய்த்தலில்லை

இருஷிகுலியை—இருக்ஷ பர்வதத்தினின்று பெருகுமொருநதி.

இருஷிகை / **இருஷீகை** } மகேந்திர பருவதத்திலிருந்து பாய்வதொருநதி.

இருஷியசிருங்கன் - விபண்டகவிருஷிமகனார். கலைக்கோட்டுமகாவிருஷி என்று தமிழில் வழங்கப்படுபவர்.

அங்கதேசத்தரசன் தனதுநாட்டில் நெடுங்காலம் மழையில்லாமையால் வருந்தும்போது இவ்விருஷிகால்பட்டால் தனதுநாட்டில் மழை யுண்டாமெனச் சிலர் சொல்லக்கேட்டுச் சிலபெண்களை அவரிடம் அனுப்ப, அவர் இதற்கு முன்னொருகாலத்தும் பெண்களைக் கண்டிராதவராதலால் இவர்கள் இரண்டுகொம்புடையவர்களென அதிசயித்துப் பார்த்தார். அப்பெண்கள் அவரையுபசரித்து எங்களாச்சிரமத்துக்கு வரவேண்டுமென்று பிரார்த்திக்க, எங்குளது உமதாச்சிரமம் என்றவர்கேட்ப, இவர்கள் இதோவிதோவென வஞ்சித்து அங்கநாடு கொண்டுபோயினர். உடனே நாடு மலிய மழைபொழிந்தது. அவ்வரசன் தனது புத்திரியை மணம்புரியும்படி வேண்ட அவருமிசைந்து மணம்புரிந்தார்

இருஷியமூகம்.—சுக்கிரீவன் வாலிக்கஞ்சி மறைந்திருந்தமலை. இது கிஷ்கிந்தைக்குச் சமீபத்துள்ளது. வாலி ஒரு சாபகாரணமாக அம்மலைக்குப்போவதில்லை.

இலங்கை.—லங்காபுரிகாண்க.

இலஞ்சிமன்றம் — காவிரிப்பூம்பட்டினத்து ஐம்மன்றங்களுள் ஒன்று. எந்நோயையும் நீக்குமியல்புடையது.

இலவணன்.—லவணன் காண்க.

இலக்ஷுமணன் / இலக்குமணன் } லக்ஷுமணன் காண்க.

இலக்ஷுமி / இலக்குமி } லக்ஷுமிகாண்க.

இலாவந்தன்.— அருச்சுனனுக்கு உலூபியிடம் பிறந்தபுத்திரன்.

இலிங்கபுராணம்.—அக்கினி கற்பத்திறுதியிலே ஜீவர்கள் அடையும் சீலம், ஐசுவரியம், இன்பம், மோக்ஷம் என்பவைகளையும். அதி இரகசிய ஞானமயமாகிய சிவலிங்கங்களையும் விரித்துணர்த்துவது. பதினோராயிரங் கிரந்தமுடையது.

இல்வலன்.— விப்பிரசித்திக்குச் சிங்கிகையிடம்பிறந்த தானவன். வாதாபிதம்பி. அகஸ்தியரால் பஸ்மமாக்கப்பட்டவன். கந்தபுராணம் இவ்வில்வலனை அசமுகியிடத்துத் துருவாசருக்குப்பிறந்த புத்திரனெனக் கூறும். இவன் தன்தம்பி வாதாபியை ஆட்டுருக்கொள்ளும்படிசெய்து முனிவர்களைக்காணுந்தோறும் அவனைக் கறிசெய்து அவர்க்கமுதூட்டி உண்டபின் அவனைக்கூவி அழைக்க அவன் அம்முனிவரை உடல்கிழித்துக் கொண்டு வெளியேவரும்படிசெய்பவன்.

இழிகட்பெருங்கண்ணனார்-இவர் கடைச்சங்கப்புலவர்களுளொருவர்.

இளங்குமணன் -குமணன்தம்பி.

இளங்கொம்பம்மை.—(1) திருப்பதியலூரிலே கோயில்கொண்டிருக்கும் தேவியார்பெயர். (2) திருக்கருப்பறியலூரிலே கோயில் கொண்டிருக்கும் தேவியார் பெயர்.

இளங்கோசர்.—கொங்கு மண்டலத்தரசர்.

இளங்கோவடிகள்.—துறவுபூண்டிருந்தஒருசேரராஜா. சிலப்பதிகாரநூலாசிரியர்.

இளஞ்செழியன்—கொற்கைநகரத்திருந்தவெற்றிவேற்செழியன்.

இளமுலையம்மை.— திருவொற்றூரிலே கோயில்கொண்டிருக்கும்தேவியார் பெயர்.

இளாவிருதவருஷம்.— சுமேருவைச் சூழ்ந்திருக்கும் வருஷம். இது நவவருஷங்களுள் ஒன்று. இது நன்னீர்ச்சமுத்திரஞ் சூழ்ந்தது.

இளாவிலை / இலாவிலை } திரணவிந்துவுக்கு அலம்பசையிடம் பிறந்தபுத்திரி. விச்சிரவசன்பாரி. குபேரன்தாய்.

இளிபிளி.—தசரதன் மகன்.

இளை.—(1) தக்கன்மகள். கசியபன் பாரி, (2) வைவசுவதமநுபுத்திரி. புதன்பாரி, புரூரவன்தாய்; இவள்வசிஷ்டருடையபிரயத்தனத்தாலும் விஷ்ணு அநுக்கிரகத்தினாலும் புருஷரூபம் பெற்றுச் சுத்தியுமனனாயினள். (3) வசுதேவன்பாரி.

இளையான்குடிமாறநாயனார். — இளையான்குடியென்னு மூரிலே வேளாளர்குலத்துதித்த இச்சிவபக்தர் வறுமையாலுணவின்றி வருந்தியிருந்த ஒரு மழைக்காரிரவிலே, சிவன் ஓரடியவரைப்போல் அவர் வீட்டிற்சென்று அன்னம்வேண்ட, அவர் அடியவ

ரையுபசரித்து இருக்கச்செய்துவிட்டுத் தமது வயலிற்சென்று வித்திட்டிருந்த நெல்லை வாரிக்கொண்டு வந்து மனைவியாரிடங் கொடுத்துச் சோறாக்கி அடியவர்க்கன்னமிடுவித்த பெருந்தகைமையைக்கண்ட அவ்வடியவர் தமது மெய்வடிவைக்காட்டி நாயனார் வறுமைநோயையும் நீக்கியருளிப்போயினர்.

இறையனார்.—அகப்பொருள் செய்த கடைச்சங்கப் புலவர்.

இறையார்வளையம்மை.—குரங்கணின்மாடத்திலே கோயில்கொண்டிருக்குந் தேவியார்பெயர்.

இனன்.—சூரியன்.

இக்ஷுமதி—ஒருநதி. குசத்துவஜன்ராஜதானியாகிய சாங்காசியபுரி இதன்தீரத்திலுள்ளது. கபிலருடைய ஆச்சிரமம் இதன் கரைக்கண்ணது.

இக்ஷுவாகு—வைவசுவதமநுபுத்திரன். விகுக்ஷி, நிமி, தண்டகன், முதலியோர்இவன்புத்திரர். இவன் பெரிய வமிசத்தலைவன். அஜன், ரகு, ராமன்முதலியோர்இவன்வழிவந்தோர்.

ஈசானன்—(1) சிவன். அஷ்டமூர்த்திகளுளொருவர். (2) அஷ்டதிக்குபாலகருள் ஒருவர். இவர் திக்கு வடகிழக்கு.

ஈசுவரராஜன்—கிருஷ்ணதேவராயர் பாட்டன்.

ஈசுவரன்—பகவன், சைவசமயிகள் ஈசத்துவத்தைச் சிவனுக்கும் வைஷ்ணவர்கள் விஷ்ணுவுக்குமாக்கி முறையே அம்மூர்த்திகளுக்குச் கைலாசமும்வைகுண்டமும் பதவிகளாக்குவர். ஸ்மார்த்தர் ஈசத்துவத்தைப் பிரமாவுக்காக்குவர்.

ஈழம் / ஈழதேசம்—சோழ பாண்டி நாடுகளுக்குத் தென்கீழ்த்திசையிலே சமுத்திரஞ்சூழ்ந்ததாகவுள்ள லங்காதேசம். இதனிடத்தே திரிகோணமலை திருக்கேதீச்சரம் என்னும் தேவாரம்பெற்ற சிவஸ்தலங்களும், சைவரும் பௌத்தரும் குருன்மதத்தரும் தத்தமதென்றுசென்று தரிசிக்கப்பெறுவதாகிய ஸ்ரீசைலமுமுள. பூர்வம், குபேரனும் பின்னர் இராவணன்முதலிய இராக்ஷசரும், பின்னர்ச் சோழரும், பின்னர்ப் பாண்டியரும், அவர்க்குப் பின்னர் மகததேசராஜபரம்பரையில் வந்தோருமவர்வழிவந்தபௌத்தரும், இடையிடையே சோழபாண்டியருமரசுபுரியப்பெற்றது. இது தமிழிலே ஈழமென்றும், வடமொழியிலே லங்காபுரமென்றும், சிங்களத்துவீபம் என்றும், சேரநாட்டாராலும் அராபியராலும் சேரத்துவீபமென்றும் வழங்கப்படும். சேரவமிசபாண்டியர் வென்றரசுபுரிந்தகாலத்தி லிந்நாட்டைத் தம்பெயர் விளங்கச் சேரத்துவீபமென வழங்கினர். இலங்கையிலிருந்து சிறைசெய்யப்பட்டுச்சென்று சேரநாட்டிலே வசிக்குஞ்சிங்களர் ஈழவர்என்றும் ஈழுவர் என்றும் வழங்கப்படுவர். சேரநாட்டார்வாய்க்கேட்டு அராபியரும் சேரத்துவீபமென்பாராயினர். சிங்களத்துவீபமென்பதன்பொருள் பட்டைத்தீவு. (சிம்ஹளம்=பட்டை=லவங்கப்பட்டை)

ஈளினன்—(பு) ரைப்பியன்.

உக்கிரசர்மன் / உக்கிரசன்மன்—மேகத்தைச் சிறை செய்தவனும், வேலெறிந்து கடலைவற்றுவித்தவனுமாகிய பாண்டியன். திருவிளையாடற்புராணத்திற் கூறப்பட்ட இக்கடல் வற்றுவித்த செய்தி சிலப்பதிகாரமென்னுஞ் சமணநூலிலுங் கூறப்படுதலாலே

அதன் நிகழ்ச்சி நன்ருக வலியுறுத்தப்பட்டதாயிற்று.

உக்கிரசிரவசன் / உக்கிரசிரவன்—ரோமகருஷணன்புத்திரன். சூதகுலஜன். இவன் சௌனகாதிஇருஷிகளுக்குச் சகலபுராணேதிகாசங்களுமுபதேசித்தவன். ஒருநாள் இவன் அம்முனிகணங்களுக் குபதேசம்பண்ணிக்கொண்டிருக்கையில் பலராமர் வந்தார். அவருக்கு இவன் உபசாரம்பண்ணுமையாற் கோபித்துத் தமது கையிலிருந்த தருப்பையினுல் இவனைக்கொன்றுசென்றபோது, அங்கிருந்தமுனிகணங்கள்வேண்ட அதற்கிரங்கி மீண்டும்இவனையெழுப்பிப்போயினர்.

உக்கிரசேனபாண்டியன்—இராஜடயங்கர பாண்டியனுக்குப்பின் அரசுசெய்தவன். இவன் காலம் கடைச்சங்ககாலம்.

உக்கிரசேனன்—(1) (ய) மதுராபுரியரசன். தேவகன் தமையன். கம்சன் தந்தை. (2) (கு) அபிமன்னியன் மகன்மகன். ஜனமேஜயன் தம்பி. (3) (ய) கிருஷ்ணன் வமிசத்தனுன சுவாகுமகன்.

உக்கிரபாண்டியன்—கடல்சுவற வேல்விட்டதிருவிளையாடல்கண்ட பாண்டியன். இவன் சோமசுந்தர பாண்டியன் மகன்.

உக்கிரப்பெருவழுதி— கல்வியுணர் புலமையிற்றலைமையோனுகி விதிமுறைவழாது முதுநிலம் புரக்கும் பெருந்தகை உக்கிரப் பெருவழுதியென்னும் தன்னிகரில்லா மன்னவர் பெருமானென்று முன்னேராற் புகழப்பட்ட ஒரு பாண்டியன். இவன் கடைச்சங்ககாலத்திலே விளங்கியவன்.

உக்கிரவருமன்-இவன்மனைவிகாந்திமதி. மாமன் சூரியகுலத்துச் சோமசேகரன். உக்கிர குமாரனென்பதுமிப்பாண்டியன்பெயர்

உக்கிரன்—சிவன். அஷ்டமூர்த்திகளுளொருவர்.

உக்கிராயுதன்—(பு) கிருதிமைந்தன். சந்தனு இறந்தபின் அவன் பாரியாகிய சத்தியவதியை அபகரிக்க எத்தனித்து வீஷ்மராற் கொல்லப்பட்டவன்.

உசீநரன்—மகாமநுவின் மூத்த புதல்வன். சிபிதந்தை. இவன் தேசம் உசீநரம்.

உசீரபீசம்—அவீக்ஷித்துமகனுகிய மருத்துமகாராஜன் யாகஞ்செய்தவிடம்.

உசேநசு—வேதசிரசு மகன்.

உச்சிவரதநாயகர்— திருக்கற்குடியிலேகோயில்கொண்டிருக்குஞ்சுவாமிபெயர்.

உச்சைச்சிரவம்-தேவர்கள் அமிர்தங்கடைந்தபொழுது அச்சமுத்திரத்தில் மிதந்த குதிரை. இந்திரன் அதைப்பெற்றுத் தனக்குவாகனமாகக்கொண்டான். குதிரைகளுக்கு அரசு. அமிர்தமதனங் காண்க.

உச்சயினி / உச்சினி மாளவதேச ராஜதானி. அநேக அரசருக்குச் சயங்கொடுத்த நகரமாதலின் அப்பெயர்பெற்றது. அவந்தியெனவும்படும். இங்கே சிவன் மகாகாளேசுவரர் என்னும் மூர்த்தியாய் அதிப் பிரசன்னராய் விளங்குகின்ருர். இங்கே ஒரு மகாகாளியிருந்து வேண்டிய வரங்களைப் பக்தருக்கருளுகின்ருரென்பது பிரசித்தி. இங்கேவிக்கிரமார்க்கன்முதலியஅரசர் வழிமுறை விளங்கினுர்கள்.

உஞ்ஞை—உச்சயினிமாநகரம்.

உதக்சேனன்—விஷ்வக்சேனன் மகன்.

உதங்கன்—பைலவிருஷிசிஷ்யராகிய ஓர்இருஷி. இவர் குரு பாரிக்காகப் பௌஷியமகா ராஜாவி

னது பாரியிடத்திலே குண்டலம்பெற்றுக்கொண்டுபோகும்போது வழியிலே அதைத் தக்ஷகன் என்னும் நாகராஜன் அபகரிக்க, அதனை அதிப்பிரயாசத்தோடு மீட்டுக் கொண்டுபோய்க் குரு பத்தினியிடம் கொடுத்தவர். தக்ஷகனைக் கொல்லநினைந்து ஜனமேஜயனைச் சர்ப்பயாகஞ்செய்ய ஏவியவரும் இவரே. இவர் வேதனுக்கும் சிஷர்.

உதத்தியன்—அங்கிரசன் மகன். பிருஹஸ்பதி சகோதரன். பாரி-மமதை. மகன் தீர்க்கதமன்.

உதயகிரி—(1) இருக்ஷகிரி. (2) நெல்லூர்நாட்டின்கணுள்ள ஒருமலை.

உதயணன்—(1) சகஸ்திரானீகன் மகன். ஜனமேஜயன் பௌத்திரன். இவன்நகரம்கௌசாம்பி. இவனைச் சண்டமகாசேனன் வஞ்சித்துச் சிறைசெய்தபோது இவன்மந்திரி இவனையும், சண்டமகாசேனன்மகள் வாசவதத்தையையும் உபாயஞ்செய்து கொண்டேகினன். (2) இவன் வமிசத்திலே வந்த சதானிகன் புத்திரன். இவனும் கௌசாம்பிக்கரசனாகிப் பின்னர்க்காலத்திலே புத்தருக்குச் சீஷராகி முடிதுறந்து பௌத்த முனியானவன். இவனும் புத்தரும்சற்றேறக்குறைய ஒரே காலத்தவர்கள். வயசினாலும் சமானர். (3) அகஸ்தியன்.

உதயாசுவன்— அஜாத சத்துரு பௌத்திரன். சைசுநாகர்களுள் ஒருவனாகிய மகததேசராசா. இவன் குசுமபுரம் என்னும் பாடலிபுத்திரநகரைநிருமித்தவன்.

உதாவசு—(மி) ஜனகன்மகன்.

உத்தமன்—(1) உத்தானபாதனுக்குச் சுருசியிடம் பிறந்த புத்திரன். இவன் வேட்டம்போனபோது ஒரு யக்ஷனால் கொல்லப்பட்டவன். இவன் தாயும் அஃதறிந்தவுடனே இறந்தாள். (2)மூன்றும் மநு.

உத்தமோஜன்-துருபதன் மகன். திட்டத்தியுமனன் தம்பி. பாரதயுத்தத்திலே பதினெட்டாநாளிரவு அசுவத்தாமனால் நித்திரைக்காலத்தேகொல்லப்பட்டவன்.

உத்தரகீதை—இது பாரதத்தில் ஒருபாகம். வேதாந்தங் கூறுவது.

உத்தரகோசமங்கை - பாண்டிநாட்டின்கண்ணதாகிய ஒருசிவஸ்தலம். மாணிக்கவாசகருக்குச் சிவபிரான் தரிசனங்கொடுத்த ஸ்தலம்.

உத்தரசுகு-போக பூமியிலொன்று.

உத்தரகௌத்தன்—வாரணாசி நகரத்தரசன்.

உத்தரமீமாம்சை—சைமினிமுனிவர்செய்த வேதாந்ததரிசனம்.

உத்தரன்—விராடன்மகன். இவன் பாண்டவர்களது அஞ்ஞாதவாசகாலத்தில் விராடனது பசுநிரைகளைக் கவர்ந்த கௌரவர்களை எதிர்த்தபோது ஆற்றாது பின்வாங்கிப்பின் அர்ச்சுனன் சகாயத்தால் அவர்களைவென்று நிரைமீட்டவன்.

உத்தரை—விராடன் மகள். உத்தரன் தங்கை- அபிமன்னியன் பாரி. பரீக்ஷித்தினது தாய். இவளுக்கு அர்ச்சுனன் அஞ்ஞாதவாசஞ்செய்தபோது பிருகந்நளையென்னும்நாமம்பூண்டு நாட்டியங் கற்பித்தான். அசுவத்தாமன் பாண்டவவமிசம் உலகில் எங்கிருந்தாலும் தேடிக் கொல்லென்றுவிடுத்தபாணம்,உத்தரை கர்ப்பத்தில்நுழைந்து பரீக்ஷித்தும், கிருஷ்ணானுக்கிரகத்தால் அகப்படாது போனமையால் அக்கருப்பத்திற் பிறந்த புத்திரன் பரீக்ஷித்து எனப் பெயர்பெற்றான்.

உத்தவன்—(ய) (1)பிருகஸ்பதிசி

ஷன். வசுதேவன் தம்பியாகிய தேவபாகன்மகன். இவன் கிஷ்ணனுமதியோடு வதரிகாச்சிரமஞ்சென்று அங்கே தறவுபூண்டிருந்தவன். இவன் கிஷ்ணனுக்குமிக்க நண்பினன். (2) நகுஷன் மகன்.

உத்தாரகன்—(1) (ரி) உபமன்னியு. இவருடைய குருபத்தியைமெச்சி அசுவினி தேவர்கள் இவர் குரு தௌமியரது லோகதந்தத்தைமாற்றிச் சுவர்ணதந்தமாக்கினார்கள். இவர்மகன் சுவேதகேது. இவ்வுபமன்னியுமகாமுனிவர் வியாக்கிரபாதர் குமாரர். சிவபிரானால்வருவித்தருளப்பட்ட பாற்கடலையுண்டவர். கிருஷ்ணருக்குச்சிவதீக்ஷைசெய்தவர்.

உத்தாலகன்—அருணன்புத்திரராகிய இவர் இருக்குவேதத்திற்பிரஸ்தாபிக்கப்படுவர்.

உத்தானபாதன்—சுவாயம்புவமநுவுக்குச் சதரூபையிடத்திற்பிறந்த இரண்டாம்புத்திரன். இவனுக்குச் சுநீதி சுருசியென இருவர் பாரியர். சுநீதியிடத்தது துருவனும் சுருசியிடத்து உத்தமனும் பிறந்தார்கள்.

உபகு—(யி) சத்தியரதன்மகன்.

உபகுப்தன்—உபகுமகன்.

உபசுருதி—ஒருவன் தான்விரும்பின ஒருகாரியத்தைச் சிந்தித்திருக்கும்போது கேட்கப்படுகின்ற திவ்வியவாக்கு. அசரீரி. ஆகாயவாணி.

உபசுருத்தியதிதேவதை—உபசுருதிக்கு அதிதேவதை. வாணி.

உபதானவி—வைசுவாநரன் மகள். இரணியாக்ஷன்பாரி.

உபதேவி—தேவகன்மகள். இவள் மக்கள் கற்பவிருஷ்டிமுதலிய பதின்மர்.

உபநந்தன்—(ய) வசுதேவனுக்கு மதிரையிடத்துப் பிறந்த மகன். நந்தன் சகோதரன்.

உபநிஷதங்கள்—பிரம வித்தையைப் பிரதிபாதிக்கின்ற வேதசிரசுகள். அவை நூற்றெட்டு. அவற்றுள் ஈசாவாசியம், கேனம், கடவல்லி, பிரசினம், முண்டகம், மாண்டூக்கியம், தைத்திரீயம், ஐதரேயம், சாந்தோக்கியம், பிருகதாரண்ணியம் எனப்பத்தும் முக்கியம்.

உபப்லாவியம்—பாண்டவர்கள் பாரதயுத்தத்துக்காக அமைத்த பாசறை.

உபமன்னியன்—உத்தாரகன்.

உபயாஜன்—இவன் கங்காதீரத்திலே வானப்பிரஸ்தாச்சிரமத்தை அநுஷ்டித்தவொரு பிராமணன். யாஜனுடன் இவன் துருபதனுடைய யாகத்தை நிறைவேற்றினவன்.

உபஸ்மிருதிகள்—அறநூல்கள். அவை கண்வம், கபிலம், லோகிதம், தேவலம், காத்தியாயனம், லோகாக்ஷி, புதஸ்மிருதி, சாதாதபம், அதிஸ்மிருதி, பிரசேதம், தக்ஷம், விஷ்ணு, விருத்தவிஷ்ணு, விருத்தமநு, தௌமியம், நாரதம், பௌலஸ்தியம், உத்தராங்கிரம் எனப்பதினெட்டு.

உபேந்திரன்—கசியபப்பிரசாபதியும், அதிதியும், விஷ்ணு தங்களுக்குப் புத்திரராகப் பிறத்தல் வேண்டுமென்று தவங்கிடந்தமையால் விஷ்ணுஅவர்களுக்கு வாமனன் என்னும் பெயரோடு புத்திரராகப்பிறந்தார். அவர் இந்திரனுக்குப்பின்பிறந்தமையால்உபேந்திரன்எனவும்பெயர்பெறுவர்.

உப்பூரிகுடிகிழார்—இவர் உருத்திரசன்மர்தந்தை.

உமாதேவி, உமை — (1) ஞானமுமருளுமாகியசிவசக்தி. சிரு

ஷ்டிசெய்யக்கருது மவசரத்தில் இச்சத்திவெளிப்படும். பரிணமித்தபிரணவசொரூபமே உமாதேவியார்க்குவடிவம். தன்னிடத்திலே புத்திரியாராகப் பிறத்தல்வேண்டுமென வரங்கிடந்து தக்ஷன் இவ்வுமாதேவியாரைப் புத்திரியாகப் பெற்றான். உமாதேவியாருக்குத் தாக்ஷாயணியென்னும் பெயர்வந்தது இதுபற்றியேயாம். (2) உருத்திரமூர்த்தி சக்தி.

உமாபதிசிவாசாரியர்—கொற்றவன்குடியிலே இருந்த தில்லைவாழந்தணரில் ஒருவர். மறைஞானசம்பந்த சிவாசாரியரது மாணாக்கர். இவருஞ் சைவசித்தாந்த சஸ்திரோபதேசஞ் செய்த சந்தானாசாரியரில் ஒருவர்.

உமாபதி—சிவன்.

உமாபதீசுவரர்—திரு ஊறலிலே கோயில்கொண்டிருக்கும் சுவாமி பெயர்.

உமாமகேசுரநாதர்—திரு வல்லத்திலே கோயில்கொண்டிருக்கும் சுவாமிபெயர்.

உமையம்மை—(1) திருஅஞ்சைக்களத்திலே கோயில்கொண்டிருக்கும் தேவியார் பெயர். (2) திருஊறலிலே கோயில்கொண்டிருக்குந் தேவியார் பெயர்.

உருசிரவன்—சத்தியசுவன் மகன்.

உருத்திரசன்மனார்—உப்பூரி குடிகிழார்மகனார். அகநானூறு தொகுத்தவர் இவரே. குமாரக்கடவுளே உருத்திரசன்மராக வந்து பிறந்தாரென்பர். இறையனாரகப் பொருளுரைசெய்த நாற்பத்தொன்பதின்மருரையையு மரங்கிற்கேட்டு நக்கீரருரையையே அப்போது ஐயாண்டுநிரம்பா மூங்கைப்பிள்ளையாகிய உருத்திரசன்மர் மெச்சினர்.

உருத்திரபசுபதிநாயனார்—தலையூரிலே பிறந்து இரவும் பகலும் தண்ணீரில் நின்று உருத்திரஞ்சொல்லிச் சிவபக்தி பண்ணியவர்.

உருத்திரன்—(1) சிவன். (2) ஸ்ரீகண்டருத்திரர். (3) காலருத்திரர் (4) சிவனால் அதிஷ்டிக்கப்பட்டுள்ள எண்ணில்லாத உருத்திரகணங்களும் இப்பெயரால்வழங்கப்படும். வேதத்திலே "உருத்திரன் ஒருவனே இரண்டாவனில்லை" என்பதுமுதலியவாக வரும் வசனங்கள் சிவனைக்குறித்தன. சங்காரகிருத்தியம் புரிந்து சிருஷ்டிக்குபகாரஞ்செய்வது யாது சித்து அச்சித்து உருத்திரனெனப்படும் இச்சங்காரம் அநந்தபேதமாதலின் அப் பேதந்தோறு மொவ்வொன்றாக விளங்குஞ் சித்துக்களும் அநந்தபேதருத்திரகணமெனப்படும். (5) கனகவிசயர்க்குத் துணையாயினானோரரசன்.

உருப்பசி—ஊர்வசிகாண்க.

உருமிளா—யமன்பாரி.

உருவற்கன்—(ய) வசுதேவனுக்கு இளையிடம் பிறந்த மகன்.

உரையாசிரியர் இளம்பூரணர். தொல்காப்பியத்துக் குரைசெய்த ஆசிரியர்களுள் ஒருவர். உரையாசிரியரென வழங்கப்படுபவர்.

உலகநாயகி—திருநின்றியூரிற்கோயில்கொண்டிருக்கும் தேவியார் பெயர்.

உலூகன்—(1) இந்திரன் (2) சகுனிமகன். சகாதேவனாலே கொல்லப்பட்டவன். இவன் குருக்ஷேத்திரத்திற் கௌரவ பாண்டவர்கள் யுத்தசந்நத்தராய்ச் சேர்ந்தபோது பாண்டவர்களிடத்தே துரியோதனனாலே தூதாக அனுப்பப்பட்டவன்.

உலூபி— நாககன்னிகை. வாசுகிமகள். இவளிடத்தில் அர்ச்சுன

ஜக்கு இலாவந்தன் பிறந்தான்.

உலோகாயதன்—ஈசன், கன்மம், ஆன்மாஎன்பன இலவாமென்றும், மகளிரிடத்தின்பமொன்றுமே பொருளாமென்றுங்கூறுஞ் சமயவாதி.

உலோச்சனார்—இராசசூயம் வேட்ட பெருநற்கிள்ளியென்னுஞ் சோழனைப் பாடிப் பரிசுபெற்ற ஒருபுலவர். அகநானூறுபாடியபுலவருள்ளுமொருவர்.

உள்ளமுடையான்—தமிழ்ச்சோதிஷநூல்களுள்ளே இது சிறந்த நூல். இஃதிற்றைக்குஅறுநூற்றறுபத்தாறு வருஷங்களுக்குமுன் செய்யப்பட்டது.

உறந்தை—உறையூர்.

உறையூர் நிசுளாபுரி—காவிரியின் றென்கரையிலுள்ள ஒரு விஷ்ணுஸ்தலம்.

உறையூரேணிச்சேரி—ஒரு சிற்றூர். உறையூரெல்லையிலுள்ளது.

உறையூர்—சோழருடைய பஞ்சராஜதானிகளுளொன்று.

உறையூர்முதுகூற்றனார்—இவர் கடைச்சங்கப் புலவர்களுளொருவர்.

உற்கசம்—இது ஒருபுண்ணியதீர்த்தம். தஷுமியரைப் பாண்டவர்கள் புரோகிதராக வரித்தவிடம்.

உற்கலம்—பஞ்ச கௌடதேசங்களுள் ஒன்று, ஒட்டிரதேசமெனவும் படும்.

உற்கலன்—துருவன் மகன். பாலியத்திலேதானே ஞானியாகி ராச்சியத்தைத்துறந்துபோனவன். வற்சரன் இவன் தம்பி.

உற்கன்—சயன்மகன்.

உற்பலாவதி—சுராஷ்டிரன்பாரி. தாமசமநுவுக்குத்தாய். நிர்விருதவிருஷி சாபத்தால் இவள் மிருகமாகிச் சுராஷ்டிரன் பரிசத்தால் கருப்பந் தாங்கினவள்.

உன்மத்தன்—மாலியவந்தனமகன்.

உன்முகன்—சக்ஷுர்மனுவுக்குநடுவலையிடப்பிறந்த புத்திரன். பாரி புஷ்கரிணி. மக்கள், அங்கன் சுமனசன், கியாதி, கிருது, அங்கிரசன், கயன்.

உஷாபதி—அநிருத்தன்.

உஷை— வாணாசுரன்மகள். அநிருத்தன்மனைவி.(2) சூரியன்பாரி.

ஊங்கனூர்—சேரநாட்டிற்கடற்கரைக்கணணதோரூர். இதன்பக்கமாகக்கடலில் வஞ்சத்தால் முளைத்து நின்ற ஒரு கடப்பமரத்தைச் சேரனொருவன் வெட்டினான்.

ஊசிகன்—(ய) கிருதிபுத்திரன்.

ஊர்ச்சஸ்வதி—பிரியவிரதன் மகள். சுக்கிரனது மனைவி. தேவயானை.

ஊர்ச்சிதன்(ய)கார்த்த வீரியார்ச்சுனன் மகனாகிய சூரன்.

ஊர்ச்சை—வசிஷ்டன்பாரி.

ஊர்த்ததாண்டவர்—திரு ஆலங்காட்டிலே கோயில்கொண்டிருக்கும் தேவியார் பெயர்,

ஊர்மிளை—சனக மகாராசாவினது தர்மபுத்திரி. இவள் தன்பர்த்தாவாகிய லக்ஷுமணன் ராமரோடு வனம்போய் மீண்டு வருங்காறும் நித்திரை தெளியாதிருந்தாளென்றும், லட்க்ஷுமணன் நித்திரை சிறிதுமில்லாதிருந்தானென்றும் இதிகாசம் கூறும்.

ஊர்வசி-ஓரப்சரப்பெண். நரநாராயணர்கள்பதரிகாச்சிரமத்திலேதவம் செய்து கொண்டிருக்கையில் அவர்கள் தவத்தைப் பங்கஞ்செய்ய நினைத்துத் தேவதாசிகள் சென்றுமுயன்றும் வாய்க்கப்பெறாது நின்றபோது நாராயணன் அவர்களுடைய அழகைக்கு

றைக்கு நிமித்தமாக அவர்களினுஞ்சிறந்த பெண்களைத் தமது தொடையினின்றும்தோற்றுவித்தான். தொடையில் இவள்முதற் பிறந்தமையால் ஊர்வசியென்னும் பெயர்பெற்றாள்.

ஊர்வசன்—சுசிமகன்.

ஊர்வன்-இவன் அத்தியுக்கிரதவஞ் செய்யும்போது நாரதாதி தேவ இருஷிகளும் பிரம விருஷிகளும் வந்து ஒரு புத்திரனை உற்பத்தி செய்து தருகவென்ன ஒரு நாணற்கூர்ச்சத்தைக் கையிலெடுத்துத் தனதுதொடையை ஒமாக்கினிமேல்நிறுத்திஅக்கூர்ச்சத்தால் அத் தொடையைக் குடைந்த மாத்திரத்திலே சுவாலாமாலியென்னும் புத்திரன் பிறந்தான். அத்தருணத்தில் பிரமா பிரசன்னமாய் இப்புத்திரனைச் சமுத்திரமத்தியில் வடவாமுக ரூபமாக இருக்குமாறு செய்கவென்றுவேண்ட அப்படியே செய்தவன். சுவாலாமாலி ஔர்வன எனவும்படுவன். அவனுக்கு ஆகாரம் சலம்.

எச்சதத்தன்—தண்டிசர்தந்தை.

எதிர்கோள்பாடி— சோழநாட்டிலே காவிரிக்கு வடகரையிலுள்ள ஒரு சிவஸ்தலம்.

எயிலூர் }
எயில் } பாண்டிநாட்டகத்ததோரூர்.

எல்லப்பநாவலன்-தமிழிற் சௌந்தரியலகரி செய்தவன்.

எல்லன்—குன்றத்தூரிலிருந்த ஆற்றூர்ப்பரமேசுரன் என்போன் மகன், இவன் தமிழ் வல்லோர்க்குப் பெருநிதி வழங்கியும் தன் மீது பட்சமுடையனாயிருந்த பாணன் இறந்தபோது அவனுடலைச் சுமக்கப் புகுந்தும் பெரும் புகழ்படைத்துத் தொண்டைநாட்டில் விளங்கிய ஒரு பிரபு. இவன் பெருமை தொண்டைமண்டலசதகத்தாற் புலப்படும்.

எழினிஅதிகமான்— குதிரைமலையைத் தன்னகத்தேயுடைய ஒரு சிறுநாட்டுக்கதிபனாயிருந்த ஒரு வள்ளல். "ஊராதேந்தியகுதிரைக்கூர்வேற்—கூவிளங் கண்ணிக் கொடும்பூணெழினியும்" எனச் சித்திரனாற் பாடப்பட்டவன்.

எழுத்தறிந்தநாதர்—திருஇன்னம்பரிலே கோயில் கொண்டிருக்கும் சுவாமிபெயர்.

எறிச்சலூர்மலாடனார்-இவர்கடைச்சங்கப் புலவர்களுளொருவர்.

எறிபத்தநாயனார்—இவர்சிவகாமியாண்டார் சுவாமிக்குச் சாத்தக் கொண்டுசென்ற புஷ்பங்களைப் புகழ்ச்சோழநாயனாருடைய யானையானது பறித்துச் சிந்தியதுகண்டு ஓடிச்சென்று அதன் துதிக்கையை வாளினால் வீசினவர். அதுகண்ட புகழ்ச்சோழநாயனார் தமது யானைசெய்த குற்றத்துக்காகத் தம்மையும் வெட்டுகவென்று தமது வாளைக் கொடுக்க எறிபத்தர்வாங்கித் தமதாட்டியை அரிய எத்தனித்தனர். அப்பொழுது பரமசிவனது திருவருளாலோர் அசரீரி உண்டாக யானையுமுயிர்பெற்றெழ இருவரும் சுவாமியைத் துதித்துப் போயினர். இவர்க்குஊர்கருவூர்.

ஏகசக்கரபுரம்—இது பாண்டவர்களும் குந்தியும் அரக்குமாளிகை ஆபத்துக்குத் தப்பிப் பிராமண வேஷம் பூண்டு போய்ச்சேர்ந்த அக்கிரகாரம். இங்கிருக்கையில் பகாசுரன் வீமனால் கொலைப்பட்டான். இப்பிராமண வேஷத்தோடேயே துருபதபுரஞ்சென்று பாண்டவர்கள் திரௌபதியைவிவாகஞ்செய்தார்கள்.

ஏகசக்கரன்— தனு புத்திரருளொருவன்.

ஏகதந்தன்—விநாயகக்கடவுள்.

ஏகதன்— பிரமமானச புத்திரருளொருவன்.

ஏகபாதன்·அஷ்டவக்கிரன்மகன்·

ஏகபிங்கன்
ஏகபிங்களன் }—குபேரன்.

ஏகம்பவாணன்—ஆற்றூரில் விளங்கிய ஒருவேளாண்பிரபு. சிறுவயசிலே தந்தைதாயிறந்துபோக ஏகனென்னும் பண்ணையாளால் பாதுகாக்கப்பட்டு வளர்ந்து கம்பரிடம் கல்வி கற்றுக் கல்வி செல்வங்களால் ஒப்பாரின்றிச் சேரசோழபாண்டியர்களுக்கு மிக்க நண்பினனாய்த் தமிழ்வித்துவான்களுக்கும் யாசகருக்கும் கற்பகதருவைப்போலவிளங்கினவன்.

ஏகலன்—வசுதேவன் தம்பி. தேவசிரவசன்மகன்.

ஏகலவ்வியன்
ஏகலவன் }—துரோணாசாரியரிடம் போய்த் தனக்கு வில்வித்தை கற்பிக்குமாறு வேண்ட, நீசனுதலின் கற்பித்தல்கூடாதென்று மறுத்தபோது அவரைப்போலவோரோவியந்தீட்டி அதைக் குருவாக வைத்துத் தானேகற்றுத்தேர்ந்தொருகிராதன். அவன் அவ்வித்தையைத் தேர்ந்துகொண்டபின்னர்த் துரோணாசாரியரிடஞ் சென்று தான் கற்றவரலாற்றைச் சொல்ல அவர் அதற்காகத் தக்ஷிணைதருகவென்றார். அவன்என்னவேண்டுமென்ன, துரோணர் வலக்கைப் பெருவிரல்தருகவென்றலும் அஃது ஈந்து போயினான்.

ஏகன் —ஏகம்பவாணனை அளவிறந்ததிரவியத்தோடு தன்னிடத்து ஒப்பித்திறந்த ஏகம்பவாணன்றந்தைசொல்லை அற்பமேனும் வழுவாமற்காத்தச்சிறுவனை முற்படவைத்த பண்ணையாள். இவன்சாதியிலே பறையனாயினும் எசமான்பக்தியிற் சிறந்தவன்.

ஏகாம்பரநாதர்—திருவேகம்பத்திலே கோயில்கொண்டிருக்கும் சுவாமிபெயர்.

ஏமாங்கதம்—சீவகன்தேசம்.

ஏயர்கோன் கலிக் காமநாயனார்--திருப்பெருமங்கலத்திலே பிறந்தவேளாளராகிய இவர்சூலைநோயால் வருந்துகையில் பரமசிவன் அவருக்குக் கனவிலே தோன்றி, இது சுந்தரமூர்த்தியாற்றீருமென்றருளிச் சுந்தரரையு மேவிப் போக, சுவாமியைப் பரவையிடத்துத் தூதுசெல்லக்கேட்ட சுந்தரனால் இந்நோயைப் போக்குவதிலும் நானே அந் நோயைப் போக்குவேன் எனச்சொல்லி வாளையெடுத்து வயிற்றைப்போழ்ந்துயிர்துறந்த வைராக்கியபத்தர். பின்னர்ச்சுவாமியருளாலுயிர்பெற்றுச் சுந்தரரோடு நண்புகொண்டவர்.

ஏலவார் குழலியம்மை— திருஇரும்பூளையிலே கோயில்கொண்டிருக்கும் தேவியார்பெயர்.

ஏனாதிநாயனார்—எயினனூரிலே சான்றார்மரபிலே பிறந்த ஒரு சிவபக்தர். நீறுபூசியவர்களைக் கண்டால் அவர்களைச் சிவனெனமதித்துமியல்பினர். படைத்தொழிலிற் பேராண்மை யுடையராயிருந்தும் தம்மை எதிர்த்தவதிசூரனென்பவன் விபூதிதரித்துவந்து சமர்புரிய அவனைக்கொல்ல மனம்பொருந்தாது அவன்கையாலே தாமிறந்தவர்.

ஏனாதி—முன்னுள்ள தமிழ்நாட்டரசர் தம்மாலபிமானிக்கப்பட்டுத் தங்கீழ் வாழும் பிரபுக்களுக்குச் சூட்டும் பட்டங்களுளொன்று.

ஏனாதிதிருக்கிள்ளி—ஏனாதிப் பட்டம்பெற்றுவிளங்கிய ஒருவள்ளல். இவன்சிறப்புப் புறநானூற்றிற் கூறப்பட்டுள்ளது.

ஐத்

ஐத்திரேயன்-ஜனமே ஜயனுக்குப் பட்டாபிஷேகஞ் செய்தகுரு.

ஐந்தவர்—கசியபகோத்திரத்தானு கிய இந்துவென்னும் அந்தணன், கலைதேர் புலவர் பதின்மரைத்த ருகவென்று சிவன்பால் வரங்கி டந்து பெற்றபுத்திரர். இவர் பதின்மரும் பிரமபதம்பெற்றுச் சிருஷ்டிசெய்தவர்.

ஐயடிகள்காடவர் கோனாயனார்—தொண்டைநாட்டிலே பல்லவராசவமிசத்துதித்துச் செங்கோல்நடாத்திய ஓரரசர். இவர் அரசாட்சி துன்பமயமெனக்கருதி அதனை வெறுத்துப் புத்திரனை அரசனாக்கிச் சிவ தொண்டையே மேற்கொண்டு ஸ்தலங்கடோறுஞ்சென்று, தரிசனம் திருப்பணி முதலியனசெய்து கொண்டிருந்து சிவபதமடைந்தவர். கோயில் வெண்பாப்பாடியவரும் இவரே.

ஐயூர்—மூலங்கிழார், முடவனாரென்னும் புலவர்களைத்தந்தவூர்.

ஐயனார் } ஹரிஹரபுத்திரன். சிவ
ஐயன் } ன் மோகினி ரூபங்கொ

ண்டு நின்ற விஷ்ணுவைக் கூடிப் பெற்ற புத்திரன். ஐயன்பாரி புஷ்கலை.

ஐயை—மாதரிமகள். இவள் கண்ணகிபால்மிக்கஅன்புள்ளவளாயிருந்தமையால், தேவந்தியோடு சேரநாடுசென்று கண்ணகி கோயிலைஅடைந்தவள்.

ஐராவதம்—கிழக்குத்திக்குயானை. அமிர்தங்கடைந்தபோது பாற்கடலிலெழுந்தயானை. அதனை இந்திரன் வாகனமாகக் கொண்டான். அமிர்தமதனங்காண்க.

ஐராவதி—இமயத்தினது தென்பாரிசத்திலுற்பத்தியாகிச் சந்திரபாகையோடுகலக்கும்நதி.

ஐலவிலன்—இலவிலன் மகன்.

ஒட்டக்கூத்தர்—ஆயிரத் திருபது

ஓவி

வருஷங்களுக்குமுன்னே குலோத்துங்கசோழன் சமஸ்தானத்திலேவிளங்கிய ஒருதமிழ்ப்புலவர். இவர்பாடிய ராமாயணத்தில்உத்தரகாண்டம் மாத்திரமே சர்வாங்கீகாரமாகிக் கம்பராமாயணத்தோடு சேர்க்கப்பட்டது. இவர் ஜாதியிற் கைக்கோளர்.

ஒப்பிலாநாயகி— திருநெடுங்களத்திலே கோயில்கொண்டிருக்கும் தேவியார்பெயர்.

ஒப்பிலாமுலையம்மை—திருஆவடுதுறையிலே கோயில்கொண்டிருக்கும் தேவியார்பெயர்.

ஒப்பிலாம்பிகை—திருச்சோற்றுத்துறையிலே கோயில்கொண்டிருக்கும்தேவியார்பெயர்.

ஒல்லையூர்கிழான்— தொடித்தலைவிழுத்தண்டினாராற் பாடப்பட்ட பெருஞ்சாத்தன்றந்தை.

ஒட்டிரம்—உற்கலதேசம்.

ஓணகாந்தன்—ஓரசுரன். இவன்திருக்கச்சி ஓணகாந்தன்றளியில் சிவனைப்பூசித்துப் பெரும்பேறுபெற்றவன்.

ஓணகாந்தேசுவரர்— திருஓணகாந்தன்றளியிலேகோயில்கொண்டிருக்கும் சுவாமிபெயர்.

ஓய்மான்நல்லியக்கோடன்-மாவிலங்கையென்னுமூர்ச் சிற்றரசன். நன்னாகராற் பாடப்பட்டபிரபு. சிறுபாணாற்றுப்படைத்தலைவன். மாவிலங்கைகோதாவிரியாற்றருகே யுள்ளதென்பர்.

ஓய்மான்வில்லியாதன்—மாவிலங்கையரசன். ஓய்மான்நல்லியக்கோடனுக்குப் பின் அரசுபுரிந்தவீகையாளன்.

ஓரம்போகி—ஐங்குறுநூற்றில் முதனூறுபாடிய புலவர். ஓரேர்போகியெனவும்படுவர்.

ஓவியநூல்—ஓவியமுறை கூறும்

நூல். இது சங்கத்தார்காலத்தது.

ஓஷதீசன்—சந்திரன்.

ஔசனசம்—உபபுராணங்களுளொன்று

ஔதேயர்—உசீநரன்மகனாகியவிருகன்வமிசத்தர்.

ஔர்வன்—(1) ஊர்வன் மகன் (2) சியவனன் மநுகன்னிகையிடத்துப்பெற்றஇருஷி. இவனுக்கு நூற்றுவர் புத்திரர். அவருள்இருஷிகன் மூத்தோன்

ஔவையார்—சோழியப் பிராமணராகியபகவனென்பவருக்கு ஆதியென்பவள் வயிற்றிலே பிறந்து,காவிரிப்பூம்பட்டினத்திலே, பாணர்சேரியிலே வளர்ந்து தமிழ்ப்புலமையுடையராய் விளங்கிய மாதுசிரோமணியார். பகவனும் ஆதியும் தம்முட்செய்துகொண்ட சங்கேதப்படி, பிறக்கும்பிள்ளைகளையெல்லாம் அஃதது பிறக்குமிடத்திலே வைத்துவிட்டுச் செல்வாராயினர். ஔவையைப் பெற்றவுடனும்தாய்"இச்சிசுவையெவ்வாறுவிடுத்துப்போவேன்" என்றிரங்கினின்றாள். அப்பொழுது ஔவையாராகிய அச்சிசு தாய்முகத்தை நோக்கி, "எவ்வுயிருங்காப்பதற்கோ ரீசனுண்டோவில்லையோ-அவ்வுயிரில் யானுமொன்றிங்கல்லலேனோ-வவ்வி - அருகுவதுகொண்டிங் கலைவானேனன்னாய்-வருந்துவதுதானேவரும்" என்னும் பாடலை அற்புதமாகக்கூறத் தாய் அதுகேட்டு அவ்விடத்தினின்றும் நீங்கினாள். ஔவையாருக்கு அதிகமான, திருவள்ளுவர், கபிலர் என மூவர் சகோதரரும், உறுவை உப்பை, வள்ளியென மூவர் சகோதரிகளுமுளர். ஔவையார் தமிழ்ப்புலமையோடு மதிநுட்பமுமுடையவர். இல்லறவொழுக்கத்தை விரும்பாது தவத்தையே பாரமார்த்திகமாக்கொண்டொழுகினவர். சிறிதுகாலம் மதுரையிலும், சிலகாலம் சோழநாட்டிலும், சிறிதுகாலம் சேரநாட்டிலும், நெடுங்காலம்அதிகனிடத்திலும். எஞ்சியகாலம் முனிவர் வாசங்களிலும் வசித்தவர். அரசரையும் பிரபுக்களையும் பாடி அவர்கொடுக்கும்பரிசுகளைப்பெற்றுக் காலங்கழித்தவர். இவராற்பாடப்பட்டோர் அதிகன், சேரமான்வெண்கோ, தொண்டைமான், நாஞ்சில் வள்ளுவன், உக்கிரப்பெருவழுதி, இராசசூயம்வேட்ட பெருநற்கிள்ளி முதலியோர். தமது தேகமெலிவைக்கண்டிரங்கி அதிகன்கொடுத்த கருநெல்லிக்கனியைவாங்கியுண்டவர். இக் கருநெல்லிக்கனி யாவர்க்குமெளிதிற் கிடைப்பதொன்றன்று. உண்டவர்க்குத்திடகாத்திரமும் தீர்க்காயுளுந் தருமியல்பினது. அத்தகையஅற்புத நெல்லிக்கனியைத் தானுண்டுநலம்பெறாது இவர்க்குக் கொடுத்த அதிகன் வண்மையன்றோ வண்மை. "பெருமலைவிடரகத் தருமிசைக்கொண்ட- சிறியிலைநெல்லித் தீங்கனி குறியா தாதலின்னகத்தடக்கிச் சாதனீங்கவெமக்கீத்தனையே" எனப் புறநானூற்றில் வரும் ஔவையார் பாடலால் இவ்வுண்மை புலப்படும். இது ஔவையார் பாடியதென்பது, "அமிழ்துவிளை தீங்கனியௌவைக் கீந்த-வுரவுச் சினங்கனலு மொளிதிகழ் நெடுவே-லரவக்கடற்றானை யதிகன்" எனச் சிறுபாணாற்றுப்படையில் வருவதாற் பெறப்படும். அவ்வதிகன்மாட்டுத் தாங்கொண்டபேரன்பினால் அவனுடைய தூதாகத் தொண்டைமானிடஞ் சென்றவர். தொண்டைமான் தனது வலியையுணர்த்தும்பொருட்டுத் த

ன் ஆயுதசாலையைத் திறந்து காட்ட, "இவ்வாயுதங்களெல்லாம் நெய்யிட்டு மாலைசாத்திப் பூசிக்கப்படுவனவாயக் கதிர்கான்றுவிளங்குகின்றன. அதிகனுடைய ஆயுதங்களோ பகைவரைக்குத்தித் தினந்தோறும் பிடியும் நுதியுஞ்சிதைந்து கொல்லனுடையகம்மியசாலையின்கண்ணவாம்" என்னுங் கருத்துற்ற பாடலைக்கூறித் தொண்டைமானைத் தலைகுனிவித்த மதிநுட்பமுடையவர். இவர் உக்கிரப்பெருவழுதிகாலமுதல் கம்பர்காலம்வரையும் சிவித்தவரெனப்படுதலால் அவர்க்குவயசு எண்ணூற்றின் மேற்பட்ட தாதல்வேண்டும். கருநெல்லிக்கனி யுண்டு காயசித்தி செய்துகொண்டமையே இவ்வாயுள் நீட்டத்துக்கேதுவாம். திருமூலர் தினமொன்றுக்கு இயல்பாக வெழுகின்ற 21,600 சுவாசங்களையும் 730 ஆக வடக்கி மூவாயிரம்வருஷ முயிரோடிருந்தாரன்றோ. இவ்விஷயம் யோகசாஸ்திரம்வல்லார்க்கன்றி மற்றோர்க்கு எளிதிலுண்மையாகமாட்டாது. அதுவுமன்றி மாந்தர்க்கு வயது நூறல்லதில்லையென்று வரையறுக்குந் தமிழ்ப்புலவர்கள் தாமே சிறிதுங்கூசாது ஏதுவுங் கூறிச் சங்ககாலத்திருந்த ஔவையார் கம்பர்காலத்துமிருந்தாரெனக் கூறுந்துணிவொன்றே இதற்குப் போதியசான்றும். எங்ஙனங் கொள்ளினும் திருவள்ளுவர் சகோதரியாராகியஔவையார் கடைச்சங்ககாலத்தில்விளங்கினவரென்பதுகபிலபரணர்களது பாடல்களால் நன்குநிச்சயிக்கப்படும். ஆத்திசூடி, வாக்குண்டாம், நல்வழி, ஞானக்குறள், அசதிக்கோவை முதலிய திவ்வியஅறநூல்களும்இவர்செய்தனவேயாம். இவரைப்பற்றியசிறுகதைகள் அநேகமுள. ஔவையாரென்னும்பெயர்இவர்க்கு இயற்பெயரன்றிக் காரணத்தாலிடப்பட்டதன்று. பாரதம்பாடிய வில்லிபுத்தூராழ்வாரும் "ஔவைபாடலுக்கு நறுநெய்பால்" என்னுஞ்செய்யுளிலே இவருடைய வாக்குப்பலிதத்தை வியந்துபோயினர். இவருடைய வாக்குகள் சாபாநுக்கிரக முடையனவாயிருந்தமைபற்றியே இவர் தமிழ்நாடெங்கும் வியாபித்த புகழும் நன்குமதிப்புமுடையராயினர். ஆயிரத்தெண்ணூறு வருஷங் கடந்தும் இன்றும் ஔவையாரென்றால் சிறுவரும் பெருமதிப்புக்காட்டுவர். பண்டைக்காலத்துப்புலவர்களுள்ளே இவர்ஒருவர் பெயரேகல்வியறிவில்லாதசாமானியர் வாயிலுங்கேட்கப்படுவதாயிற்று.

ககமுகன்— சகஸ்திரபாதன் சகாத்தியாயன்.

ககுஸ்தன்—இக்ஷுவாகு பௌத்திரனாகியவிகுக்ஷிமகன். இவன்விஷ்ணுவினுடைய அநுமதியால் விருஷபரூபம்பெற்றுத்தேவேந்திரன் தன்மீது ஏறி யுத்தஞ்செய்து ராக்ஷசர்களைக்கொல்லும்படியாக முதுகுகொடுத்துத் தாங்கினமையால் ககுஸ்தனெனப்படுவன். (ககுஸ்தம்-முதுகு) புரஞ்சயனெனவும்படுவன். (இக்ஷுவாகு மகன் குக்ஷி. அவன்மகன் விகுக்ஷி.)

ககுத்மி—(அ) ரைவதன்மகன். இவன் தன்னுடைய மகள் ரேவதிக்கு நாயகனொருவனைத் தேடவெண்ணிப் பிரமசபைக்குத் தன்னோடவளை அழைத்துப்போய் அங்கேஒருமுகூர்த்தகாலம் ஆடல்பாடல்களிற்பிரியனாயிருந்து பின்னர்ப் பிரமாவுக்குத் தன் கருத்தைச்சொல்ல, இங்கே நீ பொழுதுபோக்கிய முகூர்த்தகாலத்திலே பூலோகத்தில் 27 சதுர்யுகம் கழிந்துவிட்டன. உனக்குப் பழக்கமானவர்க

ளை நீ காண்பதரிது. இப்போது பலராமர் பிறந்திருப்பதால் அவருக்கு உன்மகளைக்கொடுவென்றுவிடைகொடுத்தனுப்ப, அவ்வாறுசெய்தான்.

ககுபுதேவி—தர்மன்பாரி. தக்ஷன்மகள்.

ககுபை—ஒட்டிர தேசத்திலுள்ள ஒரு பர்வதம்:

ககுவன்—(ய) கம்சன்தம்பி.

ககேந்தரன்—புள்ளரசு.

கக்ஷதேசம்—இது தற்காலம் கச்சு என வழங்குவது.

கங்கணன்(ய)நிம்மரோசன்தம்பி.

கங்கன்—(1) (ய) வசுதேவன் தம்பி. (2) அஞ்ஞாதவாசத்திலே தருமர்வகித்துக்கொண்ட நாமம். (3) சம்பாதிவமிசத்துப் பக்ஷியரசன். (4) ஓர் இருஷி. இவர் பாரி பிரமலோசை. மகள் மரிஷை. (5) யமன். (6) நன்னூல்செய்வித்த சீயகங்கன்.

கங்காத்துவாரம்—அரித்துவாரம்.

கங்கை—உக்கிரசேனன்மகள். கங்கன்பாரி.

கங்கை—(1) தேவலோகத்திலிருந்து பகீரதன்தன்பிரயத்தனத்தால் இமயமலையில்வந்துற்பத்தியாகுமாறுபெற்ற மகாபுண்ணியநதி. பகீரதன்பிதிர்களாகியசகரர், கபிலர்சாபத்தாற் கதியடையாதுபாதளத்திலேசாம்பராய்க்கிடப்ப, அவர்பொருட்டாக ஆகாசகங்கையைநோக்கிப் பகீரதன் தவஞ்செய்தான். அதுகண்டிரங்கிக்கங்கை பிரசன்னமாகி எனது பிரவாகத்தைத் தாங்குவதற்கு யாவராயினுமுடன்பட்டால்வருவேனென, பகீரதன் சிவனைநோக்கி வரங்கிடப்ப, அவர் சடையிற்பரிப்பேன் கங்கை வரட்டுமென்ன, கங்கைவருதலும்சடைக்கொழுந்தில் மறைந்தது. அதுகண்ட பகீரதன் பின்னரும் சிவனைநோக்கிக்கங்கையையருள்கவென்ன, ஏழுதுளி ஜலத்தை இமயமலைச்சாரலில் விழும்படி விட்டார். அத்துளி ஏழும் ஏழுசரசாகி விந்துசரசெனப்பெயர்பெற்று விளங்கி ஜன்னுவமகாவிருஷியாகஞ்செய்தசாலையைப் பெருகியழிக்க, ஜன்னுவர் அதனைப் பானஞ்செய்தனர். அதுகண்ட பகீரதன் ஜன்னுவரை வேண்ட, ஜன்னுவர் காதுவழியேசெல்கவென்று கங்கையைவிட அது பகீரதனோடு பாதளஞ்சென்று சகரர் அஸ்தியைச் சுத்திசெய்யச் சகரர் மேற்கதிபெற்றனர். இது பகீரதனாற் கொண்டுவரப்பட்டமையின் பகீரதியென்றும், ஜன்னுவர் காதுவழி விடுத்தமையின் ஜானவியென்றும், ஆகாயத்தும், பூவுலகத்தும் பாதலத்தும் செல்லுகையின் திரிபதகையென்றும் பெயர்பெற்றது. இக் கங்கையினதுநீரிலே அற்பமேனும் அழுக்குண்டாவதில்லை. அதனால் கிருமிகளுமுற்பத்தியாவதில்லை. (2) கங்காநதிக்கு அதிதேவதையாகிய தெய்வமாது. இவள் பிரமாவினது சாபத்தால் மானுஷமாதாகவந்துபிறந்து சந்தனுவுக்குப்பாரியாகி எண்மர் புத்திரரையீன்றவள்.

கசன்—பிருகஸ்பதி மகன். இவன் தேவர்கள் பிரார்த்தனையினாற் சுக்கிரபகவானிடம் மிருதசஞ்சீவி மந்திரத்தைக்கிரகிக்குமாறுபோய்ச்சிஷனாகியிருக்கும்போது, சுக்கிரன் மகள் அவன்மீது காதலாயினாள். அதுகண்ட அசுரர்கள் பொறாராகிச் சமயம்பார்த்திருந்துகசனைக்கொன்றார்கள். தேவயானை அவனைக் காணாது கலங்கித் தந்தையை வினவ, தந்தை ஞானதிருஷ்டியால் அவனிறந்ததுணர்ந்து அவனை மந்திரத்தால்

எழுப்ப, அவன் வந்துசேர்ந்தான். பின்னர் அசுரர்கள் அதிகோபங்கொண்டு சமயம்பார்த்து மீளவுங் கொன்று அவனைச் சாம்பராக்கி அச்சாம்பரைக் கள்ளிலே கலந்து சுக்கிரனுக்குப் புது மதுவென்றுபசரித் தருத்தினார்கள். மீண்டும் தெய்வயானை அவனைக் காணாதுவருந்தித்தந்தையைவினவ, அவன் உணர்ந்து முதலிலே அம்மந்திரத்தைத் தன் வயிற்றிலிருந்தகசனுக் குபதேசித்துவிட்டு அவனைக்கூவ. அவன் சுக்கிரன் வயிற்றைப் பீறி வெளியேவந்து, அதனால் இறந்த சுக்கிரனையெழுப்பி. இனிஎனக்கு விடைதருகவென்றான். சுக்கிரன் விடைகொடுக்கக் கசன்தேவயானையிடஞ்சென்றுவிடைவேண்ட, உன்னை நான் மணம்புரியநினைந்திருக்க நீவிடைகேட்கின்றனையாவென்று தடுத்தாள். அதற்கவன் மறுக்க, நீ பெற்றமந்திரம் பலிக்காதுபோகவென்று அவள்சபிக்க, தருமவிரோதங்கூடாதென்று மறுக்க நீ சபித்தமையால் நான் பிறருக்குபதேசித்தால் பலிப்பதாக, நீ பிராமணகுலத்தில் மணம் பெறாயாகவென்று பிரதிசாபமிட்டுப் போயினான். அதுகாரணமாக அவள் யயாதியைமணந்தாள். சுக்கிரனும் அன்றுமுதலாகப் பிராமணருக்குச் சுராபானம் விலக்காகுகவென்றான்.

கசியபன்-(1) பிரசாபதிகளுளொருவன். இவன் மரீசிக்கு ஒருகலையாலுற்பத்தியானவன். தக்ஷன்புத்திரிகள் பதின்மூவரையும் வைசுவாநரன்புத்திரிகளிலே இரண்டுகன்னியரையும்விவாகஞ்செய்தான். தக்ஷன்புத்திரிகளாகிய திதியால் தைத்தியரையும், அதிதியால் ஆதித்தியரையும், தநுவால் தானவரையும், அநாயுவால் சித்தரையும், பராதையால் கந்தருவரையும், முனியால் அப்சரசுகளையும், சுரசையால் யக்ஷராக்ஷசர்களையும், இளையால் விருக்ஷாதிகளையும், குரோதவசையால் சிங்கமுதலியவற்றையும், தாமரையால் பக்ஷிகணங்கள் அசுவகணங்களையும், கபிலையால் பசுக்களையும். விநதையால் அநூரன்கருடன்முதலியவர்களையும், கத்துருவையால்நாகங்களையும், வைசுவாநரன் புத்திரிகளாகிய காலையால் காலகேயரையும், புலோமையால் பௌலோமரையும்பெற்றான். இப்புத்திரரேயன்றிப் பர்வதன், விபண்டகன் எனவும் இருவர் புத்திரருமுளர். (2) பரசுராமர்அசுவமேதத்திற் பூமிமுழுதும் வாங்கிப் பிராமணருக்குத்தானஞ்செய்தஇருஷி. (3) ஒரு புராணிகன். (4) வசுதேவன்புரோகிதன்.

கச்சி—காஞ்சீபுரம்.

கச்சிருமன்-விப்பிரசித்திபுத்திரன்

கஜகர்ணன்—ஒருயக்ஷன்.

கஜன்—ஒருதானவன். இவன் தாரகயுத்தத்தில் உருத்திரராற்கொல்லப்பட்டவன். அவனுடைய தோலைச் சிவன் போர்த்துக்கொண்டமையின் கஜசர்மதாரியென்றும், ஆனையுரிபோர்த்தோன் என்றும் கூறப்படுவர்.

கஜாசியன்—விநாயகக்கடவுள். தக்ஷயாக பங்க காலத்தில் வீரபத்திரராலேஇவர்தலைகொய்யப்பட்டபோது, தேவர்கள் சிவனைநோக்கி விநாயகக்கடவுள் சர்வகாரியங்களுக்கும் விக்கினம் வாராமற்காப்பவராதலால்அவரைஎழுப்பித்தருதல்வேண்டுமென்று பிரார்த்திக்க, அவர் உத்தரதிசையிலே தலைவைத்து யாவர் உறங்குகின்றாரோ அவர்தலையைக்கொய்துகொண்டுவந்து பொருத்த எழும்புவரென்றார். அவ்வாறேதே

டியவிடத்து யாவருமின்றி ஒரு டாணைமாத்திரம் அங்ஙனம் நித்திரைசெய்யக்கண்டு அதன்றலையைக்கொய்துகொண்டுபோய்ப் பொருத்த அன்றுமுதல்கஜாசியன் ஆயினார். இவர் வரலாறு வேறு பலவாறுமுண்டு.

கஜானனன்—யானைமுகன் என்பது பதப்பொருள். விநாயகக்கடவுள். இக் கஜானனக்கடவுளினது உற்பத்தி புராணங்களிலேபலவாறாகக் கூறப்படும். முன்னே கஜாசியனென்பதிற் கூறப்பட்டது அப் பல வரலாறுகளுளொன்று. இவர் சிவன் திருக்குமாரருளொருவர். பிரணவமே இவ்வடிவுகொண்டதென்பது எல்லாப்புராணங்களுக்கு மொத்ததுணிவு. இவர்யானைமுகமும் துதிக்கையோடு ஐந்துகைகளும் பருத்தவயிறும் குறுகிப்பணைத்த கால்களும் ஒற்றைக் கொம்புமுடையவர். வாகனம் ஆகு. ஆயுதம் பாசாங்குசதந்தங்கள். சத்திகள் சித்தியும் புத்தியும். எக் கருமாரம்பத்துக்கண்ணும் வழிபடற்குரியவர். தம்மை மெய்யன்பொடுவழிபட்டுத் தொடங்கப்படுங்கருமங்களுக்குவரத்தக்க ஊறுபாடுகளையெல்லாம் வாராமற்காத் தினிதுமுடிப்பவராதலால் விக்கினவிநாயகரெனப்படுவர்.

கஞ்ஜஜன் / **கஞ்ஜன்** } பிரமா. தாமரையிற் பிறந்தோன் என்பது பொருள்.

கஞ்சன்—கம்சன் காண்க.

கஞ்சி—காஞ்சிபுரம்.

கடகபுரி—கஜபதி ராஜாக்களுக்கு ராஜதானி.

கடந்தைநாயகி—திருத்தூங்கானைமாடத்திற் கோயில்கொண்டிருக்கும் தேவியார்பெயர்.

கடியநெடுவேட்டுவன்—பெருந்தலைச்சாத்தனாராற் பாடப்பட்ட ஒரு வேட்டுவப்பிரபு.

கடைச்சங்கம்—இதன் வரலாற்றை மேல்வருமாசிரியப்பாவானுணர்க.

"பருங்கடைச்சங்க மிருந்தோர் யாரெனிற்-சிறுமேதாவியார் சேந்தம்பூதனா-ரறிவுடையரனார் பெருங் குன்றூர்கிழார்-பாடல்சான்றவிளந்திருமாறன்-கூடலாசிரியர்நல்லந்துவனார்-பரவு தமிழ்மதுரை மருதனிளநாக-ரவிர்கலைக்காயர் நவினக்கீரர்-கீரங்கொற்றர்கிளர்தேனூர்கிழா-ரோருங்கலைமணலூராசிரியர்-நல்லூர்ப்புளியங்காய்ப்பெருஞ்சேந்தர்-செல்லூராசிரியர் முண்டம்பெருங்குமரர்-முசுறியாசிரியர் நீலகண்டனா-ரசைவிரிகுன்றத்தாசிரியரன்றி-நாத்தலங்கனிக்குஞ் சீத்தலைச்சாத்தர்-முப்பாலுணருமுப்பூரிகுடிகிழா-ருருத்திரசன்மர் மருத்துவராகிய-நாமகாற்கலைத்தாமோதரனார்-மாதவளனாரோ டோதுமிளநாகர்-கடியுங்காமப் படியங்கொற்றனா-ரருஞ்செயிலூர்வாழ் பெருஞ்சுவனாருடன்-புவிபுகழ் புலமைக்கபிலர்பரண-ரின்னுத்தடிந்தனனாகரன்றியு-மொல்காப்பெருமைத்தொல்காப்பியத்துக் - குரையிடையிட்ட விரகர்கல்லாடர்-பேர்மூலமுணரு மாமூலர்தம்மொடு விச்சைகற்றிடுநச் சென்னையார் முதற்—றேனூற்றெடுப்பச் செந்தமிழ் பகர்ந்தோர்-நானூற்றுவர்முதனாற்பத்தொன்பதின்மர்-பீடுபெறவுலகிற்பாடியசெய்யுள்-முத்தொள்ளாயிர நற்றிணைநெடுந்தொகை-யகநானூறு புறநானூறு-குறுந்தொகைசிற்றிசை பேரிசைவரியோ-டறம்புகல்பதிற்றுப்பத்தைம்பதோடிருபான்-பெறும்பரிபாடலுங் குறுங்கலினூற்றைம்-பதுமுதலாகியநவையறுங்கலைக-ளக்காலத்தவர்க் ககத்தியமதனொடு-மிக்காப்பிலக்கணம் விளங்குதொ

ல்காப்பிய-மென் ஞாற் கேள்விய
ிருந்த தாயிரத்துத்-தொள்ளாயிர
த்தைம்பது வருடமென்ப-விடர்
ப்படாதிவர்களைச் சங்கமரீஇயினு
ர்-முடத்திருமாறன் முதலாவுக்கி
ரப்-பெருவழுதியீருப் பிறங்குபா
ண்டியர்கள்-நரபதிகளாகு நாற்ப
த்தொன்பதின்ம-ரிவருட் கவியர
ங்கேறினர்மூவர்-புவியிற்சங்கம்பு
கழ் வடமதுரை-யாதிமுச்சங்கத்
தருந்தமிழ்க்கவிஞ-ரோதியசெய்
யுளுலவாப் பெரும்பொருள்-வா
ராக்கேட்குந் தோளாச்செவிக்
குங்-கேட்டுந்தெரியாவோட்டை
நெஞ்சினுக்கு - நுழையாவாதலி
னுழைபுலன்றன்னொடும் - விளம்
வார்க்குரைக்கவேண்டுவர்தெரிந
தே" (விரிவுசங்கத்திற்காண்க)

கடோற்கசன்—வீமனுக்கு இடும்
பியிடத்துப்பிறந்தபுத்திரன். பா
ரதயுத்தத்தில் ஒரக்கிரோணிசே
னையைநாசஞ்செய்து ஈற்றில் அ
ருச்சுனனைக்கொல்லவேண்டுமெ
ன்று இந்திரனிடம் பெற்றிருந்த
ஒருசக்தியைக்கொண்டு கர்ணனு
ற்கொல்லப்பட்டவன்.

ட்க நேத்திரதேவி யம்மை—
திருஆக்கூரிலேகோயில்கொண்டி
ருக்கும்தேவியார்பெயர்.

கட்டுவாங்கன்—(இ) விசுவசகன்
மகன். தீர்க்கவாகு தந்தை. இவ
ன் தேவாசுரயுத்தத்திலே தேவர்
களுக்குச் சகாயஞ்செய்தபோது
தேவர்கள்சந்துஷ்டியடைந்து உ
னக்குவேண்டியதைக் கேளென,
அவன் எனக்கு இன்னுமுள்ள வ
யது எவ்வளவினதென்ன ஒருமு
கூர்த்தமிருக்கின்றதென்றார்கள்.
அதுகேட்டு மோக்ஷசாதனஞ்செ
ய்து மோக்ஷம்புககான்.

கணதரர்—ஒருகுரு. ஆக்கியோ
னுமாம்.

கணநாதநாயனர்.—சீர்காழியிலே
பிராமணகுலத்திலே பிறந்து அ

டியார்பக்தி சிவபக்திகளிற் சிறந்
துவிளங்கிய ஒரு சிவபக்தர்.

கணபதீசுவரர்—திருச்செங்காட்
டங்குடியிலே கோயில்கொண்டி
ருக்கும்சுவாமிபெயர்.

கணம்புல்ல நாயனர்.—வடவெள்
ளாற்றுக்குத்தென கரையிலுள்ள
இருக்குவேளூரிலே இருந்து சி
வாலயத்திலே திருவிளக்கிடுதலை
யேபெருந்தொண்டாகக் கொண்
டு அதன் பொருட்டுத் தமது செ
ல்வமெல்லாமழிந்தும் அதனைவி
டாது கணம்புல்லரிந்து விற்றுப்
பொருளீட்டி அப்பணி புரிந்து வ
ருகையில் ஒருநாள் நெய் போ
தாது போகத் தமது முடியையவி
ளக்கிற் பொருத்தி எரிக்கப் புகு
ந்து சிவனருள் கொண்ட தவச்
செல்வர்.

கணுதன்.—(ரி) வைதிகசாஸ்திரங்
கள்ஆறனுள்ளே வைசேஷிகசாஸ்
திரஞ் செய்தவர் இவ்வைசேஷிக
ம் நியாயசாஸ்திரம்போலத் தரு
க்க விஷயமே கூறுவது. கணு
தருடைய பூர்வநாமம்காசியபர்.
அணுவையும பிளந்து சோதித்த
நுண்மதி யுடையவராதலினாலே
கணுதரெனப் பெயர்படைத்தார்
(கணம் அணு; அதம் அழிவு) அதி
திநாயகனுகியகாசியபனும்வேறு
இவரும்வேறு.

கணிகன்.—திருதராஷ்டிரன் மந்
திரிகளுள்ஒருவன். இவன் ஜாதி
யில்துவிஜன். அதர்மமானராச்சி
ய தந்திரோபதேசம் பண்ணுவ
திலும் அக்கிரமமான இழி தொ
ழில்களையும் புரியும்படி அரசரை
யுடன்படுத்துவதிலும் மிக்க வன்
மையுடையவன்.

இக்கணிகனுடைய துஷ்டமந்
திரோபதேசத்தைக் கேட்டபின்
னரே திருதராஷ்டிரன் தன் மை
ந்தனுடைய வேண்டுகோளுக்கெ
ல்லாமுடன்பட்டானுயினன். இ

வனே திருதராஷ்டிரனுக்கு இராச்சியசூழ்ச்சி யுபதேசித்தபொழுது, ஒருவன்றனக்கு "மைந்தனேயாயினும், சகோதரனேயாயினும், நட்பினனேயாயினும் தந்தையேயாயினும், குருவேயாயினும் அவர்களைத் தன்னுடைய அபிவிருத்திக்குச்சத்துருக்களாகக் கண்டால் அவர்களைக் கொன்றொழிக்கக்கடவன்" என்று இன்னோரன்ன துஷ்டோபதேசங்களும் நரியின் கதையும் எடுத்துரைத்தவன். அந்நரியின்கதைவருமாறு. சுயலாபமும் தாந்திரிகமுமுள்ள ஒரு நரி தனக்குத் துணைவராக ஒரு புலியையும் ஒரு எலியையும் ஒரு செந்நாயையும் ஒரு கீரியையும் சிநேகித்துக்கொண்டு ஒரு காட்டிலிருந்தது. அக் காட்டிலேஒருமான்கூட்டமுமிருந்தது. அக்கூட்டத்திற்கு ஒருகலைஅரசாகவிருந்தது. அக்கலைமானை இந்நரியும் மற்றைய துணை மிருகங்களும் எதிர்த்தற்கு இயலாதனவாய்ப் பலநாட்பலவாறு முயன்றும்சித்திபெறாது ஈற்றில் அவ்வைந்துமிருகங்களுங் கூடிச் சூழ்ச்சி செய்வனவாயின. புத்தியில்வல்லதாகிய நரி புலியைப் பார்த்து, "அக்கலைமானைக்கொல்லுதற்கு நீ பலநாள் முயன்றும் உனக்கம்முயற்சி கைகூடாமற் போயிற்றன்றோ. ஆதலால் நான் ஓர் உபாயஞ்சொல்லுகிறேன். அக்கலைமான் நித்திரை செய்யும்பொழுது நமது எலித்துணைவன் போய் அதன் காலைக்கடித்து ஊறுசெய்துவிடக்கடவது. அதனால்அக்கலைமான் வேகமாய்ப் பாய்வதற்கு வலியிழந்துவிடும். அப்பொழுது நீபோய் மிகஎளிதாகக் கொன்றுவிடலாம்" என்று கூறிற்று. இதனைக் கேட்ட புலியும் மற்றைய மிருகங்களும் தக்க வுபாயமென்றெண்ணி அவ்வாறே செய்தன. மற்றைநாளுதயத்தில் அவ்வைந்து மிருகங்களுஞ் சென்று அக்கலையிறந்து கிடக்குமிடத்தை அடைந்தன. அதனைக் கண்ட நரி, நான் ஸ்நானம்பண்ணிவிட்டுவந்துவிட்டேன் நீங்களும் போய்ஸ்நானம்பண்ணி வந்தால் எல்லோரும்விருந்தருந்தலாமென்றது. அவ்வாறே நரி அங்கிருக்க மற்றையமிருகங்களெல்லாம் ஸ்நானத்துக்குப் போயின. புலிபோய் ஸ்நானம் முடித்துக்கொண்டு முன்னர் மீண்டது. அப்பொழுது நரி மிக்க துக்கமுகத்தோடிருந்தது. அதுகண்ட புலி நரியைநோக்கி நம்முள்ளே புத்திசாலியாகிய நீ துக்கித்திருப்பது யாதுபற்றியென்று வினவியது. நரி புலியை நோக்கிப் பராக்கிரமத்திற் சிறந்த புலியே! எலி எனக்குச் சொன்ன சொற்கள் உன் காதில் வீழ்ந்தால் நீ இதனைப் புசிக்காதொழிவை யென்று யென் மனம் வருந்துகின்றது: எலி தான் சென்று மானுடைய காலை ஊறு செய்யாதிருந்தால் புலிக்கு இது போசனமாகுமா என்று கூறித்தன்பெருமையை மிகப்பாராட்டிற்று. இதுவே என்னை வருத்துகின்றதென்று கூறப், புலி நரியை நோக்கி, என் மானத்தைவிற்று இதனையுண்பதிலும் நான் பசியிருப்பது நன்றென்று கூறி உடனே அவ்விடத்தை விட்டு நீங்கியது. அதன் பின்னர் ஸ்நானம் முடித்துக்கொண்டு எலி மீண்டது. நரியதனை நோக்கி நான் சொல்வதைக் கேட்கக்கடவை. கீரி இம்மான் மாமிசத்தைப்பார்த்து இது புலியாற் கொல்லப்பட்டமையினாலே அதன் வாயிலுள்ள விஷம் இதிலே கலந்திருக்கின்றது என்றும் தானிதனை உண்பதில்லையென்றும் கூறிப்போய்விட்டது. தான் மீண்டு வரு

ம்பொழுது உன்னைத் தனக்கு இரையாக்கித் தரும்படி என்னிடத்திலனுமதி கேட்டதென்று கூறியது. அதுகேட்டஎலி சிறிதுந்தாமசிக்காது அவ்விடத்தினின்று நீங்கியது. அதன்பின்னர்ச்செந்நாய்மீண்டது. நரி அதனைநோக்கி நீ எமக்குநண்பின்மாத்திரமன்று உறவினனுமாய்இருக்கின்றாய். உன்னைக்காத்தல் எனதுகடனாகின்றது. புலி உன்னிடத்திலேதோ கோபமுடையதாகவிருக்கின்றது இதனைப்புசிக்கும்படி புலி தன் மனைவியோடு இங்கேவரும் ஆதலால் நீ இவ்விடத்திலிருப்பது நன்றன்றென்று கூறியது. அதுகேட்டுச்செந்நாயும் ஓடிப்போயிற்று. அதன்பின்னர்க் கீரி வந்தது. நரி அக்கீரியைப்பார்த்து என்னுடைய பராக்கிரமத்தினாலே புலியையும் செந்நாயையும் எலியையும்வென்றுவிட்டேன். உனக்கும் பராக்கிரமமிருக்குமாயின் என்னைவென்று இவ்விடக்கைப் புசிக்கலாமென்றுகூறியது. மகாபராக்கிரமசாலியாகிய புலியை வென்றவுன்னோடு யான்போருக்குத் துணிதலெங்ஙனமென்று கூறி அவ்விடத்தைவிட்டுக் கீரியும் ஓடியது. அதன்பின்னர் நரி அம்மாமிசத்தையெல்லாம் வயிறாரவுண்டு மகிழ்ந்திருந்தது.

இவ்வுபகதையினால் இவன் திருதராஷ்டிரனுக்குப் பலவுபாயங்களைக்கூறி அவன் பாண்டவர்கள்மீதுவைத்திருந்தஅன்பைக்கெடுத்தவன்.

கணியன்பூங்குன்றனார்-பேர்யாற்றருகேயுள்ள பூங்குன்று என்னுமூரிற்பிறந்து விளங்கிய புலவர். இவர் உக்கிரப்பெருவழுதிகாலத்துக்குமுன்னுள்ளவர். இவர் சாதியிற் கூத்தர். புறநானூற்றில் வரும் இவருடைய பாடல் இவர் ஆன்றகல்வியுஞ் சான்றவொழுக்கமுமுடையரெனக் காட்டுகின்றது. "யாதுமூரே யாவருங்கேளிர்-தீதுநன்றும் பிறர்தரவாரா-நோதலுந்தணிதலுமவற்றோரன்ன-சாதலும்புதுவதன்றேவாழ்தலினிதெனமகிழ்ந்தன்று மிலமே முனிவி-னின்னாதென்றலுமிலமே மின்னொடு-வானந் தண்டுளிதலையானாது- கல்பொருதிரங்குமல்லற்பேர்யாற்று- நீர்வழிப்படூஉம் புணைபோலாருயிர்-முறைவழிப்படூஉமென்பதுதிறவோர்-காட்சியிற்றெளிந்தனமாகலின்மாட்சியிற்-பெரியோரை வியத்தலுமிலமே-சிறியோரையிகழ்த லதனினுமிலமே"

கணேசர்—விநாயகக்கடவுள். பூர்வத்திலே தேவர்களும், இருஷிகளும் தாம் செய்யுங்கருமங்களெல்லாம் இடையூற்றான் முடியாதுபோதலைக்கண்டு சிவன்பாற் சென்று,தங் கருமங்களுக்கிடையூறு வராமற் காத்தற்பொருட்டு ஒரு புத்திரனைத் தருதல் வேண்டுமென்றிரப்ப, அவர் திருமுகத்திலே ஒரு சோதி தோன்றிற்று. அச்சோதியினின்றுமொரு புத்திரர் தோன்றினார். அவருடைய திருமேனியினின்றுகாலும்சோதிப்பிரகாசம் உமாதேவியாரது திருநேத்திரத்தைக் கூசப்பண்ணியது. அதுகண்டஉமாதேவியார், அப்புத்திரனுடைய திருமேனி காந்தியிழந்து யானைத்தலையும் தேவகரங்களும் பூதசரீரமும் பொருந்துவதாகவென்ன, அவ்வாறே கஜானனமும் லம்போதரமுதலியவுறுப்புக்களுமுடையரானார். அதன்பின்னர்ச் சிவபிரான்அவரைக் கணங்களுக்குத் தலைவராயிருந்து தம்மைவழிபட்டுத் தொடங்கப்படுங் கருமங்களையெல்லாம் இடையூறுவராமற்காத்தினிதுமு

டிக்கும் அதிகார தெய்வமாகுக வென்றாக்கினர். அவர் கணங்களுக்குத் தலைவராதலிற் கணபதி கணேசர்முதலிய நாமங்களைப்பெறுவாராயினர். விக்கினங்காப்பவரும் செய்பவருமாதலின் விக்கினேசுரரெனப்படுவர். இது வராகபுராணத்துள்ள வரலாறு.

கருமம் பலித்தலும் பலியாமையும் ஊழின்வசத்தனவும் புத்தியின்வசத்தனவுமாம். ஆகவே ஊழான்வருவதும் புத்தியான்வருவதுமென விக்கினமிருவகைப்படும். ஊழான்வருவது வந்தே தீரும். புத்தியான்வருவது முன்னரே நாடித் தெளிந்து உபாயங்களாலே விலக்கத்தக்கது. புத்தி தத்துவத்துக்கு அதிதெய்வம் கணேசர். அவர் சகல சராசரங்களினிடத்தும்விளங்குகின்ற புத்தியெல்லாவற்றுக்கும் ஆதாரஸ்தானமாக வுள்ளவர். அவரைத் தியானியாதொழியின் புத்திவிரிதலும் உபாயந்தோன்றுதலும் இல்லையாம். ஆகவே எடுத்தகருமமுங் கைகூடாது. கணேசருடைய தலையை யானைத்தலையாகப் பாவித்தது, யானை ஞாபகசக்தியாற் சிறந்ததும், கண்டது கேட்டது உற்றது யாவற்றையும் ஒருசிறிதேனும் ஒருகாலத்தும் மறவாவியல்பினையுடையதும், மிக்கவலியினையுடையதாயினும் அளப்பருஞ் சாந்தமுடையதும், இதஞ்செய்வார்க்கு வசப்பட்டுபகாரஞ்செய்வதும் பிறவுமாகிய சிறந்தகுணங்களை யுடைமைபற்றியேயாம். யானையினது தலை பிரணவவடிவாகவிருத்தலும் அதற்கோரேதுவாம். பாசம்வியாபகத்தையும், அங்குசம் அருளையும், ஐங்கரமுந் தனித்தனி யொவ்வொரு குறிப்பினையுடையனவாயினும் அளப்பிலாற்றலையும், பாதமிரண்டும் சித்தியையும் புத்தியையும், பாந்த செவிகள் சர்வஞ்ஞத்துவத்தையும், ஏகதந்தம்பரஞானத்தையும், ஒடித்ததந்தம் அபயத்தையும் லம்போதரம் பொறையுடைமையையும்உணர்த்துஞ் சிற்சொரூபங்களாம்.

கண்டகி—மகததேசத்திற் பிரவாகமாகிக் கங்கையோடுசங்கமிக்கின்ற நதி.

கண்டராதித்தர்— திருவிசைப்பாப்பாடினோரொன்பதின்மருளொருவர். இவர் உறையூரிலிருந்தரசுபுரிந்த சோழருளொருவர்.

கண்டாகர்னன்—குபேரன் கிங்கரனாகிய ஒரு பிசாசபதி. ஸ்ரீ கிருஷ்ணன் ஒருசமயத்தில் வதரிவனத்தில்யோகத்திலிருந்தபோது இக்கிங்கரன் அவரைவழிபட்டுப் பிசாசரூபம்நீங்கப்பெற்றவன்.

கண்டீரக்கோப்பெருநள்ளி—நள்ளிகாண்க.

கண்ணகனார்—கோப்பெருஞ் சோழனுக்குயிர்த்துணைவரா யிருந்து அவன் இறந்தமை யுணர்த்தப்படாது தாமேயுணர்ந்துடனுயிர்துறந்த பிசிராந்தையாரைப்பாடிய புலவர்.

கண்ணகி—(1) கோவலன்மனைவி. இவள் கற்புமுதலியவற்றை வெளிப்படுத்தற்பொருட்டே சிலப்பதிகாரம் செய்யப்பட்டது. இவளை மறக்கற்புடையாள் என்பர். திருமாபத்தினி, பத்தினிக்கடவுள், மங்கலமடந்தை, வீரபத்தினியென்பன இவளுடைய பரியாயநாமங்கள். கோவலன் தன் காமக்கிழத்தி காரணமாகத் தன்னிடத்துள்ள செல்வமெல்லாம் போக்கி இலம்பாடுடையனாகிப் பொருளீட்டக்கருதித் தன் பத்தினியோடு காவிரிப்பூம்பட்டினத்தைவிட்டு மதுரையையடைந்து அங்கே தன் பத்தினியுடைய காற்சிலம்பொன்றை விற்குமாறுமு

யன்றான். பாண்டிமாதேவியின
துகாற்சிலம்பை வாங்கிப்போய்
விற்றுச் செலவுசெய்துவிட்டு அ
தனைக் கள்வர் கவர்ந்தாரென்று
நடித்திருந்த தட்டான், இச்சிலம்
பைக்கண்டு அரசனிடஞ்சென்று
சிலம்புதிருடிபகள்வன் அகப்பட்
டானென்றுகூறி அரசனைத் தன்
பொய்மாயத்துக் குடன்படுத்திக்
கோவலனைக் கொல்லுவித்தான்.
அஃதறிந்தகண்ணகி புலம்பித் த
பித்துஅரசன்மாட்டுச்சென்று ந
ன்வரலாற்றைச்சொல்லித்தன்சி
லம்பினுள்ளேயிருக்கும் பரல் ம
ணியென்றெடுத்துக்காட்டி, அரச
ன் தான்செய்ததுகுற்றமென்றொ
ப்பும்படி செய்து, சோகாக்கினி
பொங்கத் தனது முலையிலொன்
றைத் திருகி மதுரைமாநகரின்மீ
தவீசியுயிர்விட்டாள். உடனே ம
துரைஎரிந்தழிந்தது. இவளுடை
ய கற்பைமெச்சி அரசன் அவளை
ப்பத்தினிக்கடவுளாக்கி அவளுக்
கு ஊர்கள்தோறும்கோயில்அமை
த்துப் பூசையும்விழாவுஞ்செய்வி
த்தான். அந்நாள் இவளுக்கு இல
ங்கையிற்கோயிலமைத்தவன் கய
வாகு வேந்தன். (2) புறநானூ
றென்னு நூலிலே கூறப்பட்ட வ
ள்ளலாகிய பேகன்பாரி. இவளை
ப் பிணங்கிப் பிரிந்திருந்த பேக
னோடு சந்திசெய்துவைத்தவர் க
பில பரணர் முதலிய புலவர்கள்.

கண்ணப்பமுதலியார்-இவர் திரு
வெண்ணெய்நல்லூர்ச் சடையப்
பமுதலியார்சகோதரர். இவரும்க
ம்பராற்புகழ்ந்துபாடப்பட்டவர்.

கண்ணப்பர்—உடுப்பூரிலே வேட
ர்குலத்திலே திண்ணர் என்னும்
பெயரோடு விளங்கிய இவர் கா
ட்டிலே வேட்டைமேற் சென்ற
போது காளத்திநாதர் என்னும்
சிவலிங்கத்தைக் கண்டு அவர்மே
ல் அன்புடையராகிப் பிரியமாட்
டாது இரவும்பகலு மங்கிருந்து
அதற்குபசாரம் புரிந்துவருநாளி
லொருதினஞ் சுவாமியினது கண்
ணொன்றிலிரத்தஞ் சோரக்கண்டு
அதற்குமருந்தாகத்தமது கண்ணை
யிடந்து அதன்மேலப்பியமெய்ய
ன்புகாரணமாகச் சிவபெருமான
து பேரருள்கொண்டபக்தசிரோ
மணி. இவர்காலம் கலியுகாரம்
பம்.

கண்ணாயிரநாதர்—திருக்காறாயலி
லே கோயில்கொண்டிருக்கும் சு
வாமிபெயர்.

கண்ணாயிரேசுவரர்— திருக்கண்
ணார்கோயிலி லெழுந்தருளியிருக்
கும் சுவாமிபெயர்.

கண்ணுவன்—(ரி) பூருவம்சத்து
அதிசாரன்மகன். சகுந்தலையை
வளர்த்தஇருஷி. கண்ணுவன்வமி
சத்தர் காணவியர் எனப்படுவர்.
(2) மகததேசராஜாவாகிய தேவ
பூதிமந்திரி. தேவபூதியைக்கொ
ன்று பின் ராஜாவாயினவன்.

கதன்—(ய) பலராமன்தம்பி. ரோ
கிணியிடம் வசுதேவனுக்குப் பிற
ந்தவன்.

கதிர்காமம்—ஈழநாட்டிலுள்ள ஒ
ரு சுப்பிரமணியஸ்தலம்.

கதையங்கண்ணனார்—புறநானூ
றுபாடிய புலவர்களுளொருவர்.
சேய்நாட்டுச் செல்கிணைஞனைப்
பாடியவர்.

கத்துருவை—கசியபன்பாரியருள்
ஒருத்தி. தக்ஷன் மகள். இவளா
ல் நாககுலம் உண்டாயிற்று. ஆ
திசேஷன் கார்க்கோடகன் முத
லியோர் தாய். இவளுடைய சக
ளத்தி விநதையும்தானும்பாற்க
டற்கரையிலே உச்சைச்சிரவமெ
ன்னும் குதிரையைக்கண்டு அதி
சயித்துப்பேசும்போது கத்துரு
வை விளையாட்டாக அக் குதிரை
க்குவால் கறுப்பென்றாள். மற்ற
வள் ஆதியந்தம்வெள்ளையென்றா
ள். கத்துருவை அது கரியதாக

ல் நீயெனக்கடிமையாதல்வேண்டுமென்றாள். விநதை வெண்மையானால் நீயெனக்கு அங்ஙனமென்றாள். இச்சமயத்தில் அஸ்தமயமாயது. கத்துருவை உடனே தன்மகன் ஆதிசேஷனிடம் போய்த் தனது கருத்தைச்சொல்ல, அவன் உடன்படாது மறுத்தான், அப்பால் கோடகனிடஞ்சொல்ல அவன் அவ்விரவேபோய் அக்குதிரையின்வாலை நஞ்சூட்டிக்கறுப்பாக்கி மீண்டான். விடிதலும் விநதைசென்றுபார்த்து மறுபேச்சின்றிக்கூறியபடிதாசியானாள். அதுகண்ட ஆதிசேஷன் அவளைவிட்டுநீங்க, கோடகனொழிந்த மற்றெல்லோரையும் சர்ப்பயாகத்தில் மடிந்தொழிகவென்று தாய் சபித்தாள்.

கந்தபுராணம்—தற்புருஷ கற்பத்துச்சம்பவங்களையும், அறுமுகக்கடவுளுடைய மான்மியத்தையும் விரித்துணர்த்துவது; இலக்ஷங்கிரந்தமுடையது. வடமொழியிலேசெய்தவர்வியாசர். அதிலே சங்கரசங்கிதையின் ஒரு கண்டத்தைமாத்திரமெடுத்துத் தமிழிலே மொழிபெயர்த்துப் பாடினவர் காஞ்சிபுரத்துக் குமரகோட்டத்தர்ச்சகரும் சுப்பிரமணியக்கடவுளது திருவருள்பெற்ற புலவர்சிகாமணியுமாகிய கச்சியப்பசிவாசாரியர். இது பன்னீராயிரஞ் செய்யுளுடையது. இதுபாடியகாலம் சாலிவாகனசகம் எழுநூறு. புராண வரலாற்றினோடு தத்துவோபதேசங்களையு மினிதுவிளக்குநூல்தமிழிலேபுராணங்களுளிதுவொன்றேயாம்.

கந்தமாதனம்—(1)மேருவுக்குக்கீழ்பாலிலுள்ளஒருமலை. (2)தென்னாட்டிலுள்ளஒருமலை.

கந்தமாதனன்—(1) இவன் சுக்கிரீவன்சேனையிலொருவன். குபேரன்புத்திரன். (2) (ய) அக்குரூரன் தமபிகளுளொருவன்.

கந்தரன்—சம்பாதிவமிசத்துக்கன்கன் தம்பி.

கந்தருவர்—தேவர்களுள் ஒரு பாலார். கசியபனுக்குப்பிராதையிடத்துற்பத்தியானவர்கள்.

கந்தர்ப்பன்—மன்மதன்.

கந்தவதி—(1) வாயுவுக்கு ராஜதானி. (2) வியாசர்த்தாயாகிய சத்தியவதி.

கந்தவெற்பு—தேவர்கள் குமாரக்கடவுளைப் பூசித்த மலை.

கந்தன்—(1) மன்மதன். (2) குமாரக்கடவுள்.

கந்நன்—கிருஷ்ணன்.

கபாடபுரம்—இடைச்சங்கம்இருந்தவிடம். அது பின்னர்க்காலத்திற் கடல்கொண்டழிந்தது.

கபாலமோசனம்—ஒரு புண்ணிய க்ஷேத்திரம். ராமரால் கொலையுண்ட மகோதரனது கபால என்புத்துண்டம் ஒரு இருஷிகாலிற்றைக்க அவ்வேதனையால் அவ்விருஷி சுக்கிரன் தபஞ்செய்தவிடத்துக்குப்போனார். அஃதங்கே வீழ்ந்தமையால் அவ்விடம் கபாலமோசனம் எனப்பட்டது.

கபாலீசர்—திருமயிலைப்பூம்பாவையிலே கோயில்கொண்டிருக்கும் சுவாமிபெயர்.

கபிலபுரம்—கலிங்கநாட்டிலுள்ள ஒரு நகரம்.

கபிலன்—(ரி) (1)கர்த்தமப்பிரஜாபதிக்குத் தேவஹூதியிடத்திற் பிறந்த இருஷி. இவரே சாங்கிய யோகஞ்செய்தவர். அரிவமிசத்திலே இவர் விதாதாபுத்திரரெனப்படுவர். சகரசக்கரவர்த்தி தொண்ணூற்றொன்பது அசுவமேதஞ் செய்து நூறும் அசுவமேதஞ்செய்யத்தொடங்கிக் குதிரையை அ

லங்கரித்துத் திக்குவிஜயத்துக்கு விடுத்துத் தன் புத்திரர் அறுபதினாயிரவரையும் அதற்குக் காவலாகவுடன்போக்கினான். இந்திரன் இவ்வியாகம் முற்றுப்பெற்றால் தனது பதத்துக்குக் கேடுவருமென்றெண்ணி அக் குதிரையை மாயமாகக் கவர்ந்து சென்றான். இது நிகழ்ந்தது கபிலாச்சிரமத்துக்குச் சமீபத்திலேயாதலின் சகரபுத்திரர்கள் கபிலரே யிதுசெய்தாரெனநிச்சயித்து அவரைச் சாடவெத்தனித்தார்கள். அவர் அதுகண்டு அவர்களைச் சாபத்தாற் சாம்பராக்கினார். (2) தனுபுத்திரருளொருவர். (3) திருவள்ளுவர் சகோதரருளொருவர். தம்மைப் பெற்றவுடன் தந்தைதாயரோராற்றங்கரையில் வைத்தேகத் திருவாரூரந்தணரொருவரெடுத்துவளர்க்க வளர்ந்தவர். இவர் கடைச்சங்கத்துப்புலவருளொருவராகித் தமிழாய்ந்ததோடுதாமும் பலநூல் செய்தவர். பாரியென்னும்பெருவள்ளலுடன் மிக்கநண்புபூண்டிருந்தவர். இவர் பாரியிறந்தபின்னர்அவன்புத்திரிகளைத் தமது புத்திரிகள்போலப் பாதுகாத்து அவன்சாதியார்அப்பெண்களை மணம்புரிதற்கு மறுத்தமையாற் பார்ப்பனப் பிரபுக்களுக்கு மணத்திற்கொடுத்த தருமசீலர். ஐங்குறுநூற்றிற் குறிஞ்சிப் பொருண்மேல்வரும் முன்றும் நூறுசெய்தவரும், சேரமான்செல்வக் கடுங்கோவாழியாதனைப் பதிற்றுப்பத்துள் ஏழாம்பத்தாற் பாடி மலைமீதேறிக் காணும் நாடும்பிறவும் பரிசாகப்பெற்றவரும் குறிஞ்சிப்பாட்டும் இன்னாநாற்பதும் பாடியவரும் இப்புலவர்பெருந்தகையே. "புலனழுக்கற்றவந்தணாளன்" எனவும், "பொய்யாநாவிற் கபிலன்" எனவும் புறநானூற்றிலே புகழப்படுபவரும் இவரே. திருத்தொண்டர் புராணசாரத்திலே உமாபதிசிவாசாரியராலே, "பொய்யறியாக்கபிலர்" என்றுதுதிக்கப்படுபவருமிவரே. இவர் கல்வி கேள்விகளான மாத்திரமன்று ஒழுக்கத்தாலும் தம்மின்மிக்காரின்மையினன்றே கடைச்சங்கத்திலும் அக்கிரபதம் பெற்றாராயினவர். கபிலரகவலெனப்பெயரிய அகவல்சொற்சுவை பொருட்சுவை நியாயவலிமைமுதலியவற்றாற்சிறந்தது.

கபிலாச்சிரமம்-இதுகங்காசங்கமசமுத்திரப்பிரதேசத்திலுள்ள சகரதீவிலுள்ளது. பாதலத்திலுள்ளதென்றுஞ் சொல்லப்படும்.

கபிலாசுவன்—(இ) குவலயாசுவன்மகன். துந்துமாரன்மகனுமிட் திருடாசுவன்.

கபிலை—(1) சிந்துநதியிற் கலக்கும் ஒருநதி. (2) தக்ஷன்மகள். கசியபன்பாரி. பசுக்களுக்குத்தாய். சுரபியெனவும்படுவள். (3)புண்டரீகம்என்னும் திக்கு யானையினது பெண்யானை.

கபோதலோமன்—(ய) விலோமன்மகன்மகன்.

கமலபவன்—பிரமா, (தோயஜகர்ப்பன்காண்க.)

கமலபாலிகை—இடிம்பை.

கமலாக்ஷன்-திரிபுராசுரர்காண்க.

கம்சன், கஞ்சன்—உக்கிரசேனன் மகன். மதுராபுரத்தரசன். கிருஷ்ணன் மாதுலன். இவன் பூர்வஜன்மத்தில் காலநேமியென்னும் ராக்ஷசன். அந்தவாசனையால் தேவர்களை இமிசித்துவந்தான். தனதுதங்கையானதேவகியை வசுதேவனுக்கு விவாகம்பண்ணிக் கொடுத்து இரதத்திலேற்றிக்கொண்டு வனம்பார்க்கப்போகையில் "உன் தங்கைபுத்திரனாற் கொல்

"லப்படுவாய்" என்றோரசரீரி பிறந்தது, அதுகேட்டமாத்திரத்தில் திரும்பிவந்துஇருவரையும் சிறைச்சாலையிலிட்டுப் பிள்ளைகள் பிறக்குந்தோறும் கொன்றுவந்தான். ஈற்றில் கிருஷ்ணன் பிறந்து தனதுயோகமாயையால் நந்தன் சேரிபோய்ச் சேர்ந்தான். அஃதறிந்த கம்சன் அவனைக்கொல்லப் பலஉபாயங்கள்தேடியும் பலியாது ஈற்றில் கிருஷ்ணனாற் கொல்லப்பட்டான். உக்கிரசேனன் மனைவி தோழிகளோடுகாட்டிற்சென்றபோது அங்கே தோழிகளைப் பிரிந்து வழிதடுமாறித் தனிக்க அச்சமயம் ஒரரக்கன்கண்டுமோகித்து அவளைக்கூடிப்பெற்ற புத்திரன் இக்கம்சன்.

கம்ஸாராதி—கிருஷ்ணன்.

கம்சை-உக்கிரசேனன்மூத்தமகள்

கம்பளபருகிஷன்—(ய)அந்தகன் மகன்.

கம்பன்—சோழ மண்டலத்திலே திருவழுந்தூரிலே பிறந்து சடையப்பமுதலியாராலாதரிக்கப்பட்டு விளங்கிய தமிழ்க்கவிசக்கரவர்த்தி. இவர் சடையப்பமுதலியார்வேண்டுகோளின்படி ராமாயணத்தைப் பாடிச் சோழன்சபையில் அரங்கேற்றினவர். இவருடைய கவிகள் வெண்சொல்லும் புதைபொருளும் உடையனவாய் எத்தனை வல்லாரையும் முதல் மயக்கிப் பொருள் வெளிப்பட்டவிடத்துப் பேரானந்தமுறச்செய்யுமியல்பின. இவர் காலம் இற்றைக்கு ஆயிரத்துப் பதினைந்து வருஷங்களுக்கு முன்னையது. கம்பர்காலத்தைச் சிலர் தக்கநியாயமின்றிநானூறுஐஞ்ஞூறுவருஷங்களுக்கு முன்னுள்ளதாகக்கூறுவர். ஒட்டக்கூத்தரும் புகழேந்தியும் கம்பர்காலத்தவர் என்பது தொண்டைமண்டலசதகத்தால் யாவர்க்குமுடன்பாடேயாம். புகழேந்தி வச்சிராங்கதபாண்டியனுடைய சமஸ்தானவித்தவான். உறையூரிலிருந்த குலோத்துங்கசோழனுக்குப்பெண் கொடுத்தவன் இப்பாண்டியனே. இவன் துலுக்கரால் வெல்லப்பட்ட பராக்கிரமபாண்டியனுக்கு முன்னர் அரசுபுரிந்தவன். பராக்கிரமபாண்டியன் நாற்பத்தைந்து வருஷமரசுபுரிந்தவன். துலுக்கர்வென்றது இற்றைக்கு எண்ணூற்றெழுபது வருஷங்களுக்கு முன்னரென்பதும் யாவர்க்குமுடன்பாடாம். ஆகவே எண்ணூற்றெழுபதும் நாற்பத்தைந்தும் அதற்குமுன் ஓராறுபதுமாகச் சென்ற வருஷங்களைத் தொகைசெய்யுமிடத்து "எண்ணியசகாத்தமெண்ணூற்றேழின்மேல்... ... ...கவியரங்கேற்றினனே" என அரங்கேற்றுக்காலங்கூறுஞ் செய்யுள் இழுக்காகமாட்டாது. அக்காலத்தில் அவ்வரங்கி லுடனிருந்துகேட்டவைஷ்ணவாசாரியர் ஸ்ரீமந்நாதமுனிவர். அவர்க்குப்பின் ஆசாரியபரம்பரையாகவந்தோர் இப்பொழுதிருப்பவரையுள்ளிட்டுநாற்பத்துமூவராவர். ஒருவர்க்கு இருபத்தைந்துவருஷமாக வைத்துத்தொகைசெய்யினும் ஆயிரத்தெழுபத்தைந்துவருஷங்களாகுமே. எவ்வழியானும் எல்லாமொத்தலின் கம்பர்காலம் ஆயிரம்வருஷங்களுக்குமுன்னுள்ளதேயாம்.

கம்பை—ஓர் நதி.

கயவாகு—இவன் சிலப்பதிகாரத்திற்கூறப்பட்டஇலங்கைஅரசன். இவனே முதன்முதல் கண்ணகிக்கு இலங்கையில் கோவில்கட்டுவித்து உற்சவங்கொண்டாடியவன்.

கயன்—(1) உன்முகன் புத்திரன். அங்கன்தம்பி. (2) ஒரு சக்கரவர்த்தி. அவன் பிரியவிரதன் வமிச

ர்த்து நந்தன்மகன். இவன் 500 அசுவமேதயாகஞ்செய்து இந்திரபதம்பெற்றவன். (3) அதூர்த்தரஜன் மகன். யாக்கியங்கள் பல செய்துராஜவிருஷியானவன். இவன்யக்கியங்கள் செய்தவிடமே கயையெனப்பெயர்பெற்றது.

கயிலாசநாயகிய்ம்மை— திருக்காருயலிலேகோயில்கொண்டிருக்குந் தேவியார்பெயர்.

கயை—காசிக்குச் சமீபத்திலுள்ள புண்ணியஸ்தலம். இவ்விடத்தில் அக்ஷயவடம்என்றுசொல்லப்படுமோராலவிருக்ஷமுளது

கரதோயம்— வங்க தேயத்திலுள்ள ஒருநதி. இது கவுரி விவாககாலத்திற் சிவன் கரங்களினின்று பெருகினமையாற் கரதோயமெனப்பட்டது.

கரந்தமன்—(1) யயாதி புத்திரனுகிய துர்வாசன்பௌத்திர புத்திரன். பலாசுவன் எனவும் படுவன். பல பராக்கிரமவந்தனுய் ராச்சியம்செய்தபோது பொறாமையால் ஏனையராஜாக்கள் திரண்டு இவனை வளைந்தார்கள். அதுகண்டு அஞ்சிச்சிறிதுநேரம்ஏகாந்தமாயிருந்து சிந்தித்துப் பின் வெளியேசென்று யாவரையுஞ் செயித்தவன். இவன் மகன்அவீக்ஷித்து.

கரம்பி—(1) (ய) சகுனிமகன். (2) குந்தி.

கரவீரேசுவரர்— திருக்கரவீரத்திலே கோயில்கொண்டிருக்கும் சுவாமிபெயர்.

கரன்—விச்சிரவாவுக்குச் சாகையிடத்துப் பிறந்தபுத்திருள் மூத்தவன். ஜனஸ்தானத்தில் சேனுபதியாயிருந்தபோது ராமராற் கொல்லப்பட்டவன். சகோதரர் தூஷணன் திரிசிரன்எனஇருவர்.

கரிகாற்சோழன்—(1) காவிரிப்பூம்பட்டினத்திலே, இளஞ்சேட்சென்னியன் என்னும் சோழராஜாவுக்குப் புத்திரனுக அவதரித்து,உத்தரதேசத்திலே படைகொண்டு அநேகநாடுகளைத் தனதடிப்படுத்திப் பகையரசரை யடக்கி மனுநெறிவழாமற்செங்கோல்செலுத்தியவனும்,கடியலூர் உருத்திரங்கண்ணனுரென்னும் புலவர் பட்டினப்பாலையென்னும் பிரபந்தத்திலே தன்பராக்கிரமம்,செங்கோல், கொடை முதலிய நற்குணங்களையெடுத்துப்பாடப்பெற்றவனும்,அப்புலவர்க்கு அப்பிரபந்தத்துக்காகப் பதினறிலக்ஷம் பொன் பரிசிறைத்தவனும் இப்பெருந்தகையே. இவன் சாலிவாகனசகாரம்பத்தில் விளங்கியவன். (2)சாமமாமுனிவரிட்ட சாபத்தால் உறையூர் மண்மாரியாலழிய அதில் அரசுசெய்திருந்த பராந்தகசோழனும் மனைவியும் அம்மண்மாரிக்குத் தப்பியோடிக் காவிரிநதியைக் கடந்துசெல்லும் போது பராந்தகன் குதிரையினின்றுந்தவறிக் காவிரியில் வீழ்ந்திறக்க அவன்மனைவி அக்கரைப்பட்டு ஒருவனத்தை யடைந்தாள். பராந்தகன் இறக்கும்போது கருப்பத்திலிருந்த இக் கரிகாற்சோழன் சிலநாளில்பிரமமாநந்தமுனிவராச்சிரமத்திற் பிறந்தான். இம்முனிவரால் சகல கலைகளையுமோதியுணர்ந்துவருநாளில் அரசிழந்திருந்த சோழநாட்டிற்கு அரசனை நாடுமாறு விடப்பட்ட யானையானது சென்று அச் சிறுவனைத்தூக்கவெத்தனித்தும்போதிய வலியில்லாது திகைத்துநின்றது. அப்பொழுது பிரமமாநந்த முனிவர்அப்புத்திரன்காலில் ஒரு கரிக்கட்டியால் வரைசெய்துவிட்டார். அவ்வளவில் அப்புத்திரனை யானைதூக்கிச்சென்று முடிசூடுவித்தது. இதுவே பெயர்க்

காரணம். எனவே இப்பெயருடையார் இருவர் சோழர்.

கருடபஞ்சமி—ஆவணிச் சுக்கில பக்ஷத்துப் பஞ்சமி. இது சுமங்கலிகட்குரிய விரததினங்களுள் ஒன்று.

கருடன்—கசியபப் பிரசாபதிக்கு விநதையிடத்துப் பிறந்த புத்திரன். இவன் விஷ்ணுவுக்குவாகனம்.

கருணிகாரவனம்—மேரு சமீபத்திலுள்ளவனம்.

கருணிகை—(1) ஆனகன் பாரி. (2) ஓரப்சரசு.

கருணைநாயகி — திருமாற்பேற்றிலேகோயில்கொண்டிருக்குந் தேவியார்பெயர்.

கருநாடகம்—திராவிடாந்தர தேசமத்தியத்திற்கு நேரே மேற்கின்கணுள்ளதேசம்.

கரும்படுசொன்னாயகி— திருப்புறம்பயத்திலே கோயில்கொண்டிருக்கும் தேவியார்பெயர்.

கரும்பன்—தன் தோட்டத்திலிருந்த கரும்பையெல்லாம் எவரும் நாளுது வந்து தின்னுகவென்று யாவரையுமழைத்தபோது சிலர் மறுக்க, அவர்க்குக் கூலிகொடுத்தழைத்துஅருத்தின தொண்டைநாட்டுவேளாளன். கரும்புதின்னக்கைக்கூலிஎன்றபழமொழி இவனால்வந்தது. (தொண்டைமண்டலசதகம்.)

கரும்பனூர்கிழான் - வேங்கடநாட்டில் விளங்கிய கரும்பனூரன் மகனாகிய ஒரு வேளாளப்பிரபு. இவன்புறத்திணைநன்னாகரால் பாடப்பட்டவன்.

கருவூர்—வஞ்சி. இந்நகர் சேரருக்குஉரியஇராஜதானி. சேரரைவென்று சோழருமிங்கரசியற்றினர்.

கருசன்-வைவசுவதமனுவினுடைய புத்திரருள்ஒருவன். இக்ஷுவாகு தம்பி. காருசர் இவன்வமிசத்தவர். இவன் தேசம் கருசம்.

கரையேறவிட்டநல்லூர்— இது திருப்பாதிரிப்புலியூருக்குச் சமீபத்திலே கெடிலநதிதீரத்திலேயுள்ளது. கெடிலம்பெருகி மாணிக்கவாசகரை வழிதடுக்கச் சிவன் சித்தராய்வந்து அவர்க்கு வழிவிடுத்த தலம்.

கர்க்கடேசர்— திருந்துதேவன்குடியிலே கோயில்கொண்டிருக்குஞ்சுவாமிபெயர்.

கர்க்கன்—(1) யாதவர்கள் புரோகிதன். வசுதேவன் இவனைநந்தன்மனைக்கனுப்பிப்பலராமகிருஷ்ணர்களுக்குநாமகரணாதிசமஸ்காரஞ்செய்வித்தான். (2) (பு) ஹஸ்தமன்னியன்என்னும் புமன்னியன்புத்திரன். சினி தந்தை.

கர்ணன் / கன்னன் } குந்தி கன்னிகையாயிருக்கும்போது தனக்கு ஓர் இருடி கொடுத்த குளிகையைப் பரீக்ஷார்த்தமாக உட்கொண்டு சூரியனைநினைக்கச் சூரியன் பிரசன்னமாயினான். அவனைக்கூடிப்பெற்ற புத்திரன் இவன். குந்தி தன் கற்புக்குப் பங்கம்வந்ததேயென்று நாணி உடனே அப்புத்திரனை ஒருபேழையிலிட்டு யமுனாநதியிலே விட்டுச்சென்றாள். அஃது யமுனையிலே மிதந்துபோம்போது ஒருதுறையிலே தனது மனைவியோடு நீராடிநின்ற அதிரதன்என்னும் இரதசாரதி அப்பேழையைப்பற்றித் திறக்க அதிலே புத்திரன்இருக்கக்கண்டானந்தித்தெடுத்துப்போய்வளர்த்தான். அதுகாரணம்பற்றி அதிரதபுத்திரன் எனப் பெயர்பெற்றான். அதிரதன் மனைவிபெயர் ராதையாதலால் ராதேயன் எனவும்படுவன். இவன் சகஜ கவசகுண்டலனாதலால்கர்ணனென்றும், வசுவர்மதரனாதலின் வசுசேனனென்றும் பெயர்பெற்றான். வசுவர்

கர்ண

ம்=பொற்கவசம்) அதிரதன் இவனைத் துரோணனிடங்கொண்டுபோய் வில்வித்தை கற்பித்தல் வேண்டுமென்று வேண்டத் துரோணன் பிராமணரும் க்ஷத்திரியருமல்லாதார்க்குப் பயிற்றுவதில்லையென்று மறுக்க, கர்ணன் பிராமணவடிவந்தாங்கிப் பரசுராமரிடஞ்சென்று கிரமமாகக் கற்று வல்லனாயினான். இங்கே துரோணனிடங்கற்றஅர்ச்சுனன் தனக்குச் சமானனாயினமைகண்ட கர்ணன் பொறாமைகொண்டொழுக, அஃதுணர்ந்த துரியோதனன் அவனைச் சிநேகித்து அங்கதேசாதிபதியாக்கித் தனக்குயிர்த்துணையாக்கினான். இதற்குமுன்னே பரசுராமர், தம்மைக் கர்ணன் வஞ்சித்தானென்பதுணர்ந்து, தாமுபதேசித்த மகாஸ்திரவித்தைஆபத்துக்காலத்திலுதவாதுபோகவென்று சபித்தார். கர்ணன் வில்வித்தையை அப்பியாசித்துவரும்போது, ஒருநாள் ஒருவெளியிலே நின்று மேய்ந்த பசுக்கன்றின்மேல் அவன் கைப்பாணம்பட அஃதிறந்தது. அக்கன்றுக்குரியபிராமணன்கோபித்து, சமானனோடு யுத்தஞ் செய்யும்போது ரதம்புதையப்பெற்று அவனால்மடிகவென்று அவனைச் சபித்தான். கர்ணன் எதைக்கேட்பினும் மறுது கொடுக்குந் தாதாவென்பதுணர்ந்திந்திரன் தனது மகன் அர்ச்சுனன்பொருட்டு வஞ்சத்தால் அவன் கவச குண்டலங்களைக் கவர்ந்தான். கர்ணன் பாரதயுத்தத்திலே அர்ச்சுனனாலேகொல்லப்பட்டுக் குற்றுயிராய்க்கிடக்கும்போதும் கிருஷ்ணன் ஒருவேதியனாகி அவன்பாற்சென்றுயாசிக்க, அவன் பிராமணோத்தமரே, என்னாவி நிலைகலங்கிப்பிரிகின்ற சமயத்தில் வந்தீர். நீர் கேட்பவற்றையெல்லாம் முகமலர்ந்து வாரிக் கொடுக்குந் தன்னிலையிலிருக்கும்போது வந்தீரில்லை. இச்சமயம் யானஃசெய்யத்தக்கது யாதென்று வினவ, கிருஷ்ணன், நீசெய்த புண்ணியங்களையெல்லாம் எனக்குத் தத்தஞ்செய்வாயாகவென்ன, கர்ணன் என்னிடத்துள்ளதனையே கேட்டீர் அஃது யான்செய்த தவப்பயனேயாமென்று மகிழ்ந்து தன் தேகத்திலே பாணம்பாய்ந்த கண்ணினின்று காலும் இரத்தப்புனலால் புண்ணியத்தைத் தத்தஞ்செய்தான். கிருஷ்ணன் அவனுடைய வண்மையை மெச்சி அவனுக்கு நற்கதி யருளிப் போயினர். கர்ணனுக்குந் துரியோதனனுக்கு மிடையேயிருந்த நட்பே நட்பிலக்கணமெல்லாம்பொருந்திச் சிறந்தது. ஒருநாள், கர்ணனும் துரியோதனன் மனைவியும் சதுரங்கமாடிக்கொண்டிருக்கையில், துரியோதனன்அவ்விடஞ்சென்றான். அவனைக்கண்ட மனைவி துணுக்குற்றெழுந்தோடினள். கர்ணன் காரணமுணராது ஆட்டம்முடியுமுன் எங்கெழுந்தோடுகின்றனை யென்று அவளுடைய மேகலையைப்பற்றி அவளையிழுக்க, அவள் அதனையறுத்துக்கொண்டோட மேகலைமுத்துக்களெல்லாமுதிர்ந்துசிதறின. கர்ணன் அதுகண்டு யாது செய்தேனென்று துன்புற்று அம்முத்துக்களைப் பொறுக்குவானாயினான். அதுவரையிலுங் கர்ணன் துரியோதனனைக்கண்டிலன். நடந்தனவற்றையெல்லாங் கண்டுசென்ற துரியோதனன் அவன்முன்னேசென்று தானும் அம்முத்துக்களைப் பொறுக்குவானாகி, நண்பனே, கோக்கவா பொறுக்கவா வென்றான். அப்பொழுது கர்ண

ன் தனுக்குற்றுநின்று, நின்மனை வியைப்பற்றி யிழுத்தேனென்று கோபஞ்சாதியாது, கோக்கவா பொறுக்கவாவென்று நினது க ண்ணியத்துக்கடாத இச்சிறுகுற் றேவலுச்கு மாட்பட்டனையேயெ ன்று நாத்தழுதழுத்து நின்றான். துரியோதனன் நட்புக்குச் சிறு மையும்பெருமையும் ஐயமுமுள வாமோவெனக்கூற, கர்ணன் க லக்கந்தீர்ந்து அவன் தன்மேல் வைத்த கேண்மையை வியந்து அன்றுமுதல் முன்னையிலும் மிக் க கேண்மையுடையனாயினான்.

கர்த்தமப்பிரஜாபதி-பிரமசாயை யிலுற்பத்தியானவன். பாரி தே வஹூதி. புத்திரன் கபிலன்.

கர்மம்—அகங்கார மமகாரங்கள் காரணமாகச்செய்யப்படுஞ் செ யல்கள். ஆகாமியம், பிராரத்தம், சஞ்சிதம்எனக் கர்மம் மூன்றும். இக்கர்மமே சுகதுக்கங்களுக்கும் அவைகளைஅநுபவித்தற்கருவியா கிய பிறவிகளுக்குங்காரணமாம். கர்மம் நசித்தவிடத்துப் பிறவி யும்நசித்து முத்தி கைகூடும்.

கர்மியன்—காந்தாரிபுத்திரன்.

கலககண்டகி-காலகௌசிகன்பாரி

கலகங்காத்தவரதேசுரர்- திருமா கறலிலே கோயில்கொண்டிருக்கு ஞ் சுவாமிபெயர்.

கலசபவன்—(1) அகஸ்தியன். (2) வசிட்டன். (3) துரோணன். கல சம்-கும்பம்; பவன்-பிறந்தோன்.

கலாதத்துவம்—இதுவித்தியாதத் துவத்துக்குமேலுள்ளதத்துவம். அது செம்பிற் களிம்புபோல ஆ ன்மாவை மறைத்துநிற்கும் மல விருளைச் சிறிது விலக்கி ஆவ்வா ன்மாவினது சுவரூபத்தை ஒரு வாறு புலப்படுத்துவது. எனவே ஆன்மாவினது பிரகாசமாம்.

கலி—(1) கலியுகத்துக்கு அதிதே வதை. (2) சங்ககாலத்து எழுந் தினதொருதொகைநூல்.

கலிக்கம்பநாயனார்—கடந்தைநக ரில் வைசியகுலத்தில் விளங்கிய ஒருசிவபக்தர்.

கலிங்கதேசம்—இது ஒட்டிர தே சத்துக்குத் தெற்கும் கருநாடக த்துக்கு வடக்குமுள்ளதேசம்.

கலிங்கத்துப்பரணி— சயங்கொ ண்டான்சோழனைப்பாடிய நூல். அநேக சோழருடைய சரித்திர ங்களிதிலேகூறப்பட்டுள்ளன.

கலிங்கன்—பலி மூன்றும் பத்திர ன். இவனால் கலிங்கதேசம் வி ளங்கியது.

கலித்தொகை—சங்கப்புலவரால் செய்யப்பட்ட ஒருதொகைநூல். சொன்னயம் பொருணயங்களா ல் மிகச் சிறந்தது. இதற்குநச்சி னார்க்கினியர் உரைசெய்தனர்.

கலியநாயனார்— திருவொற்றியூரி லே செக்கார்குலத்திலே அவதரி த்த இவர் சிவாலயத்துக்குத் தி ருவிளக்கிடுதலையே பெருஞ் சிவ புண்ணியமாகக்கொண்டு தம்மி டத்துள்ள செல்வமெல்லாவற் றையும் அதன்பொருட்டுச் செல விட்டு வறுமையடைந்து தமது மனைவியை விற்கப்புகுந்தும் வா ங்குவாரின்மையால் தமதூட்டி யையரிந்துகொள்ளத் துணிந்த போது சிவன்வெளிப்பட்டு அரு ள்புரியப்பெற்ற பக்தர்.

கலியுகம்—சதுர்யுகங்களு ளொன் று. 4,32,000 வருஷங்கொண்ட காலவட்டம். இது கிருஷ்ணநி ரியாணம்முதற்கொண்டு கணிக் கப்படுவது. இவ்யுகத்தில் ஜன ங்கள் தமோகுணம்மேலிடப்பெ ற்றவர்களாய், விருப்புவெறுப்பு டையர்களாய், தவங்களிலே ம னஞ்செல்லப் பெறுதவர்களாய், ரோகங்களாற் பிடிக்கப்பெற்றவ

ர்களாய், துராசாரபரர்களாய், பொய்ம்மையே மேற்கொண்டவர்களாய், அற்பாயுசுடையர்களாய், சாதியாசாரம் சமயாசாரம் தலை தடுமாறப் பெற்றவர்களாய்ப் பிறந்துழல்வார்களென்பது புராணசம்மதம். இக்கலியுகத்தி லிப்போது சென்றது ஐயாயிரம். ஐயாயிரத்தின்மேலதாகிய இவ்விகாரிவருஷத்திலே விருச்சிகராசியிலே கேதுவொழித் தொழிந்த எட்டுக்கிரகங்களுங்கூடிநின்றன. சப்தகிரககூடமென்றும் ஷட்கிரககூடமென்றும் பஞ்சக்கிரககூடமென்றும் சோதிஷர் பலமதப்பட்டனர். இக்கிரககூடத்தின் பயனாகக்கொடியபூகம்பங்களும் கோரரோகங்களும் பெரும்பஞ்சமும் யுத்தங்களும் பிறவுமாகிய பலவுற்பாதங்கணிகழ்ந்தன.

கலை—(1) கலைஞானம்; அவை அறுபத்துநான்கு. (2) சந்திரகலை, அவை பதினாறு. பிரதமைமுதற் பூரணையீறாகிய பதினைந்தையும் ஒவ்வொன்றாகப் பதினைந்து தேவருண்பர். பிரதமகலையையுண்பவர் அக்கினி. துவிதியகலையை ஆதித்தன். திருதியகலையை விச்சுவதேவர். சதுர்த்தகலையை வருணன். பஞ்சமகலையை வஷட்காரம். சஷ்டகலையை வாசவன். சப்தமகலையை முனிவர். அஷ்டமகலையை ஏகபாதசிவம். நவமகலையை மறலி. தசமகலையை வாயு. ஏகாதசகலையைப் பார்ப்பதி. துவாதசகலையைப்பிதிர்கள். திரயோதசகலையைக் குபேரன். சதுர்த்தசகலையைச் சிவன். பூரணகலையைப் பிரமதேவர். எஞ்சிய ஒருகலையே சந்திரனுக்குரியது.

கல்மாஷ்பாதன்—கன்மாடபாதன்காண்க.

கல்யாணசுந்தரர்—திருவேள்விக்குடியிற் கோயில்கொண்டிருக்குஞ்சுவாமிபெயர்.

கல்லாடனார்—"தொல்காப்பியத்திற் குறையிடையிட்ட வீரர் கல்லாடர்" என ஆன்றோராற் புகழ்ப்பட்ட புலவர் சிகாமணியாகிய இவர் கடைச்சங்கத்துப் புலவர்களுள் ஐந்தாமாசன வரிசை பெற்றவர். தலையாலங்கானத்துச்செருவென்றநெடுஞ்செழியனையும், அம்பர்கிழான் அருவந்தை முதலிய பிரபுக்களையும் பாடியவர். கல்லாடமென்னும் நூல்செய்தவரும் இவரே. திருவள்ளுவர்குறளுக்கு இவர் கொடுத்த சிறப்புக்கவியும், கல்லாடத்திலே திருவள்ளுவரைக் குறித்து இவர் கூறியதும் ஒரு கருத்துடையனவேயாம். இவர் பலவகைப்பட்ட சமயநூல்களெல்லாம் நன்காராய்ந்த பேரறிஞர் என்பது, "ஒன்றேபொருளெனின் வேறென்ப வேறெனின், அன்றென்பவாறுசமயத்தார்—நன்றென, வெப்பால வருமியைபவே வள்ளுவனார், முப்பான்மொழிந்தமொழி" என்பதனாலும், "சமயக்கணக்கர் மதிவழிகூறாது, உலகியல்கூறிப் பொருளிதுவென்ற, வள்ளுவன்றனக்கு வளர்கவிப்புலவர்முன், முதற்கவிபாடிய முக்கட்பெருமான்" என்னுங் கல்லாடத்தாலுந் துணியப்படும். இவர் சிவபக்தியிற் சிறந்தவரென்பதுகல்லாடத்திலே செய்யுள்தோறும் சிவன் அருட்டிறத்தை யெடுத்துக்கூறிப்போகும்பரிவுசான்ற பரிசேகாட்டும். இவர் மாணிக்கவாசகர் காலத்துக்குப் பின்னுள்ளவரென்பது, சிவன் வையையடைத்ததும் நரியைப்பரியாக்கியதுமாகிய திருவிளையாடல்கள் கல்லாடத்திலே கூறப்படுதலால்அநுமிக்கப்படும். இவர் ஆயிரத்தெண்ணூறுவருஷங்களுக்குமுற்பட்ட கடைச்சங்க காலத்தவர்.

கவந்தன்—(1) ஒரிராக்ஷசன். இவன் காலில்லாதவனாய் யோசனை தூரம் நீண்ட புஜங்களும் உதரத்திலே புதைந்தமுகமுமுடையனாய்த் தண்டகாரணியத்தி லிருந்தவன். ராமலக்ஷ்மணர் சீதையைத் தேடிச்சென்றகாலத்து இவன் அவர்களை உட்கொள்ள எத்தனித்தபோது அவர்களால் புஜங்கள் கொய்யப்பட்டுப் பூர்வ கந்தருவரூபம்பெற்றவன். முற் பிறவியில் இவன் தனுவென்னும் கந்தருவன். இவன் தபோபலத்தாற் சிரஞ்சீவித்துவமும், காமரூபித்துவமும்பெற்றுக்கோபசிரேஷ்டனாயொழுகும்போது, ஸ்தூலகேசனென்னும் இருஷிசாபத்தால் ராக்ஷசரூபம்பெற்றவன். பின்னர் இவன் இந்திரனோடு போர் தொடுத்தபோது இந்திரன்வச்சிராயுதத்தாற் காலும்தலையும் வயிற்றிற் புதையுமாறு தாக்கப்பெற்றுக் கவந்த வடிவங்கொண்டவன். (2) வாணாசுரன்மந்திரி. கும்பாண்டன்.

கவாக்ஷன்—சுக்கிரீவன்சேனையில் ஒரு வானரன்.

கவி—(பு)இருக்ஷயன்மகன். இவன் வமிசஸ்தர்பிராமணராயினர். (2) இக்ஷ்வாகுதம்பி. இவன் பாலியத்திலேதானே இறந்தவன். (3) சுக்கிரன்தந்தை. (4) சுக்கிரன். (5) வான்மீகி. (6) சூரியன். (7) பிரமா.

கவிசாகரப்பெருந்தேவனார்— கடைச்சங்கப்புலவர்களுள் ஒருவர்

கவுணியனார்—கடைச்சங்கப் புலவர்களுளொருவர். இவர் வள்ளுவர்க்குக்கூறிய சிறப்புக்கவியில் அவர் கூறியவெல்லாம் முந்திய நூல்களிலேகூறப்பட்டனவெனப் பாடியவர்.

கவுந்தி—இவள் கோவலனும் கண்ணகியும் மதுரைக்குச் செல்லும்பொழுது அவர்களுக்கு வழித்துணையாகச் சென்று இடையில அவர்களை அவமதித்துப்பேசிய இருவரை நரியாகும்படி சபித்து மதுரையையடைந்தபின் கண்ணகியை மாதரியிடம் அடைக்கலமாகக் கொடுத்தவள்.

கவுரியம்மை—திருக்கேதாரத்திலே கோயில்கொண்டிருக்குந்தேவியார்பெயர்.

**கழறிற்றறிவார் நாயனார்
சேரமான் பெருமாணாயனார்** } கொடுங்கோளூரிலே சேரர் குடியிலே பெருமாக்கோதையார் என்பவர் பிறந்து பாலிய தசையிலே தானே துறவுடையராகித் திருவஞ்சைக்களத்தைஅடைந்து அங்கிருந்து சிவகைங்கரியம் புரிந்துவருகையில், சேரன் மோக்ஷத்தின்மீது பேராசைகொண்டு அரசுதுறந்து தபோவனம்புக, மந்திரிமார்கள் பெருமாக்கோதையாரைவேண்ட அவர்சிவாஞ்ஞைபெற்றரசராயினர். தன்மேனியிலுவர்மண்ணூறியதனை யுத்தூளனமாக விபூதியை யுடம்பெங்குந் தரித்தான்போன் றொருவண்ணான் எதிரே வரக்கண்டு நமஸ்கரித்தவரும், சேரமான்பெருமாணாயனாரென்னும் பெயர்கொண்டவரும், சுந்தரமூர்த்திநாயனாருடன் குதிரைமேற்சென்று கைலாசத்தையடைந்தவரும், சிவபிரான் பாணபத்திரன்கையில் திருப்பாசுரமொன் றெழுதி யனுப்பப்பெற்றவரும், திருக்கைலாச ஞானவுலாப்பாடியவரும் இவரே. பிறர் கழறியவற்றை யறியுமறிவைச் சிவன்பாற்பெற்றவராதலின்கழறிற்றறிவாரெனப்பட்டார். இவருக்குமுன் அரசியற்றிய சேரன் செங்கோற்பொறையன் எனப் பெரியபுராணங்கூறும். இச்செங்கோற்பொறையன், புறநானூற்றிலே மாந்தரஞ்சேரவிரும்

ப்பொறையென்று வழங்கப்படுவன். இவன் இராசசூயம்வேட்ட பெருநற்கிள்ளியென்னுஞ் சோழனோடு போர்செய்தவன். இச்சோழன் ஔவையாற் பாடப்பட்டவன். கடைச்சங்கத்துக் கடையரசனாகிய உக்கிரப்பெருவழுதி இவனுக்குப் பெருநட்பாளன். எனவே இந்நாயனார் காலம் ஆயிரத்தெண்ணூறுவருஷங்களுக்குமுன்னுள்ளதாதல்வேண்டும் இந்நாயனார்புறநானூற்றிலேசேரமான்மாவெண்கோவென்று வழங்கப்படுவர். இவர்குதிரைவாகனப்பிரியராதலினாலே இப்பெயரால் வழங்கப்பட்டாரென்பது பெரியபுராணத்தாற் றுணியப்படும். என்னை? "வயப்பரிமுன்வைத்துச் சேரர்வீரரும் சென்றனர்" என்பது பெரியபுராணக்கூற்று.

கழற்சிங்கநாயனார்—காடவர்குலத்திலவதரித்தரசியற்றிவருங்காலத்தில் தமது மனைவியுந் தாமும் திருவாரூரிற் சுவாமிதரிசனம் பண்ணிக்கொண்டு செல்லுகையில் மனைவியார் ஒரு புஷ்பத்தையெடுத்துமோந்தகுற்றத்துக்காக அவர்கையை வாளாற் சேதித்தருள்பெற்ற பக்தர்.

கழாத்தலையார்—சேரமான்குடக்கோநெடுஞ்சேரலாதனும், சோழன்வேற்பஃறடக்கைப் பெருவிறற்கிள்ளியும்பொருது களத்தில் வீழ்ந்துகிடந்தபோது அவ்விருவர்பெருமையையும் அவர்தேவியர் துன்பத்தையும்எடுத்துப் பாடிய புலவர். இவர்பரணர்காலத்தவர்.

கழுமலம்—சீர்காழி.

கழைதின்யானையார்—வல்விலோரியைப் பாடியபுலவர். இவர் தாம் ஊர்ந்துசெல்கின்ற யானைக்குக் கரும்பேயுணவாகக் கொடுப்பவராதலின் இப்பெயர் பெற்றார்.

களத்தூர்கிழார்—இவர் கடைச்சங்கப்புலவர்களுளொருவர். இவர் வள்ளுவர்குறளுக்குக் கொடுத்த சிறப்புக்கவியிலே அக்குறள் வேதசாரமெனக்கூறினவர். திருவள்ளுவர்சமயத்தை வெளியிடும்பொருட்டு இவர் தாங்கூறியஅம்மாலைவெண்பாவில் "தருமமறைகளைந்துஞ் சமயநூலாறு நம்வள்ளுவனார், புந்திமொழிந்தபொருள்" எனக்கூறுமுகததால் வள்ளுவரைத் தம்பக்கத்து வைதிகசமயியென்பதுகாட்டினாராயினார்.

களரியாவிரை—இது தலைச்சங்ககாலத்திருந்தவொருநூல்.

களரிளமுலையீசர்—திருக்களரிலே கோயில்கொண்டிருக்குஞ்சுவாமி பெயர்.

களவழிநாற்பது—செங்கட் சோழன் சேரமான் கணைக்காலிரும்பொறையைச் சிறைவைத்துழி அவனைச் சிறைவிடுவித்தற்குச் சோழனைப் பொய்கையார் பாடியபிரபந்தம்.

களாவதி—பாரன்என்னும் இருஷிக்குப் புஞ்சிகஸ்தலையென்னும் அப்சரசிடத்துப் பிறந்த புத்திரி. இவள் அளகைக்கண்ட பார்வதி அதிசயித்து அவளுக்குப் பதுமினிவித்தையை அருளிச்செய்ய, அவள் அதுகொண்டு சுவரோசியை வசியஞ்செய்து மணம்புரிந்தாள். பதுமினிவித்தை விரும்பியதைக்கொடுக்குமொருமந்திரம்.

கலா, கலை—கர்த்தமன் மகள். மரீசிமனைவி. கசியபன் தாய்.

கள்ளில்ஆத்திரையனார்—ஆதனுங்கனைப்பாடிய புலவர். அவன்மீது இவர் பேரன்புடையரென்பது. "எனது மனத்தைத் திறந்து காணும் வன்மையுடையோருளராயின் அவர் அம்மனத்திடை உன்னையன்றி வேறுகாணார். உன்னை யான் மறக்குங்காலமுளவாயின் அக்காலம் இறண்டேயாம்,

ஒன்று என்னுயிர் பிரியுங்காலம். மற்றது என்னையான்மறக்குங்காலம்" என்னுங்கருத்தமையப் பாடிய தவர்பாடலால்விளங்கும்:- "எந்தைவாழியழுதனுங்க, வென்னெஞ்சந்திறப்போர் நிற்காண்குவரே, நின்னியான்மறப்பின் மறக்குங்காலை யென்னுயிர் யாக்கையிற்பிரியும்பொழுது மென்னியான்மறப்பின்மறக்குவென் வென்வேல்"

கழப்பன்—இவன் தொண்டைநாட்டிலே மாவையம்பதியிலே விளங்கிய மகாப்பிரபு. இவன்தந்தை பெயர் கஸ்தூரி. தமிழ் நாவலர்களுக்குப் பொன்மாரிபொழிந்து பெரும் புகழ்படைத்தவன். இவனே தொண்டைமண்டல சதகத்தைப் படிக்காசுப்புலவரால் பாடுவித்தவன்.

கற்கிஅவதாரம்— விஷ்ணுவினது தசாவதாரங்களுட் கடை அவதாரம். கலியுகாந்தத்திலே சம்பளகிராமத்திலே விஷ்ணுஅம்சமாயுள்ள ஒரு பிராமணனுக்கு விஷ்ணு புத்திரராகப் பிறந்து கற்கியென்னும் பெயருடையராய் வழுவிய தருமங்களை நிலைநிறுத்துவரென்பது புராணசம்மதம்.

கற்பகஈசுவரர்— திருக்கடிக்குளத்திலே கோயில்கொண்டிருக்குஞ் சுவாமிபெயர்.

கற்பகவல்லியம்மை— திருமயிலைப்பூம்பாவையிலேகோயில்கொண்டிருக்குந் தேவியார்பெயர்.

கற்பகத்தீசுவரர்—திருவலஞ்சுழியிலே கோயில்கொண்டிருக்குஞ் சுவாமிபெயர்.

கற்பூரபாண்டியன்-குங்குமபாண்டியனுக்குப்பின்முடிதரித்தவன்.

கனகசடம்—ஐந்தவர்பிறந்தவூர்.

கனகசபை— சிதம்பரத் துள்ள பொன்னம்பலம். இதுசிவன்திருநடனம்புரியும் பஞ்சசபைகளுள்ளே மிக்கசாந்நித்தியமுடையது. இதுபிரமன்மரடத்துத் தூலபாவனுஸ்தலம். பிண்டத்திலே சூக்குமதத்துவஸ்தலம் இருதய ஸ்தானமாகிய ஞானசபை.

கனகமாலை—சிவகன் மனைவியருளொருத்தி.

கனகவிசயர்—ஆரிய மன்னனுகிய பாலகுமாரன்புதல்வர். இவர்செங்குட்டுவனுல்வெல்லப்பட்டவர்

கனித்திரன்-பிரஜானன் புத்திரன் க்ஷுபன் தந்தை. விவிம்சன் புரடன். இவன் தம்பிகள் இவனைக்கொல்லுமாறு ஒரு யாகத்தினின்றுமொருபூதத்தையெழுப்பிவிட அஃது அவனைக்கொல்லவியலாது திரும்பி வந்து ஏவினேரையே கொன்றது. (2) விவிம்சன் புத்திரன். இவன்மகன் கரந்தமன்.

கனிவாய்மொழியம்மை— திருவெண்பாக்கத்திலேகோயில்கொண்டிருக்குந்தேவியார்பெயர்.

கன்மாடபாதன்—(இ) மித்திரசகன். இவன் வேட்டம் சென்றபோது ஒரிராக்ஷசனைக் கொன்றுசென்றான். அதற்குப் பழிவாங்குநிமித்தம் அவ்விராக்ஷசன் தம்பி பரிசாரகவேஷந்தரித்து இம்மித்திரசகனிடம்போய் அவன்மடைப்பள்ளிக்கதிபனுனன். ஒருநாள்வசிஷ்டர்இவ்வரசன்மனைக்குவிருந்தினராய்ப்போக, அப்பரிசாரகன் ஒரு நரனைக்கொன்றுஅம்மாமிசத்தைப்பாகஞ்செய்துமுனிவர்க்கிட, முனிவர் அதுகண்டு சினந்து அரசனை ராக்ஷசனுகவென்று சபித்தார். அரசன்தன்மீது குற்றமில்லாதிருக்கச் சபித்தவருக்குப் பிரதிசாபமிடத்துணிந்து கையினீரையெடுக்க மனைவிகண்டு தடுத்தாள். தடுத்தலும் அந்நீரைத் தனது பாதத்தில் விடக் கன்மாஷபாதனுயினன். அதுகண்ட வசிஷ்டர் உண்மையுணர்ந்து

சராண்டிற் சாபவிமோசனமாகவென்றநுக்கிரகித்தார்.

கன்னர்—செங்குட்டுவனுக்கு நட்பினராகிய ஆரியஅரசர். இவர் நூற்றுவர்.

கன்னன்—கர்ணன் காண்க.

கன்னியாகுப்சம்—ஒருதேசம் இது, குசநாபன்புத்திரிகள் நூற்றுவரையும் வாயுபகவான் கூப்பின்றியிருக்குமாறுசபிக்கப்பிருகரதன் அச்சாபத்தை நீக்கிமணம்புரிந்துவாழ்ந்த இடம்.

கன்னியாகுமரி—மலைநாட்டிலுள்ள குமரியம்மையென்னும் தேவிக்ஷேத்திரம். சிவசக்தியாகியஇத்தேவியை இங்கே ஸ்தாபித்துப்பூசித்தவன்பரசுராமன். இக்குமரிஸ்தலம்முன்னூழியிறுதியிலேகடல்கொள்ளப்பட்டது. இப்பொழுதுள்ளஸ்தலம் பின்னரமைக்கப்பட்டது. இதுகுமரிஎனவும்படும்.

கன்னியுமைமாது.— திருக்கச்சூராலத்திலே கோயில்கொண்டிருக்கும் தேவியார்பெயர்.

கன்னியை.—விதர்ப்பன் மனைவி. இவளைச்சியாமகன் றனக்கென்றுகொண்டுபோய்த் தன் மகன் விதர்ப்பனுக்கு மனைவியாக்கினன்.

காக்கைபாடினியார்— தொல்காப்பியருடன் கற்ற ஒரு தமிழ்ப்புலவர்.

காக்கைபாடினியார் நச்செள்ளையார்—நாடுகோட்பாடு சேரலாதனைப்பாடி ஒன்பதுகாப்பொன்னும் நூறாயிரங் காணமும் பரிசாகப்பெற்ற புலவர்.

காசன்—இவன்சுகோத்திரன்மகன்.

காசி—இந்நகர்க்கங்காதீரத்துள்ளதிவ்வியஸ்தலம். இது சப்தபுரிகளுளொன்று. சம்ஸ்கிருதசங்கமிருந்தவிடமுமிதுவே. புண்டுதொட்டுள்ளவைதிகராஜதானி இதுவே. இந்நகரத்தை யெடுத்துக் கூறாத புராணேதிகாசங்களில்லை. வாரணாசியெனவும்படும்.

காசிபன்—கசியபன் காண்க.

காசியபன்.—பாம்பு மந்திரம் வல்ல ஒரு பிராமணன். இவன் பரீக்ஷித்து மகாராஜன் விஷத்தினாலிறப்பானென்பதுணர்ந்து அவனிடஞ் சென்றபோது வழியிலே தக்ஷகன் கண்டு வேண்டிய திரவியங்களைக் கொடுத்து அவனை அங்குச் செல்லாமல் தடுத்தான்.

காசியன்.—(1) சேனசித்துமகன் (2) ஆயுபௌத்திரனாகிய சுகோத்திரன் மகன்.

காசியாரண்ணியேசுவரர் —திருஇரும்பூளையிலே கோயில்கொண்டிருக்கும் சுவாமிபெயர்-

காசிராசா—அம்பிகை அம்பாலிகை என்போர் தந்தை.

காஞ்சனமாலை—மலயத்துவசபாண்டியன்மனைவி.

காஞ்சனன் .—(1) புரூரவன் புத்திரனாகிய அமவசுவினது பௌத்திரன். (2)உதயகுமாரனை வாளாற் கொன்றவன்.

காஞ்சி / காஞ்சீபுரம் } தொண்டைமண்டலத்தின்கணுள்ள ஒரு திவ்விய ஸ்தலம். இது சோழருக்குராசதானியாகவுமிருந்தது. இங்கே கோயில்கொண்டருளியிருக்கும் சிவபெருமான் ஏகாம்ரேசுரரென்றும் அம்மையார் காமாக்ஷியென்றும் பெயர்பெறுவர். விஷ்ணு ஆலயத்தில் எழுந்தருளியிருக்கும் சுவாமிபெயர் வரதராஜர். காஞ்சீபுரம் கச்சி எனவும்படும். திருக்குறளுக்குச்சிறந்தவுரைசெய்தபரிமேலழகருக்கும்,கந்தபுராணம் தமிழிலே பாடியருளிய கச்சியப்பருக்கும் இதுவேஜன்மஸ்தானம். சங்கராசாரியர், ராமாநுஜாசாரியர்முதலியபாஷியகாரரும் வித்தியாவாதங்கள்புரிந்ததுமிவ்விடமே.

காண்டவம்.— இந்திரன்தவனம் அருச்சுனனால் தீமூட்டப்பட்டது

காண்டிக்கியன்.—நிமி வமிசோற்பவனாகிய தருமத்துவஜன். ஜனகமகாராஜன் பௌத்திரன். மிதத்துவசன் புத்திரன். இவன் தன் சிறியதந்தையாகிய கிருதத்துவசனது புத்திரனாகிய கேசித்துவசனோடு முரணிக் காடுசென்றவன்.

காண்டீபம்—அர்ச்சுனனுக்கு அக்கினிதேவன் காண்டவதகனத்துக்குப் போகும்போது கொடுத்தவில்.

காதம்பரி—காதம்பரியைக் கதாநாயகியாகவைத்துப் பாணகவி செய்தசமஸ்கிருதநாடகம்.

காதி.-குசாம்பன் மகன். விஸ்வாமித்திரன் தந்தை.

காத்தாஈசுவரர்.— திரு ஆமாத்தூரிலே கோயில்கொண்டிருக்கும் சுவாமிபெயர்.

காத்தியாயனன்.— (1) பாணினி வியாகரணத்துக்கு வார்த்திகஞ் செய்தவரருசி. (2) யாஞ்ஞவற்கியமுனிவர்.

காத்தியாயனி,—பார்வதி.

காந்தாரம்.—காந்தாரனது தேசம். இஃது ஆரியவர்த்தத்துக்கு மேற்றிசையில் சிந்து தீரத்துள்ளது.

காந்தாரன் —யயாதிமகன் துருகியனுடைய பௌத்திர பௌத்திரன். இவனே காந்தார தேசஸ்தாபகன். அந்தக்குலத்தவர்கள் குதிரையேற்றத்தில் மகாசதுரர்.

காந்தாரி.— திருதராஷ்டிரன்பாரி. காந்தாரதேசத்தரசனாகிய சபலன்மகள். மகாபதிவிரதை. நாயகன் அந்தகனாக விருந்தமையால் தானும் கண்ணைக்கட்டிக் கொண்டு சஞ்சரித்தவள். இவள் புத்திரருள் மூத்தவனாகிய துரியோதனன் யுத்தத்துக்குப்போகும்போது தனக்குச் சயமுண்டாகுமாறு வரந்தருகவென்றதாயைவேண்டஅவள் "யதோதர்மஸ்ததோஜய"என்றுசொன்னவள். தருமம் எப்படியோ அப்படியேசயம்.

காந்திமதியம்மை.— திருமுக்கீச்சரத்திலே கோயில்கொண்டிருக்கும் தேவியார்பெயர். (2) திருநெல்வேலியிலே கோயில் கொண்டிருக்கும் தேவியார்பெயர்.

காந்தினி.—அக்குரூரன் தாய். சுவபற்கன் மனைவி.

காபாலிகம்—அதிமார்க்க மூன்றனுளொன்று. மூன்றாவன. பாசுபதம், மகாவிரதம், காபாலிகம் என்பன. காபாலிகம் கபாலத்திற் பிக்ஷையேற்றுண்ணலைக் கைக்கொண்டொழுகுந்துறவினை வற்புறுத்தும். இம்மதத்திற்குக் கடவுள் காலவுருத்திரர். இம்மதம் நெடுங்காலத்திற்குமுன்னர் அருகிவிட்டது.

காபிலம்—கபில்மதம். அது கபிலரால் செய்யப்பட்ட காபிலசூத்திரத்தை ஆதாரமாகவுடையது.

காப்பியக்குடி—சோழநாட்டிலே சீகாழிக்கு வடபாலிலேயுள்ள ஒரூர். இங்கேயே தேவந்தியின் கணவனாகிய சாத்தன்வளர்ந்தது.

காமதேனு—சுரபி. அது பாற்கடலிற் பிறந்தது. இச்சித்தவெல்லாங்கொடுக்குந் தெய்வப்பசு.

காமந்தகம்—ராஜநீதியைக் குறித்துக்கூறும் ஒரு நூல்.

காமபாலன்—பலராமன்.

காமன்—மன்மதன்.

காமாக்ஷி—காஞ்சிபுரத்திலே கோயில்கொண்டிருக்கும் உமாதேவியார்.

காமாக்ஷியம்மை— திருவனேகதங்காவதத்திலே கோயில்கொண்டிருக்குந் தேவியார்பெயர்.

காமிகம்—சிவாகமமிருபத்தெட்டனுளொன்று. இதிலே சிவ தத்து

வசொரூபங்களெல்லாம் மிக விரிவாகக் கூறப்பட்டுள்ளன.

காமியகம்—இது பாண்டவர்கள் ஆரணியவாசகாலத்து வசித்த ஒரு வனம். இது குருஜாங்கலத்தைச்சார்ந்துள்ளது.

காம்பன்னதோளி— திருப்பந்தணைநல்லூரிலே கோயில்கொண்டிருக்குந் தேவியார்பெயர்.

காம்பிலியம்—பாஞ்சால தேசத்தொரு பாகம். துருபதன்தேசம்.

காம்பிலியன்-பர்மியாசுவன்மகன்

காம்போஜம்—பரத கண்டத்துக் குவாயுதிக்கிலுள்ளதேசம்.

காயாரோகணேசுவரர்— திருநாகைக்காரோணத்திலே கோயில்கொண்டிருக்குஞ் சுவாமிபெயர்.

காய்சினவழுதி—இவனே உக்கிரபாண்டியனெனப்படுபவன். தலைச்சங்கம் தாபித்துத் தமிழாராய்ந்த முதற்பாண்டியன் இவனே. இவனுக்கு இராஜதானி, தலைச்சங்கமிருந்து பின் கடல்கொண்ட தென்மதுரை. இத்தென்மதுரை குமரியாற்றினருகேயிருந்தது.

காரி—இவர் ஔவையார் காலத்திலே மலைநாட்டிலே பழையனூரிலேயிருந்த மகௌதாரியப்பிரபு. இவர் ஔவைபாடல்கொண்டு அதற்குப்பரிசாகச் சிறந்ததொரு கழைக்கோடு கொடுத்தவர். இவர் ஒரு குறுநிலமன்னர். ராஜதானி கோவலூரென்றும்பழையனூரென்றுஞ்சொல்லப்படும். இவர் கடைச்சங்கப் புலவருளொருவராகிய கபிலராலே புகழ்ந்துபாடப்பட்டவர். தம்மோடொத்த கொடைவள்ளலாகிய ஓரியைப்போரில்வென்று அவன்நாட்டைச் சோழனுக்குக் கட்டிக்கொடுத்தவர். தாமும் முடிமன்னராதல்வேண்டுமெனச் செருக்குற்று முடிதரித்துத் திருமுடிக்காரியென்னும் பட்டங்கொண்டவர். அதுகண்டு சோழன் இவரைப்போரில்வென்றுவிண்புகுவித்தான். இவர்மலையமானென்னும்பெயரும்பெறுவர்.

காரிகிழார்—பல்யாகசாலை முதுகுடுமிப்பெருவழுதியைப் பாடியபுலவர். இவர் புறநானூறு பாடிய புலவருள்ளுமொருவர்.

காரியாறு— நெடுங்கிள்ளியென்னுஞ்சோழன்போரில்மடிந்தஇடம்.

காரிநாயனர்—திருக்கடவூரிலே தமிழ்மொழியிலே மிக வல்லவராய் விளங்கித் தம்பெயரினலே தமிழ்க்கோவையொன்று,சொல்விளங்கிப் பொருள்மறைந்துகிடக்கும்படி பாடித் தமிழ்நாட்டு மூவேந்தரிடத்துஞ்சென்று, பொருளெடுத்துப் பிரசங்கித்து அவர்கள்கொடுத்த பெருந் திரவியங்களைக்கொண்டு திருப்பணிகள் பல செய்து உடம்போடு கைலாசஞ் சென்ற பக்தர்.

காருடம்—கருடோற்பவம் முதலிய விஷயங்களைக் கூறும் புராணம். 19000 கிரந்தமுடையது,

காருண்ணியபாண்டியன்— கற்பூரபாண்டியனுக்குப்பின் முடிதரித்தவன். இவனுக்கும் கூன்பாண்டியனுக்குமிடையில் இருவர் அரசுபுரிந்தனர்.

காரைக்காலம்மையார் } காரைக்காலி
புனிதவதியார் }

லே தனதத்தனென்னும் வைசியனுக்குப் புனிதவதியாரென்னும் பெயருடைய புத்திரியாராகப் பிறந்து இல்லறம்புகுந்தபோது, ஒருவன் அவர் நாயகனிடங் கொடுக்கவென்று கொடுத்த மாங்கனிகளிரண்டில் ஒன்றை ஒரு சிவனடியார்க்குக்கொடுத்துவிட்டு, ஒன்றைத் தமது நாயகனுக்குக்கொடுக்க,அவன் அதை வாங்கி யுண்டு மற்றதையுந் தருகவென்ன, உள்

ளேசென்று சிவனைநினைந்து வேண்டியொரு மாங்கனியைப்பெற்றுப்போய்க் கொடுத்து நடந்ததையுஞ்சொல்ல, அஃது அன்மையாயின் இன்னுமொன்று பெற்றுத் தருவாயென்னப் பெற்றுக் கொடுத்த பெரும்பக்தியுடையவர். நாயகன் பரமதத்தன். இவன் இரண்டாம் மனைவி வயிற்றிற் பிறந்த புத்திரியும் புனிதவதியெனப்படுவள். இக்காரைக்காலம்மையாரே அற்புதத்திருவந்தாதியும் திருவிரட்டைமணிமாலையும் பாடித் தலையால்நடந்து கைலாசஞ் சென்று அங்கே சிவபிரானால் அம்மையேயென்று அழைக்கப்பெற்றவர்.

காரைத்திருநாதர்—திருநெறிக் காரைக்காட்டிலே கோயில்கொண்டிருக்குஞ் சுவாமிபெயர்.

கார்க்கியன்—சினிமகன். பாஞ்சாலன் சிஷ்யன். இருக்குவேதத்தில்வல்லவன். இவன்வமிசத்தார் பிராமணர்.

கார்க்கோடகன்—கத்திருவைபுத்திரருளொருவன். வாசுகி தம்பி.

கார்த்தவீரியார்ச்சுனன்-(ய) ஹைஹையவமிசத்தரசனாகிய கிருதவீரியன் புத்திரனாதலின்கார்த்தவீரியார்ச்சுனனெனப்பட்டான். இவன்பெயர் அர்ச்சுனன். பாண்டவஅர்ச்சுனனோடு மயங்காதுணருமாறு தந்தைபெயர்கூட்டிக் கார்த்தவீரியார்ச்சுனன் எனப்பட்டான். இவன் பதினாயிரம்யாகங்கள்செய்து இமயமலைநாட்டைச் செவ்வே ஆண்டவன்.

கார்த்திகேயன்— குமாரசுவாமி. கிருத்திகை காண்க.

கார்த்திகை—(1) வார்த்திகனென்னும் அந்தணன் மனைவி. தக்ஷிணாமூர்த்தியென்பவனது தாய். (2) ஒரு நக்ஷத்திரம்.

காலகண்டன்—சிவன்.

காலசவி—(தி) விரோசனன்மகன். பலிக்குச் சகோதரன். இவன்துவாபராந்தத்தில் தானவர்கள் சகாயார்த்தம் விஷ கபித்தரூபமாக ரேபல்லையில்உற்பத்தியாய் அந்தக்கிராமத்திற் கோபாலர்களுக்குக் குரோதத்தை யுண்டாக்குகிறபோது அச்செய்தியைச் சங்கர்ணனென்கிற பூதம் ஒரு பிராமணனிடத்திலே ஆவேசித்து ஸ்ரீ கிருஷ்ண பலராமர்களுக்குஅறிவித்தது. அப்பொழுது அவர்கள் அந்தக் கபித்தவிருக்ஷத்தை நிர்மூலஞ்செய்து கோபாலர்களுக்கும் பசுக்களுக்கும் சுகத்தையுண்டாக்கினார்கள். கபித்தம்-விளாமரம்.

காலகௌசிகன்— காசியிலிருந்த ஒரு பிராமணன். அரிச்சந்திரனுடையமனைவியை விலைக்குக்கொள்ளும்பொருட்டுக் கலிபகவான் விசுவாமித்திரருடைய ஏவலால் இப்பிராமணனாகக்காசியிலேபிறந்திருந்தாரென்பதுபுராணசம்மதம்.

காலகவுட்சேயன்— க்ஷேமதரிசியென்னும் கோசலதேச ராஜாவுடையமந்திரி. இவன் ராஜதருமத்தை நன்குணர்ந்தவனென்பதுபிரசித்தி.

காலகார்முகன்-(ரா)சுமாலிமகன்.

காலகூடம்-பாரதயுத்தத்தில் சேனைகள்தங்கியவிடம். (2) விஷம்.

காலகேயர்கள்(ரா)கசியபப்பிரஜாபதிக்குக் காலையிடத்திலுற்பத்தியானவர்கள். இவர்கள்மிகக்கொடிய பாதகர்கள். இவர்களால்மிகவருந்திய தேவர்கள் அகஸ்தியர்க்குத் தங்குறையைக்கூற, அவர், இவர்களுக்குறைவிடமாயிருந்த சமுத்திரநீரையெல்லாம் ஆசமனஞ்செய்து வற்றுவித்தனர்.

அதுகாரணமாக நிலைதளர்ந்து வலிமிழந்தார்கள். இவர்களுடைய சந்ததி அர்ச்சுனனால் நிர்மூலமாக்கப்பட்டது.

காலநாபன்—(தி) இரணியாக்ஷன் மகனாகிய தாரகன்.

காலநேமி—(1) தாரக யுத்தத்தில் விஷ்ணுவினால் கொல்லப்பட்டஒரு தானவன். (2)(ரா) ராவணன் மாதுலன்.

காலவைரவன், காலபைரவன் } காசியிலுள்ள பைரவமூர்த்தி. யமன்இவ்வைரவருக்கஞ்சிக் காசியிலுள்ளாரை வருத்தாதுகொண்டேகுவனென்பது ஐதிகம்.

காலயவன்—(த) இவன்நாரதனுபதேசத்தால் மதுராபுரியைப் படைகொண்டுவளைந்தபோது, அதனை முன்னரே உணர்ந்த கிருஷ்ணன் சமுத்திரமத்தியிலே ஒருபட்டணத்தைவிசுவகர்மாவினாலேயுண்டாக்கி, அங்கேதமது ஜனங்களையெல்லாம் போக்கி விட்டுத் தாம்மாத்திரம் நிராயுதராக இவன்முன்னே வெளிப்பட்டுநடந்தார். அதுகண்ட காலயவன் அவரைத்தொடர, அவர் முசுகுந்தன் நித்திரைசெய்த மலைக்குகையினுள்ளே சென்றார். அவனும் அங்கே நுழைந்து கிருஷ்ணனென்றுநினைத்து முசுகுந்தனையுதைத்தான். முசுகுந்தன் பெற்றிருந்த வரப்பிரசாத மகத்துவத்தால் விழித்துப்பார்க்கக் காலயவன் பஸ்மமானான். சாளுவன் கார்க்கியனைப் பார்த்து நபுஞ்சகாவென்று விளித்தபோது யாதவர்கள் சிரித்தார்கள். அது காரணமாகக் கார்க்கியன் லோகபஸ்மம் புசித்துப் பன்னிராண்டு கொடுந்தவமிருந்து காலயவனைப் பெற்றான். காலயவன் காலயவனனெனவும்படுவன்.

காலா, காலை } வைசுவாநரனென்கிற தானவனுடைய மகள். கசியபனுடைய பாரி. இவளுடைய மக்கள்காலகேயர்கள்.

காலாநலன்—அநு பௌத்திரன். சபாநலன் புத்திரன்.

காலேசுவரர்— திருவனேகதங்காவதத்திலே கோயில்கொண்டிருக்குஞ் சுவாமிபெயர்.

காவியன்—கவிபுத்திரனாகிய சுக்கிரன்.

காவிரி—இஃது அகஸ்தியரால்சையகிரியினின்று முற்பத்திபண்ணப்பட்ட புண்ணியநதி. தக்ஷிணத்திலுள்ளது. இந்நதிநீர் மிக்க சுவையுடையது. இதுபோலப் பயன்படுநதி உலகத்திலே மற்றில்லையெனினும் இழுக்காகாது. இந்நதியே சோழநாட்டைப் புனலுடாக்கியது. இந்நதியினிருகரையிலும் சமீபத்திலும் சற்றே தூரத்திலுமாக அநேக சிவாலயங்களும் விஷ்ணுவாலயங்களுமுள.

காவிரிப்பூம்பட்டினத்துக் காரிக்கண்ணனார்—இவர் கடைச்சங்கப் புலவர்களுளொருவர். பெருந்திருமாவளவன், வெள்ளியம்பலத்துத்துஞ்சிய பெருவழுதி, பிட்டங்கொற்றன்முதலியோர்இவராற் பாடப்பட்டோர். இவர் சாதியில் வணிகர். முதற்கூறிய இருவர் பாண்டியரையும் ஒருங்கேகண்டபொழுது, இவர்,

"இன்னுங்கேண்மினும்மிசை வாழியவே-யொருவீரொருவீர்க் காற்றுதிரிருவீரு-முடனிலை திரியீராயினிமிழ்திரைப்-பௌவ முடுத்த விப்பயங்கெழுமாநிலங்- கையகப்படுவதுபொய்யாகாதே-அதனால், நல்லபோலவு நயவபோலவுந்-தொல்லோர்சென்ற நெறியபோலவும் -காதனெஞ்சினும் மிடைபுகற்கலமரு - மேதின்மாக்க

ள்பொருமொழிகொள்ளா -தின்றேபோல்கறம்புணர்ச்சி" என இருவரையுமொற்றுமை யுடையராக வொழுகும்படி அவர்க்கு ஒற்றுமைப்பயனெடுத்துக் கூறி வாழ்த்தினவர்.

காவிரிப்பூம்பட்டினம்— சோழமண்டலத்திலே கீழ்கடற்கரையிலே காவிரிநதிசங்கமிக்குந்துறையருகிலேயிருந்த சோழ ராஜதானி. இந்நகரம புகாரெனவும்படும். தமிழ்நூல்களிலே பெரிதும் பாராட்டப்படும் பழைமையுடையநகரங்களுள்இதுவுமொன்று. இதன்றுறை பொன்னித்துறையெனப்படும். இத்துறையிலே சீனமுதலிய அந்நிய தேசங்களிலிருந்தும்,வங்கம் குடகம் கொல்லம் தென்மதுரை ஈழம் முதலிய அயல்நாடுகளிலிருந்தும்வந்துகொள்ளலும் விற்றலும்செய்கிற மரக்கலங்கள் மலிந்து பொலிந்து விளங்கும். தென்னாட்டிலே இதுபோல வளஞ்சிறந்ததும், சித்திராலங்காரம்பொருந்திய மாடகூட கோபுரங்களையுடையதும், நாகரிகம்வாய்ந்த நன்மக்களைத் தன்னகத்தேயுடையதும்,சித்திரப்பொறிகளையுடைய மதில்சூழ்ந்ததும், பல்வகை நீர்ப்பூக்களும் நீர்ப் பக்ஷிகணங்களும் நிறைந்து விளங்கும் அகழியினையுடையதுமாகிய நகர் பிறிதில்லை. அழகிய சோலைகளும், கண்ணையும் மூக்கையும் ஒருங்கே கவரு மியல்பினவாகிய நந்தனவனங்களும் இந்நகருக்கு அணிசெய்வன. இந்நகரின்கண்ணே ஐந்துமன்றங்களுள. அவைமற்றெங்குமில்லாதன; இந்நகருக்கேயுரிய விசேடமாகவுள்ளன, அவை, வெள்ளிடை மன்றம், இலஞ்சிமன்றம், நெடுங்கன்மன்றம், பூதசதுக்கம், பாவை மன்றம்என்பன. இந்நகரத்திலே கள்வர்புகுந்து பொருள்கவர்வாராயின் அவரை மயக்கிக் கால்கடுக்க இடையறாமல் ஊரை வலம்வரச்செய்யும் இயல்பினதுவெள்ளிடைமன்றம். எனவே இம்மன்றம் கள்வரை நெஞ்சங்கலங்கி நடுங்கச்செய்வதொன்றாதலால் இந்நகரிலே களவென்பது கனவினுமில்லதோர்செயலாம். இலஞ்சி மன்றம், தன்னிடத்தேயுள்ள பொய்கையிலே நீராடி யெழும் கூனர், முடவர், ஊமர், செவிடர், தொழுநோயாளர் முதலியோரை அக்குற்றங்களைந்து நல்லுடம்புபெறுவிக்குமியல்பினது. நெடுங்கல்மன்றம், மருந்தூட்டினூற்பித்தரானோரும், நஞ்சுண்டோரும், நாகத்தாற் கடியுண்டோரும், பேய்கோட்பட்டோரும் என்றிவர்கள் அந் நெடுங்கல்லை வலஞ்செய்ய அவர்க்கு அத்துன்பங்களையெல்லாம் போக்கியருளுமியல்பினது. இராசத்துரோகியையும் கற்பு நிறை தவறிய மனைவியரையும், போலித் துறவிகளையும், பிறன் மனைவியைப் புணரும் துச்சாரியையும் சத்தியஞ்செய்யத்தன்முன்னே கொண்டுவருமிடத்து அவரையறைந்து கொல்லும் பூதமொன்று வசிக்கும் ஸ்தலமே பூதசதுக்கம். தருமாசனத்தாரும் அரசனும் தமது நீதி தவறுங்கால் அதுகுறித்துக் கண்ணீர்சொரிந்து வாய் பேசாதழும்பாவையொன்றுடையது பாவைமன்றம். இங்ஙனம் அற்புதகரமான ஐந்துமன்றங்களையுந் தன்னகத்தேயுடையதாய் விளங்கிய காவிரிப்பூம்பட்டினத்துச் சிறப்பை முற்றுமிங்கெடுத்துக்கூறலமையாதாயினும் இற்றைக்கு ஆயிரத்தெழுநூறுவருஷங்களுக்கு முன்னதாகிய அக்காலத்தி லிந்நகரடைந்திருந்த பெருக்கத்தையொருவாறு புலப்படுத்துவாம். வானளாவிய கோபுரங்களும் நி

லாமுற்றங்களும், அணிகலமாடங்களும், ஆவணச் சாளரங்களையுடைய மாளிகைகளும், காண்போர்கண்ணைப் புறஞ்செல்லவிடாத மிலேச்சர்வாசங்களும், மரக்கலவணிகராகிய பரதேசிகளுறைகின்ற அலைவாய்க்கரையிருப்பும், தொய்யிற்குழம்பு, வாசச்சுண்ணம், சந்தனக்கூட்டு, பூவகைப்பூ, புகைத்திரவியம், கோட்டமுதலியவிரை என இவைகளை விற்போர் திரியும் நகர வீதியும், பட்டினாலும் எலிமயிரினாலும் பருத்தியாலும் சித்திர வஸ்திரங்களை நெய்கின்ற சாலியர்வீதியும், சந்தனம், அகில், பட்டு, பவளம், முத்து, இரத்தினம், பொன், ஆபரணமென இவற்றை அளவின்றி மலைக்குக் குவித்திருக்கும் வணிகவீதியும், பலசரக்குக் குவிந்துகிடக்கும்வீதியும், உப்புவிற்போர், இலைவணிகர், தக்கோல முதலிய வெற்றிலைவாசம்விற்போர், எண்ணெய்வாணிகர், வெண்கலக்கன்னார், செம்புசெய்வார், மரவினைத்தச்சர், இருப்புக்கொல்லர், சித்திரகாரர், சிற்பாசாரியர், பொற்பணித்தட்டார், இரத்தினப்பணித்தட்டார், கஞ்சுகிசெய்யுஞ் சிப்பியர், தோற்றுன்னர், வஸ்திரத்தினாலும், கிடேச்சையாலும் வாடாமாலைகளும், புஷ்பங்களும், பொய்க்கொண்டைகளும், பலவகைப் பிரதிமைகளும் செய்தலால் தம் கைத்தொழிற்றிறமை காட்டும்வல்லோர், துளைக்கருவியாளர், யாழினாலும், ஏழிசையுமெழுமுர்ச்சையும, மூவகை வங்கிய [illegible]ருவம் நால்வகை யாழினும் பி[illegible]ம்பண்களுக்கின்றியமையா [illegible] பூவேழுதிறத்தையும் குற்றமற இசைத்துக்காட்டவல்லபாணர்கள் என இம்மாக்களிருக்கின்ற வீதிகளும், குற்றேவல்செய்கின்ற சிறுதொழிலாளர் வசிக்கும் பாக்கமும், இராசவீதியும், கடைவீதியும், பெருங்குடிவணிகர்வசிக்கின்றமாடமாளிகைவீதியும், வேளாளர்வீதியும், ஆயுள்வேதியர்வீதியும், சோதிடர்வீதியும், முத்துக்கோப்பாரும், சங்கறுத்துவளையல்செய்வாரும் வாழ்கின்றவீதியும், சூதர், மாகதர், நாழிகைக்கணக்கர், விகடக்கூத்தர், காவற்கணிகையர், ஆடற்கூத்தியர், பூவிலைமடந்தையர், ஏவற்பெண்கள், பேரிகைமுதலிய தோற்கருவியாளர், கழைக்கூத்தர் என இவர்களிருக்கின்ற வேறுவேறு வீதிகளும், குதிரைப்பாகர், யானைப்பாகர், தேர்ப்பாகர், போர்வீரர் என்றிவர்களிருக்கின்ற வீதிகளும், வேதியர் வசிக்கின்ற அக்கிரகாரங்களும் என எண்ணில்லாத வீதிகளையும், எண்ணில்லாததொழிலாளரையும் எண்ணில்லாததொழிற்சாலைகளையும் உடையதாய், இந்நகர் விளங்கியதென்பது சிலப்பதிகாரத்தாற் பெறப்படும். கல்வி யாராய்ச்சியிற் பொழுதுபோக்குவார்க்குப் பட்டிமண்டபமெனப்படும் வித்தியா மண்டபங்களும், நோயாளருக்கு மருத்துவசாலைகளும், இளங்காளையர்க்கு விளையாட்டிடங்களும், அகதிகளுக்கு அன்னசாலைகளும், தவஞ்செய்வார்க்குத் தவச்சாலைகளும் என்றின்னோரன்ன அநேக பொதுக்களங்களுமிங்குளவாயிருந்தன. ஆதலால் இந்நகரம் பலவகைப்போகங்களுக்கும் இடமாயிருந்ததென நிச்சயிக்கப்படும். இந்நகரம் மருவூர்ப்பாக்கமும், பட்டினப்பாக்கமுமென இருபகுதியையுடையது. மருவூர்ப்பாக்கத்திலே பெரும்பாலுந்தொழிலாளரும், பட்டினப்பாக்கத்திலே பெரும்பாலும் மேன்மக்களும் பிரபுக்களுமே குடிகொண்டிருந்தார்கள். இருபாக்கத்தினுமாகவி

ங்கேயிருந்து வாழ்ந்தகுடித்தொகை அறுபதினாயிரம் என்பது. "பாலைபாடிய பரிசிலன்றெடுத்த, மாலைத்தாங்கியவளங்கெழுசெல்வத், தாறைந்திரட்டி யாயிரங்குடிகளும், வீறுசான்றாலத்து வியலணியாகி, யுயர்ந்தோருலகிற் பயந்தருதான, மில்லதமிரப்புகல்லோர்குழுவுந், தெய்வத்தானமுந் திருந்தியபூமியு, மையருறையுளுமறவோர்பள்ளியும்" என்னுஞ் செய்யுட்கூற்றாற்பெறப்படும். அநேக புலவரையும் கரிகாற்சோழன்போலும் பராக்கிரமத்தாலும் கொடையாலும் ஒரு சிறிதும் திறம்பாத செவ்விய நெறி முறையாலும் சிறந்தோங்கிய அநேக ராஜாக்களையும் பட்டினத்தடிகளையொத்த அநேகமெய்த்துறவிகளையும் தந்தருளிப் புகழ் படைத்ததும் இந்நகரமேயாம். இங்ஙனம் சிறந்துவிளங்கிய இந்நகரம் பின்னர்காளிலே அழிந்தொழிந்து போக இப்போது அவ்விடத்திலேயுள்ளது அப்பெயரையுடையவொருகுக்கிராமமே.

காவேரி—காவிரிகாண்க. இந்நதி கவேரனாலே திருத்தப்பட்டமையின் காவேரியெனப்படுவதாயிற்று. கவேரன் புத்திரியென்பது பசாரம்.

காளத்தி
காளஹஸ்தி } திருக்காளத்தி.

காளத்தியப்பன்—தொண்டைநாட்டிலே வல்லமென்னுமூரிலே விளங்கியவனாகிய இப்பிரபு தன்மீது ஒரு பிரபந்தம் பாடிப் பாரப்சு கேட்ட ஒரு புலவனுக்கு ஒவ்வொருகவிக்கு மொவ்வொருபசுவும் அவ்வப்பசுவுக்கு மேய்ப்பவனும் கறவையாளும் பால்காய்ச்சுபவனுமாக மும்மூன்றாளும் உடன்கொடுத்துப் பொன்மாரியும் வழங்கியவன்.

காளத்தீசுவரர்— திருக்காளத்தியிலே கோயில்கொண்டிருக்குஞ் சுவாமிபெயர்.

காளமேககவி— ஸ்ரீரங்கத்திலே வைஷ்ணவப்பிராமணராக அவதரித்தஇவர், சம்புகேசுரத்திலே ஒருதாசிவலையிலகப்பட்டு,அவள் பொருட்டாக அங்குச் சென்று கோயிலினுட்பிராகாரத்திலே அவள்வரவை எதிர்நோக்கி இருக்கையில் நித்திரைவர அங்கேபடுத்து நித்திரைபோயினார். தாசிஇவரைத் தேடிப்பார்த்துக் காணாமையால் தன் வீடு போய்ச்சேர்ந்தாள். அதன்பின்னர்க் கோயிலும் திருக்காப்பிடப்பட்டது. அப்பொழுது அந்தப் பிராகாரத்திலொருபக்கத்தில் சரஸ்வதியை நோக்கி ஓரந்தணன் தவங்கிடந்தான். சரஸ்வதி அதற்கிரங்கிப் பிரசன்னராகித் தமது தம்பலத்தைஅந்தணன்வாயி லுமிழப்போக அவன் அதை அறுசிதமென்று வாங்காது மறுத்தான். அதுகண்ட சரஸ்வதி அத்தம்பலத்தோடு வைஷ்ணவர் கிடந்தவிடத்தையடைந்து அவரை யெழுப்பித் தம்பலத்தை நாவினாற் கொடுக்க வைஷ்ணவர் தம் தாசியே தம்பலங்கொணர்ந்தாளென் றெண்ணி அதனை நாவினாலேற்றார். அவ்வளவில் சரஸ்வதி மறைந்து போக, வைஷ்ணவர் அதனையேற்றமாத்திரத்தில் சகல கலைகளும்வல்ல பண்டிதராகிச் சூற்கொண்டகாளமேகம்போலத் தமிழ்க்கவிமாரி பொழியத்தொடங்கினார். அன்றுமுதல் அவருக்குக்காளமேகமென்னும் பெயருண்டாவதாயிற்று. இவர் திருமலைராயனென்னும் அரசன் சமஸ்தானவித்துவானாகிய அதிமதுரகவிராயனுக்குமாறாகி அவ்வரசன்சபையிலே இருந்தபுலவர்களெல்லோரும்பிரமிக்கும்படியாக யமகண்

டவிதானப்படி ஆசுகவிகள் பொழிந்தவர். இவர் காலம்சாலிவாகனவருஷம் ஆயிரத்திருநூறு.

காளாஞ்சனம்—ஒரு தீர்த்தம்.

காளாமுகன்—சிவனைப் படிகமும் புத்திரதீபமணியும்தரித்தமூர்த்தியாகத்தியானிக்குஞ்சமயி.இவன் அகப் புறச்சமயிகளுளொருவன்.

காளி—காலவுருத்திருடைய சக்தி. அஃதாவது அழிவுக்குக் காரணமாகிய காலத்தை நடாத்தும் உருத்திரர் அவ்வழிவை யாதுசக்தியாற் செய்துமுடிப்பர், அச்சக்தியே காளியெனப்படும். உருத்திரபேதம் பலவாதல்போல அச்சத்திபேதமும் பலவாம். காலதத்துவம் கருமையாற் குறிக்கொள்ளப்படுவதுபோலக் காளியும் கருநிறமுடையளாயினள். காலருத்திரர் சங்காரத்தொழிலைத் தமது சக்தியாகிய இக் காளியைக்கொண்டே நடாத்துவர். ஆக்கம் உயிர்களுக்கு எப்பொழுதும் இன்பந்தருவது. அழிவு எப்பொழுதும் பயங்கரம்பயப்பது. அதுபற்றியே அவ்வழிவைப் புரிவதாகிய சக்தியும் பயங்கர ரூபமுடையதாக ரூபகாரம்பண்ணப்பட்டது. காலபதமும் காளியும் கருமைப்பொருட் சொல்லடியாகப் பிறந்தனவேயாம். காளி கரியமேனியும், சதுர்ப்புஜமும், கபாலமாலையும், சிவந்த கண்ணும் நான்ற நாவுமுடைய தேவியாகவுபாசிக்கப்படுவள். யுத்தவீரர் தமக்கு வெற்றியுண்டாம்படி காளியையுபாசித்துப்பூசிப்பர். கோபம் செந்நிறச் சம்பந்தமுடையது: அதுபற்றி வாமமார்க்கத்தினர் அதன் உண்மையுணராது இரத்தபலியிட்டுப் பூசிப்பர். இரத்தப்பிரியையென்பதற்கு சிவந்த நிறத்திற் பிரியமுடையளெனப் பொருள்கொள்ளாது உதிரப்

பொருள்கொண்டதே இத்தமோமாற்றதற்கேதுவாம். செந்நிறமாகிய புஷ்பங்களே அப்பூசைக்குப் போதியவாம். அவற்றை விடுத்து இரத்தப்பலியிடுதல் அத்தேவிக்குச் சிறந்ததன்று. அதற்கோகக் கோபம்முதலிய தாக்குணங்களைப் பலியிடுதல் அத்தேவிக்கு உவந்ததாகும். சில புராணங்கள் காளிக்கு எண்கரங்கூறும். காளி சண்டமுண்டர்களாகிய அசுரரைக் கொன்று சாமுண்டியென்னும்பெயரும் தாரகனைக்கொன்று தாரகமர்த்தனியென்னும் பெயருங்கொண்டாள். (2) வியாசர் தாயாகிய சத்தியவதி.

காளிதாசன்—இவன் விக்கிரமார்க்கன்வமிசத்தானாகிய போஜராஜன்சமஸ்தானத்துச் சம்ஸ்கிருதவித்துவான்கள் ஒன்பதின்மருள் சிரேஷ்டன். சம்ஸ்கிருதத்திலேயுள்ள ஸ்ரீங்காரரச சுலோகங்களுள் இவன்செய்த சுலோகங்கள் அதிமாதுரியமானவை. இவன் சரஸ்வதியினது அமிசாவதாரம். இவன்செய்த நூல்களும் தனிச்சுலோகங்களும் எண்ணில. ரகுவம்சம் குமாரசம்பவ முதலிய காவியங்கள் இவன் செய்தவை. காளிஉபாசகனாதலின் காளிதாசனெனப்பட்டான். ஜாதியில் அந்தணன். இவன் வரலாறுவிரிப்பிற்பெருகும். இவன் தண்டி மகாகவியோடு இகலிச் சரசுவதியைப்பிரார்த்தித்துத் தம்முள்மிக்கார் யாரென்ன, "தண்டிமகாகவிதான்,நீயோவென்றால்நானே,நீ" யென்று சரஸ்வதியாற் புகழப்பட்டவன். புலகேசியினது கல்வெட்டிலே காளிதாசன் கூறப்படலால் அவன்காலம் இற்றைக்கு ஆயிரத்துநானூறு வருஷங்களுக்குமுன்னுள்ளதாக நிச்சயிக்கப்படும்.

காளிந்தி—(1) யமுனாநதி. களிந்த பர்வதத்தினின்றிழியுநதி (2) சுமதிபாரி. (3) கிருஷ்ணன் அஷ்டபாரிகளுளொருத்தி. சூரியன் மகள்.

காளிம்பன்— திருவேங்கடப்பதியிலிருந்து தமிழ்நாவலர்களுக்குப் பெருநிதிவழங்கிய ஒரு பிரபு.

காளியன்—யமுனையிலிருந்த சொடிய விஷநாகம் அது கிருஷ்ணனாற் கொல்லப்பட்டது.

காளேஸ்வரம்—பயோஷ்ணி கோதாவிரிநதிகள் சங்கமிக்குமிடத்துள்ள திவ்விய க்ஷேத்திரம்.

கானக்காளை—திருக்கானப்பேரிலே கோயில்கொண்டிருக்குஞ் சுவாமிபெயர்.

கானப்பேரெயில்— வேங்கைமார்பனுக்குரியதாகவிருந்த ஒருபேரரண். இவ்வரண் கடைச்சங்கத்துக்கடையரசனுகிய உக்கிரப்பெருவழுதியாற் போரிற் கைக்கொள்ளப்பட்டது.

கானார்குழலம்மை— திருக்கானாட்டுமுள்ளூரிலே கோயில்கொண்டிருக்குந் தேவியார்பெயர்.

கிஷ்கிந்தை—வாலி சுக்கிரீவர்கள் ராஜதானி. இது மைசூருக்குவடகிழக்கிலுள்ளது.

கிம்புருஷர்—தேவருள் ஒருபாலார். இவர்கள் அசுவமுகமும்,நரசரீரமுமுடையவர்கள்.

கிம்புருஷன்—புலகன் புத்திரன்.

கிம்மீரன்—(ரா) பகாசுரன்தம்பி. காமியகவனத்திலே வீமனாற்கொல்லப்பட்டவன்.

கியாதி—(1) தக்ஷப்பிரஜாபதிமகள். பிருகுபாரி. இவளுக்குத் தாதை விதாதை என இருவர் புத்திரரும், லக்ஷுமி என்னும் புத்திரியும்பிறந்தார்கள். (2) உன்முகன் மகள்.

கிரகபதி—ஒரு அக்கினி. இவன் இந்திராதிதேவர்களுக்கு அவ்வியத்தைச் சுமந்துகொண்டு போனமையினாலே இந்நாமம்பெற்றான். ஒருசமயத்தில்இவன் அவிகளைச் சுமக்க இயலாமையால் சமுத்திரத்திற் கரந்திருக்கையிலே அதிலிருக்கும் மச்சங்கள் இவனிருக்கிற இடத்தை தேவர்களுக்குசென்றுசொல்லின. அதனால் மச்சங்கள் ஜனங்களுக்கு ஆகாரமாகவென்று சபித்தான்.

கிரசன்—தாரகயுத்தத்தில் விஷ்ணுவினாற்கொல்லப்பட்டராக்ஷசன்.

கிராதார்ச்சுனீயம்—ஒருசம்ஸ்கிருத காவியம். அர்ச்சுனன் தவஞ்செய்தபோது சிவபெருமான் கிராதரூபந்தாங்கிவந்து அமர்புரிந்து பாசுபதமீந்துபோன சரித்திரங் கூறுவது.

கிராமதேவதை-கிராமங்கள்தோறுமுள்ள ஐயனார் காளிமுதலிய காவற்றெவதை.

கிரிவிரசம்—(1) மகததேச ராஜதானி. இதைச்சுற்றி மலைக்கோட்டையிருப்பதால் கிரிவிரசம் எனப்பெயர்பெற்றது. (2) கேகயராஜதானி. அதகுசன்மக்களுள் நான்காம் புத்திரன் வசுவினால் ஸ்தாபிக்கப்பட்டது. தருமாரணியத்துக்குச் சமீபத்திலுள்ளது.

கிரீடி—அர்ச்சுனன்.

கிருசன்—ஓரிருஷி.

கிருசாசுவன்—கிருதாசுவன்.

கிருசாநு—அக்கினி.

கிருசாநுரேதன்—சிவன்.

கிருஷ்ணகர்ணாமிருதம் — இது ஸ்ரீ லீலாசுகராற் செய்யப்பட்ட நூல்.

கிருஷ்ணஜயந்தி—ஆவணிக் கிருஷ்ணபக்ஷத்தட்டமி. இது கிருஷ்ணன் பிறந்த தினமாதலின்

அது விரததினமாகக்கொள்ளப்படும்.

கிருஷ்ணதேவி—கிருஷ்ணாநதி.

கிருஷ்ணத்துவைபாயனன்—வேதவியாசன்.

கிருஷ்ணராயன்—ஒரு சிற்றரசன். இவன் சமுகத்தில் விகடக்கூத்தர்கள் வேளாண்மகளிரைப் போல வேடம்பூண்டு கூத்தாடினார்கள். அப்போது தொண்டைமண்டலத்து வேளாளர்கள் நம்மை இக்கிருஷ்ணராயன் அவமதித்தானென்றுசினந்து தமதுயிரைமாய்த்தார்கள்.

கிருஷ்ணன்—கம்சனுடைய கொடுங்கோன்மைக்கஞ்சித் தேவர்கள் விஷ்ணுவையடைந்து தம்மைக் காத்திரக்ஷிக்கவென்று வேண்ட, அவர் தமது கேசத்தைப்பற்றித்தடவ, இரண்டு ரோமங்களுதிர்ந்தன. விஷ்ணு அவ்வுரோமங்களை நோக்கி, இவ்விரண்டனுள் வெண்ணிறரோமம் பலராமனாகச்சென்றுபிறக்க, மற்றக் கரியது கிருஷ்ணனாகப் பிறந்து கம்சனையழிக்கவென்றருளி அத்தேவர்க்கும் விடையீந்தனர். ரோமமென்றதை அதுவாகக்கொள்ளற்க. விஷ்ணுவினது அம்சத்திலோரற்பபாகமே இங்ஙனங் கூறப்பட்டதாகக்கொள்ளுக. அதுநிற்க. கம்சன் தனது தங்கை தேவகியையும் அவள்நாயகன் வசுதேவனையுமுடன்கொண்டோரிரதத்தில் ஏறி வலம்பார்க்கச் சென்றான். அப்பொழுது "கம்சா! கேள்! உன்னுடன் இரதமூர்ந்துவருகின்ற உன் தங்கை தேவகிவயிற்றிலே பிறக்கப்போகும் எட்டாம் பிள்ளையால் நீ கொல்லப்படுவாய்" என்று ஓர் அசரீரி இடிபோலொலித்துரைத்தது. அதுகேட்ட கம்சன் துணுக்குற்றுத் தன் வாட்படையையுறைகழித்து அவளைக்

கொல்ல ஓங்கினன். வசுதேவன் உடனேயெழுந்து "வீராதிவீர, இவளைக்கொல்லாதொழிக. அவள்வயிற்றிற்பிறக்கும் பிள்ளைகளையெல்லாம் உன்கையிலொப்பிப்பேன்" என்றுகூறி அவளைத் தடுத்தான். இவ்வுறுதியாற் கோபந்தணிந்த கம்சன் தேவகியையும் வசுதேவனையும் சிறையிலிட்டு அவள்வயிற்றிற் பிள்ளைகளையெல்லாம் பிறக்குந்தோறுங் கொன்றுவந்தான். ஏழாவது சிசுக் குறைமாசத்திற் பிறக்க அதனை வசுதேவன் எடுத்துப்போய்க் கோகுலத்திலிருந்த தனது இரண்டாம்மனைவியாகிய ரோகிணியிடத்திற்கொடுத்தான். அச்சிசுவே பலராமன். காவலர் கம்சனிடஞ் சென்று, "ஏழாவது அழிகருப்பமாயிற்று" என்று கூற, அவன் மகிழ்ந்தான். அதன்பின்னர் உரியகாலத்தில் எட்டாஞ்சிசுப் பிறந்தது. இச்சிசுவே கிருஷ்ணன். அதனை வசுதேவன் பிறருக்குப் புலனாகாவண்ணம் அந்நள்ளிரவிற்றூக்கிக்கொண்டுசென்று யமுனைக்கு அக்கரையிலிருந்த நந்தன்மனையிலிட்டு, அங்கேஅவன்மனைவி யசோதை அப்பொழுதுதானே யீன்றுவைத்திருந்தசிசுவைக்கவர்ந்துகொண்டுமீண்டு, முன்போலப் பிறர் அறியாவண்ணம் தன் வாசஸ்தானம் புகுந்தான். அச்சிசுவினது அழுகுரல்கேட்ட காவலர் வைகறைக் காலத்தேயோடிக் கம்சனுக்குணர்த்த, அவன் உடனே அவ்விடஞ்சென்று அச்சிசுவைக் கவர்ந்து ஒரு கல்லின்மேல் மோதினான். மோதலும் அஃது அந்தரத்திலெழுந்து அஷ்டகரங்களோடு கூடிய பெரியதோரற்புதவடிவாகி, அவனைப்பார்த்து நகைத்து, என்னையெடுத்து வீணே மோதிக் கொல்ல

முயன்றாய். உன்னையுன் பூர்வஜன்மத்திற்கொன்றொழித்த அம்மேலோன் பிறந்து சமீபத்திலே வேறு மனையில் வளர்கின்றான். அவனே உன்னைக் கொல்வான் என்று கூறி மறைந்தது. அவன் அதன்பின்னர்த்தேவகியையும்வசுதேவனையும் சிறைவிடுத்தான். வசுதேவன் ரோகிணியிடத்திருந்த பலராமனையுங்கொண்டுபோய் நந்தன்மனையில்விட இரண்டு சிசுவும் அங்கேயுடனிருந்து வளர்வனவாயின. சிலநாட் கழியக் கிருஷ்ணன்வளர்கின்றஇடத்தை யுணர்ந்து கம்சன் பூதனையென்னுமொரு பேயைக் கிருஷ்ணன் மனையிற்சென்று அவனைப் பாலூட்டிக்கொன்றுவருகவென்றேவினான். பூதனை சென்று அச்சிசுவையெடுத்து மடிமீதுவைத்துப் பாலூட்டினாள். கிருஷ்ணன் அவள் முலைப்பாலோடு அவள் ஆவியையுமருந்தி அவளை அலறவலறக் கொன்றொழித்தான். இவ்வற்புதம் அச்சேரியை ஒருங்கே அங்கலழத்தது.

ஓரசுரன் சென்று நந்தன்மனையிற் கிருஷ்ணனைக் கொல்லச் சமயம்பார்த்துச் சகடமாய்க்கிடக்க, நந்தன் கிருஷ்ணனைக் கொண்டுபோய் அச்சகடத்திருத்திவிளையாடும்படி வைத்தான். கிருஷ்ணன் பாலுக்கழுவான் போன்றழுது கோபித்தெழுந்து அச்சகடத்தைக் காலால் உதைக்க அச்சகடந் தூளியாயிற்று. அவ்வழியே அசுரனுமிறந்தான். மற்றொருநாள், கிருஷ்ணனும் பலராமனும் கட்டிவைத்த ஆன்கன்றுகளையவிழ்த்துப் பாலுண்ணவிட்டு விளையாட்டயர்ந்தார்கள். அதுகண்டயசோதை கிருஷ்ணனை உரலோடுகட்டிவைத்தாள். கிருஷ்ணன் அவ்வுரலையிழுத்துப்போய்ச் சமீபத்திலேநின்ற இரண்டு மருதமரங்களுக்கிடையே புகுத்திச் சிக்குவித்து அப்பால் நின்றிழுக்க, அவ்வலிய விருக்ஷமிரண்டும் வேரோடு வீழ்ந்தன. அஃது ஆய்ப்பாடியெங்கும் பேரதிசயத்தை விளைத்தது. இம்மரம் வீழ்த்திய அற்புதத்தின்பின்னர் நந்தன் தன்குடும்பத்தோடு பிருந்தாவனஞ்சென்று வசிப்பானாயினான். அங்கும் கம்சன் பல வுபாயங்களாற் கிருஷ்ணனைக் கொல்ல முயன்றான். அவ்வுபாயங்கள் பலவற்றுள்ளே பகாசுரன் கொக்காகிச் சென்று தன் அலகாலே கிருஷ்ணனைக் கௌவிக் கொல்லவெத்தனித்தபோது கிருஷ்ணன் அக்கொக்கைப்பற்றிக் காலின் கீழிட்டு இடந்து கொன்றதுமொன்று. கிருஷ்ணனுடைய பாலியகாலமெல்லாம் கன்றுகளை மேய்த்துவருதலாலும் இவ்வகை அற்புதசாமர்த்தியங்களாலுமே கழிவதாயிற்று. கிருஷ்ணன் இவ்விளமைப்பருவத்திலும் பரோபகாரசீலனாகவேயிருந்தான். ஒருநாள் பலராமன் சிலகன்றுகளையும் அவைகளைக்காக்கும் கோபாலச்சிறுவர்களையும் விளையாட்டாகக் கொண்டுபோய் மறைத்தான். அப்பொழுது ஆய்ச்சியர் வரும்நேரமாக, அச்செய்தியை அவர்களுணராவண்ணம் அக்கன்றுகளைப்போல வேறு கன்றுகளும் அம்மைந்தரைப்போல வேறுமைந்தரும் தன் மாயாவல்லபத்தாற் சிருஷ்டித்து அவர் வருமுன் வழக்கம்போல நின்று மேயவும்மேய்க்கவும்வைத்தான். அவ்வாய்ப்பாடியிலுள்ள பல்லாயிரம் ஆய்ச்சியரும் கிருஷ்ணனைக் கொண்டுபோய்த் தந்தம் வீட்டில் அமுதருத்தி அவனுடைய மழலைவிளையாட்டைச் சிறிதுநேரங் கண்டு களிக்கவேண்டுமென்னும்பேராசையுடையராயிருந்தார்கள். அ

ந்துணர்ந்த கிருஷ்ணன் ஒவ்வொருநாளிலே ஏககாலத்திலே அவர் வீடுகள்தோறுஞ் சென்றிருந்து அவருட்டும் வெண்ணெய் பால்களையுண்டு விளையாடி அவர்களை மகிழ்வித்து அவர்க்கெல்லாம் அருமைப் புத்திரன்போலாயினான். ஒருத்தி இன்றுமத்தியானத்திலே கிருஷ்ணன் என்வீட்டுக்குவந்திருந்தான் என்று தன் அயல்வீட்டாருக்குச் சென்றுசொல்வள். அவள் ஏன் பொய் கூறுகின்றனை; அவன் அப்பொழுதென்வீட்டிலிருந்துவெண்ணெயுண்டானென்பள். அவ்விருவரும் சண்டையிட்டு அயல்வீடு சென்று சொல்லுவர். அவ்வீட்டாள், இருவீரும் ஏன் பொய்யுரைக்கின்றீர்கள்; அவன் அந்நேரத்தில் என்வீட்டிலன்றோ வந்திருந்து பால்வாங்கியுண்டான் என்பள். இப்படியே எல்லோருங் கூறத் திருவிளையாட்டயர்வதே கிருஷ்ணனுக்குத் தொழிலாக விருந்தது. கிருஷ்ணன் தன் பிள்ளைப்பருவத்திலே செய்த அற்புதங்களும் செயற்கருஞ் செய்திகளு மீண்டுக் கூறப்புகின் அடங்கா.

கம்சன் கிருஷ்ணனைக் கொல்லப் பலவாறு முயன்றும் ஒன்றிலும் சித்திபெறு ஈற்றிலே கிருஷ்ணனாற் கொல்லப்பட்டான். கிருஷ்ணன் பிரிய மனைவியர் ருக்மிணி சத்தியபாமை என இருவர். கிருஷ்ணனுக்குப் பாலியகாலந்தொட்டுப் பிராணசகியாயிருந்தவள் ராதை. அர்ச்சுனன் கிருஷ்ணனுக்கு மைத்துனனும் பிராணசிநேகனுமாயுள்ளவன். அவன்பொருட்டே பாரதயுத்தத்திற் கிருஷ்ணன் பாண்டவர்கள் பக்கஞ்சார்ந்திருந்து அவர்களுக்கு வேண்டுந் துணையெல்லாம் புரிந்தான். கிருஷ்ணன் அவதாரஞ் செய்திலனேல் பாண்டவர்கள் அரசுபெறுவதும், அசுரர்கள்மாண்டொழிவதும், இக்கலியுகத்திலே ஆரியதேசத்திலே நல்லறங்கள்தலைகாட்டுவதும்இல்லையாம். கிருஷ்ணனுக்கிணையான மதியூகியும் வியாசம்வல்லவனும், யோகநிலையுணர்ந்தகன்மஞானியும், பேராற்றலுடையோனும் இம் மண்ணுலகத்தில் இன்னும் பிறந்திலன். அர்ச்சுனன் போர்க்களத்திலேபுகுந்தபோது எதிரே நிற்போர்யாவரும் இஷ்டரும் தாயத்தாருமாக விருத்தலையெண்ணித் தனக்குச் சாரதியாகவிருக்கும் கிருஷ்ணனைப்பார்த்து, இவர்களைக் கொன்றொழித்துவிட்டுப் பின் யாரையுறவாகக்கொண்டு அரசுபுரியப்போகின்றேன் என்று கூறித் தன்வில்லைக்கீழேநழுவவிட்டான். கிருஷ்ணன் அதனையே சமயமும் அவன்மனநிலையையே பக்குவமுமாகக்கண்டு அப் பக்குவத்துக்கேற்ற கன்மயோக உபதேசமாகிய பகவற்கீதையையுபதேசித்தருளினான். பயன்விரும்பாது அவ்வவ் வாச்சிரமங்களுக்குரிய கடன்களைத் தவறுமற்செய்தல்வேண்டும். அங்ஙனஞ்செய்பவன் கன்மபந்த மடையமாட்டான். அதுவே அவனுக்கு ஐகபரசிலாக்கியங்களைக் கொடுப்பது என்பதே அவ்வுபதேசத்தான் முடிந்தபொருள். இக்கீதை வேதாந்தசாரத்தை நன்குவிளக்குமோரற்புதநூல்.

கிருஷ்ணாங்கனை—நைருதன்இராஜதானி.

கிருஷ்ணை—திரௌபதி. ஒரு நதிக்கும்பெயர்.

கிருதகன்—(ய) வசுதேவன்மகன்.

கிருதகிருத்தியன்—திரிகருப்தன்மகன். இவன்விரக்தனாயிறந்தவன்.

கிருதசிரவணன்—(சி) பரசுராமன் அநுசரன்.

கிருநத்துயுதி— சித்திரகேதன் மூத்தபாரி. அங்கராஜபுத்திரி.

கிருதமந்தன்—(பு) யமீநரன் மகனாகிய திருதிமந்தன்.

கிருதமாலே—மலேயபர்வதத்திலுற்பத்தியாகும் ஒருநதி.

கிருதயுகம்— பதினேழிலக்ஷத்து இருபத்தெண்ணுயிரம் வருஷங்கொண்ட காலவட்டம். அதருமநாட்டஞ் சிறிதுமின்றித் தருமமேயோங்கிநடந்த காலமிதுவே. அதுபற்றி இந்த யுகம் புண்ணியயுகமென்றுஞ்சத்தியயுகமென்றுங்கூறப்படும். வருணச்சிரமத்துக்குரிய கல்மங்களெல்லாம் முறைப்படி யொருசிறிதும்இழுக்கமின்றிச் செய்யப்பட்ட யுகமாதலிற்கிருதயுகமெனப்பட்டது. இந்தயுகத்திலே தேவர் கந்தருவர், தானவர், யக்ஷர், கின்னரர், நாகர் என்போர் யாருமில்லே. கொள்ளல் விற்றல்களில்லே. மனுஷர்க்கு ஒருவகையுழப்புந்துன்பமுமில்லே. மரங்களும் பயிர்வர்க்கங்களும் மனுஷர்கையால் நீரும் எருவும் உழவும் காவலுங்கொள்ளாது தாமே பயன்றருவவாயின. நினைத்தமாத்திரத்தே எல்லாப்போகங்களும்வந்துகூடும். பிணியும்,மெலிவும்,பகையும், பெருமையும், வஞ்சமும், அச்சமும் கொடுமையும், கலியும் பொருமையும் இந்த யுகத்திற்குரியனவல்ல. சத்தியமே அரசுபுரிந்தது. அறமே விரும்பப்படுவதாயிற்று. பரப்பிரமம் யாவர்க்குஞ் சாந்நித்தியமாயிருந்தது. நாராயணன் சுவேதரூபியாயிருந்தான். எல்லாமாந்தருக்கும் நெறியுமொன்றே; செயலுமொன்றே; மனமுமொன்றே; கடவுளுமொன்றே; மந்திரமுமொன்றே;வேதமுமொன்றே. இது விஷ்ணுபுராணத்தி ...

கிருதராதன்—மகாதிருதிபுத்திரன்

கிருதவர்மன்—(ய) ஹிருதிகன் மகன். தேவமீடன் தம்பி. பாரதயுத்தத்தில் அசுவத்தாமனுக்குச் சகாயன். (2) கிருதவீரியன்தம்பி.

கிருதவீரியன்—(ய) தனிகன்புத்திரன். கார்த்தவீரியார்ச்சுனன் தந்தை.

கிருதவுஜசு
கிருதவுஜன் } கிருதவீரியன்தம்பி.

கிருதன்—(1) கம்பீரன்மகன். இவன்வமிசத்தவர்கள் பிராமணராயினர்கள். (2)(ய) பலராமன்தம்பி.

கிருதன்—(ய) விதர்ப்பன் இரண்டாம் புத்திரன்.

கிருதாக்கினி—(ய) கிருதவீரியன் தம்பி.

கிருதாசி—ஓரரம்பை.

கிருதாசுவன்—(இ) பரிகிருசுவன் மூத்தமகன். இவன்மகன் இரண்டாம் யவனசுவன்.

கிருதாந்தன்—யமன்.

கிருதாயு—(மி)அரிஷ்டநேமிமகன்.

கிருதி—(1) (மி) வகுளாசுவன் மகன். (2) (பு) சந்நதமந்தன்மகன், இவன் இரணியநாபனுல் யோகமார்க்கமுணர்ந்து சாமசங்கிதையைக் கிழைத்தேசங்களிற் சென்றுபதேசித்தவன். (3) விபுமகன். (4) சியவனன்மகன்.

கிருது— (1) பிரமமானசபுத்திரருளொருவன். இவனுக்குத் தக்ஷப்பிரசாபதி மகளாகிய சந்நதியிடத்து அங்குஷ்டப் பிரமாணமாக அறுபதினுயிரம் மகாவிருஷிகள் பிறந்தார்கள்.;இவர்கள்பெயர்வாலகில்லியவிருஷிகள். (2) உன்முகன். அங்கன்தம்பி.

கிருத்சிநமதன்—க்ஷத்திர விருத்தன் பௌத்திரன். சுகோத்திரன் புத்திரன், சுனகன் தந்தை.

கிருத்திகை—மூன்றாம் நக்ஷத்திரம். அஃது ஆறு நக்ஷத்திரங்களினது கூட்டம். ஒருசமயம் அக்கினிதேவன் சப்தஇருஷிகளது பாரிகளைப்பார்த்து மோகித்தான். அதுகண்ட அவன்பாரி சுவாகாதேவி தனது நாயகன் அந்தஇருஷிகள்பாரியரால் சபிக்கப்படுவானென்றஞ்சி அருந்ததியொழிந்த ஏனைய ஆறு பாரியருடையஉருவந்தாங்கி ஆறுபாரியாகி நாயகனைக்கூடினாள். இவ்வாறவரே கிருத்திகையாயினர். இவர்களால் வளர்க்கப்பட்டமையின் குமாரக்கடவுள்கார்த்திகேய ரெனப்படுவர். அயனசலனத்தாலொவ்வொருகாலத்திற்கொவ்வொரு நக்ஷத்திரம் முதலாகவரும். திருஞானசம்பந்தர்காலத்திலிதுமுதல்நக்ஷத்திரமாகவெண்ணப்பட்டது.

கிருத்திவாசன்—சிவன்.

கிருபன்—சத்தியதிருதி புத்திரன். துரோணாசாரிக்கு மைத்துனன். கௌரவருக்கு முதலில் அஸ்திரவித்தை கற்பித்தவன். இவன் சிரஞ்சீவி. இவன் பாரதயுத்தத்திலே கௌரவர்பக்கத்தில் நின்று பொருதவன்.

கிருபாநாயகி — திருக்கருவூரிலே கோயில்கொண்டிருக்குந் தேவியார்பெயர்.

கிருபி—சத்தியதிருதிபுத்திரி. துரோணாசாரியர்பாரி. அசுவத்தாமன்தாய். கிருபாசாரியன் தங்கை.

கிருமிஜன்மன்— (உதகத்திலே பிறந்தவன்.) சந்திரன். அக்கினி.

கிருபீடயோனி—சந்திரன். அக்கினி.

கிருமி—(அ) உசிநரன் புத்திரருளநான்காம்புத்திரன்.

கிருமிலாபுரம்—ஒருபட்டணம். இது கிருமியால்நிருமிக்கப்பட்டது.

கிரௌஞ்சன்—மைநாகன் புத்திரன். இவன் ஆகிருந்தமலை கிரௌஞ்சமெனப்படும். இவனை அம்மலையோடுசுப்பிரமணியக்கடவுள் பிளந்தமையின் கிரௌஞ்சதாரகனெனப்படுவர்.

கீழான்—வேளாளர்பட்டப்பெயர்.

கின்னரர்—தேவருள் ஒருபாலார். இவர் அசுவமுகமும் நரசரீரமுமுடையவர்.

கின்னரன்—புலகன் புத்திரன்.

கீசகர்—இவர்கள் நூற்றுவர் சகோதரர். விராடன்பாரியாகியசுதேஷணையோடு பிறந்தவர்கள். இவருள் மூத்த கீசகன், பாண்டவர் விராடதேயத்திருந்த காலத்தில் திரௌபதியை இழுத்தான். அதுகண்ட வீமன் கீசகர்நூற்றுவரையுங் கொன்றான்.

கீரந்தையார்-கடைச்சங்கப் புலவருளொருவர்.

கீர்த்திபூஷணன்—இவன் இடைச்சங்ககாலத்திறுதிக்கண் அரசுசெய்த பாண்டியன். அதுலகீர்த்தி பாண்டியனுடையமகன். இப்பாண்டியனகாலத்திலேயே ஒரு பிரளயம்வந்து அநேக நாடுகளை உருத்தெரியாமலழித்து அந்நாடுகளிலுள்ள சராசரங்களையெல்லாம் கடல்வாய்ப்படுத்தி நிர்மூலம் பண்ணுவதாயிற்று. இதுவே துவாபரகலியுகசந்தியிலுண்டாகிய பிரளயம். இப் பிரளயத்தாலேயே குமரியாற்றையும் அதனைச் சார்ந்த நாற்பத்தொன்பது நாடுகளையும் கடல் கரைகடந்து பொங்கியெழுந்து தன் வயிற்றிலடக்கி அழித்தது. இவ்வுண்மை

"எழில்புனைய துலகீர்த்தியெனவிருபத்திரண்டு-வழிவழி மைந்தராகிவையகங்காத்தவேந்தர்-பழிதவிர துலகீர்த்தி பாண்டியன்றன்பாலின்பம்-பொழிதர வுதித்தகீர்த்திபூடணன்புரக்குநாளில்" (க)

"சுருங்கடலெழுங்காவற் கரைகடந்தார்த்துப்பொங்கி - யொருங்கெழுந்துருத்துச்சீறியும்பரோடிம்பரெட்டுப் - பொருங்கடகரியுமெட்டுப்பொன்னெடுங்கிரியு நேமிப் பெருங்கடிவரையநேரப் பிளயங்கோத்ததன்றே" என்னுந் திருவிளையாடற் செய்யுள்களாலும், சிலப்பதிகாரவுரையாலும், நச்சினார்க்கினியர் உரையாலும் இனிது காட்டப்படும்.

கீர்த்திமதி—சுகன்பாரி. சகுனி மகள்.

கீர்த்திமாலினி— சந்திராங்கதன் மகள்.

கீர்த்திரதன்—(மி) பிரதிரதகன் மகன்.

கீர்த்திராதன்—(மி) மகாப்பிரகன் மகன்.

குகன்— (1) குமாரக் கடவுள். (2) சிருங்கிபேரபுரத்துக்குப் பிரபுவாகிய ஒருகிராதராஜன். இராம பக்தன்.

குகியகர்—குபேரனுடைய நவநிதிகளைக் காப்பவர்கள். (இரகசியத்தை வெளியிடாதவர்கள்.)

குகுதேவி—பிரமபாரியருள் ஒருவர்.

குகுரன்—(ய) அந்தகன்மகன்.

குக்ஷி—இக்ஷுவாகுமகன். விகுக்ஷி தந்தை.

குங்குலியக் கலய நாயனார்.—திருக்கடவூரிலே பிராமணகுலத்தவதரித்துச் சுவாமிக்குக் குங்குலியத்தூபமிடுதலையே பெரும் பணியாகக்கொண்டு தம்மிடத்துள்ளவெல்லாம் அதன்பொருட்டுச் செலவுசெய்து வறுமையுற்றவர். உணவுக்கு நெல்வாங்கிவரக்கொண்டுபோன தாலியை ஒருபொதி குங்குலியமெதிரேவரக்கண்டு அத்தாலியைக்கொடுத்து அதனைவாங்கிப்போய்க் கோயிலிலே வைத்துத் தூபமிட்டுக்கொண்டுநின்றுதமது மனைமக்கள் பட்டினியைமறந்தவரும் அவ்வுறுதிகண்டு சிவபிரான் அவ்வீடெல்லாம் நெல்லால் நிறையச்செய்யப்பெற்றவரும் இவரே.

குங்குமபாண்டியன்—சுரதமாரபாண்டியனுக்குப்பின் அரசு செய்தவன்.

குசஸ்தலி—ரைவதகருக்கத்தி லுள்ள ஒரு பட்டணம். மதுராபுரத்தை ஜராசந்தன் எரியூட்டியபின்னர்க் கிருஷ்ணனுக்கு ராஜதானியாயிருந்தது. இது விந்திய கிரிமுகத்திலேயுள்ளது.

குசத்துவஜன்—ஜனகன் தம்பி. தசரதன்சம்பந்தி. பரதசத்துருக்னர் மாமன்.

குசநாபன்—குசன்மகன். இவன் புத்திரிகள் நூறுபேரும் வாயுசாபத்தால்பெண்மைஇழந்தார்கள். பிரமதத்தன் என்னுமோர் இருஷி இவர்களை மணந்திற்பெற்றுத் தமது தபோபலத்தால் அவர்களுக்கு அக்குப்ஜத்துவத்தைப் போக்கினார்

குசலவர்—ஸ்ரீராமன்புத்திரர்; இவர்கள்குசனும்லவனுமெனஇரட்டையர். இவர்கள்கருப்பத்துற்பத்தியாயிருக்கும்போது,அயோத்தியிலே ஒருவன் தனது நாயகியோடுமுரணி,அவள்மீது அபவாதம் சுமத்தி, அவளைச் சேர்க்கமாட்டேனென்றபோது,அவன்தாய் அவனைப் பார்த்து, இராவணன் கொண்டுபோயிருந்த சீதாதேவியை இராமர் சேர்க்கவில்லையா? உனக்குமாத்திரம்இவளைச்சேர்த்தல் கூடாதாவென்றாள். அதனை ஒற்றர் இராமர்செவியிற்சேர்க்க,அவர் நமக்கும் அபகீர்த்திவந்ததாலென்று துக்கித்துக் கருப்பிணியாயிருந்த சீதையைக் காருண்யமின்றிக் காட்டிற் கொண்டு

போய் வான்மீகி ஆச்சிரமத்தில் விட்டார் அங்கே சீதாதேவியார் இப்பிள்ளைகளை இரட்டையராகப் பெற்று முனிவர் அநுக்கிரகத்தால் வளர்த்தார். குசன் குசஸ்தலியென்னும்பட்டணத்தை நிருமித்தவன்.

வால்மீகி ஒரு தருப்பைப்புல்லையெடுத்து இருகூறாக்கி நுனிக்கூற்றால் குசனுக்கும் அடிக்கூற்றால் லவனுக்கும் காப்பிட்டபடியால் குசலவர் என்னும் பெயருண்டாயின. (லவம்—கூறு)

குசன்—குசலவர் காண்க.

குசாக்கிரன்—(கு) பிருகத்திரதன் மகன். ஜராசந்தன் தம்பி.

குசாம்பன்—குசன்மகன். இவன் புத்திரன் காதி.

குசாவதி—குசன் ராஜதானி. இது உத்தரகோசலத்துள்ளது.

குசிகன்—விசுவாமித்திரன் பிரபிதாமஹன். (பாட்டன்றந்தை) பலாகாசுவன மகன்.

குசீலவன்—மைத்திரேயன்தந்தை

குசுமபுரம்—பாடலிபுத்திரம்.

குசுமேஷன்—மன்மதன். (குசுமம்—புஷ்பம். இஷு—பாணம். புஷ்பபாணன்)

குசும்பன்—(கு) உபரிசரவசுமகன்.

குசேலன்—கிருஷ்ணன் சிநேகனாகிய பிராமணன்.

குஜம்பன்—(1) (ச) தாரகயுத்தத்தில் வருணனால் கொல்லப்பட்ட ராக்ஷசன். (2) வத்சந்திரனாலே கொல்லப்பட்ட ஓரரசன்.

குஜன்—செவ்வாய்

குஞ்சரன்—ஒரு வாநரன். அஞ்சனை தந்தை. அநுமந்தன் மாதாமஹன். (பாட்டன்)

குடபன்—ஓரிருடி.

குடமலை — மேற்றிசைக்கண்ணதொரு மலை. அது சையகிரியெனவும்படும்.

குடநாடுதிருப்புலியூர்—மலைநாட்டிலுள்ள ஒருவிஷ்ணுஸ்தலம்.

குணநூல்—சிலசூத்திரங்கள் தவிர மற்றெல்லாமிறந்தொழிந்த ஒரு நாடகத்தமிழ்நூல்.

குணவாயில் — திருக்குணவாயிலென்பதோரூர். வஞ்சி நகரத்திற்குக் கீழ்த்திசைக்கண்ணது. இளங்கோவடிகள் துறவுபூண்டிருந்தவூரிதுவே.

குணவீரபண்டிதன்— தமிழிலே நிகண்டுசெய்த ஒரு சமணவித்துவான்.

குண்டகர்ணன்—உருத்திரன் சாபத்தாலே பூலோகத்தில் உற்பத்தியான மாலியவந்தன்.

குணி—(ய) யுகந்தரன்தந்தை.

குண்டலை—விந்தியவந்தன் பாரி. இவள் நாயகன் சப்பாசுரனாற்கொல்லப்பட்டவன். இவள், தான் நினைத்தவிடமெல்லாம் போகுஞ் சக்தியுடையவள்.

குண்டினபுரம்—விதர்ப்பதேசராஜதானி. அமராவதிக்கு ஈசானியத்தில் நான்கு யோசனைதூரத்திலுள்ளது.

குண்டூர்க்கூற்றம்—சேரநாட்டினொருபகுதி.

குத்சன்
குற்சன் } அங்கிரசன் சந்ததியிற் பிறந்தியவன். இவன் வேதங்களிலேயுள்ள சில கீதங்களுக்குக் கர்த்தா.

குந்தலம்—பல்லாரிப் பிராந்திய தேசத்துக்குப் புராதனப்பெயர்.

குந்தி—இந்தப் பெயரினையுடையார் அநேகர். (1) கேகயன்பௌத்திரன். தர்மநேத்திரன புத்திரன் (2) விதர்ப்பன் பௌத்திரன். புருதன் மகன். இவன் சசிவிந்தன் வமிசத்தவன். (3) புருதன்மகன். (4) சாத்துவன்மகனாகிய மகாபோசன்வமிசத்தவன். பாண்டவர்தாயாகிய குந்திக்கு வளர்த்

நந்தை. இவன் குந்திபோஜன் எனவும்படுவன்.

குந்திதேவி—குந்திபோஜன் எடுத்து வளர்த்த அபிமான புத்திரி. தேவமீடனுக்கு மாரிஷையிடத்துப் பிறந்த புத்திரி. வசுதேவன் தங்கை. இவளுக்குப் பிருதையென்றும்பெயர். இவள் தந்தை அநுமதிப்படி தூர்வாசவிருஷியிடத்து ஏவல்செய்துகொண்டிருந்தாள். அவளுடைய ஏவற் பக்தியைப் பன்முறையுங்கண்டு மகிழ்ந்தஇருஷி, ஒரு திவ்ய மந்திரத்தையுபதேசித்து இதனைநீ யாரை நோக்கிச்செபித்தாலும்அவர்கள் பிரசன்னமாகிப் புத்திரோற்பத்திசெய்வார்களென்றுகூறி விடையளித்தனர். இதனைக்குந்திதேவி பரீக்ஷிக்கநினைத்துக் கங்கையாடி அக்கங்கைக்கரையிலேநின்று சூரியனைநோக்கி அம்மந்திரத்தைச் செபித்தாள். உடனே சூரியன்பிரசன்னமாகிக் கன்னிகாபங்கமின்றி ஒருபுத்திரனைப் பெறுகவென்று கூறி மீண்டான். அவ்வாறே குந்தி சகஜகர்ணகுண்டலங்களோடு கூடிய கர்ணனைப் பெற்றாள். வசுசேனன் என்பதும் கர்ணனுக்கொருநாமதேயம். இதன்பின்னர்ப் பாண்டு ராசாவுக்குப் பாரியாகித் தருமன்முதலிய ஐவரையும்பெற்றாள். இவள் வரலாறு பாரதத்திற்காண்க. இவள் சித்திவமிசம்.

குந்திபுரி—இப்போது குவாலியூர் என்று வழங்கப்படும் நகரம்.

குபன்—ததீசிமுனிவரோடு அந்தணரோ அரசரோசிறந்தாரென்று வாதம்பேசி ஈற்றிலே அம்முனிவரைத் தனது வச்சிரப்படையாற்கொன்று இருகூறுசெய்தவன்.

குபேரன்—திக்குபாலகர் எண்மருள் ஒருவன். இவனுக்குப் பட்டணம் உத்தரதிசையிலுள்ள அளகாபுரி. பாரி சித்திரரேகை. வாகனம் குதிரை. ஆயுதம் வாள். இவன் ஐசுவரியத்துக்குரத்தேவதை. வேதப்பிரசித்திபெற்றவன். யக்ஷர்களுக்கரசன். இவன் விச்சிரவசுபுத்திரன். பார்வதிதேவியார் சாபத்தால் ஒற்றைக்கண்ணனாயினவன்.

குமணன்—தொண்டைநாட்டினைச்சார்ந்த முதிரமலைச் சூழலிலேயுள்ளநாட்டில் அரசுபுரிந்த சிற்றரசன். இவன்தமிழ்க்கலைவிநோதனும் தமிழ்நாவலர்க்குப்பொன்மாரிபொழிந்தவொருவள்ளல். இவன் பரணர்காலத்தையடுத்த பிற்காலத்திலே விளங்கினவன். எனவே ஆயிரத்தெழுநூறுவருஷங்களுக்குமுன்னேயுள்ளவன். இவன் தம்பி இளங்குமணனென்பவன் இவனுடைய நாட்டை வஞ்சனையாற் கவர்ந்துகொண்டு இவனையுங் கொல்லவகைதேடினான். இவன் அஃதுணர்ந்தோடிக் காடுபற்றியிருந்தான். புலவர்கள் அங்குமிவனைத் தேடிப்போய்க் கண்டுவருவாராயினர். பெருந்தலைச்சாத்தனார் இவனிடம் தாம் முன்பெற்ற நன்றியை மறவாதவராய் இவனைக் காட்டிடைச்சென்றுகண்டு, நீ நாடிழந்து காடு கொண்டபின் நான் அனுபவிக்கும் துன்பங்களைக் கேளெனத் தமது துன்பங்களை மேல்வரும் பாவாற் கூறினர்.

"ஆடுநனிமறந்த கோடுயரடுப்பி-னாம்பிபூப்பத் தேம்பசியுழவாப்-பாஅல்லின்மையிற் றோலொடுதிரங்கி-யில்லிதூர்ந்த பொல்லாவறுமுலை- சுவைத்தொறழூஉந்தன் மகத்துமுகநோக்கி - நீரொடுநிறைந்த வீரிதழ்மழைக்கணென்-மனையோளெவ்வநோக்கி நினைஇ-நிற்படர்ந்திசினே நற்போர்க்குமண-வென்னிலையறிந்தனையாயினி-ந்நிலைத்-தொடுத்துங்கொள்ளாத

மைய்லெனடுக்கிய-பண்ணமைந ரம்பின் பச்சைநல்யாழ்-மன்னு ர்முழவின்வயிரிய-ரின்மை திர்க் குங் குடிப்பிறந்தோயே"

இப்பாடலைக்கேட்ட குமணன் மனமுருகி, புலவரே, இவ்வாளை க் கைக்கொள்ளுமென்று கூறிக் கொடுத்து, என் 'தலையைக் கொ ய்து சென்று கொடுப்போர்க்கு ப் பெருநிதிவழங்குவேனென எ ன்தம்பி முரசறைவித்திருத்தலி ன்,இவ்வாட்படையாலே என் த லையுக் கொய்துசென்று,அவன் பாற்கொடுத்து உமது வறுமை யைத் தீர்த்துக்கொள்வீராகவெ ன்று தலையுங் குனிந்தான். சாத் தனார்,அம்மம்மவென்று இருசெ விகளையும் புதைத்துக்கொண்டு வாட்படையைக் கையிற்பிடித்த படியே அவ்விடத்தை விட்டுப் போய்இளங்குமணனையடைந்து, இச்சமாசாரத்தை "மன்னுவுலக த்துமன்னுதல்குறித்தோர்" என் னுஞ் செய்யுளாற்கூறிக் குமண ன் வண்மையையும்பெருமையை யுமெடுத்துப்புகழ்ந்து அவனுக்கு நன்மதிபுகட்டினர்.அதுவாயிலா க இளங்குமணனும் பகைமைதீர் ந்தான்.

குமரகுருபரசுவாமிகள்— பத்து வயதாங்காறு மூமைப்பிள்ளையா யிருந்து,திருச்செந்தூர்ச் சுப்பிர மணியக்கடவுள் ஆலயத்திலே த ந்தைதாயராற் கொண்டுபோய் விடப்பட்டபோது ஊமைத்தன் மைநீங்கி, அற்புத கவிப் பிரபந் தங்கள் பாடுஞ் சக்திபெற்று வி ளங்கின புலவர். இவரிடத்திலே புலமையோடு அற்புதங்களும் வி ளங்கின. இவர் காசியாத்திரைக் கெழுந்துசென்றபோது, வேங்க டகிரிக்குச்சமீபத்திலே வழியரு கேயிருந்து துன்பஞ்செய்துவந் த புலியை அழைத்து அதனைவா கனமாகக்கொண்டுசென்று கா சியையடைந்தனர். அதுகேட்ட "அக்பர்" என்னுந் துருக்க சக் கரவர்த்தி இவரைச் சென்று க ண்டு உபசரித்துத் துறவியாதலி ன் என் மாளிகையிலும் வந்துவி ருந்துகொண்டருள வேண்டுமெ ன்றுவிண்ணப்பஞ்செய்தான். சு வாமிகள் கொள்வேமென்ன, சக் கரவர்த்தி அதற்கு வேண்டுவன வெல்லாம் அமைத்துத் தன்மதா சாரியர் ஒருமருங்கிருக்கச் சுவா மிகளைத் தன்னருகே தலைப்பந்தி யிலிருத்தினான். மாமிசபதார்த்த ங்களோடுகூடிய வுணவே யாவ ர்க்கும் படைக்கப்பட்டன. சுவா மிகள் தமக்கு அசமாமிசமும் ப ன்றிமாமிசமும் சமமேயென்று கூற, சக்கரவர்த்தி முதலியோர் யாவரும் பன்றியென்னுஞ்சொ ற் கேட்டமாத்திரத்திலே நிஷே தமென்று கூறி யெழுந்தார்கள். அதுகண்ட சுவாமிகள் அவர்களை யிருக்கும்படி கையமர்த்தி உங்க ள் கலங்களிலே படைக்கப்பட்டி ருப்பன என்னவென்று பாருங் களென்றார். அவர்கள் தங்கள் கலங்களிலேயிருந்த அன்னங் க றிகளெல்லாம் போய் அதிரம்மி யமான தீங்கனிவகைகளேயிருப் பக் கண்டு அதிசயித்துச் சுவாமி களோடு தாமும்வயிறாரவுண்டா ர்கள். அவ்வற்புதத்தைக் கண்ட சக்கரவர்த்தி,சுவாமிகளிடத்தில் மிக்க பக்தியும்அபிமானமுமுடை யராகி, அவர்கள் கேள்விப்படி சைவசமயிக ளுடையனவாயிரு ந்து பின்னர்த் துருக்கராற் கவ ரப்பட்ட கங்கைக்கரையின்கணு ள்ள தீர்த்தத் துறைகளையும், வி சுவநாதசுவாமி கோயிலுக்கும் அம்மையார்கோயிலுக்கும் அநே கமானியங்களையும்,சைவத்துறவி களுக்காக அநேக மடாலயங்க

லை யும் கொடுத்தான். சுவாமிகளுடைய புலமை ஒப்புயர்வில்லதென்பது அவரியற்றிய நூல்களால் நிச்சயிக்கப்படும். இவர்காலம் இருநூற்றெழுபத்தைந்து வருஷங்களுக்குமுன்னுள்ளது.

குமரன்—(1)குமாரதெய்வம். (2) கபிலபுரத்தரசன்.

குமரி, **குமரியாறு**—இஃது ஆரியதேசமாகிய பரதகண்டத்திலே தென்பாற்கண்ணதாகிய ஒராறு. இதனையுள்ளிட்ட நாற்பத்தொன்பதுநாடுகள்கடையூழியிறுதிக்காலத்திலேகடல்கொண்டழிந்துபோயின. அதன் வடபால்நாடு பின்னர்க் குமரி நாடு என்றும், அக்கடல் குமரிப்பௌவமென்றும் வழங்கப்படுவனவாயின.

குமரிக்கோடு— கடல்கொண்டழிந்த குமரிநாட்டுமலை.

குமாரசுவாமி— சிவபெருமானது திருக்குமாரருள் ஒருவர். தேவர்கள்சேனாபதி. வாகனம் மயில். ஆயுதம் வேல். பாரிகள் வள்ளிநாயகியும் தெய்வயானையும். சூரபன்மன்முதலியஅசுரர்களை நாசஞ்செய்தவர். சிவபெருமானது நெற்றிக்கண்களினின்றுவீழ்ந்தஅக்கினிப்பொறிகளை அக்கினிபகவானேற்றுக்கொண்டுபோய்ச் சரவணப்பொய்கையில்விட, அப்பொறிகள்ஆறுபிள்ளைகளாயின. அதுகண்டு உமாதேவியார் அவைகளை எடுத்துத்தழுவ ஆறும்ஏகருபமாகி ஆறுமுகங்களும் பன்னிரண்டு புஜங்களும் இருபாதங்களுமுள்ள திருமேனியாக விளங்கின.

குமாரி—இருக்ஷபர்வதத்திலுற்பத்தியாகும் ஒருநதி.

குமுதம்—திருதிக்குயானை.

குமுதவதி—விந்திய பர்வதத்திலுற்பத்தியாகும் நதி.

குமுதன்—(1) விஷ்ணு பரிசாரகன். (2)ராமருடைய வானரவீரருளொருவன்.

குமுதாக்ஷன்—விஷ்ணு பரிசாரகர்களுளொருவன்.

கும்பகர்ணன்—(ரா) ராவணாசுரன் தம்பி. இவன் மகாகோரமான தவஞ்செய்து வரங்கேட்டசமயத்தில் தனது அபீஷ்டத்தைமறந்து நித்திரைவேண்டுமென்றுவேண்டி நித்திரையைப்பெற்றவன். அதனால் நித்திராபங்கம்வந்தகாலத்திறக்கவென்றும் வரம்பெற்றவன். இவன் ராவணயுத்தத்தில்ராவணனாலெழுப்பப்பட்டு ராமரை எதிர்த்துப்போராடியபோது அவரால் மடிந்தவன்.

கும்பகன்— விதேகதேசத்திலிருந்தவோரிடையன். தாரகயுத்தத்தில் மடிந்தபோன காலநேமிபுத்திரர் எழுவரும் இவன்வீட்டுப் பசுவினிடத்திலே காளை மாடுகளாகப் பிறந்திருந்தனர். இக்கன்றுகளைக் கிருஷ்ணன் கொன்று கும்பகன்மகளாகிய நீலையை மணம்புரிந்தான்.

கும்பன்—(ரா) கும்பகர்ணன் மகன். சுக்கிரீவனாற் கொல்லப்பட்டவன்.

கும்பாண்டன்—வாணாசுரன் மந்திரி· கவந்தனெனவும்படுவன்.

கும்பி—சம்பாதிமகனாகிய சுபார்சுவன் புத்திரன். (கருடவமிசம்)

கும்பீநசை—(ரா) (1) சுமாலிமகள். கரதூஷணாதியர் தாய். (2) அங்காரவர்ணன்பாரி.

கும்பேசுரர்—திருக்குடமூக்கிலே கோயில்கொண்டிருக்குஞ் சுவாமிபெயர்.

குயிலமுதநாயகி— திருக்கொடுங்குன்றத்திலே கோயில்கொண்டிருக்குந் தேவியார்பெயர்.

குயிலாலுவம்—இமயத்தின் பக்கத்திலுள்ள சிவாலயம்.

குயின்மொழியம்பிகை— திருச்சாய்க்காட்டிலே கோயில்கொண்டிருக்குந் தேவியார்பெயர்.

குயின்மொழியம்மை—திருஇருமாகாளத்திலே கோயில்கொண்டிருக்குந்தேவியார்பெயர்.

குரு—(1) (பு) உருசிரவன். (2) பிருகஸ்பதி. (3) புஷ்ய நக்ஷத்திரம். (4) துரோணன். (5) பிரபாகரன்; இவன் ஒரு மீமாம்சகன்.

குரு—(பு) அஜமீடன் மூன்றாம்புத்திரனுகிய இருக்ஷன் பௌத்திரன். சம்வருணன் புத்திரன். இவன் வசித்தமையால் சமந்தபஞ்சகமென்னுமிடம் குருக்ஷேத்திரமெனப்படுவதாயிற்று. கௌரவ பாண்டவர்களுக்குப் பாட்டனுகிய விசித்திரவீரியன் இவன் வமிசத்தில் வந்தவன்.

குருகு—இடைச்சங்கத்து நூல்களுளொன்று.

குருக்ஷேத்திரம்— சமந்தபஞ்சகமென்றும் ஸ்தானேசுவரம் என்றும் வழங்கப்படுவதாகியஇடம். இது பிரமாவினது உத்தரவேதி. இது சமஸ்த தேவர்களுக்கும் ஆசிரயஸ்தானமெனப்படும். பாரதயுத்தம்நடந்த இடமும் இதுவேயாம்.

குருஜாங்கலம்— அஸ்தினபுரிக்கு வாயுதிக்கிலும் பாஞ்சாலத்துக்குத் தெற்கிலும் உள்ளதேசம்.

குருஜித்து—(மி) அஞ்சகன்மகன்.

குருநாமன்—திஷ்யந்தன்மகன்.

குருதேசம்—அஸ்தினபுரியைத் தனக்கு ராஜதானியாகவுடையதேசம்.

குருவசன்—(ய) இரண்டாம் மதுமகன்.

குரோஷ்டு—யதுபுத்திரருள் ஒருவன். விருசினவந்தன்தந்தை.

குரோதவசை- தக்ஷப்பிரசாபதிபுத்திரிகளுள்ஒருத்தி. கசியபன் பாரி.

குலசூடாமணி— சோம சூடாமணி பாண்டியனுக்குப்பின் அரசு செய்த பாண்டியன்.

குலசேகரபாண்டியன்— இவன் சோழவமிசசேகரபாண்டியனெனவும்படுவன். இவன் கலியுகம் நாலாயிரத்து முன்னூற்றெண்டளவில் மதுரையிலரசுசெய்தவன். இப்பாண்டியன் அநுலோம பாண்டியருள் ஒருவன்.

குலசேகரபாண்டியன்— இவன் கடம்பவனத்தை மதுரையாக்கினவன்.

குலசேகராழ்வார்—இவர்கலியுகாரம்பத்திலே திருடவிரதராஜனுக்குப் புத்திரராகப்பிறந்தவர்.

குலச்சிறைநாயனர் } —மணமே
பெருநம்பி } ற் குடியிலே பிறந்து நெடுமாறன் என்னும் பாண்டியனுக்கு முதன்மந்திரியாராகித் திருஞானசம்பந்தமூர்த்திநாயனரைக்கொண்டு சமண் மதத்தை நிலைகெட்டோடச் செய்வித்தவர்.

குலத்துவசபாண்டியன்—பாண்டீசுவரனுக்குப்பின் அரசுசெய்த பாண்டியன்.

குலபதிநாயனர்—இவர் கடைச்சங்கப் புலவர்களுளொருவர்.

குலபர்வதம்—மகேந்தரம், கந்தமாதனம், மலயம், சகியம், சத்திமந்தம், விந்தியம், பாரிஜாதமென்னுமேழுமிப்பெயர்பெறும்.

குலபூஷணபாண்டியன்— அனந்தகுண பாண்டியனுக்குப் பின் முடிதரித்தவன். இவனே மெய்க்காப்பிட்டதுமுதல் வலைவீசியதீறுயுள்ள திருவிளையாடல்மூன்றுங்கண்டவன்.

குலேசபாண்டியன்— அரிமர்த்தனபாண்டியனுக்குத் தந்தை. இ

வன் இடைக்காடர்காலத்தவன்.

குலோத்துங்கபாண்டியன்—இ வன் புதல்வர் அறுபதினாயிரவர். இவனே மாபாதகந்தீர்த்த திருவிளையாடல்கண்ட பாண்டியன்.

குல்லூகபட்டர்—ஒரு வியாக்கியான கர்த்தா.

குல்லூகபட்டீயம்—மநு ஸ்மிருதிக்குக் குல்லூகபட்டர்செய்தவியாக்கியானம்.

குவலயநாயகி—திருக் குரங்காடுதுறையிற் கோயில்கொண்டிருக்குந் தேவியார்பெயர்.

குவலயாசுவன்—(1) இருதத்துவஜன். சத்துருஜித்துமகன். இவனுக்குக் காலமுனிஜலத்தினும், மலையினும், காட்டினும், நினைத்தபடி சஞ்சரிக்கின்ற ஒரு குதிரையைக் கொடுத்தார். அது காரணமாகக் குவலயாசுவன் எனப்பெயர்பெற்றான். (2) (இ) பிருகதசுவன் மகன். இவன் துந்து என்னும் அசுரனைக் கொன்றவனாகலின் துந்துமாரன் எனவும் பெயர்பெறுவன். (3) (கா) வற்சன்மகன். அலர்க்கன் தந்தை. (தாளகேதன் காண்க.)

குவலயாநந்தம்—இஃது அப்பையதீக்ஷிதர் சம்ஸ்கிருதத்திற்செய்த அலங்காரசாஸ்திரம். தமிழிலுள்ளதுமிப்பெயரே பெறும்.

குவலயாபீடம்—கம்சன் யானை. எத்தனைப்பலவானையுங்கொல்லும்வலிமையுடையது. கம்சன் கிருஷ்ணனைக் கொல்லும்பொருட்டு அதனை ஏவ அது கிருஷ்ணனாற் கொன்றொழிக்கப்பட்டது.

குறள்—திருக்குறள்.

குழல்வாய்மொழியம்மை-திருக் குற்றாலத்திலே கோயில்கொண்டிருக்குந்தேவியார்பெயர்.

குறுந்தொகை—பாரதம் பாடிய பெருந்தேவனார்முதலிய இருநூற்றறுவரால் பாடப்பட்ட அகப் பொருட்பகுதியைப் பொருளாகவுடையவொருநூல். இதற்குரைசெய்தவர்கள் பேராசிரியரும் நச்சினார்க்கினியரும்.

குறும்பலாநாதர் - திருக்குற்றாலத்திலே கோயில்கொண்டிருக்குஞ் சுவாமிபெயர்.

குற்றம்பொறுத்தநாதர்—திருக் கருப்பறியலூரிலே கோயில்கொண்டிருக்குஞ் சுவாமிபெயர்.

குனி—(மி) சிதத்துவஜன்புத்திரன்

குன்றத்தூர்—சேக்கிழார் பிறந்தவூர். அது தொண்டைநாட்டிலுள்ளது.

குன்றைஎல்லப்பன்-தொண்டை நாட்டிலே குன்றத்தூரிலே தமிழ்ப்புலவர்களுக்குக் கைசலியாமற் பொன்மாரிபொழிந்து புகழ்படைத்தவனாகிய ஒரு வேளாண்பிரபு.

குஹியகர்—குகியகர்; குபேரனது நவநிதிகளைக் காப்பவர்களாகிய மாணிபத்திரன்முதலியோர்.

கூத்தநூல்-ஒருநாடகத் தமிழ்நூல்.

கூர்ச்சரம்—மேலைச் சமுத்திர தீரத்திலிருக்கும் ஒரு தேசம்.

கூர்ச்சரர்—பஞ்சதிராவிடருளொருவர்.

கூர்மபுராணம்—கூர்மரூபம்பெற்ற இந்திரத்நீசன் இந்திரத்யும்னனுக்குச் சொன்னபுராணம். இஃது ஆறாயிரங்கிரந்தமுடையது. வர்ணாச்சிரமதர்மங்கள் சிவமகாத்மியம் முதலியன விரித்துரைப்பது.

கூர்மாவதாரம்—அமிர்தமதனத்தின்பொருட்டுமந்தரமலையைத்தாங்குமாறுவிஷ்ணுவெடுத்தஆமைவடிவு.

கூவத்துநாரணன்— தொண்டைநாட்டிலுள்ள கூவமென்னுமூரில் விளங்கிய ஒரு தட்டான். இ

வன் பெருங் கொடையாளனுதலின் அவனூராகிய, கூவமும் தியாகசமுத்திரமெனப் பெயர்பெற்றது. ஒரு ஏழை வலைஞன அவ்வூர்ச் சிற்றேரியில் தூண்டிலிட்டு மீன்பிடித்துக் காலக்கழிவுசெய்துவந்தான். அவன் வறுமைநோயைத் தீர்க்கவெண்ணிய ஈாரணன் பொன்னினுலொரு மீன்செய்து அதனைக் கொண்டுபோய் அவ்வேரியிலிட்டு வலைஞன் தூண்டலிலகப்படும்படி செய்தான். இவன் தமிழ்ப்புலவர்களுக்குஞ் சலியாது கொடுத்த பிரபு. (தொண்டை மண்டலசதகம்)

கூற்றுவநாயனார்—களந்தையென்னுமூரிலே குறுநிலமன்னர்குலத்தில் விளங்கிய ஒருசிவபக்தர். இவர் பஞ்சாக்ஷரத்தை விதிப்படி செபித்துப் பெருஞ்செல்வமும் பராக்கிரமமும்பெற்றவர்.

கூனி—மாதவி தோழி. இவள்வசந்தமாலை யெனவும்படுவள். (2) மந்தரை.

கூன்பாண்டியன்—சத்துரு சாதனபாண்டியன் மகன். இவன் சமணசமயப் பிரவேசஞ் செய்து அச்சமயத்தையே வளர்த்துவருநாளில், திருஞானசம்பந்தமூர்த்திநாயனர் அங்கெழுந்தருள, அங்கிருந்த சமணாசாரியர்கள் அவர்மேலசூயை யுடையவர்களாகி அவரெழுந்தருளியிருந்த மடத்தில்நெருப்பிட, நாயனர் அத்தீயை அரசன்மேலேவிவிட, அது கொடிய சுரமாகிச்சென்று அவன் தேகத்தை வருத்திற்று. சமணாசாரியர்கள் தாமறிந்த மந்திர சாமர்த்தியத்தைக்கொண்டு அந்நோயைத் தீர்க்க வெத்தனித்தபோது அது தணியாதுமேன்மேலோங்கி அதிகரித்தது. அதுகண்ட பாண்டியன் நாயனரை அழைத்து,அவரால் தன் நோய் தீரப்பெற்றுச் சைவசமயப்பிரவேசஞ்செய்தான். இப் பாண்டியன் காலத்திலேயேசமணசமயம் பாண்டிநாட்டை விட்டுக் குடிபோயது. இரண்டாயிரத்தெண்ணூறு வருஷங்களுக்குமுன்னிருந்த சங்கராசாரியர் திருஞானசம்பந்தமூர்த்திநாயனரைத் துதித்தலால் இவன்காலம் ஏறக்குறைய நாலாயிரம்வருஷங்களுக்குமுன்னுள்ளதாதல்வேண்டும்.

கேகடன்—சங்கடன் புத்திரன்.

கேகயம்—கேகயதேசம். சிபிபுத்திரனுகிய கேகயனது தேசமாதலின்கேகயமெனப்பட்டது. இது விபாசநதிக்கு வாயுதிக்கிலுள்ளது. கிரிவிரசம் இதன்ராசதானி.

கேகயன்—சிபிசக்கரவர்த்தி புத்திரர்நால்வருளொருவன். பரதன் தாயாகிய கைகேயி தந்தை.

கேசரி—ஒரு வாநரன். பிரபாசதீரத்திலே இருஷிகளுக்குத் துன்பஞ்செய்தவந்தயானையைக்கொன்றவன். இவன்பாரி அஞ்சனை. மகன் அநுமந்தன்.

கேசவன்—விஷ்ணு.

கேசி—(1) ஒரு தானவன். இவன் தேவசேனையைப் பிடித்துச் சென்றபோது தேவேந்திரனுல் ஜயிக்கப்பட்டவன். (2) அயரூப தானுய்ச் சென்று கிருஷ்ணனையெதிர்த்துயுத்தஞ்செய்தபோது மாண்டஅசுரன். (3) (ய) வசுதேவனுக்குப் பத்திரையிடத்துப் பிறந்த மகன்.

கேசித்துவஜன்--நிமி வமிசத்தனுகிய ஓரரசன்.

கேசினி—தமயந்தி பாங்கி.

கேதனன்—அபிநவதண்டி யென்னும் பட்டம்பெற்ற ஆந்தரகவி.

கேதாரம்—இமாலய பர்வதத்திலுள்ள சிவக்ஷேத்திரம்.

கேதாரேசுவரவிரதம்--இஃதைப்

கே

பசிமாதத்துக்கிருஷ்ணபக்ஷத்து ச் . . தர்த்தசியில் சுமங்கலிகளா ல் அநுஷ்டிக்கத்தக்க விரதம்.

கேதாரேசுவரர்—திருக் கேதாரத் திலே கோயில்கொண்டிருக்குஞ் சுவாமிபெயர்.

கேதீச்சுவரர்—திருக்கேதீச்சரத்தி லே கோயில்கொண்டிருக்குஞ் சுவாமிபெயர்.

கேது— விப்பிரசித்திக்குச் சிங்கி கையிடத்துப் பிறந்த புத்திரன். இவன் அக்கினிக்கு விகேசியிடத் துப்பிறந்தவனென்றுஞ்சொல்ல ப்படுவன். (இராகு காண்க)

கேதுமதி—ஒரு கந்தருவஸ்திரி. சு மாலியென்னுமிராக்ஷசன்மனைவி

கேதுமந்தன்—(1) லோகபாலகர் நால்வருள் ஒருவன். (2) கலிங் கதேசத்தரசன். சுருதாயுமகன். (3) (கா) தந்வந்திரிமகன். கேது ரதன் தந்தை.

கேதுமாலம் — நவவருஷத்தொ ன்று.

கேதுரதன்—கேதுமந்தன் மகன். பகீரதன் தந்தை.

கேரளம்—கேரளனதுதேசம், இ து தக்ஷிண மலையாளம்.

கேரளன்—துஷ்யந்தன் தம்பியா கிய திஷ்யந்தன் பௌத்திரன். ஆசிரிதன்மகன்.

கைகசி—சுமாலி மகள். விச்சிரவ சுவின் இரண்டாம்பாரி. இவள் ராவணன் கும்பகர்ணன் சூர்ப்ப நகைஎன்னும் மூவரையும்பெற்ற வள்.

கைகேயி—(1) கேகயதேச ராஜபு த்திரி. தசரதன் மூன்றாம் பாரி. பரதன் தாய். தசரதன் ராமருக் குப்பட்டாபிஷேகத்துக்கு முகூ ாத்தம்வைத்து அதற்கு வேண்டு வனவெல்லாம்செய்து எத்தனப் பட்டிருக்கும்போது, மந்தரை யென்னுங் கொடிய கிழப்பாங்கி

கை

யினதுஏவலால், இக் கைகேயி த னக்குத் தசரதன் முன்னொருகா லீந்த வரங்களிரண்டையும தரு மாறு அவனைக் கேட்க, அவன் இ வளுடைய துரோக சிந்தையை யெண்ணுது தந்தேன் என்ன, இ வள் தன்மகன் பரதன் பட்டம் பெறவும், ராமர் பதினான்கு வரு ஷம் காடுகொள்ளவும் அருளுக வென்றாள். கொடுத்ததை மறுத் தல் அரசர்க்கியல்பன்றாதலின் அவன் மறுக்கவியலாதுடன்பட் டு மனக்கவற்சி காரணமாகச் சி லநாளில்உயிர்விட்டான்.

கைடவன்—கற்பாந்தத்தில் விஷ் ணுயோகநித்திரையிலிருந்தபோ து விஷ்ணுவினது இரு செவித்து வாரங்களினின்றும் மதுவென் றும் கைடவனென்றும் ஈரசுரர் பிறந்தார்கள். அவர்களுக்கு அப் போதுண்டாயிருந்தமகாப்பிரள யம் முழந்தாள்வரைச் சலமாயி ருந்ததென்றால் அவர்கள்உயரஞ் சொல்லவேண்டியதன்று. இச்ச மயம் பிரமாவும் விஷ்ணு நாபிக் கமலத்திற் பிறந்தார். அவரைக் கண்டு அவ்வசுரர் கொல்லவெ மூந்தார்கள். விஷ்ணு அவர்களை ச் சமாதானஞ்செய்து உங்களுக் கு வேண்டிய வரங்களைக் கேளு ங்களென்ன,உன்னிடத்தில்யாம் பெறக்கிடக்கும் வரம் யாதுமில் லை. உனக்கு வேண்டியதைக் கே ள் யாம் தருவேமென்றவசுரரை ப்பார்த்து என் கையால் நீங்கள் மடியும் வரந் தரல்வேண்டுமெ ன்று கூறி இருவரையுங் கொன் றார். அதுகாரணமாக விஷ்ணுவு க்குக் கைடபாரி மதுவைரி என் னும்பெயர்கள் பலித்தன.

கைலாசபர்வதம்-இமயத்தின் பி ன்பாகத்துள்ள வெள்ளிமயமா னமலை. இது சிவன்விரும்பியுறை யும் ஸ்தலம்.கைலாசபதிகாமம்சி

வனுக்குஇதுபற்றிவந்தது நவரத்தினங்களாற்புனையப்பட்டநாலு விசிகரங்களையுடைய இம்மலைநடுவேயுள்ள செம்பொற்கோயிலிலே இருஷிகணங்களுந் தேவகணங்களுஞ் சூழ்ந்துதுதிக்கச் சிவன் வீற்றிருப்பார்.

கோங்கணம்—மேலைச் சமுத்திரதீரத்திலே கேரளதேசத்துக்குத் தூரத்திலேயுள்ளதேசம்.

கோங்கர்—கொங்குமண்டிலத்தரசர்.

கோங்கு—குடநாடு.

கோழிஞாழன்மணிப்பூதனார்—இவர் கடைச்சங்கப் புலவர்களுளொருவர்.

கோடியிடையம்மை—திருமுல்லைவாயிலிலே கோயில்கொண்டிருக்குந்தேவியார்பெயர்.

கோடுங்குன்றேசுரர்—திருக்கொடுங்குன்றத்திலே கோயில்கொண்டிருக்குஞ் சுவாமிபெயர்.

கோடுங்கோளூர்—சேரநாட்டுள்ளதோரூர். திருவஞ்சைக்களம்.

கோடுமுடிநாதர்—திருப்பாண்டிக்கொடுமுடியிலே கோயில்கொண்டிருக்குஞ் சுவாமிபெயர்.

கோடும்பை—கொடும்பாளூர். இது பாண்டிநாட்டுள்ளது. அக்காலத்தில் உறையூரிலிருந்து மதுரைக்குச் செல்லும் வழியிலுள்ளதுபோலும்.

கோம்பிலிளங்கோதைநாயகி—திருவைகல்மாடத்திற் கோயில்கொண்டிருக்குந்தேவியார்பெயர்

கோல்லி—ஒருமலை.

கோல்லிமழவன்—சம்பந்தரால் முயலகன்என்னும்நோய்தீரப்பெற்ற கன்னிகையினதுதந்தை.

கோற்கை-பாண்டியர்களின்பழைய இராசதானிகளுளொன்று. சிலப்பதிகார கதாநாயகன் காலத்திலே இந்நகரத்திருந்த அரசன் வெற்றிவேற் செழியனென்பவன். இஃது இப்பொழுது மிகச்சிறிய வூராகவிருக்கின்றது. இச்செழியனே வெற்றிவேற்கையென்னும் அறநூலியற்றினோன். இவன் நல்லொழுக்கஞ்சிறந்தவன்.

கோகர்ணம்—கேரள தேசத்திலிருக்கும் ஓர் பெரிய சிவக்ஷேத்திரம். ராவணன் தபசுசெய்துபிரமாவிடத்திலே வரம்வாங்கினவிடம்.

கோகர்ணநாயகி—திருக் கோகர்ணத்திலே கோயில்கொண்டிருக்குந்தேவியார்பெயர்.

கோகுலம்—யமுனாநதிதீரத்திலே விருந்தாவனத்துக்குச் சமீபத்திலுள்ள இடைச்சேரி. கிருஷ்ணன் வளர்ந்தஇடம்.

கோகுலேசர்—திருக் கோழம்பத்திலே கோயில்கொண்டிருக்குஞ் சுமாமிபெயர்.

கோசலம்—சரயுநதிப் பிராந்தத்திலுள்ள தேசம். அயோத்தி இதற்கு ராஜதானி. இத்தேசம் இக்ஷுவாகு வமிசத்தரசர்க்குரியது. இது ராமருக்குப் பின்னுள்ள காலத்திலே விந்திய பருவதத்துக்குச் சமீபத்தில் இன்னுமொரு கோசலமுண்டாயினமையின் உத்தரகோசலமெனப்படுவதாயிற்று. பின்னைய கோசலத்துக்கு ராஜதானியாக ராமர்மகன் குசன் குசஸ்தலியென ஒரு பட்டணத்தை நிருமித்தான். பின்னையது தக்ஷிணகோசலம்.

கோசர்—கொங்குமண்டலத்தரசர். இவர் தங்கள் நாட்டில் கண்ணகிக்குத்திருவிழாச் செய்தவர்.

கோசலை—கௌசல்லியை. ராமன்தாய்,

கோச்சேங்கட்சோழன்— இவர் சுபதேவன் என்னும் சோழராஜன் கமலவதியிடத்துப் பெற்ற பு

த்திரனார். கமலவதி இவரைப் பிரசவிக்கும் சமயத்தில் அங்கே சென்று கூடியிருந்த சோதிடர்கள் இப்பிள்ளை ஒருநாழிகைகழித்துப் பிறக்குமாகில் முப்புவனங்களையுமரசாளும் என்று சொல்லக் கேட்டு அப்பிள்ளையை அச்சமயம் பிறக்கவொட்டாமல் அடக்கியிருந்து ஒருநாழிகை கழிந்தபின் பெற்றாள். உரியகாலத்திற் பிறவாது உதரத்திற் கிடந்தமையால் அப்பிள்ளையினது கண்கள் சிவந்திருந்தன. கமலவதி அப்பிள்ளையை நோக்கி "என் கோச்செங்கண்ணனோ" என்று சொல்லிக்கொண்டு உடனே இறந்துவிட்டாள். அது காரணமாகவே கோச்செங்கட்சோழனெனப்பெயர்கொண்டார். இவர் பூர்வஜன்மத்திலே ஜம்புகேஸ்வரத்திலிருக்கும் சிவலிங்கத்துக்கு மேற்கட்டியிட்ட சிலந்தியெனப் பெரியபுராணங் கூறும். இவர் சோழநாட்டிலே அநேக சிவாலயத் திருப்பணிகளும் சிதம்பரத்திலே தில்லைவாழந்தணர்களுக்குத்திருமாளிகைகளும் அமைப்பித்த சிவபக்தர். இவர் கோச்செங்கட்சோழநாயனார் எனப்படுவர். இவர் பாரதயுத்தமுடியும்வரையும் பாண்டவர்களுக்குத் துணையாயிருந்த தென்னாட்டரசர்களுள்ளே யொருவனாகிய சோழனுக்குப்பின்னே சமீபகாலத்திலே முடிசூடியரசுபுரிந்தவரென்பது கலிங்கத்துப்பரணியால் நிச்சயிக்கப்படும். அதுவுமன்றித் திருஞானசம்பந்தமூர்த்திநாயனாரது தேவாரத்திலே இவர் எடுத்துக் கூறப்படுதலாலும் இவர் காலம் நாலாயிரத்தைஞ்ஞூறுவருஷங்களுக்குமுன்னுள்ளதாதல்வேண்டும். களவழி நாற்பதிலே பொய்கையாராற் பாடப்பட்டவருமிவரே.

கோடிசூரேசுவரர்— திருக்கோடிகாவிலே கோயில்கொண்டிருக்குஞ் சுவாமிபெயர்.

கோடேந்துமுலையம்மை— திருஇலம்பயங்கோட்டூரிலே கோயில்கொண்டிருக்குந்தேவியார்பெயர்.

கோட்புலிநாயனார்— சோழநாட்டிலே நாட்டியத்தான்குடியிலே வேளாளர்குலத்திலே திருவவதாரஞ்செய்து சேனாபதியாகி, அரசன் கொடுக்கும் வேதனத்தைக்கொண்டு சிவாலய பூசைக்கு நெல்லுவாங்கிக் கட்டிவைத்துவிட்டு அரசனேவலினாற் போர்முனையிற் சென்றிருந்தபோது அந்நெல்லை ஆணை கடந்து எடுத்துண்ட சுற்றத்தாரையெல்லாம் மீண்டுவந்து தமது வாளினாலே துணித்துத் திடபக்தியை நாட்டிச் சிவானுக்கிரகம்பெற்றசிவபக்தர்.

கோணீசுவரர்— திருக்கோணமாமலையிலே கோயில்கொண்டிருக்குஞ் சுவாமிபெமர்.

கோணேசுவரர்— திருக்குடவாயிலிற் கோயில்கொண்டிருக்குஞ் சுவாமிபெயர்.

கோதமனார்—இவர் கடைச்சங்கப்புலவர்களுளொருவர்.

கோதமன்—சதானந்தன் தந்தையாகிய ஒரு முனிவர். அங்கிரசவமிசத்தவர்.

கோத்திரங்கள்—இவைகள் அநேகம். அவற்றுட் சில சிஷ பரம்பரையையும் சிலபுத்திரபரம்பரையையும் தெரிவிக்கும், இவைகளை இவ்வளவென்று கணிக்கமுடியாது. ஆயினுமவற்றுள் முக்கியமாயினவை ஐம்பது. அவையாவன. காசிப, பாரத்துவாஜ, அரித, கவுண்டினிய, கவுசிக, வசிஷ்ட, கவுதம, கார்க்கேய, ஸ்ரீவத்ச, ஆத்திரேய, முத்கல, சடமருஷண

திகள். அவற்றுள் ஒவ்வொன்றில் உட்பிரிவு அநேகம். இன்னுமவைகள் ஏகாரிஷேயம், துவயாரிஷேயம், திரயாரிஷேயம், பஞ்சாரிஷேயமாகவுமிருக்கும்.

கோபதி—அங்கிரசன் வமிசத்தனாகிய ஓரக்கினி.

கோபராஷ்டிரம் கொங்கணத்துக்குத் தெற்கிலுள்ள தேசம்.

கோபர், **கோபாலர்**—கிருஷ்ணன் வளர்ந்தசேரியிலுள்ள இடையர்கள்.

கோபானன்—யயாதி புத்திரனாகிய துருவசன் பௌத்திரன்.

கோபிகள், **கோபிகைகள்**, **கோபிகாஸ்திரிகள்**—கிருஷ்ணன்வளர்ந்த சேரியிலுள்ள இடைப்பெண்கள். இவர்கள் பதினாறுயிரவர்கள். பூர்வஜன்மத்தில் விஷ்ணுவுக்கு அடியார்கள். அவ் வாசனையால் கிருஷ்ணனையணைந்து சுகித்தவர்கள். கிருஷ்ணான்தன் மாயாவல்லபத்தால் ஏககாலத்தில் அப் பதினாறுயிரவர் வீடுகள்தோறுஞ்சென்று வைகி அவர்களைக் கலந்து விளையாட்டயர்ந்துபோவன். ஒருநாள் இவர்கள் யமுனைநதியிலேநீராடி நிற்பக்கண்டு, அவர்களுலருமாறு வைத்த வஸ்திரங்களையெல்லாங் கிருஷ்ணன் கவர்ந்துபோய் ஒருமரத்திலேறிக்கொண்டான். அதுகண்டஅப்பெண்கள்நீரினுள்ளேகண்டத்தளவும்தமதுடலைமறைத்துநின்று,கைகளைச்சிரமேற்குவித்து,வஸ்திரங்களைத்தருமாறு அவனையிரந்தார்கள். கிருஷ்ணன் யாவீரும் கரையேறிவந்து இரு கரங்களையும் சிரமேற் கூப்பிநின்று வேண்டினால் தருவேன் எனக்கூறி, அவ்வாறுசெய்தபின் அவ்வஸ்திரங்களை நீளக் கொடுத்தான். இக்கதை

அர்த்தவாதம். கிருஷ்ணன் வாக்கு வருமாறு: "என்னை யார்எவ்வழியில் வழிபடுவார் அவர் அவ்வழியில் இரக்ஷிக்கப்படுவர். சிலர் என்னை மைந்தனாகக்கொண்டு வழிபட்டனர். சிலர் நண்பனாகக்கொண்டனர் சிலர் பகைவனாகக்கொண்டு தியானித்தனர். சிலர் என்னைத்தமக்காசைநாயகனாகக்கொண்டு வழிபட்டார்கள். முடிவில் எல்லாரும் மோக்ஷவைவல்லியமேபெற்றார்கள்"

கோப்பெருஞ்சோழன்—உறையூரிலிருந்தரசியற்றிய சோழருள் ஒருவன். மிக்க புலமையுடையவன். பிசிராந்தையார்க்கு உயிர்த்தோழன். தன்னோடு முரணிய புத்திரர்மீது போர்க் கெழுந்தபோது புல்லாற்றூர் எயிற்றியனாரால் பாடிக் கோபந் தணிக்கப்பட்டவன். சிலகாலஞ் சென்றபின்னர்த் துறவுபூண்டு உத்தரநாட்டிலிருந்து பிசிராந்தையாரோடு சுவர்க்கம் புகுந்தவன். (புறநானூறு.)

கோப்பெருந்தேவி—நெடுஞ் செழியன் மனைவி. தன் கணவன் கண்ணகிக்கு வழக்கில்தோற்று இறந்தமைதெரிந்துஉடனேஉயிர்விட்டவள். இவளைஅறக்கற்புடையாளென்பர். (சிலப்பதிகாரம்)

கோமதி—ஒரு நதி. இது இமயத்திலுற்பத்தியாகிக் கோசலதேசவழியாய் ஒழுகிக் கங்கையிற் கலப்பது.

கோமுகன்—சாகல்லியன் சிஷ்யன்.

கோம்பிலிளங்கோதை நாதர்—திருவைகல்மாடத்திற் கோயில் கொண்டிருக்குஞ் சுவாமிபெயர்.

கோலாகலன்—இமவந்தன் புத்திரன். மைநாகன் தம்பி. இவர்கள் முறையே கோலாகலம், இமயம், மைநாகம் என்னும் மலைக்கரசர்

கள். சத்திமதிநதி இக் கோலாகலமலையிலுற்பத்தியாவது.

கோல்வளைநாயகி—திருக் கருப்பறியலூரிலே கோயில்கொண்டிருக்குந் தேவியார்பெயர்.

கோவர்த்தனம்—மதுராபுரத்துக்குச் சமீபத்திலுள்ள மலை. இந்திரயாகஞ் செய்துகொண்டிருந்த கோபாலர்கள்மேல் இந்திரனால் வருஷிக்கப்பட்டகன்மழையைத் தடுக்கக்கிருஷ்ணன்குடையாகப் பிடித்தமலை.

கோவலன்— சிலப்பதிகார கதாநாயகனான ஒரு வைசியன். இப்பெயர் கோபாலனென்பதன்மரூஉ. குபேரனையொத்த செல்வனாகிய இவன் ஒருகணிகையின்பொருட்டுத் தன் பொருளெலாமிழந்து தனது கற்புடைத்தேவி கண்ணகியோடு காவிரிப்பூம்பட்டினத்தைவிட்டுப் பொருளீட்டுநோக்கமாக மதுரையையடைந்தங்கே கண்ணகியின் காற்சிலம்பொன்றை விற்கவேண்டி ஒரு பொற்கொல்லன் வீட்டை அடைந்தபோது, அக்கொல்லன்செய்த வஞ்சனையால் அரண்மனைச் சிலம்பு திருடிய கள்வனெனப் பாண்டியனாற் கொல்லப்பட்டவன். இவன்காலம் ஆயிரத்தெண்ணூறு வருஷங்களுக்குமுன்னுள்ளது.

கோவிந்தன்—(1) கிருஷ்ணன் பசுவைக்காப்போனென்பது பதப்பொருள். (2) பிருகஸ்பதி.

கோவிந்தயோகி— சங்கராசாரிய சுவாமிகளுக்குக்குரு. இவர் நருமதாநதிதீரத்திலே எழுந்தருளியிருந்தவர்.

கோவூர்க்கிழார்--இவர்கடைச்சங்கப்புலவர்களுளொருவர்.

கோழி—உறையூர். முற்காலத்தில் இதிலிருந்த ஒரு கோழி யானையைப் போரில் வென்றமையால் இதற்கு இப்பெயர் வந்தது.

கோளகன்—சாகல்லியன் சீஷன்,

கோளிலிநாதர்— திருக்கோளிலியிலே கோயில்கொண்டிருக்கும் சுவாமிபெயர்.

கோளிலியப்பர்— திருக்கோளிலியிலே கோயில்கொண்டிருக்குஞ் சுவாமிபெயர்.

கோஷமணி—நகுலன் சங்கு,

கௌசலை }
கௌசல்லியை } (1) தசரதன் பாரி. ராமன்றாய். (2) யயாதிபுத்திரனாகிய பூரு பாரி. (3) வசுதேவன் பாரியாகிய பத்திரை.

கௌசாம்பி—குசாம்பன் நிருமித்த நகரம்.

கௌசிகம்—உப புராணங்களுள் ஒன்று.

கௌசிகன்—(1) தர்மவியாதனாலே தர்மவிசேஷங்களைத் தெரிந்துகொண்ட ஒருபிராமணன். (2) பிரதிஷ்டானபுரத்திலிருந்த ஒரு விப்பிரன். இவன் குஷ்டரோகத்தால் தேகமெங்கும் சீர் பெருகப்பெற்றவனாயிருந்தும் அவன்பாரி அருவருப்பற்றவளாய் அவனைப் பரிபாலித்துவந்தாள். ஒருநாள் அக்குஷ்டரோகி ஒருவேசியைக்கண்டு மோகித்து அவளைச் சேரவிரும்பித் தனது அபிப்பிராயத்தைத்தனதுபாரிக்குச்சொல்ல, அவள் அதற்கு வேண்டிய திரவியங்களை எடுத்துக்கொண்டு அவனையுங் கட்டி முதுகின்மேற் சுமந்துகொண்டு அவ்விரவிலே தானே அவ் வேசிவீடு தேடிச் சென்றாள். செல்லும்போதுகொடிய அந்தகாரமூடிற்று. அதனையும் பொருட்படுத்தாது செல்லும்போது வழியருகேயிருந்து தவஞ்செய்துகொண்டிருந்தமாண்டவ்விய இருஷி தலையிலே குஷ்டரோகிகால்தட்டியது. அதனால் மாண்டவ்வியர் சினந்து தமது

தலையிலே காலாலேதாக்கியவன் விடியற்காலத்திலே யிறக்கக்கடவனென்று சபித்தார். அதுகேட்ட கௌசிகன் பாரி நடுக்கமுற்று எனது பதிவிரதமுண்மையானால் பொழுது விடியாதொழிகவென்று பிரதி சாபமிட்டுப் போயினாள். அதனாற் பொழுது விடியாதாயிற்று. இதுகண்டதேவர்கள் விஷ்ணுவைவினவ, விஷ்ணு அவர்களை அத்திரிபத்தினியாகிய அநசூயையிடத்தேவ, அவர்கள் அவளிடஞ்சென்று வினவ, அவள் அவர்களைஅழைத்துக்கொண்டு கௌசிகன் மனைக்கேகி அவர் பத்தினியைச் சாபவிமோசனஞ்செய்கவென்றாள். அவள் என் நாயகன் இறந்திடுவானேயென்ன, அநசூயைஅஞ்சாதே கௌசிகன் எவ்வன புருஷனாவானென்ன, அவள்விமோசனஞ்செய்யப்பொழுதும்விடிந்தது. கௌசிகனுமிறந்து எவ்வனபுருஷனா யெழுந்தான். (3) ஒரு முனி. இவர் தமதுதேகத்தை ஓரிடத்தில்வைத்துவிட்டு மற்றொரு தேகத்திற் புகுந்து சஞ்சரிப்பாராயினர். விட்ட தேகம் ஜீரணமாகி அஸ்திமாத்திரங் கிடந்தபோது அம்மார்க்கமாக ஆகாயத்திலே சென்ற கந்தருவன் அதற்கு நேரே வந்தபோது கீழே விழுந்தான். அதுகண்ட பாலகல்லியமுனி அவனை நோக்கி, நீ இவ்வஸ்தியைக் கொண்டுபோய்ச் சரசுவதி நதியிலிட்டு ஆடிப் போவையேல் அந்தரஞ் செல்லலாமென்ன, அவ்வாறு அவனுஞ்செய்து அந்தரஞ் சென்றான். (4) (ய) வற்சபாலகன் என்னும் வற்சவத்தன் வளர்த்தபுத்திரன். வசுதேவன்மகன். (5) விசுவாமித்திரன். அதிரகசியதத்துவங்களையெல்லாம் ஆராய்ந்த பேரறிவுடையோன் என்பது பதப்பொருள். (6) ஜராசந்தன் தோழனாகிய அம்சன்.

கௌசிகி—(1) ஒரு நதி. (2) காதிபுத்திரி, இருசிகன் பாரி, ஜமதக்கினி தாய், விசுவாமித்திரன் சகோதரி, சத்தியவதியெனவும்படுவள்.

கௌசிகிதேவி—கௌரிசும்பநிசும்பரைக்கொல்லுமாறு கொண்ட வடிவம். இத்தேவி சண்டமுண்டரைக் கொன்று சாமுண்டியெனப் பெயர்புனைந்தாள்.

கௌடபாதாசாரியர்—ஸ்ரீ சுகர்சிஷர். யதி கோவிந்தபகவற்பாதருக்குக் குரு. இவர் உத்தரகீதைக்குப் பாஷியஞ்செயதவர்.

கௌடபுரி—லக்ஷ்மணபதி. வங்கதேசத்து முக்கியபட்டணம். ஜன்னுமகாவிருஷியுடைய ஆச்சிரமமிருந்தவிடம். இங்குள்ள பிராமணர் கௌடரெனப்படுவர்.

கௌடம்—வங்கதேசம். இது பஞ்சகௌடத்தொன்று.

கௌடர்—கௌடபுரிப் பிராமணர். இவர்கள் கல்வி கேள்விகளாலும், ஒழுக்கத்தாலுஞ் சிறந்தவர்கள். மிக்க நாகரிகம் வாய்ந்தவர்கள்.

கௌடில்யன்—சாணக்கியன்.

கௌதமகோ
கௌதமன்பசு } கௌதம இருஷி ராஜமகேந்திரத்துக்குச் சமீபத்திற்கோதாவிரிதீரத்துக்குத் தெற்கேயுள்ள கோவூரிலிருந்து தவஞ் செய்யும்போது பன்னீராட்டைப் பஞ்சம்வந்தடுக்க அதற்கஞ்சி அநேக இருஷிகள் கௌதமரை யடைந்தார்கள். அதுகண்ட கௌதமர் ஒருபிடி நெல்லையெடுத்துத் தமதருகிலுள்ள மணல்மேட்டில் விதைத்துவிட்டு அநுஷ்டானஞ்செய்தார். அநுஷ்டானஞ்செய்து எழுந்தபோது நெல்லெல்லாம் மு

ளைத்துவளர்ந்து கதிரீன்று விளைந்திருப்பதைக் கண்டு அவற்றையெல்லாம் அறுத் தடிசிலாக்கி உண்ணுமாறு இருஷிகளையேவினர். அவ்வாறே தினந்தோறுஞ் செய்துவரப் பன்னீராண்டு கழிந்து நாடு மலிந்தது. மலிதலும் இருஷிகளைநோக்கி இனி நம் வாசஸ்தானம்போமின் என, அவர்கள் கௌதமரைநோக்கி நீர்எம்மோடு வருதல்வேண்டுமென்று பிரார்த்திக்க, அவர் மறுத்தார். அதனால்இருஷிகள் பொறாமையுற்று ஒரு மாயப்பசுவையுண்டாக்கி அவர் விதைக்கும் பயிரை மேய்ந்தழிக்குமாறுசெய்தனர். அதுகண்ட கௌதமர் தருப்பைப் புல்லால் அப்பசுவை யோச்ச, பசு வீழ்ந்திறந்தது. இருஷிகள் கௌதமரைநோக்கிக்கோஹத்திசெய்தீர். அதற்காகச்சாந்திராயணவிரதமநுட்டிக்கக்கடவீரென்று சபித்துப்போயினர். நன்றி மறந்து இருஷிகள்செய்த செய்கையை உலகத்தார்உபமானமாகப்பேசும்போது இது கௌதமன் பசு நியாயமென்றுவழங்குவர்.

கௌதமன்—(1) பாரத்துவாஜமுனி. (2) கோதமர். (3) சதாநந்தன். (4) கிருபன். (5) கிருபன்பாட்டன். (6) புத்தன். (7) கணுதன். கோதமர் எனப்படும் கௌதமர் மனைவி அகலிகை. அகலிகையை வஞ்சித்துக்கூடிய இந்திரனை ஆயிரங் கண்ணனாகச் சபித்தவர் இக் கௌதமரே. இவருக்கு அகலிகைவயிற்றிற்பிறந்தவன் சதாநந்தன். இவர் இராமன்காலத்தில்விளங்கினவர். (8) பதிற்றுப்பத்துள் மூன்றும்பத்துப்பாடிய புலவர். தருமபுத்திரன் இவராற்பாடப்பட்டோன். (புறநானூறு)

கௌதமாச்சிரமம்—இது விசாலபுரத்திலிருந்து மிதிலாபுரத்துக்குப்போகிறமார்க்கத்திலுள்ளது. ஜயந்தபுரம் இதற்குச் சமீபத்திலுள்ளது.

கௌதமி—கோதாவிரி.

கௌஸ்துபம்—அமிர்தமதனகாலத்திலே திருப்பாற்கடலிலே யெழுந்த திவ்விய வஸ்துக்களுளொன்றாகிய வோரற்புதமணி. அதனை விஷ்ணு தமக்கு ஆபரணமாகக்கொண்டருளினர்.

கௌரமுகன்—சமீகன்மகன்.

கௌரி—(1) பொன்மயமான திருமேனியோடுகூடியபார்வதிதேவியார் கௌரியெனப்படுவர். ஒரு காலத்தில் இத் திருமேனியோடு ஒரு வைஷ்ணவன் வீட்டிலே திருவவதாரஞ்செய்து எட்டாண்டுநிரம்பியிருந்த கௌரியைச் சிவன் தமக்குச் சக்தியாக்கிக்கொண்டனர். (2) வருணன்பாரி.

கௌரிகாந்த சார்வபௌம பட்டாசாரியர்—ஆனந்தலகரிக்கு வியாக்கியானஞ்செய்த முப்பதின்மருளொருவர். இவர் பிற்காலத்தவர்.

கௌரிகங்கை—கைலாச பர்வதத்திலுள்ளவொருநதி.

கௌளர்—(1) கௌடர். (2) சக்தியை வாமதந்திரப்படி பூசித்து வழிபடுஞ்சமயத்தோர்.

க்ஷணவித்துவம்சி—உலகம் கணந்தோறுமழிந்து சிருஷ்டியெய்துமியல்பினதென்று வாதிக்குமொரு சார்நாஸ்திகன்.

க்ஷத்திரதருமன்—புரூரவன் மகனாகிய க்ஷத்திரவிருத்தன் வமிசத்திலே பிறந்தவன்.

க்ஷத்திரவிருத்தன்—புரூரவன் இரண்டாம்புத்திரன். நகுஷன் தம்பி.

க்ஷத்திரியர்—இரண்டாம்வருணத்

தோர். இவர்கள் பிரமாவினது புயத்திற் பிறந்தோரெனப்படுவர். இவர்களுக்குஅரசுபுரிதலும் போர்செய்தலும் படைபயிற்றலும்சிறப்புத்தொழில்களாம். வேதம் ஓதல், வேட்டல், ஈதல் மூன்றும் பொதுத்தொழில்கள். இவர்கள் ஏற்றல்செய்வராயிற் பிரஷ்டராவார்கள். இவர்கள் தம் வருணத்திலும் தம்மிற்றாழ்ந்த மற்றையிரண்டு வருணத்திலும் பெண்கோடற்குரியர். பூர்வகாலத்திற் சிறந்து விளங்கியமகாரிஷிகள் உலகியலை நெறிப்படுத்தும் பொருட்டு மக்கட்பரப்பை நான்குபாற்படுத்தி, அறிவை வளர்ப்போரைப்பிரமவருணமென்றும் புஜபலத்துக்குரியோரைக் க்ஷத்திரியவருணமென்றும், பொருளீட்டுவோரைவைசியவருணமென்றும், காருகத்துக்குரியோரைச் சூத்திர வருணமென்றும் முறைப்படுத்திக் கருமவிபாகஞ்செய்துவைத்துப்போயினர். இக்கருமவிபாகத்தை ஊன்றிநோக்குமிடத்தில் எத்தேசத்திலும் இந்நான்கு வருணங்களுமியல்பாகவேயுள்ளனவும் இன்றியமையாதனவுமாகவே யிருக்கின்றன. ஹூணதேசத்திலும் (Europe) சமயப்பிரசாரகரே முதற்படியிலுள்ளவர்கள்; அரசரே அடுத்தபடியிலுள்ளவர்கள்; வணிகரே மூன்றாம்படியிலுள்ளவர்கள்; காருகரே நான்காம்படியிலுள்ளவர்கள். வர்மன்என்பதுக்ஷத்திரியருக்குச் சாதிப்பெயர்.

க்ஷத்திரோபேக்ஷன்—(ய) அக்குரூரன் தம்பி.

க்ஷபணன்-(1)பௌத்தமுனிவன். (2) ஜைனமுனிவன்; ஆருகதன்.

க்ஷமை—தக்ஷப்பிரசாபதி புத்திரி. புலகன்பாரி. (2) தர்க்கை. (3) பூமிதேவி.

க்ஷிதீதரம்—ஸ்ரீசைலம். கிருஷ்ணநதி உற்பத்தி ஸ்தானத்துக்குச்சமீபத்திலுள்ளது. இதனைச் சூழ்ந்தவனம் மகாரண்ணியம்.

க்ஷுபன்-முதற்கணித்திரன் மகன்.

க்ஷேத்திரபாலன்—(1) வைரவக்கடவுள். (2) சிவன்.

க்ஷேமகன்—அபிமன்னியன் வமிசத்தரசர்களுட் கடையரசன். இவனோடு பரதவமிசமொழிந்தது.

க்ஷேமதன்னுவா—புண்டரீகன்மகன்.

க்ஷேமன்—(கா) சுநீதன்மகன். சுகேதன் தந்தை.

க்ஷேமாவி—சிருஞ்சயன்மகன்.

க்ஷேமியன்—(பு) உக்கிராயுதன்மகன்.

சகடாசுரன்—(ரா) கம்சன் தூதருளொருவன். இவன் கிருஷ்ணன் சிசுவாயிருக்கும்போது ஒரு சகடரூபமெடுத்துப்போய்த் தன்மீதூரவருங் கிருஷ்ணனைக் கொல்லவெண்ணிக் கிடந்தபோது அஃதுணர்ந்து கிருஷ்ணன் அதன்மீதேறித் தகர்த்தவழி உயிர் துறந்தவன்.

சகந்தரை—ஒரு தேசம்.

சகம்—சாகர்வசிக்குந்தேசம். இது சிந்துதேசத்திற்கு மேற்றிசைக்கண்ணது.

சகரன்—(இ) சக்கிரவர்த்திகளறுவரிலொருவன். வாகுகன் புத்திரன். இவனுக்குப் பாரியரிருவர். மூத்தாள் கேசினி. இளையாள் சுமதி. இவன் அசுவமேத யாகஞ்செய்தபோது அசுவத்தைப் பாதலத்தில் இந்திரன்கொண்டுபோய் மறைத்தான். சகரன்புத்திரரறுபதினாயிரவரும் பூமியைத்தோண்டிப் பாதலஞ் சென்று அதனைத் தேடியபோது கபிலரால் நீறாக்கப்பட்டார்கள். இவர்க

ளா லகழப்பட்டமையின் கடல் சாகரமெனப்படும். சகரன் கருப்பத்திலிருக்கும்போது தாய் நஞ்சூட்டப்பட்டமையினுல் உரியகாலத்திற்பிறவாது ஏழுவருஷஞ்சென்று பிறந்தவன். நஞ்சூட்டப்பட்டகாரணத்தால் சகரனென்னும்பெயர் அவனுக்காயிற்று. (காம்-கஞ்சு)

சகஸ்வான்—அமரிஷன்புதல்வன்

சகிதேவிநாயகி—திருச்சேஞலூரிலேகோயில்கொண்டிருக்குமதேவியார்பெயர்.

சகுந்தலை— விசுவாமித்திரருக்குமேனகையிடத்துப் பிறந்த புத்திரி. துஷ்டந்தன்பாரி. பரதன் தாய். இவளைப் பெற்றவுடனே மேனகை அக்காட்டில் விட்டுப்போக அச்சிசுவைச்சகுந்தபட்சிகள் சிறகாலணைத்துக் காத்தன. அப்போது கண்ணுவமுனி அவ்வழியிற்சென்று கண்டெடுத்துப்போய் வளர்த்தனர். சகுந்தபக்ஷிகள் காத்தமையின் சகுந்தலைப்பெயர் பெற்ருள்.

சகுனி—(1) (தி) இரணியாக்ஷன் புத்திரன். (2) (ய) தசரதன் புத்திரன். (3) காந்தாரதேசத்தரசனுகிய சுபலன் புத்திரன், காந்தாரி சகோதரன். துரியோதனன் மாமன். துரியோதனனுக்காகப் பாண்டவரோடு சூதாடிவென்றவன். இவனே துரியோதனன்குடிக்கு நாசகாரணன்.

சகோத்திரன்-பகிரதன் புதல்வன்.

சக்கரசமேரதைத்தியன் — திரணவர்த்தன்.

சக்கரதேவன்—கலிங்கதேச ராஜாவாகிய சுருதாயுவினதிரண்டாம்புத்திரன்.

சக்கரவாளம்—லோகாலோக பர்வதம். இது சக்கராகாரமாகப் பூமியைச் சூழ்ந்திருத்தலின் இப்பெயர்பெறுவதாயிற்று.

சக்கிரி—இந்திரன்,

சக்ஷு—யயாதிபௌத்திரன்; அநுபுத்திரன்.

சக்ஷுநதி—கங்கையிற்கலக்குமோருநதி.

சக்ஷுர்மநு—சர்வதேசசுவினதுபுத்திரன். சுவாயம்புவ மநுவமிசம். தாய் ஆஹுதி. பாரி நடுவலை. புருவன், குற்சன், திருதன், துய்ம்மன், சத்தியவந்தன், இருதன், விரதன், அக்கினிஷ்டோமன், அதிராத்திரன், சுதய்ம்மன், சிபி, உன்முகன் எனப் பன்னிருவர் புத்திரர்.

சக்தி—(1) (சி) வசிஷ்டர் மூத்தமகன். பராசரன்தந்தை. (2) லோகமாதாவாகிய சங்கரி. (3) தெய்வத்தினது வல்லமை, அருள், ஞான முதலிய குணங்கள் சக்தியெனப்படும்.

சக்துபிரஸ்தன்— குருக்ஷேத்திரத்திருந்த ஒரு பிராமணன். இவன் தான்செய்த அதிதிபூஜாபலத்தால் குடும்பத்தோடு பிரமலோகமடைந்தவன்.

சங்கசூடன்—இவன்பிருந்தாவனத்திருந்த கோபஸ்திரிகளை உத்தர திசைக்குக் கொண்டுபோனபோது கிருஷ்ணனுல் கொல்லப்பட்ட குபேரன் தூதன்.

சங்கடன்—தருமனுக்குககுபுதேவியிடத்துப் பிறந்த புத்திரன்.

சங்கணன்—வச்சிரநாபன் மகன்.

சங்கபாலன்—லோகபாலருளோருவன்.

சங்கமங்கை—சாக்கிய நாயனுர் முத்தியடைந்ததலம். இது தொண்டைநாட்டிலுள்ளது.

சங்கமன்—ஒரு வாணிகன். நீலகேசியின் கணவன்.

சங்கம்—தமிழ்ச்சங்கம்காண்க.

சங்கரகவி—போஜன் சமஸ்தானத்துக் கவிகளுளொருவர். இவர் ஒருசமயத்திலே சொன்ன அற்புதசுலோகத்துக்காகப் போஜனிடத்திலேபதினேரிலக்ஷம்பொன் பரிசுபெற்றவர்

சங்கர நமச்சிவாயப் புலவர்—நன்னூலுக்கு விருத்தியுரைசெய்தவர். இவர் திருநெல்வேலியிலே நூற்றுத்தொண்ணூறு வருஷங்களுக்குமுன்இருந்தவர். இவர்குரு சுவாமிநாததேசிகர்.

சங்கரன்—சிவன். (சுகத்தைச்செய்பவனென்பது பதார்த்தம்.)

சங்கராசாரியர்— இப் பெயரால் விளங்கிய ஆசாரியர் மூவர். பிரசித்திபெற்றவர் ஆதி சங்கராசாரியர். மற்றைய இருவரும் அப்பெயரைத் தமக்கிட்டுக்கொண்டமையாற் பிரசித்திபெற்றாராயினவர். ஆதிசங்கராசாரியர் சிதம்பரத்திலே விசுவசித்து என்னும் பிராமணோத்தமருக்கு அம்பிகையென்னும் அவர் மனைவியிற்றிலே புத்திரராக அவதரித்தவர். அவதரித்தகாலம் யுதிஷ்டிாசகம் இரண்டாயிரத்து நூற்றைம்பத்தெட்டாம் (உகடுஅ) வருஷமாகிய இரத்தாக்ஷியிலே மாசிமாதத்துக் கிருஷ்ணபக்ஷத்துச் சதுர்த்தசிதிதியோடுகூடிய சோமவார அர்த்தராத்திரி. அவர் பாலசந்நியாசம்பூண்டு உத்தரஞ்சென்று அங்கே ஒரு குருவையடைந்து வேதசாஸ்திரங்களைக் கற்று வல்லராகிப் பிரமசூத்திரத்திற்கும் உபநிஷதங்களுக்கும் பாஷியஞ்செய்து அத்துவைத மதத்தையெடுத்துத் திக்குகடோறுஞ்சென்று பிரசங்கித்து வியவஸ்தாபனம்பண்ணி ஜகத்குருவாயினர். துவாரகை, சிருங்ககிரி, காஞ்சிபுரம், கும்பகோணம்முதலியவிடங்களிற் சிற்சிலநாள் வாசஞ்செய்து அத்துவைதமத ஸ்தாபனம் பண்ணினமையால் பிற்காலத்திலே ஆங்காங்கும் அவர்க்கு மடாலயங்களமைத்துச் சமர்ப்பிக்கப்பட்டன. அவர் முப்பத்திரண்டு வயசிலே பரிபூரணதசையடைந்தனர். அவர்செய்த நூல்களிலே பௌத்தமதகண்டனம் யாண்டுங்காணப்படாமையினாலே அவர் பௌத்தமதத்தை வேரறுத்தார் என்னுங்கொள்கை ஆதாரமுடையதன்று. புத்தர் அவர்க்குப் பின்னுள்ளவர். அத்துவைதமதத்தைத் தடை விடைகளாலே பிரவசனஞ்செய்து வியவஸ்தாபனம்பண்ணிப்போயினரேயன்றி, அவர் நடுநிலைபிறழ்ந்து அகங்கரித்து நிமிர்ந்து ஒரு மதத்தையுந் தூஷித்தாரல்லர். அவர் வாக்குவல்லபமும், சாதுரியமும், எடுத்த விஷயங்களை வரம்புகடவாது கடைபோக விசாரித்து நிச்சயிக்கும்நுண்ணிய விவேகமும், அழுக்காறும் பக்ஷபாதமும்பற்றி நடுநிலைபிறழாது சத்தியத்தையே அவாவும் பெருந்தகைமையுமுடையரென்பது அவருடைய நூல்களால் நன்கு புலப்படும். அவர் இப் பாதகண்டத்திலே அக்காலிலேஅவதாரம்பண்ணிப் பாஷியங்கள்செய்யாதிருப்பரேல் வேதோபநிஷதங்கள் நெடுங்காலத்துக்குமுன்னே மேகபடலத்தால் மூடப்பட்ட சந்திரனைப்பொலொளியிழந்துவிடும். அவர் சமாதிகொண்டவிடம் காஞ்சிபுரம். அவர் பௌத்தமதம் தமக்குப் பிற்காலத்திலேவந்து ஆரியதேசத்திலே வேரூன்றப்பார்க்குமெனத் தமது தீர்க்கதிருஷ்டியினால் முன்னருணர்ந்து வேதாந்தசூத்திரத்துக்குப் பாஷியமுதலியன செய்துவைத்

துப்போயினரெனக் கொள்ளினுங்கொள்ளலாமேயன்றி, அவர்புத்தசமயத்தை வேரறுக்கும்பொருட்டு அவதாரஞ்செய்தாரெனக்கொள்வது அவர்பெருமைக்கீனந்தருவதாகும்.

இனி அவர் இரண்டாயிரத்தெண்ணூற்று நாற்பத்திரண்டு வருஷங்களுக்குமுன்னிருந்தவரென்பது சைனசமயநூல்களுளொன்றாகிய "ஜினவிஜயம்" என்னும் நூலினாலே நன்கு விளங்கும். சங்கராசாரியருக்குப் பிரதமசிஷ்யராகிய ஆனந்தகிரியென்பவர் தாம் செய்த சங்கரவிசயம் என்னும் நூலிலே சங்கராசாரியர் பிறந்தவூர் சிதம்பரமென்றும், தந்தையார் விசுவசித்து என்றும், தாயார் அம்பிகையென்றும் கூறிப்போயினாரேயன்றி, இன்னகாலத்திலேயென்று கூறினாரில்லை. அவ்விஷயத்தைக் காலத்தோடு கூறிப் பூர்த்திசெய்வது சினவிசய "இருஷி, பாணம், பூமி, அக்ஷி என்னும் எண்களை வலப்புறந்தொட்டுஇடப்புறமாக முறையேயெழுதவரும் தொகை வருஷங்கள் கழிந்தபின்னர்" என்பது சினவிசயத்திலே கூறப்பட்ட சுலோகக்கூற்றின் மொழிபெயர்ப்பு. இருஷி என்பது ஏழு. பாணம் ஐந்து. பூமி ஒன்று. அக்ஷி இரண்டு. இவற்றை முறையே இடக்தொடங்கிவலமுகமாக விட்டெழுதிப்படிக்கவருவது ௨௧௫௭. யுதிஷ்டிரசகத்திலே சங்கராசாரியர்பிறக்கும்போது சென்ற வருஷத்தொகை இதுவே. விக்கிரமசகாரம்பத்துக்குமுன்னே ஆரியதேசத்திலே வழங்கிவந்தது யுதிஷ்டிரசகமென்பது யாவருமறிந்தவிஷயம். விக்கிரமசகம்ஆரம்பிக்கும்போது யுதிஷ்டிரசகத்தின், ௩௦௪௪, வருஷங்கழிந்தன. விக்கிரமசகத்தில் இக்கலி ஐயாயிரம்வரைக்கும் சென்ற வருஷம் ௧௯௫௭. ஆகவே சங்கராசாரியர் பிறந்து ௨௮௪௨ வருஷங்கள்சென்றன. புறச்சமயவாதிகளாகிய சைனருடைய நூலே இதற்குப் பிரமாணமாய் ஆனந்தகிரியினது கூற்றை வலியுறுத்துமென்றால் அவர்காலத்தைக் குறித்து ஐயங்கொள்ளற்கிடங்காண்கிலம். சமஸ்கிருத திராவிட நூல்களை ஆராய்ந்துணரவேண்டுமென்னும் அவாவோடு அவற்றைக் கற்கப்புகும் ஐரோப்பிய பண்டிதர்களுட்சிலர், புகுந்தும் புகாமுன்னே அந்நூல்களுக்கும் பாஷைகளுக்கும் வயசு நிச்சயிக்கத் தொடங்கி விபரீதசித்தாந்தஞ்செய்வர். அவர் போசப்பிரபந்தத்திலே சங்கரகவியென்பவர் பெயரைக் கண்டவுடனே சங்கராசாரியரையுஞ் சங்கரகவியையு மொருவராகக் கொண்டு காலங்கற்பித்து வழக்குரைப்பர். அவர்க்குஆரியருடைய நாகரிககாலமெல்லாம் ஆயிரத்துத்தொளாயிரம்வருஷங்களுக்கு மேற்படாதிருத்தலே உவப்பின்பாலதாம். அதற்கு மேற்படுமாயின் அஃதவர் வெறுப்புக்கேதுவாய்விடும்.

அதுநிற்க; சிருங்ககிரி மடத்திலே சங்கராசாரியருக்குப் பின், ஒருவர்பின்னொருவராகச் சாரதாபீடத்திலே ஆசாரியராக வீற்றிருந்து வைதிகராச்சியஞ் செய்துபோயினவர்தொகை பிரமசுவரூபாசாரியர் முதல் சேசவாச்சிரமரீறாக எழுபத்திரண்டு. எழுபத்துமூன்றும் பட்டங்கொண்டு இப்போதுள்ளவர் ஸ்ரீராஜராஜேசுவர சங்கராச்சிரம சுவாமிகள். ஒருபட்டத்துக்கு முப்பத்தைந்து வருஷமாகக் கணக்கிட்டாலும் அவர்காலமீராயிர[illegible]

ஞ்ஞூறுவருஷங்களுக்கு முன்னு
ள்ளதாகின்றது. கும்பகோணத்
துள்ளமடத்துப்பட்டத்தொகை
யும் இதற்காதாரமாக நிற்கின்ற
து. ஆரிய கிரந்த கர்த்தாக்கள்
சரித்திரமென்னும் நூல்செய்த
ஸ்ரீ ஜனார்த்தன ராமசந்திரர் அ
வர்களும், சங்கராசாரியர் இர
ண்டாயிரத்தைஞ்ஞூறு வருஷங்
களுக்கு முன்னுள்ளவரென்றே
தமது நூலிற் கூறுவர்.

அதுவுமன்றிக, சங்கராசாரிய
ருக்குக் குரு பதஞ்சலியென்பது
வித்தியாரண்ணியர்செய்த சங்க
ரவிஜயமென்னும் நூலினால் நிச்
சயிக்கப்படும். பதஞ்சலியென்
பது கோவிந்த யோகிக்குப் பூர்
வாச்சிரமநாமம். யோகசூத்திர
ம் மகாபாஷியம் முதலியன செ
ய்தவருமிவரே. (பதஞ்சலிமகா
முனிவரிவரல்லர்) பதஞ்சலி இர
ண்டாயிரத்தைஞ்ஞூறு வருஷங்
களுக்கு முன்னுள்ளவரென்பது
ஐரோப்பியபண்டிதர்க்கு மொத்
தகருத்தாம். பதஞ்சலிக்குச் சி
ஷராகவே சங்கராசாரியர்கால
மும் இரண்டாயிரத்தைஞ்ஞூறு
வருஷங்களுக்கு முன்னுள்ளதே
யாம்.

நூல்களிலே யவன சப்தம்
கேட்கப்படுமாயின் அதுகொண்டு
அந்நூல்களெல்லாம் "மகா அலெ
க்சாந்தர்" படையெடுப்புக்குப்
பின்னுள்ளனவெனக் கூறுவது
சம்ஸ்கிருத வித்தியா விநோதர்க
ளாகிய ஐரோப்பியபண்டிதர் வ
ழக்கு. அப் படையெடுப்புக்குப்
பல்லாயிர வருஷங்களுக்கு முற்
றொட்டு யவனர் ஆரியநாட்டில்
வந்து சேவித்தும் வாணிகம்பண்
ணியும் சாஸ்திரங்கற்றும் மீளும்
வழக்குடையரென்பது அப்பண்
டிதர்கள் அறியார்போலும்.

இனி இரண்டாஞ் சங்கராசாரி
யர் கேரளதேசத்திலே சாலிவா
கனசகம் நானூற்றிருபத்தொன்
றிலே மாசிமாசத்தபரபக்கத்துச்
சதுர்த்தசியிலே சிவகுரு என்ப
வருக்குப் புத்திரராக அவதரித்த
வர். இவர் வித்தியாநரசிங்க பா
ரதிக்குப் பின் சாரதாபீடத்தில்
வீற்றிருந்தவர். இவருந் திக்கு
விஜயஞ்செய்து அத்துவைதமத
ஸ்தாபனம்பண்ணிப்பெயர்படை
த்தவர். இவர் சாலிவாகனசகவ
ருஷம் நானூற்றுத் தொண்ணூற்
றொன்றிலே கார்த்திகைமாசத்தி
லேயுண்டாகிய சூரியகிரகணகா
லத்திலே சமுத்திரஸ்நானஞ்செ
ய்யும்பொருட்டு நிர்மலமென்னு
மூரையடைந்து அது முடித்துக்
கொண்டு அங்கே யிருக்குநாளி
லே,அடுத்த சுக்கிலபக்கத்துத்திர
யோதசியிலே சமாதிகூடினவர்.
இவரே சங்க்ஷேபசாரீரக முதலி
ய நூல்கள் செய்தவர். இவரும்
ஆதிசங்கராசாரியரை யொருவா
றொத்து நிற்றற்குரிய சர்வசாஸ்,
திரநிபுணர். ஆகவே இவர்காலம்
ஆயிரத்து முந்நூற்று முப்பது வ
ருஷங்களுக்கு முன்னுள்ளது. இ
வ்வரலாறும் ஜினவிசயத்திற் கூ
றப்பட்டுள்ளது. நிர்மலம் மேற்
குச்சமுத்திரதீரத்திலே கொங்க
தேசத்துக்கு வடதிசையிலேயுள்
ளது. அங்கே சங்கராசாரியரது
சமாதியும் ஆலயமு மின்றுமுள.
கார்த்திகைமாசத்துச் சுக்கிலப
க்ஷத்துத் திரயோதசிதோறும்
பெருவிழாவொன்று நடந்துவரு
கின்றது. ஜினவிசயம் பிரமாண
நூலென்பதற்கு இது வலிய சா
ன்றாகும்.

மூன்றாஞ் சங்கராசாரியர் சா
லிவாகனசகாப்தம் எழுநூற்று
பத்திலே பிறந்து ஐம்பத்தாறும்
வயசிலே அடைந்தவர். இவரும்
வித்தியாசாதுரியமுடையவர். இ

வருடைய வரலாறு சதானந்தசுவாமிகள் செய்த திக்குவிசயமென்னுநூலிலே கூறப்பட்டுள்ளது. பின்வந்த சங்கராசாரியர்களுக்கு மிக்க பெருமை கற்பிக்கவேண்டித் திக்குவிசய நூல்கள் செய்தோர் ஆதி சங்கராசாரியரிடத்து விளங்கிய பெருமைகள் சிலவற்றையுமெடுத்து இவரிடத்தில்லாதனவேயாயினு முள்ளனவேபோல முகமனு லாரோபித்துப் போயினர்.

ஆதி சங்கராசாரியராற் செய்யப்பட்ட நூல்கள் பிரமசூத்திர பாஷியம், ஆனந்தலகரி, சௌந்தரியலகரி, சிவபுஜங்க முதலியன. அவர் திருஞானசம்பந்தமூர்த்தி நாயனாரைச் சௌந்தரிய லகரியிலும், கண்ணப்பரைச் சிவானந்தலகரியிலும், இயற்பகையார், சிறுத்தொண்டர், சண்டேசுரரென்னு நாயன்மார்களைச் சிவபுஜங்கத்திலும் துதித்திருத்தலால், அந்நாயன்மார்கள்காலம் அவருக்குமுந்தியதென்பது நன்றாக நிச்சயிக்கப்படும். 'ஆனந்தலகரிக்கு வியாக்கியானஞ்செய்தோர்' இருபத்துநால்வர். அவ் வியாக்கியானங்களுள்ளே சிறந்ததாகக்கொள்ளப்படுவது அப்பையதீக்ஷிதர் செய்தது.

மேலே பௌத்தமதமெனச்சுட்டப்பட்டது பூர்வ பௌத்த மதமன்று.

சங்கம்—தமிழ்ச்சங்கம் காண்க.

சங்கருஷணன்—பலராமன். இவன் தேவகியினது கருப்பத்திலிருந்தபோது யோக மாயாதேவி சங்கருஷித்துக் கொண்டு போய் ரோஹிணி கருப்பத்திற் சேர்த்தமையால் இப்பெயர்பெற்றான்.

சங்கவருணர்—பாண்டிய வரசராற் சூட்டப்பட்ட நாகரிகர் என்னும் பட்டமுடையோருள்ஒருவராகிய இவர் தந்தைமாறன் என்பவனைப் பாடின புலவர். புறநானூற்றினுள்ள செய்யுள்களுளொன்றாகிய இவர்பாடல் செல்வ நிலையாமையை நன்குணர்த்தும்.

சங்கன்—(1) விராடராஜன் புத்திரன். இவன் உத்தரைதமையன். (2) கஞ்சன் தம்பி.

சங்கற்பசூரியோதயம்— நாராயணாசாரியர் விசிஷ்டாத்துவைதமதத்துவங்களைருபகாரம்பண்ணி நாடகமாகச்செய்த நூல். இது பிரபோத சந்திரோதயமென்னும் நூலை மாதைவேங்கடசுவாமிகள் செய்தருளியபின்னர் அதற்கிணையாகக் காஞ்சிபுரத்துவைஷ்ணவராகிய இவ்வாசாரியராலியற்றப்பட்டது.

சங்கற்பன்—(1) பிரமமானசபுத்திரருளொருவன். (2) தருமனுக்குச் சங்கற்பையிடத்துப் பிறந்த புத்திரன்.

சங்கற்பை-தருமன் பாரி.

சங்கிராந்தவாதசைவன்—விகாரமின்றிநிற்கும்ஆன்மசந்நிதியிலே அசத்தாகிய கருவிகளே சத்தாகிய சிவத்தைச் சிவகரணமாய் நின்றறியுமென்று சொல்பவன். இவன்அகச்சமயிகளுளொருவன்

சங்கிருதம்—(1) சம்ஸ்கிருத பாஷைக்கினமாயுள்ள சௌரசேனிமுதலிய பிராகிருதங்களுள் ஒன்று. (2) சம்ஸ்கிருத பாஷை.

சங்கிருதி—(பு) மூன்றும் நரன் புத்திரன். ரந்திதேவன், குரன் என்போர் இவனுக்குப் புத்திரர்.

சங்குசிரசு—தநுபுத்திருளொருவன்.

சசாங்கன்-(1)சந்திரன். சசசின்னமுடையவன் என்பது பதார்த்தம். சசம்-முயல். (2) கயாவிலிருந்த போதிவிருக்ஷத்தை வெட்டி அழித்தவன்.

சசி—புலோமன் மகள். இந்திரன் பாரி. புலோமன் மகளாதலிற் புலோமசையெனவும்படுவள். இவள் நித்தியகன்னிகை. தேவராஜபதம்பெறுவோரெல்லாம் இந்திர நாமத்தக்கும் அவ்வவர்க்குப் பாரியாவோரெல்லாம் சசியென்னும் பெயர்க்கு முரியரென்பது நித்தியகன்னிகையென்பதன் கருத்து.

சசிவிந்து / **சசிபிந்து** } (ய) குரோஷ்டு வமிசத்துச் சித்திரரதன் புத்திரன். இவன் அநேக மனைவியரும் புத்திரரும் உடையோனெனப்படுபவன்.

சச்சந்தன்—ஏமாங்கத தேசத்தரசன். ஜீவகன் தந்தை. தாய்வயிற்றிலே சீவகனிருந்தபோது சச்சந்தனை மந்திரி கொன்று அரசனாகத் தாய் காட்டகத்தோடி உயிர்பிழைத்தாள். இவன் வரலாறு சீவகசிந்தாமணியிற் கூறப்பட்டுள்ளது.

சஞ்சயன்—(1) திருதராஷ்டிரனுக்கு நண்பினனாகிய ஒரு சூதன் மகன். இவனே பாரதயுத்தம்நடக்கும்போது யுத்தகளத்தில் நடக்கும் செய்திகளையெல்லாம் அவ்வப்போதுள்ளவாறு பார்த்துத் திருதராஷ்டிரனுக்குரைத்து வந்தவன். திருதராஷ்டிரன் பாரத யுத்தத்தைப் பார்க்க விரும்பி வியாசரைநோக்கித் தனக்குக் கண்ணோக்கந்தருளவேண்டுமென்று வேண்டிப் பெற்றுலகத்தை நோக்கியபோது, பயந்து, "இப்பார்வை நமக்குவேண்டாம். என்றும் போலக் குருடனாகவிருப்பதே நமக்குப் பிரியம்" என, வியாசர் சஞ்சயனுக்கு எப்பொருளையும் எத்தனைத்தூரத்திலுமிருந்து நோக்கி யுணரு முணர்ச்சியையும் வாய்மையையுமருளிப் போகச் சஞ்சயன் யுத்தகள வரலாற்றைச் சொல்லிக்கொண்டிருந்தான். பகவற்கீதையைக் கேட்டு வெளியிட்டானுமிவனே.

சடையநாயனார்— சுந்தரமூர்த்தி நாயனாருடைய தந்தையார்.

சடையப்பநாதர்—திருப்பனந்தாளிலே கோயில்கொண்டிருக்குஞ் சுவாமிபெயர்.

சடையப்பமுதலி—இவர் கம்பரைச் சன்மானித்துவந்த மகாப்பிரபு. இவர் திருவெண்ணெய் நல்லூரிலே சாலிவாகனசகம் எண்ணூற்றேழளவில் விளங்கிய வேளாண்முதலி. இவர் பெருமையைக் கம்பர் தாம் பாடிய இராமாயணத்தில் இடை இடையே இசைத்துக் கவிசெய்தார்.

சண்டகௌசிகன்—இவர் கௌதம வமிசத்தில் வந்த ஒரு முனிவர். மகததேசத்தரசனாகிய பிருகத்திரதன், இக் கௌசிகர் அநுக்கிரகித்த ஒரு மாங்கனியால் ஜராசந்தன்என்னும் புத்திரனைப் பெற்றான்.

சண்டமார்க்கன்—சுக்கிரன் புத்திரன். தைத்திய புரோகிதன்.

சண்டமுண்டர்—(ரா)சும்பநிசும்பர்தோழர்.

சண்டேசுரநாயனார் / **தண்டீசர்** / **சண்டி** / **விசாரசருமர்** } சேனூரிலேபிராமண குலத்திலே எச்சதத்தன் மகனாகப் பிறந்து வேதவிற்பன்னராகி அக்கிரகாரத்துப் பசுக்களை மேய்த்துவரப் பொருந்திக்கொண்டு போய் மண்ணியாற்றின் கரையிலே விடுத்து மணலைச் சிவலிங்கமாக்கிப் பசுக்களின் பாலைக் கறந்து அபிஷேகம்பண்ணிப் பூசை புரிந்து வருவதையுணர்ந்த தந்தை ஒருநாட்

சென்று மணலினாலமைத்த விலிங்கத்தைக் காலாற் சிதைக்க அதுகண்டு பொருராகி வாளினாலவர்காலைச் சிதைத்த சிவபக்தர். இவருடைய் பக்திவலிமையைக் கண்டு சிவபிரான் சண்டேசுரபதத்தையீந்தருளினர். இவர் திருநாவுக்கரசருக்கு மூந்தியவ ரென்பது.

"தழைத்ததோராத்தியின் கீழ்த் தாபரமணலாற்கூப்பி
யழைத்தங்கே யாவின்பாலைக் கறந்துகொண்டாட்டக்கண்டு
பிழைத்ததன்றாதைதாளைப் பெருங்கொடுமழுவால்வீசக்
குழைத்ததோரமுதமீந்தார் குறுக்கைவீரட்டனாரே." என்னுமவர் தேவாரத்தாற் றுணியப்படும். ஆகவே இவர்காலம் நாலாயிரத்தைஞ்ஞூறு வருஷங்களுக்கு முன்னுள்ளதாதல்வேண்டும்.

சண்பகாரணியேசுவரர்—திருநாகேச்சரத்திலேகோயில்கொண்டிருக்கும் சுவாமிபெயர்.

சதகும்பம்—பொன்விளையுமொரு மலை.

சதகோடி—இந்திரன் வச்சிராயுதம்.

சதசித்து—(1) (ய) பசமானன் புத்திரன். இவனுக்குப் புத்திரர் நூற்றுவர். அவருள் மூத்தோன் விஷுவசோதி. (3) (ய) சகஸ்திரஜித்து புத்திரன். இவன் புத்திரர் மகாஹயன், வேணுஹயன், ஹேஹயன் என்போர்.

சதசிருங்கம்—ஒருமலை. தூர்வாசர் உபதேசித்த மந்திரத்தாற் பாண்டவரைப் பெற்றவிடம்.

சதசுவன்—(பா) சமரன்புத்திரன்.

சதசேனன்—(ய) கிருஷ்ணன்வமிசத்து உக்கிரசேனன்மகன்.

சததன்வன்—(ய) ஹிருதிகன் புத்திரன். தேவமீடன்தம்பி. இவன் சத்தியபாமையைத் தான்பெறக் கருதிச் சத்திராசித்துவை நித்திரைபோம்போது கொன்றவன். அதுகாரணமாகக் கிருஷ்ணனாற் கொல்லப்பட்டவன்.

சதத்திருதி—(1) பிரமன். (2) பிராசீனபருகிபாரி, சமுத்திரன்மகள். பிரசேதசுதாய்.

சதத்துரு—ஒரு நதி. இஃது இமாலயத்து வடபாலி லுற்பத்தியாகிச் சிந்துநதியிற் கூடுவது.

சதத்துவசன்-ஊர்வஜன்புதல்வன்

சதபருவை—சுக்கிரன் பாரி.

சதமகன்—இந்திரன். நூறுமகம்புரிந்தோன்என்பதுபதப்பொருள்.

சதயாபன்—கேகயவமிசத்து ஒரிராசவிருஷி.

சதரூபை—சுவாயம்பு பாரி. இவள் பிரமாவினால் முதன்முதல் சிருஷ்டிக்கப்பட்ட பெண்.

சதவலி—சுக்கிரீவன்சேனாபதிகளுளொருவன். சீதையை வடதிசையிற்தேடிப்போனதுதன்இவனே

சதாகாநந்தை
சதாநீரை } பாரிபத்திரபர்வதத்து லுற்பத்தியாகும் நதிகள்.

சதாக்ஷி—துர்க்கை.

சதாசிவதேசிகர்—இலக்கண விளக்கஞ்செய்த வைத்தியநாத நாவலர் குமாரர்.

சதாசிவன்—விந்துருபமும்வியோமவடிவும், படிகநிறமும், பிறைமுடியும், ஐந்து திருமுகமும், பத்துக்கரமும், மூன்றுநேத்திரமும், உமையொருபாகமும், சௌமியமுமுடைய மூர்த்தி. இம்மூர்த்திக்குப் பீஜாக்ஷரம் ஹகாரம்.

சதாநந்தன்—(1) பிரமா. (2) கௌதமர் அகலிகையிடத்துப் பெற்ற புத்திரன். இவன் ஜனகராசா குலகுரு.

சதாநீகன்—(1) நகுலனுக்குத் துரோபதியிடத்துப் பிறந்த புத்திரன். (2) ஜனமேஜயன்.

சதாமதுராம்பிகை—திருத் தருமபுரத்திலே கோயில்கொண்டிருக்கும் தேவியார்பெயர்.

சதாயு—சிராயு. ந்க

சதுரங்கன்—ரோமபாதன் மகன்.

சத்தி—பராசரர் தந்தை. வசிஷ்டர் மகன். (2) சிவசத்தி. (3) தெய்வசத்தி. தெய்வவல்லமை. நிர்க்குணப்பிரமம் சிருஷ்டி முதலிய தொழில்களுக்காகச் சகுணவடிவுகொள்ளும்போது அதனிடத்தில் விளங்குஞ் சக்தி.

சத்திநாயனார்—சோழநாட்டு வரிஞ்சியூரில்விளங்கிய வேளாளராகிய இச் சிவபக்தர் சிவனடியார்களை நிந்தைசெய்பவர்களது நாக்கை யரிதலே தமது திருத்தொண்டாகக்கொண்டுவிளங்கினவர்.

சத்திமுற்றப்புலவர்—சத்திமுற்றமென்னுமூரிலே விளங்கிய ஒரு தமிழ்ப்புலவர். இவர் தமது வறுமைநோயாற் பாண்டிநாட்டை அடைந்து பாண்டியனைத் தரிசிக்கும்பொருட்டுச் சமயம் பார்த்திருக்கும்பொழுது ஓரிரவு பெருமழையிலகப்பட்டுப் போர்த்துக்கொள்ளவும் வஸ்திரமில்லாதகுளிரால் மெலிந்து மரத்தின்கீழிருந்து, தமதுமனைமக்களை நினைந்து தம் விதியை நொந்துகொண்டிருந்தார். அப்பொழுது ஆகாயத்திலே தெற்கிருந்து வடக்குநோக்கிச் சத்தமிட்டுக்கொண்டு பறந்துபோகின்ற ஒரு நாரையைக் கண்டு "நாராய் நாராய் செங்கால்நாராய் பழம்படு பனையின் கிழங்குபிளந்தன்ன, பவளக்கூர்வாய்ச் செங்கால்நாராய்" என்றற்றொடக்கத்துச் செய்யுளிலே தமதுமனைமக்களது நிலைமையையும் எடுத்தமைத்துப் பாடினார். அச்சமயத்தில் நகர்சோதனையின்பொருட்டு அவ்வழியே சென்ற பாண்டியன் அதனைக்கேட்டு அவன்மீதிரக்கமுடையனாகித் தான் தரித்திருந்த போர்வையை அவன்மீது வீசிப்போயினான். விடிந்தபின்னர் அரசன்தன் சேவகரை அழைத்துத் தனது போர்வை முன்னிரவிற் களவுபோயிற்றென்று கூறி அக் கள்வனைத் தேடிக்கண்டு வருத்தாது கொண்டு வருமாறு ஆஞ்ஞைசெய்ய, அவ்வாறவர்கள் புலவரைக்கொணர்ந் தரசன்முன்விடுப்ப, அரசன் அவருக்குத் தக்கவாறு பரிசளித்து அவரை அனுப்பிவிட்டான்.

சத்தியகர்மன்—(அம்) திருட விருதன்.

சத்தியகன்—இரண்டாம் சினி புத்திரன். சாத்தியகி தந்தை. யாதவர்களுள் விருஷ்ணி விமிசத்தவன்.

சத்தியகீர்த்தி—அரிச்சந்திரன் மந்திரி.

சத்தியகேது—சுகேதன் பௌத்திரன். விபுவினது தந்தை,

சத்தியசிரவன்—(1) இருக்குவேதாத்தியாபகனாகிய ஓரிருஷி. (2) (நரி) வீதிகோத்திரன் புத்திரன்.

சத்தியசேனன்—கர்ணன் புத்திரன்.

சத்தியஜித்து—(1) (ய) வசுதேவன்தம்பியாகிய கங்கன்இரண்டாம்புத்திரன். (2) துருபதன் தமயன்.

சத்தியதிருதி—(1) சாத்துவந்தன். சதாநந்தன் புத்திரன். இவன் தனுர்வேத நிபுணன். ஒருநாள் வனத்தில் ஊர்வசியைக் கண்டு சுக்கிலஸ்கலிதமுண்டாகப் பெற்று அதனை ஒரு நாணலின்மேல்விட, அதிலே ஒரு பெண்மகவும் ஆண்

மகவும் உற்பத்தியாயின. சந்தனு அவ்வழியே வேட்டைமேற் சென்றபோது அச்சிசுக்களை யெடுத்துப்போய்வளர்த்தான. பெண்மகவாகியகிருபி துரோணனுக்கு மனைவியாயினாள். ஆண்மகன் கிருபனெனப் பெயர்கொண்டான். (2) பு. கிருதிமந்தன் புத்திரன். (3) மி. மகாவீரியன் புத்திரன்.

சத்தியபாமை—சத்திராஜித்து மகள். இவள் கிருஷ்ணனுக்குப் பிரியநாயகி. இவள்பொருட்டுக் கிருஷ்ணன் பாரிஜாதவிருக்ஷத்தையும் தேவலோகத்திருந்து பெயர்த்துக்கொணர்ந்தான்.

சத்தியரதன்—பௌமரதனமகன்.

சத்தியவதி—தாசராஜன் எடுத்துவளர்த்த புத்திரி. வியாசன் தாய். சந்தனு பாரி. இவள் வயிற்றிலே சந்தனுவுக்குப் பிறந்த புத்திரர் சித்திராங்கதன் விசித்திரவீரியன் என்போர். ஒரு சாபத்தினால் யமுனையிலேமீனுருக்கொண்டுகிடந்த அத்திரிகையென்னும் அப்சரசு உபரிசரவசு என்பவன் விட்டவீரியத்தை உட்கொண்டு பெற்ற புத்திரி. இவள் திவ்விய சுந்தர ரூபமுடையளாயினும் மீன் வயிற்றிற் பிறந்தமையால் மற்சியகந்தம் அவள்தேகத்தில் வீச அதுகாரணமாக மற்சியகந்தியென்று பெயர்பெற்றிருந்த இவள் பராசரரைக் கூடி வியாசரையீன்றபோது பராசரர் அநுக்கிரகத்தால் யோசனைகந்தி பரிமளகந்தியென்னும் காரணப் பெயர்களைப் பெற்றாள். (2) கௌசிகி. இவள் காதி ராஜன் மகள். இருஷிகன் பாரி. ஜமதக்கினி முனிவர் இவள்புத்திரர். இவள் நாயகனோடு தீப்பிரவேசஞ்செய்து கௌசிகி நதியாயினவள்.

சத்தியவான்— மத்திரதேசத் தரசனான தியுமத்சேனன் புத்திரன். சித்திராசுவன் எனவும்படுவன். இவனே சாவித்திரி நாயகன்.

சத்தியவாகீசர்—திரு அன்பிலாலந்துறையிலே கோயில்கொண்டிருக்கும் சுவாமிபெயர்.

சத்தியவிரதன்—(1) திரிசங்குவினது பூர்வநாமம். (2) முன்கற்பத்திலே திராவிடதேசத்தரசனாகவிருந்துவிஷ்ணுபக்திபண்ணி இக்கற்பத்திலே வைவசுவதமனுவாகப் பிறந்தவன்.

சத்தியஹிதன்—(கு) உபரிசரவசுவினது வமிசத்தன்.

சத்திராஜித்து—யாதவருள் விருஷ்ணி வமிசத்து நிம்முனன் புத்திரன். சத்தியபாமை தந்தை.

சத்துருக்கினன்—(1) தசரதன் கடைமகன். தாய் சுமித்திரை. குசத்துவஜன்மகள் சுருதகீர்த்தி இவனுக்குப் பாரி.

சத்துருசாதனபாண்டியன்—இவன் கூன்பாண்டியன் தந்தை. காருண்ணியபாண்டியன் மகன்.

சத்துருசித்து-(கா) பிரதர்த்தனன்.

சத்துருஞ்சயன்—இவன் உக்கிரசேனபாண்டியன்மகன்.

சநகன், **சநந்தனன்** } பிரமமானசபுத்திரர். இவர்கள் சநாதனர்சனற்குமாரரோடு சிவபிரானை யடைந்து தமக்கு மனமடங்கவில்லையென்றும், மனமடங்க வருள் புரியவேண்டுமென்றும் பிரார்த்திக்க, அவர் யோகசமாதியிலிருந்து சின்முத்திரைகாட்டி யுண்மையுபதேசிக்கப்பெற்றவர்கள்.

சநீசுவரன், **சனி** } சூரியன் புத்திரன். நவக்கிரகங்களுளொருவன். யமன் தம்பி.

சந்தனு—(கு) பிரதீபனுக்குச் சுநந்தையிடத்துப் பிறந்த புத்திரன். இவனுக்குமுதற்பாரி கங்காதேவி.

இவளிடத்திலே வீஷ்மரைப் பெற்றான். இரண்டாவது பாரி பராசரருக்கு வியாசரைப்பெற்ற சத்தியவதி. இவளிடத்திலே சந்தநுவுக்குப் பிறந்த புத்திரர் சித்திராங்கதன், விசித்திரவீரியன் எனஇருவர். விசித்திரவீரியன் சந்ததியின்றி இறந்தான். அதுகண்ட சத்தியவதி தனது மூத்தமகனாகிய வியாசனை அழைத்து நியோகநியாயத்தால் விசித்திரவீரியன்மனைவியரிருவரிடத்தும் திருதராஷ்டிரனையும் பாண்டுவையும் பிறப்பித்தாள். வியாசரும் வீஷ்மரும் விவாகம்புரிய வுடன்படாது பாலியத்திலேதுறந்தார். சித்திராங்கதன்பாலியத்திலிறந்தான்.

சந்தனை—அங்கதேசத்து வழியே பாய்கின்ற ஒருநதி.

சந்தியை—சாலகடங்கடை தாய்.

சந்திரகிரி—நரசபூபாலன் ராஜதானி. இது தெலுங்க ராஜாக்களுக்கு நெடுங்காலம் ராஜதானியாகவிருந்தது.

சந்திரகுப்தன்—நந்தர்களுக்குப்பின்மகததேசத்தையாண்ட மௌர்விய ராஜர்களுள் முதல் அரசன். இவன்தாய் முரையென்னும் பெயருடையள். அதுபற்றி அந்தவமிசத்தர் மௌர்விய ரெனப்படுவர். இவன்காலம் இற்றைக்கு 2,200 வருஷங்களுக்கு முன்னரென நிச்சயிக்கப்படுகின்றது. அஃதாவது கலிஇரண்டாயிரத்துஎழுநூற்றிருபதில்முடிதரித்தவன்.

சந்திரகேதன்—ஸ்ரீராமருடைய தம்பி லக்ஷ்மணன்புத்திரருள்ளே இரண்டாம் புதல்வன்.

சந்திரசர்மன்—விஷ்ணுசர்மன் புத்திரன். விக்கிரமார்க்கன் தந்தை. இவன் நான்குவருணத்தும் நால்வர் பாரிகளை மணம்புரிந்து பார்ப்பனப்பெண்ணிடத்து வரருசியையும், க்ஷத்திரியப் பெண்ணிடத்து விக்கிரமார்க்கனையும், வைசியப்பெண் வயிற்றில் பட்டியையும், சூத்திரஸ்திரியிடத்துப் பர்த்தருகரியையும்பெற்றவன். விக்கிரமார்க்கன் அரசனானபோது பட்டி மந்திரியானான்.

சந்திரசேகரேசுவரர்—திருஇலம்பயங்கோட்டூரிலே கோயில்கொண்டிருக்கும் சுவாமிபெயர்.

சந்திரபாகை-சிந்துநதிக்கு உபநதி.

சந்திரமதி—மதிதயன் மகள். அரிச்சந்திரன் பாரி. இவள் பிறக்தும்போதே மங்கலிய சூத்திரத்தோடு பிறந்தவள். பதிவிரதா தன்மத்திலும் நற்குணநற்செய்கைகளிலும் அழகிலுஞ் சிறந்தவள். விசுவாமித்திரர் அரிச்சந்திரனுடைய சத்தியவிரதத்தைச் சோதிக்கும்பொருட்டு அவனுக்குச் செய்த வன்கண்மைகளையும் கொடிய துன்பங்களையும் இம் மாதுசிரோமணி தன் கணவனோடுடனிருந்து மனஞ் சிறிதுஞ் சலியாதநுபவித்தவள். தனது நாயகன் கடனுக்காக ஓரந்தணனுக்கு அடிமைப்பட்டவள். காட்டகத்தே தன்மகன் பாம்புகடித்திறந்தானென்பது கேட்டும் அந்தணனுக்குத் தான் செய்யவேண்டிய கைங்கரியமெல்லாம் செய்துவைத்துவிட்டே நள்ளிரவிற்காட்டகஞ்சென்று மைந்தனுடலைக் கண்டெடுத்துச் சுடலைக்குக் கொண்டுபோனவள். பறையனுக்கடிமைப்பட்டு அச்சுடலையிற் காவல்பூண்டிருந்த தன் கணவனையும் அவனுக்குற்ற விதியையுங் கண்டு கதறி நைந்துருகியவழியும் தன் கணவனுக்கு மனந் தளரவேண்டாமென்றும் சத்தியத்தைக் கடைப்பிடிக்கவேண்டுமென்றும்புத்திகூறின வுத்தமியுமிவளே. இங்ஙனம் அரிச்சந்திரனோடு படத்தகாத பாடெல்

ணாம்பட்டுக் கடைபோகச் சத்தியவிரதத்தை அணுத்துணையுந் தவறாமற்காத்த மாதுரத்தினம் இவ்வுலகில், இவளொருத்தியே. ஈற்றில் விசுவாமித்திரருங்கைசலித்து இறந்துகிடந்த புத்திரனை எழுப்பி அரிச்சந்திரனையும் சந்திரமதியையுமடிமைநீக்கி அவர்க்கு முன்போல அரசுரிமையுங்கொடுத்து வாழ்த்தி வரங்களுங் கொடுத்துப்போயினார். பல்லாயிரவருஷங்களுக்கு முன்னேயிருந்துவிளங்கினவளேயாயினும் அவளுடைய உத்தமோத்தம குணங்களே இன்றுமவள்பெயரை விளக்குவனவாம்.

சந்திரரேகை—ஓரப்சரப்பெண்.

சந்திரலோகம்—சுவர்க்கத்திலேபிதிர்கள் வசிக்குமிடம்.

சந்திரவக்கிரன்—சந்திரகேது.

சந்திரஹாசன்—தக்ஷிணத்திலே அர்ச்சுனன்காலத்திலேயிருந்தரசியற்றியவோரரசன். இவன் பாலியத்திலே தந்தைதாயரையிழந்து வருந்திப் பின்னாளிலேஅரசுகொண்டவன். கிருஷ்ணனுக்கும் அர்ச்சுனனுக்கும் நண்பினன்.

சந்திரன்—நவக்கிரகத் தொன்று. அத்திரிக்கு அநசூயையிடத்துப் பிறந்தபுத்திரன். இச்சந்திரன் நக்ஷத்திரங்கள், பிராமணர், ஓஷதிகள், எக்கியங்கள், தபசு முதலியவைகளுக்கதிபதி. இச்சந்திரனுக்குத் தக்ஷப்பிரஜாபதி தன் புத்திரிகளாகிய இருபத்தேழு நக்ஷத்திரங்களையும் மணமுடித்துக்கொடுத்தான். இருபத்தேழில் ரோகிணி பிரியநாயகி. பிருஹஸ்பதிபாரியாகிய தாரையைச் சந்திரன் சோரமார்க்கமாகக் கூடிப்பெற்ற புத்திரன் புதன். இதுபற்றிப் புதன் மதிமகனெனப்படுவன்.

மற்றொருகாலத்திலே சமுத்திரமதனத்துக்கண் திருப்பாற்கடலிலே இச்சந்திரன் பிறந்தான்.

தக்ஷன் தன் குமாரிகள் இருபத்தேழுபெயர்களுள் ரோகிணியிடத்து அதிப் பிரீதியும் மற்றையரிடத்துஅற்பபிரீதியும் வைத்தொழுகும்சந்திரன்மீது கோபமுடையனாகி க்ஷயரோகத்தால் வருந்துகவென்று சந்திரனைச்சபித்தான்

சந்திராங்கதன்—ஓரரசன்,

சந்திராசாரியர்—இவர் காசுமீரத்திலே ஆயிரத்தெண்ணூற்று ஐம்பத்தொன்பது வருஷங்களுக்கு முன்னே அபிமன்னியன் காலத்திலே அவனுடைய சமஸ்தானவியாகரண வித்துவானாய்ப் பதஞ்சலிசெய்த மகாபாஷியத்தை அந்நாட்டில் முதல்முதல் கற்பித்து விளங்கிய சம்ஸ்கிருத பண்டிதர். பாரதத்திலே கூறப்பட்ட அபிமன்னியனும்வேறு; இவனும்வேறு.

சந்திராசுவன்—தண்டாசுவன்,

சந்திராலோகம்—ஓரலங்கார சாஸ்திரம். இது காளிதாசன் செய்தது,

சந்தோவிசிதி—வேதத்தில்உக்தை முதலிய சந்தோ பேதங்களுக்கு அக்ஷரசங்கியை கற்பிப்பதாகிய வேதாங்கநூல்.

சந்நதமந்தன்—(பு) நாலாஞ் சுமதி புத்திரன்; கிருதிதந்தை.

சந்நதி—(1) (கா) அலர்க்கன் புத்திரன்; சுநீதன் தந்தை. (2) கிருதுவின்பாரி; தக்ஷப்பிரசாபதி மகள்; வாலகில்லியர் தாய்.

சந்நிதியப்பேசுவரர்—திருச்சேறையிலே கோயில்கொண்டிருக்கும் சுவாமிபெயர்.

சபஸ்தன்—(இ) முதல் யுவனாசவன் பத்திரன். பிருகதசுவன் தந்தை. இவன் கௌடதேசத்திலே சாபத்தியென்னும் பட்டணம் நிருமித்தவன்.

சபரி / **சவரி** — பம்பாநதிதீரத்திலே மதங்காசிரமத்திலிருந்த ராமபக்தராகிய மதங்கர் சிஷ்யர்.

சபாநலன்—யயாதி பௌத்திரன். அநு மூத்த புத்திரன்.

சபாநாயகர் / **சபாபதி** — நடேசர்; சிவன் பஞ்சகிருத்தியங்களின் பொருட்டுக் கொண்டருளிய ஆநந்தத்தாண்டவ வடிவம். திருமேனி பஞ்சகிருத்தியக் குறியுடையதென்பதற்கு:

"தோற்றந்துடியதனிற் றோயுந்திதியமைப்பிற்-சாற்றரியவங்கியிலேசங்காரம்-ஊற்றமா-யூன்றுமலர்ப்பதத்தே யுற்றதிரோதமுத்தி-நான்ற மலர்ப்பதத்தே நாடு" என்னுமுண்மைவிளக்கத்து வெண்பாவே பிரமாணமாம். ஒருகரத்திலேயுள்ள அக்கினியகல் சங்காரத்தொழிலைக் குறிக்கும்; மற்றொருகரத்திலேயுள்ள தமருகம் சிருஷ்டியைக் குறிக்கும்; அபயகரம் திதியைக்குறிக்கும்; ஊன்றிய கால் திரோபவத்தைக்குறிக்கும்; குஞ்சிதபாதம் முத்தியைக்குறிக்கும். ஏனைய அவயவங்களுமிவ்வாறே ஒவ்வொரு குறிப்பினவாம். ஆகவேமுழுதும் தத்துவசொரூபமாம்.

சபை—சிற்சபை கனகசபையென இரண்டு. அவை புண்டரீகவீடாகிய இருதயகமலத்தினது குறிப்பாகவுள்ள சிதம்பரஸ்தலத்திலேயுள்ளன.

அச் சிற்சபையிலுள்ள ஐந்துபடிகளும் பஞ்சாக்ஷரத்தின் குறிப்பு. அதிலுள்ள இருபத்தெட்டு ஸ்தம்பங்களும் இருபத்தெட்டாகமங்களையுங் குறிக்கும். இத்தம்பத்தளம் பிரமபீடம். தொண்ணூற்றாறு கவாக்ஷமும் தொண்ணூற்றாறு தத்துவங்களின் பாவனை. இதுவிஷ்ணுபீடம். உருத்திரபீடத்துள்ள ஐந்து ஸ்தம்பங்களும் பஞ்சபூதங்களைக் காட்டுவன. ஈசுரபீடத்துத் தம்பமாறும் சாஸ்திரங்கள் ஆறையும் விளக்கும். சதாசிவபீடத்துத் தம்பம் நான்கும் வேதம் நான்கையுங் குறித்துநிற்கும். திரை மகாமாயையின் குறிப்பு. தரிசன ஸ்பரிசனவேதிகைகளிரண்டும் மந்திர ஸ்தானங்கள். மகாப்பிரணவம் இரகசியமாகவிருக்கின்றது. கைமரங்கள் அறுபத்துநான்கும் கலைஞானம் அறுபத்துநான்கையுங்குறிப்பன. பலகை இருபத்துநான்கும் புவனங்கள். இருபத்தோராயிரத்தறுநூறு தாமிர ஓடுகள் உச்சுவாச நிச்சுவாசங்கள். ஆணிகள் எழுபத்திராயிரமும் நரம்புருபம். ஒன்பது கலச முடிகளும் நவசத்திகளினது ரூபம். இனிச் சிவன் வெளிப்படப் பஞ்சகிருத்தியத்தின்பொருட்டுஆனந்ததாண்டவஞ் செய்யும கனகசபை திருவருள் வடிவினது. இதனிடத்துள்ள பதினெட்டுஸ்தம்பமும் பதினெண் புராணங்களையுங் குறிக்கும். கலசமுடியொன்பதும் நவ சத்திகளைக் குறிக்கும். இச் சபைகளைத் தேவநிருமாணமென்ப. இவற்றின்விரிவு மகாசைவதந்திரமுதலிய நூல்களிற் காண்க.

சப்தகுலாசலம்—மகேந்திரம், மலயம், சையம், சுக்திமந்தம், இருக்ஷபர்வதம், விந்தியம், பாரியாத்திரம்என ஏழுமலைகள். இவ்வாறன்றிவேறுவகைபாகவுங்கூறுப.

சப்தசமுத்திரம்—உவர்நீர்ச்சமுத்திரம், நன்னீர்ச்சமுத்திரம், பாற்சமுத்திரம், தயிர்ச் சமுத்திரம், நெய்ச்சமுத்திரம் கருப்பஞ்சாற்றுச் சமுர்திரம், தேன் சமுத்திரமென ஏழுமாம்.

சப்தசாரசுவதம் — இதுவசிஷ்டாதியர்செய்த யாகத்திலே சாரசுவ

ரிசதி, சம்பிரபை, கனகாக்ஷி, விசாலை, சுரதங்கை, அமோகை, மாலா, சுவேணி, விமலோதகை என்னும பெயர்களையுடைய பெண்களாக வடிவங்கொண்டு இருஷிகளுக்கும் தேவர்களுக்கும் ஏவல் செய்து பேறுபெற்ற புண்ணிய க்ஷேத்திரம்.

சப்ததீவுகள்—ஜம்பு, பிலக்ஷ, குச, கிரௌஞ்ச, சாக, சான்மல, புஷ்கர தீவுகள். பிரியவிரதன் தன்புத்திரராகிய ஆக்கினீத்ரனுக்குச் ஜம்புத்துவீபத்தையும், மேதாதிதிக்குப் பிலக்ஷத்துவீபத்தையும், வபுஷ்மந்தனுக்குச் சான்மலத்துவீபத்தையும், ஜியோதிஷ்மந்தனுக்குக் குசத்துவீபத்தையும், தியுதிமந்தனுக்குக் கிரௌஞ்சத்துவீபத்தையும், பவியனுக்குச் சாகத்துவீபத்தையும், சவனனுக்குப் புஷ்கரத்துவீபத்தையுங் கொடுத்து முடிசூட்டினான். இவர்களே சுவாயம்புவமனுவந்தரத்திலே அவ்வத் தீவுகளில் முதன்முதலரசுபுரிந்தவர்கள். ஒவ்வொரு தீவும் ஒவ்வொரு சமுத்திரத்தாற் சூழப்பட்டுள்ளன. இத்தீவுகள் ஏழும் காலாந்தரத்திலே பூர்வரூபம் திரிந்தன.

சப்தலோகம்—பூலோகம், புவர்லோகம், சுவர்க்கலோகம், மகர்லோகம், ஜனலோகம், தபோலோகம், சத்தியலோகமென்னுமேழும் மேலுலகங்கள். இவ்வேழுலோகத்துமுள்ள சீவர்கள் தத்தங் கர்மப்பயனாக அவ்வவ்வுலகத்தையடைவார்கள். பூலோகத்தில் மனுஷரும், புவர்லோகத்தில் யக்ஷராக்ஷசகந்தருவ கின்னரகிம்புருஷர்களும், சுவர்க்கத்திலே தேவர்களுமவசிப்பர். கீழுலகம் ஏழு; அதல, விதல, சுதல, தராதல, ரசாதல, மகாதல, பாதலமென்பன.

சப்தவிருஷிகள்—மரீசி, அங்கிரசன், புலகன், வசிஷ்டன், அத்திரி, புலஸ்தியன், கிருது என்போர். ஒருசாரார் கசியபன், அத்திரி, பாரத்துவாஜன், விசுவாமித்திரன், கௌதமன், ஜமதக்கினி, வசிஷ்டன் என்போரையும் சப்தவிருஷிகளென்பர். சப்தவிருஷிகளென்னும்பெயரால் ஒருநக்ஷத்திரகணமுமுளது. அக்கணத்தில் அகஸ்தியர்பெயருமொன்றும்.

சமசோற்பேதம்—ஒரு தீர்த்தம்.

சமடன்—(ரி) இவ்விருஷி தருமாசனோடு தீர்த்தயாத்திரை செய்தவர்.

சமந்தகமணி—சூரியனால் சத்திராசித்துவுக்குக் கொடுக்கப்பட்ட மணி.

சமந்தபஞ்சகம்- குருக்ஷேத்திரம். திரேதாத்துவாபரயுகசந்தியிலே பரசுராமர் கர்வங்கொண்ட க்ஷத்திரியரையெல்லாங் கொன்று அவர்கள் இரத்தத்தை ஐந்து தடாகங்களில் நிறைத்து அதனாற் பிதிர்தர்ப்பணஞ்செய்தார். ஆதலின் அவ்விடம் ஆதியில் சமந்தபஞ்சகமெனப்படுவதாயிற்று. அந்த ஸ்தானம் பின்னர்க் கௌரவரும் பாண்டவரும் நின்று யுத்தஞ்செய்தமையால் குருக்ஷேத்திரமெனப் பெயர்பெறுவதாயிற்று.

சமணர்—க்ஷபணர். ஜைனர். அருகனை வழிபடுஞ் சமயத்தோர். ஆருகதர். இவர்கள் ஆன்மாவும் உலகமும் அநாதிநித்தியமென்றும், உலகத்துக்குக்காரணராகியவொருகடவுளில்லையென்றும், முற்றத்துறந்த ஞானத்தாலே முத்தியென்றும் கூறுபவர்கள். அருகன் சமணருக்கு ஆதி குருமூர்த்தி. மகாவீரன், பார்சுவன் முதலியோர் தீர்த்தங்கரருட் பிரசித்திபெற்றோர். இவருக்கு முன்னிருந்த தீ

ர்த்தங்கரர் இருபதின்மேற்பட்டோர். மகாவீரர் என்னுஞ் சமணாசாரியர் கௌதமபுத்தர் காலத்தவர். பார்சுவர் இரண்டாயிரத்தறுநூறு வருஷங்களுக்குமுன்னுள்ளவர். இவர்களுக்கு முதனூல் நான்குமூலசூத்திரங்களும் நாற்பத்தைந்து ஆகமங்களுமாம். வழிநூல் கற்பசூத்திரம். அது பத்திரவாகுனர் செய்தது.

இச்சமயத்தோர் மைசூர்கூர்ச்சரமுதலிய நாடுகளிலுளர். திருஞானசம்பந்தமூர்த்திநாயனார்நாளில் இச்சமயம் மிக்கபெருக்கமுற்றிருந்தது.

சமரகோலாகலன்—விக்கிரமசுகபாண்டியன்மகன்.

சமரன்—(பா) நீபன் சேஷ்ட புத்திரன். இவன் காம்பிலிய தேசத்தரசனானவன். இவனுக்குப் பாரன், சுபாரன், சதசுவன் என மூவர் புத்திரர்.

சமனை—சக்திகலை பதினாறனுளொன்று.

சமன்—தருமனுக்குச் சிரத்தையிடத்துப் பிறந்த மூத்தமகன். காமனும் ஹர்ஷனும் இவன் தம்பியர். சமபிரீதி இவன் பாரி.

சமிஞ்ஞாதேவி—பிரபாவதி. இவள் சூரியனபாரி.

சமீகன்—(1) (ரி) சிருங்கிமுனிவர் தந்தை. (2) போஜவமிசத்தோரரசன்.

சமீசி—ஓரப்சரப்பெண்.

சமுத்திரன்—சகரன்.

சம்சப்தகர்கள்—திரிகர்த்தாதீசனாகிய சசர்மன் தம்பியர். சத்தியரதன் சத்தியசேனன் சத்தியகர்மன்சத்தியவர்மன்முதலியோர்.

சம்சிருதன்—மிதிலை வமிசத் தரசருளொருவன்.

சம்பந்தசரணாலயர் - கந்தபுராணச்சுருக்கமென்னுந் தமிழ்நூலாசிரியர். அடைசொல்லினால் வீணாக அலங்கரித்தலின்றி எவ்விஷயத்தையுஞ் சுருக்கி நயம்பெறப் பாடுஞ் சக்தி பெரிதுமுடையவரென்பது கந்தபுராணச்சுருக்கத்தால் நன்கு புலப்படும். திருஞானசம்பந்தமூர்த்திநாயனாரது அடித்தொண்டர்களது பரம்பரையிலுள்ளவர். இவர்காலம் கலி 4650.

சம்பந்தர்—சீர்காழியிலேபிராமணகுலத்திலே சிவபாத விருதயருக்குப் பகவதியாரிடத்திலே புத்திரராக அவதரித்தவர். மூன்றாண்டு நிரம்பியபோது உமாதேவியாரால் ஞானப்பாலூட்டப் பட்டவர். அன்றுமுதல் வேதத துண்மைப் பொருளையெல்லாம் திருவாய்மலர்ந்தருளும்பொருட்டு, அற்புதமயமாகிய தேவாரங்களைப் பாடத்தொடங்கினவர். அதன்பின்னர் ஒத்தறுத்துப்பாடும்பொருட்டுச்சிவபெருமானது திருமுத்திரையிடப்பட்ட ஒருபொற்றாளங்கையில்வந்திருக்கப்பெற்றவர். சர்வசாஸ்திரங்களையும் ஓதாதுணர்ந்தவர். ஸ்தலங்கள்தோறுஞ் சென்று சுவாமிதரிசனஞ்செய்யும்பொருட்டு ஏறுதற்கு முத்துச்சிவிகை பெற்றவர். பாம்புகடித்திறந்த பூம்பாவையென்னும் பெண்ணினது எலும்பை முன்போலப் பெண்ணாக்கியது முதலிய அநேக அற்புதங்களைச் செய்தவர். கூன்பாண்டியனது கொடிய சுரந்தீர்த்து அதுவாயிலாகச் சமணர் தொடுத்த சமயவாதப்போரில்வென்று சமணசமயத்தைவேரறுத்து அப்பாண்டியனைச் சைவசமயப் பிரவேசஞ்செய்வித்தவர். இவ்வரும்பெருஞ் செயல்களையெல்லாம் பதினாறாண்டுநிரம்புமுன்செய்து தமிழ்நாட்டுக்குலககுருவாயினவர். பதினாறாண்டளவில், தந்தையாரது வேண்டுகோளுக்கிணங்கி மண

ம்புகுந்து, மணக்கோலத்தோடு திருப்பெருமணமென்னுஞ் சிவாலயத்திற் புகுந்து சிவசோதியிற் கலந்தவர். மணத்திற்காக அங்கே சென்றிருந்தார் யாவரும் அவருடன்சென்று அவர்பெற்ற பெரும்பேறே பெற்றார்கள்.

சம்பந்தருடைய பாடல்க்ள் பொருளால்மாத்திரமன்று, சந்தத்தாலும் யாப்பாலும் அற்புதமானவை. தற்காலத்துள்ள யாப்பிலக்கண நூல்களுக்கு அவருடைய பாடல்களுட் சிலஅதீதமானவையென்பது நுண்மையாய் நோக்குமிடத்துப் புலனாகும். சிற்சில பாடல்களுக்கு உண்மைப்பொருள் காண வல்லாரு மிக்காளில் இலர்.

சம்பந்தரைச் சுப்பிரமணியக் கடவுளது அமிசாவதாரமெனக் கொள்வாருமுளர். அவர் இவ்வுலகில் ஞான விளக்கமின்றியிருந்தகாலம் மூன்றுவருஷம், நான்காம் வயசுமுதற் பதினாறாண்டில் பூரணமாகுங்காறும் ஒப்புயர்வில்லாச் சிவஞானச் செல்வராகவே விளங்கினவர். அற்புதங்களினாலே சைவசமய ஸ்தாபனஞ் செய்தருளினமையினால் அவர் சைவசமயாசாரியருளொருவராயினார்.

இனி அவர் இருந்தகாலத்தைப் பலரும் பலவாறாகக் கூறுவர். இன்னகாலமெனநிச்சயிப்பது எளிதன்று. ஆயினும் அவர் திருவாய் மலர்ந்தருளிய தேவாரங்களிலே கூறப்பட்டுள்ள சில விஷயங்களைக்கொண்டும் அவர்காலத்தில் அவருடைய திருக்கூட்டத்தவருளொருவராய் விளங்கிய திருநாவுக்கரசுநாயனா ரருளிச்செய்த தேவாரத்திலே கூறப்பட்ட சில ஏதுக்களைக்கொண்டும் பிறநூற்பிரமாணங்கொண்டும் நன்கு நிச்சயிக்கப்படும்.

சம்பந்தர் தேவாரத்திலே, வேயுறுதோளிப் பதிகத்திலேயுள்ள "என்பொடு கொம்பொடாமை" என்னும் பாசுரத்திலே வரும் "ஒன்பதொடொன்றொடேழு பதினெட்டொடாறு முடனாயநாட்களவைதாம்" என்பதன்பொருளை நிச்சயிப்பதனால் அவருடைய காலநிச்சயத்துக்கு ஓரதிப் பிரபலஏதுபெறப்படும். சோதிட நூலிலே கூறப்பட்ட பிரயாணத்துக்கு ஆகாத நக்ஷத்திரங்கள் பன்னிரண்டுமே இப்பாசுரத்திலே சுட்டப்பட்டன. அவைதிருவாதிரை, பரணி, கார்த்திகை, ஆயிலியம், பூரம், பூராடம், பூரட்டாதி, கேட்டை, விசாகம், சுவாதி, சித்திரை, மகம் என்னும் பன்னிரண்டுமாம். சம்பந்தர் காலத்திலே முதலாகக்கொண்டு எண்ணப்பட்ட நக்ஷத்திரம் கார்த்திகை. அயனசலனத்தினாலே தொளாயிரத்தெண்பத்தெட்டுவருஷமும் நான்குமாசமுமாகிய காலவட்டந்தோறும் ஒவ்வொருநக்ஷத்திரந் துருவம்பெறும். அஃதாவது, நக்ஷத்திரதுருவகாலம் தொளாயிரத்து எண்பத்தெட்டு வருஷமும் நான்கு மாசமுமாம் என்க. இங்ஙனந் துருவம்பெறும் நக்ஷத்திரமே அத் தொளாயிரத்து எண்பத்தெட்டு வருஷகாலத்துக்கும் முதல் நக்ஷத்திரமாகக்கொள்ளப்படும். சம்பந்தர்காலத்திலே துருவம்பெற்றுநின்றநக்ஷத்திரம்கார்த்திகை. கார்த்திகை முதற்கொண்டு ஒன்பதாம் நக்ஷத்திரம் பூரம். ஒன்று =கார்த்திகை. ஒன்றொடேழு= எட்டாம்நக்ஷத்திரம்=மகம். ஏழு =ஏழாம் நக்ஷத்திரம் ஆயிலியம். பதினெட்டு=பதினெட்டாம் நக்ஷத்திரம் பூராடம். பதினெட்டொடாறு=பதினெட்டாநக்ஷத்திரமுதல் ஆறும் நக்ஷத்திரம் பூரா

ட்டாதி. உடனாய நாள்கள்=இவையோடு மற்றைய ஆறும் என்றவாறு. அதுநிற்க, இப்போது துருவம்பெற்றிருக்கும் நக்ஷத்திரம் உத்தரட்டாதி. கார்த்திகைக்கும் உத்தரட்டாதிக்கு மிடையேயுள்ள பரணி அச்சுவினி ரேவதியென்னும் மூன்றும் கடக்கப்பட்டன. ஒரு நக்ஷத்திரத்துக்குத் தொளாயிரத்து எண்பத்தெட்டு வருஷமாக மூன்றுக்குஞ்சென்றவருஷத் தொகை இரண்டாயிரத்துத் தொளாயிரத்து அறுபத்துநாலு. சம்பந்தர்காலத்திலே கார்த்திகையிலே சென்றனபோக எஞ்சிநின்ற வருஷங்கள் ஐஞ்ஞூறாகுக. இப்போது உத்தரட்டாதியிற் சென்றவருஷம் ஐஞ்ஞூற்றுக்கு மேலாயின. ஆகவே சம்பந்தர்காலம் நாலாயிரம்வருஷங்களுக்குமுன்னுள்ளதாக நிச்சயிக்கப்படும்.

திருநாவுக்கரசர் சம்பந்தருக்கு உத்தமநட்பினராய் விளங்கினவரென்பது பெரியபுராணமும் தேவாரமுங் கூறுமாற்றால் வெளிப்படை. இருவரும் தத்தம் தேவாரத்திலே அர்ச்சுனனுக்குச் சிவன் புரிந்த திருவருட்டிறத்தைஇடையிடையே எடுத்துத் துதித்துப்போவது, அவர்கள் காலத்துக்கு ஆயிரம்வருஷங்களுக்குமுன்னே விளங்கிய அர்ச்சுனனுக்குச் சிவன் வேடவடிவங்கொண் டெழுந்தருளிச்சென்று அருள்புரிந்த பேரற்புத நிகழ்ச்சியை உலகம் கன்னபரம்பரையாக மறக்காமல்எடுத்துப்பாராட்டிவந்த சமீப காலமேயாதல்பற்றியாம். பாரதயுத்த முடிந்த காலம் கலியுகாரம்பம். கலியுகத்திலிப்போது சென்றது, ௫000 வருஷம். பாண்டவர்க்குத் துணையாயிருந்து போர்செய்த சோழனுக்குப் பின் முடிசூடியவன் நாகலோகஞ்சென்றசோழன். அவனுக்குப் பின் முடிசூடியரசுபுரிந்தவர் கோச்செங்கட் சோழரென்பது, கலிங்கத்துப்பரணி இராசபாரம்பரியத்துப் பதினேழாம் பதினெட்டாஞ் செய்யுள்களாற் பெறப்படும். கோச்செங்கட் சோழருடைய பெருமைகளைச் சம்பந்தரும் நாவுக்கரசரும் தத்தம தேவாரத்திலே எடுத்துக்கூறலால் இருவருக்கும் அச்சோழர் சமீபகாலத்தவரென்பது நன்கு துணியப்படும்.

இரண்டாயிரத்தெண்ணூறு வருஷங்களுக்குமுன்னே விளங்கிய சங்கராசாரியர் தாம் செய்த சௌந்தரியலகரியிலே சம்பந்தரை எடுத்துத் துதித்தலாலே சம்பந்தர் அவ்ருக்கு முன்னுள்ளவரென்பது பிரத்தியக்ஷம். இதுவும் அவர் நாலாயிரம்வருஷங்களுக்கு முன்னுள்ளவரென்பதற்கோராதாரமாகும்.

சந்துசேனன், இந்துசேனன், தருமசேனன், கந்துசேனன், கனகசேனன் முதலியோர் சம்பந்தர்காலத்து விளங்கிய சமணாசாரியர்கள் என்பது அவருடைய தேவாரத்தாற் பெறப்படும். அவர்கள் பெயர்கள் இரண்டாயிரத்தைஞ்ஞூறுவருஷங்களுக் குட்பட்ட சமணசரித்திரங்களிலே கேட்கப்படாமையின் அவ்வாசாரியர்கள் முற்பட்டவர்களேயாதல் வேண்டும். ஆகவே சம்பந்தரும் முற்பட்டவரேயாதல்வேண்டும்.

திருமங்கையாழ்வார் தாம் பாடியருளிய பெரிய திருமொழியிலே கோச்செங்கட்சோழரைப் புகழ்ந்து கூறுதலாலும், நாலாயிரப்பிரபந்தத்திலே திருமங்கையாழ்வார் கலியுகம் நானூற்றறுபதின் மேலதாகிய துன்மதிவருஷத்துக் கார்த்திகைமாதத்திலே திருவவதாரஞ்செய்தாரெனக் கூறப்படுதலாலும், திருஞானசம்பந்தரை

அவ்வாழ்வார் கண்டபோது,

'வருக்கைநறுங்கனிசிதறிச்செந்தேன்பொங்கி மடுக்கரையிற்குளக்கரையின் மதகிலோடப்
பெருக்கெடுத்து வண்டோலஞ்செய்யுங்காழிப் பிள்ளையார்சம்பந்தப்பெருமான்கேளீர்
அருட்குலவுமயிலைதனிலனலால்வெந்த வங்கத்தைப்பூம்பாவையாக்கினேமென்
றிருக்குமதுரகவன்றநிலவால்வெந்த விலையுமோர்பெண்ணுக்கலியல்புதானே"

என்னும் பாடலைச் சொற்றனரெனவொரு கர்ணபரம்பரைக் கதையுண்மையாலும், திருஞானசம்பந்தரைப்போலவேதிருமங்கையாழ்வாரும் சமணசமயகண்டனஞ்செய்து வைதிகசமயஸ்தாபனஞ்செய்யத் திருவவதாரஞ்செய்தாரெனக் கூறப்படுதலாலும், திருமொழியிலே கூறப்படும் பல்லவன்முதலிய அரசர்கள் தேவாரத்திலுங் கூறப்படுதலாலும், இருவருமேககாலத்தவர்களென்பதற்கையமில்லை. இதனாலும், திருஞானசம்பந்தர் நாலாயிரம்வருஷங்களுக்கு முன்னுள்ளவரென்பது நன்கு காட்டப்பட்டதாயிற்று.

இனித்திருஞானசம்பந்தராலே சுரநோய் தீர்த்தருளப்பட்ட கூன்பாண்டியன்காலத்தை நிச்சயிப்பாம். கூன்பாண்டியன் முடத்திருமாறனெனவும்படுவன். அவன் இடைச்சங்கத்திறுதியிலும் கடைச்சங்கத்துத் தொடக்கத்திலுமிருந்தவனென்பது "வடுவறுகாட்சிநடுவட்சங்கத்து ... ... வெண்டேர்ச்செழியன் முதலா விறல்கெழு, திண்டேர்க்கொற்ற முடத்திருமாறன்" எனவும், "பருங்கடைச்சங்க மிருந்தோர் யாரெனில் ... ... இடர்ப்படாதிவர்களைச் சங்கமிரீஇயினர், முடத்திருமாறன் முதலாவுக்கிரப்-பெருவழுதியீறாப் பிறங்கு பாண்டியர்கள்" எனவும் வருமாசிரியப்பாக் கூற்றாற் பெறப்படும். கூன்பாண்டியன்முதல் உக்கிரப்பெருவழுதியீறாகச் சென்றகாலம், "என்னூற்கேள்வியிருந்தாயிரத்துத்-தொளாயிரத்தைம்பது வருடமென்ப" என மேலே கூறப்பட்ட ஆசிரியப்பாவினுள்ளே வருவதனால் ஆயிரத்துத் தொளாயிரத் தைம்பது வருஷங்களென்பது வெளிப்படை. உக்கிரப்பெருவழுதி முதல துலுக்கரால்வெல்லப்பட்ட பராக்கிரமபாண்டியனீறாக நாற்பத்துநான்குபாண்டியர் வழிவழியரசுபுரிந்தனர். ஒருபாண்டியனுக்கு முப்பதுவருஷமாகக்கொள்ளின், நாற்பத்துநால்வர்க்கும் ஆயிரத்து முந்நூற்றிருபதுவருஷமாகும். பராக்கிரம பாண்டியனைத் துலுக்கர்வென்று அரசுகைக்கொண்டது இற்றைக்கு எண்ணூறுவருஷங்களுக்குமுன்னரென்பது இந்தியசரித்திரத்தாலினிது விளங்கும். இம் மூன்றுதொகையும் நாலாயிரத்தெழுபதாகும். ஆகவே கூன்பாண்டியன்காலம் நாலாயிரம்வருஷங்களுக்கு முன்னுள்ளதென்பது நன்றாகத் துணியப்படும்.

இனித் திருஞானசம்பந்தமூர்த்திநாயனார் திருவாய்மலர்ந்தருளிய தேவாரப் பாக்களினது இயல்பாலும் அவருடைய காலத்தை நிச்சயிப்பாம்.

இக்காலத்தில் இயற்றமிழொன்றுமே வழங்கிவருகின்றது. இரண்டாயிரம் வருஷங்களுக்குமுன்னேயுள்ள கடைச்சங்ககாலத்திலே இயல் இசை நாடகமென்னு முத்தமிழும் வழங்கிவந்தனவென்பது கடைச்சங்கத்து நூல்களால் நிச்சயிக்கப்படும். ஆயினும், இடைச்சங்ககாலத்தில் வழங்

கிவந்த அத்தனையாகக் கடைச்சங்ககாலத்தில் இசைத்தமிழ்வழங்கியதன்று. இற்றைக்கு ஆயிரத்து முந்நூறு வருஷங்களுக்கு முன்னிருந்த சிலப்பதிகாரவுரையாசிரியரும் தம்முடைய காலத்துக்கு முன்னே இசைநூலும் நாடகநூலும் அழிந்தொழிந்தனவென்பர்.

இசைத்தமிழிலக்கணநூல்களும் இலக்கியங்களும் இடைச்சங்ககாலத்திலேயேமலிந்திருந்தன. அவ்விடைச்சங்கத்து இயற்றமிழ் நூல்களுள்ளே தொல்காப்பியம் ஒன்றுமே இன்றுவரையும் நின்று நிலவுகின்றது. மற்றைய இயற்றமிழ் இசைத்தமிழ்நூல்களெல்லாம், சில கடைச்சங்ககாலத்திலும், பல அதற்குமுன்னுமாக அழிந்தொழிந்தன.

திருஞானசம்பந்தர் செய்தருளிய தேவாரங்களுள்ளே சிலபாக்கள் இயற்றமிழ்யாப்பின்வேறுபடுவன. அவற்றுட் சிலவற்றை இயற்றமிழ்யாப்பிலே அடக்குவதுகூடுமாயினும், யாழ்முரி முதலிய சிலவற்றை அடக்குதல் கூடாது. இலக்கண வரம்பு கடந்தனவோவெனில் அன்னவுமன்று. பின்னர் அவைகளுக்கு இலக்கண நூல் யாதெனில் அவை இசையிலக்கணநூலமைதி யுடையனவெனக் கொள்ளல்வேண்டும். அவை தேவபாணியாகாவோவெனில் அவை தேவபாணிக்கினமாவதன்றி அதுவாகா. தேவபாணி இயற்றமிழுக்குரியது. தேவாரம் இசைத்தமிழுக்குரியது என்பது சிலப்பதிகாரத்துக் கடலாடுகாதையுரையிலே "இசைத்தமிழின் வருங்கால்முகங்கோச்சகம் முரியென்ப" என வருவதனாலும் பிறவற்றாலும் பெறப்படும்.

தேவபாணியைப் பண்ணிசையறியாதாருமோதுவர். தேவாரத்தைப்பண்ணிசையறியாதாரோதல்கூடாது. ஆதலின் தேவாரம் இசை நுணுக்க முதலிய இசைத்தமிழிலக்கணத்துக் கியையப்பாடியருளப்பட்டதாம்.

இனி, அத்தேவாரம் எக்காலத்திற் செய்யப்பட்டதென நிதானிப்பாம். கடைச்சங்கத்தார் தமிழாராய்ந்தது அகத்தியமும் தொல்காப்பியமுங் கொண்டேயாம். இடைச்சங்கத்தார் தமிழாராய்ந்தது அகத்தியம் தொல்காப்பியம் மாபுராணம் பூதபுராணம் இசைநுணுக்கமெனனும் நூல்களைக்கொண்டேயாம். இவ்வுண்மை இறையனாரகப்பொருளுரையாலும், மேலே சுட்டிய ஆசிரியப்பாவினுள்ளே, "அந்நாளிலக்கணமகத்தியமதனொடு பின்னுட்செய்தபிறங்கு தொல்காப்பியம் ... ... என வருவதனாலும், வல்லிதினுணர்ந்த நல்லிசை நுணுக்கமும்" என வருவதனாலுமநன்கு விளங்கும்.

ஆகவே, இசைத்தமிழிலக்கணம் கடைச்சங்கத்தார்க்குக் கருவிநூலாகவிருந்ததில்லையென்பதும் இடைச்சங்கத்தார்க்கே இசைநுணுக்கமுதலிய இசைத்தமிழிலக்கணநூல்கள் கருவியாகவிருந்தனவென்பதும் நிச்சயமாயின. இடைச்சங்கத்திறுதியிலும் கடைச்சங்கத்துத் தொடக்கத்திலுமிருந்த கூன்பாண்டியன் காலத்தைக்கூறவே, இடைச்சங்கமொழிந்த காலமும் இசைத்தமிழிலக்கணம் ஆட்சியிலிருந்தொழிந்தகாலமும் தாமேபெறப்படும். கூன்பாண்டியன் காலம் நாலாயிரம் வருஷங்களுக்கு முன்னுள்ளதென்பது மேலே காட்டினும். ஆதலின் அத்தேவாரம் செய்தருளப்பட்ட காலமும் அதுவேயாமென்பது நன்றாகத் துணியப்படும். இதனாலும் திருஞானசம்பந்தர்காலம் நாலாயிரமவருஷங்களுக்கு முன்னு

ள்ளதென்பது நிச்சந்தேகமாம்.

இனி, சாக்கியர், புத்தர் என்னும் நாமங்கள் கபிலவஸ்துவிலே பிறந்த புத்தருடைய காலமாகிய இரண்டாயிரத்தைஞ்ஞூறு வருஷங்களுக்குட்பட்டனவேயாகவும், நாலாயிரம வருஷங்களுக்குமுற்பட்ட சம்பந்தருடைய தேவாரத்திலே எவ்வாறு வந்தனவோவெனில், கௌதமர் ஆதிநாளிலே புத்தர் என்னும் பெயரோடு நாஸ்திக மதத்தைப் போதித்தாரென்றும், விஷ்ணு சினனுக்குப் புத்திரராகக் கலியுகாரம்பத்திலே யவதரித்துப் புத்தர் என்னும்பெயர்பூண்டுவைதிகமதவிரோதமான ஒரு மதத்தை யுலகிற்பரவச்செய்வாரென்றும்முறையே ஸ்காந்தத்திலும் பாகவதத்திலுங் கூறப்படுதலால், அப்பெயர்கள் கபிலவஸ்துவிலேபிறந்தபுத்தரைச் சுட்டியவையல்லவென்க. அவை முன்னுள்ள புத்தசமயிகளைச் சுட்டியனவேயாம்.

கபிலவஸ்துவிலே பிறந்த புத்தர் கௌதமபுத்தரென்றும், சாக்கியபுத்தரென்றும் அடைகொடுத்து வழங்கப்படுவது கௌதமகோத்திரத்திலே சாக்கியர்குடியிலே பிறந்தமைபற்றியேயாம். அப்பெயர்வழக்குகள் தாமே முன்னும் புத்தர்களிருந்தார்களென்பதை நன்குவிளக்கும். இதனாலும் முன்னும் பௌத்தமதம் காலந்தோறும் தோன்றி யழிந்ததென்பது இனிதுபெறப்படும்.

இன்னும், தற்கால புத்த சமயிகளும் தமது புத்தர் முன்னும் பன்முறைகளிலே அவதாரம்பண்ணிப் பௌத்தமதத்தைப் போதித்தாரெனக் கூறுவார்கள். தேவாரத்திலே கௌதமபுத்தர் சாக்கியபுத்தர் என்னும் நாமங்கள் வருதலின்றி,வாளா சாக்கியர், புத்தரென்றே வருதலாலும், சாக்கியபுத்தநாமங்கள் பிந்திய புத்தரது கோத்திரத்தலைவர்க்கேயுரியனவாதலாலும், அத்தலைவர்காலம் கலியுகாரம்பமே யாதலாலும், சம்பந்தர்காலம் நாலாயிரம்வருஷங்களுக்குமுற்பட்டதேயாம்.

இன்னோரன்ன பிரபலநியாயங்கள் பலவுளவாகவும், சிலாசாசனங்கொண்டு சிலராற் செய்யப்பட்டகாலநிச்சயம் சிறிதும்அங்கீகார யோக்கியமுடையதன்று. சேரசோழ பாண்டியர்களுடைய பெயர்கள் அவ்வப்பரம்பரையிலுள்ளார் பலர்க்குரியனவாய் வருதலின், ஒருகாலத்திலே ஓரரசனாலே செய்யப்பட்ட சாசனத்தைக் கொண்டு, அவனுக்குமுன்னே அப்பெயரால் விளங்கிய அரசர் பிறரில்லையெனத் துணிந்து அச்சாசனகாலத்துக்கு முன்னே நிகழ்ந்த சம்பவங்களை அச்சாசனகாலத்திலொட்டிக்காலநிச்சயம்பண்ணுதல் சிறிதும் பொருத்தமுடையதன்று.

சம்பரன்—இவன் கிருஷ்ணனுக்கு ருக்குமிணியிடத்துப் பிரத்தியுமனன் பிறந்தவுடனே அச்சிசுவைத் திருடிப்போய்ச் சமுத்திரத்திலிட்டவன். இட்டவுடனே அச்சிசுவை ஒரு மகரமெடுத்து விழுங்கியது. அம்மகரம் சிலதினத்திலொருவலைஞன்கையிலகப்பட்டது. அம்மகரத்தை வலைஞன் கொண்டுபோய்ச் சம்பரனிடம் கொடுக்க அவனதையேற்றுத் தன்மனைவி மாயாவதியிடங்கொடுத்தான். அவள் அதனைக் கறிசெய்யுமாறு வகிர்ந்தபோது அதிருபமுடைய ஒரு சிசு அதனுள்ளேயிருப்பக்கண்டு எடுத்து வளர்த்தாள். வளர்த்தபின்னர்ச் சம்பரன்தான் தன்னைக்கடலிலிட்டவனெனவுணர்ந்து அவனைக்கொன்

ருமாயாவதியோடு தந்தைவீடு சேர்ந்தான். பிரத்தியுமனன் மன்மத அம்சமாதலின் மன்மதனுக்குமிவனுக்கும் சம்பராரியென்னும்பெயருண்டாவதாயிற்று.

சம்பவாசுவன்—பரிகிருசுவன்.

சம்பன்—(1) அரிதன்புத்திரன். சுதேவன்தந்தை. (2) புருஷலாக்ஷன்புத்திரன். இவன் பம்பாநகரத்தை நிருமித்தவன்.

சம்பாதி—அருணன் மூத்தமகன். இவன்தாய் சியேனி. இவன் தம்பி ஜடாயு. சுபார்சுவன் இவன் மகன். சம்பாதி ஜடாயுக்களிருவரும் பக்ஷிரூபாய்ப்பிறந்து சூரியமண்டலம்வரையும் பறந்து இறகுகரிந்துவிழ்ந்து, பின்னர்ச் சம்பாதி கடலோரத்திலும் சடாயு தண்டகாரணியத்திலு மிருக்கும்போது, ராவணன்சீதையைக்கொண்டுபோகக்கண்ட சடாயு ராவணனைத் தடுத்துப்போர்புரிந்துயிர்துறக்கச் சம்பாதி சீதையிருக்குமிடத்தை அநுமானுக்குணர்த்தி இமயஞ்சேர்ந்தான். (2) (ரா) மாலிபுத்திரன். விபீஷணன் மந்திரி.

சம்பாநகரம் } **சம்பை** } அங்கதேசத்தரசனாகிய சம்பனால் நிருமிக்கப்பட்ட அங்கதேச ராஜதானி.

சம்பிரீதி—சமன்பாரி.

சம்பு—(1) சிவன். (2) துருவன்மனைவி.

சம்புகேசுவரர் — திருவானைக்காவிலே கோயில்கொண்டிருக்குஞ் சுவாமிபெயர்.

சம்பூதி—(1) சுமனசன். (2) திருதன்வன்.

சம்மியன்—யாகத்திலே முதல் அவிப்பாகத்துக்குரியவனாகிய அக்கினி. இவன் பிருகஸ்பதி புத்திரன். இவன் பாரி சத்தியை.

சம்யமனி—யமன் ராஜதானி.

சம்யாதி—(1) நகுஷன் புத்திரன். யயாதி தம்பி. (2) (பு) சரியாதி.

சம்வருணன்—(1) அஜமீடன் புத்திரருளொருவன். இவன் சூரியன்மகளாகிய தபதியை மணம்புரிந்து குருவைப்பெற்றவன். (2) (பு) இருக்ஷன் புத்திரன்.

சம்வர்த்தன்—அங்கிரசன் புத்திரன். பிருகஸ்பதி தம்பி. உதத்தியனெனவும்படுவன்.

சம்ஹுதாசுவன்—பரிகிருசுவன்.

சம்ஹ்ராதி—(ரா) சுமாலிபுத்திரன்.

சம்ஹ்லாதன்—(பா) பிரஹ்லாதன் தம்பி.

சம்ஸ்கிருதம்—சுத்திபண்ணப்பட்ட பூரணபாஷை என்பது தாற்பரியம். தேவ பாஷை, வடமொழி, ஆரியம், ஆதி பாஷை, கீர்வாணம், என்பன பரியாயப்பெயர்கள். சமஸ்கிருதம் ஆரியரது ஆதிபாஷை. அது இன்னகாலத்திலே தோன்றியதென்றும், இத்தனையுகங்களாக வழங்கப்பட்டுவருவதென்றும் துணிதற்கறிவு மனுஷரிடத்தில்லை. பூர்வகாலவெல்லைகூறவேண்டுமாயின் உலகந்தோன்றியநாட்டோன்றியதெனலே அதற்குபாயமாம். அஃது ஆதியிலே இச்சம்புத்தீவு முழுதுக்கும் பாஷையாகவிருந்ததென்பது, அதனிடத்தேயுள்ள தேசங்கடோறு மின்னாள் வழங்கும் பாஷைகளிலே சம்ஸ்கிருதச் சொற்கள் விரவிக் கிடத்தலால் அநுமிக்கப்படும். காலாந்தரத்திலே அஃது உத்தரத்திலே இமயமும், தக்ஷிணத்திலே விந்தமும், கிழக்கே கடலும், மேற்கேகடலோடுமிலேச்சநாடுமெல்லையாகவுடைய ஆரியதேசத்திலே வழங்கிய பாஷையாயிற்று. பிந்திய காலாந்தரத்

திலே பிராகிருதங்களே அத்தேச பாஷைகளாக அஃது அருகுவதாயிற்று. அருகியும் அதுவே நூற்பாஷையாகி அன்றுமுதலின்றுகாறும் நின்றுநிலவிவருகின்றது. அது நூற்பாஷையாயினமை பற்றியே அதற்குக் கிரந்தமென்னும் பெயருமொன்றுண்டாவதாயிற்று. சகல வேத புராணேதிகாச சாஸ்திரங்களெல்லாம் அப்பாஷையிலேயேயுள்ளன.

சம்ஸ்கிருதபாஷைக்கு முதல் இலக்கணம் வகுத்தருளியவர் சிவபெருமான். அது மகேசுர சூத்திரமெனப்படும். அம் முதனூலை ஆதாரமாகக்கொண்டு பிருகஸ்பதி பகவான் "சத்தபாராயணம்" என்னுமிலக்கணத்தைச் செய்தார். அதனைக்கொண்டு இந்திரன் "ஐந்திரம்" என்னுமிலக்கணத்தைச் செய்தான். அவற்றை யெல்லாங்கொண்டு காச்சியபம் காலவம் கார்க்கியமுதலிய வியாகரணங்கள் இருஷிகளாற் செய்யப்பட்டன. அதன்பின்னர்ப் பாணினி முனிவர் மகேசுரசூத்திரம் பதினான்கையுங் கொண்டு "பாணினீயம்" என்னும் வியாகரணத்தைச் செய்தருளினர். அதுபோலும் பூரணமும் நுட்பமுமமைந்த வியாகரணம் உலகத்திலே மற்றெப்பாஷைக்குமில்லை. (இக்கருத்து ஐரோப்பியபண்டிதர்க்குமுடன்பாடேயாம்.)

தம்மைச்சூழ்ந்துநின்ற இருஷிகணங்கள் அவரவர்கள் பக்குவத்துக்கேற்பப் பொருளைக்கிரகித்துக்கொள்ளுமாறு சிவபிரான் தமது தமருகத்தைப் பதினான்குமுறையடித்தனர். அப்பதினான்குமுறையினுமெழுந்தவொலிகள் பதினான்கு சூத்திரங்களாயின. வியாகரணம் நாடிய இருஷிகள் அச்சூத்திரங்களை வியாகரணமூலமாகக்கொண்டார்கள். தத்துவப்பொருளைநாடினோர் தத்துவங்களாகக்கொண்டார்கள். அச் சூத்திரங்களுக்குத் தத்துவ முகமாக வியாக்கியானஞ்செய்தவர் உபமன்னியுமுனிவர். அதுநிற்க, "அ இ உண்" என்பது முதற்சூத்திரம். அதிலே ணகாரம் அநுபந்தம். மற்றையமூன்றும் அக்ஷரங்கள். இப்படியே மற்றைய சூத்திரங்களுமொவ்வோரநுபந்த முடையன. தமருகமென்பது ஒலியினது புருஷரூபமும் சக்திரூபமுங் கூடிய வடிவு. ஒலியினது புருஷரூபம் சூக்ஷுமப் பிரணவரூபமாகிய விந்து. அதன் சதிரூபம் ஸ்தூலப் பிரணவரூபமாகிய நாதம். புருஷரூபம் சலிக்கச் சத்திரூபமொலிக்கும். தமருகம் ஒருபக்கம் புருஷவடிவு; மற்றது சக்திவடிவு. சக்திவடிவப்பக்கம் கயிற்றுப்பக்கம். மனுஷருடைய கண்டமும், செவியும் உள்ளும்புறமுந் தமருகத்தினதுவடிவையுடையன. சத்தசாஸ்திரத்தினது நுட்பங்களெல்லாம் நன்குணர்ந்தார்க்கு இது பேரற்புதரூபகமாயிருக்கும். சர்வபூதங்களுக்கும்ஆதாரமாயும் பரையிடத்திலேதோன்றுவதாயும் எல்லா எழுத்துக்குங் காரணமாயுமிருத்தலின் அகாரம் அத்துடியினின்றுமுதற்றோன்றுவதாயிற்று. இவற்றின் விரிவெல்லாம் மகேசுவரசூத்திரமென்பதனுட் காண்க.

சம்ஸ்கிருதபாஷையிலுள்ள அதிப்பிராதனநூல் வேதம். அஃது இருக்கு, யசுர், சாமம், அதர்வணம் என நான்குபாற்படும். வேதம் அநாதியென்பாரும் ஆதியென்பாருமாக ஆசிரியர் இருதிறப்படுவர். ஒருவர் பொருளையும் மற்றவர் நூலையும் நோக்கி அங்ஙனங் கூறுபவாதலின் இருவர் கருத்

தும் தம்முன் மாறுகொண்டனவல்ல. வேதபாஷையினது கதியும் மற்றைய சாஸ்திரபாஷையினது கதியும் வேறுபடுதலின் சம்ஸ்கிருதபாஷை, வைதிகபாஷையெனவும் லௌகிகபாஷையெனவும் இருபாற்படும். பாணினீயம் இருபாஷைக்கும் இலக்கணமாம். பாணினீயம் அஷ்டாத்தியாயி என்பன வொருபொருட்கிளவி. சம்ஸ்கிருதபாஷையை யுற்றுநோக்குமிடத்து அஃது ஒருதொகைப்பட்ட தாதுக்களாலாகியபாஷையென்பது வெளிப்படையாம். ஒரு தாது எண்ணிறந்த பதங்களுக்கு மூலமாகும். தாதுக்களினது பொருளுணர்ச்சி யிருக்குமாயின் எப்பதங்களுக்கும் பொருள் எளிதிலே புலப்படும். முற்றறிவுடையோர், உலகத்திலேயுள்ளபொருளெல்லாம் குணப்பண்பும் தொழிற்பண்புமென விருவகைச்சிறப்பியல்புடையனவாதலின் குணங்களையும் தொழில்களையுமுணர்த்தற்குப் போதிய குறியீட்டுச்சொற்களை யாக்கிக்கொள்ளுமிடத்துப் பொருளெல்லாவற்றையும்மிக வெளிதிலே பெயரிட்டு வழங்குதல்கூடுமென்பது கருதியே சொற்களுக்கு வித்தாகிய தாதுக்களை வகுத்துவைத்துப்போயினர். எப்பாஷைக்கும்சொற்பஞ்சமுண்டு. சம்ஸ்கிருதபாஷைக்கோ உலவாக்கிழியாகிய தாதுக்களிருத்தலால் எஞ்ஞான்றும் சொற்பஞ்சம்வருவதில்லை. அதுமற்றைய பாஷைகளுக்கெல்லாம் சொல்லுதவியும் பொருளுதவியும் புரிந்துவருதலினால் இரவலர்க்கீந்துவக்கும் வற்றாத செல்வப்பிரபுவை நிகர்த்து நிற்பதொரு பாஷாதிலகமாம்.

முன்னர்க்காலத்திலேயொருவராலுங் கருதப்படாத வொருவிஷயத்தின்மேலொருநூல் செய்தேனெனக் கூறி ஒரு மகா பண்டிதன் எக்காலத்திலும் வெளிவராவகை மாந்தர் மனதுக்குக் கோசரமாகத்தக்கவிஷயங்கள் ஒன்றுந்தவறுமலெல்லாமெடுத்து வியவகரித்து நூல்களிலேஅமைக்கப்பட்டனவென்றால் சம்ஸ்கிருதபாஷையிலே இல்லாதநூலென்றுகூறற்கு யாதொன்றுங்காண்கிலம்.

சம்ஸ்கிருதபாஷையை வளர்த்தவர்கள் பூர்வத்திலே மகாவிருஷிகளும், மத்தியகாலத்திலே அரசரும் இருஷிகளும், பின்னர்நாளிலேஅரசரும்பண்டிதருமாவர்.

சம்ஸ்கிருதபாஷையிலுள்ளவித்தைகள் வேதம், வேதாங்கம், மீமாஞ்சை, தர்மசாஸ்திரம், புராணம், தருக்கம் என்பனவற்றுள் ஒருவாறடங்குமாயினும், வேதபாஷியம், வியாக்கியானம், பிராம்மணம், மந்திரம், ஆரணியகம், உபநிஷதம், சிக்ஷை, வியாகரணம், சந்தசு, நிருத்தம், சோதிஷம், கற்பம், பிரயோகம், பூர்வ மீமாஞ்சை, வேதாந்தம், அத்துவைத வேதாந்தம், விசிஷ்டாத்துவைத வேதாந்தம், சைவ வேதாந்தம், காணபத்தியம், சாக்தம், பௌத்தம், ஜைனம், சாங்கியம், யோகம், தருக்கம், ஸ்மிருதி, ஆசாரம், கால நிர்ணயம், தானம், பிரயோகம், பிராயச்சித்தம், வியவகாரம், சிராத்தம், நீதி, நிகண்டு, அலங்காரம், பரதம், சங்கீதம், இதிகாசம், சங்கிதை, ஸ்தோத்திரம், கீதை, மஹாத்மியம். காவியம், சம்பு, கதை, சரித்திரம் நாடகம், கணிதம், பூகோளசாஸ்திரம், சிற்பம், சாமுத்திரிகம், வைத்தியம், ரசாயனம். அர்த்தசாஸ்திரம், காமசாஸ்திரம், யுத்தசாஸ்திரமுதலியபாகுபாடுகளையுடையன. தர்க்க சாஸ்திரத்தில் மாத்திரம் ஆயிரத்தின் மேற்பட்

டநூல்களுளவென்றால் மற்றைய பாகுபாடுகள் ஒவ்வொன்றினுக்குந் தொகை எவ்வளவாதல்வேண்டும்! இத்துணைப் பரந்த சாஸ்திரபேதங்களை யுடைய பாஷை உலகில் மற்றியாதுதானுளது. அதிலுள்ள நூற்கடலைக் கணக்கிடற்கே ஓராயுட் காலம் வேண்டப்படுமென்றால் முற்றக் கற்றல் அசாத்தியமேயாம்.

சம்ஸ்கிருதபாஷையிலேயுள்ள அக்ஷரங்கள் இனிமை, வீரம், கோபம், சோகம், அச்சம், அதிசயம் முதலியவற்றைத் தாரத்தக்க இசைகளை இயல்பாகவுடையன. அதிலேயுள்ள நூல்களோ சிங்கார முதலிய நவரசங்களும் பொழிவன. உலகத்துக்குச் சமயவறிவைக்கொடுத்ததும், நாகரிகத்தைத் தத்தம்பண்ணியதும், போகத்துக்கு வழிகாட்டியதும், சொல்வறுமையுறாது சொற்றானஞ் செய்துவருவதும், தன்னை விரும்பிக் கற்பவரைச் சாதிநோக்காது பெரியோராக்கிப் பெரும்புகழ் கொடுத்து உலகம் கைகூப்பிவணங்குமாறு உந்நதநிலையில் நிறுத்துவதும் சம்ஸ்கிருத பாஷையேயென்றால் அதன்பெருமை இச் சிறு நூலினுள்ளே இச் சிறியவிடத்தினுள்ளே இச்சிறியேன் கூறவடங்குவதெங்ஙனம்!

சயந்தம்—ஒருநாடகத் தமிழ்நூல். அஃது அடியார்க்கு நல்லார் காலத்திலிறந்தொழிந்தது.

சரசுவதி—(1) பிரமாவினது பாரி. பிரமாவினாற் சிருஷ்டிக்கப்பட்டு அவருக்கே தேவியாயினவர். இவர் வித்தைக்கதிதேவதை. ஜனங்களாலே சரற்காலத்திலே பூசிக்கப்படுதலாலே சாரதாதேவியெனப்படுவர். இவர் ஓரஸ்தத்திலே அக்ஷமாலையும் ஓரஸ்தத்திலே கிளியும் ஓரஸ்தத்திலே கமலமும் ஓரஸ்தத்திலே புஸ்தகமுமாக நான்கு கைகளையுடையர். இவர்க்கு வேதம் நான்கும் கைகளென்றும், உபநிஷதம் சிரமென்றும் பிரமவித்தை முகமென்றும், இலக்கணமும் கணிதமும் கண்களென்றும், சங்கீதசாகித்தியங்கள் ஸ்தனங்களென்றும், ஸ்மிருதி வயிறென்றும், புராணேதிகாசங்கள் பாதங்களென்றும், ஓங்காரம் யாழென்றும் கூறப்படும். சரசுவதி காயத்திரி, சாவித்திரி முதலியநாமங்களும் பெறுவர். ஒரு யாகத்திலே சரசுவதிவரத்தாழ்த்தமை பற்றி இடைக்குலக்கன்னியாகிய காயத்திரியைப் பிரமா இரண்டாம்பாரியாகக் கொண்டனரென்றும், அதுகாரணமாகத் தேவரெல்லோரும் சரசுவதியாற் சபிக்கப்பட்டாரென்றும் ஒருவரலாறுளது. வேதசாரமாகிய காயத்திரி சூத்திரமே கன்னிகையாகரூபகாரம்பண்ணப்பட்டது. அதனை அந்தணர்கள் உதயாஸ்தமனகாலங்களிலே தவறாதோதிவருங் கடப்பாடுடையவர்கள். அக்காயத்திரியிலேயுள்ள பர்க்கநாமஞ் சிவனுக்குரியதாயினும் விஷ்ணுவுக்குஞ் செல்லுதலின் சைவவைஷ்ணவர்கள் அதனைத் தந்தமக்குரியதெனக் கூறுவார்கள். வேதம் பசுவாகவும், அதன் சாரத்தைப் பாலாகவும், அச்சாரத்தைக் கவர்ந்தடக்கியிருப்பது காயத்திரிசூத்திரமாதலின் அதனை இடைக்குலக் கன்னிகையாகவும் உருவகித்தனர் போலும். (2) அந்திசாரன் பாரி. (3) ஒரு நதி.

சரத்துவந்தன்—சதாநந்தன் புத்திரனாகிய சத்தியதிருதி.

சரபங்கன்— தண்டகாரணியத்திருந்த ஒரு மகாவிருஷி. இந்திராதிதேவர்கள்தாமே தண்டகாரணியத்துக்குவந்துபசரித்துச் சு

வர்க்கத்துக்குக் கொண்டுபோகப் பெற்றவர். ஸ்ரீராமர் தண்டகாரணியஞ்சென்றபோது இவரைத் தரிசித்தனர்.

சரபன்—சுக்கிரீவன் சேனாநாயகருளொருவன் இவ்வாநரன் பர்ச்சன்னியனுக்குப் பிறந்தவன்.

சரபோஜி—தஞ்சாவூரில் அரசுசெய்திருந்த மகாராஷ்டிர அரசருள் ஒருவன். இவ்வரசனே சோழநாட்டிலுள்ள விஷ்ணுவாலயங்கள் சிவாலயங்களெல்லாவற்றையும் புதுக்குவித்து நித்தியநைமித்தியங்களின்பொருட்டு விளைநிலங்கள் தானமபண்ணினவன். சோழநாட்டிற் பலவித நாகரிகங்களுக்கும் காரணகர்த்தனிவனே. இவன்காலத்திலே கைத்தொழில்களும் பலவிதவித்தைகளும் அபிவிருத்தியாயின. இவன்காலம் இற்றைக்கு நானூற்றெழுபது வருஷங்களுக்குமுன்னுள்ளது. இப்பெயர்கொண்ட அரசர் பலர்.

சரமை—விபீஷணன் பாரி. இவள் சைலூஷன் என்னும் கந்தருவன் புத்திரி. இவள்மகள் திரிசடை. இச்சரமையே ராவண ராமயுத்தத்திலே நிகழ்ந்தவைகளையெல்லாம் அவ்வப்போது சீதைக்கு அறிவுறுத்திவந்தவள்.

சரயுநதி—இந்நதி அயோத்திக்கு வடமேற்றிசையிலே பாய்வது. (இஃதிப்போது கோக்கிராவென வழங்கப்படுகின்றது.

சரராமமுதலி—சடையப்ப முதலி தம்பி. இவரும் கம்பரால் ராமாயணத்திற் புகழ்ந்துபாடப்பட்டவர். இவர் மகா அன்னதாதாவும் தமிழ்க் கலை விநோதருமாக விளங்கியவர்.

சரவணபவன்—குமாரக்கடவுள்.

சரியன்—ஈரிஷியந்தன்வமிசத்தோரரசன்.

சரியாதி—(1) வைவசுவதமனுபுத்திருளொருவன். இவன் இக்ஷ்வாகுதம்பி. இவனுக்கு உத்தானபருகி, ஆனர்த்தன், பூரிசேனன் என மூவர் புத்திரருஞ் சுகன்னிகையென ஒரு புத்திரியும் பிறந்தார்கள். (2) (பு) சம்யாதி.

சர்வரி—பார்வதி.

சர்ப்பபுரேசர்—திருப் பாதாளீச்சரத்திலே கோயில்கொண்டிருக்குஞ் சுவாமிபெயர்.

சர்மணவதி—விந்தியபர்வதத்திலுற்பத்தியாகி உத்தரஞ்சென்று யமுனையிற் கலக்குநதி.

சர்மிஷ்டை—யயாதி யிரண்டாம் பாரி. விருஷபர்வன்மகள்.

சர்வகாமன்—(இக்ஷ்வாகு) இருதுபர்ணன் புத்திரன். சுதாசன் தந்தை.

சர்வங்கஷம்-மாகவியாக்கியானம்

சர்வதேஜசு—வியுஷ்டி புத்திரன். இவன்தாய்புஷ்கரிணி. ஆகூதி இவனுக்குப் பாரி. சக்ஷுர்மனு இவனுக்குப் புத்திரன்.

சர்வபதி—பட்டிகாவியத்துக்குமல்லிநாதர்செய்தவியாக்கியானம்.

சர்வர்த்தி—வற்சரன்பாரி. புஷ்பார்ணன் தாய்.

சர்வன் (1) அஷ்டமூர்த்திகளுளொருவன். (2) சிவன்.

சலந்தரன் } **ஜலந்தரன்** } இவ்வசுரன் மனைவி மிக்கருபவதி. அவளைச் சேருதல்வேண்டுமென்று சமயம்பார்த்திருந்த விஷ்ணு சலந்தரன் இறந்தவிட அவன் சரீரத்திலே பிரவேசித்து அவளைப் பலநாட் புணர்ந்து பின்பு அவளுககது புலனாயபோது அவளாலே சபிக்கப்பட்டு வருந்தினர். சலந்தரன் கங்கை வயிற்றிற் சமுத்திரராஜனுக்குப் பிறந்த புத்திரன். இவன்சைசவப்பருவத்திலேயே தன் கைக்ககப்பட்டபிரமாவைக் கழு

த்திற்பிடித்து வருத்திப் பின்விடுநத பராக்கிரமசாலி. விஷ்ணு முதலிய தேவரெல்லோரும் தோற்றோடிவிடச் சிவனாற் சங்கரிக்கப்பட்டவன். மனைவி பெயர் பிருந்தை. இவளைத் தகனஞ்செய்தவிடம் பிருந்தாவனமெனப்படும். அது விஷ்ணுஸ்தலங்களுளொன்று.

சலன்—பரீக்ஷித்துவுக்குச் சுசோபையிடத்துப்பிறநதபுத்திரன். இவன் வாமதேவவிருஷியினது குதிரையைக் கவர்ந்துகொண்டு அவர் கேட்டவிடத்துங் கொடாது மறுத்தமையால் அவர் கோபாவேசராகி இவனையும் இவன்தம்பி தலனையுங் கொன்றொழித்தார். (2) பலன் புத்திரன்.

சல்லியன்—மத்திரதேசத்தரசன். நகுலசகதேவருக்குத் தாய்மாமன். மாத்திரி சகோதரன. பகையரசர்க்குச் சல்லியம்போன்றோனாதலின் சல்லியனெனப் பெயர் பெற்றான். இவன் பாரதயுத்தத்திலே கன்னனுக்குச் சாரதியாயிருந்து தருமராசனாற் கொல்லப்பட்டவன். (2) சோமதத்தன் புத்திரன். (3) (த) விப்பிரசித்தி புத்திரன்.

சவனன்-பிரியவிரதன் புத்திரருள் ஒருவன். புஷ்கரதீவைத் தன் பங்காகப்பெற்றவன். இவன் புத்திரர் இருவர்.

சவுதாசன்—கன்மாஷபாதன்.

சவுந்தரநாயகி—(1) திருவியலூரிற்கோயில்கொண்டிருக்கும் தேவியார்பெயர். (2) திருஅன்பிலாலத்துறையிலே கோயில்கொண்டிருக்தும் தேவியார்பெயர். (3) திருக்கொள்ளம்பூதூரிலே கோயில்கொண்டிருக்கும் தேவியார்பெயர். (4) திருஅழுந்தூரிலே கோயில்கொண்டிருக்கும் தேவியார்பெயர். (5) திருக்கடிக் குளத்திலே கோயில்கொண்டிருக்குந் தேவியார்பெயர்.

சவுந்தரநாயகியம்மை—திருஅவ்வணவணல்லூரிலே கோயில்கொண்டிருக்குந் தேவியார்பெயர்.

சவுந்தரேசர்— திருப்பனையூரிலே கொயில்கொண்டிருக்கும் சுவாமிபெயர்.

சஹதேவன்
சஹாதேவன் } (1) சுதாசன் புத்திரன. சோமகன் தந்தை. (2) பாண்டுவுக்கு அசுவினிதேவர் பிரசாதத்தால் மாத்திரிவயிற்றிற் பிறந்தவன். இவன் மனைவி விஜயை. சுகோத்திரன் இவன்புத்திரன். (3) ஜராசந்தன் புத்திரன்.

சஹஸ்திரஜித்து—(1) யதுவினது மூத்தமகன். (2) (ப) பஜமானன் புத்திரருளொருவன.

சஹஸ்திரபாதன்—ககமுகன் சகாத்தியாயன். இவன் பரிகாசமாகத் தனது சகாத்தியாயன்மீது ஒரு பாம்பையெறிய அவன் கோபித்து இவனை டுண்டுபமென்னுஞ் சர்ப்பமாகும்படி சபிக்க அவ்வாறிருந்து உருரன் தரிசனத்தால் விமோசனம்பெற்றவன்.

சஹியம்
சையகிரி } —கொங்கண நாட்டுக்குக் கீழ்பாலிலுள்ள மலை. இதினின்றுமே காவிரியெழுவது.

சற்குணநாதர்—திரு இடும்பாவனத்திலே கோயில்கொண்டிருக்கும் சுவாமிபெயர்.

சனகன்—ஜனகன் காண்க.

சனற்குமாரசங்கிதை— ஒரு சங்கிதை.

சனற்குமாரம்— உபபுராணங்களுளொன்று.

சனற்குமாரன்—பிரமமானச புத்திரருளொருவர். சநந்தனர் சகபாடி. உண்மையுணர் வுதிக்கயே

ண்டுமென நெடுங்காலந் தவமிருந்து சிவன்பாலருட்பெற்றவர்.

சனியூர்—பாரதம் பாடிய வில்லிபுத்தூரார்பிறந்தவிளங்கியவூர். அத்திருமுனைப்பாடிநாட்டிலேயுள்ளது. ஆட்கொண்டான் என்னும் பிரபுவினதூருமிதுவே.

சனி / **சனீசுவரன்**—சூரியன் புத்திரன். நவக்கிரகங்களுளொருவன். யமன்தம்பி.

சஞ்ஜித்து—(ய) ஹேஹயன் பௌத்திரனாகிய குந்திபுத்திரன். சோபஞ்சியெனவும்படுவன்.

சனந்தனர்—சனற்குமாரர் சகபாடி.

சன்மிஷ்டை விருஷபர்வன்மகள்

சப்தபாராயணம்—பிருகஸ்பதிபகவான் செய்த சமஸ்கிருத இலக்ஷணநூல். அப்பெயரியநூலொன்றிருந்ததென்பது பதஞ்சலி ஆசிரியர் கூற்றால் விளங்குகின்றதன்றி, அந்நூலிப்போதுளதாகத்தோன்றவில்லை.

சாகடாயனர்—(ரி), இருக்குசங்கிரகஞ்செய்த முனிவர். இருக்குதந்திரம் சாமவேதலக்ஷணம்.

சாகரன்—சகரன் காண்க.

சாகர்—சிந்துநதிக்கு மேற்கேயுள்ளசகதேசத்தோர். [ஜாதி.

சாகல்லியம்—மந்திரதேசத்திரா

சாகல்லியன்(1) (ரி) திருதராஷ்டிரன் வனவாசஞ்செய்தபோது தத்துவோபதேசஞ்செய்தமுனி. (2) (ரி) வேதமித்திரன் சிஷனுகிய சௌபரிபுத்திரன். இவன் தான் ஓதிய இருக்குவேதசாகைகளை ஐந்துவகைப்படுத்தி வாற்சியன், மௌத்கலியன், சாலியன் கோமுகன், சிசிரன் என்னும் சிஷர் ஐவருக்கும் உபதேசித்தான். (3) இருக்குவேதத்தைச் சங்கிதையாக்கியமுனி.

சாகுந்தலம்—காளிதாசன் செய்த சமஸ்கிருத நாடகம். நாடககாவியங்களுள்ளே மிகச்சிறந்ததும் சிங்காரத்தால் மலிந்ததுமாயுள்ளது. இது சகுந்தலைசரித்திரங்கூறுவது.

சாகேதபுரி—அயோத்தி.

சாக்கையன்— பறையூரிலிருந்த வோரந்தணன்.

சாக்கியநாயனார்—திருச்சங்கமங்கையிலே பிறந்து காஞ்சிபுரத்தையடைந்து பௌத்தராகி அம்மதத்தை ஆராய்ந்து அதிலேபற்றில்லாமல் சைவசமயத்தை ஆராய்ந்து அதுவே மெய்ச்சமயமெனக்கொண்டு தாம்கொண்ட பௌத்தவேஷத்தைத்துறவாது ஒரு சிவலிங்கத்துக்கு நியமமாகக் கல்லெறிந்து வருதலையே அருச்சனையாகப்பாவித்து முத்திபெற்றவர்.

சாக்கியமுனி—இக்ஷுவாகு வமிசத்துப் பிருகத்பலன் குலத்துதித்தோன். இவன் கௌதமன் புத்திரனுதலிற் கௌதமனெனப்படுவன். இவர்மரபிலேயே புத்தர்அவதாரஞ்செய்தார். அக்காரணம்பற்றியே சாக்கியமுனி சாக்கியசிங்கம் முதலியநாமங்கள் புத்தருக்கு வருவவாயின. புத்தர் கௌதமன் வமிசத்திற் பிறந்தமையாற் கௌதமபுத்தரெனப்படுவர்.

சாக்தேயர்—சக்தியை வழிபடுவோர். இம்மதத்தார்க்கு ஆதாரநூல் வாமதந்திரம். இவர்க்குச்சர்வம் சக்திமயம் என்பது கொள்கை. நான்கு புருஷார்த்தங்களையுந்தரவல்லது சக்தியேயெனக்கொண்டு வழிபாடு புரிபவர்.

சாக்ஷிநாயகேசுவரர்—திரு அவளிவணல்லூரிலே கோயில்கொண்டிருக்கும் சுவாமிபெயர்.

சாக்ஷிவரதர்—திருப்புறம் பயத்திலே கோயில்கொண்டிருக்கும் சுவாமிபெயர்.

சாக்ஷுஷன்-ஒருமனு. விசுவகர்மாவினது புத்திரன் எனப்பாகவதங்கூறும்.

சாங்காசியபுரி- குசத்துவஜன் இராஜதானி. அஃது இக்ஷுமதிதீரத்திலுள்ளது.

சாங்கியம்—ஒரு யோகமார்க்கநூல். சேச்சுவரசாங்கியம் நிரீச்சுவரசாங்கியமென அஃது இருபாற்படும். அத்துவைதமதாநுஷ்டானங் கூறுவது சேச்சுவரசாங்கியமாம். கபிலமதஸ்தர்களது சாங்கியம் நிரீச்சுவரசாங்கியமெனப்படும். சண்மதங்களுள்ளே சாங்கியமுமொன்று. கபிலர்செய்தது. இம்மதம் தத்துவங்களை இருபத்தைந்தாக்கி இருபத்தைந்தாந் தத்துவமாகிய புருஷ தத்துவம் மற்றை இருபத்து நான்கையும் பிரித்துணர்ந்து மாயாபந்தத்தினின்றும் நீங்குவதே முத்தியெனச்சாதிப்பது. வேதாந்த மதத்துக்கும் சாங்கியத்துக்குமிடையேயுள்ள வேற்றுமை முன்னையது பரமான்மாவையன்றி மற்றொன்றுமில்லையென்பது. பின்னையது ஆன்மாவும் வேறு மற்றைய தத்துவமும் வேறென்பது.

சாங்கியன்—புமானாகிய சுத்தபுருடன் அறியாமையுற்றபோது பிரபஞ்சமெல்லாந் தானென விரிந்து நிற்பனென்றும், விவேகஞானம் எய்தியபோது, அவையெல்லாம் பிரகிருதிக்கேயன்றித் தனக்கில்லையாமென்றுஞ் சொல்பவன். இவன் புறச்சமயிகளுளொருவன்.

சாங்கியாயனன்— இருக்குவேதாத்தியாபகனாகிய ஓரிருஷி.

சாகுவதன்— (இ) இவன் விசுவகர்தன் எனவும் விசுவகன் எனவும் படுவன். பிரதன் புத்திரன்.

சாணக்கியன்-- அர்த்தசாஸ்திரமென்னும் ராஜதருமத்தைக் குறித்து நூல்செய்தவொரு பிரபலமந்திரி. இவன் முத்திராராக்ஷச நாடகத்திலே பிரபலமாகவெடுத்துப்பேசப்பட்டவன். இவன் கௌடில்லியன் விஷ்ணுகுப்தனென்னும் நாமங்களும பெறுவன். சந்திரகுப்தன் மந்திரி.

சாணூரன்—(பா) கஞ்சன் துரனாயவொருமல்லன். இவன் கஞ்சனேவலின்வழிக் கிருஷ்ணனைக்கொல்லக்தொடுத்த போரில் உயிர்துறந்தவன்.

சாண்டிலி—ரிக்ஷபர்வதத்திலே தவஞ்செய்த ஒரு பார்ப்பனமாது. (2) பிரசாபதிபாரி. அககினிப்பெயருடைய வசுவினது தாய்.

சாண்டில்லியன்—(1) சாண்டில்லியஸ்மிருதிசெய்தஓரிருஷி இவர் ஒருகோத்திரத்தலைவர் (2) நந்தன் வம்சத்துச் சந்திரகுப்தனுக்கு ராச்சியம் வருமாறு செய்த ஓரந்தணன்.

சாதகம்— மழைத்துளியையுண்ணு மொரு பக்ஷி.

சாத்தனார்—இவர் மணிமேகலைநூலசெய்தவரும், பிறர்செய்யும் நூலின்கணுள்ள பிழைகளைக் கேட்குமிடத்துத் தமது தலையிற்குட்டி கொண்டுகொள்ளுமியல்பினாலே சீத்தலைச் சாத்தனாரென்னும் காரணப்பெயர்பெற்றவரும், திருவள்ளுவர் காலத்திலே மதுரைச்சங்கத்திலிருந்தபுலவருளொருவரும் தானியவணிகருமானவர்.

சாத்தன்— தொண்ணூற்றறுவகைச்சமயசாஸ்திரங்களையும் கற்று மகாசாத்திரனென்று பெயர்பெற்ற ஒருமஹாத்மா.

சாத்தியகி—(ய) சத்தியகன் புத்திரனாகிய யுயுதானன்.

சாத்தியர்—கணதேவதைகளுளொருசாரார். தருமன்புத்திரர். அவர் பன்னிருவர்.

சாத்ரியை-தருமன் பாரிகளுளொருத்தி. இவள் புத்திரர்சாத்தியர்.

சாத்துவதன்—(1) விஷ்ணுபரிசருள் ஒருவன் (2) விதர்ப்பனிரண்டாம் புத்திரனாகிய கிருதன் வமிசத்தொருவன். இவனுக்கு எழுவர் புத்திரர்.

சாத்துவதி—சுருதசிரவைகாண்க.

சாந்தலிங்கசுவாமிகள்-துறையூரிலே விளங்கிய ஒரு தமிழ்ப்புலவர். சமயசாஸ்திரங்களில் மிக்க வன்மையுடையவர். சமயத்தால் வீரசைவர் பாலியவயசிலே துறவறம்பூண்டவர். அவிரோதவுந்தியாரென்னும் உத்தம ஞானநூல் செய்தவர். வைராக்கிய தீபம் கொலைமறுத்தல் முதலிய நூல்கள் செய்தவருமிவரே, சாலிவாகனசகம் ஆயிரத்தறுநூறளவிலிருந்தவர்.

சாந்தி—(பு) 1. அஜமீடன் பௌத்திரன். நீலன் புத்திரன். (2) தேவகன் புத்திரி. வசுதேவன் பாரி.

சாந்தோக்கியம்—வேதரகசியங்களைக்கூறும் நூற்றெட்டு உபநிஷதங்களுளொன்று. அதிரகசியப் பொருளாகிய தகரவித்தை இவ்வுபநிஷதத்திலேயே கூறப்பட்டுள்ளது. இதற்குப்பாஷியஞ்செய்தவர் சங்கராசாரியர்.

சாந்தீபன்—பலராம கிருஷ்ணர்களுக்குக் குரு. இவருக்கு வாசஸ்தானம் அவந்தி. இவர் புத்திரன் பிரபாசதீர்த்தத்திலே ஸ்நானஞ்செய்தபோது அவனை ஒருதானவன் நீருக்குள்ளேயிழுத்துப் போய்க்கொன்றான். அப்புத்திரனைப் பலராமகிருஷ்ணர்கள் யமபுரஞ்சென்று மீட்டுவந்து குருதக்ஷிணையாகக்கொடுத்தார்கள்.

சாந்தை—ரோமபாதன் வளர்த்த புத்திரி. தசரதன்மகள். இருசியசிருங்கன்பாரி. இவளைக் காந்தையென்றுங் கூறுப.

சாபஸ்தி—கௌடதேசத்தின்கண் ணேசபஸ்தன்நிருமித்த நகரம்.

சாமிநாததேசிகர்—சங்கர நமச்சிவாயப்புலவர்க்குஆசிரியர். இலக்கணக்கொத்துச்செய்தவர். கஙுo வருஷத்துக்குமுன்னுள்ளவர்.

சாமுண்டி—விந்திய பர்வத வாசியாகிய பராசக்தி. காளி.

சாம்பன்-(1)கிருஷ்ணனுக்கு ஜாம்பவதிபெற்ற புத்திரன்(2) சிவன்

சாயலன்—காவிரிப்பூம் பட்டினத்துள்ளஒருவணிகன். அவன்வணிகர்கள் பெறுதற்குரிய எட்டிப்பட்டம் பெற்றோன்.

சாயணசாரியர் } இவர் மாதவாசாரியர் சகோதரர். சாயணசாரியரென்பது மாதவாசாரியருக்கு ஒரு நாமாந்தரமென்று கூறுவாருமுளர். (வித்தியாரணியர் காண்க.)
சாயணாசாரியர் }

சாயன்—குருதேவியிடத்திற் பிறந்த புத்திரன்.

சாயாவனேசர்—திருச்சாய்க்காட்டிலே கோயில்கொண்டிருக்குஞ் சுவாமிபெயர்.

சாரங்கம்—விஷ்ணுவினது வில்லு. கொம்பினாற் செய்யப்பட்டது என்பது பதார்த்தம்.

சாரங்கன்—சிவன். பலவர்ணங்கொண்டமேனியனென்பது அதன்பொருள்.

சாரசுவதம்—(1) சரசுவதிநதிதீரதேசம். (1) சம்ஸ்கிருத சந்திகளையுணர்த்தும் ஒரு வியாகரணசங்கிரகம்.

சாரசுவதர்கள்—சரசுவதிநதி தீரதேசவாசிகள், இவர்கள் பஞ்சகௌடர்களுளொருபாலார்.

சாரசுவதன்—ததீசியுடைய வீரியத்தினாற் சரசுவதி நதியிற்றோன்றியவிருஷி.

சாரணர்—தேவருட் பாடுவோர்.

சாரணன்—(1) (ய) வசுதேவன் ரோகிணியிடத்துப்பெற்ற புத்திரன். (2) ராவணன் அறசார்களுளொருவன்.

சாரமாமுனி—இவர், தாம் சிவபெருமானுக்குச் செய்துவந்த புஷ்பகைங்கரியத்துக்குப் பராந்தக சோழனிடையூறுசெய்ய அவன் நாட்டைமண்மாரியாலழித்தவர்.

சாரமேயன்—(ய) அக்குரூரன் தம்பி.

சாருவரன் }
சாரு } —புமனசியன் புத்திரன்.

சார்ங்கம்—சாரங்கம் காண்க.

சார்ங்கதரர்—சங்கீதசாஸ்திரஞ்செய்த ஒரு சம்ஸ்கிருத பண்டிதர், பாதசூத்திரஞ்செய்தாருமிவரே.

சார்ங்கிகர்—மந்தபாலன் புத்திரர். இவர் நால்வர். காண்டவதகன காலத்திலே அக்கினியினுற் காக்கப்பட்டோர்.

சார்த்தூலன்—(ரா) ராவணன் பரிவாரத்தவருளொருவன.

சார்வபௌமம்—உத்தர திக்குக் காவல்பூண்ட பெண்யானை.

சார்வபௌமன்—விதுரதன் புத்திரன்.

சார்வாகம்—இந்திரிய கோசமாகும் விஷயங்களேயன்றிப்பிறிதொருபொருளில்லையென்று பிரதிபாதிக்கும் ஒரு மதம். அது நாஸ்திகமெனப்படும். இம் மதஸ்தர்கள் சைதன்னியரெனப் பெயர்பெறுவர்கள்.

சார்வாகன்—(1) துரியோதனனுக்குநட்பினனுகியவோரசுரன். இவன் தருமராஜனுக்குப் பட்டாபிஷேக நடக்குங்காலத்திலே பங்கஞ்செய்யக் கருதி இருஷிவேஷந்தாங்கிப்போயிருந்தபோது அங்கிருந்த இருஷிகளால் சாம்பராகச் சபிக்கப்பட்டவன். (2) சார்வாகமதத்தை யுண்டாக்கினேன்.

சாலகடங்கடேயர்—சால கடங்கடைவழிவந்தோர்.

சாலகடங்கடை—வித்துற்கேசன்பாரி. சுகேசன்தாய். இவ்வழிசத்தர் சாலகடங்கடேயர் எனப்படுவர். (வித்தியுத்கேசன்.)

சாலக்கிராமம்—(1) ஒரு புண்ணிய க்ஷேத்திரம். இது கண்டகி நதி உற்பத்தியாகுமிடம். (2) பூஜாருகமாகிய விஷ்ணுமுத்திரையுள்ள ஒருவகைச் சிலை. இச்சாலக்கிராமம் நிலத்திற்படுவது, நீரிற்படுவது என இருவகைப்படும். (ஜலஜன்னியம் ஸ்தலஜன்னியம்) இஃது இமயமலைச் சமீபத்திலே பன்னிருயோசனையந்தர்க்கத பூமியிலே சாலக்கிராமாதி தீர்த்தங்களிலே படுவது.

சாலபோதகன்—இவன் ஒரு நாகராஜன். நந்தை தந்தை.

சாலிகோத்திரன்—ஒருமுனிவர். இடும்பவனத்துக்குச் சமீபத்தேயுள்ள தம்முடைய ஆச்சிரமத்துக்குப் பாண்டவர்அரக்குமாளிகைக்குத் தப்பிச்சென்றபோது அவர்களையுபசரித்தவர். (2) அசுவசாஸ்திரஞ்செய்தவர். (3) சாமவேதாத்தியாயனராகிய ஓரிருஷி.

சாலிவாகனன்—விக்கிரமார்க்கனைக்கொன்று தன்பெயரால் சகவருஷம் நிலைநாட்டினேன். சுலோசனன்என்னும் பிராமணனுக்குச் சுமித்திரையென்னுமொரு புத்திரி பிறந்தாள். அவள் மணப்பருவம் அடைந்தபோது, தன்வசமாதப் பியொருசோரநாயகனைக் கூடிக் கருப்பவதியாயினுள். அஃது அவள் மனசை வருத்தச் சோரநாயகனைக் கண்டு, எனது ஒழுக்கத்தைக்கிழுக்குநேர்ந்தது. குலப்பழி தேடிக்கொண்டேன். இனி யாது

செய்வேன் என்று கூறிக் கவன்ருன். அதுகேட்ட சோரநாயகன் யான் மனுஷனல்லேன், யான் ஆதிசேஷன், உனது கருப்பத்திலிருக்கும் புத்திரன் மகா கீர்த்திப் பிரஸ்தாபனுகிய ஓரரசனுவான். அவனுலுன்குலம்விளங்கும். அவனைச் செவ்வே பாதுகாத்துப் பெற்றுவளர்க்கக்கடவையென்ருசிர்வதித்துத் தனது நிசரூபத்தைக் காட்டி அந்தர்த்தானமாயினுன். இவ்வாறு நிகழ்ந்தனவற்றை யெல்லாய் சுமித்திரை தனதுதந்தையிடஞ்சென்றுரைத்தாள். அவன் இது தெய்வசங்கற்பமெனக்கொண்டு தேறியிருக்கையில், சுமித்திரை சோரநாயகனைக் கூடிக் கர்ப்பவதியாயினுளென்று அயலார்அவ்வூரரசனுக் கறிவுறுத்திஞர்கள். அரசன் சுலோசனனை அழைத்து உன் புத்திரியை இந்நகரத்துக்கு வெளியே அனுப்பிவிடக்கடவையென்று அவனுக்கு ஆஞ்ஞை செய்தான். அவ்வாறே அவள் அந்நகரத்துக்குப் புறத்தேயுள்ளதாகிய ஒரு குலாலசேரியை அடைந்து ஒரு குலாலன்வீட்டில் அடைக்கலம்புகுந்து வசிப்பாளாயினுள். உரிய காலத்திலே புத்திரனும் பிறந்தான். அவனுக்குச் சாலிவாகனன் என நாமகரணஞ்செய்து வளர்க்க, அவனும் வளர்ந்து ஐந்துவயசடைந்து குலாலசேரியிலுள்ள சிறுவரைக் கூட்டி விளையாடிவருநாளில், ஒருநாள் தான் அரசனுகவும் தனது தோழர் மந்திரி பிரதானி முதலியோராகவும் பாவித்து விளையாடினுன். அதுகண்டகுலாலபதி ஐந்து வயது செவ்வே நிரம்பாத இச்சிறுவன், அரசனைக்கண்டதெங்கே, மந்திரி பிரதானி முதலியோரைக் கண்டதெங்கே,இவனுக்குஇவ்வுணர்ச்சிவந்ததெங்ஙனமென்று அதிசயித்திருந்தான். தினந்தோறும் இவ்வாறுதோழரைக்கூட்டி இராச்சியபரிபாலன விளையாட்டயர்ந்துவருநாளிலொருநாள், அவ்வழியேசென்ற ஒருபிராமணன் இவ்விளையாட்டைக்கண்டு அரசனுகவிருந்து விளையாடும் சாலிவாகனன்முன்னே போய், விநயபக்தியோடுநின்று சொல்வான்போல நாடகமாத்திரையாகப்பஞ்சாங்கஞ்சொன்னுன். அதுகண்ட சாலிவாகனன்தன்பக்கத்து மந்திரியாகநின்றவனை அழைத்து அப்பஞ்சாங்ககாரனுக்குச் சன்மானமாக ஒரு குடன் கொடுக்குமாறு கற்பித்தான். பஞ்சாங்ககாரனும் அகப்பட்டதைக் கைவிடலாகாதெனக் கொண்டுசென்று வீட்டில் வைத்து,மற்றைநாட்காலையிற்பார்த்தபோது அக்குடம் பொற்குடமாகவிருக்கக்கண்டுஅதிசயித்து இச்செய்தியை நாடெங்கும் விளக்கினுன். இஃதிங்ஙனமாக, குலாலன் அப்புத்திரனுக்கு மண்ணினுலே சிங்காசனம் முதலியனவும், இரதகஜதுரகபதாதிகளும் இயற்றிக்கொடுத்தான். இவையெல்லாம் விக்கிரமார்க்கன் சபைக்கும் சென்றெட்டின. அஃதுணர்ந்த விக்கிரமார்க்கனும் இச்சிறுவனைப் பார்க்கவேண்டுமென்றவாவுற்றிருந்தான்.

இவ்வாறிருக்கையில் புரந்தரபுரத்திலேயிருந்த தனஞ்செயன் என்னும் வைசியன் இறக்கும்போது, தனதுபுத்திரர் நால்வரையும் அழைத்து,இக்கட்டிலின்கால்கள் நாலுக்குங் கீழே வைத்திருக்கும் திரவியத்தை நீங்கள் நால்வீரும் பங்கிட்டுக்கொண்டு சுகமாகவாழக்கடவீர்களென்று கூறி விட்டிறந்தான். தந்தைக்குரிய கடன்கள் யாவுஞ்செய்தபின்னர்ப் புத்திரர் நால்வரும் தந்தை கூறியபி

தியை வெட்டியெடுத்துப் பார்த்தபோது, ஒரு பையிலே மண்ணும், ஒருபையிலே உமியும், ஒன்றிலே பொன்னும், மற்றொன்றிலே சாணமுமிருப்பக்கண்டு, இவைதிரவியமாவதெப்படி இவற்றைநாம் பாகித்துக்கொள்வ தெங்ஙனமென்றெண்ணி மயங்கி வல்லாரிடஞ் சென்று காட்டினர். அவரு மதன்குறிப்பையுணராது அரசனிடஞ் சென்று காட்டுமினென, அப்புத்திரர் விக்கிரமார்க்கனிடஞ் சென்று காட்டினர். அவனும் தனது மந்திரிகளோடு ஆராய்ந்தும் அதன்குறிப்புணராதுபுறந்தந்தான். அப்பால் அப்புத்திரர் தமதூர்நோக்கி மீளும்போது சாலிவாகனனிருந்து விளையாடுமிடத்து வழியே சென்றார். சாலிவாகனன் அவர்களைக் கண்டு அவர்களுடைய நிலையை ஆராய்ந்து இச்சிறுகருமத்துக்காகவா இத்துணை அலைந்தீர்கள். நான் அதன் குறிப்பைக் கூறுவேன், பைகளை எடுமினென்றான். எடுத்துக் காட்டியவுடனே மண்ணிட்டிருந்த பையினால் ஒருவனுக்கு நிலங்களும் உமியிட்டிருந்தபையினால் ஒருவனுக்குத் தானியங்களும், பொன்னிட்டிருந்தபையினால் ஒருவனுக்கு ஆபரணாதிகளும், மற்றச் சாணமிட்டிருந்தபையினாலொருவனுக்கு மாடுகளுமாகவென்பது உமது தந்தை குறித்த விபாகமெனக் கூறினான். அதுகேட்டவைசியன் புத்திரர் நால்வரும் மகிழ்ந்து சிறுவனைக் கொண்டாடிப் போயினர். அதுகேட்ட விக்கிரமார்க்கன் தனது கீர்த்தி பங்கப்பட்டதேயென்றெண்ணிச் சாலிவாகனனைக்கொல்லுமாறு படைகொண்டுசென்றான். சாலிவாகனன் அவனைத் தனது சிறுபடையோடெதிர்த்து முதுகிடச்செய்து நருமதையாற்றுக்கிப்பாலுள்ள தேசத்தைக்கவர்ந் தரசனானான். இவன் வமிசத்தவரே மைசூர் அரசர். நருமதைக்கிப்பால் சாலிவாகனசகமும் அப்பால் விக்கிரமார்க்கசகமும் அதுமுதல்நடைபெறுவவாயின. சிறிது காலத்திலேசாலிவாகனனால்விக்கிரமார்க்கனும் கொல்லப்பட்டான். சாலிவாகனசகத்திலிப்போது 1821 வருஷம் சென்றன. வைத்தியசாஸ்திரம் அசுவசாஸ்திரம்அலங்காரசாஸ்திரம்என மூன்றுநூல்கள் இவனாற் செய்யப்பட்டன.

சாலினி—வேட்டுவமகளாகிய தேவராட்டி.

சாலீயன்—சாகல்லியன் சீஷரான ஓரிருஷி.

சாலுவன்—சாளுவன்காண்க.

சால்மலி, சான்மலி—சப்த தீவுகளுளொன்று. அது சுரா சமுத்திரநடுவிலுள்ளது. அங்கே முள்ளிலவமரங்களதிகமாதலின் அஃது இப்பெயர்பெற்றது. குமுதம், உன்னதம், பலாஹம், துரோணம், கங்கம், மகிஷம், ககுத்துமான் என ஏழு பர்வதங்கள் அத்தீவிலுள்ளன. அங்குள்ள விசேஷநதிகள் யோனி, தோயை, விதிருஷ்ணை, சந்திரை, சுக்கிலை, விமோசினி, நிவிர்த்தி என்னும் ஏழுமாம். அங்குள்ளோர் நிறத்தினாற் கபிலர், அருணர், பீதர், கிருஷ்ணர் என நான்குபாற்படுவர். அவர்கள் கடவுளை வாயுவினிடத்திலேதியானித்து அவிகளை நிவேதித்து வழிபடுபவர்கள். அஸ்திரேலிய தீவென இந்நாள் வழங்குவது இத்தீவினது சேஷம்போலும். பூர்வத்தில் அநுமான் சஞ்சீவிகொணர்ந்தது இத் தீவிலிருந்தேயாம். (2) ஒரு நரகம். யமதூதர்கள் அங்குள்ள முள்ளிலவ

மரக்காட்டிலே பாவிகளைப்புகுத்தியோட்டி யூறுபடுத்தி வருத்துவார்கள்.

சாவகம்—பதினென் பாஷைகளுளொன்று.

சாவரி—ஓரற்பபிராகிருத பாஷை.

சாவர்ணி—எட்டாம் மநு. இவர் சூரியனுக்குச் சாவர்ணையிடத்துப் பிறந்த புத்திரனுர். (2) ஒரு புராணிகன்.

சாவர்ணை—சூரியன் மனைவிகளுள் ஒருத்தி.

சாவித்திரி—(1) அசுவபதி மகள். இவள் பதிவிரதையெனப் பெயர் படைத்த மாது சிரோமணிகளுளொருத்தி. இவள் மணப் பருவத்தையடைந்தபோது, அஸ்வபதி அவளை அழைத்து, நீயோ எனக்கு ஏகபுத்திரி. என்னிஷ்டப்படி உனக்கு ஒரு நாயகனை நாடித் தரின் அவ்விவாகமுனக்குஉவப்பாகாது போகினும்போகும். ஆதலால் நீ உன் இஷ்டநாயகனை நாடிவந்து சொல்வாயாகில் அவனுக்கு உன்னை மணமுடித்துக் கொடுப்பேன் என்று கூற, அவள் அதற்கிசைந்து எங்கும் நாடி, ஈற்றில் ஒரு காட்டிலேதன்மனைவியோடு தவஞ்செய்துகொண்டிருந்த விருத்தனை ஓரரசனுடைய மகனுகிய சத்தியவானைக் கண்டு, அவன்மீதிற் காதலுடையளாய்த் திரும்பிவந்து, தந்தையையடைந்து, தன் கருத்தை யுணர்த்தினுள். அச்சமயத்தில் அங்குவந்திருந்த நாரதர் அவளைப்பார்த்து, சாவித்திரீ, யாதுசெய்தனை, மோசம் போயினையே. சத்தியவானை மணம்புரிவையேல் நீ சுகமடையமாட்டாய். அவன் இன்றுமுதல் ஒரு வருஷத்தில் இறந்துவிடுவான். அவனைவிட்டு இன்னொருவனை நாடக்கடவாயென்று தடுத்தார். பதிவிரதத்திற் சிறந்தவளாகிய சாவித்திரியினது மனசை நாரதர் உரைகள் சிறிதும் அசைத்திலவாதலின் அவளுடைய இஷ்டப்படியே தந்தை உடன்பட்டுச் சத்தியவானுக்கு அவளை மணம்முடித்துக் கொடுத்தான். சாவித்திரி சிலதினங்களில் நாயகனோடு காட்டுக்குச் சென்று அங்கே தன் அலங்கார ஆடையாபரணங்களைத் துறந்து தவத்துக்குரிய ஆடைதரித்து நாயகனுடைய ஆயுளநாளைநினைந்து தவம்புரிவாளாயினள். நாளும்ஒவ்வொன்றாய்க் கழிந்து வருஷவெல்லைக்கு மூன்றுநாள்உளவெனவந்தடுத்தது. அம்மூன்றுநாளும் ஊணும் உறக்கமுமின்றிக் கொடுந்தவங்கிடந்தாள். மூன்றுநாளிலே தன்வழக்கம்போலச் சத்தியவான் அன்றும்மரந்தறிக்கப்போய்த் தறித்து மீண்டுவந்து மிக்க சோர்வினுற் சாவித்திரி மடிமீது சாய்ந்து நித்திரைபோயினன். அச்சமயம் யமன்சென்று அவன் உயிரைக் கவர்ந்துகொண்டு தென்றிசைநோக்கிச் சென்றான். அஃதுணர்ந்தசாவித்திரியும் யமனைத் தொடர்ந்துசென்றாள். யமன் அவள்தொடர்வதைக்கண்டு என்னைத் தொடர்வதாற் பயனில்லை நீ போகவென்றான். என் நாயகனைவிட்டு யான் திரும்புவதாலும் பயனில்லை. ஆதலின் என் நாயகனைத் தொடர்ந்தே செல்வேன் என்று விடாது தொடர்ந்தாள். அதுகண்ட யமன் அவள் கற்பை மெச்சி அவளுக்கிரங்கிச் சத்தியவானுடையஉயிரை உடலிற்சென்று கூடும்படிவிடுத்து வாழ்த்திப்போக, சாவித்திரி தனது நாயகனோடு தந்தை வீட்டுக்குச்சென்று ஒருயிரும் ஈருடலும் பெற்றாள்போல நெடுங்காலம் வாழ்ந்திருந்தாள். (2) இருக்குவேதத்திலு

ள்ள ஒரு பிரபலனிருக்கு இப்பெயர்பெறும். (3) பிரமாவின் பாரிகளுளொருத்தி. சரசுவதியே இப்பெயர்பெறுவரென்பர் ஒருசாரார். (4) பார்வதி. (5) கசியபன் மனைவி.

சாவித்திரிவிரதம்—ஆனிமாசத்துப் பௌரணிமையிலே சுமங்கலிகளால் வைதவ்வியம்வராமல் அனுஷ்டிக்கப்படு மொரு விரதம்.

சாளக்கிராமம்-வட நாட்டின்கணுள்ள ஒருவிஷ்ணுஸ்தலம்.

சாளுவம்-மத்திய தேசத்திலுள்ள ஒரு தேசம்,

சாளுவன், **சாலுவன்**—சிசுபாலன்தம்பி. கிருஷ்ணன் உருக்குமிணியைக்கவர்ந்துபோனபொழுது சிசுபாலனைக் கொன்றமை கண்டு இவன்தவங்கிடந்து சகல மாயா சத்திகளையும் சௌம்பகமென்னும் விமானத்தையும் சிவன்பாற் பெற்று ஆகாயத்திற் சஞ்சரித்து யாதவர்களையெல்லாம் வருத்தி வரும்போது கிருஷ்ணனால் எதிர்ந்து போர்புரிந்துகொல்லப்பட்டவன். (2) (ய) வசுதேவன் தம்பியாகிய விருகன் மூன்றும் புத்திரன்.

சிகண்டி—(1) அந்தர்த்தானன் முதற்பாரி. (2) துருபதராஜன் புத்திரியாகப்பிறந்து ஒரு புத்திரனைப்போல வளர்க்கப்பட்டவள். அப்பால் ஓர்யக்ஷனாலே தன்னுடைய பெண்ணுருவம் மாற்றப்பட்டு வீஷ்மரைக் கொல்லுநிமித்தமாக ஆணுருப்பெற்றவள். பாரதயுத்தத்திலே வீஷ்மரையெதிர்த்தபோது அவர் பெண்ணை யெதிர்த்துப் போர்புரியலாகாதென்று மறுக்க அசுவத்தாமனாலே கொல்லப்பட்டவள்.

சிங்கபுரம்—கலிங்க நாட்டிலுள்ள ஒரு நகரம்.

சிங்களம்—சிம்ஹளத்துவீபம். இலங்கை, ஈழம், லங்காதேசம் என்பன பரியாயங்கள். இது மிக்க பழைமையும் பெரும் புகழும்வாய்ந்த தேசம். இப்போதுள்ள இலங்கை பூர்வ லங்காதேசத்தின் ஒரு சிறு கூறேயாம். எஞ்சியபாகம் காலாந்தரத்திலே கிழக்கும் தெற்கும் மேற்கும் சமுத்திரவாய்ப்பட்டழிந்தது. இப்போது இலங்கையிலே வசிப்பவர்கள் ஈராயிரத்தைஞ்ஞூறு வருஷங்களுக்கு முன்னே மகததேசத்திலிருந்துபோய்க் குடியேறிய ஆரியரும் பூர்வ ராக்ஷச வமிசத்தவர்களும் கலந்துற்பத்தியான வமிசத்தவர்கள். பூர்வ சிங்களபாஷையும் ஓட்டரபாஷையும் சம்ஸ்கிருதமுங் கலந்துண்டாயதே இப்போதுள்ள சிங்களபாஷை. ஓட்டரக்கலப்பு மகததேசத்தாராலாயது. இலங்கைக்கு மகதநாட்டார் வருதற்கு ஈராயிரத்தைஞ்ஞூறு வருஷங்களுக்குமுன்னே, அஃதாவது இற்றைக்கு ஐயாயிரம் வருஷங்களுக்குமுன்னேயிருந்த பாண்டவர்கள் செய்த ராஜசூய யாககாலத்திலே, அவர்களுக்கு இலங்காதேசத்தரசன் வைடூரியரத்தினங்களும், முத்துக்களும், மயிரகங்களும், யானைகளும், அனுப்பினனென்றும், அவைகளைக் கொண்டுசென்ற தூதர்கள் பொன்னிறமுடையோரும் கருநிறமுடையோருமாகிய மாந்தரென்றும், பாரதத்திலே கூறப்படலால் பாண்டவர்கள் காலத்திலே இலங்கைமிக்கநாகரிகமுற்றிருந்ததென்பது அநுமிக்கப்படும். அதற்குப் பிந்தியகாலத்திலே தாழ்வுற்று விஜயன் அரசனாயபின்னர் விருத்தியுற்றது போலும். விஜயன்மகதநாட்டான்

சிங்கன்—சனகவிஜயற்குத் தனையாயினானோரரசன்.

சிங்கமுகன் / சிங்கன் — சூரன் தம்பி. கசியபன் சிங்கவுருக்கொண்டுநின்ற மாயையைக் கூடிப்பெற்ற புத்திரன். இவன் மனைவி விபுதை. புத்திரர் அதிசூரன் முதலிய நூற்றுவர். இவன் தேவர்களுக்குப் பெருந் துன்பங்கள் செய்துவருங்காலத்திலே சுப்பிரமணியக் கடவுளாலே யுத்தத்திலே கொல்லப்பட்டவன்.

சிங்கேசுவரி-திருப்புத்தூரிலே கோயில்கொண்டிருக்கும் தேவியார் பெயர்.

சிசிரன்—(ரி) சாகல்லியன் சிஷ்யன்.

சிசுநாகன்—சைசுநாகர்களுக்குக் கோத்திரத்தலைவனாகிய மகததேசத்தரசன். இவனரசுசெய்த காலம் புத்தருக்குப் பின் எழுபத்திரண்டாவது வருஷம். அஃதாவது 2372 வருஷங்களுக்குமுன்னுள்ளது. கலியுகத்தாற் கூறுமிடத்து அவனிருந்தகாலம் 2628 ம் வருஷம்.

சிசுபாலன்—சேதிதேசத் தரசனாகிய தமகோஷன் வசுதேவன் தங்கையாகிய சுருதசிரவையிடத்துப் பெற்ற புத்திரன். இவன் பூர்வத்திலே இரணியகசிபனாகவும், அதன்பின்னர் ராவணனாகவும் பிறந்து விஷ்ணுவாற் கொல்லப்பட்டவன். இச்சிசுபாலப் பிறப்பினும் முற்பிறவிகளிலிருந்ததைப்பார்க்கினும் மிக்க கொடியனாயொழுகுநாளிலே கிருஷ்ணனாற்கொல்லப்பட்டவன். இவனுடைய வன்மையையும் மூர்க்கத்தையும் மாககவி தாம்செய்த சிசுபாலவதமென்னும் நூலிலே மிகச் சிறப்பித்துரைப்பர்.

சிதத்துவஜன்-(மி) அஜன்புத்திரன்

சிதம்பரதேசிகர்—வைராக்கிய தீபம் வைராக்கியசதக முதலியவற்றுக்கு உரைசெய்தவர். திருப்

போரூர்ச் சந்நிதிமுறையும் பஞ்சாதிகாரவிளக்கமும் பாடினவரும் இவரே. பஞ்சாதிகாரம் சிருஷ்டியாதி பஞ்ச கிருத்தியங்களைக் கூறுவது. இவர் சாந்தலிங்கசுவாமிகள் சிஷ்யர்.

சிதம்பரம்-பஞ்சலிங்கங்களுளொன்றாகிய ஆகாசலிங்க ஸ்தலம். இது தொண்டைநாட்டிலுள்ளது. இத்தல மான்மியங்களையெல்லாங் கோயிற்புராணத்திற் காண்க. "பிண்டமும் பிரமாண்டமும் சமம். பிண்டமாகிய சரீரத்தில், இடப்பக்க நாடியாகிய இடைக்கும் வலப்பக்கநாடியாகிய பிங்கலைக்கும், நடுவிலுள்ள சுழுமுனாநாடியும், பிரமாண்டத்திலுள்ள இப்பரதகண்டத்தில், இலங்கைக்கும் இமயமலைக்கும் நடுவிலுள்ள தில்லையும், சிவபெருமான் ஆனந்தநிருத்தஞ்செய்யுந் தானமாம். சரீரம் பிரமபுரம்; சரீரத்திலுள்ளேயிருக்கும் இருதயத்தானம் தகரமாகிய புண்டரீகவீடு; இருதயத்தானத்திலுள்ளே இருக்கும பிரமமாகிய சிவம் ஆகாசம். புறத்தும் இப்படியே; பிரமாண்டம் பிரமபுரம்; பிரமாண்டத்தினுள்ளேயிருக்குந் தில்லைவனம் புண்டரீகவீடு; தில்லைவனத்தில் நிருத்தஞ்செய்யுஞ்சிவம் ஆகாசம். இவ்வாகாசம் பூதாகாசம்போற் சடமாகாது சித்தேயாம்; ஆதலாற் சிதம்பரமெனப்படும். இச்சிதம்பரம் எக்காலமும் நீக்கமின்றி விளங்குந்தானமாதலால், இத் தில்லையுஞ் சிதம்பரமெனப் பெயர்பெறும். சிதம்பரத்திலே, ஞான சபையிலே, சிவபெருமான், சிவகாமியம்மையார்காண ஆனந்தநிருத்தஞ் செய்தருளுவர். சிதம்பரத்தெழுந்தருளியிருக்கும் திருமூலஸ்தானமாகிய சிவலிங்கப்பெருமானுக்கு வேத சிவாகம விதிப்படி

பூசை முதலியன செய்யும் பிராமணர் தில்லைவாழந்தணரெனப்படுவர்கள். அவர்கள் மூவாயிரவர்." இப்போதுள்ளோர் முந்நூற்றுவரே. சேக்கிழார் காலத்திலே மூவாயிரவராக விருந்தோர் இப்போதுமுந்நூற்றுவராயினது தமக்குரிய தருமங்களினின்றுமி முக்கிய காரணத்தினாற்போலும். சிதம்பரமென்பதனைபொருள்ஞானாகாசம்.

சித்தத்தைச் சிவன்பால் வைத்தார்—இராஜயோகத்திருந்து சிவனைத் தியானித்து முத்திகூடிய தொகையடியார்கள். இவர்களுடைய பெயர் ஊர் முதலியன புலப்படக் கூறப்பட்டில. சுந்தரமூர்த்தி நாயனாராற் பாடப்பட்டமையின் அவர்க்கு முன்னுள்ளவர்களென்பது வெளிப்படை.

சித்தநாதேசுவரர்— திருநறையூரிலே கோயில்கொண்டிருக்கும் சுவாமிபெயர்.

சித்தபுரி—இது மேசலாரேகையிலே லங்காபுரிக்குநேரே அதோபாகத்திலே ரோமகபுரிக்கு மேற்கே தொண்ணூறுபாகையிலேயுள்ளது. (அமெரிக்கதேசமென இந்நாள் வழங்குந் தேசத்திலிருந்ததாதல்வேண்டும்.)

சித்தர்கள்—அணிமாதிகள் எல்லாம் வல்ல கணங்கள், அவர்கள் எண்ணிலர். அவருள்ளே தமிழ்நாட்டிலே விளங்கிய சித்தர்கள் பாம்பாட்டிச்சித்தர், அகப்பேய்ச் சித்தர் முதலியோர். பாம்பாட்டிச் சித்தர் அந்தணரென்றும், அகப்பேய்ச்சித்தர் வேளாளரென்றுங் கூறுவார்கள்.

இருவரும்அணிமாதிசித்திகளைப் பெற்றபின்னர் அவற்றாற் பயனில்லையெனக்கண்டு ஞானிகளாயினோர். இருவரும் அவர்கள் பாடித்திரிந்த பாடல்களிலே அகப்பேயென்றும் ஆடுபாம்பேயென்றும் வருவனவற்றாற் பெயர்கொண்டவர்கள். இயற்பெயர் தெரியவில்லை. அவர்கள்பாடல் வெள்ளென்றிருப்பினும் ஆழ்ந்த ஞானப்பொருளுடையன. கோரக்கர் சத்தியநாதர்முதலியோர் ஒன்பதின்மரும் நவநாதசித்தரெனப்படுவர். இவர்கள் பதார்த்தங்களின் பகுதிகளையும் சரீரத்தின்பகுதிகளையும் நன்றாக ஆராய்ந்து நிச்சயித்து அப்பகுதிகளின் சொரூபலக்ஷணங்களையுணர்ந்து அவற்றை எண்ணியவாறு ஏவல்கொள்ளும் வன்மையுடையராதலிற் சித்தரெனப்படுவர்கள். ரசாயனசாஸ்திரங்களும் வைத்தியமுஞ்செய்தோர் இவர்களே. இவர்கள் செய்தநூல்களெனத் தமிழிலுள்ளன பெரும்பாலும் இக்காலத்துச் சாமானியர்பாடிய புரட்டு நூல்களேயாம். சித்தர் செய்தன இறந்தன.

சித்தாச்சிரமம் / சித்தாசிரமம்—விசுவாமித்திரன் தவமும் யாகமுஞ்செய்தவிடம். இவ்விடத்தேயே விஷ்ணு ஒரு கற்பத்திலே தவஞ்செய்ததுமாம். இதிலே தவஞ்செய்வோர் சித்திபெறுதல்நிச்சயம்.

சித்தாந்தசாஸ்திரங்கள்— "உந்திகளிறேடுயர்போதஞ் சித்தியார்-பிந்திருபாவுண்மைப்பிரகாசம்-வந்தவருட் - பண்பு வினா போற்றி கொடி பாசமிலா நெஞ்சுவிடு-வுண்மை நெறிசங்கற்ப முற்று" என்னும் வெண்பாவால் இவையென்பதும் இத்தனையென்பது முணர்க. திருவருட்பயன், சங்கற்பநிராகரணம், வினாவெண்பா, கொடிக்கவி, போற்றிப்பஃறொடை, சிவப்பிரகாசம், நெஞ்சுவிடுதூது, உண்மைநெறி விளக்க மென்னும் இவ்வெட்டும் உமாபதி சிவாசாரியர் செய்தன. உண்மைவிளக்கஞ்செய்தவர் திருவதிகைமனவா

சங்கடந்தார். சிவஞானசித்தியும் இருபாவிருபஃதும செய்தவர் அருணந்திசிவாசாரியர். சிவஞானபோதஞ்செய்தவர் மெய்கண்டதேவர். திருவுந்தியார் செய்தவர் உய்யவந்த தேவநாயனார். திருக்களிற்றுப்படியார் செய்தவர் திருக்கடவூர் உய்யவந்ததேவநாயனார். இவர் திருக்களிற்றுப்படியார் செய்தவருடைய சீடருடைய சீடர். இச் சித்தாந்த சாஸ்திரங்கள் பதினான்கும் சிவாகமத்தின் ஞானகாண்டப்பொருளைச் சுருக்கி இனிது விளக்குந் தமிழ்நூல்களாம். இவை ஐஞ்ஞூற்றெண்பத்தைந்துவருஷங்களுக்குமுன்னே பாடியருளப்பட்டனவென்பது சங்கற்பநிராகரணஞ்செய்த உமாபதிசிவாசாரியர்தாமே அந்நூலிலே சாலிவாகன வருஷம் ஆயிரத்திருநூற்று முப்பத்தைந்தில் அதனைச் செய்ததாகக் கூறலால் நிச்சயிக்கப்படும். உமாபதி சிவாசாரியர் அருணந்தி சிவாசாரியர் சீடர். அருணந்தி மெய்கண்டசிவாசாரியரது சீடர். சிவஞானபோதஞ் செய்யப்பட்டகாலம் சாலிவாகனசகவருஷம் ஆயிரத்திருநூறளவிலுள்ளது. உமாபதி சிவாசாரியராற்பாடப்பட்ட சேக்கிழார் எழுநூற்றெழுபது வருஷங்களுக்குமுன்னுள்ளவர். வேதத்தின் ஞானகாண்டப்பொருளையுள்ளபடிஅறிவிக்குந் தமிழ்நூல்கள் தேவாரமுந்திருவாசகமுமாம். இவையிரண்டுந் தமிழ் வேதமெனப்படும். இச் சித்தாந்த சாத்திரங்கள் தமிழிலேவெளிவருதற்கு முன்னுள்ளகாலத்திலே பக்குவர்கள் குருவைத்தேடியடைந்து உபதேசமுகமாகச் சமயவறிவைப் பெற்றுக்கொள்வார்கள். இக்காலத்திலோ நூல்களே யாவர்க்குங்குருவாயின. ஆகியும் உண்மையறிவு தலைப்பட்டார் மிகச் சிலரே. அக்காலத்தில் அறியாதார் பலர். இக்காலத்தில் அறிந்துமறியாதாரே பலர்.

சித்தாந்தகௌமுதி-பாணினிவியாகரணத்துக்கு வியாக்கியானம்.

சித்தாந்தசிகாமணி—சிவப்பிரகாசசுவாமிகள்செய்த இருபது நூல்களுளொன்று. அது யாப்பாலும் மிகச் சிறந்த நூல்.

சித்திரகன்—விருஷ்ணிவமிசத்தில் வந்தவொரு யாதவன்.

சித்திரகுப்தன்—யமன் கணிகன். இவன் மனுஷர் நல்வினை தீவினைகளைக் கிரமமாகவெழுதி யமனுக்குக் கணக்குக்காட்டுபவன்.

சித்திரகூடம்—தற்காலம் பண்டல்கண்டு என்று வழங்கு மிடத்திலுள்ள ஒரு மலை. இது வான்மீகி ஆச்சிரமம். சிருங்கிவேரபுரத்துக்கு நிருதிதிசையிலுள்ளது.

சித்திரகேதன்—(யது) வசுதேவன் தம்பியாகிய தேவபாகன் மூத்தமகன். (2) சூரசேன தேசத்து ராஜா. இவன் சிலகாலம் சந்ததியின்றித் தவங்கிடந்து ஒரு புத்திரனைப் பெற்றான். அதுகண்ட சக்களத்திகள் பொறாமையுற்று விஷமூட்டி அப்புத்திரனைக் கொன்றார்கள். அதுகாரணமாகச் சித்திரகேதன் புத்திரசோகத்திலாழ்ந்துவருந்தினான். அப்போது நாரதனும் அங்கிரசனும் அவனிடஞ் சென்று அவனுக்கு ஞானோபதேசஞ்செய்துபோக, அதனால் அவன் மகா ஞானியாகித் தனது தேகத்தை விட்டு வித்தியாதரவுடல் பெற்றுக் கைலாசகிரிக்குப் போய் அங்கே சிவபெருமான் சத்திசமேதராயிருப்பக்கண்டு, அவரைப்பார்த்து, ஜகத்காரணராகிய நீரும் இப்படிப் பெண்ணோடு கூடியிருக்கவேண்டுமோ வென்று உ

ண்மையுணராதான்போன்று பரிகாசஞ்செய்தான். அதனால் ராக்ஷசரூபம்பெற்றுப் பூமியில்வந்துபிறந்துவிருத்திராசுரனென்றுவிளங்கி இந்திரன்கையாலிறந்து முத்திபெற்றான்.

சித்திரசேனபாண்டியன்—சித்திரவர்மபாண்டியனுக்குப்பின் அரசுபுரிந்தவன்.

சித்திரசேனன்—(1) ஒரு கந்தருவன். அர்ச்சுனன் தோழன். (2) துரியோதனன் தம்பிகளுளொருவன். (3) கர்ணன் மகன். (4) நரிஷியந்தன் புத்திருளொருவன். (5) ஜராசந்தன் தோழன்.

சித்திரத்துவசன்—சித்திரபூஷணபாண்டியனுக்குப்பின் அரசுபுரிந்த பாண்டியன்.

சித்திரபூஷணன்-சித்திரவிரதனுக்குப்பின் அரசுபுரிந்தபாண்டியன்

சித்திரரதன்—(1) முனிமகன். கந்தருவராசன். (2) (ய) பேருசங்கன புத்திரன். சசிவிந்தன் தந்தை. (3) அதிவிரதன் புத்திரன். (4) துரியோதனன் தம்பி.

சித்திரரேகை—வாணாசுரன் மந்திரியாகிய கவந்தன் மகள். உஷாதேவிக்குத் தோழி. சித்திரத்தில் வல்லவளாதலின் இப்பெயர் பெற்றாள்.

சித்திரவர்மபாண்டியன்-சித்திரத்துவசபாண்டியனுக்குப்பின் அரசுபுரிந்தவன்.

சித்திரவாகன்
சித்திரவாகனன் } மணலூர் புரத்தி லரசிருந்த பாண்டியன். பப்பிருவாகன் தாயைப் பெற்ற பாட்டன். இவன் பாரதயுத்தத்திலே பாண்டவர்க்காகச் சென்று துணைபுரிந்தவன்.

சித்திரவிக்கிரமன்—சித்திரசேனபாண்டியனுக்குப்பின் அரசுசெய்த பாண்டியன்.

சித்திரவிரதன்—இவன்சுகுணசேகர பாண்டியனுக்குப் பின் அரசுபுரிந்த பாண்டியன்.

சித்திரன்—கன்கவிசயற்குத் துணை அரசன்.

சித்திராங்கதன்-(1) ஒரு கந்தருவன். (2) விசித்திரவீரியன் தமையன். திருதராட்டிரன் பெரிய தந்தை. சித்திராங்கதன் என்னும்பெயரோடிவன்காலத்திருந்த கந்தருவனைஎதிர்த்துக் கொடியயுத்தஞ்செய்து அக்கந்தருவனாற் கொல்லப்பட்டவன். (3) துரியோதனன்தம்பியருளொருவன்.

சித்திராங்கதை—அர்ச்சுனன் பாரி. சித்திரவாகனன் மகள். இவளே பப்பிருவாகனனுக்குத் தாய். அர்ச்சுனன் தருமன்செய்த அசுவமேதயாககாலத்தில் அவ்வசுவத்தோடு சென்றபொழுது அவ்வசுவத்தைப்பப்பிருவாகனன் பிடித்துக்கட்ட, அர்ச்சுனன் அவனை இன்னானென்றறியாது அவனோடு யுத்தஞ்செய்து அவன்பாணத்தால் மூர்ச்சையாயினான். அப்பொழுது பப்பிருவாகனன் அர்ச்சுனனைத் தந்தையென்றுணர்ந்து அவன் மூர்ச்சையைத் தீர்த்து அவனைவழிபட்டுவணங்கி அக்குதிரையை ஒப்புவித்தான். அல்லியெனப்படுபவளும் இச்சித்திராங்கதையேயாம்.

சித்திராங்கீ—ராஜராஜ நரேந்திரன் காமக்கிழத்தி. காம லீலையில் இவளை வென்றவரில்லை. (அற்புத சரீரமுடையாளென்பது பதார்த்தம்)

சித்திராதேவி—குபேரன் பாரி. இவள்சித்திரரேகையென்றும் சொல்லப்படுவள்.

சித்திராபதி—மாதவி தாய்.

சித்திராயுதன்—ஒரு கந்தருவன்.

சித்திரோபலை—இருக்ஷ பர்வதத்திற் பிரவாகிக்குமொருநதி.

சிநிவாலி—தாதைபாரி.

சிந்தாமணி—திருத்தக்க தேவரென்னும் சைன முனிவரியற்றிய தமிழ்க்காவியம். இது சீவகன்கதையை வனப்புறக்கூறுவது. நச்சினார்க்கினியரானுரைசெய்யப்பட்டது. சீவகசிந்தாமணியெனவும்படும். இது கடைச்சங்ககாலத்தையடுத்த நூல். 3145 செய்யுளும், பதின்மூன்றிலம்பகங்களு முடையது.

சிந்துத்துவீபன்—(இ) அயுதாயுவினது தந்தை. சிந்துதேசராசா.

சிபி—(1) (அ·) உசீநரன்மூத்தமகன். இவன் யாகஞ்செய்தகாலத்தில் இந்திரனும் அக்கினியும் இவன் உத்தமகுணத்தைப் பரீக்ஷிக்குமாறு இந்திரன் பருந்தாகவும் அக்கினி புறாவாகவும் ரூபந்தரித்துப் பருந்து புறாவைப்பற்றியுண்ணுமாறு துரத்திச்செல்ல, புறாவானது ஓடிப்போய்ச் சிபிசக்கரவர்த்தியிடம் அடைக்கலம்புகுந்தது. அதுகண்ட சிபி அப்புறாவுக்கு அபயஸ்தங்காட்டி அணைத்தான். பருந்துந் தொடர்ந்துள்ளேசென்று சிபியைநோக்கித் தான் துரத்திவந்த புறாவை விடுமாறுகேட்க, சிபி, என்னிடத்தடைக்கலம்புகுந்த புறாவை விடமாட்டேனென்ன, எனக்கு மாமிசம்புசித்தல் இயல்பு. மனுஷரைப்போலக் காய்கனிகளை அருந்திச் சீவித்தல் எனக்குப்பொருந்தாது. ஆகையால் என் புறாவை விடக்கடவாயென்றது. சிபி அப்பருந்தைநோக்கிப் புறாவைவிடமாட்டேன். அப்புறாவினது எடையுள்ள மாமிசத்தை என் தேகத்திற் கொய்துதருவேன் ஏற்றுக்கொள்கவென்ன, பருந்து அதற்குடன்பட்டது. உடனே ஒருதுலையின் ஒருதட்டிலேஅப்புறாவைவிட்டு எதிர்த் தட்டிலே அதற்கீடாகத் தனது சரீரத்தினின்றுஞ் சதையைக் கொய்துவைத்தான். அத்தட்டுத்தாழ்ந்து புறாவிருந்த தட்டிற்குச் சமமாகாததுகண்டு மீண்டுங்கொய்துவைத்தான். அவ்வளவிலும் நிரம்பாமைகண்டு தன்சரீரத்திலே கொய்யத்தக்க சதையெல்லாங் கொய்து கொய்து வைத்தும் ஆற்றாது ஈற்றிலே தானே முழுதும் இரையாக வேறினான். அவ்வளவிலே தட்டுச்சமப்பட்டது. உடனே இந்திராக்கினிதேவரிருவரும்தமது மெய்வடிவைக்காட்டி உனது சிவகாருணியத்தை மெச்சினோம். உன்போற் சிறந்தான் எவனுமில்லை. உனக்கு இஷ்டமாகிய வரங்களைத்தருவோமென்று அவனைப் பழைமைபோலாக்கி அநேகவரங்களைக் கொடுத்துப் போயினர்.

இவனுக்கு விருஷதர்ப்பன், சுவீரன், கேகயன், மந்திரன் என நால்வர் புத்திரர். (2) பிரகலாதன் புத்திரன்.

சிம்சுபாயன்-ஒரு பௌராணிகன்.

சிம்சுமாரம்—சோதிசக்கரம். இது பகோளத்தின்கண்ணேயுள்ளது. இச்சக்கரம் துருவன் இந்திரன் வருணன் கசியபன் முதலியோர் கூடிப் பிரதக்ஷிணமாகத் தினந்தோறுஞ்செல்லப்பெற்றுள்ளது. இதன் வாற்பக்கத்திலே பிரஜாபதியும் அக்கினி இந்திரன்தருமன் என்போரும், வான மூலத்திலே தாதாவும் விதாதாவும், கடிதடத்திலே சப்த இருஷிகளும், மேன்மோவாயிலே அகஸ்தியரும், கீழ்மோவாயிலே யமனும், முகத்திலே அங்காரகனும், குய்யத்திலே சனியும், பீஜத்திலே பிரகஸ்பதியும், பக்கத்திலே சூரியனும், நாபியிற்சுக்கிரனும், நெஞ்சிலே சந்திரனும், ஸ்தனங்களிலே அசுவினிதேவர்களும், பிராணவாயு அபா

ஜவாயுக்களிலே புதனும் சர்வாங்கமும் சனிகேதுக்களும், ரோமங்களிலே நக்ஷத்திரங்களுமாக அதிஷ்டித்திருப்பர். இச் சிஞ்சுமார சக்கரம்மகரவடிவமாகவுள்ளது. முதலைவடிவெனினுமொக்கும்.

சிம்மபலன்—கீசகன்.

சிம்மமுகன்—சிங்கமுகன் காண்க.

சிம்மிகை—(1) திதிபுத்திரி. இவள் விப்பிரசித்திமனைவி. இவள் தக்ஷன்மகளென்றும் கசியபன்பாரி என்றும் பாரதங்கூறும். (2) இரணியகசிபன் மகள். (3) சாயாக்கிராகிணி. ஓரிராக்ஷசி. அநுமான் இலங்கைக்குச் செல்லும்போது அவனாற் கொல்லப்பட்டவள். இலங்கணியெனவும்படுவள்.

சியவனன்—(1) பிருகுவுக்குப் புலோமையிடத்தி லுற்பத்தியான புத்திரன். (2) (கு்)சுகோத்திரன் புத்திரன்(3)மித்திராயுபுத்திரன்

சியாமகன்-(ய)வசுதேவன்தம்பி.

சியாமரஸ்மி—(ரி) கபிலன் சிஷ்யன். இவன் வேதங்கள் அப்பிரமாணமெனக் கபிலனோடு வாதித்து முடிவில் வேதங்களே எல்லாவற்றுக்கும் பிரமாணமென அக்கபிலன் காட்ட ஒப்பியவன்.

சியாமளாதேவி—(1) யமன் பாரி (2) உச்சிஷ்டை.

சியேனி—அருணன்பாரி. இவள் புத்திரர் சம்பாதி சடாயுக்கள்.

சிரகாரி—(ரா)மேதாதிதிபுத்திரன். இவன்தந்தை தன்மனைவியை(தாயை) வெட்டுமாறு இவனையேவ அவன் சற்றே தாமதித்துச் சிந்தித்துநின்றான். அவ்வளவில் தந்தை கோபந்தணிந்துசந்தோஷித்துஇவனுக்கு இப்பெயரை யிட்டான். சிரம்-தாமசம். காரி-செய்பவன்.

சிரத்தாவதி—வருணன்ராஜதானி.

சிரத்தை—தருமன் பாரி. சமன் தாய். (2) வைவசுவதன்பாரி.

சிரவணத்துவாதசி—திருவோண நக்ஷத்திரத்தோடு கூடினதுவாதசி. இத்தினத்தில் விஷ்ணுமூர்த்தி வாமனாவதாரஞ் செய்தமையால் உலகத்தி லத்தினம் விரததினமாயிற்று.

சிரவணன்—(த) முராசுரன் புத்திரன். கிருஷ்ணனாற்கொல்லப்பட்டவன்.

சிராயு—பிரமதத்தன் தகப்பன்.

சிரார்த்தம்— பிதிர்கன்மம். இது பிதிர்தேவதைகளுடைய திருப்தியின்பொருட்டுச் செய்யப்படும் பிண்டகருமம். இது சுபகருமத்தின்கண்ணும் அசுபகருமத்தின்கண்ணும் செய்யப்படும். சுபகருமத்தின்கட்செய்யப்படும்சிரார்த்தம் நாந்தியென்றும் அப்பியுதயமென்றும் சொல்லப்படும். அசுபசிரார்த்தங்களநேகம். அவற்றுள் பிரேதசிரார்த்தம் பிரேததிருப்தியின்பொருட்டும் பிரேதவிமுத்தியின்பொருட்டும் செய்யப்படுவது. இது நக்கினநவைகோதிஷ்ட சோடச சபிண்டீகரண சிரார்த்தங்களெனப் பல. (2)பைதிருக சிரார்த்தம் பிதிர்தேவதைகளின்பொருட்டுச் செய்யப்படும். பிதிர்தேவதைகள் வசுருத்திர ஆதித்திய பதப்பேறுடையவர்களாயுள்ளவர்கள். காசி கயை பிரயாகை குருக்ஷேத்திரம் கோகர்ணம் குருஜாங்கலம் புஷ்கலக்ஷேத்திரம் முதலியன சிரார்த்தகருமங்களுக்குரிய சிறந்த ஸ்தலங்கள். அவற்றுள்கயாசிரார்த்தம் மிக்க விசேஷமுடையது. இறந்ததினம், அமாவாசை, மகாளயபக்ஷமுதலியனசிரார்த்தத்துக்குரிய காலம்.

சிரார்த்ததேவன்— சூரியனுக்குச் சமிஞ்ஞாதேவியிடத்துப் பிறந்த புத்திரன்.

சிராவணம்—(1) திருவோணம் (2) ஆவணிமாசத்துத் திருவோண நக்ஷத்திரத்திலே இருபிறப்பாளர் மூவராலும் அநுஷ்டிக்கப்படுவதாகிய ஒரு வைதிககிரியை. அது பதினுன்கு வித்தைகளையும் சிரவணஞ்செய்யத்தொடங்குதற்குரிய கிரியை.

சிராவிதம்-ராமன்புத்திரனுகிய லவன் ராஜதானி.

சிருகாலவாசுதேவன்— மதுராபுரத்துக்குச்சமீபத்திலேயுள்ள கரவீரபுரத்தரசன். இவன் எப்பொழுதும்கிருஷ்ணன்மீது பகை பாராட்டிவந்தமையால் கிருஷ்ணன்இவனைக்கொன்று மகனுக்குமுடிசூட்டினன்.

சிருங்ககிரி— சங்கராசாரியராலே ஸ்தாபிக்கப்பட்ட சாரதாபீடமும் மடாலயமுமிருக்குமிடம். இம்மடத்துக்குச் சங்கராசாரியரது சிஷ பரம்பரையில் வருவோர் அதிபதியாவர். அவருஞ் சங்கராசாரிய பட்டமே பெறுவர். இம்மடாலயத்திலேயுள்ள கிரந்தமண்டபத்திலே அநேக நூல்களுள. சிருங்ககிரி மைசூர்நாட்டிலுள்ள ஒருமலைமேல்நகரம்.

சிருங்கர்—புஷ்யமித்திரன் வமிசத்தரான மகததேசத்தரசர். இவர்கள்பதின்மர். நூற்றுப்பன்னிரண்டு வருஷம் அரசியற்றினர்.

சிருங்கி—(ரி) சமீகன் புத்திரன்.

சிருங்கிபேரபுரம்—இது ஸ்ரீராமர் சிநேகனுகிய குகனுடைய பட்டணம். அது கங்கைக்கரையிலுள்ளது.

சிருஞ்ஜயன்—(1) பர்மியாசுவன் புத்திரருளொருவன். இவன் தவங்கிடந்து நாரதரனுக்கிரகத்தாற் பொன்னுகவே மூத்திர புரீஷங்களைக் கழிக்கின்ற ஒரு திவ்விய புத்திரனைப் பெற்றுன். அவன் வளர்ந்துவருநாளில் அவன் தேகத்திலே பொன்னிருக்கின்றதெனக் கருதிக் கள்வர்அவனைக்கொன்று உடலைப் பரிசோதித்துப் போயினர். அப்பாலும் நாரதரனுக்கிரகத்தால் உயிர்பிழைத்தான். அவன் சுவர்ணஷ்டீவி யென்னும் பெயரினன். (2) வசுதேவன் தம்பி. (3)(அ)காலாநலன்புத்திரன்

சிருஷ்டி—மூலப் பிரகிருதியினின்றும் உலகங்களெல்லாந் தோன்றுதல் சிருஷ்டியெனப்படும். அத்துவைதிகள் பிரபஞ்சமெல்லாம் பிரமத்தினின்றும் தோன்றும் என்று கூறுவார்கள். துவைதிகள் சித்தும் அசித்துமென இரண்டு பொருளுண்டென்றும் சித்தினது அதிகாரத்தால் சித்தும் அசித்துமாகிய பிரபஞ்சந் தோன்றுமென்றும், விசிஷ்டாத்துவைதிகளும் சுத்தாத்துவைதிகளும் பிரமம், ஆன்மா, மாயை என முப்பொருளுண்டென்றும் பிரமம் ஆன்மாவின்பொருட்டு மாயையினின்றும் பிரபஞ்சத்தைத் தோற்றுவிக்குமென்றும் சிருஷ்டியைப் பலதிறப்படக் கூறுவர். இரண்டோரமிசமன்றி மற்றெல்லாம் எல்லா வைதிக சமயிகளுக்கும் பொதுவே.

மாயையென்று கூறப்படுவதாகிய மூலப்பிரகிருதியிலே பிரகிருதி தோன்றும். அதனிடத்தே குணதத்துவந் தோன்றும். அக்குணம் சாத்துவிகம், இராஜதம், தாமதமென மூன்றும். அக்குணதத்துவத்திலே புத்தி தத்துவந் தோன்றும். புத்தியெனினும் மஹத்தத்துவமெனினும் பொருளொன்றே. அப்புத்தி தத்துவம் குணத்திரயத்தை யுடையதாய்த் தோலினுலே மூடிக்கொள்ளப்பட்ட விததுப்போலப் பிரகிருதியினுலே மூடப்பட்டிருக்கும். அதி

னின்றும் வைகாரிகம் தைஜசம் பூதாதியென்னும் அகங்காரங்கள் மூன்றும் தோன்றும். அவ்வகங்காரம் புத்திதத்துவத்தினலே மூடப்பட்டிருக்கும். அம்மூன்றனுள்ளே பூதாதியாகிய தாமசாகங்காரத்தினின்றும் சத்த தன்மாத்திரை தோன்றும். அத்தன்மாத்திரையினின்றும் ஆகாசந்தோன்றும். அவ்வாகாசம தாமசாகங்காரத்தினலே மூடப்பட்டிருக்கும். அவ்வாகாசம் விகாரப்பட்டு ப்பரிசதன்மாத்திரையையுண்டாக்கும். அதினின்று வாயுத்தோன்றும. அக்காரணத்தால் வாயுவின்குணம் பரிசமாயிற்று. வாயுவும் ஆகாயகவசமுடையது. வாயு விகாரப்பட்டு ரூபதன்மாத்திரையையுண்டாக்கும். அத்தன்மாத்திரையினின்றும் தேயுத் தோன்றும். அதுபற்றித் தேயுவுக்கு ரூபம் சிறப்பியல்பாயிற்று. தேயுப் பரிசதன்மாத்திரையினலே மூடப்பட்டிருக்கும். தேயு விகாரப்பட்டு ரச தன்மாத்திரையை யுண்டாக்கும். அதினின்றும் அப்புத் தோன்றும். அப்புவும் ரூபதன்மாத்திரையினலே பொதியப்பட்டிருக்கும். அப்பு விகாரப்பட்டுக் கந்ததன்மாத்திரையை யுண்டாக்கும். அதினின்றும் பிருதிவிதோன்றும். மூலப்பிரகிருதியும் மகத்தும் அரூபம். அகங்காரமும் தன்மாத்திரையும் மகா பூதங்களும் ரூபம். சத்தத்தினின்றும் ரூபம் தோன்றும். சத்தம் சோதியிற்றோன்றும். சோதி மனத்திற்றோன்றும். மனம் புருஷனிற்றோன்றும். சத்தம் சோதியிற்றோன்று மென்பது யோக சூத்திரத்திலே "அநாஹதஸ்யசப்தஸ்ய" என்னுஞ்சூத்திரத்தினலறிக. மேலே கூறப்பட்ட பஞ்சபூதங்களும் தம்மிற் கூடிச் சிருஷ்டியை விருத்திபண்ணும் ஆற்றலில்லாதனவாக, ஈசுரசக்தி அவற்றுட் கலந்துநின்றாக்கும். ஆக்கவே அவை பஞ்சீகரணப்பட்டுப் பிரமாண்டத்தைத் தோற்றுவிக்கும்.

பிரபஞ்சமனைத்தும் சித்தம் சடமும் ஆகிய இருகூற்றில் அடங்கும். சித்தின்றிச் சடம் இயங்காது. ஆகவே தோற்றந் திதி நாசமென அவ்வியக்கமும் மூன்றாய்த் தோன்றும், தோற்றுவிக்குஞ் சக்தி பிரமாவெனப்படும். திதி செய்யுஞ் சக்தியாகிய காலவடிவம் விஷ்ணுவெனப்படும். நாசஞ்செய்யுஞ் சக்தி உருத்திரன் எனப்படும். ஒவ்வோரணுவையும் இம்மூன்றுசத்திகளும் பற்றிநின்று தத்தம்முறையிலே தமதுதொழிலைச்செய்யும். இவற்றை ஐரோப்பிய பண்டிதர்கள் ஆற்றலென்பர். ஆரியர் தனித்தனிக் கடவுளரென்பர். மேலே தாமசாகங்காரத்தின்றோற்றங்கூறினும்.

இனிச் சாத்துவிகஅகங்காரமாகிய வைகாரிகத்தினின்றும் மனமும் சோத்திரமுதலிய பஞ்சஞானேந்திரியமும் தோன்றும். ராசதாகங்காரமாகிய தைஜசத்தினின்றும் வாக்குமுதலிய கன்மேந்திரியம் ஐந்துந் தோன்றும்.

ஒவ்வொருபூதமும்இருகூறாகி, ஒருகூற்றைநிறுத்தி மற்றைக்கூற்றைநான்குகூறாக்கி, ஏனையநான்குபூதங்கட்கு மொவ்வொன்றாகக் கொடுத்தும் வாங்கியும் தம்மிற் கலப்பதே பஞ்சீகரணமாம். அஃதாவது பிருதிவியிலே பிருதிவிதன்மாத்திரை அரை; அப்புதன்மாத்திரை அரைக்கால்; தேயுதன்மாத்திரைஅரைக்கால்; வாயுதன்மாத்திரைஅரைக்கால்; ஆகாயதன்மாத்திரை அரைக்கால்; இப்படியே மற்றவையுமாமெனக் கொள்ளுக. தூலபூதங்களைச்சோதித்தால் இக்கூறுகள் புலனாகும்.

பூதங்கள் பஞ்சீகரணப்படும்முறை வருமாறு;—

		ஆகாயம்	வாயு	தேயு	அப்பு	பிருதிவி
ஆகாயம்	$\frac{1}{2}$	”	$\frac{1}{8}$	$\frac{1}{8}$	$\frac{1}{8}$	$\frac{1}{8}$
வாயு	$\frac{1}{2}$	$\frac{1}{8}$	”	$\frac{1}{8}$	$\frac{1}{8}$	$\frac{1}{8}$
தேயு	$\frac{1}{2}$	$\frac{1}{8}$	$\frac{1}{8}$	”	$\frac{1}{8}$	$\frac{1}{8}$
அப்பு	$\frac{1}{2}$	$\frac{1}{8}$	$\frac{1}{8}$	$\frac{1}{8}$	”	$\frac{1}{8}$
பிருதிவி	$\frac{1}{2}$	$\frac{1}{8}$	$\frac{1}{8}$	$\frac{1}{8}$	$\frac{1}{8}$	”

சாங்கிய தத்தவ சங்கிரகம்வருமாறு:—

மூலப்பிரகிருதி

‖

மகத்தத்துவம்

‖

அகங்காரம்

சாத்துவிகம்.——ராஜசம்.——தாமசம்.

‖ ‖ ‖

(மனம் ஞானேந்திரியம்.)கன்மேந்திரியம். தன்மாத்திரை. ௫.

‖

௬ ௫ பூதம் ௫. ஆக உ௪.

சிரு

மூலப்பிரகிருதிமயிலினிடத்திலே யுள்ள கூறுகளையெல்லாமடக்கி யிருக்கும்மயின்முட்டைபோலப் பிரபஞ்சத்துக்கு வித்தாயுள்ளது.

இவ்விருபத்துநான்கிற்கும்மே லாய் வேறாயுள்ள தத்துவம் புருஷதத்துவம். இத்தனையுஞ் சாங்கியமதக்கொள்கை. சைவசித்தாந்திகள் தத்துவம் முப்பத்தாறென்பர். அவர்கொள்கைவருமாறு;-

பூதம் ஐந்து. தன்மாத்திரை ஐந்து. ஞானேந்திரியம் ஐந்து. கன்மேந்திரியம் ஐந்து. மனம் அகங்காரம் புத்தி குணம் பிரகிருதி என்னும் ஐந்து. ஆகத் தத்துவம் இருபத்தைந்தும் அசுத்தாத்துவா. இருபத்தாறாந் தத்துவம் அராகம். அதற்குமேலே வித்தியாதத்துவம். அதற்குமேலே கலாதத்துவம். அதற்குமேலே நியதித

சிரு

த்துவம். அதற்குமேலே காலதத்துவம். அராகம் முதற் காலதத்துவ மீறாகிய வைந்தும் மிச்சிரத்துவா. இவைமுப்பதும் ஆன்மாக்களுக்குத் தனித்தனிருக்குமதேகங்களாம். அதற்குமேல் மாயாதத்துவம். அதற்குமேலே சுத்தவித்தியாதத்துவம். அதற்குமேல் ஈசுரதத்தவம். அதற்குமேலே சதாசிவதத்துவம். அதற்கு மேலே சத்திதத்துவம். அதற்கு மேலே சிவதத்துவம். இவையே முப்பத்தாறுமாம். சிவதத்துவம்நாதமென்றும் சத்திதத்துவம் விந்துவென்றும் சொல்லப்படும். சொல்லொற்றுமைநோக்கிச் சிவதத்துவமும் பரமசிவமுமொன்றெனக் கொள்ளாதொழிக.

அச்சிருஷ்டிக் கிரமம் வருமாறு:—

பிரமம்

சிவதத்துவம் (௩௬)
||
சத்திதத்துவம் (௩௫)
||
சதாசிவதத்துவம் (௩௪)
||
ஈசுரதத்துவம் (௩௩)
||
சுத்தவித்தியாதத்துவம் (௩௨)
||
மாயாதத்துவம் (௩௧)

காலதத்துவம். (௩௰) — நியதிதத்துவம். (௨௯) — கலாதத்துவம். (௨௮)
||
வித்தியாதத்துவம் (௨௭)
||
ராகதத்துவம் (௨௬)
× புருஷதத்துவம்

பிரகிருதிதத்துவம் (௨௫)
× சித்தம்
||
குணதத்துவம் (௨௪)
||
புத்திதத்துவம் (௨௩)
||
அகங்காரதத்துவம் (௨௨)

சாத்துவிகாங்காரம். — ராஜசாகங்காரம். — தாமசாகங்காரம்.

மனமும் ஞானேந்திரியமும். (௬) — கன்மேந்திரியம் (௫) — தன்மாத்திரை. (௫)
||
பூதம். (௫)

௪௫

இது சிவாத்துவ தீபிகையிலே கூறப்பட்ட தோற்றக்கிரமம்.

இனி அதிகாரதேவர்களிருக்கும் முறை கூறுவாம். சுத்த வித்தியாதத்துவத்திலே சத்தகோடி மகாமந்திரங்களும் நந்தி முதலிய கணநாதர் எண்மரும், இந்திரன் முதலிய உலகபாலகரும், ஈசுரதத்துவத்தில் அநந்தர் முதலிய வித்தியேசுரருமிருப்பர். அநந்த

௪௫

ர் மாயாதத்துவபுவனங்களையுண்டாக்குபவர். ஸ்ரீகண்ட ருத்திரர் குணதத்துவத்திலிருந்து ஒடுக்ககாலத்தில் அராகத்திலிருப்பர். பிரகிருதி மத்தகத்திலே எட்டுருத்திரர்இருப்பர். பிரமவிஷ்ணுக்கள் ஸ்ரீகண்டருத்திரரோடுகுணதத்துவத்திலிருப்பர். பிரணவம் ஈசுரதத்துவத்திலிருக்கும். ருத்திரகணங்களுக்குச் சங்கையில்லை.

ஆகாயம் அவகாசமாகி ஏனைப்பூதங்களுக் கிடங்கொடுக்கு மியல்பினது. வாயு சலித்து மற்றைப் பூதங்களைத் திரட்டுமியல்பினது. தேயுச் சுட்டொன்றுவிக்கும். அப்புக் குளிர்ந்து பதஞ்செய்யுமியல்பினது. பிருதிவி கடினமாய் மற்றெவற்றையுந் தரிக்குமியல்பினது. ஆகாயம் வட்டவடிவினது. வாயு அறுகோணம். தேயு முக்கோணம். அப்புப் பிறை. பிருதிவி சதுரம். ஹ-ய-ர-வ-ல ஆகாயாதி ஐந்திற்கும் முறையே அக்ஷரங்களாம். மாயையின் வேறாகியும் அதனுள்ளே பந்திக்கப்பட்டு மூழ்கிக்கிடந்த ஆன்மாவுக்குக் கலாதத்துவம் மின்னற்கதிர்போல அந்தகாரத்தைச் சிறிது விலக்கித் தெருட்ட அக்கலையினின்றும் அறிவுக்கு உபகரணமாயுள்ள வித்தியாதத்துவமும் அதினின்றும் போகத்துக்குக் கருவியாகிய அராகமும் தோன்றும். அந்தஅவதரத்திலே ஆன்மாப் போகாதிகாரத்தைப் பொருந்தும். அவ்வதிகாரமே புருஷனென மேலே கூறப்பட்டது. அஃதுள்ளவாறு தத்துவமாகாமையின் தத்துவங்களோடுசேர்த் தெண்ணப்படாதாயிற்று. ஆன்மாவுக்குப் போக்கியமாயுள்ளன பிரகிருதியாதி பிருதிவியீறாயுள்ள இருபத்தைந்துமாம். சித்தஞ்சேர்த்தெண்ணப்படாமைக்குநியாயமும்இதுபோன்றதேயாம்.

சைவசித்தாந்திகள் சுத்த சிவமாகிய பிரமமும் ஆன்மாவும் மாயையும் நித்தியப் பொருள்களென்பர்கள். சுத்த சிவத்துக்குச் சிவதத்துவமும், சத்தியும், சதாசிவமும் திருமேனியாகும். சிவதத்துவத்திலே சுத்தசிவகலை ஸ்தூலமாகச் சத்திகலை சூக்குமமாய் நிற்கும். சத்திதத்துவத்திலே சிவகலை பாதியும் சத்திகலை பாதியுமாகும். அதிலே சதாசிவம் சூக்குமமாகும். சதாசிவத்திலே சிவகலை காலும் சத்திகலை முக்காலுமாக விளங்கும். சிவதத்துவத்திலே ஆன்மாவும் சத்திதத்துவத்திலே மாயையும் அந்தர்க்கதமாய் நிற்கும். ஈசுர தத்துவத்திலே சிவகலை சைதன்னிய ரூபமாகச் சத்திகலை மேம்பட்டுநிற்கும். சுத்த வித்தியா தத்துவத்திலே சைதன்னியமும், மாயையும் சமப்பட்டுநிற்கச் சத்தி யோங்கிநிற்கும். அச் சுத்த வித்தையிலே அதோபாகத்திலுள்ள மாயையைச் சத்திநோக்கிநிற்க, மாயை வேறாகிப் பிரியும். சிவதத்துவமுதலிய ஐந்தும் பிரேரகமாக மாயைமுதலிய ஏழும் ஆன்மாவுக்குப் போககாண்டமாம். அவற்றின்கீழுள்ள இருபத்துநான்கும் போக்கியமாம். இவற்றின் உள்ளுறையெல்லாம் சிவாத்துவ விருத்தியிற் காண்க.

இப்போதுள்ள சிருஷ்டி தொடங்கி இருபத்தேழு சதுர்யுகங்கடந்து இருபத்தெட்டாஞ் சதுர்யுகம் நடக்கின்றது. இச் சிருஷ்டியிலே ஆறு மனுக்களிறந்து ஏழாம்மனுவாகிய வைவசுவத மனுவின்காலம்நடக்கின்றது. மனுவந்தரங்கள்தோறும் சோபானக்கிரமமாக மனுஷரது வடிவமும் குணமும்வேறுபட்டுயர்ந்துவரும். முன்னிருந்த மனுவினது காலத்துமாந்தர் நம்மினும் வடிவு குணங்களாற் குறைந்தவராயிருப்பர். இனிவரும் சாவர்ணி மனுவினது காலத்துமாந்தர் நம்மினுஞ் சிறந்தோராவர். மனுவென்றது மனுஷகணத்தை. அவ்வக் கணத்துக்கு ஆதிதலைவனெனினும் பொருந்தும்.

ஆன்மாக்கள் ஆணவத்தால் உ

டமெலடுத்துக் கன்மத்துக்கோக மேல்கீழ்ப்பிறவிகளிற் செல்லும். சிருஷ்டியும் ஆன்மாக்களின்பொருட்டாக நிகழ்வது.

வாயுவுலகம் சனி. தேயுவுலகம் சூரியன். அப்புவுலகம் சுக்கிரன். பிருதிவியுலகம்பூமி. ஒவ்வொரு பூதத்திலும் மற்றைய நான்கு பூதங்களுங் கூடியிருக்கும். தனிப்பூதங்கள் தன் மாத்திரைகள். தன்மாத்திரைகளது சையோகந்தாலே பூதங்களும் உலகங்களுந் தோன்றும். உலகம் தோன்றிநின்று ஒடுங்குமியல்பினதாதலின் நித்தியமாயுள்ளது. ஊன்றிநோக்குமிடத்துக்கணந்தோறும் சிருஷ்டி திதி சங்காரமாகிய முத்தொழிலும் நிகழ்வது பிரத்தியக்ஷமாம். நிலைதிரிதலேயன்றி அழிவென்பதொன்றில்லை.

சிருஷ்டியாதிபத்தியம்—பூமிக்குப் பிருதுசக்கிரவர்த்தியும், ஓஷதிகள், யாகம், விரதம், நக்ஷத்திரங்கள் முதலியவைகளுக்குச் சந்திரனும், ஜலத்துக்கு வருணனும், தனத்துக்கும் யக்ஷர்களுக்கும் குபேரனும், துவாதசாதித்தியர்களுக்குவிஷ்ணுவும், வசுக்களுக்கு அக்கினியும், பிரஜாபதிகளுக்குத் தக்ஷனும், தேவர்களுக்கு இந்திரனும், தைத்தியர் தானவர்களுக்குப் பிரஹலாதனும், பிதிர்களுக்கு யமனும், பசுபூதாதிகளுக்குச் சிவனும், மலைகளுக்கு இமயமும், நதிகளுக்குச் சமுத்திரமும், கந்தருவ வித்தியாதர கிந்நர கிம்புருஷர்களுக்குச் சித்திர ரதனும், சர்ப்பங்களுக்கு வாசுகியும், திக்கஜங்களுக்குஐராவதமும், பக்ஷிகளுக்குக் கருடனும், குதிரைகளுக்கு உச்சைச்சிரவமும், மிருகங்களுக்குச் சிங்கமும், சிருஷ்டிகாலத்திலாதிபத்தியம்பெற்றார்கள்.

சிலம்பாறு—அழகர் மலைக்கணுள்

ள ஓராறு. நூபுரகங்கையெனவும் பெயர்பெறும்,

சிலாதன்-(ரி) நந்திசுவரன்தந்தை.

சிவகங்கை—(1) கைலாசத்தின்கண்ணதாகிய ஒரு நதி. (2) சிதம்பரத்திலுள்ள ஒரு தீர்த்தம். இத்தீர்த்தத்திலே இரணியவன்மன் மூழ்கித் தனதுடற்குற்றம் நீங்கப்பெற்று அரசனாயினன்.

சிவகலை-பட்டணத்தடிகள்மனைவி.

சிவகாமி-சிதம்பரத்து லெழுந்தருளியிருக்கும் சிவசத்திபெயர்.

சிவகாமித்தாயம்மை—திருப்புத்தூரிலேகோயில்கொண்டிருக்கும் தேவியார்பெயர்.

சிவகோசரியார்— கண்ணப்பர்காலத்திலே திருக்காளத்தியிலே விளங்கிய அருச்சகர்.

சிவஞானசித்தி—அருணந்திசிவாசாரியர்செய்த பத்திசாஸ்திரம். அது சைவசித்தாந்தசாஸ்திரங்கள் பதினான்கனுளொன்று. அது சிவஞானபோதத்திற்கு வழிநூல். அது பரபக்ஷம் சுபக்ஷம் என இரு பக்ஷங்களையுடையது. பதி பசு பாச வியல்புகளை ஐயந்திரிபறத் தடைவிடைகளால் விளக்குவது. இது பௌத்தம் லோகாயதமுதலிய சமயங்களைக்கண்டித்துச் சுவபக்கம்நாட்டுவது. ஆன்மவிசாரணைசெய்யப் புகுவார்க்கு இதுபோலச் சிறந்தநூல் மற்றில்லை. அதற்கு மறைஞானசம்பந்தர் சிவாக்கிரயோகிகள் முதலியோர் உரைசெய்தார்கள்.

சிவசன்மா—வடமதுரையிலிருந்தவோரந்தணன். இவனைவிஷ்ணுவினது கணநாதர் உபசரித்தழைத்துப்போய்ச் சந்திராதியுலகங்களையெல்லாங்காட்டினார்கள்.

சிவஞானமுனிவர்—நூற்று முப்பது வருஷங்களுக்கு முன்னர்த் திருவாவடுதுறைமடத்திலிருந்த

ஒரு தம்பிரான். இவர் வடமொழி தென்மொழியிரண்டிலும் வல்லவர். சிவஞானபோதத்திற்குத் திராவிடமகாபாஷியமும் சிவஞானசித்தியார்க்குப் பொழிப்புரையும், சிவஞானபோதத்திற்குச் சிற்றுரையும், தொல்காப்பியமுதற் சூத்திரவிருத்தியும் செயதவர். சமஸ்கிருதநூல்களைத் தமிழிலே வசனரூபமாகவும், செய்யுள்ரூபமாகவும் மொழிபெயர்ப்பதில் இவர்க்கிணையாயினோர் பிறரில்லை. அன்னம்பட்டீயம் சிவதத்துவ விவேகமுதலியன இவர்செய்தமொழிபெயர்ப்புக்கள். தமிழ் இலக்கணவுணர்ச்சியும் தர்க்கசாஸ்திரவாராய்ச்சியும் நிரம்பியவராதலால் அவர்செய்த நூல்களெல்லாம் சிரோரத்னங்களாக விளங்குகின்றன. பிறர் நூல்களிலே குற்றந்தெரித்தலில் நக்கீரரும் அவர்க்கிணையாகார். பாஷியமொன்றேனுமில்லாத பாஷையென்று வடமொழியுடையோர் தமிழை இகழ்ந்துவந்த குற்றத்தை நீக்கினது அவர்செய்த திராவிடபாஷியமே. அதற்குமுன்னே நாலாயிரப்பிரபந்தபாஷியம் உண்டென்றாலும் அஃது இத் திராவிடபாஷியம்போலச்சிறந்ததன்று.

சிவதத்தம்-விஷ்ணுவினதுசக்கரம்

சிவதருமம்—உப புராணங்களுள் ஒன்று.

சிவதருமோத்தரம்—பரமதருமாதயியல், சிவஞானதானவியல், ஐவகையாகமவியல், பல விசிட்டகாரணவியல், சிவதருமவியல், பாவவியல், சுவர்க்க நரகவியல், சனனமரணவியல், சுவர்க்கநரகசேடவியல், ஞான யோகவியல், பரிகாரவியல், கோபுரவியலெனப் பன்னிரண்டியல்களையுடைய இந்நூல் மறைஞானசம்பந்தர் செய்தது.

சிவநேசர்—மயிலாப்பூரிலிருந்த இவர் பாம்புகடித்திறந்த தமது புத்திரியினது எலும்பை ஒரு குடத்திலிட்டுவைத்துத் திருஞானசம்பந்தரங்கெழுந்தருளியபோது அவர்முன்வைத்து அவரருளால் முன்போலப் பெண்ணுருவாக எழும்பப்பெற்றவொருபக்தர்.

சிவஞானபோதம்-இது வடமொழியிலே நந்திபகவானாலும், தமிழிலே மெய்கண்ட தேவராலுஞ் செய்யப்பட்டது. தமிழ்ச சைவசித்தாந்தசாத்திரம் பதினான்கிற்கும் முதனூலாகவுள்ளது. பன்னிரண்டு சூத்திரங்களையுடையது. இதற்குச் சிவஞானமுனிவர் பாஷியமுஞ் சிற்றுரையுஞ் செய்தனர். சிவஞானமுனிவர்வடமொழியிலே சிவாக்கிரயோகிகள் செய்த பாஷியத்தையே மொழிபெயர்த்தனர். "வேதம்பசுவதன்பான்மெய்யாகமநால்வ - ரோதுந்தமிழ்வேதமுள்ளுறுநெய்-போதமிகு-நெய்யினுறுசுவையா நீள்வெண்ணெய்மெய்கண்டான்-செய்த தமிழ்நூலின்றிறம்" என்னும்ஆன்றோர்வாக்கேசிவஞானபோதத்தின்மாட்சிமையைத் தெரிவிக்கும்.

சிவபுரம்
சிவபுரி
சிவராஜதானி } —காசி.

சிவப்பிரகாசசுவாமிகள்— பிரபுலிங்கலீலை, திருக்கூவப்புராணம், சித்தாந்தசிந்தாமணி, வேதாந்தசூடாமணி, சிவப்பிரகாசவியாசம், சிவநாமமகிமை, தர்க்கபாஷை, சோணசைல மாலை, நன்னெறி, நால்வர் நான்மணிமாலை, வேங்கையுலா, வேங்கைக்கோவை, முதலிய நூல்கள் செய்தவர். காஞ்சிபுரத்தலே பிறந்து சிந்துபூந்துறையிலே வெள்ளியம்பலத்தம்பிரானிடம் பாடங்கேட்டவர். இல

க்கணஇலக்கியங்களில் மகா சதுரர். கற்பனைக்களஞ்சியம். சாதியில் வீரசைவர். இவர் இற்றைக்கு இருநூற்றிருபதுவருஷங்களுக்குமுன்னர் விளங்கியவர்.

சிவபுராணம்—பதினெண்புராணத்தொன்று.

சிவமலை—கொங்கு நாட்டின்கணுள்ள ஒரு சுப்பிரமணிய ஸ்தலம்.

சிவயோகநாயகி- திருக்காஞூரிலே கோயில்கொண்டிருக்கும் தேவியார் பெயர்.

சிவராத்திரி—மாசிமாசத்திலே அபரபக்ஷ சதுர்த்தசியோடு கூடிய அர்த்தராத்திரிகாலமாகியபுண்ணிய முகூர்த்தம். அது லிங்கோற்பவருக்குப்பிரியமுகூர்த்தம்.

சிவராத்திரிவிரதம்— மாசிமாசத்துக் கிருஷ்ணபக்ஷ சதுர்த்தசியிலே சிவபெருமானைக்குறித்து அநுஷ்டிக்கும் விரதம். அத்தினத்திலே உபவாசஞ்செய்து நான்கு யாமமும் நித்திரையின்றிச் சிவபூசைசெய்தல்வேண்டும். சிவபூசையில்லாதவர் நித்திரையின்றி ஸ்ரீபஞ்சாக்ஷரசெபமும் சிவபுராணசிரவணமுஞ்செய்து நான்கு யாமமும் சிவாலயதரிசனஞ் செய்தல்வேண்டும். இது சைவ சமயிகள் யாவராலும் ஆவசியகம்அநுஷ்டிக்கத்தக்கது.

சிவலிங்கம்—லிங்கம் காண்க.

சிவலோகநாயகர்—திருப்புன்கூரிலே கோயில்கொண்டிருக்கும் சுவாமிபெயர்

சிவன்—திரிமூர்த்திகளு ளொருவரென்று விஷ்ணு புராணங்களும் அம்மூவரையும் அதிஷ்டித்துநிற்கும் பரப்பிரமமென்று சைவ புராணங்களுங் கூறும். சிவன்என்னுஞ்சொல்லுக்கு மங்களரூபி என்பது பொருள். சிவனை முழுமுதற்கடவுளாகக்கொண்டு வழிபடுவோர் சைவரெனப்படுவர். அவர்கள்சமயம் சைவசமயமெனப்படும். பதினெண் புராணங்களுள்ளே சிவபரமாகவுள்ள புராணங்கள் பத்து. சிவனைவழிபடுவோர்க்காதார நூல்கள் ஆகமங்களாம். அவை இருபத்தெட்டு. சிவன் ரூபமும் அரூபமும் ரூபாரூபமும் ஆகிய மூன்றுதிருமேனிகளுடையர். அரூபத் திருமேனியோடுகூடியவிடத்துச் சிவனென்றும், ரூபாரூபத் திருமேனியிற் சதாசிவமூர்த்தியென்றும், ரூபத் திருமேனியில் மகேசுவரரென்றும சொல்லப்படுவர். பிரமாவைச் சிருஷ்டிகர்த்தாவென்றும், விஷ்ணுவைக்காவற்கர்த்தாவென்றும்,சிவனைச்சங்காரகர்த்தாவென்றும் வைதிகர்யாவருங்கூறுவர். சங்காரகிருத்தியம் சிருஷ்டிதிதிகளுக்குஏதுவாகச் செய்யப்படுவதல்லது நாசியாக்கும் பொருட்டன்று. ஆதலால் சங்காரகிருத்தியத்தில் மற்றையிருகிருத்தியங்களுமடங்கும். அடங்கவே சங்காரகர்த்தாவே மற்றையிருவரையு மதிஷ்டித்துநின்று நடாத்து முழுமுதற்கடவுளென்பர்கள், விருஷபத்துவஜன், உமாபதி, சர்மவாசன், நந்திவாகனன், சூலி, கபாலமாலாதரன், சர்ப்ப குண்டலன், காலகாலன், நீலகண்டன், கங்காதரன், திரிநேத்திரன், சந்திரசேகரன், திரிபுராந்தகன்முதலிய அநந்தநாமங்கள் பெறுவர். உலோககண்டகராகிய திரிபுராசுரரைச் சங்காரஞ் செய்தருளியமையின், திரிபுராந்தகன் எனப்படுவர். திரிபுரதகனஞ்செய்யப் புறப்பட்டபோது, பூமியை இரதமாகவும், சூரியசந்திரர்களைஇரதசக்கரமாகவும், வேதங்களைக்குதிரைகளாகவும், பிரமாவைச் சாரதியாகவும், மேருவை வில்லாகவும், சா

கரத்தை அம்புக்கூடாகவும், விஷ்ணுவைப் பாணமாகவும் கொண்டுசென்றார். இவ்விஷயத்திலே அத்தியற்புத ரதவார்த்தமடங்கியிருக்கின்றது. அதனை ஈண்டுவிரிப்பிற் பெருகும். பிரம விஷ்ணுக்களது கபாலத்தை மகா கற்பாந்தரங்களிலே தரித்துத் தனித்து நின்று ஆனந்ததாண்டவஞ்செய்தலின் கபால மாலாதரனென்னும் நாமம்பெறுவர். சிவன் மூன்று கண்களுடையர். ஒன்று நெற்றியிலுள்ளது, அதனாற் கண்ணுதலெனப்படுவர். இக் கண்ணினாலேயே காமதகனஞ்செய்தாராகலின் காமநாசன், காமாரி முதலிய நாமம்பெறுவர். பகீரதன்தன் பிதிரரைச் சுவர்க்கஞ் சேர்க்கும்பொருட்டுப் பெற்ற கங்கையினது பிரவாகவேகத்தைச் சடைக்கொழுந்தொன்றினாலடக்கிய காரணம்பற்றிக் கங்காதரன் கங்கைவேணியன் முதலிய நாமங்களைப்பெறுவர். அமிர்தமதன காலத்து எழுந்த விஷத்தைக் கண்டத்தடக்கித் தேவரைக் காத்தருளினமையின் நீலகண்டன் காளகண்டன் முதலிய நாமங்களைப்பெறுவர். அக்காலத்திற்றானே யெழுந்த சந்திரனைச் சடையிற்றரித்தமையின் சந்திரசேகரன் சந்திரமௌலிமுதலிய நாமம்பெறுவர். மார்க்கண்டனைக் காக்குமாறு காலனை உதைத்தருளினமையானும் காலவரையறைக்ககப்படாத அநாதிநித்தியராதலினாலும் காலகாலன் காலாந்தகன் முதலியநாமங்கள்பெறுவர். இச்சிவபிரானை மகாலிங்கம் அர்த்தநாரீஸ்வரர் நடேசர் முதலிய இருபத்தைந்து மூர்த்தத்திடத்தே தியானித்து வழிபடுவர். சிவனுக்குச் சத்தி உமாதேவியாரெனப்படுவர்.

இருபத்தைந்து மூர்த்திகளாவார், லிங்கமூர்த்தி, சுகாசனமூர்த்தி, உமாசகமூர்த்தி, கல்யாணசுந்தரமூர்த்தி, அர்த்தநாரீசுவரமூர்த்தி, சோமாஸ்கந்தமூர்த்தி, சக்கரப்பிரதானமூர்த்தி, திரிமூர்த்தி, அர்த்தாங்க விஷ்ணுமூர்த்தி, தக்ஷிணாமூர்த்தி, பிக்ஷாடனமூர்த்தி, கங்காளமூர்த்தி, காமசம்ஹாரமூர்த்தி, காலாரி, ஜலந்தாரி, திரிபுரசம்ஹாரமூர்த்தி, சரபமூர்த்தி, நீலகண்டமூர்த்தி, திரிபாதமூர்த்தி, ஏகபாதமூர்த்தி, வைரவமூர்த்தி, விருஷபாரூடமூர்த்தி, சந்திரசேகரமூர்த்தி, நடராஜமூர்த்தி, கங்காதரமூர்த்தி. (௨) (ய) அக்குரூரன் தம்பி.

சிவாக்கிரயோகி—இவர் தஞ்சாவூரிலே சரபோஜி மகாராஜாவுடைய சபையிலே மணவாளமாமுனியென்னும் வைஷ்ணவசிரேஷ்டரோடு பதினேழுநாள் வரையில் அவர் கடாவிய வினாக்களுக்கெல்லாம் ஏற்றவாறுவிடையளித்துச் சிவபரத்துவம்நாட்டி வரும்போது பதினேழாநாளிரவுமணவாளமாமுனிவர்பக்ஷத்தார் சிவாக்கிரயோகி எழுந்தருளியிருந்த மடத்திற் றீக்கொளுவினார்கள். அம்மடம்முழுதுஞ் சாம்பராகியும் சிவாக்கிரயோகி சிறிதும் வருந்தாது நிஷ்டையிலிருந்தனர். அதனைக் கேள்வியுற்ற சரபோஜி அம்மடத்திற்குத் தீயிட்டவர்களையெல்லாம் ஓரறையிற்சேர்த்து அக்கினிக்கிரையாக்கினன். சிவாக்கிரயோகிகள் செய்தநூல்கள் சிவஞானபோதபாஷியம், சித்தாந்ததீபிகை, தத்துவதரிசனம், பாஞ்சராத்திரசபேடிகை என்பவைகளாம்.

சிவாலயமுனிவர்—சபாநாதர் அருளால் அகஸ்தியரை அடைந்து அகஸ்தியத்திரட்டு என்னும் தேவாரப்பதிகமிருபத்தைந்து பெற்

று அவற்றைக் கிரமமாகப் பாராயணம்பண்ணித் திருவருள் பெற்றவர்.

சிவானந்தலகரி — சங்கராசாரிய சுவாமிகள்செய்த தவொருநூல்.

சிவானந்தவல்லியம்மை— திருக்கோவலூர்வீரட்டத்தில் கோயில்கொண்டிருக்கும் தேவியார் பெயர்.

சிவானி—பார்வதி. சிவசத்தி.

சிவேதன்-சனகவிஜயற்குநண்பன்.

சிவை—(1) அங்கிரசன்பாரி. (2) உமாதேவியார்.

சிறப்புலிநாயனர்— சிவனடியார்களைச் சிவமெனக்கொண்டு அவர்களை அன்போடு திருவமுதுசெய்வித்து அவர்களுக்கு வேண்டுந் திரவியங்கொடுத்து வழிபட்டுவந்த திருவாக்கூர்ப்பிராமணராகிய பக்தர்.

சிறுத்தொண்டநாயனர் பரஞ்சோதியார் }· சிவபிரான் வைரவவேடங்கொண்டு சென்று நம்மைஅமுதுசெய்விப்பீரோவென்றுகேட்க, செய்விப்பேன் என்றுகூறி வைரவர் கேட்டபடி தமது ஒரேபிள்ளையாகிய சீராளனை வெட்டிக் கறியாகப் பாகம்பண்ணி விருந்திடத் துணிந்தபோது வைரவர் உமது புத்திரனை அழையுமென, இப்போதுதவான்என்ச்சொல்லியும் கேளா வைரவரைத் திருப்திசெய்யும்படி வாவென்றழைக்க, அப்புத்திரன் உண்மையாகவே வரப்பெற்ற பக்தர். இவர் திருச்செங்காட்டங் குடியில் விளங்கிய பிராமணர். மனைவிபெயர் திருவெண்காட்டுநங்கை. சிறுத்தொண்டர் திருஞானசம்பந்தமூர்த்திநாயனர் காலத்தவரென்பது பெரியபுராணத்தாற்றுணியப்படுதலின் நாலாயிரம்வருஷங்களுக்கு முற்பட்டவர்.

சிறுபாணற்றுப்படை-இதுகடைச்சங்கநூல்களுளொன்றாகிய பத்துப்பாட்டிலொன்று. பத்துப்பாட்டுள் மூன்றாவதுபிரபந்தமாகிய இஃது ஒய்மாநாட்டுநல்லியக்கோடன்மீது கடைச்சங்கப்புலவருள் ஒருவராகிய நல்லூர் நத்தத்தனார்பாடியது. தன் யாழ்வன்மைகாட்டிப் பரிசுபெறவிரும்பியபாணனை நல்லியக்கோடன் மாட்டுச் செலவிடுத்தமையின் 'ஆற்றுப்படையாயிற்று.

சிறுபுலியூர்— காவிரியின் தென்கரையிலுள்ள விஷ்ணுஸ்தலம்.

சிறுமலை—பாண்டிநாட்டுள்ளதோர்மலை.

சிறுமேதாவியர் —இவர் கடைச்சங்கப்புலவர்களுளொருவர்.

சிற்றம்பலம்—சிதம்பரம் காண்க.

சினி—(1) பு. கர்க்கன் புத்திரன். கார்க்கியன்தந்தை. (2) ய. யுதாசித்துபுத்திரன். (3) ய. அநமித்திரன்புத்திரன். (4) ய. விரேதன் புத்திரன்.

சிஷ்டி—துருவன் புத்திரன். பவியன் இவன் சகோதரன். சுச்சாயை இவன் மனைவி.

சீகாளத்தி—இது தொண்டைநாட்டிலுள்ள சிவஸ்தலம். இது திருக்காளத்தியெனவும்படும். சிலந்தியும் பாம்பும் யானையும் பூசித்து முத்திபெற்ற தலமாதலின் இப்பெயர்பெற்றது. கண்ணப்பரும் நக்கீரரும் முத்திபெற்றதும் இத்தலத்திலேயே. இது வேங்கடத்துக்குக் கிழக்கேயுள்ளது.

சீதை—ஜனகன் யாகஞ்செய்துபெற்ற புத்திரி. ராமன் பாரி. வேதவதி காண்க.

சீத்தலைச்சாத்தனர்—இவர் கடைச்சங்கப்புலவர்களுளொருவர். இவரே மணிமேகலையென்னும் நூ

ல்செய்தவர். இவர் பிறர் நூல்களிலே குற்றங்காணுந்தோறும் தமது தலையிலே குட்டிக்கொள்ளுந் தலையல்பாதலினாலே அதுகாரணமாக வுண்டாகிய புண் ஊறப்பெற்ற தலையையுடையவர். அதுபற்றியே சீத்தலைச்சாத்தனார் என்னும் பெயர்கொண்டார். கண்ணகியால் மதுரையெரிந்து நிலைகெட்டபோது இவர் பொருளிட்டும பொருட்டுச் சேர ராசாவாகிய செங்குட்டுவன்பாற்சென்று மதுரையழிந்தது கூற, செங்குட்டுவன் தம்பி இளங்கோவடிகள் அதனைச் சிலப்பதிகாரமெனனும் பெயராற் பாடினார். சாத்தனூர் காண்க.

சீரத்துவஜன்—ஜனகன்.

சீராளன்—சிறுத்தொண்டநாயனார் மகன்.

சுகச்சாயை—சிவ்ஷ்டி மனைவி

சுகந்தநாயகி—திருவேட்டகுடியிலே கோயில்கொண்டிருக்குந்தேவியார்பெயர்.

சுகந்தவனநாயகி—திருச்செம்பொன்பள்ளியிலே கோயில்கொண்டிருக்குந் தேவியார்பெயர்.

சுகர்மன்—(ரி) ஜைமினி முனிவர் புத்திரனாகியசுமந்தன் புத்திரன்.

சுகவாஞ்சிநாயகர்—திருவாஞ்சியத்திலே கோயில்கொண்டிருக்குஞ் சுவாமிபெயர்.

சுகன்—இவ்விருஷி வியாசருக்குக் கிருதாசியென்னும் அப்சர ஸ்திரியிடத்துப் பிறந்த புத்திரனார். இவிருபததோடிருந்தகிருதாசியிடத்தே பிறந்தமையின் இவர் சுகரெனப்பட்டார். இவர் பிறந்தவுடனே தத்துவஞானியாயினர். இவர் அரம்பையென்னும் தெய்வப்பெண் தன்னோடு சேருமாறு தன்னாலியன்றவாறெல்லாம் காதல்காட்டியும் சித்தஞ் சலியாத சுத்தவைராக்கியமுடையவர் முனிவருள் இவரொருவரே பெண்போகத்திலேமயங்காதவர். (2) ராவணன் சாரணர்களுளொருவன்.

சுகன்னியை—வைவசுதமனு புத்திரனாகிய சரியாதிபுத்திரி. சியவனமகாவிருஷிபாரி. பிரமதிக்குத்தாய். இவள் சரியாதியோடு தபோவனத்திலிருக்கும்போது மலமூத்திர பந்தனரோகத்தால் வருந்த அவளைச் சரியாதிகொண்டுபோய் ஒரு புற்றிலிடமாகவிருந்து தவஞ்செய்த சியவனனைக்கண்டு வணங்கிக்கூறி அவளை அவனிடத்தொப்பித்து அவனையுமுடன்கொண்டுதன் நகரஞ்சார்ந்து அங்கே அசுவினிதேவரால் அவனுடைய ரோகத்தை நீக்குவித்தான்.

சுகிருதி—(பா) பிருதுபுத்திரன்.

சுகுணகுணபாண்டியன்—இராசேந்திரராஜபாண்டியனுக்குப் பின் அரசுசெய்தவன். இவன்காலத்திலேயே கரிக்குருவிக்கு உபதேசஞ் செய்த திருவிளையாடல்நடந்தது.

சுகுணபாண்டியன்—இராஜராஜ பாண்டியனுக்குப்பின் அரசுசெய்தவன்.

சுகுணசேகரபாண்டியன்—சுகுண பாண்டியனுக்குப்பின அரசுசெய்தவன்.

சுகுணன்—பாண்டு புத்திரனாகிய வீமசேனனுக்கு ஜலதரையென்பவளிடத்துப் பிறந்தபுத்திரன்.

சுகுமாரன்—(கா) சுவிபுபுத்திரன். திருஷ்டகேதன்தந்தை.

சுகேசன்—வித்தியுற்கேசன்புத்திரன். மாலியவந்தன முதலியோர் தந்தை. இவன்பாரி தேவவதி.

சுகேசினி—சகரன் முதன்மனைவி அசமஞ்சசன்தாய்.

சுகேதனன்—(1) தாடகை தந்தையாகிய ஓரியக்ஷன். (2) (நவராத்திரிகாண்க)

சுகேதன் (1) மிதிலன்புத்திரனுக்குப் பௌத்திரன். (2) (கா) க்ஷேமன்புத்திரன்.

சுக்கிரவாரவிரதம்—இது உமாதேவியாரைக்குறித்து அநுஷ்டிக்கப்படுவதும், விநாயகரைக்குறித்து அநுஷ்டிக்கப்படுவதும், சுப்பிரமணியரைக்குறித்து அநுஷ்டிக்கப்படுவதுமென மூன்றும். தேவியைக்குறித்தது சித்திரைமாசத்துச் சுக்கிலபக்ஷத்து முதற்சுக்கிரவாரந் தொடங்கியும், விநாயகரைக்குறித்தது வைகாசிமாசத்துச்சுக்கிலபக்ஷத்துமுதற்சுக்கிரவாரந்தொடங்கியும், மற்றது ஐப்பசிமாசத்து முதற்சுக்கிரவாரந்தொடங்கியுமனுஷ்டிக்கத்தக்கன.

சுக்கிரன்— பிரமமானசபுத்திருளொருவனாகிய பிருகுவினது பௌத்திரன். இவன் அசுரகுரு. இவன்மகள் தெய்வயானை. இவன்தாய் தேவலோகத்திலே தவஞ்செய்திருந்தபோது விஷ்ணுவாற் கொல்லப்பட்டவள். இவன்அசுரமந்திரியெனவும்படுவன். இவன் மகாபலி சக்கரவர்த்தியிடத்திலே மந்திரியாகவிருந்தகாலத்திலே விஷ்ணு வாமனுவதாரமெடுத்து மகாபலியிடஞ்சென்று மூன்றடிமண்வேண்டியபோது சுக்கிரன் "இது விஷ்ணுவினது வஞ்சச்சூது சம்பாதொழி" யென்று மகாபலியைத்தடுத்தகாரணத்தால் விஷ்ணு அச்சுக்கிரன் கண்களிலொன்றைக் கெடுத்தார். சுக்கிரன் இறந்தவுயிரை யெழுப்பும் வன்மையுடையவன். இவனிருக்கும்மண்டலம்அப்புமண்டலம். (2) நவக்கிரகங்களுளொன்று. சுக்கிரன் சுபஸ்தானங்களில் நிற்கப்பிறப்போர் திரிகாலவுணர்ச்சியும் ராஜயோகங்களுமுடையராய் விளங்குவர். சுக்கிரன் மழைக்கதிபதியாதலின் மழைக்கோளெனப்படும்.

சுக்கிரீநகன்—பார்லூத்திரதவமிசத்து ரிபுஞ்சயன்மந்திரி.

சுக்கிரீவன்—வாலி தம்பி. இருக்ஷவிரஜன் புத்திரன். இவன் மனைவி உருமை. இவன், வாலி தன் மனைவியையும் அரசுரிமையையுங் கவர்ந்துகொண்டு தனக்குச் செய்த துன்பங்களையெல்லாம் ராமரிடத்திலே முறையிட்டு அத் துன்பத்தை நீக்கித்தந்தால் அவ்வுபகாரத்துக்கீடாகத் தானும் தன் சேனையும் சீதையைச் சிறை மீட்டற்கு வேண்டிய துணைச்செய்வதாகக் கூறி ராமரால் வாலியைக் கொல்வித்துடன்சென்று இலங்கையிற் சீதையைச்சிறைமீட்டவன்.

விஷ்ணு ராவண சங்காரத்தின் பொருட்டுத் தமதுலகத்தைவிட்டுப்புறப்படும்போது அத் தேவருட் சிலரைத் தம்மோடுசென்று பூமியிற் பிறக்குமாறுபணித்தருளினர். அவருட் சூரியனது அமிசமாகப் பிறந்தவன் இச் சுக்கிரீவன். அவனைத் துணையாகக்கொள்ளும்படி ராமருக்குச் சூழ்ச்சி கூறியவன் கவந்தன். சுக்கிரீவனுடைய வாசஸ்தானம் பம்பைக் கரையிலுள்ளது. ராமரது வில்லாண்மையைப் பரீக்ஷிக்கும் பொருட்டுச் சர்ப்பகோணமாக மாறிமாறிநின்ற ஏழு மராமரங்களையுமோரம்பாலே துளைசெய்யும்படிகேட்டு அவர் அது செய்தபின்னர் அவர்மீது நம்பிக்கைவைத்தவன். ராமரால் அரசுபெற்ற சுக்கிரீவன் குறித்த அவதியிலே சேனையோடு புறப்படாது ராஜபோகத்திலே மயங்கிக் கிடந்து, ராமர் அச்சுறுத்தித் தூதபோக்கியபின்னர்ப் படை திரட்டிக் கொண்டுபோய் வணங்கித் தான் செய்த குறையைப் பொறுத்தருளுமாறு செய்தவிண்ணப்பம் மிக வியக்கற்பாலது. சுக்கிரீவனும் ராவணனும் செய்த கொடும்போ

ரீலே சுக்கிரீவன் ஒரு மலையைப் பெயர்த்து ராவணன் மார்பிலே மோத, அவன் வெகுண்டு ஒருகொடியவேலை விட்டெறிந்தான். அவ்வேலை அனுமான்பற்றி முழந்தாளிற் பூட்டித் தகர்த்தான். அதகண்டு ராவணன் ஒரு மலையையிடந்து சுக்கிரீவன் சிரசில்மோத அவன் வீழ்ந்து மூர்ச்சையாயினன். இராவணன் உடனே யவனைத்தூக்கியெடுத்துக்கொண்டு செல்லச் சிறிது போதிலே அவன் தெளிந்து பல்லாலும் நகங்களாலும் அவனுடைய விலாவைக் கடித்துக் கிழிக்க, அவன் அத்துன்பத்தாற் கையை நெகிழ்த்தான். உடனே சுக்கிரீவன் குதித்தந்தரத்திலெழுந்து ராமர்பக்கஞ்சார்ந்தான். இவவாறே சுக்கிரீவன், ராமர் ராவணனைக்கொன்று சீதையைச் சிறைமீட்குங்காறும் தன் வாக்குத் தவறாமல் மிக்கபக்தியோடு போர்புரிந்து அவருக்குப்பெருந் துணைபுரிந்தான்.

சுக்திமதி—கடகபுரிக்குச் சமீபத்திலேயுள்ள ஒரு புண்ணிய நதி.

சுசர்மா, சுசர்மன்—(1) திரிகர்த்ததேசத்தரசன். சுதன்வன் புத்திரன். (2) தன்பாரியைப் பலாகன் என்னுமிராக்ஷசன் அபகரித்துப்போனபோது உத்தானபாதன் மகனாகிய உத்தமன் கண்டு அவளை மீட்டுக் கொடுக்கப்பெற்ற ஒராந்தணன். (3) கர்ணன் புத்திரன். நகுலனாற் கொல்லப்பட்டவன். (4) மகததேசத்தரசரான காண்வாயருள்ளே கடையரசன். ஆந்தரவிருத்தியனென்னுஞ் சூத்திரனாற் கொல்லப்பட்டவன்.

சுசாந்தி—அஜமீடன் இரண்டாம் புத்திரனாகிய நீலன் பௌத்திரன்.

சுசி—(1) மிதிலவமிசத்தொரரசன். (2) ய. அந்தகன் புத்திரன். (3) சுத்தன் புத்திரன்.

சுசுருதன்—(1) மிதிலாதிபதிகளுள் ஒருவன். ஜயன் தந்தை. (2) காசிராஜன்புத்திரருளொருவர். இவர் சுசுருதம் என்னும் பெயராற் சிறந்த வைத்தியநூலொன்று சமஸ்கிருதத்திலே செய்தவர். அந்நூல் அவசியகம் தமிழிலே மொழிபெயர்க்கப்படுதல்வேண்டும். அதிலே சஸ்திர வைத்தியமுங் கூறப்பட்டுள்ளது. பூர்வ ஆரியர் சஸ்திரவைத்தியமெனப்படும் சல்லியத்திலே எத்துணையாகக் கைதேர்ந்தவர்களென்பது அந்நூலிலே கூறப்பட்டுள்ள நூற்றிருபத்துநான்கு யந்திரசஸ்திரங்களால் அநுமிக்கப்படும். நோய் நிதானமும் சிகிற்சையும் வியந்து பாராட்டப்படத்தக்கன

சுசோபை—சூரியவமிசத்துப் பரீக்ஷித்து பாரி. இவள் மண்டூகராஜன் மகள்.

சுஜன்மகிருது—(பா) சோமகன் புத்திரன்.

சுஜாதை—அஷ்டவக்கிரன்தாய். ஏகபாதன் பாரி.

சுடாக்கொழுந்தீசர்—திருத்தூங்கானைமாடத்திற் கோயில்கொண்டிருக்கும் சுவாமிபெயர்.

சுதக்ஷிணன்—பௌண்டரக வாசுதேவன்புத்திரன். தந்தையைக் கிருஷ்ணன் கொன்ற காரணத்தால் அப்பழிவாங்கவேண்டிச் சிவனை நோக்கித் தவங்கிடந்து ஓரபிசாரஹோமஞ்செய்து அதினின்றும் பெற்ற ஒரு பூதத்தைத் துவாரகைக்கனுப்பினன். கிருஷ்ணன் அதனைக்கொண்டே சுதக்ஷிணனைக்கொன்று அவன்நகரத்தையுமெரியூட்டுவித்தான்.

சுதக்ஷிணை—திலீபன் மனைவி. இவள் அதிரூபவதி. திலீபன் நெடுங்காலம் புத்திரப்பேறின்றி வரு

ந்தி வசிஷ்டரையடைந்து விண்ணப்பஞ்செய்ய அவர் நீயும் உன் மனைவியும் தேனுவைக் கிரமமாக வழிபடுவீர்களாயின் புத்திரப்பேறு சித்திக்குமென்றனர். அச்சொற்கொண்டு இவளும் திலீபனும் கிரமமாகத் தேனுவை வழிபட்டு ரகுவைப் பெற்றார்கள்.

சுதபன்—(அ) ஹேமன் புத்திரன். பலி தந்தை.

சுதர்சனம்—விஷ்ணுசக்கரம்.

சுதர்சனன்—(1) அங்கிரசனைப்பார்த்துச் சிரித்துச் சர்ப்பமாகச் சபிக்கப்பட்டுக் கிடந்து பின்னர்க் கிருஷ்ணன் திருவடிதீண்டப்பெற்றுத் தொல்லுருப்பெற்ற வித்தியாதரன். (2) சுதர்சனை புத்திரன். இவன் தன் கிருகத்துக்குத் தருமதேவதை அதிதியாகிச் சென்று விருந்தருந்தப்பெற்றவன்.

சுதர்சனை-மநுவமிசத்துத் துரியோதனன் நருமதையிடத்துப்பெற்ற புத்திரி. இவள் அக்கினிதேவனைக் கூடிச் சுதர்சனனென்னுமரசனைப் பெற்றவள்.

சுதலம்—கீழுலகங்களு ளொன்று. பச்சைவர்ணமுடையது.

சுதனுசு-குருபுத்திரரு ளொருவன்.

சுதன்வன்—(1) லோகபாலகர் நால்வருளொருவன். (2) திரிகர்த்த தேசாதீசனாகிய ஓரரசன். சுசர்மன் தந்தை.

சுதன்வானன்—(ய) வசுதேவனுக்கு ஸ்ரீதேவியிடத்துதித்த புத்திரருளொருவன்.

சுதாசன்-(பா) மூன்றாஞ்சியவனன் புத்திரன். சஹாதேவன் தந்தை.

சுதாமனி—வசுதேவன் தம்பியாகிய அநீகன் பாரி.

சுதீக்ஷிணன்—(ரி) அகஸ்தியராது ஆச்சிரமத்தை நாடிச்சென்ற ராமரைக்கண்டு உபசரித்து விருந்திட்ட முனிவர். இவருடைய ஆச்சிரமம் அகஸ்தியருடைய ஆச்சிரமத்துக்கு உத்தரதிசையிலே சிறிதுதூரத்திலுள்ளது.

சுதேவன்—(1) (ய) தேவகன் புத்திரன். (2) சம்பன்புத்திரன். விஜயன் தந்தை.

சுதேஷ்ணை } (1) அநுவமிசத்துப் பலி பாரி. (2) விராடன் பாரி. கேகயராஜன் மகள். கீசகன் சகோதரி. பாண்டவர்கள் விராடனுடைய நகரத்திலிருந்தபோது திரௌபதி இச்சுதேஷ்ணையிடத்திலே வண்ணஞ்செய்யும் தோழியாகவிருந்தாள். அக்காலத்திலேயே கீசகன் திரௌபதியைக் கண்டு காதல்கூர்ந்து அவளை வலிதிற் கூடவெத்தனித்துயிர்மாண்டது.
சுதேட்டிணை }

சுத்தசைவன்—ஆன்மாவுஞ் சிவமுங் கூடியவிடத்து, ஆனமா சிவானுபவத்துக்கு உரியதாகாதென்று சொல்பவன். இவன் அகச்சமயிகளுளொருவன்.

சுத்தன்-ஆயு பௌத்திரன். அநேநசன்புத்திரன். மூன்றாம்சுசிதந்தை.

சுத்தியுமனன்—இவர் வைவசுவதமனுவுக்கு யாகத்திலே முன்னர்ப் பெண்ணாகத்தோன்றிப் பின்னர் வசிஷ்டர் பிரயத்தனத்தாற் புருஷரூபம்பெற்றவர். பெண்ரூபத்தோடிருந்தகாலத்தில் இளையென்னும்பெயரோடு புதனைக்கூடிப் புரூரவனைப்பெற்றுப் பின்னர்ப் புருஷரூபம் பெற்றபோது உற்கலன், கயன், விஹலன் என மூவர் புத்திரரைப் பெற்றவர்.

சுத்தியுவு—(பு) சாருபுத்திரன்.

சுத்திராமன்—இந்திரன்.

சுநகன்—(1) கிருத்சினமதன் புத்திரன். தபோநியமத்திற் சிறந்தவராகிய சௌநகர் தந்தை. (2) (ரி) ருரான் பிரமத்துவரையிடத்துப் பெற்றபுத்திரன்.

சுநசேபன்—இருசிகன் இரண்டாம்புத்திரன். இவனுக்குத் தேவராதனெனவுமொருபெயருளது. அஜிகர்த்தன்மகனென்பாருமுளர். அரிச்சந்திரன் தன் புத்திரனாகிய ரோகிதனை வருணனுக்குத் தத்தஞ்செய்வதாக நியமஞ்செய்துவிட்டுப் பின்னர் அவனுக்கு ஈடாக இவ்வஜிகர்த்தன்புத்திரனாகிய சுநசேபனை விலைக்குவாங்கித் தத்தஞ்செய்ய, அவன் வருணனைப்பிரந்து தப்பிப்போய்த் தன் தந்தையிடஞ்செல்லாமல் விசுவாமித்திரனையடைந்து அவனுக்குத் தத்தபுத்திரனானான் எனவுமொரு கதையுளது.

சுநசை—பாரிபத்திரபர்வதத்திலே உற்பத்தியாகிய ஒரு நதி.

சுநந்தன்—விஷ்ணுபரிசாருளொருவன்.

சுநந்தை—(1) தஷ்யர்தன் புத்திரனாகிய பரதன்பாரி. (2) இந்துமதிதோழிகளுளொருத்தி.

சுநாபன்—(ர)வச்சிரநாபன்தம்பி.

சுநாமன்—(ய) கம்சன்தம்பி.

சுநீதன்—(கா) சந்நதிபுத்திரன். அலர்க்கன் பௌத்திரன். க்ஷேமன்தந்தை.

சுநீதன்—சிசுபாலன் சேனாபதி.

சுநீதி—உத்தானபாதன் பாரி.

சுநீதை—அங்கன்பாரி. மிருத்தியுமூத்தபுத்திரி. வேனன் தாய்.

சுந்தரகுசாம்பிகை—திருவீழிமிழலையிலேகோயில்கொண்டிருக்குந் தேவியார்பெயர்.

சுந்தரநாயகியம்மை— திருமீயச்சூரிலேகோயில்கொண்டிருக்குந் தேவியார்பெயர்.

சுந்தரமூர்த்திநாயனார்—சைவசமயகுரவர் நால்வருள்ஒருவர். கைலாசத்திலே சிவபெருமானது அடியார்களுளொருவராய் ஆலாலசுந்தரரென்னும் பெயரோடிருந்து உமாதேவியாரது சேடியர்கள்மீது மோகித்த காரணத்தாற் பூலோகத்திலே, திருமுனைப்பாடி நாட்டிலே திருநாவலூரிலே, சடையனாருக்கு இசைஞானியார் வயிற்றிலே அவதரித்தவர். அச்சேடியர்களும் பரவையார் சங்கிலியார்என்னும் பெயரோடு முறையே திருவாரூரிலும் திருவொற்றியூரிலும் அவதரித்தார்கள். ஆலாலசுந்தரர் கைலாசத்தை விட்டுநீங்குமுன் மனம் பரிதபித்தழக்கண்ட சிவபெருமான் கருணைகூர்ந்து, "பூலோகத்திலுன்னைவந் தாட்கொள்வேம்" என்றநுக்கிரகித்தபடியே, சுந்தரமூர்த்திநாயனார் மணப்பருவத்தையடைந்து மணக்கோலத்துடன் மணப்பந்தரின்கீழிருக்குஞ்சமயத்தில் அச்சிவபிரான் ஒரு கிழப் பிராமண வடிவங்கொண்டு ஒரு முறியோலையோடவ்விடத்தையடைந்து நாயனாரைத் தமக்கு அடிமையென அச்சபையிலுள்ளோர் ஒப்புமாறுகாட்டி, மணம்புகவொட்டாமற்றடுத்து அழைத்துப்போய்த் தம்மை இன்னாரென் றுணருமாறு மறைந்தருளினர். அப்பொழுது நாயனார்பூர்வவாசனையாற் சிவபத்திமேலிடப்பெற்று அன்றுமுதல்அன்புமயமான அற்புதஞானப் பாடல்களைப்பாடிச் சிவஸ்தலங்கள்தோறுஞ் சென்று வணங்கி வருவாராயினர். தமது பிறவிக்குக் காரணமாகிய பெண்ணவாவின் பயன் வந்து கூடுங்காலம்வந்தடுக்க, திருவாரூரிலே சுவாமிதரிசனஞ்செய்து மீள்பவர் ஊழ்வலியாலே பரவையாரைக் கண்டு மயங்கி அவர்பாற் சிவபிரானைத் தூதுபோக்கி அவரை இசைவித்து அவர் மெய்ந்நலநுகர்ந்தங்கிருந்தார். பின்னர்த் திருவொற்

தியூரிற்சென்று அங்கு மூழ்கூட்டச் சங்கிலியாரையுங்கூடி அவ்வூழையும் புசித்தனர். அச்சங்கிலியார்பொருட்டுச் செய்த பொய்ச்சத்தியத்தின் பயனாகப் பார்வையிழந்து சிலநாள் வருந்திப் பதிகம்பாடிப் பார்வைபெற்றார். சிவபிரானுக்குத் தோழர் என்னும் பெயர் பெற்றவராயிருந்தும் செய்தபிழையைஅக்கடவுள்பொறுத்தருளாது அதற்காகச்சுந்தரமூர்த்தியைத் தண்டித்தலின் சிவபிரான் நடுநிலைதவறாத நீதியுடையரென்பதும், எவ்வினையும் அனுபவித்தன்றித் தீராதென்பதும், க்ஷமித்துப் பாவங்களைத் தீர்க்கும்அதிகாரங் கடவுளுக்கில்லையென்பதும் பெறப்படும்.

சுந்தரமூர்த்திநாயனாரது பெருமைகளையெல்லாம் கேள்வியுற்ற சேரராஜாவாகிய சேரமான் பெருமாணாயனார் அவரை யழைத்துப்போய்த் தமதரமனையிலே விருந்திட்டுபசரித்து வைத்திருந்து அவரிடத்திலே பேரன்பும்பெருநட்பு முடையராயிருந்தார்.

சுந்தரமூர்த்திநாயனார்பதினெட்டாம் வயசிலே திருவஞ்சைக்களத்திற் சுவாமிதரிசனஞ்செய்து மீண்டு கோபுரவாயிலையடைந்தபோது கைலாசகிரியினின்று சிவகணங்களோடு மொரு வெள்ளையானையானது சிவாஞ்ஞையினாலே அவர்முன்னே சென்று நின்று சிவாநுக்கிரகத்தையுணர்த்த, ஆனந்தபரவசராய் அதன் முதுகின்மேற்கொண்டுசென்றார். சேரமான்பெருமாணும் அதனையுணர்ந்து தமது குதிரைமேற்கொண்டு அதன் செவியிலே ஸ்ரீபஞ்சாக்ஷரத்தை யோத அஃது அந்தரத்தெழுந்து பாய்ந்துசென்று சுந்தரருடைய யானையை வலம்வந்து முன்னேசென்றது. இருவரும் கைலாசத்தையடைந்து சிவகணபதப் பேறுபெற்றார்கள்.

சுந்தரமூர்த்தியிடத்திலே விளங்கிய அற்புதங்கள் முதலை விழுங்கிய புதல்வனை அம்முதலையை அழைத்து உமிழச்செய்து பிழைப்பித்தது, நெல்மலைபெற்றது, அம்மலையைப் பூதங்கள்வாரிப்போய்ப் பரவையார் வீட்டிலும் திருவாரூரிலுள்ளார்வீடுகள்தோறும் குவைசெய்யப்பெற்றது, தலைக்கணையாக அடுக்கிப் படுத்திருந்த செங்கற்கள் உதயத்திலே பொன்னாயிருக்கப்பெற்றது, மணிமுத்தாநதியிலேயிட்ட பொன்னைத் திருவாரூர்க் கமலாலயக்குளத்திலே யெடுத்தது முதலியனவாம்.

சுந்தரமூர்த்திநாயனார் பொன்னை ஆற்றிலிட்டுவந்து திருவாரூரிலே பரவையார்முன்பாகக் குளத்திலே தேடியபோது பரவையார் அவரைப்பார்த்து ஆற்றிலேயிட்டுக் குளத்திலேதேடினால் அகப்படுமாவென்று அவருடைய ஆற்றலையுணராமற் பரிகசித்தவாக்கியம் இந்நாளிலும் "ஆற்றிலிட்டுக் குளத்திலேதேடல்" என்னும் பழமொழியாய் வழங்குவதாயிற்று.

சேரமான்பெருமாணாயனார்காலம் கடைச்சங்கத் திறுதிக்காலம் என்பது கல்லாடத்தாலும் திருவிளையாடல்முதலிய நூற்களாலும் நன்கு நிச்சயிக்கப்படும். இச்சேரமான் புறநானூற்றிலே சேரமான்மாவெண்கோவெனப்படுவர். அந்நூலிலேதானே சேரமான்மாவெண்கோவும் உக்கிரப்பெருவழுதியும் நட்புடையாரெனப்படுவர். சுந்தரமூர்த்திநாயனார் புராணத்திலே சேர சோழ பாண்டியர்மூவரும் சுந்தரரோடு மதுரையிலே ஒருசமய மொருங்கிருந்தார்களென்பது கூறப்பட்டிரு

த்தலால், அவர்கள், புறநானூற்றிலே ஒருங்கிருந்தாரெனக்கூறப்பட்ட சேரமான் மாவெண்கோவும் உக்கிரப்பெருவழுதியும் இராசசூயம்வேட்டசோழன் பெருநற்கிள்ளியுமேயாவர். சேரமான் மாவெண்கோவெனப்படும் சேரமான்பெருமாணாயனாரை ஔவையார் பாடினாரென்பது, புறநானூற்றால் மாத்திரமன்று, அவர் கைலாசத்துக்குக்குதிரைமேற்சென்றபோது ஔவையாரும்தாம்பூசித்துவந்தவிநாயகர்அருளாலே குதிரைமேற்சென்றாரோடொக்கச் சென்றாரென்றொருகதையும் "குதிரையுங்காதம்கிழவியுங்காதம்" என்ற பாடலுமுண்மையாலும் நிச்சயிக்கப்படும். படவே சேரமான்பெருமாணாயனாரும்கடைச்சங்கத்து இறுதிக்கண்ணிருந்த உக்கிரப்பெருவழுதியும், சுந்தரமூர்த்திநாயனாரும், அவருடையதேவாரத்திலும் புராணத்திலுஞ் சுட்டப்பட்ட சோழனாகிய இராசசூயம்வேட்ட பெருநற்கிள்ளியும, கல்லாடர், கபிலர், பரணர் முதலியோரும்ஒரேகாலத்தவர்களென்பது சித்தாந்தமாம். ஆகவே அவர்கள்காலம்ஆயிரத்தெண்ணூறுவருஷங்களுக்கு முன்னுள்ளதாம். கடைச்சங்க கால நிச்சயம் சம்பந்தர் வரலாற்றினுட்கூறினாம். ஆண்டுக் காண்க.

சுந்தரி—மாலியவந்தன்பாரி. நர்மதையென்னும் கந்தருவப்பெண்ணினது புத்திரி.

சுந்தன்—ஓரியக்ஷன். தாடகை மகன். மாரீசன் சுபாகு என்போர்க்குத் தந்தை.

சுந்தோபசுந்தர்கள்—(தி)இரணியகசிபன் வமிசத்து நிசுந்தன் புத்திரர். இச்சகோதரரிருவரும் பெருந்தவங்கள்செய்து பிரமாவினிடத்திலே இச்சித்த ரூபம் பெறவும் இச்சித்தவிடத்துக்குப் போகவும் அந்நியரால் கொல்லப்படாமலிருக்கவும் மாயாஜாலங்களையறியவும் வரம்பெற்று ஜனங்களை மிக வருத்தி வருங்காலத்தில், விஷ்ணு விசுவகர்மாவினால் ஒரு கன்னிகையை அதிரூபவதியாகச் சிருஷ்டிபித்து அவளை இவர்களிடத்தனுப்பிவிட்டார். அவளைக்கண்ட இருவரும் அதிமோகராய் அவளைநோக்கி நீ நம்மில் யாருக்கு மனைவியாக விரும்புகின்றாயென்ன, அவள் நும்முள்யார் ஜயவீரனோ அவனுக்கே மனைவியாவேன் என்றாள். அதுகேட்டுப் போர்தொடுத்து ஒருவரையொருவர் வெட்டி இருவருமுயிர்துறந்தார்கள். இவர்கள் புத்திரர் சும்பநிசும்பர்கள்.

சுபதந்தி—புஷ்பதந்தம் என்னும் திக்கியானையினது பெண்.

சுபத்திரன்—(ய) வசுதேவன் புத்திரன். தாய் பௌரவி.

சுபத்திரை—கிருஷ்ணன் தங்கை. அர்ச்சுனன்பாரி. அபிமன்னியன் தாய்.

சுபந்தன்—விக்கிரமார்க்கன்காலத்தில் விளங்கிய ஒரு சம்ஸ்கிருத கவி. வாசவதத்தையென்னும்நூல்செய்தவர் இவரே.

சுபலன்—காந்தாரதேசத் தரசன். இவன்புத்திரன் சகுனி. புத்திரி காந்தாரி.

சுபாகு. / சுவாகு—(1) சேதிதேசத் தரசனாகிய வீரவாகு புத்திரன். சுநந்தை இவன் சகோதரி. (2) இராமன்தம்பியாகிய சத்துருக்கினன் மூத்தபுத்திரன். (3) (ய) கிருஷ்ணன்வமிசத்துப் பிரதிவாகு புத்திரன். (4) (ரா) தாடகைபுத்திரன், மாரீசன் தம்பி. இவன் விசுவாமித்திரன் யாககாலத்திலே ராமரால் கொல்லப்பட்டவன்.

சுபார்சுவன்—(1) சம்பாதி புத்திரன். (2) (ரா) சுமாலிபுத்திரன். (3) (பு) துவிமீடன் வமிசத்தனாகிய திருடநேமி புத்திரன். சுமதி தந்தை.

சுபு—(ப) சஞ்சன் தம்பி.

சுப்தக்கினன்—(ர) மாலியவந்தன்புத்திரன்.

சுப்பிரதீகம்—ஈசானியதிக்குக் காவல்பூண்டபெண்யானை.

சுப்பிரதீகன்—தன்பிதாவினது திரவியங்களைத் தமையனைவஞ்சிக்கும்பொருட்டுக் கவர்ந்தமைக்காகத் தமையனால் யானையாகச் சபிக்கப்பட்ட பிராமணன்.

சுப்பிரபை—(1) முதல் நாபாகன் பாரி. இவள் ஜாதியில் வைசியஸ்திரீ.

சுப்பிரமணியர்—குமாரக்கடவுள்

சுப்பிரமன்—சுப்முறன்.

சுப்பிரயோகை—சையகிரியிலுற்பத்தியாகித் தக்ஷிணவாகினியாகப் பாய்கின்றவொருநதி.

சுமதன்—விசுவாமித்திரன்புத்திரன்.

சுமதி—(1) இக்ஷுவாகுதம்பியாகிய நிருகன்புத்திரன். (2) இருஷபன்புத்திரனாகியபரதன்புத்திரன், (3) (பு) மதிசாந்திரன் புத்திரன். ரைப்பியன் தந்தை. (4) (பு) துவிமீடன் வமிசத்துச் சுபார்சுவன் புத்திரன். சந்நதமந்தன் தந்தை. (5) சகல வேதசாஸ்திரபாரகனாகிய பாரன் புத்திரன். (6) அரிஷ்டநேமி புத்திரி. சகரன் பாரிகளுளொருத்தி. இவளிடத்திலேபிறந்த அறுபதினாயிரம்புத்திரரும்கபிலரால்நீறுக்கப்பட்டார்கள்.

சுமநசன்—(1) உன்முகன் புத்திரன். அங்கன் தம்பி. (2) (ஜ) சம்பூதி. இவன்தந்தை ஹரியசுவன். புத்திரன்திரிதன்வன்.

சுமந்தன்—(1) (பி) வியாசர்சிஷனாய அதர்வண வேதாத்தியாயனன். (2) (பி) சாம வேதாத்தியாயராகிய ஜைமினி புத்திரன்.

சுமந்திரன்—(1) புரூரவன்வமிசத்து ஜன்னு புத்திரன். (2) தசரதன்சாரதியும்மந்திரியுமானவன்.

சுமந்து—ஜன்னுமகாவிருஷியினது புத்திரன்.

சுமாலி—(1) (ர) சுகேசன் புத்திரன், மாலியவந்தன் தம்பி. ராவணன் மாதாமஹன். (2) கம்சன் தம்பி. பலராமனாற் கொல்லப்பட்டவன்.

சுமித்திரன்—(1) (ய) பஜமானன் பௌத்திரன். விருஷ்ணி புத்திரன். (2) (ய) வசுதேவன் தம்பியாகிய அநீகன் புத்திரன். (3) இக்ஷுவாகு வமிசத்துக் கடையரசன். இவன் பாரதயுத்தத்திலே அபிமன்னியனாலே கொல்லப்பட்டபிருகத்பலன்மரபிலேமுப்பதாம் வழித்தோன்றலாகியஅரசன்.

சுமித்திரை—தசரதன் இரண்டாம்பாரி. லக்ஷுமணசத்துருக்கினர்களுக்குத்தாய்.

சுமேரு—இது வடக்கின்கண்ணே துருவநக்ஷத்திரத்தை நோக்கி நிற்கும் மேருவினது சிகரம். மேருவின் வடபக்கம் சுமேருவெனப்படும். அது தெற்கேநோக்கியிருக்கும். அது வடவாமுகமெனவும்படும். மேருவானது பூமிக்கு நாராசம்போலத்தெற்கிருந்து வடக்கேயுருவியோடிநிற்பது. ஆரியர் பூகோளத்தை ஊர்த்துவகபாலம் அதக்கபாலமென இருகூறாக்கி ஊர்த்துவகபாலம் முழுதும் நிலமென்றும், அதகபாலத்தை முழுதுநீரென்றும் கூறுவர். ஐரோப்பிய பண்டிதர் பூமியின் கர்ப்பத்திலேயிருக்கும் கருஷணசக்திக்குஅளவில்லையென்றுகூறு

வதுபோலப் புராணங்களும்இம் மேருவை அநேக தேவதாகனங் களுக்கு வாசஸ்தானமாகக் கூறு ம். சுமேரு இளாவிருத வருஷத் டுவிலேயுள்ளது. இச்சுமேருவை மனுஷர் சென்றடைவது கூடா தென்பது புராணக்கருத்து. அவ் விடத்தையடைதற்கு ஐரோப்பி யர் பலர் பலவாறுகப் பலகாலத் திலும் பன்முறை முயன்றும் சித் தியுற்றார் ஒருவருமில்லை. அத்தே சவியற்கை மனுஷர் சஞ்சரித்தற் கொவ்வாததாதலின் அங்குச்செ ல்வது யார்க்கும்கூடாதகருமமா ம். இதனால் இக்கால ஐரோப்பி யர் துருவியாராய்ந்துணராத து ருவநாட்டைப் பூர்வ ஆரியர் து ருவியாராய்ந்தவர்களென்பது ந ன்றுகப் புலப்படும்.

சும்பநிசும்பர்—சுந்தோபசுந்தரா து புத்திரர். இவர்கள் இரணிய கசிபன் வமிசத்தர். இவர்கள் பு ஷ்கரத்தலத்திலே பிரமாவை நோக்கித் தவங்கிடந்து இந்திரா திதேவர்களை அடக்குஞ் சக்திபெ ற்று மூர்க்கராய்த்திரிந்தகாலத்தி லேகாளியினுற்கொல்லப்பட்டவ ர்கள்.

சும்ஹன்—சுப்பிரமன். பலியினது கடைமகன். இவன் சௌம்ஹந கரம் நிருமித்தவன்.

சுயஞ்ஞன்—(1) தசரதன் புத்திர காமேஷ்டியாகத்தை நடாத்திய கர்த்தாக்களுளொருவர். (2) உசி நரதேசத்தரசன். இவன் சத்து ருக்களால் யுத்தத்திலே வீழ்த்த ப்பட்டபோதுபந்துக்களதுதுக்க த்தில் மூழ்கிக்கிடக்க யமன் ஒரு பாலப்பருவமுடையனுகிச் சென் று தத்துவோபதேசஞ் செய்து போகப்பெற்றவன்.

சுயம்புநாதர் திருஆக்கூரிலேகோயி ல்கொண்டிருக்கும்சுவாமிபெயர்.

சுரசை—(1) தக்ஷன் மகள். காசி பன் பாரி. மாயையில் வல்லவ ளாதலின் மாயையெனவும்படுவ ள். இவளே சூரன் தாரகன் மு தலிய அசுரர்களைப் பெற்றவள். (2) நாகர்கள் தாய். அநுமான் சீ தையைத் தேடி இலங்கைக்குப் போகும்போது வழியிலே சமுத் திரமத்தியிலே நின்று வழியடை த்துநின்ற இவளைக் கர்ப்பத்திற்பி ரவேசித்து வயிற்றைப் போழ்ந் து கொன்றுபோயினுன்.

சுரதமாரபாண்டியன்—பராக்கிர மபாண்டியனுக்குப் பின் அரசு செய்தவன்.

சுரதன்—(கு)ஜன்னுபுத்திரன்.

சுரதன்—சுவேதன்தம்பி. சுவேத னுக்குப்பின் விதர்ப்பதேசத்திற் கு அரசனுயினவன்.

சுரநிந்தனை—ஜேஷ்டாதேவியிடத் து வருணனுக்குப்பிறந்த புத்திரி. அதாமன் தங்கை.

சுரபி—கபிலை.

சுரபு—உக்கிரசேனன்மகள். சியா மகன் பாரி.

சுரமஞ்சரி—ஒரு சங்கீத சாஸ்திர ம், (2) ஆடவரைச்சேர்வதில்லை யென்று விரதம்பூண்டிருந்து பி ன்னர்ச் சீவகன் சங்கீதத்தால்ம யங்கி அவனுக்கு மனைவியாயின வள். (சீவகசிந்தாமணி)

சுராதிராஜன்—இவனே சோழம ண்டலமமைத்த முதற் சோழன் என்பது கலிங்கத்துப் பரணியிற் கூறப்பட்டுள்ளது.

சுராஷ்டிரன்—(1) தாமசமநு தந் தை. (2) காசியன் புத்திரன். தி ர்க்கதமன் தந்தை.

சுருசி—உத்தானபாதன் இளைய ம னைவி. உத்தமன் தாய்.

சுருதகீர்த்தி—அர்ச்சுனனுக்குத் தி ரௌபதியிடத்துப் பிறந்த புத்தி

ரன். (2) வசுதேவன் தங்கை. கேகயராஜாவாகிய திருஷ்டகேது பாரி, (3) விக்கிரமார்க்கன்பாட்டன். இவன் தனக்குப் புத்திரவின்மையாற் புத்திரிபுத்திரனாகிய விக்கிரமார்க்கனுக்கு அரசுகொடுத்தான். (4) சத்துருக்கினன் பாரி. குஜத்துவசன் மகள்.

சுருதசிரவன்—(சி) சோமசிரவன்தந்தை. இவன் ஜனமேஜயன் காலத்திலிருந்தவன்.

சுருதசிரவை—வசுதேவன் தங்கை. சிசுபாலன்தாய். தமகோஷன் பாரி. சாத்துவதியென்றும் பெயர்பெறுவள்.

சுருதசேனன்—(1) சகதேவனுக்குத் திரௌபதியிடத்துப் பிறந்த புத்திரன். (2) ஜனமேஜயன்.

சுருதசோமன்-வீமனுக்குத்திரௌபதியிடத்துப் பிறந்த புத்திரன்.

சுருததேவன்—(1) மிதிலையிலிருந்த ஒருவிஷ்ணுபக்தன். (2) விஷ்ணு பரிவாரத்தவரு ளொருவன்.

சுருததேவி—வசுதேவன் தங்கை. இவள் விருத்தசர்மன்பாரி. தந்தவக்திரன்தாய்.

சுருதமுக்கியன்—வசுதேவன் புத்திரருளொருவன். இவன்தாய் சகதேவி.

சுருதவர்மன்—துரியோதனன் தம்பி.

சுருதன்—(இ) சுஹோத்திரன். பகிரதன் புத்திரன்.

சுருதாயு—(1) புரூரவன் புத்திரனாகிய வசுமந்தன். (2) கலிங்கதேசத்தரசன். இவன் சகோதர புத்திரர்களோடு வீமனால் பாரதயுத்தத்திலே கொல்லப்பட்டவன். (3) (மி) அரிஷ்டநேமிபுத்திரன்.

சுருதாயுதன்—வருணன் புத்திரனாகிய ஓரரசன். இவன் தான் வருணனிடத்துப் பெற்ற கதாயுதங்கொண்டு கிருஷ்ணனைச் சாடிய போது அக்கதை மாலையாகி விழுந்து மீண்டுவந்து தன்னையேகொல்லப்பெற்றவன்.

சுருதிகள்—வேதங்கள்.

சுருதிகீதைகள்—சகம் ஒடுங்கியவிடத்து யோக நித்திரையிலிருந்த பரமேசுவரனை வேதங்கள் செய்த தோத்திரங்கள். இவை பரமதத்துவார்த்தமுடையன.

சுலபை—பரமதத்துவார்த்தமுணர்ந்தாளொருபெண். இவள் மகாத்துமாவானபின்னர் ஒருநாள்மகாஞானியாகிய ஜனகமகாராஜாவினது மனநிலையைஆராயும்பொருட்டுச் சம்வாதம்புரிந்தவள்.

சுவசை—பிரஜாபதிபாரி. அநிலன் தாய்.

சுவபற்கன்—(ய) பிரசினன் மூத்தபுத்திரன். இவனுக்குக் காந்தினியிடத்துப் பன்னிருவர் புத்திரர்பிறந்தார்கள். அவருள்மூத்தோன் அக்குரூரன்.

சுவர்ணரோமன்—(மி) மகாரோமன் புத்திரன். ஹிருசுவரோமன் தந்தை.

சுவர்ணஷ்டீவி—சிருஞ்சயன் புத்திரன்.

சுவர்ப்பானவி—ஆயுவின்பாரி. நகுஷன் தாய்.

சுவர்ப்பானன்—(1)தனுபுத்திரன் (2) விப்பிரசித்திபுத்திரன் ராகு.

சுவாகாதேவி-அக்கினிதேவன்பாரி

சுவாகிதன்—(ய) விருஜினவர்தன் புத்திரன்.

சுவாகு—சுபாகு காண்க.

சுவாமை—வாமையென்னும்நதி.

சுவாயம்புவமனு—பிரம மானசபுத்திரனாகிய ஒரு மனு. இவன் பாரி சதரூபை. பிரியவிரதன் உத்தானபாதன் என்போர் புத்திரர். பிரசூதி, ஆகூதி, தேவகூதி என்போர் புத்திரிகள்.

சுவாரோசிஷன்—சுவரோசி புத்திரனாகிய ஒரு மனு. தாய்பெயர் மனோரமை. இவனை நெடுங்காலந் தவங்கிடந்து மனுவாயினவன்.

சுவிந்திரம்—மலைநாட்டிலுள்ள ஒரு சிவஸ்தலம்.

சுவிரதன்—(அ) உசிநரன் ஐந்தாம் புத்திரன்.

சுவீரன்—(1)(அ) சிபியினது இரண்டாம்புத்திரன். இவன்தேசம சவ்வீரம். (2)(ய). வசுதேவனதம்பியாகிய தேவசிரவசன்புத்திரன்.

சுவேதகி—ஒரிராஜவிருஷி. இவருடைய பக்திவைராக்கியத்தைப் பிரமா மெச்சி இவர் செய்யப்புகுந்த யாகத்தை நடாத்தும்படி தூர்வாசரை அனுப்பினார். இவ்வியாகம்நடந்த பன்னிராண்டுகாலம் அவன் நெய்யையிடையறாமற் சொரிந்து அக்கினித்திருப்திசெய்தமையால்அக்கினிதேவருக்குத்தீபனக்கினிமாந்தமுண்டாயது. அதுகாரணமாகவே அக்கினிதேவர் காண்டவ வனத்தை யுண்ணற்கொருப்பட்டனர்.

சுவேதகேதன்—(1)(ரி) அஷ்டவக்கிரன் தாய்மாமன். இவன்கோபத்தாற் றனது மகனை யமபுரத்துக்கு அனுப்ப அவன் அவ்வாறு சென்று மீண்டான். (2) உத்தாலகன் புத்திரன்.

சுவேதன்—(1) விராடராஜன் புத்திரன். உத்தரன்றமையன். (2) காளாஞ்சன தீர்த்தக் கரையிலே சிவனை நோக்கித் தவங்கிடந்தபொழுது யமன் சென்று பிடித்துப்போகச் சிவன்தோன்றி விடுவிக்கப்பெற்றஒரிராஜவிருஷி. (3) விதர்ப்பதேசத்தரசன். சுதேவன்மகன். (4) சுக்கிரன்.

சுவேதவராகம்—பாத்ம கற்பாந்தத்திலே ஜலத்திலே மூழ்கிய பூமியையெடுத்து நாட்ட விஷ்ணுவெடுத்த வெண்பன்றி வடிவம். இப்போது நடப்பது சுவேதவராககற்பம்.

சுவேலம்— இலங்கையில் ராமர் வானரசேனையை நிறுத்திவைத்த மலை.

சுஷேணன்—(1) கர்ணன் புத்திரன். இவன் சாத்தகியினாற் கொல்லப்பட்டவன். (2) கிருஷ்ணன் உருக்குமிணியிடத்துப் பெற்ற புத்திரன். (3) உருமைதந்தை. சுக்கிரீவன் மாமன். இவன வருணனாற் பிறந்தவன். (4) கஞ்சனாற் கொல்லப்பட்ட வசுதேவன்மக்களுளொருவன்.

சுஹோத்திரன்—(1) க்ஷத்திரவிருத்தன் மகன். இவனுக்குக் காசியன், குசன், கிருத்சிமதன் என மூவர்புத்திரர். (2)(பு) பிருஹத்க்ஷத்திரன் புத்திரன். ஹஸ்திகன் தந்தை. (3) (கு) சுமநசு புத்திரன். (4) (இ) பகீரதன் புத்திரன். சுருதன்எனவும்படுவன். (5) புரூரவன் பௌத்திரனை வீமன் பௌத்திரன். ஜலஹன் தந்தை. இவன்சோடசமகாராஜாக்களுள் ஒருவன். இவன் அரசுபுரிந்தவருநாளில் இந்திரன் தனது மேகங்களைக்கொண்டு நண்டு மீன் தவளை ஆமை முதலிய ரூபங்களாகப் பொன்மழையை இவன்நாட்டிற் பொழிவித்தான். அப்பொன்னையெல்லாமெடுத்து அநேக யாகங்களைச்செய்து அவற்றைநடாத்திய ஆசாரியர்களுக்கும் மற்றைப்பண்டிதர் ஏழைகளுக்கும் வாரிவழங்கினன். (6) சஹதேவனுக்கு விஜயையிடத்துப் பிறந்த புத்திரன்.

சூடிக்கொடுத்தாள்—இம் மாதுசிரோமணியார் பெரியாழ்வாருக்குப் புத்திரியாகத் துளசியிலே பிறந்து விஷ்ணு கைங்கரிய பக்தியிற் சிறந்து விளங்கினவர்.

சூதசங்கிதை—வியாசர்சூதர்பொருட்டுச் செய்த சங்கிதை. இது ஸ்காந்தபுராணத் தாறுசங்கிதைகளுளொன்று. ஆறுபிரகிரந்தமுடையது.

சூதபுத்திரன்—கர்ணன். சூதன் வளர்த்தமையால்வந்தபெயர். (சூதன்-தேர்ப்பாகன்)

சூதமாகதர்- இவர்களைவந்தியரென்றும் சூதரென்றும் தமிழ்நூல்களிலே வழங்கப்படுபவர்கள். அரசர்களுக்குஉற்சாகம்முதலியன உண்டாதற்பொருட்டுப் பாடுபவர்களாகிய இவர்கள் பிருது பிறந்தயாகசுத்திகாலத்திலேஉற்பவித்தவர்களாதவமிசத்தவர்கள்,

சூதர்—(ரி) வியாசர் சிஷருள்ளே ஒருவராகிய இவ்விருஷியே நைமிசாரணியவனத்திலேயிருந்தமுனிவர்களுக்குப்புராணங்களையெல்லா முபதேசித்தவர்.

சூத்திரகன்—மகததேசத் தரசனாகிய சுசர்மனுக்கு மந்திரியாயிருந்தபின்னரவனைக்கொன்றுஇராச்சியங்கவர்ந்துகொண்டவன்.

சூத்திரங்கள்—சுபாசுப கர்மங்களைக் குறித்துச் செய்யப்பட்டவிதிகள். அவை, போதாயனம், ஆபஸ்தம்பம், சத்தியாஷாடம், திராஹியாயனம், அகஸ்தியம், சாகல்லியம், ஆசுவலாயனம், சாம்பவீயம், காத்தியாயனம், வைகானசம், சௌனகீயம், பாரத்துவாசம், அக்கினிவைசியம், ஜைமினியம், வாதூலம், மாத்தியந்தினம், கௌண்டின்னியம், கௌஷீதகம், ஹிரணியகேசி எனப்பதினெட்டு நூல்களாம்.

சூத்திரர்—நான்காம் வருணத்தோர். இவர்கள் பிரமன்பாதத்திற்பிறந்தோர். இவர்கள் ஏனைவருணத்தாரைப்போல வேதமோதற்கதிகாரிகளல்லர். இவர்களுக்குபநயனம் விவாகம். சூத்திராவார் வேளாளரேயென்பது தொல்காப்பியம்அகத்திணையியலில்வரும் "மன்னர்பாங்கில்" என்னுஞ் சூத்திரத்தானுணரப்படும். அவ்வேளாளர் உழுவித்துண்போரும் உழுதுண்போருமென இருதிறப்படுவர். உழுவித்துண்போர் மண்டிலமாக்களும், தண்டத்தலைவருமாய்ச் சோழநாட்டுப் பிடவூரும், அழுந்தூரும், நாங்கூரும், நாவூரும், ஆலஞ்சேரியும், பெருஞ்சிக்கலும், வல்லமும், கிழாருமென்றிவைமுதலியவூர்களிற்றோன்றி வேள் எனவும் அரசு எனவும் உரிமைபெற்றோரும் பாண்டிநாட்டுக் காவிதிப்பட்டங்கொண்டோரும் குறுமுடி குடிப்பிறந்தோர் முதலியோருமாய் முடியுடைவேந்தர்க்கு மகட்கொடைக்குரிய வேளாளர். உழுதுண்போர் பலவகைப்பட்ட தொழிலினரேனும உழவொன்றையுமேயுரியதொழிலாகவுடையோர். இவ்விருவகை வேளாளருமதம்மினுயர்ந்த வைசியர் க்ஷத்திரியர் பிராமணர் மூவரையும் வழிபடற்குரியர். இனி ஆகமங்களிலே சூத்திரர் சற்சூத்திரர் அசற்சூத்திரரென இருபாலாகக்கூறப்படுவர். மேலாகியவொழுக்கமுங் குடிப்பிறப்புமுடையோர்சற்சூத்திரர்.

சூரசூதன்—அருணன்.

சூரசேனம்—மதுராபுரியை ராஜதானியாகப்பெற்றிருந்த தேசம. சத்துருக்கன் புத்திரனாகிய சூரசேனன் ஆண்டமையின் அப்பெயர்பெற்றது.

சூரசேனன்·(1)(ய).கார்த்தவீரியார்ச்சுனன் இரண்டாம் புத்திரன். (2;(இ).சத்துருக்கினன்புத்திரன்

சூரபன்மன் }
சூரன் . }—கசியபனுக்கு மாயையிடத்துப்பிறந்த புத்திரருள்ளே மூத்தோனும் மகா வரப்பிரசாதங்கள் பெற்று

ஆயிரத்தெட்டண்டங்களையும் நூற்றெட்டுயுகமாண்டவனும் இந்திராதிதேவரைச் சிறையிட்டவனும் ஈற்றிலே குமாரக்கடவுளாற் சங்கரிக்கப்பட்டழிந்து ஒருபாதி மயிலாகி அக்கடவுட்கு வாகனமாகவும் ஒருபாதி குக்குடக்கொடியாகவும்பெற்றவனுமாகிய ஓரசுரன். இவன் பிறந்ததும் தவத்தாலிணையற்றுயர்ந்ததும் செல்வம் அதிகாரம் புஜபலமுதலியவற்றை அளவின்றிப் பெற்றும் மயக்கித் தீநெறியிற் சென்றுலகங்களுக்கெல்லாம் பயங்கரகாரணனாயிருந்ததும், தெய்வசிந்தை சிறிதுமின்றி அகங்கரித்திருந்ததும், ஈற்றிலே எல்லாமிழந்து கதியற்றதும், பின்னர்ப் பூர்வஜன்ம புண்ணியவசத்தினாற் சுப்பிரமணியக்கடவுளுக்குச் சேவலும்மயிலுமாயதுமாகிய சரித்திரங்களையெல்லாம் சாங்கோபாங்கமாகவிரித்துத் தீநெறிப்பயன்காட்டி அதனை விலக்கி முத்திநெறி விதிப்பது கந்தபுராணமாம்.

சூரன்—(1) கார்த்தவீரியார்ச்சுனன் ஐந்தாம் புத்திரன். (2) யாதவர் அநேகர் இப்பெயரால் விளங்கினர். (3) விரோதன் புத்திரன். சிநி தந்தை. (4) தேவமீடன்புத்திரன். வசுதேவன் தந்தை. (5) வசுதேவன் மதிரை வயிற்றிற்பெற்ற புத்திரன்.

சூரி—ஜைனநூலாசிரியர்கள் மேற்கொள்ளும பட்டப்பெயர்.

சூரியகுண்டம்—காவிரியின் சங்கமுகத்துக்கு அயலதாகிய ஒரு தடாகம்.

சூரியசாவர்ணி—எட்டாம் மனு. சூரியனுக்குச் சாயாதேவியிடத்துப் பிறந்த புத்திரன். இம் மனுவே இனி வரப்போகும் மனு. இவன்முன்பிறந்தமனுவுக்குச் சமானனாயினமையின் சாவர்ணியெனப்படுவன். இவன் காலத்திலே சுதபர், அமிதாபர், முக்கியர் எனத் தேவகணங்கள் முத்திறத்தராவர். அக்காலத்திலே தீப்திமான், காலவன், ராமன், கிருபன், அசுவத்தாமன், வியாசன், சிருங்கன் என்பவரே சப்த ரிஷிகளாவார்கள். பாதலத்திலே தவஞ்செய்திருப்பவனாகிய பலி சக்கிரவர்த்தியே தேவேந்திர பதம்பெறுவன். விரஜன் சர்வரீவான் நிர்மோகன் முதலியோர் பூலோகத்து மானுஷியவர்க்காதிபராவார்கள்.

சூரியன்—கசியபனுக்கு அதிதிவயிற்றிலே பிறந்த புத்திரன். மனைவி துவஷ்டாபுத்திரியாகிய சஞ்ஞாதேவி. இவளிடத்திலே பிறந்தபுத்திரர் வைவசுவதமனுவும் யமனுமென இருவர். புத்திரி யமுனை. உதயகாலசூரியன் பிரமாவினதுசொரூபமென்றும் மத்தியானகால சூரியன் சிவசொரூபமென்றும் அஸ்தமயனகாலசூரியன் விஷ்ணுசொரூபமென்றும கொண்டு ஜபத்திலே தியானிக்கப்படுவன். சூரியன் ஏழு குதிரைபூண்ட வோராழித்தேரிலே சஞ்சரிப்பன். தினத்தைச் செய்தலால் திவாகரனென்றும், பிரபையைச் செய்தலாற் பிரபாகரனென்றும் பிறவுமாக அநந்த நாமங்களைப் பெறுவன். இவ்வண்டம் சூரியனை ஆதாரமாகவுடையது. சூரியன் துருவனையாதாரமாகவுடையது.

சூரியனைக்குறித்து விஷ்ணு புராணத்திற்கூறப்பட்டனவற்றை இங்கே சங்கிரகித்துக்கூறுவாம். அதிற் கூறப்பட்டன ஐரோப்பிய சித்தாந்தத்திற்குப் பெரும்பாலு மொத்தன. முற்றுமுருவகமாதலின் நுண்மையாலுணரப்படும்.

துருவனை யாதாரமாகக் கொண்டு அவனாலே கட்டப்பட்டு

வனையே வலஞ்செய்துவருதலைத் தொழிலாகவுடைய சூரியனுக்கு ஓரிரதமுண்டு. அவ்விரதத்திற்கு ஓரச்சும், அவ்வச்சிலே ஒருருளும், அவ்வுருளினிருமருங்கிலும் அச்சிலே கோக்கப்பட்ட பூட்டுக்கோலாகிய கொடிஞ்சிகளும் அவற்றின்மீதேபாரும், அதன்மீதே தட்டும் உறுப்புக்களாகவுள்ளன. கொடிஞ்சிகளிலே ஏழு குதிரைகள் பூட்டப்பட்டிருக்கும். காயத்திரி, பிருகதி, உஷ்ணிக்கு, ஜகதி, திருஷ்டுப்பு, அநுஷ்டுப்பு, பந்தி என்னும் பெயர்களையுடைய சந்தங்கள்ஏழுமேஅவ்வேழுகுதிரைகளுமாம். அவ்வுருளினொருபக்கத்தச்சு மிக நீண்டிருக்கும். மற்றப்பக்கத்தச்சு மிகக் குறுகியிருக்கும். அவ்வுருளினது பண்டி காலை நண்பகல் மாலை என்னும் பிரிவுகளாலாயது. சம்வற்சரம், பரிவற்சரம் இடாவற்சரம் அநுவற்சரம் இத்துவற்சரம் என்னும் ஐந்தும் உருளாரங்களாம். இருதுகள் ஆறும் உருள் வலயங்களாம். குறுகிய அச்சுப்பக்கம் துருவபக்கத்தை நோக்கி நிற்கும். அவ்வச்சுத் துருவ நக்ஷத்திரத்திலிருந்து வரும் வாயுவடிவினவாகிய கயிறுகளிலே தொடுக்கப்பட்டிருக்கும். உருளை மானசோத்தரபர்வதத்தின்மீதே சஞ்சரித்துவரும். அப்பர்வதத்தின் மீது கிழக்கில் இந்திரனுக்குரிய வசுவோகசாரா நகரமும், தெற்கில் யமனுக்குரிய சம்யமனி நகரமும், மேற்கில் வருணனுக்குரிய சுகா நகரமும், வடக்கிலே சோமனுக்குரிய விபாவரி நகரமுமென நான்கு நகரங்களுள. சூரியன் இவ்விரதத்திலே சஞ்சரித்து வருதலால்உதயாஸ்தமயங்களுளவாகின்றன. உதயாஸ்தமயங்களுண்மைபோல நமக்குத் தோன்றினும் சூரியன் உண்மையளவில் உதிப்பதும் அஸ்தமிப்பதுமில்லை. சூரியன் மேலே கூறப்பட்ட நான்குகோணத்து நகரங்கள் நான்கனுள் எதிலாயினும் இடையிலாயினும் இருக்கும்போது இரண்டு கோணங்களுக்கும் இரண்டு நகரங்களுக்குந் தரிசனமாவான். சூரியகிரணங்கள் செல்லாதவிடம மேருப்பக்க மொன்றுமேயாம். அப்பக்கஞ் செல்லும் சூரியகிரணங்கள் மேருவினது கிரணங்களாலே திரஸ்கரிகரிக்கப்பட்டு மீளும்.

சூரியரதஞ் சஞ்சரிக்கிற கிராந்திவிருத்தங்கள் நூற்றெண்பத்துமூன்று. அவை தக்ஷிணாயன உத்தராயண வெல்லைகளுக்கிடையேயுள்ளன. இரதம் அக்கிராந்தி விருத்தங்களிலேயே உத்தராயணத்திலேறுவதும் தக்ஷிணாயனத்தி லிறங்குவதுமாயிருக்கும். அதனால் ஒரு கிராந்திவிருத்தத்திற்கு இரண்டாக முந்நூற்றறுபத்தாறு கதிகளினாலே ஒரு வருஷமுண்டாகும். மாசந்தோறுஞ் சூரியன் தன் இயல்பு வேறுபடலால் பன்னிரண்டு பெயர்களைப் பெறுவன். அதுபற்றிச் சூரியர் பன்னிருவராகக் கொள்ளப்படுவர். சூரியரதத்திலே சூரிய ரிஷிகந்தருவ அப்சர யக்ஷ சர்ப்ப ராக்ஷசகணங்கள் ஏழும் ஏறியிருக்கும். சித்திரைமாசத்திலே தாதாவென்னுஞ் சூரியனும், கிருதஸ்தலையென்னும அப்சரப் பெண்ணும், புலஸ்தியவிருஷியும், வாசுகி சர்ப்பமும், ரதபிருத்தவென்னும் யக்ஷனும், ஹேதிராக்ஷசனும், தும்புருவென்னும்கந்தருவனும், அவ்விரதத்திலே வசிப்பார்கள். வைகாசியிலே சூரியன் அரியமா; இருஷி புலகர்; அப்சரசு புஞ்சிகஸ்தலை; யக்ஷன் ரதௌஜா; சர்ப்ப

ம் கச்சவீரன்; கந்தருவன் நாரத
ன்; ராக்ஷசன் பிரஹேதி. இவ்வா
றே ஏனைய மாதங்களிலும் வே
றுவேறு பெயர்களைப்பெறுவர்.

சூரியரதத்திலுள்ள இவ்வேழு
கணங்களும் இப்பூமியிலே மழை
பனி வெயில் சுகம விருத்தி பஞ்
சம் நோய்முதலியவற்றிற்குக்கா
ரணராய்க காலபேதங்களை யுண்
டாக்குவர். சூரியனை அவ்விரத
த்திலிருக்கும் இருஷிகள் தோத்
திரஞ்செய்துகொண்டிருப்பார்க
ள்; அரம்பையர் ஆடிக் களிப்பிப்
பார்; ராக்ஷசர் பின்றொடர்ந்துநி
ற்பர்; சர்ப்பகணங்கள் தாங்கு
வர்; யக்ஷர் கடிவாளம்பிடித்து
நிற்பர்; கந்தருவர் பாடிக் களிப்
பிப்பர். சூரியன் அண்டத்தைக்
காப்பன்.

மேலே ஏழுகணமென ரூபகம்
பண்ணப்பட்டன சூரியனிடத்தி
லே யுள்ளனவாய் விளங்குகின்ற
ஆற்றல்களேயாம். இருஷிகளெ
ன்பது ஒளியைக்கொடுத்துலகத்
தை அதற்குரிய வியாபாரத்துக்
கேவிவிடும் சக்தியைப்போலும்.
அரம்பையரென்றது உலகவியா
பாரத்திலுயிர்களையாட்டுவிக்கும்
சக்தியை. இராக்ஷசர்பின்றொடர்
ந்துநிற்பரென்றது இருளை. சர்ப்
பகணமென்றது சூரிய வீதியை.
அதுபற்றியேஅதற்குநாகவீதியெ
னப் பெயர்வந்ததுமாமெனக. ய
க்ஷர் கடிவாளமபற்றி நிற்பரென்
றது சூரியனை உரியகதியிற் பிற
ழாதுகாக்குஞ் சக்தியை. கந்தரு
வர் பாடிக் களிப்பிப்பர் என்றது
அணுக்களைக் கவரும் சக்தியை.
சூரியன் அண்டத்தைக் காப்பன்
என்றது அண்டங்களெல்லாந் த
ன்னை வலம்வருமாறு செய்து அ
வைக்கெல்லாம தான் காரணமா
ய்நிற்கும் ஆற்றலை. இனி மான
சோத்தரபர்வதமென்றது சூரிய

ன் சஞ்சரிக்கும் வீதியினது நிலை
யை. சூரியன அவ்வுயர்ந்தநிலையி
த் கீழ் பூமியைநோக்கி யிறங்
காமலும் அந்நிலையினின்று மே
லேபுயராமலும் சமமாகிய ஒரு
மலைபோன்ற மதிற்சுவரின்மீத்து
சஞ்சரிப்பதுபோலச் செல்லுத
லின் அந்நிலை மலையெனப்பட்ட
து. மனசுக்குமெட்டாதுயர்ந்தம
லையென்பது அதன்பொருள். நா
ன்குநகரமென்றது, உதயம், உச்
சி, அஸ்தமயம், அதோபாகம். எ
ன்னும் நான்குகோணங்களையுமா
ம். உதயகோணத்தை இந்திரனு
க்குரிய வசுவோக சாராநகரமெ
ன்றது பொன்மயமாகிய வெளி
யும் புள்ளொலியும் முதலிலே பு
லப்படு மிடமாதல பற்றியாம்.
வெளிக்கிறைவ னிந்திரனாதலின்
இந்திரனுக்குரியதெனப்பட்டது.
(வசு—பொன. ஓகம.புள்.) உச்சி
க்கோணநகரம் யமனுக்குரியதெ
னப்பட்டது வெயில் மிகக் கொ
டிதாதலும உயிர்களுக்குப் பசி
தாகங்க ளுளவாதலும் பற்றி
யாம். அஸ்தமயகோணத்தைவ
ருணனுக்குரியதென்றது சூரியன்
அவ்விடத்தையடையும்போது பூ
மி குளிர்ச்சியும சோகநீக்கமும்
பெறுதலால். தண்மையென்ற சுபா
வத்தையுடைய நீருக் கிறைவ
ன் வருணனேயன்றோ. வடக்
கென்றது அதோபாகத்தை. சூரி
யன் அதோபாகத்தி லிருக்கும்
போது ஊர்த்துவபாகத்திலுள்ள
வுயிர்களுக்குக் களிப்பையும் நித்
திரையையுங்கொடுத்தல்பற்றி அ
க்கோணம் சோமனுக்குரியதென
ப்பட்டது. ஏழ்பரியை ஏழ்நிற
மெண்பாருமுளர்.

இவை ஒருவாறு விரிக்கப்பட
டவுள்ளுறை. அவ்வுருவகங்களை
முற்ற நிதானித்துத் தத்துவங்கா
ட்டல் மகாபண்டிதர்க்கன்றி மற்

ரோர்க்கசாத்தியமாம்.

சூரியாரண்ணியன்—(இ) திரிதன்வன் புத்திரன். சத்தியவிரதன் எனனும்திரிசங்குதந்தை. திரயாரண்ணியன் எனவும்படுவன்.

சூர்ப்பகன்—(ர) இவன் மன்மதனாற்கொல்லப்பட்டராக்ஷசன்.

சூர்ப்பணகை-ராவணன் தங்கை. (முறம்போன்ற நகங்களையுடையாள் என்பது பதப்பொருள். இவள் நாயகன் வித்தியுதசிகுவன். இவள் புத்திரன் ஜம்புகுமாரன் ஸ்ரீராமர் ஆரணியஞ்சென்றிருந்தபோது அவரைக்கண்ட சூர்ப்பணகை மோகாதிசையாகி அவர்பாற் செல்ல அவர் மறுத்து லக்ஷ்மணனிடத் தவளையனுப்ப, லக்ஷ்மணன் அவளுடைய முறைக்கட்டையுஞ் சீதையை எடுத்து விழுங்க எத்தனித்தமையையுங்கண்டு அவளுடைய நாசியைச்சேதித்து அவளை அவ்விடத்தினின்றுமோட்டிவிட்டான். அவள் கரதூஷணாதியரிடத்துச் சென்று அதனை முறையிட, அவர்கள் ராம லக்ஷ்மணரை யெதிர்த்துப்போர்செய்து மாண்டார்கள். அச்செய்திகளையெல்லாஞ் சூர்ப்பணகைஇராவணனிடஞ்சென்று முறையிட அவன் ராமர் வசித்த ஆரணியஞ்சென்று வஞ்சச்சூதாற்சீதையைக் கவர்ந்துசென்றான். இராவணனுக்கு இவ்வழியே நாசத்துக்குக் காரணியாயிருந்தவள் இவளே.

சூலினி—பார்வதி.

சூளாமணி—தோலாமொழித் தேவர்செய்த ஒரு சைன காவியம். காவியநாயகன் பயாபதி. அந்நூல் பயாபதி புத்திரரைப் பெற்று அவராற் பகையரசரை வென்று அரசபோகம் துய்த்துப் புத்திரனுக்கு முடிசூட்டித் துறவுபூண்டு அருகசரணம்பெற்ற வரலாறுகளை மிகவெடுத்துரைக்கும்.

சூளி—(ரி) பிரமதத்தன்தந்தை.

செகராஜசேகரன்—செகராஜசேகரமென்னும் சோதிடநூல்செய்த ஈழநாட்டரசன். இவன் அந்நாட்டிலே தமிழ்வளர்த்த அரசருளொருவன். இற்றைக்கு நானூற்றுப்பத்துவருஷங்களுக்குமுன்னுள்ளவன.

செங்குட்டுவன்—இளங்கோவடிகட்கு மூத்தோனாகிய சேரன். இவன் கண்ணகி தன்னாட்டையடைந்து தன் கணவனோடு சுவர்க்கம்புகுந்தாளென்பதைக் கேட்டு இமயமலையிலிருந்து சிலைகொணர்ந்து அவள் வடிவமைப்பித்துப் பிரதிஷ்டைசெய்வித்துப் பூசையுந் திருவிழாவும் நடத்தினவன.

செங்குன்று—கொடுங்கோளூருக்கு அயலதாகிய ஒரு மலை. கண்ணகி இம்மலையில் ஒரு வேங்கைமரத்துநிழலிலே நிற்கும்போது அங்கே தெய்வவடிவத்தோடுவந்த கோவலனைக்கண்டு அவனோடு சுவர்க்கம்புகுந்தனள்.

செங்கோடு—திருச் செங்கோடென்னுமலை. இதனை முருகக்கடவுளுக்குரியவிடமாக இளங்கோவடிகளுங் கூறியிருக்கின்றனர்.

செந்தில்—அநேக பிரபந்தங்களாற் புகழப்படுவதாகிய இது முருகக்கடவுளது படைவீடுகளுள் ஒன்று. இக்காலத்திலே திருச்செந்தூரென்று வழங்கப்படுகின்றது. குமரகுருபரர் தமது ஊமைத்தன்மை நீங்கப்பெற்ற ஸ்தலமிதுவே.

செம்மேனிநாயகர்—திருக்கானூரிலே கோயில்கொண்டிருக்கும் சுவாமிபெயர்.

செயலூர்க்கொடுஞ்செங்கண்ணனார்—இவர் கடைச்சங்கப்புலவர்களுளொருவர்.

சேயிர்க்காவிரியார்மகனார்சாத்தனார்—இவர் கடைச்சங்கப்புலவர்களுளொருவர்.

சேயிற்றியம்—செயிற்றியனார்செய்த நாடகத்தமிழ்நூல்.

செருத்தணி
திருத்தணி
திருத்தணிகை —இது சூரனோடு சுப்பிரமணியர்செய்த செருத்தணிந்தவிடமாதலின் இப்பெயர் பெற்றது. இத்தலத்தில் உதயகாலத்திலொருபூவும் உச்சிக்காலத்தொருபூவும் மாலையிலொருபூவும் மலருகின்ற நீலோற்பலத்தையுடைய ஒரு திவ்வியசுனையுளது. அது அற்புத தீர்த்தமெனப்படும். இத்தலம் வேங்கடத்துக்குத் தென்றிசையிலேயுள்ளது.

செருத்துணைநாயனார்—தஞ்சாவூரிலே வேளாளர்குலத்திலே அவதரித்துத் திருவாரூரையடைந்து அங்கே சுவாமிக்குத் திருத்தொண்டுசெய்துகொண்டிருக்கையில் புஷ்பமண்டபத்தின்பக்கத்திலே விழுந்துகிடந்த ஒருபூவை எடுத்து மோந்த கழற்சிங்க நாயனாருடைய மனைவியை மூக்கரிந்த சிவபக்தர்.

சென்னிமலை—கொங்குநாட்டின்கணுள்ள ஒரு சுப்பிரமணியஸ்தலம்.

சேக்கிழார்-தொண்டைநாட்டிலே குன்றத்தூரிலே சேக்கிழார் மரபில் அவதரித்த அருண்மொழித்தேவர். அவருக்குச் சேக்கிழாரென்பது அம்மரபை விளக்கினமையாலுண்டாயபெயர். அவருடைய கல்வியறிவொழுக்கங்களை அறிந்த அநபாயசோழமகாராஜா அவரைத் தமக்கு மந்திரியாராக்கி அவருக்கு உத்தமசோழப்பல்லவரென்னும் வரிசைப்பெயரையுங் கொடுத்தான். அவர் சைவசமயிகள் புறச்சமயக் காப்பியமாகிய சீவக சிந்தாமணியைச் சொற்சுவை பொருட்சுவைகளை மாத்திரம் விரும்பிக் கற்றுத் தங்கள் வாணாளை வீணாளாகக்கழிப்பதுகண்டு மனங்கசிந்து இம்மை மறுமை யின்பங்களை ஒருங்கேதந்து முத்திக்குச் சாதனமாயுள்ள சிவனடியார் சரித்திரமாகிய பெரியபுராணத்தைப் பாடியருளினார். அப்பெரியபுராணம் சிதம்பரத்திலே சபாநாயகர் சந்நிதியிலே திருவருளாலெழுந்த அசரீரி வாக்காகிய "உலகெலாமுணர்ந்தோதற்கரியவன"என்னுமடியை முதலாகக்கொண்டு ஆயிரக்கால் மண்டபத்திற் பாடிமுடிக்கப்பட்டது. பக்திரசம்பெருகப் பாடுஞ்சக்தி இவரிடத்திலே பெரிதுமுண்டு. கர்ணபாரம்பரியத்திலே கிடந்த அடியாருடைய சரித்திரங்களைச் சேக்கிழார் உள்ளவுள்ளவாறு கேட்டாராய்ந்து பாடிமுடித்துச் சபாநாயகர் சபையிலேயே அரங்கேற்றினர். அநபாய சோழமகாராஜா அவருக்குக் கனகாபிஷேகம்பண்ணி அவரையும் பெரியபுராணத்தையும் யானைமேலேற்றித் தானுமேறியிருந்து அவருக்குச் சாமரம் வீசிக்கொண்டு வீதி வலஞ்செய்வித்தான். அரசன் அதன்பின்னர்ப் பெரியபுராணத்தைச் செப்பேட்டிலெழுதுவித்து அவ்வாலயத்திலே வைத்தான். சேக்கிழார் அதுநிகழ்ந்தபின்னர் ஞானமுடிசூடி அத்தலத்திற்றானேயிருந்து சிலகாலஞ்சென்றபின்னர்ச் சிவபதமடைந்தனர். அநபாய சோழமகாராஜாவினது காலம் சாலிவாகன சகம் ஆயிரத்து நாற்பதுவரையிலுள்ளது. ஆதலின் சேக்கிழார் காலம் எழுநூற்றெழுபதுக்குமுன்னுள்ளதாதல்வேண்டும்.

சேடக்குடும்பியன்—திருவனந்த

புரத்துள்ளானோரந்தணன். தன்பால் அடைக்கலமாகவிருந்த கண்ணகிக்கு நேர்ந்த துன்பங்களைக் கேட்டுத் தீயில் விழுந்திறந்த மாதரி மறுமையில் இவனுக்கு மகளாயினள்.

சேடி—ஒரு வித்தியாநகரம்.

சேதன்-தருஹியன் பௌத்திரன்.

சேதி—(௧) விதர்ப்பன் மூன்றாம் புத்திரனாகிய ரோமபாதன் வமிசத்தவனாகிய உசிகன் புத்திரன். இவன்வமிசம்சேதிவமிசமென்றும், இவனாளுந் தேசம் சேதிதேசமென்றுஞ் சொல்லப்படும்.

சேதிராயர்—திருவிசைப்பாப்பாடினோர் ஒன்பதின்மருளொருவர்.

சேது—ஸ்ரீராமர் ராவணசங்காரம் முடித்து மீண்டகாலத்தில் பிரமஹத்திநீங்கும்பொருட்டு ஆடிய தீர்த்தத்துறை. இது சேதுபந்தனத்துக்கருகே ராமேசுவரத்தைச்சார்ந்த சமுத்திரத்தி லுள்ளது. இது மகா விசேஷமுடைய தீர்த்தமென இமயகிரிப்பிரதேச முதலாயுள்ள தேசங்களினின்றும் ஆரியர் வருஷந்தோறுஞ்சென்று படியப்பெறுவது.

சேதுபந்தனம்—திருவணை. அது பாண்டிநாட்டினின்று கடலைக் கடந்து இலங்கைக்குச் செல்லவேண்டி ஸ்ரீராமனும் வானர சேனையும் கடலைத் தூர்த்திட்ட அணைப்பாதை. இதனை வில்லிபுத்தூரார் தமதுபாரதத்திலே தென்கடலும் வடகடலுமாகிய இரண்டு யானைகளும் முட்டிக்கொள்ளாவண்ணம இடையேயிடப்பட்ட கணையமரமென வர்ணிப்பர்.

சேதுபுராணம்—ராமேச்சரதலபுராணம். அது நிரம்பவழகியதேசிகராலே பாடப்பட்டது. அது மூர்த்தி தலம் தீர்த்தமென்னு மூன்றன்மான்மியங்களையுஞ் செவ்வே கூறுவது. சொற்பொருட் சிறப்புக்களாற் சிறந்து கற்போர்க்கினிமைபயப்பது.

சேந்தனார்—(1) திவாகர நிகண்டு செய்வித்த ஒரு சிற்றரசர். இவர் அருகசமயத்தவர். (2) பட்டணத்துப்பிள்ளையாருக்கு மந்திரியுந் தோழருமாயிருந்த ஒருவைசியர். இவரைக் குற்றமின்றி அரசன் விலங்கிட்டுவைத்தபோது அவர்மகன் பட்டணத்துப்பிள்ளையாருக்குவிண்ணப்பஞ்செய்ய, பிள்ளையார் ஒரு பாடலைப் பாடிச் சிவனைவேண்ட அவரது கால் விலங்கைத் தவிர்த்துக் காக்கப்பட்டவர். (3) திருவிசைப்பாப்பாடினோருளொருவர். இவர் தஞ்சைமாநகரத்திருந்து விளங்கியவர். சிவபக்திமேலீட்டாற் றமது மந்திரிவிருத்தியை விடுத்துச் சிவன்மீது இசைப்பாக்களைப் பாடித் தோத்திரஞ்செய்து சிவதொண்டு புரிவதையே பரம விருத்தியாகக்கொண்டவர். இவரையும் பட்டணத்தடிகளுடைய தோழராகியசேந்தனாரையுமொருவராகக்கொள்வாருமுளர்.

சேரமான் கடலோட்டிய வேல்கெழுகுட்டுவன்— பரணராற் பாடப்பட்டவொருசேரன். இவன் போர்வன்மையை நோக்கி யானைப்படையை மேகமாகவும், சேனைவீரர் கையிலுள்ள வாட்படைகளை மின்னலாகவும், போர்ப்பறையை முழக்கமாகவும், குதிரைகளினது கதியைக் காற்றாகவும், வில்லினாற்செலுத்தப்படும்பாணங்களை மழை வருஷமாகவும் பூமியை வயலாகவும், தேரை ஏராகவும், படைநிரைகளைச்சாலாகவும், எறியப்படும் வேலாயுதங்களை வித்தாகவும், சாய்ந்துகிடக்குந் தலைகளை நெற்போராகவுங் கொண்டு வேளாண்மைசெய்பவனென அவனைப் பரணர் புற

நூற்றிலே புகழ்ந்து பாடுவர்.

சேரமான்கடுங்கோவாழியாதன்—கபிலராலும், குண்டுகட்பாலியாதனாராலும் பாடப்பட்டவொருசேரன். தன்னைப் பதிற்றுப்பத்தினுள்ளே ஏழாம்பத்தென்னும் பாடலாலே பாடிய கபிலருக்கு நூறாயிரங்காணமும் மலைமீதேறிக்கண்ட நாடும் பரிசாகக்கொடுத்த வள்ளல் இவ்வரசனே. இவன் போராண்மையிலுஞ்சிறந்தவன். இவன் இறந்தவிடம் சிக்கற்பள்ளி. காணம்—ஒரு பொற்காசு. அது காணம்போலும் வடிவினதாதலின் காண மெனப்படுவதாயிற்று. (காணம்—கொள்ளு)

சேரமான்கணைக்கா லிரும்பொறை-கோச்செங்கட்சோழனாலே சிறைசெய்யப்பட்டுக் காராக்கிருகத்திலேகிடந்து தாகத்தாற்சோர்ந்த வழியும் தண்ணீரும்வாங்கியுண்ணாதுயிர் துறந்தவன். அரசர் மரபிலே கருப்பத்தினுள்ளேயிறந்துபிறக்கின்ற சிசுவையும் பிண்டத்தையும் வாளாற் போழ்ந்து புதைப்பது மரபாகவும்,அம்மாத்திரையும் பெறாது சங்கிலியிற் பிணிக்கப்பட்ட நாய்போற் சிறையிடைக்கிடப்பேனாயினும், பகைவன்கையிலே தண்ணீர்வாங்கியருந்துவேனல்லேன். அவ்வாறன்னும் புத்திரரை அரசர் ஈன்றுவப்பவராகார் என்னுங் கருத்தினையுடைய
"குழவியிறப்பினு மூன்றடிபிறப்பினும்-ஆளன்றென்று வாளிற்றப்பார்-தொடர்ப்படுஞமலியினிடர்ப்படுத்திரீஇய-கேளல்கேளிர்வேளாண்சிறுபத-மதுகையின்றி வயிற்றுத்தீத் தணியத்-தாமிரந்துண்ணுமளவை-யீன்மரோ விவ்வுலகத்தானே" என்னும்இப்பாட்டு உயிர் துறக்கும்போது அவனாற்

பாடப்பட்டது. (புறநானூறு.)

சேரமான் கருவூரேறிய வொள்வாட்கோப்பெருஞ்சேரலிரும்பொறை-இச்சேரன்நரிவெரூஉத்தலையாற் பாடப்பட்டவன். அப்புலவர் நல்லுடம்புபெறுதற்குக் காரணனாயிருந்தவனும் இவ்வரசனே. (புறநானூறு)

சேரமான்குட்டுவன்கோதை—சோணாட்டுஎறிச்சிலூர்மாடலன் மதுரைக்குமரனாராற் பாடப்பட்ட வீகையாளன்.

சேரமான்குடக்கோச் சேரலிரும்பொறை.
சேரமான்குடக்கோவிளஞ்சேரலிரும்பொறை.
பெருங்குன்றூர் கிழாராற் பாடப்பட்ட சேரன். பதிற்றுப்பத்தினுள்ளே ஒன்பதாம்பத்திற்குத் தலைவனு மிவனே.

சேரமான்குடக்கோ நெடுஞ்சேரலாதன்—இவனும் வேற்பஃறடக்கைப் பெருநற்கிள்ளி யென்னுஞ் சோழனும் போரிலிறந்தபோது கழாத்தலையாலும் பரணராலும் அச்சோழனோடு சேர்த்துப்பாடப்பட்டவன்.

சேரமான் கோக்கோதைமார்பன்—இவன் கோச்செங்கட் சோழன்காலத்துச் சேரன். இவன் பொய்கையாராற் பாடப்பட்டவன். இவன் வண்மையிற்சிறந்தோனென்பது புறநானூற்றால் விளங்கும்.

சேரமான்கோட்டம்பலத்துத்துஞ்சியமாக்கோதை-புறநானூற்றினுள்வருமொருபாடலால் புலமைநிறைந்த சேரரு ளொருவனென்பது துணியப்படும்.

சேரமான்சேல்வக்கடுங்கோவாவாழியாதன்-(1)சிக்கற்பள்ளியி

சிறந்த பெருங்கொடையாளனாகிய சேரன். இவன் குண்டுகட்பாலியாதனாரால் பாடப்பட்டவன். (2) கபிலரதங்கையைப்பற்றி, நங்கை மெல்லியவென, அவரால் பாடப்பட்டசேரன். (புறநானூறு)

சேரமான் தகடூரெறிந்தபெருஞ் சேரலிரும்பொறை தனதுமுரசுகட்டிலிலறியாதேறி நித்திரைசெய்த மோசிகீரனாரைத் தண்டியாது அவர் துயிலொழிந்தெழுந்துணையுங் கவரிவீசிநின்ற பெருந்தகையாகிய சேரன். அவ்வரும்பெருஞ்செயல் புறநானூற்றினுள்ளே வரும் மோசிகீரனார்பாடலிலே விரித்துப் புகழப்பட்டுள்ளது. பதிற்றுப்பத்தினுள் எட்டாம்பத்தாலே தன்னைப் பாடிய அரிசில்கிழாருக்கு ஒன்ப திலக்ஷம் பொன் பரிசில் கொடுத்தோனும் தகடூரை வென்றவனுமிவனே.

சேரமான்பாமுளூரெறிந்த நெய்தலங்கானலிளஞ்சேட் சென்னி-சேரமானுடையபாமுளூரை வென்று கைக்கொண்டசோழன். இவன் ஊன்பொதிபசுங்குடையாரால் பாடப்பட்டவன். ஒருநாள் ஊனைவாங்கிக்குடையினுள்மறைத்துச்சென்றமையால் அப்புலவர்க்கு இப்பெயர்வருவதாயிற்று.

சேரமான்பாலைபாடிய பெருங் கடுங்கோ-இவன்கொடையாலும் வீரத்தாலும் புகழ் படைத்தவொருசேரன். பேய்மகள்இளவெயினியாற் பாடப்பட்டவன். பாட்டிலும் வல்லவன்.

சேரமான்பெருஞ்சேரலாதன்—இவன்கரிகாற்சோழனுக்குத்தோற்று நாணி வடநாட்டிற் சென்றிருந்த சேரன். இவன் கழாத்தலையார் வெண்ணிக்குயத்தியாரென்னும்இருவராலும் பாடப்பட்டவன். (புறநானூறு)

சேரமான்பெருஞ்சோற்று உதியன்சேரலாதன்—இவன்பாண்டவர்களும்கௌரவர்களும்செய்த யுத்தகாலத்திலே அவர்கள் சேனைகளுக்கு அந்தயுத்தமுடியுங்காறும் நல்லுணவளித்தபெருஞ்செல்வனாகியசேரன். இவன் முரிஞ்சியூர் முடிநாகராயரால் பாடப்பட்டவன். புறநானூற்றிற் காண்க. முதற்சங்கத்திருந்த முடிநாகராயரும்வேறு. இவரும்வேறு. இவர் இடைச்சங்கத்திலிருந்தாருள் ஒருவராதல் வேண்டும். புறநானூற்றுச் செய்யுட்களெல்லாம் இடைச்சங்கத்தும் கடைச்சங்கத்துமிருந்த புலவர்கள் பலராற்பாடப்பட்டனவேயாதலின் அது நன்குதுணியப்படும்.

சேரமான் மாந்தரஞ்சேர லிரும்பொறை-இவன்சோழன்ராசசூயம்வேட்ட பெருநற்கிள்ளியோடு போர்செய்தசேரன். இவன் பொருந்திலிளங்கீரனாராலும் வடவண்ணக்கன்பெருஞ்சாத்தனாராலும் பாடப்பட்டவன். (புறநானூறு)

சேரமான்மாவெண்கோ—கானப்பேர்தந்த உக்கிரப்பெருவழுதியும் சோழன் இராசசூயம்வேட்டபெருநற்கிள்ளியும் இச்சேரன் காலத்தவர்கள். மூவரும் நட்பினர்கள். இச்சேரமானே சேரமான்பெருமாணாயனாரெனப் பெயர்கொண்டவர். இவரைப் பாடியபுலவர்ஔவையார். (புறநானூறு)

சேரமான்யானைக்கட் சேரலிரும்பொறை-"மாந்தரஞ்சேர லிரும்பொறைபாதுகாத்தநாடு தேவருலகத்தையொக்கும்" என்றுலகம்போற்றஅரசுபுரிந்த சேரன். இவன் தன்னைப்பாடும் புலவர்க்குப் பிறரிடத்தேசென்று பாடி

விரந்து நில்லாவண்ணம் அளவின்றிப் பெரும்பொருள் வழங்கும் பெருங் கொடைவள்ளல். இவனைப் பாடியபுலவர் குறுங்கோழியூர் கிழார். இவன் தலையாலங்கானத்துச் செருவென்ற நெடுஞ்செழியனாற் சிறைசெய்யப்பட்டிருந்தானென்றும் குறுங்கோழியூர் கிழார் தாம் முன்னர் அவனபாற் பெற்ற நன்றியை மறவாது போய்க்கண்டு அவன் புகழை மிகவெடுத்துப்பாடினர். (புறநானூறு)

சேரமான்வஞ்சன்—இவன் திருத்தாமனாராற் பாடப்பட்டசேரன்

சேரமான்பெருமாணாயனார் — கழறிற்றறிவார்நாயனார் காண்க.

சேரமான்பெருமாள்—ஆயிரத்து அறுபது வருஷங்களுக்கு முன்னே சேரநாட்டிலே (மலைநாட்டிலே) அரசுபுரியுநாளில் துருக்கரோடு யுத்தஞ்செய்து தோற்று அவர்களுடைய சமயத்திலே பிரவேசித்துத்துருக்கனாகிப் பின்னருஞ்சிலநாளரசுபுரிந்தாற்றிலே தனது நாட்டைவிட்டோடித் துருக்கருடைய தெய்வஸ்தலமாகிய மக்கபுரியை அடைந்து அங்கே இறந்தவன். அவன் சமாதி இன்றுமங்குளது. அவன் இறந்தகாலம் அச்சமாதியிலே வரையப்பட்டிருக்கின்றது.

சேரலாதன்— செங்குட்டுவனுக்கும் இளங்கோவடிகட்கும் தந்தை.

சேரவமிசாந்தக பாண்டியன் — சோழவமிசாந்தகபாண்டியன் மகன்.

சேரன்—சேரநாட்டரசன் சேரன் எனப்படுவன். அவன் தமிழ்நாட்டு மூவேந்தருளொருவன். இவ்வமிசத்தரசர் இன்றுமுளர். மற்றிருவமிசமுமழிந்தொழிந்தன. சேரன் தேசம் மலைநாடு. அஃதிப்போது மலையாளமெனப்படும், சேரன்தேசத்துத் துறை பொருனைத்துறை. சேரராஜாக்களுக்குரிய மாலை போந்தின்றார். அவர்களுக் குரியசிறந்தமலை கொல்லி.

சேனஜித்து—(1) (இ) கிருதாசுவன்புத்திரனென்றும இரண்டாம் யுவநாசுவன் தந்தையென்றும் சொல்லப்படுவன். (2) (பா) விசுவஜித்து புத்திரன். ருசிராசுவன், திருடஹனு,காசியன,வற்சஹனு என நால்வர் இவன் புத்திரர்.

சேஷன்—ஆதிசேஷன்.

சேனாவரையர்— தொல்காப்பியஞ்சொல்லதிகாரத்திற்குச் சேனாவரையம்என்னுமுரைசெய்த ஆசிரியர். வடமொழி தென்மொழியிரண்டிலும் மிக்க வல்லுநர். குசாக்கிரவிவேகமுடையவர். அவர்க்கிணையான வுரையாசிரியர் அவர்க்குப்பின் இன்றளவும் பிறந்திலர். அவர் நச்சினார்க்கினியர்க்கு முந்தியகாலத்திலுள்ளவர் என்பது நச்சினார்க்கினியர் தாமியற்றிய வுரையினுள்ளோ ஒரோவிடத்துச் சேனாவரையர் மதத்தை மறுத்துத் தம்மதங் காட்டலாலினிதுபுலப்படும். அவருடைய ஜன்மநாடு பாண்டிநாடென்றும் ஜாதியினால் அந்தணரென்றுங் கூறுவார்கள். அவர் இளம்பூரணருரையை இடையிடை மறுத்தலால் இளம்பூரணர் முந்தியவர். ஆதலாற் சேனாவரையர் இற்றைக்கு ஆயிரத்திருநூற்றைம்பது வருஷங்களுக்கு முன்னுள்ளவராதல்வேண்டும்.

சைசுநாகர்—சிசுநாகன் வமிசத்தோர். இவர்கள் பதின்மர். பிரத்தியோதர்களுக்குப் பின்னர் மகததேசத்திலே முந்நூற்று அறுபத்திரண்டுவருஷம் அரசுபுரிந்தோர்.

சைதன்னியர்—இவர்கள் இலிங்

தாரிகளைப்போல வருணாச்சிரமதருமங்களை நிராகரித்திருப்பவர்கள். இவர்களுக்குப் பத்தியே விசிட்டமுள்ளது. விஷ்ணுவையே பூசிப்பவர்கள். இவர்கள்உத்தரத்திலே பெருக்கமாயுள்ளவர்கள்.

சைத்தியர்—யாதவபேதம். விதரியன் புத்திரனாகிய ரோமபாதன் வமிசத்தனாகிய சேதிவழிவந்தவராதலின் இப்பெயர் பெற்றார்.

சைத்திரரதம்—குபேரன் உத்தியானவனம்.

சைந்தவன்—ஜயத்திரதன். இவன் சிந்துதேசத்தரசன். துரியோதனன்தங்கையாகியதுற்பலையை மணம்புரிந்தவன். இவன்தந்தை விருத்தக்ஷத்திரன். இச்சைந்தவன் பாண்டவர்கள்வனவாசஞ்செய்துகொண்டிருந்தகாலத்திற் காட்டிலே ஒருநாள் தனியிருந்த திரௌபதியைப் பலபந்தமாகக் கவர்ந்துபோக, அஃதுணர்ந்தபாண்டவர்கள் உடனே தொடர்ந்து சென்று இடைவழியிலே தடுத்து அவனை மானபங்கஞ்செய்து திரௌபதியை மீட்டுச் சென்றார்கள். பின்னர்ப் பாரத யுத்தத்திலே அர்ச்சுனனாற் கொல்லப்பட்டவன்.

சைப்பியர்—உசீநரன் புத்திரனாகிய சிபிவமிசத்தோர்.

சைப்பியை—(1)விதேகராஜன் புத்திரி. இவள்மகாபதிவிரதை.(2) சியாமகன்பாரி. விதர்ப்பன்தாய்

சைவம்—(1) ஒரு புராணம். இது வாயுவினாற்கூறப்பட்டது. சுவேதவராககற்பசம்பந்தமாகிய சிவமான்மியங்களைஎடுத்துரைப்பது. அதன்கிரந்தசங்கியை பன்னீராயிரம். (2) சிவனை முழுமுதற் கடவுளாகக்கொண்ட சமயம். இச்சமயத்தோர் சைவரெனப்படுவர், பதி பசு பாசமென மூன்றும் நித்தியப்பொருள்களென்றும், பசுக்களாகிய ஆன்மாக்கள் புண்ணியமேலீட்டினாலேபதிஞானம்பெற்றுப் பாசத்தடைநீங்கிச் சிவத்தோடிரண்டறக் கலத்தலே முத்தியென்றும், இச்சையே பிறவிக்குக்காரணமென்றும், பற்றொழிதலே முத்திக்குக்காரணமென்றும், சிவன் சிருஷ்டி, திதி, சங்காரம், திரோபவம், அநுக்கிரகமென்னும் பஞ்சகிருத்தியங்களையும் ஆன்மாக்களை யீடேற்றும் பொருட்டுச் செய்பவரென்றும், செய்யினும் நிர்விகாரியென்றும், சச்சிதாநந்தப் பொருளென்றும் அச்சமயந்தர்க்கவாயிலாக ஸ்தாபிக்கும்.

சைவசமயகுரவர்—மாணிக்கவாசகசுவாமிகள், திருஞானசம்பந்தமூர்த்திகள், திருநாவுக்கரசர், சுந்தரமூர்த்திநாயனாரென்னும்இந்நால்வரும்இப்பெயர்பெறுவர்.

சைவாகமங்கள்—இவை இவையென ஆகமங்கள் என்பதனுட்கூறினாம். இருபத்தெட்டாகமங்களும் ஒவ்வொன்றுக்குக் கோடி கிரந்தமாக இருபத்தெட்டுக்கோடி கிரந்தங்களையுடையன. ஞானம், யோகம், கிரியை, சரியையென நான்கு பாதங்களையும், ஒவ்வொன்றுக் கூறுவன. ஞானபாதம் திரிபதார்த்த சொரூபத்தையும்,யோகபாதம் பிராணாயாமமுதலிய அங்கங்களோடு கூடிய சிவயோகத்தையும், கிரியாபாதம் பூசைஓமம் முதலியவற்றையும், சரியாபாதம் சமயாசாரங்களையுமெடுத்துக்கூறும். இவ் வாகமங்கள் சிவன் மேன்முகத்திற் பிறந்தனவெனப்படும்.

சைவை—அநிலன் பாரி.

சொக்கநாதர்— திருஆலவாயிலே

கோயில்கொண்டிருக்கும் சுவாமிபெயர்.

சொக்கநாயகி— திருப்புன்கூரிற் கோயில்கொண்டிருக்கும் தேவியார்பெயர்.

சொர்ணபுரீசுவரர் — திருச்செம்பொன்பள்ளியிலே கோயில்கொண்டிருக்கும்சுவாமிபெயர்.

சொர்ணபுரீசர்—திருப்புத்தூரிலே கோயில்கொண்டிருக்கும் சுவாமிபெயர்.

சோணபுரம்— வாணசுரன் ராஜதானி.

சோணாட்டுப்பூஞ்சாற்றூர்ப் பார்ப்பான்கௌணியன்விண்ணந்தாயன்—அந்தணர்க்குரிய அறுதொழிலுஞ் சிரத்தையோடு புரியும் ஒரு பிராமணோத்தமர். கொடையாலும் பெரும்புகழ்படைத்தவர். ஆவூர்மூலங்கிழாரார் பாடப்பட்டவர். (புறநானூறு)

சோணை—மைநாகபர்வதத்தி லுற்பத்தியாகிக் கங்கையிற் சங்கமிக்கும் நதி. சித்தாச்சிரமத்திலிருந்து மிதிலைக்குப் போகும் மார்க்கத்திலே இப்பெயரையுடைய நதியுமொன்றுளது. அது மகததேசத்திற்பாய்தலால் மாகதியெனவும்படும். இதிலிருந்தே சோணபத்திரவிநாயக மூர்த்தங்கள் எடுப்பார்கள்.

சோதிடம்—ஜியோதிஷம்காண்க.

சோமகன்—(1) (பா) சஹதேவன் புத்திரன். சுஜன்மகிருதுதந்தை. விருஷதன் தந்தை தந்தை. (2) ஜந்தன்தந்தையாகிய ஓர்ராஜவிருஷி. (3) பிரமா நித்திரைபோயிருந்தகாலத்தில் வேதங்களைத் திருடிப்போய்ச் சமுத்திரத்தில் ஒளித்தவசுரன். விஷ்ணு மற்சாவதாரமெடுத்து அச்சமுத்திரத்திலாராய்ந்து வேதங்களைக் கைப்பற்றிப்போய்ப்பிரமாவுக்கீந்தனர்.

சோமகுண்டம்—காவிரியின்சங்கமுகத்துக்கு அயலதாகிய ஒரு தடாகம்.

சோமசமஸ்தங்கள்—சிரவுதாக்கினியிலே செய்யப்படுகின்ற யாகபேதங்கள். அவை அக்கினிஷ்டோமம், அத்தியக்கினிஷ்டோமம், உக்தியம், சோடசி, அதிராத்திரம், அப்தோரியாமம், வாஜபேயம் என ஏழாம்.

சோமசிரவசு—சுருதசிரவன் புத்திரன். ஜனமேஜயன்புரோகிதன்.

சோமசிரவம்— பாஞ்சாலத்துக்குச் சமீபத்திலுள்ள புண்ணியதீர்த்தம். இத்தீர்த்தக்கரையிலேயே அங்காரவர்ணன் அர்ச்சுனனோடியுத்தஞ்செய்து சாபவுடல்போக்கிப் பூர்வரூபமாகிய சித்திரரதன் என்னும்பெயரோடு தனதுலகஞ்சென்றனன்.

சோமசுந்தரபாண்டியன்—இவர் மலயத்துவசபாண்டியன் மருகனார். தடாதகைப்பிராட்டியாரை மணம்புரிந்தவர்.

சோமசுந்தரபாதசேகரன்— இவன் வங்கியபாத பாண்டியனுக்குப்பின் அரசுசெய்த பாண்டியன். சோமசுந்தரக் கடவுளது அருள்கொண்டு சோழனை மடுவில் வீழ்த்தியவன் இவனே.

சோமசூடாமணி—வமிச பூஷண பாண்டியனுக்குப்பின்அரசுசெய்த பாண்டியன்.

சோமதத்தன்—சந்தனு சகோதரனாகிய பாகிலிகன் புத்திரன். இவன் பாரதயுத்தத்திலிறந்தவன். பூரி, பூரிசிரவன், சலன் என்னுமூவரும் இவன் புத்திரர்.

சோமதீர்த்தம்—பிரபாச தீர்த்தம். சோமநாதபுரத்துக்குச் சமீபத்திலுள்ளது. சந்திரன் தக்ஷன்சாப

த்தாற்பெற்ற க்ஷயரோகத்தை இத்தீர்த்தத்திலாடித் தீர்த்துக்கொண்டமையால் இஃது இப்பெயர் பெற்றது.

சோமநாதம்—கூர்ச்சர தேசத்திலுள்ள ஒரு திவ்வியசிவஸ்தலமும் நகரமுமாம். சந்திரன் தவஞ்செய்து க்ஷயரோகம் நீங்கப்பெற்ற ஸ்தலம்.

சோமாஸ்கந்தர்—மகேசுரவடிவம் இருபத்தைந்தனுளொன்று. சிவனும் உமாதேவியாரும் முருகக்கடவுளைத்தழுவிய [illegible]வசம்.

சோமன்—(1) அத்திரிக்கு அநசூயையிடத்துப் பிறந்தவனாகிய சந்திரன். இச்சந்திரனே மண்ணுலகத்துக்குத தோன்றுபவன். சிவன் முடியி லிருப்பவன் கடலிற் பிறந்தவன். சந்திரனை அத்திரிபுத்திரனென்று சில புராணங்களும் பாற்கடலிற் பிறந்தவனென்று சில புராணங்களும் கூறுதல்கற்பபேதம். (2) சிவன். (3) வசுக்களுளொருவன். இவன் பிரஜாபதி புத்திரன். இவன்மனைவி மனோஹரை புரோஜபன் வரியன் பிராணன் காலன் ரமணன் என ஐவர் புத்திரரையும் பிரதையெனும் புத்திரியையும் பெற்றவன். இப்பிரதை பதின்மர்கருவர்களுக்குப் பொது மனைவி. (4) யமன். (5) குபேரன்.

சோமாசிமாறநாயனார்—அந்தணர்குலத்திலே பிறந்து அடியார்களுக்குத் திருத்தொண்டு செய்தலே பெருஞ் சிவபுண்ணியமெனக்கொண்டு சுந்தரமூர்த்திநாயனாரை அடைந்து அவரேவலின்வழி நின்றொழுகிச் சிவபத்தி சாதித்தவர்.

சோமி—ஆற்றூரிலேபிறந்து தமிழ்க்கல்வியிலே மிக்க புலமையுடையளாய்ச் சிறந்த புலவர்களுக்குப் பொன்மாரிவழங்கிக் காளமேகப்புலவராலும் பாடப்பட்ட ஒரு தாசி.

சோரன்—ஒரு சம்ஸ்கிருதகவி. வில்கணனெனவும்படுவன்.

சோழதேசம்—சோழகுலத்தரசர்க்குரிய தேசம். கிழக்குந் தெற்குங் கடலும், வடக்கு வெள்ளாறும், மேற்குப் பாண்டிநாடும், எல்லையாகவுடைய தேசம். அது காவிரிநதிபாயுநாடாதலின் நீர்மலிவான் என்றும் புனனாடென்றும் காரண விடுகுறிப் பெயர்கள் கொண்ட நீர்வளம் நிலவளம்வாய்ந்த நாடு. பழைமையும் நாகரிகமும் வாய்ந்தநன்மக்களையுடையது. காவிரிப்பூம்பட்டினம் கருவூர் திருவாரூர் முதலிய சிறந்த ராஜமாநகரங்களைப் பண்டைநாளுடையது. பின்னர்காள் அதிப்பிரபல்லியமுடையதாகிய தஞ்சைமாநகரம் திருக்குடந்தைநகரமென்னு மிரு மகா நகரங்களைத் தனதகத்தேயுடையது. எண்ணில்லாதசிவஸ்தலங்களும் விஷ்ணுஸ்தலங்களுமுடையது செல்வமுங்கல்வியுநாகரிகமும் சதாசாரமும் வாசஞ்செய்யுந்தேசமிதுவொன்றேயாம். காருகமுங் கம்மியமுங்குறைவறநிகழப்பெறுவது மிந்நாட்டின்கண்ணேயாம்.

சோழவமிசாந்தக பாண்டியன்—ரிபுமர்த்தன பாண்டியனுக்குப்பின் அரசுசெய்தபாண்டியன்.

சோழன்—திஷ்யந்தபௌத்திரனாகிய ஆசிரிதன்புத்திரன் இவனே சோழதேச ஸ்தாபகன்.

சோழன் இராசசூயம் வேட்ட பெருநற்கிள்ளி—சேரமான்மாந்தரஞ் சேரலிரும்பொறையைப் போரிடைவென்றவன். சேரமான்மாவெண்கோவுக்கும் கானப்பேர்தந்த உக்கிரப் பெருவழுதிக்

ஞும் நட்பினன். பாண்டரங்கண்ணனாராலும் ஔவையாராலும் உலோச்சனாராலும் பாடப்பட்டவன்.

சோழன்நலங்கிள்ளிசேட்சென்னி—இவன் இலவந்திகைப் பள்ளியிலே பிறந்த சோழன். எறிச்சிலூர்மாடலன் மதுரைக் குமரனாரால் பாடப்பட்டவன்.

சோழன் உருவப் பஃறேரிளஞ்சேட்சென்னி- இளஞ்சேட்சென்னி உருவப்பஃறேரிளையான் என்னும் பெயர்களாலும் வழங்கப்படுவன். இவன் வீரங்கொடைகளாற் சிறந்தோன். அழுந்தூர்வேளிடத்துப் பெண்கொண்டோன் என நச்சினார்க்கினியர் கூறுவர். இவன் கரிகாற்சோழன் தந்தை. இவனைப் பரணரும் பெருங்குன்றூர்கிழாரும் பாடினர்.

சோழன்கரிகாற்பெருவளத்தோன், சோழன்கரிகாலன் } உருவப்பஃறேரிளஞ்சேட்சென்னிபுதல்வன். இவன் நாங்கூர் வேளாளனிடத்துப் பெண்கொண்டவன் என நச்சினார்க்கினியர் கூறுவர். "கரிகாற்சோழன்" காண்க.

சோழன்கிள்ளிவளவன்—(1) குராப்பள்ளியி லிறந்தவனாதலின குராப்பள்ளித் துஞ்சியகிள்ளிவளவனெனவும்படுவன். கருவூரையழித்தவனும் கோவூர்கிழாராற் பாடப்பட்டவனும் இவனே. (2) குளமுற்றமென்னுமூரிலே இறந்தசோழன். கொடை வீரம் கல்விகளாற் பெரும்பெயர்படைத்தவன். உறையூரிலிருந்தரசுபுரிந்தவன். ஆலத்தூர் கிழார், கோவூர்கிழார், மாறோக்கத்து நப்பசலையார் இடைக்காடனூர் முதலிய புலவர் அநேகராற்பாடப்பட்டவன். (புறநானூறு)

சோழன்பெருந்திருமாவளவன்—இவன் குராப்பள்ளியிலே யிறந்தவன். காவிரிப்பூம்பட்டினத்துக் காரிக்கண்ணனாராலும் மருத்துவன்றாமோதரனாராலும் பாடப்பட்டவன் (புறநானூறு)

சோழன்செங்கணான்--கோச்செங்கட்சோழநாயனார் காண்க.

சோழன்நல்லுருத்திரன்—இவன் புலமைமிக்கான் என்பது புறநானூற்றினுள்வரும் அவன்பாடலானினிது புலப்படும்.

சோழன்மாவளத்தான்— இவன் சோழன்நலங்கிள்ளிதம்பி. தாமப்பல்கண்ணனாற் பாடப்பட்டவன். (புறநானூறு)

சோழன்நலங்கிள்ளி- சோழன்மாவளத்தான் தமையன். பாடும்புலமையுடையவன். போரிற்பெருக்கமும் அவாவுமுடையவன். பாண்டிநாட்டைவென்று புலிக்கொடிநாட்டியவன். பின்னர் உறையூர்முதுகண்ணன் சாத்தனாரால் அறநெறியில் நிறுத்தப்பட்டிருந்து புண்ணியங்களியற்றி வந்தவன். உறையூர்முதுகண்ணன் சாத்தனார், கோவூர்கிழார், ஆத்தூர்கிழாரென்னு மூவராலும் பாடப்பட்டவன்.

சோழன்நெய்தலங்கானலிளஞ்சேட்சென்னி ஊன்பொதிபசுங்குடையாரென்பவராற் பாடப்பட்டவன். இளவரசாய்நெய்தலங்கானலென்னுமூரிலிருந்து உரியகாலத்தில் அரசுகொண்டவனாதலின் அப்பெயர்பெற்றான்.

சோழன்போர்வைக்கோப்பெருநற்கிள்ளி-தித்தன்என்னுஞ்சோழன்மகன். தந்தையைப் பகைத்து நாடிழந்து நல்குரவாற் புல்லரிசியுமுண்டு சிலகாலமிருந்து பின்னர் நாடுகொண்டரசுபுரிந்தவன். (புறநானூறு)

சோழன்முடித்தலைக் கோப்பெருநற்கிள்ளி-சேரமான்அந்துவஞ்சேரலிரும்பொறைக்குப்பகைவன். இவனைப் பாடியபுலவர் உறையூர் ஏணிச்சேரி முடமோசியார். (புறநானூறு)

சோழன் வேற்பஃறடக்கைப் பெருநற்கிள்ளி-சேரமான்குடக்கோநெடுஞ்சேரலாதனாற் போரிற் கொல்லப்பட்டவன். பரணராலும் கழாத்தலையாராலும் பாமாலைசூட்டப்பட்டவன். (புற-௬௨)

சோழநாட்டுப் பிடவூர்கிழார்மகன்பெருஞ்சாத்தன்-வேளாளரில்உழுவித்துண்போன். அரசர்பெண்கொள்ளுங்குடியிலுள்ளோன் மதுரை நக்கீரனாராற் பாடப்பட்டவன். பின்னர் நச்சினார்க்கினியராலும்பொருளதிகாரவுரையினுள்ளே எடுத்துக்கூறப்பட்டவன்.

சோழியவேனாதி திருக்குட்டுவன்—மிக்ககொடையாளன். எறிச்சிலூர்மாடலன் மதுரைக்குமரனாராற் பாடப்பட்டவன்.

சோனகம்—சூரியதேசத்துக்குமேற்கின்கணுள்ள ஒரு தேசம்.

சோணை—வச்சிரகாட்டைச் சார்ந்த ஓராறு.

சௌகந்திகம்—சௌகந்திக புஷ்பங்கள் நிறைந்துள்ளதாகியஒரு தடாகம். இது குபேரன் நந்தனவனத்திலுள்ளது. இத்தடாகத்திலிருந்தொரு சௌகந்திக புஷ்பம் வாயுவினாற் பறித்து வீசப்பட்டுத் துரோபதை முன்னே வந்து வீழ்ந்தது. அதனைக் கண்ணுற்ற துரோபதை அப்புஷ்பமுள்ள தடாகத்தைத் தேடிச் சென்று தனக்கொருபுஷ்பங் கொண்டுவந்து தரல்வேண்டுமென்று வீமனை வேண்ட வீமன் அவ்வாறே சென்று எடுத்துவந்துகொடுத்தான். வீமன் தனது தமையன்முறையிலுள்ள அநுமனைக்கண்டது அங்குச் சென்ற வழியிலேயேயாம்.

சௌநகன்—(ரி) சுநகன்புத்திரன். கிருத்சினமதன் பௌத்திரன். இம்மகாத்துமா தபோநியதியோடும் பிறந்தவர்.

சௌநந்தை—முதாவதி.

சௌந்தரநாயகி—திருப் பெரும்புலியூரிற்கோயில்கொண்டிருக்கும் தேவியார்பெயர்.

சௌந்தரநாயகியம்மை— திருக்கோளம்பத்திலே கோயில்கொண்டிருக்கும்தேவியார்பெயர்.

சௌந்தரபாண்டியன்—இவர் தடாதகைப்பிராட்டிநாயகனார்.

சௌந்தரேசர்-- திருநாரையூரிலே கோயில்கொண்டிருக்கும் தேவியார்பெயர்.

சௌபரி—(1) மாந்தாதா மருமகனாகிய ஒரிருஷி. இவர் யமுனாநதிஜலத்தினுள்ளே பன்னிரண்டு வருஷந் தவங்கிடந்து பின்னர் மாந்தாதாவிடஞ்சென்று தமக்கொருகன்னிகையைத் தருமாறு வேண்ட மாந்தாதா தனது புத்திரிகளுள் யார் உம்மை மணம்புரிதற்கு விரும்புகின்றாளோ அவளை மணத்திற்கொள்ளுவீராகவென்று அவரைக்கன்னிகாமாடத்துக்கனுப்பத் தமது தபோபலத்தினால் மன்மதனைப்போல நல்லவடிவங்கொண்டங்கேசெல்ல, அங்கிருந்த கன்னிகைகள்எல்லோரும் தனித்தனி தமக்கென்று மோகிக்க அவரையெல்லாம் மணம்புரிந்துகொண்டு சென்று நெடுங்காலம் காமவின்பஞ்சுகித்திருந்தவர். (2) (ரி) வேதமித்திரன் சிஷன். சாகல்லியன் தந்தை.

சௌம்பகம்—சாளுவன் விமானம். சிவன் ஆஞ்ஞையால் மயன் இயற்றிக்கொடுத்தவிரதம்.

சௌரசேனி—சூரசேனதேசத்து

ப் பிராகிருதபாஷை.

சௌரபேயி—ஓரப்சரப்பெண்.

சௌரம்—ஒருபபுராணம்.

சௌராஷ்டிரம்—சூராட்டு என்னும் நகரத்தையுடையதேசம்.

சௌரி—கிருஷ்ணன். சூரன்மகனுகிய வசுதேவன்புத்திரனாதலின கிருஷ்ணனுக்குஇப்பெயர்வந்தது

சௌவீரம்—சிபி புத்திரனுகிய சுவீரனுல் நிருமிக்கப்பட்டதாகிய ஒரு பட்டணம்.

சௌஹ்னம்— பலி புத்திரனுகிய சுஹ்னனுல் நிருமிக்கப்பட்ட நகரம்.

ஜகநாதபாண்டியன்— அரிமர்த்தனபாண்டியனுக்குப் பின் அரசுசெய்தவன்.

ஜகநாதம்—ஒட்டர தேசத்திலுள்ளவிஷ்ணுஸ்தலம். கிருஷ்ணன்நிரியாணம்பெற்றபின்னர்த் தேகம் தகனமாகும்போது சமுத்திரம் பொங்கித் துவாரகைவரையிற் சென்று மூடியது. அப்போது காஷ்டத்துமீதுகிடந்த எரிந்து குறைந்த தேகத்தைச் சமுத்திரம் வாரிக்கொண்டுபோய் ஜகநாதத்திற் சேர்த்தது. அத் தேகத்தைக் கிருஷ்ண தேகமென்றுணர்ந்த சில பக்தர் அதனை ஒரு மரத்திற் சம்புடீகரணம்பண்ணிப் பின்னர் அம்மரத்தை விக்கிரகமாக்கி அங்கே ஸ்தாபித்தார்கள்.

ஜகராசசேகரன்—ஈழநாட்டிலரசுசெய்திருந்த சோழகுலத்தரசன். இவன்காலம் சாலிவாகனசகம் ஆயிரத்து நானூற்றைம்பது. (செகராசசேகரன் காண்க.)

ஜடபரதர்—தாகந்தணித்துக்கரையேறும்போது சிங்கநாதங்கேட்டஞ்சிக் கருவுயிர்த்த மானினது கன்று கங்கையிலே மிதந்துபோக, அதனைக்கருணையாலெடுத்துவளர்த்துஇறக்கும்போதுகண்ணெதிரேநின்று நைந்துருகிய அக்கன்றின்மேல்வைத்த கருத்தோடு உயிர்விட்டமையால் மானுகப்பிறந்து அச்சரீரம் நீங்கியபின்னர் அந்தணனுகப்பிறந்து எல்லாமுணர்ந்துமொன்றுமுணராத ஜடன்போலநடித்திருந்தபரதராஜா. (ஜடன்-மூடன்,) அரசுஞ்சுற்றமுமொருங்கே துறந்து வனத்திலே தவஞ்செய்திருந்த பரதராஜாவுக்கு மீளவும் பிறவிவந்தது, அம்மான்கன்றின்மீதுவைத்தபற்றேடிறந்தமையின்பயனேயாம். "இறக்கும்பொழுது ஈசன்கழல்மேல்வைத்தகருத்தோடிறக்க" வென்றெழுந்த விதியும் நற்கதியுய்க்குமுபாயமாம். ஜட பரதரைச் சவ்வீரராஜாவினது சேவகர்கள் பற்றிப்போய்க்காளிக்குப்பலியாகச் சந்நிதியில் நிறுத்திவைத்தசமயத்தில், காளி வெளிப்பட்டு அச்சேவகரை யெல்லாங் கொன்றொழித்துப் பாதரைக் காத்தருளினள். பின்னொருநாளில் ரகூகணனென்னும் அச்சவ்வீரராஜாவினது சேவகர்கள் பரதரைப்பற்றிப்போய் அரசன் சிவிகையைச் சுமக்குமாறு செய்தார்கள். அரசன் அவருடைய குணங்களையுணர்ந்து அவர் பாதங்களில் வீழ்ந்து நமஸ்கரித்துத் தான்செய்த அபராதத்தைப் பொறுத்துக்கொண்டு தனக்கு ஞானேபதேசம்பண்ணியருளுமாறிரந்து அவரைக் குருவாகக்கொண்டான்.

ஜடரபர்வதங்கள்—நீல நிஷத பர்வதங்களுக்கு நடுவேயுள்ள மலைகள்.

ஜடாசுரன்(ரா)கந்தமாதனத்திலே அனுமனுற்கொல்லப்பட்டவன்.

ஜடாயு—அநூரன் இரண்டாவது புத்திரன். தாய் சியேனி. கசிய

பன் பௌத்திரன். சம்பாதி தம்பி. பஞ்சவடியில் ராவணன் சீதாபகரணம்பண்ணிப் போகும்போது அவனைத் தடுத்துயுத்தஞ்செய்து அவன்கைவாளால் மாண்டவன். ஜடாயுபக்ஷிரூபமுடையவன்.

ஜடிலன்—கோதமன்வமிசஸ்தன்.

ஜடிலை—ஜடிலன்மகள். இவள் எழுவருக்கு மனைவி.

ஜடர்—ஜடரபர்வத வாசிகள்.

ஜந்தன்—(1) சோமகன்மகன். (2) விருஷதன் தமையன்.

ஜபேசுவரம்— நைமிசாரணியத்திலுள்ள ஒருக்ஷேத்திரம்.

ஜமதக்கினி—ரிசிகனுக்குச் சத்தியவதியிடத்திற்பிறந்த புத்திரர். இவர் மகாவிருஷி. அரிய தவங்களைச்செய்து நான்கு வேதங்களையும் பெற்றவர். கந்தருவராசனுகியசித்திரரதன் தனதுபாரியோடு உல்லாசமாக வனத்தில் விளையாடிக்கொண்டிருந்த சமயத்தில் இம்மகாவிருஷி பாரி ரேணுகை கண்டு அதிசயித்து மனசைப்போக்கி அச்சிந்தையோடு திரும்பி வந்தபோது, அவர் அவள் வேற்றுமையையுணர்ந்து, இவள் பதிவிரதாதன்மங் குன்றினளெனச் சினந்து தன்மக்களைநோக்கி,இவளைக்கொல்லுங்களென் றொருவர் பின்னொருவராக ஏவினர். மற்றெல்லோரும் மறுத்திருக்க, பரசுராமர் உடனே முற்பட்டு வாளால் தாய் தலையைச்சேதித்துவிட்டுத்தந்தையைநோக்கி, ஆரியா, உன் ஏவலை மறுதசெய்தேன் என்வேண்டுகோளை நீயும் மறுதருதல்வேண்டுமென, ஜமதக்கினி சந்தோஷித்து அவனைப்பார்த்து, உன் வேண்டுகோள் யாதென்ன, தாயைஎழுப்பித்தருகவென்றான். உடனே அவரும் ரேணுகையை எழுப்பிவிட்டார். புத்திரர் உறுமதி, உற்சாகன், விசுவாசன், பரசுராமனெனநால்வர்.

ஜம்பன் } —தாரகயுத்தத்தி
ஜம்பாசுரன் } லே இந்திரன்கொன்ற அசுரன்.

ஜம்பாரி—இந்திரன். ஜம்பாசுரனைக் கொன்றகாரணம்பற்றி இப்பெயர் அவற்குண்டாயது.

ஜம்புகுமாரன்—(ரா) சூர்ப்பநகைபுத்திரன். வித்தியுத்ஜிஹ்வன் மகன்.

ஜம்புகேசுவரம்—காவிரி தீரத்திலுள்ள ஒரு சிவஸ்தலம். அப்புலிங்க ஸ்தலம். இங்குள்ள சிவாலயம் கோச்செங்கட்சோழனெடுத்தது.

ஜம்புமாலி—பிரஹஸ்தன் மகன். ராவண சேனாபதிகளு ளொருவன். ஹநுமனால் அசோகவனபங்ககாலத்தில்கொல்லப்பட்டவன்.

ஜயசேனன் } —(1) கு. சார்வ
ஜயத்சேனன் } பௌமன் மகன். (2)அஞ்ஞாதவாசத்தில்நகுலன்புனைந்தகொண்டபெயர்.

ஜயத்திரதன்.(1)எட்டாம் பிருகத்திரதன்மகன். இவன்பாரி சூதவமிசத்தவள். இவள்வயிற்றிற்பிறந்தமையால்விஜயனும், அவன் வமிசத்தரும் சூதரெனப்படுவர். (2) திருதராஷ்டிரன் மருகன். (3) (அ) திதிக்ஷுமகன். (4) (பா) பிருகத்காயன்மகன். விசுவசித்து தந்தை.

ஜயத்துவசன்—(ய)கார்த்தவீரியார்ச்சுனன் மூத்தமகன். தாலசங்கன் தந்தை.

ஜயபலன் } -அஞ்ஞாதவாச கா
ஜயத்பலன் } லத்திலே சகதேவன்கொண்ட பெயர்.

ஜயந்தப்ரம்—கௌதமன் ஆச்சிரமத்தருகடுத்ததொருநகரம். இது நிமி நிருமித்தது.

ஜயந்தன்—(1) இந்திர குமாரன். இவனும் குபேரன்மகனாகிய நளகூபரனும் மன்மதனும் அழகிற்றலைமைபூண்டோரெனப்படுவர். (2) தருமனுக்கு மருத்துவதியிடத்துப் பிறந்த இரண்டாம் புத்திரன். (3) விஷ்ணு பரிசாரகருளொருவன். (4) விஸ்வாமித்திரன் மகன். (5) அஞ்ஞாதவாசத்தில் வீமன்கொண்டபெயர்.

ஜயர்கள்—கற்பாதியிற் சிருஷ்டிக்கப்பட்ட பன்னிருதேவரிஷிகள்.

ஜயவிஜயர்—வைகுண்ட துவாரபாலகர். ஒருசமயம் சனக சனந்தனர் சிறுர் உருவந்தாங்கித் துவாரபாலகர் அனுமதியின்றி வைகுண்டத்திற் பிரவேசித்தனர். அதுகண்ட துவாரபாலகர் அவர்களை இராக்ஷசராம்படி சபிக்க, அவர்கள் முதலில் இரணியன் இரணியாக்ஷனெனவும், இரண்டாம் முறை இராவண கும்பகர்ணர்களாகவும், மூன்றும்முறை சிசுபாலன் தந்தவக்திரனாகவும் பிறந்து விஷ்ணு அவதாரங்களால் மடிந்து பின்வைகுண்டம் பெற்றனர்.

ஜயன்—(1) (ய) சாத்தகி மகன். (2) ய. வசுதேவன் தம்பி. அகன் மகன். (3) மி. சுருதன்மகன். (4)தருமன்அஞ்ஞாதவாசத்திலே தரித்துக்கொண்ட பெயர்.

ஜரற்காரி— கத்துருவை புத்திரி. வாசுகி தங்கை.

ஜரற்காரன்—யாயாவர வமிசத்தில் ஜனித்த ஒருபிரமவிருஷி. இவர்பாரி வாசுகிதங்கையாகிய ஜரற்காரி. இவர்பாரிமடிமீதுபடுத்துறங்கும்போது சந்தியாவந்தனகாலமாயினதுகண்டு அவள் எழுப்ப அவரெழுந்து கோபித்துச் சபித்து அவளைப்பிரிந்தனர்.

ஜராசந்தன்—உபரிசரவசு மகனாகியபிருகத்திரதன்புத்திரன்.இவன் புத்திரன்சகதேவன். நகரம் கிரிவிரசம்.

பிருகத்திரதன் புத்திரப்பேறுவேண்டித்தவஞ்செய்யக்கருதித்தன் ராச்சியத்தை மந்திரியிடத்தொப்பித்துவனஞ்சென்று சண்டகௌசிகமுனியை ஆசரித்துத்தவஞ்செய்திருந்தபோது, முனிவர் இரங்கி ஒரு மாங்கனியை அவனுக்குக்கொடுத்து இதைக்கொண்டுபோயுன் பாரிக்குக் கொடு; புத்திரனுண்டாமென்று அவனையனுப்பினர். அவன்கொண்டுபோய்ப் பாரிகையிற்கொடுக்க, அவள் அதை இருகூறாக்கி யொன்றைத்தானருந்தி மற்றதைச்சககளத்திகையிற் கொடுத்தாள். அதனல் இருவரும் கருப்பமுடையராய்ப் பாதிருபமுடைய இரு பிள்ளைகளைப் பெற்றார்கள். அச்சமையத்தில் ஜரையென்னும் ராக்ஷசிமாயஞ்செய்து அப்பிள்ளைகளைக் கவர்ந்துசென்றுபோய் வைக்க இரண்டும்ஏகரூபமாயின. அதுகண்டு அவளதிசயித்துப் பிருகத்திரதனிடங்கொண்டுசென்று கொடுத்தாள். ஜராசந்தி செய்தமையால் ஜராசந்தனென்னும் பெயர்பெற்றான். சந்தி என்பது கூட்டக்கூடுதல். இச்சராசந்தன் தன் மருகன்கஞ்சனைக் கிருஷ்ணன் கொன்ற கோபத்தாற் கிருஷ்ணனுடைய மதுராபுரியிற் பதினெட்டுமுறை படையேற்றிக் கிருஷ்ணனைச் சயித்தவன். தருமர் ராசசூயஞ்செய்தபோது இவன் வீமனாற் கொல்லப்பட்டவன்.

ஜரிதை—மந்தபாலன் பாரி. இவள் சாரங்கஜாதிப்பெண்.

ஜரை—ஜரா ராக்ஷசி. இவளே இருகூறாய்ப்பிறந்துகிடந்த சிசுக்களை ஒருகூறாக்கி அச்சிசுவுக்கு ஜராசந்தனென்னும் பெயருக்குக் காரணமாகவிருந்தவள்.

ஜ

ஜர்ச்சரன்—இரணியாக்ஷன்மகன்.

ஜலந்தரன்—சிவனாற் சங்கரிக்கப்பட்ட ஓரசுரன்.

ஜலபதை—ஓரப்சரஸ்திரி.

ஜனகன்—(1) மிதிலாபுரியரசன். ஹ்ரஸ்வரரோமன்புத்திரன். சீதாதேவி தந்தை. இவன் மகாஞானி. இவனுக்குத்தர்மத்துவஜனென்பது சிறப்புப்பெயர். ஜனகன் தனது அரமனை அக்கினிவாய்ப்பட்டழியவும் அதன்பொருட்டுக்கவலாது அவ்வரமனைப்புறத்திலே காயவைத்த கௌபீனத்துக்காகக்கவன்றோடிய சுக முனிவரைப் பார்த்து உமது துறவுநன்றாயிருக்கின்றதெனப் பரிகசித்து அவர்க்கு அநுபவத்தில்ஐயமறுத்தவன்.

ஜனஸ்தானம்— தண்டகாரணியத்திலே, பஞ்சவடிக்குச் சமீபத்திலுள்ள ஓரிடம். ராவணன் மூலபலசேனையில் ஒருதொகுதிக்கு இதுஸ்தானம்.

ஜனமேஜயன்—(1) (அ) புரஞ்சயன் புத்திரன். (2) பூருவன் புத்திரன். (3) (கு) பரிக்ஷித்துபுத்திரன். இவன் உதங்கன் உபதேசத்தால் சர்ப்பயாகஞ்செய்தவன்.

ஜனார்த்தனன்—விஷ்ணு.

ஜன்னு } -(1) சுகோத்திரன்மகன்.
ஜஹ்நு } இவர் மகாரிஷி. பகீரதப்பிரயத்தனத்தால் கங்கைபெருகி வந்து இவர்தமது யாகசாலையையழித்தபோது அதைமுற்றாய்ப்பானஞ்செய்துவிட்டவர். அப்பால் பகீரதன்வேண்டக் காதுவழியே விடுத்தவர். அதுபற்றிக் கங்கைக்குச் ஜானவியென்னும்பெயர்வந்தது. இவர்மகன் சுமந்திரன். (2) குருபுத்திரருள் மூன்றாம்புத்திரன்.

ஜாஜலி—(ரி) இவ்விருஷி தபோநிஷ்டையிலிருக்கும்போது சடையில் சிட்டுக்குருவிகள் கூடுகட்டி வசித்தனவாம். (துலாதரனைகாண்க.)

ஜாதகர்ணி—இவன் சாகல்லியன் சிஷ்யன்.

ஜாதவேதன்— ஆகவனீயாதிரூபனாகிய அக்கினி. (புரூரவன் காண்க.)

ஜாதி—இதன் வரலாறு க்ஷத்திரியரென்பதனுட் கூறப்பட்டுள்ளது. வேதத்திலே பிரம க்ஷத்திரியவைசியசூத்திரர் என நான்குஜாதியுமே கூறப்படுதலின் பூர்வத்தில் அவற்றின்மேற் ஜாதிப்பேதம்வேறில்லையென்பது நன்றாகத்துணியப்படும். அந் நான்குபேதமும் உலகியலுக்கு எத்தேசத்திலும் இன்றியமையாதனவாதலின் மகாரிஷிகளால் அவை வகுக்கப்படுவனவாயின. ஒருதேசத்துமாந்தர் தாமொருமையுடையராய் உலகியல்நடாத்திச் சிறக்க வேண்டுவாராயின், தமக்கு ஞானங்களையெடுத்துரைத்து நல்வழிப்படுத்துந் தொழிற்குரியராகஒருபாலாரை நியோகித்துக்கொள்ளுதலும். பிறதேசத்தாராலும்கள்வராலும் தீயவராலும் தமக்குத்துன்பம் வராவண்ணம் காத்துக்கொள்ளுந்தொழிற்குரியராக ஒருபாலாரை நியோகித்துக்கொள்ளுதலும், உயிர்வாழ்க்கைக்கு வேண்டப்படும் பலவகைப் பண்டங்களையும் பலவிடங்களினின்றும் திரட்டிவைத்து வேண்டுவார்க்குக் கொடுத்துப் பண்டமாற்றுந்தொழிற்குரியராக ஒருபாலாரை நியோகித்தலும், பயிர்வளர்த்தல் முதலிய மற்றைத்தொழிற்கெல்லாமுரியராகமற்றொருபாலாரை நியோகித்தலும் அத்தியாவசியகமாம். இந்நான்கு பாகுபாடும் ஒருவராற் செய்யப்படாது இயல்பாகவே யுளவாகுமாதலால் மகாரிஷிகள் அப்பாகுபாட்டின்

ஜ

படிக்கிரமத்தைநோக்கிப் பிரமாவினது சிரசிலே பிராமணரும், புஜத்திலே க்ஷத்திரியரும், தொடையிலே வைசியரும், பாதத்திலே சூத்திரருந்தோன்றினரென்றுபசரித் துரைத்தனர்போலும். அது, பிராமணர் ஞானத்துக்குரியனவெல்லாஞ் செய்தற்குரியராதலின் அவரை ஞானத்துக்கிருப்பிடமாகிய சிரசிற்றோன்றினாரெனவும், க்ஷத்திரியர்புஜபலங்கொண்டு காத்தற்குரியராதலின் அவரைப் பலத்துக் கிருப்பிடமாகிய புஜத்திற் றோன்றினரெனவும், வைசியர் பலவிடத்துப்பொருளையுந்திரட்டிவைத்துப் பண்டமாற்றுக்குரியராதலின் அவரைப் பலவிடங்களுக்கும் மாந்தரைக்கொண்டுசெல்லுங்கருவியாகிய தொடையிற்றோன்றினரெனவும், இவர்மூவரையும் அவர்க்குவேண்டுமுபகாரம்புரிந்து தாங்குதற்குரியராகிய சூத்திரரை உடல்முழுவதையுந் தாங்குவதாகிய பாதத்திற்றோன்றினரெனவுங் கூறியபடியாம். பிரமா, "உலகவிருத்தியின்பொருட்டுத் தனது முகம் புஜம், தொடை, கால் என்னுமிவற்றினின்றும் பிரம க்ஷத்திரிய வைசியசூத்திரர் என்னுமிவர்களைக் கிரமமாகத் தோற்றுவித்தார்" என்பது மனுஸ்மிருதி வாக்கியம்.

சர்மன் என்பது பிராமணனுக்கும் வர்மன் என்பது க்ஷத்திரியனுக்கும், பூதியுந்த்தனும வைசியனுக்கும், தாசன் என்பது சூத்திரனுக்கும் ஜாதிப்பெயர்கள். விஷ்ணுசர்மன், இரணியவர்மன், பவபூதி, தனதத்தன், ராமதாசன் எனத் தத்தமது ஜாதிப்பெயரையிட்டுக்கொள்ளுதல் வேண்டுமென்பது மனுஸ்மிருதி விதி. இந்நால்வருள்ளே ஒழுக்கத்தினின்றிழுக்கிய ஆணும்பெண்ணுந் தம்மிற்கூடிப் பெற்ற புத்திரரும் அவ்வழிவந்தோரும் பஞ்சமஜாதியெனப்படுவர். அவருள்ளும் கொடிய பாதகங்களைப் புரிவோர் சண்டாளரெனப்படுவர். இவையே பூர்வஜாதிக்கிரமம்.

பூர்வத்திலே மேல் வருணத்தோர் கீழ்வருணத்தோரிடத்துப் பெண்கொள்ளும் வழக்கமுடையராதலால் நான்குவருணத்தோரும் போசனத்திலும் சமபந்தியுடையர்களாகவே யிருந்தார்கள். மனுஸ்மிருதியிலே சற்சூத்திரரென்று கூறப்பட்ட சூத்திரரே இவ்வகைச் சம்பந்தமுடையவர்கள். இவ்வாசாரம் பாண்டவர்கள்காலம்வரையும் நடைபெற்றுவந்தமைக்கு நூற்சான்றுளது.

கலியுகம்பிறந்தபின்னர் வருணாச்சிரமதருமங்களெல்லாந் தலைதடுமாறத் தலைப்பட்டன. அவ்வளவிலே க்ஷத்திரியரும் வலிதளர்ந்துநிலைகெட்டனர். அநுலோமப் பிரதிலோமர்கள் வழியினாலே மேற்பட்டார்கள். அதனால் அநேக குலங்களுங் குடிகளுந் தோன்றுவனவாயின.

இக்காலத்திலே பிராமணர்கள் உத்தரத்திலும், தக்ஷிணத்திலும் அநேக குலங்களாகப் பிரிந்திருக்கின்றார்கள். தக்ஷிணத்திலேபிராமணருள் வடமன் பிருகசரணம், சோழியன் முதலிய அநேக குலங்களுள. க்ஷத்திரியர் அருகிவிட்டனர். வைசியர் சுருங்கினர். சூத்திரகுலங்களுக்களவில்லை.

சூத்திரருள்ளே வேளாளர் தலையாயினார். அவருள்ளே முதலிகள்தலையாயினார். அம்முதலிகளும் கீழ்நாட்டார் மேனாட்டாரென இருவகையர். இவர்கள் பரம்பரைச்சைவர். (சைவர்என்பதற்கு, மாமிசம்புசியாதவர்என்பதுஈண்டுக்கருத்தாகக்கொள்க.) தொண்டைநாட்டிலே இக்காலத்திலே ஒருவகை வேளாண்முதலிகளுளர்.

ஜ

அவர்கள் மாமிச போசனமுடையோர். சைவ வேளாண்முதலிகளுக்கு அடுத்தவரிசையிலுள்ளோரெனச்சொல்லப்படுவோர்சைவ வேளாண்செட்டிகள். அவர்களும்சோழபுரத்தார்சித்தக்காட்டார்பஞ்சுக்காரர்முதலாகப் பலதிறப்படுவர். இவர்க்கடுத்தபடியிலுள்ளோர்சைவவேளாளராகியகார்காத்தார். இவர்கள்ஒருகாலத்தில்இம்முத்திறத்தாருள்முதன்மைபெற்றிருந்தவர்களென்பது சில நூல்களாற்றுணியப்படும். அதுநிற்க; அடுத்த வரிசையிலுள்ளோர் சைவச்சோழியவேளாளர். இச்சைவரெல்லோரும் போசனசமபந்திக்குஅருகர். பெண்கொள்ளல்கொடுத்தல்களுக்குரியரல்லர்.

இவர்க்கடுத்தபடியிலுள்ளோர் மாமிசபோசனமுடைய வேளாளர். அவரும் சோழியவேளாளர் துளுவவேளாளர் கொடிக்கால் வேளாளர் எனப் பலவகைப்படுவர். இவரிற்றாழ்ந்தோர் அகம்படியர். அவரும் பலதிறப்படுவர், அவரிற்றாழ்ந்தோர்மறவர். அவரிற்றாழ்ந்தோர்கள்ளர். அவரிற்றாழ்ந்தோர்இடையர். இடையரை வேளாளர்க்கடுத்தவரிசையில் வைப்பாருமுளர். இவர்க் கடுத்தபடியிலுள்ளோர் கவறைகள் கம்மவர்கள். இக்கம்மவர்கள் தெலுங்குநாட்டிலிருந்துவந்து தமிழ்நாட்டிலே குடிகொண்டவர்கள். இவர்கள் தமதுநாட்டிலே வேளாண்பதமுடையவர்கள். தெலுங்குநாட்டினின்றும் கரிகாற்சோழன்காலத்திலே பிராமணர்முதல் அநேகஜாதிகள்சோழபாண்டிதொண்டைநாடுகளிலே குடிகொண்டார்கள். அவர்களுட் சிலர் ஈழநாட்டிலும்சென்று குடிகொண்டார்கள். தென்னாட்டிலுள்ள கவறைகளுள்ளே பலிசவர்களே உயர்ந்தோர். இக்கவறைகளுட்பெரும்பாலார் சேனைத்தலைவராகவும்சேனைவீரராகவும் அரசசேவையிலிருந்தவர்கள். அதுபற்றியே அவர்கள் தமிழ்நாட்டிலே நாயகரென்று வழங்கப்படுவாராயினர்கள். இவர்கள் முன்னர்நாளிலே ராஜாதிகாரம் பூண்டிருந்து பெருமையுற்றிருந்தவர்கள் பரம்பரையில் வந்தோர்கள்.

ஜ

தெலுங்கருட் கோபிகர் சிலர் ஈழநாட்டிலே சென்று குடிகொண்டார்கள். அவர்க்குப்பின்னர்க் கம்மவார் என்னுங் கவறைகள் சிலர் தொண்டைமானால் ஈழதேசத்தரசனுக்கு ஏவற் பரிசனங்களாகவும் உப்பமைப்பவர்களாகவுமனுப்பப்பட்டார்கள். அவர்களெல்லோரும் விஷ்ணுசமயிகள். அப்பரிசனங்களுட் சிலர் சிவிகாசஞ்சுகிகளாக அரசனுக்குப் பணிசெய்துவந்தமையின் சிவிகையர் என்னும் பெயரால் வழங்கப்படுவாராயினர். சிவிகையர் என்பது பின்னர்நாளிலே சிவியார்என மருவிற்று. அதுநிற்க:

இத்தெலுங்குநாட்டுச் சூத்திரருக்கு அடுத்தபடியிலுள்ளோர் குயவர். அவர்க்கு அடுத்தபடியிலுள்ளோர் பாணர். மேளகாரர் இவ்வரிசையிலுள்ளவர். அவர்க்கு அடுத்த வரிசையிலுள்ளோர் பரதவர். செம்படகர், வலையர், திமிலர், கரையார் முதலியோர் இவ்வகுப்பிலடங்குவர். இவர்க்குப்பின்னுள்ளார் வேடர். இவர்க்குப்பின்னுள்ளோர் சான்றார். இவர்க்குப்பின்னுள்ளோர் சாலியர். இவர்க்குப்பின்னவர் எண்ணெய்வாணிகர். இவர்க்குப்பின்னவர் அம்பட்டர். இவர்க்குப்பின்னவர் வண்ணார். இவர்க்குப்பின்னவர் பள்ளர். இவர்க்குப்பின்னவர் புலையர். இவர்க்குப்பின்னவர் தோல்வினைமாக்கள்.—"சக்கிலியர்"

இவரேயன்றித் தொம்பர் குற வர் முதலிய பஞ்சமகுலத்துமா க்களும் அநேகருளர். விரிப்பிற் பெருகும்.

கோமுட்டிகளும் பேரிச்செட் டிகளும் தம்மைப்பூர்வவைசியப ரம்பரையாரெனக்கூறுவார்கள். இன்னும் மேலே கூறப்படாத அ நேகஜாதியாருளர். கம்மாளரெ வ்வரிசையிலுள்ளவரென்பது த ற்காலத்தவரால் நன்கு நிச்சயி க்கப்படவில்லை. மயன் வமிசத் தவராதலின் நான்கு வருணங்க ளுட்சேர்க்கப்பட்டிலர்போலும். மயன் ரோமகபுரியிலிருந்து ஆரி யதேசத்தில்வந்து வாழ்ந்தவன் என்பது பண்டிதர்கள்கொள்கை. மனுஸ்மிருதி வேறுபடக் கூறுகி ன்றது.

(இச்சாதிக்கிரமங் கூறுமாற்று ல் இவர் உயர்ந்தோர் இவர் தாழ் ந்தோரென்பதுஎமதுமதமன்று)

ஜாபாலி—(ரி) ஒரு நையாயிகன். ராமர்காலத்தவன். (2) (ரி) ஜாத கர்ணி சீஷன்.

ஜாமதக்கினி—பரசுராமன்.

ஜாம்பவந்தன்—(1) சுக்கிரீவன்ம ந்திரியாகிய கரடியரசன். (2) சி யாமந்தகமணிகவருமாறு கிருஷ் ணனாற்கொல்லப்பட்டவன்.

ஜாம்பவதி—ஜாம்பவந்தன் புத்தி ரி. கிருஷ்ணன் அஷ்ட பாரிகளு ளொருத்தி. இவள்மகன்சாம்பன்

ஜியாமகன்—(ய) ரிசிகன் மகன். விதர்ப்பன்தந்தை.

ஜியேஷ்டாதேவி—வருணன் பா ரிகளுள் ஒருத்தி. இவள் தாதரு விதாதா என்பவர்களோடு பிறந் த பிரமமானசபுத்திரி. இவள் ச முத்திரமதனத்துக்கண் பிறந்தவ ளென்றும் சொல்லுவர். இவளு க்குவாகனம் கழுதை. கொடி கா கத்துவசம்.

ஜியோதிஷம்—வேதத்திலே விதி க்கப்பட்ட கருமங்களைச் செய்த ற்கு உரிய காலவிசேஷங்களை அ றிவிக்குஞ் சாஸ்திரம். அது வே தாங்கங்கள்ஆறனுளொன்று. வே தபுருஷனுக்கு நேத்திரமாயுள்ள து. அது கணிதஸ்கந்தம், ஜாதக ஸ்கந்தமென இரு வகைப்படும். அவற்றிற்கு நூல்செய்தோர் பிர மா, சூரியன், பிருகஸ்பதி, சுக்கி ரன், வியாசர், ரோமசர், நாரதர் பராசரர்,வராஹமிஹிரர் முதலி யோர். சோதிடசாஸ்திரம் முத ன்முதல் ஆரியராலே செய்யப்ப ட்டதென்பதும், மற்றைத் தேச த்தார்கள் சோதிடசாஸ்திரம் ஆ ரியரிடத்திலேயே பெற்றார்களெ ன்பதும், ஐயாயிரம் வருஷங்க ளுக்குமுன்னே ஆரியராற் செய் யப்பட்ட கணித சித்தாந்தம் இ ன்றுமுளதென்பதும், அக்காலத் துள்ள ஆரியர் கிரகணங்களையும் சூரிய சந்திர குரு சனி சுக்கிரா தி கிரகசாரங்களையும் சூரியனு டைய அயனசலனத்தையும், நிச் சயித்து முன்னர் அறிவித்தவர் தார்களென்பதும் "காசினி" "பேயிலி" "பிளேபயர்" முதலி ய ஐரோப்பிய சோதிடபண்டித ர்கள் கருத்தாகுமாயின் சோதி டத்தில் ஆரியரே முதன்மையும் பழைமையு முடையோரென்பத ற்கு வேறு சான்று வேண்டா. (Cassini—Bailey—Playfair)

இன்னும் இலங்கை மேகலாரே கையிலிருந்தகாலத்திலே சோதி டசாஸ்திரம் ஆரியரால் அபிவிரு த்திபண்ணப்பட்டதென்பது சூ ரியசித்தாந்தத்தாற் றுணியப்படு ம். இலங்கை அவ்விரேகையிலிரு ந்தகாலம் பன்னீராயிரம் வருஷ ங்களுக்கு முன்னராதல் வேண் டும். இத்தொகையைக் குறைத் தல் ஐரோப்பியபண்டிதர்க்குமா காது.

ஜ்யோதிஷ்மந்தன்— சுவாயம்பு மனுபுத்திரர்களுளொருவன். குசத்தீவுக்கரசன். இவனுக்குப் புத்திரரெழுவர்.

ஜீமூதவாகனன்—இவன் தன் தேசத்தைக் கருடனுக்குக் கொடுத்து ஒரு நாககுமாரனை இரக்ஷித்த ஒரு வித்தியாதரன்.

ஜீமூதன்—(ய) வியோமன் மகன்.

ஜீவலன்—ரிதுபர்ணன்சாரதி.

ஜைமினி—(ரி) வியாசர்சிஷர்களுள் ஓர் ருஷி. இவர்க்கு வேதம்சாமம். மார்க்கண்டேயரையடைந்து தர்மபக்ஷிகள் மூலமாக உபதேசம்பெற்றவர். இத்தர்மபக்ஷிகள் கூறிய உபதேசமே மார்க்கண்டேயபுராணம்.

ஜைனர்—இவர்கள் வேதங்களை ஈசுவரப்புரோக்தமென்றும் அவ்வேதங்கள் கூறுவதெல்லாம் சத்தியமென்றும் நம்பாதவர்கள். இவர்கள் கைக்கொண்டனுஷ்டிக்கும் முக்கியசீலம் ஜீவகோடிகளுக்கு இம்சை செய்யலாகாதென்னும்கொல்லாவிரதம். இவர்கள் பகலின்றி இரவிலுண்ணுதவர்கள். திகம்பரரென்றும் சுவேதாம்பரரென்றும் இருபாற்படுவர். இவர்க்குக் கடவுள் அருகதேவர். இவர்கள் தற்காலம் மைசூர் காஞ்சிபுரம் சித்தூர் மன்னார்கோயில் முதலியவிடங்களில் வசிக்கின்றார்கள்.

ஞானப்பிரகாசசுவாமிகள்— ஈழநாட்டிலே திருநெல்வேலியிலே வேளாளர்குலத்திலே பிறந்து உரியகாலத்திலே கௌடதேசஞ்சென்று சம்ஸ்கிருதங்கற்று வல்லராகி மீண்டு திருவண்ணாமலையையடைந்து அங்கு மடாதிபதிபாற் காஷாயம்பெற்று அங்கிருந்து பௌஷ்கராகமத்துக்குச் சம்ஸ்கிருதத்திலே சிறந்த வியாக்கியானமும், சித்தாந்தசிகாமணி, பிரமாணதீபிகைமுதலிய அநேக நூல்களுஞ்செய்து பிரசித்தியுற்றவர். இவர் சிர்தியாருக்குத் தமிழிலுமோருரை யியற்றினவர். இவர் தம்முரையிலே சிவசமவாதம் நாட்டுவர். முந்நூற்றிருபது வருஷங்களுக்கு முன்னுள்ளவர். இவர் பரம்பரையிலுள்ளோர் இன்றுமுளர்.

ஞானப்பூங்கோதை-திருக்காளத்தியிலே கோயில்கொண்டிருக்கும் தேவியார்பெயர்.

ஞானவல்லியம்மை— திருச்சேறையிலே கோயில்கொண்டிருக்கும் தேவியார்பெயர்.

ஞானவாசிஷ்டம்—வசிஷ்டர் வடமொழியிற்செய்த யோகநூல். அதனைத் தமிழில் ஈராயிரத்தைம்பது கவிகளாற் செய்தவர் வீரை ஆளவந்தார்.

ஞானமிர்தம்—எழுபது அகவற்பாக்களால் வாகீசராற்செய்யப்பட்ட ஒருசைவசமயசாஸ்திரம். தர்க்கமுறையாகப் பதிபசுபாசம் உணர்த்துவது.

டிசிகன்—சித்திரசேனன். சராசந்தனுக்கும் கஞ்சனுக்குஞ்சிநேகன். இவனும் கஞ்சனும் தவத்தினாற்சிவபெருமானிடத்துத் தமக்கு ஆயுதங்களால் மரணம் நேரிடாவகை வரம்பெற்றுச் சராசந்தனுக்குச் சகாயராயிருந்து மற்றையதேசங்களிலுள்ள அரசரையெல்லாம் துன்புறுத்திவருங்காலத்திற் கிருஷ்ணன் டிசிகனிடத்துச்சென்று கஞ்சனிறந்தானென்று கூறிப்போய்க் கஞ்சனிடத்தும் டிசிகனிறந்தானென்று சொற்றனர். அதுகேட்டமாத்திரத்திற் பரஸ்பரசிநேகாதிசயத்தால் இருவரும் உயிர்துறந்தார்கள்.

தக்கிணன்—தக்ஷிணமூர்த்தி. இவ

ன் பாண்டிநாட்டுள்ள திருத்தங்காலிலிருந்த வார்த்திகன் என்னும் ஓரந்தணன்புதல்வன். (சிலப்)

தக்ஷகன்—(1)வாசுகிதம்பி. கத்ருவைமகன். பரீக்ஷித்துவைப் பாம்புகடித்துக்கொல்ல அவன் மகன் ஜனமேஜயன் அவ்வைராக்கியத்தாற் சர்ப்பயாகஞ்செய்து சர்ப்பங்களையெல்லாம்நாசஞ்செய்தபோது ஆஸ்திகனாற் காக்கப்பட்டவன். (2) பரதன்மகன்.

தக்ஷசிலை—பரதன்மகனாகிய தக்ஷகனால் காந்தாரதேசத்தில் நிருமிக்கப்பட்டநகரம்.

தக்ஷன்—(1) (ய) வசுதேவன் தம்பியாகிய விருகன்மகன்.

தக்ஷப்பிரஜாபதி
தக்ஷன்
தக்கன் } —நவப் பிரஜாபதிகளு ளொருவன். பிரமமானசபுத்திரருளொருவன். இவன்பாரி பிரசூதி. விஷ்ணுபுராணப்பிரகாரம் இவனுக்குப்புத்திரிகள் இருபத்துநால்வர். அவருட் சிரத்தை, லக்ஷுமி, திருதி, துஷ்டி, புஷ்டி, மேதை, கிரியை, புத்தி, லச்சை, வபு, சாந்தி, சித்தி, கீர்த்தியென்னும்பதின்மூவருந்தருமன்பாரிகள். தக்ஷப்பிரஜாபதியைப் பிரமா தனது அங்குஷ்ட விரலினின்றுந்தோற்றுவித்தானென்றும் சில புராணங்கூறும். அவன் அசிக்கினியை மணம்புரிந்து அசுவினியாதி நக்ஷத்திரகன்னிகைகளைப்பெற்றுச் சந்திரனுக்கு மணமுடித்துக்கொடுத்தவன். அவன்சிவனருளால்உமையைத் தன் புத்திரியாகப்பெற்று அவரைச் சிவனுக்குவிவாகஞ்செய்துகொடுத்தவன். அவன் யாகஞ்செய்தபோது தன்மகள் உமையையுஞ்சிவனையும்யாகத்துக்குவரிக்காதுமற்றுள்ளார் யாவரையும்வரித்தான். வரியாதிருந்தும் உமைஅங்கேசெல்ல அவரைத்தக்ஷ

ன்மதியாததுகண்டு அவர் அவ்வியாகாக்கினியில் வீழ்ந்திறந்தார். அஃதுணர்ந்து சிவன் அவ்விடஞ்சென்றுதமது சடையில்ஒரு ரோமத்தையெடுத்துயாகத்திலெறிய அதினின்றும்வீரபத்திரர்தோற்றி யாகத்தை அழித்துத் தக்ஷன்தலையையுங் கொய்தார். பிரசூதிவேதவல்லியெனவும்படுவள். தக்ஷன் தலையிழந்தபின்னர்த் தேவர்கள்வேண்டுகோளாற் கொய்ததலைக்குப்பிரதியாக ஆட்டுத்தலைபெற்றெழுப்பப்பட்டவன்.

தக்ஷிணாமூர்த்தி—சிவன் சனகாதியர்க்குத் தத்துவோபதேசஞ்செய்யக்கொண்டவடிவம்.

தக்ஷிணை—ருசிப்பிரஜாபதிக்குச் சுவாயம்புமனுமகளாகிய ஆகூதியிடத்திற் பிறந்த கன்னிகை. இவள் தனதுதமயன் யஞ்ஞனைமணம்புரிந்தவள்.

தசக்கிரீவன்
தசகண்டன் } —ராவணன்.

தசரதன்.(1) (இக்ஷு) கன்மாஷபாதன் பௌத்திரனாகிய மூலகன் புத்திரன். விருத்தசர்மன்தந்தை. (2) (இக்ஷு) அஜமகாராஜன் புத்திரன். இவன்பாரியர் கௌசலை, சுமித்திரை, கைகேயி எனமூவர். தசரதன் புத்திரனில்லாமையால் புத்திரகாமேஷ்டி யாகஞ்செய்து கௌசலையிடத்து ராமனையும், சுமித்திரை யிடத்து லக்ஷுமணனையும், சத்துருக்கனையும், கைகேயியிடத்துப் பரதனையும் பெற்றான். தசரதன் தன் புத்திரரிடத்து அதிப் பிரீதியுடையனாகையால் கைகேயிக்குப் பூர்வத்தில் நீ கேட்கும் வரங்களை எப்போது கேட்பினும் தருவேனென்று சொல்லியிருந்த வாக்கைக் கைகேயிநினைத்துத் தனக்கொரு வரந்தருகவென்ன, தருவன்கேட்

ரவென்று தசரதன்கூற, கைகேயி, ராமனைக் காட்டுக்குப்போக்கிப் பரதனுக்குப் பட்டாபிஷேகஞ்செய்யவேண்டுமென்ன, அவன் மறுக்கமாட்டாதுடன்பட்டுப் புத்திரசோகத்தாலிறந்தவன். (3) (ய) நவரதன்மகன். (4) (அ) ரோமபாதன்.

தசாரகன்—(ய) நிர்விருதிமகன்.

தசாரணம்—காசிக்குத் தென்மேற்கிலுள்ளதேசம்.

தஞ்சைமாமணிக்கோயில்—காவிரியின்தென்கரையிலுள்ள ஒரு விஷ்ணு ஸ்தலம்.

தடாதகைப்பிராட்டியார்—உமாதேவியாரமிசமாக மலையத்துவஜ பாண்டியனுக்கு மகளாய்ப் பிறந்து மதுரையையாண்டவர்.

தண்டகாரணியம்— இக்ஷுவாகு புத்திரனாகிய தண்டன், தந்தைக்குமாறாயொழுகிவருநாளில் அவனைத் தந்தை விந்தியகிரிப்பக்கத்திற் போயிருக்குமாறு ஓட்டிவிட்டான். அவன் அங்கே மதுமந்தமென்னுமொரு பட்டணத்தையுண்டாக்கி அங்கே சுக்கிரனுக்குச் சிஷனாயினான். ஒருநாள் சுக்கிரனுடைய மகள் அரசையைக் கண்டுமோகித்து அவளைப்பலபந்தமாய்க்கூடினான். அதுகேட்டசுக்கிரன் அவனும் அவன்பட்டணமும் மண்மாரியாலழிகவென்றுசபித்தான். அங்ஙனமழிந்தவிடமும் அதன்தெற்கின்கணுள்ளபிரதேசமும் தண்டகாரணியமெனப்படும். அதுவே தக்ஷிணதேசம்.

தண்டபாணி—(1) காசியிலுள்ள ஒரு தேவதை. (2) யமன்.

தண்டன்—(1) இக்ஷுவாகு புத்திரன். தண்டகன எனவும்படுவன். (2) (ரா) சுமாலிமகன்.

தண்டாசுவன்—திருடாசுவன். தந்துமாரன்மகன். இவன் மகன் ஹரியசுவன்.

தண்டி—காளிதாசன்நண்பராகிய ஒரு சமஸ்கிருதகவீச்சுரர். போஜராஜன்சபையில்விளங்கிய ஒன்பது கவிரத்தினங்களுள் ஒருவர். காவியதரிசமும் தசகுமார சரித்திரமுஞ்செய்தவர்.

தண்டியலங்காரம்— தமிழிலேயுள்ள ஓரலங்காரநூல். அது வடமொழியிலுள்ள காவியதரிசமென்னும் அலங்காரசாஸ்திரத்தினது மொழிபெயர்ப்பு. மொழிபெயர்த்தார்யாரென்பது புலப்படவில்லை. வடமொழியிற்செய்தவர் தண்டி. தண்டியலங்காரம்பொதுவணி, பொருளணி, சொல்லணியெனமூன்றியலையும் நூற்றிருபத்துமூன்று சூத்திரங்களையுமுடையது. இந்நூல் நச்சினார்க்கினியர் அடியார்க்குநல்லாரென்னுமாசிரியரால் எடுத்துக்கூறப்படுதலின் ஆயிரத்துமுந்நூறுவருஷங்களுக்கு முன் னியற்றப்பட்டதாதல்வேண்டும்.

தண்டியடிகளுயனார்— பிறவிக்குருடராகப்பிறந்து சிவபக்தியிற்சிறந்து திருக்குளத்துமண்ணைக்கல்லிக்கூடையிலெடுத்துக்கொண்டு தடவிப்போய்க் கரையிலே கொட்டுகின்ற திருத்தொண்டை மேற்கொண்டபொழுது, சமணர்கள் தடுத்துக் கண்கெட்டவனேயென்றுபழிக்கச்சுவாமிசந்நிதானத்தையடைந்து தமது வருத்தத்தைவிண்ணப்பஞ்செய்து, கண்பெற்றுஅச்சமணர்களைக் கண்ணிழந்து அவ்வூரினின்றும் நீங்கும்படி செய்து சோழராசாவினால் அச்சமணர்களுடைய பாழிகளைப்பறித்து அக்கற்களால் திருக்குளத்துக் கரையைக்கட்டுவித்துத் திருவாரூரிலே விளங்கிய ஒரு சிவபக்தர்.

தண்டீசர்— சண்டேசுரநாயனார் காண்க.

ததிமுகன்—சுக்கிரீவன் மாதுலன்.

ததிவாகனன்—(அ) அங்கன்மகன்

ததீசி—இம்முனிவர் தமது முதுகெலும்பை இந்திரனுக்குக் கொடுத்து இதையுன் வச்சிராயுதத்துக்குமுகமாக்கிக்கொள்ளுகஎன்று அருளியவர்.

தத்தாத்திரேயன்—அத்திரிக்கு அநசூயையிடத்தில் விஷ்ணுஅமிசமாகப் பிறந்த புத்திரன். (துருவாசர் காண்க.)

தத்துவராயர்— எண்ணூற்றறுபது வருஷங்களுக்குமுன்னே வீரையென்னும்பதியிலே பிராமணகுலத்திலேபிறந்து வடமொழி தென்மொழியிரண்டிலும்வல்லுநராகிஞானகுருவைத்தேடித்தமது சகாத்தியாயராகிய சொருபாநந்தரோடு புறப்பட்டவர். புறப்பட்டபோது இருவரும்தம்முள்யார் முதலிலே குருவையடைவாரோ அவரே மற்றவர்க்குக் குருவாகக் கடவரெனப் பொருந்திக்கொண்டு ஒருவர்வடநாட்டிலும் மற்றவர் தென்னாட்டிலுஞ் சென்றனர். தெற்கினிற்சென்றசொருபாநந்தர் ஒருகுருவையடைந்துஞானநூல்களையோதி மெய்யுணர்ந்தார். முன்செய்துகொண்ட பொருத்தப்பிரகாரம் தத்துவராயர் சொருபாநந்தரைக்குருவாகக்கொண்டு ஞானசாஸ்திரங்களைக் கேட்டுத் தமக்கியல்பாயுள்ள பாடும் வன்மையினாலே உலோகோபகாரமாகச் சசிவர்ணபோதம்,பாடுதுறை, சிவப்பிரகாசர்வெண்பா, தத்துவாமிர்தம், அமிர்தசாகரவெண்பா, ஞானவிநோதன்கலம்பகம், தசாங்கம், நெஞ்சுவிடுதூது. கலிமடல,கலித்துறையந்தாதி,அஞ்ஞவதைப்பரணி,மோகவதைப்பரணிமுதலியபலநூல்களைச் செஞ்சொலாற்பாடியருளினர். அஞ்ஞவதைப்பரணிபாடிய சாதுரி

யம் மிகவும் அதிசயிக்கத்தக்கது. இவர் மெய்ஞ்ஞானிகளுளொருவரென்பது அவருடைய நூல்களால் மாத்திரமன்று கர்ணபாரம்பரியமாய் வருங் கதைகளாலும் நிச்சயிக்கப்படும்.

தத்தை—ஜம்பன்மகள். இரணியகசிபன்பாரி.

தநுர்வேதம்—உபவேதம்நான்கனுள்ஒன்று. அது யசுர்வேதச் சார்புடையது. உபவேதம்நான்காவன. ஆயுர்வேதம்,தநுர்வேதம்,காந்தருவவேதம்,சஸ்திரசாஸ்திரம்

தந்தகாதகன்—அரிச்சந்திரனை மாயஞ்செய்வதற்காக விசுவாமித்திரன் சிருஷ்டித்த ராக்ஷசன்.

தந்தவக்திரன்— விருத்தசர்மனுக்கு வசுதேவன்தங்கையாகியசுருததேவியிடத்துப் பிறந்த புத்திரன். இவனும் சிசுபாலனும் சனகசனந்தனர் சாபம்பெற்ற ஜயவிஜயர்களது அவதாரம். இவன் கிருஷ்ணனாற்கொல்லப்பட்டவன்.

தந்திரிபாலன்—அஞ்ஞாத வாசத்திற்சகாதேவன்கொண்டபெயர்.

தந்துமாரன்– சங்கவருணரென்னும் நாகரிகராலேபாடப்பட்டஒருபிரபு. (புறநானூறு)

தபதி—சம்வருணன்பாரி. குருவினதுதாய். சூரியன்புத்திரி.

தபன்—அங்கிரசன் சந்ததியினராகிய காசிபன், வாசிஷ்டன், பிராணன், அங்கிரசன், சியவனன் என்னும் ஐவருக்கும் பிறந்த பாஞ்சசன்னியன்என்னும் அக்கினி.

தப்தகும்பம்-ஒருநரகம். இஃது அழல் ரூபமாகக் காய்ச்சிய எண்ணெய்க்குடங்களால் நிறைந்துள்ளது. பாவிகள் இக்குடங்களில் தலைகீழாகஅமிழ்த்தி யெடுக்கப்படுவார்கள்,

தமசு—ஒருநரகம். இஃது அந்தகாரமயமாயுள்ளது.

தமசை—இருக்ஷபர்வதத்திலுள்ள ஒருநதி.

தமயந்தி—நளன்பாரி. விதர்ப்பராஜனாகிய வீமன்மகள்.

தமலிப்தர்—கங்கைக்கு மேற்கின்கணுள்ள தேசவாசிகள்.

தமனிகை—மேனகைமகள். பக்ஷிவரன் பாரி. தாரிக்ஷிதாய்.

தமிழ்—குணகடல் குமரி குடகம் வேங்கடமென்னும் நான்கெல்லையினையுடையதாகிய நாட்டிலேயாதிதொட்டு வழங்கி வருகின்ற பாஷை தமிழெனப்படும். தமிழ் என்னுஞ்சொல் திரமிளம் என்னும் வடமொழிச் சிதைவென்று கூறிப்போயினர் ஆசிரியர் சிலர். அது பொருத்தமுடையதன்று. பெயரிட்டு வழங்காத பொருளாட்சிஎக்காலத்தும்,எவ்விடத்தும், எச்சாதியாரிடத்தும் இல்லதோராட்சியாம். அவ்வந்நாட்டிலுள்ளார் தாம்வழங்கும்பாஷைக்குத்தாமொருபெயரிடாது வழங்கார். தமது நாட்டிலில்லாதவொன்றை அது பிறந்தநாட்டில் வழங்கும் பெயரினாலேயே வழங்குவர். ஆதலின் திரமிளமென்னுஞ் சொல் தமிழ்என்னுஞ்சொல்லினது திரிபாமன்றித் திரமிளம் என்னுஞ்சொல் தமிழெனச் சிதைந்ததாகாது. தெலுங்குஎன்னும் பாஷைப்பெயரைத் திரிலிங்கமென்பது வடமொழிவழக்கு. வெண்ணெய்நல்லூரை வேண்ணாநல்லூரமென்பதுவடமொழிவழக்கு என்பது ஸ்காந்தபுராணத்திற் காண்க. தெலுங்கு,வெண்ணெய்நல்லூர் என்னுஞ் சொற்களை உள்ளவாறுஎழுதுதலும்வழங்கலும் வடமொழிஉச்சாரணரீதிக்குஅமையா. அதுபற்றியேவடமொழியில் அவை திரிலிங்கமெனவும் வேண்ணாநல்லூரமெனவும் வழங்கப்பட்டன. அவ்வாறேதமிழென்னுஞ் சொல்லும் வடமொழியில் உள்ளவாறு வழங்கலமையாமைகண்டுதிரமிளமென்றாக்கி வழங்கப்படுவதாயிற்று. வடமொழியிலிருந்தெடுத்தாளப்படும்சொற்கள்தமிழிலேவடமொழியாக்கமென்னும் விதிபெற்று வழங்கப்படுதல்போலத் தென்மொழியிலிருந்துதேசிகமாய் வடமொழிக்கட்சென்று வழங்குஞ் சொற்களும் தென்மொழியாக்கவிதிபெற்றே வழங்கப்படுவனவாதல்வேண்டும்.

அகத்தியர் பொதியமலைக்கு வருதற்குமுன்னும் தமிழ்ப்பாஷை வழங்கிற்றாதலின் அது மிகப் பழையதொரு பாஷையாம்.

தமிழ்மொழிக்குரியவெழுத்துக்கள் முதலென்றும்சார்பென்று ம் இருவகைப்படும். முதலெழுத்து முப்பது. அவற்றுள் உயிர் பன்னிரண்டு. மெய் பதினெட்டு. வடமொழியிலே முதலெழுத்து ஐம்பத்தொன்று. அவற்றுள் உயிர் பதினாறு. வடமொழியிலிருந்து தமிழ்மொழிவந்த துண்மையானால், தமிழிலேயுள்ள வெழுத்துக்களாலே வடமொழிப்பதங்களையெல்லாம் திரிபின்றி அமைத்துக் கோடற்குமுட்டுறாது. தெலுங்குமொழிக்கு இலக்கணஞ்செய்தோர் வடமொழிப் பதங்களையெடுத்தாளுங்கால் முட்டுறாதவகை எழுத்துக்களை அமைத்துக் கொண்டார்கள். தமிழுக்கிலக்கணஞ்செய்தோர் வடமொழிப்பதங்கள் தமக்காவசியகமெனக் கொண்டே அவ்வடமொழிஎழுத்துக்களைப்பராமுகஞ்செய்துவிட்டார்கள். வடமொழியிலிருந்து தமிழ்மொழி வந்ததாயின் வடமொழிப்பதங்களை எடுத்துப்பிரயோகித்தற்கனுகூலமாக எல்லாவெழுத்துக்களையும் எடுத்தாளா துவிடார். தற்பவம் தற்சமம் எ

ன்னும் வேறுபாடுகளுமுவாரா.

தமிழ்நூல்களுள்ளே மிகப்பழையதாகிய தொல்காப்பியத்திலே விதந்தெடுத்துவிதந்கூறப்பட்ட ழகாரவீற்றுப்பதங்களுள்ளே வடமொழிப்பதமொன்றாயினும் வந்ததில்லை. அவையெல்லாஞ்செந்தமிழ்ச்சொற்களேயாக அவற்றுளொன்றாகிய தமிழென்னுஞ்சொல்மாத்திரம் வடமொழியினின்றுமெடுத்தாக்கி அமைத்துக்கொள்ளப்பட்டதென்பது ஒருசிறிதும் பொருத்தமுடையதன்று.

சொற்பஞ்சம் சம்ஸ்கிருதத்திற்கில்லையாயினும் தேசிகச்சொற்கள் அதற்குமின்றியமையாதனவேயாம். ஸ்காந்தத்திலே வேணுநல்லூரம்மாத்திரமன்று. கருவூர், குற்றாலம் என்னும் பெயர்களும், பாரதத்திலே மணலூர் என்பதும் வருதல்காண்க. சோதிடத்திலே ஆபோக்லிமம் பணபரமென்னும் யவனபாஷைமொழிகளும்பயின்றுவருதல்காண்க. இன்னும், திரமிளம், திராவிடம், திரவிடம் என்னுஞ்சொற்களுக்கு உண்மையானதாதுவும் நிச்சயிக்கப்படவில்லை. ஆதலின் திரமிளம் தமிழ்எனத்திரிந்ததென்னாது தமிழ் என்பதே வடமொழியிலே திரமிளமெனத் திரிந்ததாகக்கொள்க.

தமிழ்மொழி அகஸ்தியர்தென்னாட்டிலே வருதற்குமுன்னுள்ளதென்பதும், அதனை அந்நாளிலே வழங்கினோர் பெரும்பாலாரும் ராக்ஷசரும அநாரியரான வேறு ஜாதிகளுமாமென்பதும் ராமாயணத்திலே அகஸ்தியர் ஸ்ரீராமருக்குக்கூறிய தக்ஷிணவரலாற்றினாலும் ஸ்காந்தத்தினாலும்பெறப்படும். அகஸ்தியர் வந்த பின்னரே இந்நாடு நாடாகிச் சிறந்தது. முன்னர்க் கொடுந்தமிழாய்க்கிடந்த தமிழுக்கு வடமொழி யடைவுப்படி இலக்கணஞ்செய்து அதனைச் செம்மைசெய்து செந்தமிழாக்கினவர் அவரே. தமிழிலே சம்ஸ்கிருதச்சொற்கள் வந்து கலப்புற்றதும் அவர்காலத்திலேயே. அவர் தமது வைதிகசமயத்தைத் தமிழ்நாட்டிலே பிரசாரஞ்செய்யப்புகுந்தமைபற்றியே அவ்வடமொழிச் சொற்கள் தமிழிலே சங்கமிப்பனவாயின. தமிழ்நாட்டிலே வந்த அகஸ்தியரும் அவரைப் பின்றொடர்ந்துவந்து குடியேறிய ஆரியரும் அந்நாட்டுக்குரிய பாஷையாகிய தமிழையே வழங்கவேண்டியவர்களாயினர்கள். சம்ஸ்கிருதச்சொற்கள் சமயவறிவுக்கு அத்தியாவசியகம் வேண்டப்படும் அத்துணையுமேயன்றி இந்நாளிலே வழங்கும் பெருக்கமாக ஆதிநாளிலே கலப்புற்றதில்லை. சம்ஸ்கிருதப்பிரவாகத்தினாலே காலவடைவிலே பல தமிழ்ச்சொற்கள் வழக்கிறந்தன.

இலக்கணஞ்செய்வது இலக்கியங்கண்டேயாதலின் அகஸ்தியர் இலக்கணஞ்செய்ததுதமக்குமுற்பட்டுக்கிடந்த இலக்கியங்களைக் கண்டேயாம். ஆதலின் அகஸ்தியரே தமிழைத் தோற்றுவித்தாரெனக் கோடல்அமையாது. "அகஸ்தியன்பயந்த செஞ்சொலாரணங்கு" என்னும் வில்லிபுத்தூரன் வாக்கினாலே, அகஸ்தியர்செய்த செந்தமிழிலக்கணத்தை யுடைய தமிழ்எனக்கொள்வதன்றி அவரே தமிழைத்தோற்றுவித்தாரெனக்கொள்ளல் பொருந்தாது.

அகஸ்தியர் வருதற்குமுன்னே தக்ஷிணத்திலும், இலங்கையிலும், பூர்வம் இலங்கையின் கூறாய்க்கிடந்து காலாந்தரத்திலே கடலாற் றுண்டிக்கப்பட்டு வேறாகிக்கிடக்கும் யவதேசத்திலும் (ஜாவா—Java) வழங்கிவந்

ந்தது. அகஸ்தியர் வந்தபின்னர் ஸ்ரீராமராலே இலங்கையிலிருந்த அரக்கர்பரிநாசப்பட்டொழிய அங்கே தமிழும் வழங்காதொழிந்தது. காலாந்தரத்திலே தமிழ் ஈழநாட்டிலுஞ்சென்று வழங்கிவருகின்றது. இப்போது தமிழ் சற்றேறக்குறைய இரண்டுகோடிசனங்களால்வழங்கப்பட்டு வருகின்றது.

தமிழ்நாட்டுக்குபகாரமாக அகஸ்தியர் தாமியற்றிய இலக்கணத்தையும் தமது வைதிக சமயத்தையும் அந்நாட்டிலே இனிதுநாட்டும்பொருட்டுத் தமிழ்ச்சங்கம் நாட்டினர். அச்சங்கத்திலே ஆசனங்கொள்ளற்குரியார்க்குஇது சங்கேதம்எனவும், நூல்செய்வோரெல்லாம் அச் சங்கத்திலே சென்று அரங்கேற்றல்வேண்டும் எனவும், அங்கீகாரமாயின் அவர்க்கு அளவின்றிப் பரிசில் கொடுக்கப்படுமெனவும் அரசனாலேநாடெங்கும்ஆணைபோக்குவித்தனர் அதுகேட்டு அச்சங்கேதம்முடித்து அநேகர் சங்கப்பலகைக்குரியராயினர். நூலியற்றி அரங்கேற்றிப் பரிசிலும்பெற்றார்கள். அவ்வாறே தமிழும் வைதிகசமயமும் ஆரிய நாகரிகமும் அச்சங்கம் வாயிலாக வளர்ந் தோங்குவனவாயின.

அகஸ்தியருடைய இலக்கணம் பரந்து வழங்கியவிடம் செந்தமிழ்நாடென்னும் பெயர்பெறுவதாயிற்று. அதனைச்சூழ்ந்த நாடுகள்பன்னிரண்டிலும கொடுந்தமிழே வழங்கிவந்தது. அதுபற்றி அவை கொடுந்தமிழ்நாடெனத்தமிழாசிரியர்களாலே குறியிட்டு வழங்கப் பட்டன. கொடுந்தமிழ்நாடுகளாவன, சிங்களமும், பழந்தீவும், கொல்லமும், கொங்கணமும், துளுவமும், கூபமும், குடகமும், கருநடமும், குட்டமும், வடுகும், தெலுங்கும், கலிங்கமும்எனப் பன்னிரண்டுமாம்.

தமி

அகஸ்தியர் நாட்டிய இச்சங்கம் பின்னரும் இருசங்கமிருந்தமையாலே தலைச்சங்கமெனப்படுவதாயிற்று. அத்தலைச்சங்கத்திலே தலைமைபெற்றிருந்தோர் அகஸ்தியரும், இறையனாரும், குமரவேளும், முரிஞ்சியூர் முடிநாகராயரும், நிதியின்கிழவனும், மார்க்கண்டேயனாரும், வான்மீகனாரும், கௌதமனாரும் என்போர். தலைச்சங்கம் நிலையுற்றிருந்தகாலம் நாலாயிரத்து நானூற்றுநாற்பது வருஷம். அதிலேயிருந்து விளங்கினபுலவர் நாலாயிரத்துநானூற்றுநாற்பத்தொன்பதின்மர். அவருள்ளே சங்கப்பலகையேறிய பாண்டியர் எழுவர்.

இறையனாரும் குமரவேளும் தெய்வ சாக்ஷிகள். இவ்வொன்பதின்மரும்போக எஞ்சினோர் ஒவ்வொருவரும்ஒவ்வோராண்டு தலைமைபெற்றிருந்தவர் போலும். தலைச்சங்கத்திலே அரங்கேறிய நூல்கள்பல்லாயிரவராலே தனித்தனிசெய்து வெவ்வேறுபெயர் சூட்டப்பட்ட எண்ணிறந்த பரிபாடல்கள், முதுநாரை, முதுகுருகு, களரியாவிரை, மாபுராணம், தொல்காப்பியம், இசைநுணுக்கம், பூதபுராணம்என அநேகமாம். இவை யெல்லாம் அகத்தியங் கொண்டே ஆராயப்பட்டன. தலைச்சங்கமிருந்தவிடம் தென்மதுரை. அது பின்னர்நாளிலேகடல்கொண் டழிந்துபோயிற்று. அஃதழிந்தகாலம் முதலூழியினிறுதிக்காலமென்பர் சிலப்பதிகாரவுரையாசிரியர். முதலூழியென்பதற்குமுந்தியயுகமெனப்பொருள்கொள்ளுக. இறுதிக்காலமென்பது யுகசந்தி. யுகசந்தியாவதின்னதென அகஸ்தியர் என்பதனுட்கூறினும், தலைச்சங்கம்காய்

சினவழுதிமுதற்கடுங்கோனீறாக வுள்ள எண்பத்தொன்பதுபாண்டியராலே வழிவழி வளர்க்கப்பட்டுவந்தது.

தலைச்சங்கத்திலே முன்னுள்ள இயல் இசை நாடகமென்னு முத்தமிழுமே ஆராய்ந்து வளர்க்கப்பட்டன. சங்கத்தார்கள், திருமால் குமாரவேள் சிவன் முதலிய கடவுளர் மேலே தோத்திரங்களும் அகப்பொருட் பகுதியாகிய காமப்பாலும், புறப்பொருட்பகுதியாகிய யுத்தம் வெற்றி முதலியனவும், சோதிடம், வைத்தியம், சிற்பம் முதலியனவும் அக்காலத்துப் புராணங்களுமே விஷயமாகக்கொண்டு நூல்கள்செய்து தமிழாராய்ந்து வந்தார்களென்பது பழையநூல்களால் நிச்சயிக்கப்படும். பரிபாடல்கள் பெரும்பாலும் தோத்திரரூபமாகவுள்ளன. களரியாவிரையை வைத்தியநூலென்பர் சிலர். தலைச்சங்கமிருந்த காலத்திலே இப்போதுள்ள பதினெண்புராணங்களும் வடமொழியிலும் வகுக்கப்பட்டில. இடைச்சங்க காலத்தின் கடைக்கூற்றிலேயே அவை வியாசராலே வடமொழியிலே வகுக்கப்பட்டன.

"வடமொழியைப்பாணினிக்கு வகுத்தருளியதற்கிணையாத்-தொடர்புடைய தென்மொழியை ... ... குடமுனிக்கு வலியுறுத்தார் கொல்லேற்றுப்பாகர்" என்னுங் காஞ்சிப்புராணத்துக்கூற்றுப் பாணினி வியாகரணஞ் செய்தகாலத்துக்குப் பின்னாகவே அகஸ்தியர்தமிழுக்கிலக்கணஞ்செய்தாரெனத் துணிதற்கு ஏதுவாகின்றது. பாணினி வியாகரணத்திலே பாண்டவர்பெயர்கள் கேட்கப்படுதலாலே அவ்வியாகரணம் பாண்டவர்களகாலத்துக்குப்பின்னர்த் தோன்றியதென்பது நன்குதுணியப்படும். முதலிடை கடைச்சங்கங்களிருந்து நடைபெற்ற காலமோ பதினாயிரம் வருஷம். பாண்டவர்கள் இற்றைக்கு ஐயாயிரம்வருஷத்துக்குமுன்னர் விளங்கினவர்கள். இதுகாஞ்சிப்புராணத்துக்கு மாறுகொள்ளுகின்றதேயென்றால் அங்ஙனமன்று. மாகேசுவரசூத்திரம் பதினான்கும் சிருஷ்டிகாலத்திலே சிவபிரானாலே துடியொலிமூலமாக அநுக்கிரகிக்கப்பட்டன. அவைகளை ஆதாரமாகக்கொண்டு பிருகஸ்பதி இந்திரன்முதலியோர் பூர்வத்திலே வியாகரணஞ்செய்தார்கள். அவையெல்லாஞ் சுருங்கியிருத்தல்கண்டு பாணினி அம்மாகேசுரசூத்திரங்களையெடுத்துக் கடைபோகவாராய்ந்து விரித்துப் பரந்தநூலாகவியற்றினர்.

"வடமொழியைப் பாணினிக்கு வகுத்தருளி" என்பதற்குப் பின்னர்க்காலத்திலே அவதரிக்கப்போகும் பாணினியெடுத்து முற்ற விசாரித்துண்மைப்பொருள் கண்டு விரித்து வியாகரணஞ்செய்யும்பொருட்டுச் சிவபிரான் சிருட்டிகாலத்திலே மாகேசுரசூத்திரத்தைச்செய்தருளியபின்னர்' எனப் பொருள்கொள்ளுக. வடமொழி என்பது அம்மொழியிலுள்ள அச்சூத்திரத்திற்கு ஆகுபெயர். அகஸ்தியர் ஐந்திரவியாகரணவடைவையே அடைவாகக்கொண்டு அகத்தியஞ்செய்தாரென்பது, "இந்திரன் எட்டாம்வேற்றுமை என்றனன்" என ஐந்திரமதமெடுத்துத் தமதுநூலிலேகாட்டுமாற்றாலினிதுபுலப்படும். ஆதலால், அகஸ்தியர்காலத்திலே வடமொழியிலே வழங்கிவந்தநூல் இந்திரன்செய்த ஐந்திரவியாகரணமேயாம். ஆகவே "வடமொழியைப் பாணினிக்கு" என்னுங் காஞ்சிப்புராணத்துச் செய்யுள் புனைந்து

ரைவகையாற கூறப்பட்டதாமெனக்கொள்ளுக.

மேற்கூறிய செய்யுளிலே வரும் "அதற்கிணையாத் தொடர்புடைய தென்மொழியை...உடமுனிக்குவலியுறுத்தார்" என்பதற்கு அம்மகேசுர சூத்திரத்திற்கு இணையாகப் பழமையினையுடைய தமிழ் இலக்கணத்தையெடுத்துபதேசித்தருளினர் எனப் பொருள்கொள்ளுக. அங்ஙனம் பொருள்கொள்ளாக்கால் அகஸ்தியர்க்குச் சிவபிரான் ரும் உபதேசித்தது யாது? பாஷையா? முதனூலா? என்னும் வினாவெழும். பாஷையை உபதேசித்தல்கூடாது. ஆதலால் முதனூலையேயுபதேசித்தாரெனக்கொள்ளல்வேண்டும். அவ்வுண்மை, ..."தனிநடக்குமிற்றுஞ்சப் புரம்பெருமான், தமருகப்பறைக்கண் அஇஉணுவென், தமர்தருசூத்திரமாதியீரேழ்பெற, வடமொழிக்கியல்பாணினிமாமுனிக்குத்; திடமுறநன்கு தெரித்தமைபோல,விந்தமும்வேலையும் வீறபோய்க்குன்றக், கர்தமென்கமலக்கரத்தினை விதிர்த்த, வருந்தவக்கொள்கையகத்தியமுனிக்குத்.திருந்திசை நுணுக்கச்செந்தமிழியலினைச் செப்பினன்" என்னுந் தாண்டவராயசுவாமிகள் வாக்கால் வலியுறுத்தப்படும். சிவபிரானுக்குபதேசித்த நூலை ஆதாரமாகக்கொண்டு செய்யப்பட்டமையின் அகஸ்தியம் முதனூலாயிற்று. அகஸ்தியர் செய்த இலக்கணத்தை அவர்பாற் பன்னிருவர்மாணுக்கர்சென்று கேட்டனர். அப்பன்னிருவரும் தந்தமது பெயரா லொவ்வொரு வழிநூலும் வேறுநூல்களுஞ் செய்தனர். அவருள்ளே முதன்மாணுக்கராகிய தொல்காப்பியர்இயற்றமிழ்இலக்கணமொன்று தம்பெயராற் சுருக்கி நெறிப்படச்செய்தனர். அது

தொல்காப்பியமெனப்படும். அஃது இயற்றமிழாராய்ச்சிக்குவாய்ப்புடைத்தாகிய நூலாயிருப்பக்கண்டு அகஸ்தியம்பரந்தநூலென்றொதுக்கிப் பெரும்பாலாரும் அத்தொல்காப்பியத்தையே விரும்பிக் கற்றுவருவாராயினர். இவ்வாறே இசைத்தமிழும் நாடகத்தமிழும் ஏனைய மாணுக்கர்களாலேவேறுபிரித்து அவற்றுக்குவேறுவேறு நூல்கள் செய்யப்பட்டன. இவையெல்லாம் கிரமமாகவோதப்படும் நூல்களாக அகஸ்தியம் மலைவுவந்தவிடத்துமாத்திரம் எடுத்து ஆராயப்படும்நூலாயிற்று. பூதபுராணம் இறந்துபோன கற்பத்துப் புராண மொழிபெயர்ப்பு. இங்ஙனம் நடந்துவருங்காலத்திலே குமரியாற்றருகேயிருந்த தென்மதுரை கடல்கொண்டழிந்தது.

அதன்பின்னர்ப் பாண்டியர்க்கு இராஜதானி கபாடபுரமாயிற்று. அங்கே சங்கம் ஸ்தாபித்தவன் வெண்டேர்ச்செழியன். அச்சங்கம் இடைச்சங்கமெனப்படுவதாயிற்று. இச்சங்கத்திலிருந்த புலவர்கள், அகஸ்தியர், தொல்காப்பியர், இருந்தையூர்க் கருங்கோழிமோசியார், வெள்ளூர்க்காப்பியனார், சிறுபாண்டரங்கனர், மதுரையாசிரியன்மாறனார், துவரைக்கோமானார், கீரந்தையார் முதலிய மூவாயிரத் தெழுநூற்றுவர்கள். இச்சங்கம் நிலையுற்றிருந்தகாலம் மூவாயிரத்தெழுநூறு வருஷம். இச்சங்கத்தை வழிவழிவளர்த்தபாண்டியர்கள் வெண்டேர்ச்செழியன்முதல் முடத்திருமாறனீறாக ஐம்பத்தொன்பதின்மர் அவருள்ளே புலமையுடையோராய்ச் சங்கப்பலகையேறினோர் ஐவர். அரசரேயாயினும வித்துவயோக்கியதை யில்லாதவர் அச்சங்கமேறுதற்கருக

ரலலர் என்பது சங்கநெறிமுறைகளுளொன்றெனஇதனால் அநுமிக்கப்படும். சங்கங்கூடுங்காலத்தில் உத்தியோகிக்கும்புலவர்ஐம்பத்தொன்பதின்மரென்பதும்,வருஷந்தோறும் அக்கிராசனம்பெறுபவர் ஒருவரென்பதும் சங்கத்துக்குரிய நெறிமுறைகள்போலும்.

இடைச்சங்கத்துக்குப் பிரமாணநூல்கள் அகத்தியம், தொல்காப்பியம், மாபுராணம் இசைநுணுக்கம், பூதபுராணம் என்பன. அவர்களாற் பாடப்பட்டன பெருங்கலித்தொகை, குருகு, வெண்டாளி, வியாழமாலை முதலியன. சிவபிரான் அகஸ்தியர்க்குபதேசித்த இசைநுணுக்கமும் வேறே; இவ்விசைநுணுக்கமும் வேறே. மாபுராணம் வடமொழியிலே வியாசர் வகுத்த பதினெண்புராணங்களுக்கு மூலபுராணமாய் அவர்காலத்துக்குமுன்னர் வழங்கிவந்த மகாபுராண மொழிபெயர்ப்புப்போலும். தலைச்சங்ககாலத்திலும் இடைச்சங்ககாலத்திலும் வழங்கிவந்த நான்குவேதங்களும் பின்னர்க்காலத்திலே வியாசரால்வகுக்கப்பட்ட இருக்காதிநான்குமல்ல. அவை தைத்திரீயமும், பௌடியமும், தலவகாரமும், சாமமுமாம். அதனைத் தொல்காப்பியச் சிறப்புப்பாயிரத்தில் நச்சினார்க்கினியர்உரையிற் காண்க.

கலியும், குருகும், வெண்டாளியும் செய்யுளிலக்கியங்கள் என்பது சிலப்பதிகாரவுரையிற்கூறப்பட்டுள்ளது. வியாழமாலை சோதிடநூல்போலும்.

கடல்கொண்டு தென்மதுரை அழிந்தது தொல்காப்பியம் புலப்படுத்திய பாண்டியன் மாகீர்த்திகாலத்தில். அவன் அவ்விடம்விட்டோடிக் கபாடபுரத்தை ராஜதானியாக்கி அங்கிருந்தரசியற்றியிறந்தான். அவன்கீர்த்திபூஷணபாண்டியனெனவும்படுவன். தென்மதுரை கடல்கொண்டழிந்தது இற்றைக்கு ஏழாயிரத்தெழுநூறு வருஷங்களுக்கு முன்னர். கபாடபுரத்திலே சங்கம் நடைபெற்றகாலம் மூவாயிரத்தெழுநூறுவருஷம். அதுவும் கடல்கொண்டழிந்தது. அஃதழிந்தபோதங்கிருந்த அரசுபுரிந்தவன் முடத்திருமாறனென்னுங் கூன்பாண்டியன். அவன் அவ்விடத்தைவிட்டோடிப்போய் வடமதுரையை இராஜதானியாக்கி அங்கிருந்தரசியற்றினான். "கபாடபுரமழிந்தது" இற்றைக்கு நாலாயிரம் வருஷங்களுக்குமுன்னர்என்பது கூன்பாண்டியன் காலத்தாற் றுணியப்படும். ஆகவேதமிழ்ச்சங்கமிருந்தகாலத்திலேஇரண்டுபெரும் பிரளயம்வந்தூறுசெய்துபோயின. முதற்பிரளயம் கலியுகம் பிறக்குமுன்னர் இரண்டாயிரத்தெழுநூறு வருஷங்களுக்கு முன்னரும், மற்றது கலியுகம் பிறந்தபின்னரும் வந்தன. முதற்சங்கம் அழிந்து நாலாயிரம் வருஷங்கள்சென்றபின்னரே இடைச்சங்கம் தொடங்கிற்றென்பாருமுளர். இதுபற்றியே முன்னே அகஸ்தியர் என்பதனுள்ளே தென்மதுரை அழிந்தது இற்றைக்குப் பன்னீராயிரம் வருஷங்களுக்கு முன்னராதல்வேண்டுமெனக் கூறினாம். நூற்பிரமாணங் கொண்டு நிச்சயிக்கப்புகின் அஃதழிந்தகாலம் மேலே கூறியவாறு ஏழாயிரத்தெழுநூற்றுக்குமுன்னர்என்பதே ஏற்புடைத்தாம். இங்கேகூறிய இரண்டுபிரளயங்களுள்ளே முதற் பிரளயத்திலேயே, குமரியாறும் ஏழ்தெங்கநாடுமுதலிய நாற்பத்தொன்பதுநாடுகளும் கடல்வாய்ப்பட்டன. இரண்

டாம் பிரளயத்திலே கபாடபுர மாத்திரமேயழிந்தது.

இங்ஙனம் கபாடபுரம்அழிந்த போது இடைச்சங்கத்திற்கு உரிய புஸ்தகாலயங்களும் கடல் வாய்ப்பட்டழிந்தன. அரசனுமிருக்கையிழந்து வடக்கின்கட்சென்றிருந்து இப்போதுள்ள மதுரைநகரை அமைத்து, ஆலவாயிலவிர்சடைக்கடவுளுக்கு மோராலயமெடுப்பித்து,அந்நகரிலேயிருந்தாசியற்றிவந்தான். தெற்கின்கண்ணேயிருந்தழிந்துபோய மதுரையைநோக்கி இம்மதுரை வடமதுரையெனவும் வழங்கப்படும்.

முடத்திருமாறனே இம்மதுரையிலே கடைச்சங்கம் ஸ்தாபித்துத் தமிழாராய்வித்துவந்தான். அதனை அவன்முதல் நாற்பத்தொன்பதின்மர் பாண்டியர் வழிவழி வளர்த்துவருவாராயினர். அது நிலையுற்றிருந்தகாலம் ஆயிரத்துத்தொளாயிரத்தைம்பது வருஷம். கடைச்சங்கத்திலிருந்த புலவர்கள் இளந்திருமாறன், நல்லந்துவனார், மருதனிளநாகர், கணக்காயர், நக்கீரர், கீரங்கொற்றர், தேனூர்கிழார், மணலூராசிரியர், நல்லூர்ப் புளியங்காய்ப்பெருஞ்சேந்தனார், செல்லூராசிரியர்முண்டம்பெருங்குமரர், நீலகண்டனார், சீத்தலைச்சாத்தனார், உப்பூரிகுடிகிழார், உருத்திரசன்மர், மருத்துவன்றாமோதரனார்,கபிலர், பரணர், கல்லாடர்முதலிய நானூற்றுநாற்பத்தொன்பதின்மர்.அவர்களாற் செய்யப்பட்ட நூல்கள் முத்தொள்ளாயிரம், நற்றிணை, நெடுந்தொகை, அகநானூறு, புறநானூறு, குறுந்தொகை, சிற்றிசை, பேரிசை, வரி, பதிற்றுப்பத்து, எழுபதுபரிபாடல், குறுங்கலி, இறையனாரகப்பொருள், வள்ளுவர்குறள், பாரத வெண்பா முதலியன. அவர்களுக்குஇலக்கணப்பிரமாணநூல்கள் அகத்தியமும் தொல்காப்பியமுமாம். இடைச்சங்கத்தில் வழங்கிய நூல்களுள்ளே இவையிரண்டுமே கடைச்சங்கத்தார்க்கு அகப்பட்டன. மற்றைய நூல்களெல்லாம் சமுத்திரவாய்ப்பட்டழிந்ததுண்மையேயாமென்பதுஅவை கடைச்சங்கத்தார்க்குப் பிரமாணநூலாகாமையினாலும் வலியுறுத்தப்படும்.

இங்ஙனம்நடைபெற்றுவந்த கடைச்சங்கம், உக்கிரப்பெருவழுதியென்னும்பாண்டியன் இறந்தலோடும் நிலைதளர்ந்தொடுங்கிற்று. அச்சங்கத்திலே சமணர்களும் சைவர்களும் வைஷ்ணவர்களுமிருந்து விளங்கினரென்பது அக்காலத்துநூல்களாலினிது விளங்கும். பலசமயிகள்மாத்திரமன்று நான்கு வருணத்தாருமே சங்கப்புலவர்களாய் விளங்கினரென்பதும் நன்கு புலப்படுகின்றது. கடைச்சங்கமொழிந்த பிற்றைஞான்றும், சிலகாலமாகப் பாண்டியர்கள் தமிழை அபிமானித்துப் புலவர்களுக்குப் பரிசில் கொடுத்துவந்தார்கள். அதன்பின்னர் ஆருகதசமயத்துப் புலவர்களும் அவர்கள் சமயமும் மேலோங்குங்காலமாயிற்று. முன்னர்ச் சம்பந்தமூர்த்தி நாயனார் காலத்திலொடுங்கிய ஆருகதர் கடைச்சங்கமொடுங்கிய பின்னர் மெல்லமெல்லத் தலைநிமிர்வாராகி வடமொழியிலிருந்து தஞ்சமயநூலும் பொதுநூலுமாக அநேகநூல்களை மொழிபெயர்த்தார்கள். அவை சிந்தாமணி, சிலப்பதிகாரம், மணிமேகலை,சூடாமணிநிகண்டு முதலியன. அவர்க்குமாறாகச்சைவவித்துவான்களும்வைஷ்ணவவித்துவான்களும்தலைநிமிர்

து,வடமொழியிலிருந்து புராணங்களும், இதிகாசங்களும், சமயசாஸ்திரங்களும் மொழிபெயர்த்துத் தமிழ்மாதுக்கு அணிகலன்களாக்கினார்கள். சைனவித்துவான்களுள்ளே பிரபலமுற்றோர் திருத்தக்கதேவர்முதலியோர். சைவவித்துவான்களுள்ளே பிரசித்திபெற்றோர் கச்சியப்பர்,நச்சினார்க்கினியர் முதலியோர்; வைஷ்ணவவித்துவான்களுள்ளே கம்பர்பரிமேலழகர்முதலியோர்.

இப்படியிருக்குங் காலத்திலே துருக்கர் அரசுகைக்கொண்டார்கள். தமிழ்மாதும், சைவ வைஷ்ணவ சமண சமயங்களும், ஆலயங்களும், வித்தியாமண்டபங்களும் அவர்கள் சந்நிதியிலே உயிர்ப்பிச்சைவேண்டுங் கதியிற்புகுந்தன. அரும்பெரும் நூல்களெல்லாம் அம்மிலேச்சராலே அக்கினிக்கூட்டப்பட்டன. அவ்வக்கினிக்குத்தப்பினநூல்கள் கிராமாந்தரங்களிற்பதுங்கிக்கிடந்தனசிலவேயாம். துருக்கரைக்கர்வபங்கம்செய்த மகாராஷ்டிர அரசர் காலத்திலும் தமிழ்வித்துவான்கள் சிறிது தழைத்து அநேகநூல்கள் செய்தார்கள்.

அகஸ்தியர்க்குமுன்னே குமரவேளும்ஓரிலக்கணஞ்செய்தாரென்றும்,அது குமரம்எனப்படுமென்றும் கூறுவாருமுளர்.

அதன்பின்னர்ச் சிற்றரசராலும்,மடாதிபதிகளாலும் தமிழ்பரிபாலிக்கப்பட்டு வருவதாயிற்று. அதுவும் பின்னர்நாளிலேதளர்ந்தது. அதன்பின்னர்க்காலமாகிய இக்காலத்திலே தமிழ்நாட்டார்தாமே ஒருவாறு அபிமானித்து வளர்த்துவருகின்றார்கள். அரசினருஞ் சிறிது கடைக்கணித்துவருகின்றார்கள்

தமிழிலே வேதாந்த நூல்களும்,சித்தாந்தநூல்களும்,தர்க்கநூல்களும்,ஸ்மிருதிகளும்,புராணங்களும்,இதிகாசங்களும், சோதிடநூல்களும்,வைத்தியநூல்களும், இலக்கணநூல்களும்,சிறந்த இலக்கியங்களும்,காமநூல்களும், அறநூல்களும்,நிகண்டுகளும்,சிற்பநூல்களும், கணிதநூல்களும், மந்திரசாஸ்திரங்களும், தோத்திரநூல்களும் பிறவுமாகஎண்ணிறந்ததுறைக்கலைகளுள. இறந்துபோனநூல்களுக்கும் துறைகளுக்கும் வரையறையில்லை. ஒவ்வொருதுறைக்கலையிலும் அநேக நூல்களுள. இலக்கணத்தில் அகஸ்தியம் அடியோடழிந்து போயிற்று. தொல்காப்பியமே இப்போதுள்ள அதி புராதனநூல். நன்னூல்,வீரசோழியம், நேமிநாதம், இலக்கணவிளக்கம்முதலியன பிற்காலத்தாராற் செய்யப்பட்டன. இப்படியேஒவ்வொருதுறையிலும் பலநூல்கள் சுருக்கியும் விரித்துங் காலந்தோறுஞ் செய்யப்பட்டுள்ளன. தமிழ், தன்னைக் கற்பவர்க்குஇகபரசுகமிரண்டையுந்தரத்தக்க எண்ணில்லாத நூல்களையுடைமையினாலும், இனிமையாகிய ஓசையினையுடைமையினாலும்,உத்தமபாஷைகளென ஆன்றோராலெடுத்துக்கொள்ளப்பட்டனவற்றுளே தானுமொன்றாக விளங்குகின்றது.

தமுஷ்டிரி—சுக்கிரன்மகள்.

தயாளமலர்க்குழல்நாயகி— திருக்கடவூர்மயானத்திலே கோயில்கொண்டிருக்குந்தேவியார்பெயர்

தரணி—பரசுராமன் மனைவி;

தரன்—(ய) அனுமகன். அந்தகன் எனவும்படுவன்.

தரிசன்—தாதாவுக்குச் சினிவாலியிடத்துப் பிறந்தபுத்திரன்.

தருமபுரேசர்—திருநள்ளாற்றிலே

கோயில்கொண்டிருக்குஞ்சிவன்.

தர்க்கசங்கிரகம்— அன்னம்பட்டர் வடமொழியிற்செய்த நியாய நூல். சிவஞானமுனிவர் அதனைத் தமிழிலே வனப்பும்நுட்பமும் பொருந்தமொழிபெயர்த்து அதற்குத் தர்க்கசங்கிரகமென்னும் பெயரேசூட்டினர்.

தர்மஷணன்—சிருஞ்சயன்இரண்டாம் புத்திரன்.

தர்மநேத்திரன்-ஹேகயன் புத்திரன்.

தர்ம்பக்ஷிகள்—பிங்காக்ஷன், விபோதன், சுபுத்திரன், சுமுகி என நான்குபக்ஷிகள். பூர்வம் விபுலன் என்னும் முனிக்குச்சுகுருசன், தம்புரன் என இருவர் புத்திரர் பிறந்தார்கள். இந்திரன்பக்ஷிரூபமெடுத்துச்சுகுருசனிடஞ்சென்று நரமாமிசந் தருகவென்று கேட்டான். சுகுருசன் தன் மைந்தர் நால்வரையும நோக்கி உங்களில் ஒருவன் இவருக்கு இரையாகுகவென்றான். அதற்கு ஒருவருமுடன்படாததுகண்டு நால்வரையும் பக்ஷிகளாம்படி சபித்தான். அதுகாரணமாகப் பக்ஷிகளாகி ஜைமினி முனிவருக்குச் சந்தேகந்தீர்த்துச் சாப நிவிர்த்தி பெற்றார்கள். மார்க்கண்டேய புராணங் காண்க.

தர்மரதன்-சித்திரரதன்புத்திரன்.

தர்மராஜன்—பாண்டுமக்களுள்மூத்தோன். தாய் குந்தி. இவன் யமன் பிரசாதிக்கப் பிறந்தவன். இவன் இயற்பெயர் யுதிஷ்டிரன். திரௌபதியிடத்தில் இவனுக்குப்பிறந்த புத்திரன் பிரதிவிந்தியன. இவன் வரலாறுபாரதமென்பதனுட் காண்க.

தர்மவியாதன்—மிதிலா நகரத்திற்பிறந்த ஒரு வேடுவன். இவன்குருபக்திமுதலிய சன்மார்க்கசீலங்களுடையவன். இவன் பூர்வத்திற்பிராமணனாயிருந்துசாபத்தால் இச்செனமமெடுத்துக் கவுசிகனென்னும்பிராமணனால் ஞானோபதேசம்பெற்றவன்.

தர்மவிரதன்— தண்டகாரணியத்திலிருந்த ஓரிருஷி. இவர் ராமனுக்குப் பஞ்சாப்சரசரசினது வரலாறு கூறினவர்.

தர்மன்—(1) பிரமகன்பெற்ற ஒரு தேவதை. இத்தேவதைக்குச் சமன், காமன், ஹர்ஷன்என மூவர்குமாரர். (2) (ய) பிருது சிரவன்மகன். (3) தர்மராஜன்.

தர்மாரணியம்—இது குசன்மக்களுளொருவனாகிய ஆர்த்தராஜன் என்பவனால் உண்டாக்கப்பட்ட நகரம்.

தலன்-சலன்தம்பி. (சலன்காண்க)

தலாதலம்—ஓரதோலோகம். இதிற்பரற் கல்லுகளேயுள்ளன. இங்கேகாலநேமிமுதலிய அசுரர்கள் இராச்சியம்பண்ணுவார்கள்.

தலைச்சங்கநாண்மதியம்—காவிரியின் தென்கரையிலுள்ள ஒரு விஷ்ணு ஸ்தலம்.

தலைச்சேங்காடு— சோழநாட்டுள்ள ஓரூர். தலைச்செங்கானமெனவும் வழங்கும். இது மாடலனென்னும் அந்தணனூர். காவிரிப்பூம்பட்டினத்தருகிலுள்ளது.

தலையாலங்கானம்—இது நெடுஞ்செழியன் பகையரசரைப் பெரும்போரில் வென்றவிடம். திருவாலங்காட்டோடு மயங்காவண்ணம் தலையாலங்கானமெனப்படுவதாயிற்று.

தவித்தியோதன்—(ய) தர்மபிமகன். அபிஜித்தன்.

தனஞ்சயன்—(1)அர்ச்சுனன். (2) அக்கினி. (3) தனஞ்சயம்என்னும் நிகண்டுசெய்த சமஸ்கிருதகவி. (4) மணலூரிலிருந்தவொருவ

ணிகன். இவனே கடம்பவனத்திற் சொக்கலிங்க மூர்த்தியைக் கண்டுவந்து குலசேகரபாண்டியனுக்குத் தெரிவித் ததனை நகராக்குவதற்குக் காரணகர்த்தனாயிருந்தவன்.

தனிகன்-(ய)தர்த்தமன்புத்திரன். கார்த்தவீரியார்ச்சுனன்பாட்டன்.

தனு—கசியபன்பாரி. தக்ஷப்பிரசாபதி மகள். இவள்வழி வந்தோர் தானவரெனப்படுவர்.

தனுத்நரன்—கனகவிசயர்க்கு நட்பாளனாகிய ஓர் அரசன்.

தன்வந்தரி—தீர்க்கதன்மன் புத்திரன். பூர்வம் சமுத்திரமதனகாலத்திற் பாற்கடலிற் பிறந்த தன்வந்தரியே ஆயுர்வேதத்தை வெளிப்படுத்தவேண்டி இத் தீர்க்கதமன்புத்திரனாகஅவதரித்தார். (2) ஆயிரத்துத்தொளாயிரத் தைம்பத்தேழுவருஷங்களுக்குமுன்னே விக்கிரமார்க்கன்சபையில் விளங்கியவன். தன்வந்தரிஎன்னும் பட்டங்கொண்டவன். இவனே தன்வந்தரிநிகண்டுசெய்தவன்.

தாக்ஷாயணி—தக்ஷப்பிரஜாபதி மகளாகிய உமாதேவி. (2) அதிதி.

தாடகை—மாரீசன் தாய். இவ்விராக்ஷசியை இராமன் விசுவாமித்திரரோடு யாகங் காக்கச்சென்றபோது வழியிலே கொன்றொழித்தான். இவள் சுகேதனென்னும்யக்ஷன்மகள். ஆயிரம் யானைப்பலமுடையவள். இவள் ஒரு காலத்தில் அகஸ்தியர்ஆச்சிரமத்திற் சென்று அவரைப் பயமுறுத்த, அவர், சினந்து நீயும் உன் புத்திரரும் இராக்ஷசாமிசம்பெறுகவென்று சபிக்கப்பட்டவள்.

தாண்டவராயசுவாமிகள்—சோழதேசத்திலே நன்னில நகரிலே அந்தணர்குலத்திலே அவதரித்து விளங்கியஇவர் வேதாந்தசாஸ்திரவுண்மைநிலைகண்டு கைவல்லிய நவநீதம் என்னுந் திவ்விய நூல் செய்தவர்.

தாதாசாரியர்—இவர் அப்பைய தீக்ஷிதர்காலத்திலே காஞ்சிபுரத்திலேயிருந்தபண்டிதர். வைஷ்ணவப்பிராமணர். அப்பையதீக்ஷிதர்மீது பொறாமை யுடையராய்த் தமக்கு நட்பினனாகிய அவ்வூரரசனை வசியம்பண்ணிக்கொண்டு அவரை அவன் சமுகத்தில் வரவழைப்பித்து அவரோடு வாதம் புரிந்தும் நிருவகிக்கமாட்டாது தோற்றவர். தீக்ஷிதருக்குமத்தியான காலத்திலே வயிற்றுவலிவருத்தமடைவதியல்பு. அவ்வேளையில் அவரோடு வாதம்புரிந்துவெல்லக் கருதித் தாதாசாரியர் அரசன் சபையிலவரைவரவழைத்து வாதம்புரியத் தலைப்பட்டபோது தீக்ஷிதர் தமது உத்தரீயத்தையெடுத்து அரசன்முன்னே வைத்துவிட்டு வாதம்புரிந்தனர். வயிற்றுவலி அவ்வுத்தரீயத்தைப்பற்றிநின்று அதனை முடக்கி யலைத்தது. அதுகண்டவரசன் அதிசயித்துக் காரணம்வினவ, தீக்ஷிதர்பழைய வினைப்பயனைத் தாம் மனம்பொருந்தி யநுபவித்துவருவதாகவும் அங்ஙனஞ்செய்யாதிருந்தால்மேலைப்பிறவியிலுஞ்சென்றுவருத்துமென்றும், அதுபற்றியே தாமதனைத் தடுத்து நீக்கிக்கொள்ளாதிருப்பதென்றும் கூறினர். அரசன் அதுகேட்டு அவர்மாட்டுப் பேரன்பும்பேரச்சமுமுடையனாகித் தாதாசாரியருடைய வஞ்சகருத்தையெடுத்துக்கூறி அவரைக்கண்டித்து நட்பையுந்துறந்தான்.

தாதை—இவளும் விதாதையும் சுவாயம்புவமனுவுக்குத்துணைவர்களாகப் பிரமாவினாற் சிருஷ்டிக்கப்பட்டவர்கள். இவர்களோடு வருணன் பாரியாகிய ஜியேஷ்டா

தேவியும் விஷ்ணு தேவியாகிய லக்ஷுமியும் சிருஷ்டிக்கப்பட்டார்கள். இது ஒரு கற்பத்துவரலாறு. மற்றொரு கற்பகாலத்தில் பிருகுவுக்குக் கியாதியிடத்திலே தாதை விதாதை லக்ஷுமி இம்மூவரும் பிறந்தார்களென்பது பாகவதக்கூற்று.

தாத்திரிகை— திரௌபதியினது பரிசாரகி.

தாபத்தியர்—தபதிவமிசத்துப்பிறந்த கௌரவபாண்டவர்கள்.

தாமக்கிரந்தி—அஞ்ஞாத வாசத்திற் குதிரைப்பாகனாக வேஷம்பூண்ட நகுலன்பெயர்.

தாமசன்—நான்காம் மனு. இவன் றந்தை சுராஷ்டிரன். தாய் உற்பலாவதி.

தாமத்தர்—திருவள்ளுவருக் குறை செய்த பதின்மருளொருவர்.

தாமிரபருணி—(1) அஞ்சனம் என்னும் திக்கியானையினது பெண், (2) தக்ஷிணத்திலுள்ளவொருநதி, இதில் முத்துச்சிப்பிகள் அகப்படும்.

தாமிரலிப்தி—கங்காநதி சங்கமத்துக்குச் சமீபத்திலுள்ள ஒரு நகரம்.

தாமிரன்-(த) முராசுரன் மகன். கிருஷ்ணனாற்கொல்லபபட்டவன்.

தாமிரை—தக்ஷப்பிரஜாபதி மகள். தாய் உற்பலாவதி.

தாமோதரன்--அசோதையால் உரலோடு கட்டப்பட்ட கிருஷ்ணனுக்கு அதுகாரணமாக வந்தபெயர். தாமம்-கயிறு. உதரம்-வயிறு.

தாயுமானேச்சுரர்-திருச்சிராப்பள்ளியிலே கோயில்கொண்டிருக்கும் சுவாமிபெயர்.

தாயுமானவர்—இற்றைக்கு நூற்றெழுபது வருஷங்களுக்குமுன்னே திருச்சிராப்பள்ளியிலே அரசுசெய்த விஜயரங்கசொக்கநாதநாயகர்க்குச் சம்பிரதியாக விருந்த கேடிலியப்பபிள்ளைக்கு அருந்தவப்புதல்வராக அவதரித்த இவர், சிவயோகியாகி அற்புதபதி ரசங்கான் றெழுகுவதாகிய அநேக பாக்களைப் பாடியவர். அப்பாக்கள் தாயுமானவர்பாடலெனப்படும். அந்நூலிலே சம்ஸ்கிருதச்சொற்கள் மிக மலிந்துகிடத்தலின் அவர் வடமொழியிலும் வல்லுநரென்பது நன்கு துணியப்படும்.

தாரகஜித்து—குமாரக்கடவுள்.

தாரகன்—(1) (தி) வச்சிராங்கனுக்கு வச்சிராங்கி வயிற்றிற் பிறந்த ராக்ஷசன். இவன் பிரமாவைநோக்கித் தவஞ்செய்து எவராலுஞ் சாகாதவரம் வேண்ட, பிரமா அவனுக்குப் பிரசன்னராகிஏழுநாட்பிள்ளையன்றி மற்றெவருங் கொல்லாவரங் கொடுத்தார். (2) நறுபுத்திரன். (3) இரணியாக்ஷன்மகன். இவன் காலநாபனெனவும்படுவன். (4) கசியபனுக்கு மாயையிடத்துப்பிறந்த புத்திரன். சூரபன்மன்றம்பி. சுப்பிரமணியராற் கொல்லப்பட்டவன். (5) கிருஷ்ணன் சாரதி.

தாரகேதன்—பாதாளகேதன் றம்பி. இவன்றமையனைக் குவலயாசுவன் கொன்றுன்.

தாரன்—தாரை தந்தை. இவன் பிருகஸ்பதி குமாரன். இவன் வானரருள்ளே மகா புத்திமான்.

தாராபுரம்—போஜன் ராசதானி.

தாரிக்ஷி—கந்தாரனுக்குத் தமனகையிடத்துப் பிறந்தபெண். இவள் பக்ஷிரூபமுடையவள். வபுசு என்னும் அப்சரசை தூர்வாசர்சாபத்தால் பக்ஷியாகித் தருமபக்ஷிகளுக்குத் தாயாயினுள்.

தாரிக்ஷியன் --(1)கசியபன். (2) ஒ

ரிருஷி. இவர் ஆச்சிரமத்தில் இவர்மகன் மான்றோல் போர்த்திருந்தபோது அவரை மானெனநினைந்து கைகயவமிசத்துத் தார்த்தமாரன் அம்பினாற் கொன்றான். அறியாதுசெய்தானென்பதனைப்பொறுத்துத் தமது தபோபலத்தால் மகனை உயிர்பெற்றெழும்புமாறு செய்தவர். (3) கருடன். (4) விஷ்ணு பரிசாரகருளொருவன்.

தாரிஷ்டவமிசம்—வைவசுவத மனுபுத்திரனாகிய திருஷ்டனால் வந்தவமிசம்.

தாருகவனம்—தேவதாரு வனம் காண்க.

தாரை—(1) ஓரப்சரசை. (2) பிருகஸ்பதி பாரி. இவள் சந்திரனைச் சோரமார்க்கத்திற்கூடிப் புதனைப்பெற்றவள் (3) தாரன்புத்திரி. வாலி பாரி. அங்கதன் தாய்.

தார்க்கிகன்— வித்தியா கற்பனை, தோஷம், பிரவிருத்தி, சணசம், தர்க்கமென்பவைகளைத் தனித்தனி நீக்கிச் செல்ல, முடிவினின்ற தர்க்கம் ஒழியுமென்றும், இதுவே முத்தியெனறுங்கூறும் சமயி.

தாளவகையோத்து—பழைய தமிழ்நூல்களுளொன்று. அதிற்கூறப்படும் பொருள் தாளவிலக்கணம். கடைச்சங்கத்தார் காலத்தாற்செய்யப்பட்டதுபோலும்.

தாளஜங்கன்— கார்த்தவீரியார்ச்சுனன் பௌத்திரன். இவன் ராஜதானி மாஹிஷ்மதிபுரம்.

தானவர்—கசியபனுக்குத் தனுவினிடத்துப் பிறந்த புத்திரர். இச்சந்ததியிலே பெயர்படைத்தோராவார், அயோமுகன், ஏகசக்கரன், புலோமன், கபிலன், அந்தகன், அதிதானவன், அரிஷ்டன், [illegible]கன், அவிமூர்த்தன், சம்பரன், ஹயக்கிரீவன், விபாவசன், சங்குசிரசு, சுவர்ப்பானன், விருஷபர்வன், விப்பிரசித்தி, ராகு, கேது, வாதாபி, இல்வலன், நமுசி, காலநாபன், வக்கிரயோதி, திரியம்சன், சல்லியன், நபன், நரகன், புலோமன், கசிறுமன், அந்தகன், தாமிரகேது, விருபாக்ஷன், அர்ச்சயன், வைசுவாநரன், தாபகன் முதலியோர்.

தானியமாலினி— இராவணனைக் கூடி அதிகாயன் என்னும் புத்திரனைப்பெற்ற அப்சரப்பெண்.

திக்கஜங்கள்—அஷ்டதிக்குயானைகள்.

திக்குபாலகர் அஷ்டதிக்குபாலகர்

திதி—கசியபன் மூத்தபாரி. தக்ஷன்மகள். இவள் வயிற்றிற் பிறந்தோர் தைத்தியர்.

திதிக்ஷன்—மகாமனுவினது இரண்டாம்புத்திரன்.

தித்தன்—சோழன் போர்வைக்கோப்பெருநற்கிள்ளியினது தந்தை. இவன் உறையூரிலிருந்தரசுபுரிந்தவன். (அகநானூறு)

திபோதாசன்—திவோதாசன் காண்க.

திமித்துவஜன்—தசரதனைத்துணைக்கொண்டு இந்திரனாற் கொல்லப்பட்ட அசுரன். அந்த யுத்தத்திலே தசரதன் மூர்ச்சையடைந்தபோது கைகேசி அவன்மூர்ச்சையைத் தீர்த்து அவனை ரக்ஷித்தாள். அதுகண்டு தசரதன் மகிழ்ந்து அவளைநோக்கி யாதுவேண்டுமென்ன, அவள் நான் இனிமேல் எக்காலத்திலாயினும் இரண்டு வரம்வேண்டுவேன், அப்போது அவைகளை மறாது தருதல்வேண்டுமென்ன, அங்ஙனமே யாகுகவென்று அவளுக்கு வாக்குத்தத்தஞ்செய்தான். அதனை வாய்ப்பாகக்கொண்டே கைகேயி இராமபட்டாபிஷேககாலத்திலே அவனைக் காடுகொள்ளவும் தன்மகன் பர

தனை அரசுகொள்ளவும், இருவர ங்கள் தசரதன்பாற் பெற்றனள்.

தியுதிமந்தன்—சுவாயம்புவமநுபு த்திரருள் ஒருவன். கிரௌஞ்ச த்.ூவீபத்தை மனு நீவனுக்குக் கொடுத்தான்.

தியுமத்சேனன்—சாளுவராஜன். சத்தியவந்தனுக்குத் தந்தை. சாவித்திரிக்கு மாமன்.

தியுமந்தன்—திவோதாசன்.

திரசதஸ்யன்—(இ) புருகுத்சன்மகன். அசரண்ணியன் தந்தை. வசுதன்எனவும்படுவன்.

திரயாரணன்—சூரியாரணியன்.

திரயாருணி—(பு) ரிக்ஷயன் மகன்.

திரவிடம்—ஆந்திர கருநாடக தேசங்களுக்குத் தெற்கேயுள்ள தேசம். அது தமிழ்நாடெனப்படுவது.

திராக்ஷாராமம்—இது மகாராஷ்டிரகர்நாடாந்தர தேசங்களுக்கு மத்தியிலுள்ள பர்வதத்தின்கணுள்ள சிவஸ்தலம்.

திராவிடம்—(1) தமிழ். (2) தமிழ் நாடு. (3) பஞ்ச திராவிடம். அவை திராவிட கர்நாட கூர்ச்சர மகாராஷ்டிர தைலங்கமென்பன. இவ்வைந்துநாட்டுப் பிராமணரும் திராவிடரெனப்படுவர். தைலங்கம் திரிலிங்கமெனவும்படும்.

திராவிடாசாரியர்—வடமொழியிலே வேதாந்தசூத்திரத்திற்கு ஒருபாஷியஞ்செய்தவர். ராமாநுஜாசாரியர்செய்த பாஷியத்துள் இவர்மதமெடுத்துக்கூறப்படுதலின் இவர் இரண்டாயிரம் வருஷங்களுக்குமுன்னர் விளங்கினவராதல்வேண்டும். தமிழ்நாட்டராதலின் இப்பெயர்பெற்றார்.

திரிகர்த்தம்—ஆரியாவர்த்தத்துக்கு வாயுதிக்கிலுள்ள தேசம்.

திரிசங்கு—(இக்ஷ்வாகு)அரிச்சந்திரன் தந்தை. இத்திரிசங்கு,தான் தேகத்தோடு சுவர்க்கம்புகவேண்டித் தனது குலகுருவாகிய வசிஷ்டரையடைந்துபிரார்த்தித்தான். அதுகூடாதென்றவர்மறுக்க, அவர் புத்திரரிடஞ் சென்றான். அவர்கள் குருவாக்கைத் தடுத்தனையென்று நீசனுமாறு சபிக்க, அவன் விசுவாமித்திரரிடஞ் சென்றான். அவர் அவனுக்காக ஓரந்தரசுவர்க்கத்தையுண்டாக்கி அவனை அங்கே வைத்தார்.

திரிசடை—(ர) விபீஷணன் புத்திரி. இவள் சீதாதேவி ராவணன் சிறையிலிருந்தபோது அவருக்கு நற்றுணையாயிருந்தவள்.

திரிசிரன்—இப்பெயரையுடைய இராக்ஷசர்அநேகர். (1) விச்சிரவாவுபுத்திரன். இவன் ஜனஸ்தானத்திற்கரனோடிருந்தவன். (2) ராவணன் புத்திரன்.

திரிதன்—பிரமமானசபுத்திரர்களுளொருவன்.

திரிதன்னுவன்—(இ) சுமனன் மகன். சூரியாரண்ணியன்தந்தை.

திரிதிவை—பாரிபத்திரபர்வதத்திலுள்ள நதி.

திரிபுரசுந்தரி—திருநாரையூரிலே கோயில்கொண்டிருக்கும் தேவியார்பெயர். (2) திருவான்மியூரிலேகோயில்கொண்டிருக்கும்தேவியார்பெயர்.

திரிபுரசுந்தரியம்மை- திருநல்லூரிலே கோயில்கொண்டிருக்கும் தேவியார்பெயர்.

திரிபுராசுரர்—தாரகாசுரன்புத்திரராகிய கமலாக்ஷன்,வித்தியுன்மாலி, தாரகாக்ஷன்என்னும் மூவரும் இப்பெயர்பெறுவர். இவர்கள் சிவபெருமானைநோக்கித் தவங்கிடந்து இரும்பு வெள்ளி பொன் என்னும் மூன்று லோகத்தாலும் அமைந்த கோட்டைகளையுடைய

மூன்றுஜங்கமபுரங்களைப்பெற்று அப்பட்டணங்களோடு அந்தரத்தெழுந்து தமக்கிஷ்டமாகிய விடங்களுக்குச்சென்று ஆங்காங்குமுள்ள பட்டணங்கள்மீதும், ஊர்கள்மீதும் உட்கார்ந்து அவைகளை நாசஞ்செய்துவந்தார்கள். அதுகண்ட விஷ்ணு நாரதரை ஏவித் திரிபுராசுரருக்குப் பாஷண்ட மதத்தை உபதேசித்துச் சிவன்மீது அவர்வைத்த பத்திக்கு ஊறு செய்வித்தார். அதனால் சிவபெருமான் இவர்களை அழிக்கநினைந்து யத்தஞ்செய்து மூவரையுங் கொன்று தமது கணங்களோடு சேர்த்தருளினர்.

திரிபுராந்தகேசுரர்—திருவிற் கோலத்திலே கோயில்கொண்டிருக்கும் சுவாமிபெயர்.

திரிபுருஷ்டன்—(ய) வசுதேவனுக்குத் திருததேவியிடத்துப் பிறந்த புத்திரன்.

திரிபுவனம்—காவிரியின் தென்கரையிலுள்ள ஒரு சிவஸ்தலம்.

திரிமூர்த்திகள்—சுத்தப்பிரமம் சிருஷ்டி ஸ்திதி சங்காரமென்னும் முத்தொழிற்காகச் சகளீகரித்த பிரமா விஷ்ணு உருத்திரன் என்னும் மூன்று திருமேனிகள்.

திரியமிசன்—(ச) விப்பிரசித்தி புத்திரன்.

திரியம்பகம்—வீரபத்திரர்தக்கன் யாகத்தையழிக்கஎடுத்த வில்லு. அதுபின்னர்ச் சீதையோடு நிலத்திற்றோன்றிக்கிடந்து அவர் கல்யாணகாலத்தில் ராமரால்முறிக்கப்பட்டது.

திரியம்பகன்—உருத்திரன். (முக்கண்ணனென்பது பொருள்)

திருஅகத்தியான்பள்ளி— காவிரியின் தெனகரையிலுள்ள ஒருசிவஸ்தலம். வேதாரணியத்துக்குத் தெற்கேயுள்ளது. சுவாமி பெயர் அகஸ்தியேசுரர். அம்மையார் பெயர் மையார்தடங்கண்ணி. சம்பந்தமூர்த்திநாயனார் திருவாய்மலர்ந்தருளிய தேவாரம்பெற்றது.

திருஅச்சிறுபாக்கம்—திருக்கழுக்குன்றத்துக்குத் தென்மேற்றிசையிலேயுள்ள சிவஸ்தலம். சுவாமி பெயர் பாக்கபுரேசர். அம்மையார் ஆதிசுந்தர் மின்னமையார். திரிபுராசுரரையழிக்கும் பொருட்டெழுந்த சிவபிரானுக்குத் தேவர்கள் தேராகித் தம் உதவியின்றித் திரிபுரஜயங் கூடாதென்று நின்ற அத் தேவர் கருவத்தைப் பங்கஞ்செய்யுமாறு தேரச்சைச் சிவபிரான் திருவடிவைத்தொடித்ததலமாதலின் அச்சிறுபாக்கம் எனப்பட்டது. சம்பந்தர் தேவாரம்பெற்றது.

திருஅச்சோபுரம்—நடுகோட்டிலுள்ள ஒரு சிவஸ்தலம்.

திருஅண்ணாமலை—பிரம விஷ்ணுக்களுக்குச் சோதிப் பிழம்பாகநின்று சிவன்றரிசனங்கொடுத்த தலம் இதுவே. இங்குள்ளது தேயுலிங்கம். இது நடுநாட்டிலுள்ள அதிப் பிரபலசிவஸ்தலம். மாணிக்கவாசகர் திருவெம்பாவையும் திருவம்மானையும் பாடியது இத்தலத்திலேயே. இது சம்பந்தராலும் நாவுக்கரசராலும் பாடப்பட்டது. திருப்புகழ் பாடிய அருணகிரிநாதர்க்கு ஜன்மஸ்தானமுமிதுவே.

திருஅம்பர்ப் பெருந்திருக்கோயில்—காவிரியின் தென்கரையிலுள்ள ஒருசிவஸ்தலம். சுவாமிபிரமபுரநாதேச்சுரர். அம்மையார் பவளவண்ணப்பூங்குழல்நாயகி. இவ்வாலயம் கோச்செங்கட்சோழராற் செய்விக்கப்பட்ட திருப்ப

ளி. சம்பந்தராற்பாடப்பட்டது. இது சோமாசிமாறநாயனார் திருவவதாரஞ்செய்தருளியதலம்.

திருஅம்பர்மாகாளம்— காவிரியின் தென்கரையிலுள்ள ஒரு சிவஸ்தலம். மாகாளர் காவலிலிருந்த இந்திராணியை அஜமுகி யிழுத்துக் கரங்கொய்யப்பட்ட ஸ்தலம். சம்பந்தராற்பாடப்பட்டது

திருஅம்பிலாலந்துறை—காவிரியின் வடகரையிலுள்ள ஒரு சிவஸ்தலம். சுவாமி சத்தியவாகேசுரர். அம்மை சௌந்தரநாயகி. நாவுக்கரசராலும் சம்பந்தராலும் பாடப்பட்டது.

திருஅரசிலி—திரு அச்சிறுபாக்கத்திற்குத்தெற்கேயுள்ள சிவஸ்தலம். சுவாமி அரசிலிநாதர். அம்மை பெரியநாயகி. சம்பந்தராற்பாடப்பட்டது.

திருஅரதைப் பெரும்பாழில்—காவிரியின் தென்கரையிலுள்ள ஒரு சிவஸ்தலம். சுவாமி பாதாளேச்சுரர். அம்மை அலங்காரநாயகி. இரணியாக்ஷனைக்கொன்றுன்மத்தங்கொண்ட வராகத்தினது கொம்பைச் சிவன் ஒடித்துத் தமது மார்பிலணிந்துகொண்ட ஸ்தலம். சம்பந்தராற் பாடப்பட்டது.

திருஅரிசிற்கரைப்புத்தூர் — புகழ்த்துணைநாயனாவதரித்த சிவஸ்தலம். அரிசில்நதிதீரத்திலுள்ளது. மூவராலும்பாடப்பட்டது.

திருஅரிமேயவிண்ணகரம் — காவிரியின் வடகரையினருகிலுள்ள ஒரு விஷ்ணுஸ்தலம். சுவாமிபெயர் குடமாடியகூத்தன். சத்தி விழியமுதவல்லி. திருமங்கையாழ்வார் மங்களாசாசனம் பெற்றது.

திருஅவணிவணல்லூர்— காவிரியின் தென்கரையிலுள்ள ஒரு சிவஸ்தலம். சுவாமி காட்சிநாயகேசுரர். அம்மை சவுந்தரநாயகி. சம்பந்தராற் பாடப்பட்டது.

திருஅழுந்தூர்—(1) காவிரியின் தென்கரையிலுள்ள ஒருசிவஸ்தலம். சுவாமி வேதபுரேசுரர். அம்மை சௌந்தராம்பிகை. சம்பந்தராற் பாடப்பட்டது. (2) சோழநாட்டிலே காவிரியின்தென்கரையிலுள்ள ஒரு விஷ்ணுஸ்தலம். சுவாமிபெயர் ஆமருவியப்பன். சத்தி செங்கமலவல்லி. திருமங்கையாழ்வார் மங்களாசாசனம்.

திருஅன்பில்—காவிரியின் வடகரையிலேயுள்ள ஒரு விஷ்ணுஸ்தலம். சுவாமி வடிவழகியநம்பி. சத்தி சௌந்தரியவல்லி. திருமங்கைஆழ்வார் மங்களாசாசனம

திருஅன்னியூர்—சோழநாட்டிலே காவிரிக்குவடகரையிலுள்ள ஒரு சிவஸ்தலம். சுவாமி ஆபத்சகாயேசுரர். அம்மை பெரியநாயகி. நாவுக்கரசராலும் சம்பந்தராலும்பாடப்பட்டது.

திருஆய்ப்பாடி--காவிரியின் வடகரையிலுள்ள சிவஸ்தலம். சுவாமி பாலுகந்தார். அம்மை பெரியநாயகி. நாவுக்கரசராலும் ஐயடிகள் காடவர்கோனும் பாடப்பட்டது.

திருஆலம்பொழில்— காவிரியின் தென்கரையிலுள்ள ஒரு சிவஸ்தலம். சுவாமி ஆத்மநாதேசுரர். அம்மை ஞானாம்பிகை. நாவுக்கரசராற் பாடப்பட்டது.

திருஆவூர்ப்பசுபதீச்சுரம்— காவிரியின் தென்கரையிலுள்ள ஒரு சிவஸ்தலம். சுவாமி பசுபதீச்சுரர். அம்மை மங்களநாயகி. சம்பந்தராற்பாடப்பட்டது.

திருஇடும்பாவனம்— காவிரியின் தென்கரையிலுள்ள ஒரு சிவஸ்தலம். சுவாமி சற்குணநாதேச்

சுரர். அம்மை மங்களநாயகி. சம்பந்தராற் பாடப்பட்டது.

திருஇடைச்சுரம்—திருக்கச்சூராலக்கோயிலுக்குத் தெற்கே கழுக்குன்றுக்கு வடக்கேயுள்ள சிவஸ்தலம். சுவாமி இடைச்சுரநாதர். அம்மை இமயமடக்கொடி. சம்பந்தராற் பாடப்பட்டது.

திருஇந்தளூர்—காவிரியின் வடகரையின்கணுள்ள ஒரு விஷ்ணுஸ்தலம். சுவாமி சுகந்தவனநாதர். சக்தி புண்டரீகவல்லி. குலசேகராழ்வாரும் திருமங்கையாழ்வாரும் பாடப்பெற்றது.

திருஇராதாபுரம்—மரந்து மாலைக்காலங்காறும் வேட்டையாடித் தனது நகரஞ்சென்று சுவாமி தரிசனஞ்செய்யவியலாது காட்டிற்றங்கி அதுவேகவற்சியாகவிருந்த வரகுணபாண்டியனுக்குச் சிவன் தரிசனமருளியதலம். அது பாண்டிநாட்டிலே தென்பாலிலுள்ளது. சுவாமி வரகுணபாண்டியேச்சுரர். அம்மை நித்தியகல்யாணி.

திருஇராமனதீச்சரம்- காவிரியின் தென்கரையிலுள்ள ஒரு சிவஸ்தலம். சுவாமி இராமநாதேச்சுரர். அம்மை கருவார்குழலி. சம்பந்தராற்பாடப்பட்டது.

திருஇராமேசநல்லூர்- பாண்டிநாட்டின்கணுள்ள ஒரு சிவஸ்தலம். சுவாமி இராமநாதேச்சுரர். அம்மை குணக்குன்றநாயகி. இத்தலம் தாமிரவருணிநதி தீரத்திலுள்ளது.

திருஇராமேச்சரம்—பாண்டிநாட்டிலே சேதுதீர்த்தத்தை யடுத்துள்ள சிவஸ்தலம். ஸ்ரீராமர் பிரதிஷ்டைசெய்து பூசித்த லிங்கமூர்த்தியையுடைமையின் இத்தலம் இராமேச்சரம் எனப்படுவதாயிற்று. சுவாமி இராமநாதர்; அம்மை பர்வதவர்த்தனி. இதுமிக்க பிரசித்திபெற்ற சிவஸ்தலங்களுளொன்று. இமயமலைச்சாரலிலுள்ளாரும் வந்து தரிசிக்கும் பெருமைவாய்ந்தது. பக்தர்கள் இவ்விலிங்கத்துக்குக் கங்காதீர்த்தந்தினந்தோறுங்காவடியிற்கொணர்ந்து அபிஷேகம்பண்ணுவார்கள். இத்தலம் வான்மீகியாலும் ராமாயணத்திலே எடுத்துக் கூறப்பட்டுள்ளது.

திருஇரும்பூளை-காவிரியின் தென்கரையிலுள்ள ஒரு சிவஸ்தலம். இது ஆலங்குடியெனவும்படும். சுவாமி காசியாரணியேசர். அம்மை ஏலவார்குழலி. சம்பந்தராற்பாடப்பட்டது.

திருஇரும்பைமாகாளம்- தொண்டைநாட்டிலே திருஅரசிலிக்குத் தென்கீழ்த்திசையிலேயுள்ள சிவஸ்தலம். மாகாளர்பூசித்ததலமாதலின் இப்பெயர்த்தாயிற்று. சுவாமி மாகாளேச்சுரர். அம்மை குயின்மொழி.

திரு இலம்பையங்கோட்டூர்—காஞ்சிபுரத்துக்குவடகீழ்த்திசையிலுள்ள சிவஸ்தலம். சுவாமி சந்திரசேகரேச்சுரர். அம்மைகோடேந்துமுலையம்மை. சம்பந்தராற்பாடப்பட்டது.

திருஇளையான்குடி— காவிரியின் தென்கரையிலுள்ள ஒரு சிவஸ்தலம். இளையான்குடிமாறநாயனார் அவதரித்தருள்பெற்றதலம்.

திருஈய்ங்கோய்மலை—காவிரியின் வடகரையிலுள்ள ஒருசிவஸ்தலம். சுவாமி மரகதாசலேச்சுரர். அம்மைமரகதவல்லி. மாணிக்கவாசகரால் "ஈங்கோய்மலையிலெழிலதுகாட்டியும்" என்றெடுத்துக்கூறப்பட்டதலமிதுவே. சம்பந்தருமிதனைப்பாடினர். அகஸ்தியர் ஈவடிவங்கொண்டு சென்று

பூசித்தமையினிப்பெயர்த்தாயிற்று.

திருஉத்தரகோசமங்கை—பாண்டிநாட்டின்கணுள்ள ஒரு சிவஸ்தலம். அது சிவன் மாணிக்கவாசகருக்குத் தரிசனங்கொடுத்துதீத்தல்விண்ணப்பம் பெற்றருளிய தலம்.

திருஉரோமேச்சுரம்—பாண்டிநாட்டின்கணுள்ள ஒரு சிவஸ்தலம். உரோமரிஷி பூசித்தருள்பெற்றதல்மாதலின் அஃதிப்பெயர்பெறுவதாயிற்று.

திருஎயினனூர்—காவிரியின்தென்கரையிலுள்ள ஒரு சிவஸ்தலம். ஏனாதிநாயனார் பிறந்தருள்பெற்றதலமிதுவே.

திருஎருக்கத்தம்புலியூர்— நடுநாட்டிலேமணிமுத்தாநதிதீரத்திலுள்ள ஒரு சிவஸ்தலம். நாகேந்திரபட்டணமெனவும்படும். சம்பந்தராற் பாடப்பட்டது. சுவாமி நீலகண்டநாயகர்; அம்மை நீலமலர்க்கண்ணி.

திருஎறும்பியூர்—காவிரியின்தென்கரையிலுள்ள ஒரு சிவஸ்தலம். அஃது எறும்பு பூசித்தருள்பெற்றதலமாதலின் இப்பெயர்த்தாயிற்று. நாவுக்கரசராற் பாடப்பட்டது. சுவாமி எறும்பீசர்; அம்மை நறுங்குழல்நாயகி.

திருஏகம்பம்—சமயாசாரியர் மூவராலும் பாடப்பட்ட காஞ்சிபுரத்துச் சிவஸ்தலம். மிக்க பிரபலமுடையது. சோழர்களுக்குராஜதானியாகவுமிருந்தது. சுவாமி ஏகாம்பரநாதர்; அம்மை காமாக்ஷி. உமாதேவியார் மண்ணினாற் சிவலிங்கம் ஸ்தாபித்துப் பூசிக்க, அதனைப் பரீக்ஷிக்குமாறு சிவன் கம்பாநதியைப்பெருகச்செய்து அவ்விலிங்கத்தை மூழ்குவிக்க, தேவியார் மார்போடதனை

யெடுத்தணைக்க, அவர் முலைத்தழும்பு பதிந்தபடியே சிவலிங்கப்பெருமானாகிய அற்புதநிகழ்ந்த ஸ்தலம். அங்குள்ளமாமரம் வேதங்களின் வடிவம்.

திருஓமாம்புலியூர்—இது காவிரியின் வடகரையிலுள்ள ஒரு சிவஸ்தலம். புலியினாலே தொடரப்பட்ட ஒருவேடன் இத்தலத்து வில்வமரத்திலேறியிருந்து அஸ்தமயனகாலமுதல் விடியுங்காறும் அம்மரத்துப் பத்திரங்களைப் பறித்தொவ்வொன்றாக அதன்கீழிருக்குஞ் சிவலிங்கப்பெருமானுக்கர்ச்சித்து விடியற்காலத்திலே அருள்பெற்று அப்புலியோடுநற்கதிபெற்றமையின் இப்பெயர்த்தாயிற்று. சுவாமி துயர்தீர்த்தசெல்வர்; அம்மை பூங்கொடியம்பிகை.

திருக் கங்கை கொண்டான்—பாண்டிநாட்டின்கணுள்ள ஒருசிவஸ்தலம்.

திருக்கச்சிஅத்திகிரி—இது தொண்டைநாட்டிலுள்ள ஒரு விஷ்ணுஸ்தலம். சுவாமி வரதராஜப்பெருமாள். சக்தி பெருந்தேவியார்.

திருக்கச்சி அனேகதங்காவதம்—காஞ்சிபுரத்திலே திருவேகம்பத்தைச்சார்ந்த சிவஸ்தலம்.

திருக்கச்சி ஓணகாந்தன்றளி—இதுவும் திருவேகம்பத்தைச்சார்ந்தசிவஸ்தலம். இஃது ஓணகாந்தனென்னும்அசுரன் பூசித்தது.

திருக்கச்சிநெறிக் காரைக்காடு—இது தொண்டைநாட்டின்கணுள்ள ஒரு சிவஸ்தலம்.

திருக்கச்சிமேற்றளி— இது திருவேகம்பத்தைச்சேர்ந்த சிவஸ்தலம்.

திருக்கச்சூராலக்கோயில்— திருப்போரூருக்கு மேற்றிசையிலுள்

ள சிவஸ்தலம். சுந்தரமூர்த்திக் குத் திருவமுதளித்ததலம்.

திருக்கஞ்சனூர்—இது காவிரியின் வடகரையிலுள்ள ஒரு சிவஸ்தலம். மணக்கோலஞ்செய்து மணப்பந்தரின்கீழ் வந்திருந்த கன்னிகையினது கூந்தலை மாவிரதிவேடங்கொண்டுசென்று சிவபெருமான்கேட்க அதனை அக்கன்னிகையின் தந்தையாகிய மானக்கஞ்சாறநாயனார் மறுது கொய்து கொடுத்தஸ்தலமிதுவே. பழுக்கக்காய்ச்சிய இருப்புப்படியேறிச் சிவபரஞ்சாதித்தஹாதத்தாசாரியர் திருவவதாரஞ்செயத ஸ்தலமுமிதுவே. இங்குள்ள சிவமூர்த்தி அக்கினீச்சுரர்; அம்மை கற்பககாயகி.

திருக்கடம்பந்துறை- காவிரியின் தென்கரையிலுள்ள ஒரு சிவஸ்தலம். சுவாமி கடம்பவனநாதர்; அம்மை முற்றிலா முலையம்மை. நாவுக்கரசராற் பாடப்பட்டது.

திருக்கடம்பூர்க்கரகோயில் — இது காவிரியின் வடகரையிலுள்ள ஒருசிவஸ்தலம். சுவாமி அமிர்தகடேசுவரர்; அம்மை சோதியின்னம்மை. இது நாவுக்கரசரும் சம்பந்தரும் பாடியதலம்.

திருக்கடவூர்—காவிரியின் தென்பாலிலே சோழநாட்டிலே கீழ்கடலோரத்திலேயுள்ள சிவஸ்தலம். மூவராலும் பாடப்பட்டது. அது யமசம்மார மூர்த்தியாய்ச் சிவனெழுந்தருளியிருக்கும் ஸ்தலம். சுவாமி அமிர்தகடேசுரர்; அம்மை அபிராமித்தாய். இஃது அட்டவீரட்டத்தொன்றுமொன்று. யமசங்காரம் ஈாசியில்நடந்தது. குங்கிலியக்கலயநாயனார்க்கும் அபிராமிப்பட்டர்க்கும் ஜன்மஸ்தலமுமிதுவே.

திருக்கடவூர்மயானம்—காவிரியின தென்கரையிலுள்ள ஒரு சிவஸ்தலம். இதுவும மூவராலும்பாடப்பட்டது.

திருக்கடிகை— தொண்டைநாட்டிலுள்ள ஒருவிஷ்ணுஸ்தலம். இது சோழங்கிபுரமென வழங்கப்படுவது. சுவாமி நரசிங்கமூர்த்தி. சத்தி அமிர்தவல்லி. பேயாழ்வார், திருமங்கையாழ்வார், நம்மாழ்வார் என்னும் மூவராலும் பாடப்பட்டது.

திருக்கடிக்குளம்-காவிரியின் தென்கரையிலுள்ள ஒரு சிவஸ்தலம். சுவாமி கற்பகேச்சுரர். அம்மை சௌந்தரநாயகி. இது கற்பகவிநாயகர் சிவன்பால் மாங்கனிபெற்ற ஸ்தலம். சம்பந்தர்பாடல்கொண்டது.

திருக்கடித்தானம்— மலைநாட்டிலுள்ள ஒரு விஷ்ணுஸ்தலம். திருவஞ்சைக்களத்துக்குத் தென்கீழ்த்திசையிலுள்ளது.

திருக்கடுவாய்க்கரைப்புத்தூர்—காவிரியின் தென்கரையிலுள்ள ஒரு சிவஸ்தலம், சுவாமி சொர்ணபுரேச்சுரர். அம்மை சிவாம்பிகை. நாவுக்கரசர் பாடல்கொண்டது.

திருக்கடைமுடி—இது சோழநாட்டிலுள்ள ஒரு சிவஸ்தலம். சம்பந்தர்பாடல்கொண்டது.

திருக்கண்ணங்குடி—காவிரியின் தென்கரையிலுள்ள ஒரு விஷ்ணுஸ்தலம். திருமங்கையாழ்வாரால் பாடப்பட்டது.

திருக்கணமங்கலம்— காவிரியின் தென்கரையிலுள்ள ஒரு சிவஸ்தலம்.

திருக்கண்டியூர்—(1) பிரமனதுசிரங்கொய்த சிவஸ்தலம். காவிரியின்தென்கரையிலுள்ளது. சுவாமி வீரட்டானேச்சுரர். அம்மை

மங்கைநாயகி. சம்பந்தராலும் நாவுக்கரசராலும் பாடப்பட்டது. (2) காவிரியின் தென்கரையிலுள்ள ஒரு விஷ்ணுஸ்தலம். சுவாமி அருஞ்சாபகதீர்த்த பெருமாள். சத்தி கமலமடந்தை.

திருக்கண்ணபுரம்— காவிரியின் தென்கரையிலுள்ள விஷ்ணுஸ்தலம். காளமேகப்புலவர், இங்குள்ள விஷ்ணுமூர்த்தியைப் பாடிராயின் கபாடந்திறவேனென்றூடிநின்ற காமக்கிழத்தியினது ஊடலைத் தீர்ப்பான்கருதி, "கண்ணபுரமாலே கடவுளிலுநீயதிகம்" என்று முதலடியைக்கூறி அவளை மகிழ்வித்துக் கதவு திறப்பித்தபின்னர், "உன்னிலுமோ நானதிகமொன்றுகேள்—முன்னமே—உன்பிறப்போபத்தாமுயர்சிவனுக்கொன்றுமில்லை, என்பிறப்பெண்ணப்போகாதே" என்று மற்றைய அடிகளையும் கூறி நிந்தாஸ்துதிசெய்யப்பெற்றது மித்தலமே.

திருக்கண்ணப்பதேவர் மறம்— நக்கீரர்பாடியபிரபந்தம். கல்லாடரும் இப்பெயரால் ஒரு பிரபந்தம்பாடினர்.

திருக்கண்ணமங்கை— காவிரியின்தென்கரையிலுள்ள விஷ்ணுஸ்தலம். சுவாமி சௌந்தரராஜப்பெருமாள்; சத்தி கண்ணபுரநாயகி. குலசேகராழ்வார், திருமங்கையாழ்வார், பெரியாழ்வார் மூவராலும் பாடப்பட்டது.

திருக்கண்ணார்கோவில்— இது சோழநாட்டிலேயுள்ள ஒரு சிவஸ்தலம். சுவாமி கண்ணாயிரேச்சுரர்; அம்மை முருகுவளர்கோதை. சம்பந்தராற்பாடப்பட்டது.

திருக்கயிலாசபுரம்— பாண்டிநாட்டின்கணுள்ள ஒரு சிவஸ்தலம். இது சிந்துபூந்துறை யெனவும்படும். சுவாமி கைலாயநாதேச்சுரர். அம்மை சிவகாமி. இஃது அகஸ்தியருக்குச் சிவன் திருமணக்கோலங்காட்டியருளியதலம்.

திருக்கரம்பனூர்—காவிரியின் வடகரையின்கணுள்ள ஒருவிஷ்ணுஸ்தலம். சுவாமி புருஷோத்தமன், சத்தி பூர்வாதேவி. திருமங்கையாழ்வாராற் பாடப்பட்டது.

திருக்கரவீரம்—காவிரியின் தென்கரையிலுள்ள ஒரு சிவஸ்தலம். சுவாமிகரவீரேச்சுரர்; அம்மைபிரத்தியக்ஷமின்னாள். சம்பந்தராற் பாடப்பட்டது.

திருக்கரிவலம்வந்தநல்லூர் — இது பாண்டி நாட்டின்கணுள்ள ஒரு சிவஸ்தலம். சுவாமி பால்வண்ணநாதர்; அம்மை ஒப்பிலம்பிகை. குலசேகரபாண்டியன்வேட்டையாடும்போது எதிர்ப்பட்ட ஒருயானையைத் துரத்த, அஃதோடிப்போய் இம்மூர்த்தியிருந்த புதரை வலம்போய்ச் சிவகணமாகப்பெற்றமையால் அத்தலம் இப்பெயர்பெற்றது.

திருக்கருகாவூர்—காவிரியின் தென்கரையிலுள்ள ஒரு சிவஸ்தலம். சுவாமி முல்லைவனநாதர், அம்மை கரும்பனையாள். சம்பந்தராற் பாடப்பட்டது.

திருக்கருக்குடி—காவிரியின் தென்கரையினுள்ள ஒரு சிவஸ்தலம். இது வலங்கைமான் எனவும்படும். சுவாமி சற்குணலிங்கேச்சுரர்; அம்மை சர்வாலங்கிருதமின்னம்மை. சம்பந்தராற் பாடப்பட்டது.

திருக்கருப்பறியலூர்—இது ஞாயிறு என வழங்குஞ் சிவஸ்தலம். சோழநாட்டிலே காவிரியின்வடகரையிலுள்ளது. சுவாமி குற்றம்பொறுத்தநாதர்; அம்மை கோல்வளைநாயகி. பூதவடிவுகொண்டுநின்ற தம்மையுணராமற் குலிசத்தாற்றாக்கவெத்தனித்த இந்திரன்மீது நாடகமாத்திரையாகக்

காட்டிய கோபாக்கினியைத் தணித்துப் பிழைபொறுத்த அவனுக்குச் சிவபிரான் அருள்புரிந்த தலமாதலின் இங்கேகோயில்கொண்டிருக்கும் மூர்த்தி கோபம்பொறுத்தநாதர் எனப்படுவர். சுந்தர சம்பந்தர்களாற் பாடப்பட்டது. தணித்தகோபாக்கினியை மேலைச்சமுத்திரத்திற் சிவன்விடுத்தது ஜலந்தராசுரனாயிற்று.

திருக்கருவிலி—காவேரியின் தென்கரையிலுள்ள ஒரு சிவஸ்தலம். சுவாமி சற்குணேச்சுரர்; அம்மை சர்வாங்கநாயகி. நாவுக்கரசராற் பாடப்பட்டது.

திருக்கருவூர்த்திருவாநிலை — கொங்குநாட்டின்கணுள்ள ஒரு சிவஸ்தலம். கருவூரெனவும்படும். பிரமா சிருஷ்டியின்றியிருந்த காலத்திற் காமதேனு சிவனைவழிபட்டுச் சிருஷ்டி அதிகாரம்பெற்றதலமாதலின் ஆநிலையெனப்பட்டது. சிவயோகமும் அணிமாதிசித்திகளும்வல்லவராய், மழைபொழிவித்தல், நினைத்தபோது வெயிலெறிக்கச்செய்தல், அரங்கநாதனை அழைத்தது முதலிய அற்புதங்களைச்செய்துவிளங்கியவரும், திருவிசைப்பாப்பாடியவருமாகிய கருவூர்த்தேவர்க்கு அவதாரஸ்தலமும் இதுவே. சுவாமி பசுபதீச்சுரர். அம்மை கிருபாநாயகி. சம்பந்தராற் பாடப்பட்டது. இத்தலசம்பந்தமான சரித்திரங்களுக்கு அளவில்லை.

திருக்கலிக்காமூர்—சோழநாட்டிலுள்ள ஒரு சிவஸ்தலம். சம்பந்தராற் பாடப்பட்டது.

திருக்கலயநல்லூர்— காவிரியின் தென்கரையிலுள்ள ஒரு சிவஸ்தலம். சுந்தரராற் பாடப்பட்டது.

திருக்கவித்தலம்—இது காவிரியின் வடகரையின்கணுள்ள ஒருவிஷ்ணுஸ்தலம். சுவாமி கஜேந்திரவரதர், சத்தி ரமாமணி வல்லி. திருமழிசையாழ்வாராற் பாடப்பட்டது.

திருக்கழிப்பாலை—சோழநாட்டிலே காவிரியின் வடபாலிலுள்ள ஒரு சிவஸ்தலம். சமயாசாரியர் மூவராலும் பாடப்பட்டது.

திருக்கழுக்குன்றம்—இது திருவிடைச்சுரத்துக்குத் தெற்கேயுள்ள சிவஸ்தலம். சிவபெருமான் திருவாக்கிற்கு எதிர்வாக்குரைத்த துறவிகளிருவரும் கழுகுருபம் பெற்று அங்கே வழிபட்டுக்கொண்டின்றுமிருக்கப்பெற்ற ஸ்தலம். மாணிக்கவாசகருக்குக் குருவடிவுகாட்டியதலமிதுவே. "காட்டினாய்க்கழுக்குன்றிலே" எனத் திருவாசகத்திலே வருதல்காண்க. சுவாமி வேதகிரீச்சுரர்; அம்மை பெண்ணினல்லாள். சமயாசாரியர் மூவராலும் தேவாரஞ் சூட்டப்பட்டது.

திருக்கழுமலமும்மணிக்கோவை—பட்டினத்தடிகள்பாடிய பிரபந்தங்களுளொன்று.

திருக்களக்காடு—பாண்டிநாட்டின்கணுள்ள ஒரு சிவஸ்தலம். சுவாமி சகலபுவனேச்சுரர்; அம்மை உமாதேவி.

திருக்களர்—காவிரியின்தென்கரையிலுள்ள ஒரு சிவஸ்தலம். சம்பந்தராற் பாடப்பட்டது.

திருக்கள்ளில்— திருவொற்றியூருக்கு வடமேற்கிலுள்ள ஒருசிவஸ்தலம், சம்பந்தராற் பாடப்பட்டது.

திருக்கள்வனூர்— தொண்டைநாட்டின்கணுள்ள ஒரு விஷ்ணுஸ்தலம், சுவாமி ஆதிவராகன்; சத்தி அபயநாயகி. திருமங்கையாழ்வாராற் பாடப்பட்டது.

திருக்கற்குடிமலை— காவிரியின்

தென்கரையிலுள்ள ஒருசிவஸ்தலம். சுவாமி முத்தீச்சுரர்; அம்மை அஞ்சனாட்சி. மூவராலும்பாடப்பட்டது.

திருக்கன்றாப்பூர்—காவிரியின்தென்கரையிலுள்ள ஒருசிவஸ்தலம். பசுக்கன்றுத் தறியிலே வெளிப்பட்டு ஒரு பெண்ணுக்குச் சிவன் தரிசனங்கொடுத்த தலமாதலின் இப்பெயர்பெற்றது. நாவுக்கரசராற்பாடப்பட்டது.

திருக்காசிபேச்சுரம்— பாண்டிநாட்டின்கணுள்ள ஒரு சிவஸ்தலம். இதுஅம்பாசமுத்திர மெனவும்படும். சுவாமிபெயர் எரித்தாள்வுடையார்; அம்மைசிவகாமி. சிவசர்மனதுபொருளைக் கவர்ந்துகொண்டு பொய்ச்சத்தியஞ்செய்யப் புகுந்த அர்ச்சகனையெரித்துச் சிவசர்மாவை ஆட்கொண்டமையால் இம்மூர்த்தி எரித்தாள்வுடையார் என்னும் பெயர்பெற்றார்.

திருக்காட்கரை—மலைநாட்டிலுள்ள ஒரு விஷ்ணுஸ்தலம். நம்மாழ்வாராற் பாடப்பட்டது.

திருக்காட்டுப்பள்ளி- சோழநாட்டிலே காவிரிக்கு வடகரையின்கணுள்ள சிவஸ்தலம். சுவாமி ஆரணியசுந்தரேச்சரர்; அம்மை அகிலாண்டநாயகி. சம்பந்தராற் பாடப்பட்டது.

திருக்காந்தீச்சுரம்— பாண்டிநாட்டின்கணுள்ள ஒரு சிவஸ்தலம். இது ஆழ்வார் திருநகரியெனவும்படும்.

திருக்காம்பிலி—காவிரியின்தென்கரையிலுள்ள ஒரு சிவஸ்தலம்.

திருக்காரகம்—தொண்டைநாட்டின்கணுள்ள ஒரு விஷ்ணுஸ்தலம். சுவாமி கருணாகரன். சத்தி பத்மாமணி. திருமங்கையாழ்வாராற்பாடப்பட்டது.

திருக்காராயில்—காவிரியின்தென்கரையிலுள்ள ஒரு சிவஸ்தலம், இது சப்த விடங்கஸ்தலங்களுளொன்று. சம்பந்தராற் பாடப்பட்டது.

திருக்கார்வானம்— தொண்டைநாட்டின்கணுள்ள ஒரு விஷ்ணுஸ்தலம். சுவாமிநவநீதசோரன். சத்திகமலவல்லி. திருமங்கையாழ்வாராற் பாடப்பட்டது.

திருக்காவளம்பாடி— காவிரியின் வடகரையின்கணுள்ள ஒரு விஷ்ணுஸ்தலம். சுவாமி கோபாலன். சத்தி மடவரல்மங்கை. திருமங்கையாழ்வாராற் பாடப்பட்டது.

திருக்காழிச்சீராமவிண்ணகரம்-காவிரியின்வடகரையிலுள்ள ஒருவிஷ்ணுஸ்தலம். சுவாமி ஸ்ரீநிவாசன்; சத்தி உலகநாயகி. திருமங்கையாழ்வாராற்பாடப்பட்டது.

திருக்காளத்தி— தொண்டைநாட்டுச் சிவஸ்தலங்களுளொன்று. இது சிலந்தியும் பாமபும் யானையும் பூசித்துமுத்திபெற்றதலமாதலின காளத்தியெனப்படும். இந்த ஸ்தலத்திலேயே கண்ணப்பர் முதிர்ந்தபக்தியினால் ஆறுநாளுக்குள் முத்திபெற்றனர்.

திருக்கானப்பேர்—பாண்டி நாட்டின்கணுள்ள ஒரு சிவஸ்தலம். சுவாமி கானக்காளையீச்சுரர்; அம்மை மகமாயி. சுந்தர சம்பந்தர்களாற்பாடப்பட்டது.

திருக்கானாட்டுமுள்ளூர்— இது காவிரியின் வடகரையிலுள்ள ஒருசிவஸ்தலம். சுவாமிபதஞ்சலிநாதேச்சுரர். அம்மைதிரிபுரசுந்தரி. சுந்தரராற்பாடப்பட்டது.

திருக்கானூர்—காவிரியின் வடகரையிலுள்ளவொருசிவஸ்தலம். சுவாமி செம்மேனிநாயகர், அம்மை சிவயோகநாயகி. திருநாவுக்கரசராலும், திருஞானசம்பந்தராலும் பாடப்பட்டது.

திருக்கீழ்வேளூர்—காவிரியின்தென்கரையிலுள்ளஒருசிவஸ்தலம். சுவாமி அக்ஷயலிங்கேசுவரர். அம்மை வனமுலைநாயகி. திருநாவுக்கரசர் சம்பந்தரென்னு மிருவராலும் பாடப்பட்டது.

திருக்குடந்தாபுரி-காவிரியின் தென்கரையிலுள்ள ஒரு விஷ்ணு ஸ்தலம். சுவாமி ஆராவமுது. சத்தி கோமளவல்லி. பூதத்தாழ்வார், பேயாழ்வார், திருமழிசையாழ்வார், நம்மாழ்வார், பெரியாழ்வார், திருமங்கை யாழ்வாரென்னுமிவர்களாற் பாடப்பட்டது.

திருக்குடந்தைக்காரோணம் — காவிரியின் தென்கரையிலுள்ள ஒரு சிவஸ்தலம். சுவாமி சோமநாதர். அம்மை தேனார்மொழி. சம்பந்தராற் பாடப்பட்டது.

திருக்குடந்தைக்கீழ்க்கோட்டம்—காவிரியின்தென்கரையிலுள்ள ஒரு சிவஸ்தலம். சுவாமி மடந்தைபாகர். அம்மை பெரியநாயகி. திருநாவுக்கரசராற் பாடப்பட்டது. குடந்தை-கும்பகோணம்

திருக்குடமுக்கு—காவிரியின் தென்கரையிலுள்ள ஒருசிவஸ்தலம். கும்பகோணமெனவும்பெயர்பெறும். இங்கேயுள்ளதீர்த்தம் மாமகதீர்த்தமெனப்படும். ஒரு முனிவர்தமதுதாயினது அஸ்தியையெடுத்துக்கொண்டு தீர்த்தங்கடோறுஞ்சென்று நீராடிச் சுவர்ணபுஷ்கரிணியென்னும் மாமகதீர்த்தத்திலும் ஆடிக் கரையேறி அவ்வென்புப்பொதியை அவிழ்த்துப்பார்க்க அது பொற்றாமரைப் பூவாயிற்று. சுவாமி கும்பேச்சுரர்; அம்மை மங்களநாயகி. மூவராலும் பாடப்பட்டது.

திருக்குடவாயில்—காவிரியின் தென்கரையிலுள்ள ஒரு சிவஸ்தலம். சுவாமி கோணேசர். அம்மை பெரியநாயகி. சம்பந்தராற் பாடப்பட்டது.

திருக்குரக்குக்கா— காவிரியின்வடகரையிலுள்ள ஒருசிவஸ்தலம். சுவாமி கொந்தளேசர். அம்மை கொந்தளநாயகி. திருநாவுக்கரசராற்பாடப்பட்டது. அனுமார் பூசித்தது.

திருக்குரங்கணின்முட்டம்-தொண்டைநாட்டிலே வாலி பூசித்த சிவஸ்தலம். இது திருமாகறலுக்குவடக்கேயுள்ளது. சுவாமி வாலீச்சுரர். அம்மை இறையார்வளையம்மை. சம்பந்தராற் பாடப்பட்டது.

திருக்குருகாவூர்- சோழநாட்டிலே காவிரிக்குவடகரையின்கணுள்ள ஒருசிவஸ்தலம். சுவாமி திருமேனிவெள்ளடையீச்சுரர்; அம்மை காவியங்கண்ணி.சுந்தரர்அப்பரென்னுமிருவராலும்பாடப்பட்டது

திருக்குருகூர்—பாண்டி நாட்டிலுள்ள ஒரு விஷ்ணுஸ்தலம். சுவாமி ஆதிநாதப் பெருமாள். சத்தி ஆதிநாதவல்லி. நம்மாழ்வாராற் பாடப்பட்டது. இதுவேபிரயோகவிவேகஞ்செய்த சுப்பிரமணிய தீக்ஷிதர்பிறந்த ஸ்தலம்.

திருக்குலசேகரன்பட்டினம் — இச்சிவஸ்தலத்திலுள்ள ஓரற்புத மாமரம் எக்காலத்திலும் பூவும் காயு மறாமல் விளங்கியிருப்பது. இத்தலம் திருச்செந்தூருக்குத் தென்மேற்கிலுள்ளது.

திருக்குழல்நாயகி—திருச்செங்காட்டங்குடியிலே கோயில்கொண்டிருக்கும் தேவியார்பெயர்-

திருக்குழந்தை—பாண்டி நாட்டிலுள்ள ஒரு விஷ்ணுஸ்தலம். சுவாமி மாயக்கூத்தன். சத்தி குழந்தைவல்லி.

திருக்குறள்—தமிழ்ப்பாஷைக்குச் சிரோரத்தினமாகவிளங்கும் இத்திவ்வியநூல் தெய்வப் புலமைத்

திருவள்ளுவநாயனாராற் செய்யப்பட்டது. அறம் பொருள் இன்பம் என்னும் முப்பாற் பொருளையும் எஞ்சாமல் எப்பாற்சமயத்தோர்க்கும் ஒப்பக்கூறும் அற்புதநூல். இதற்கிணையானநூல் உலகத்தில் மற்றெப்பாஷையிலும் இல்லை. இதற்குரைசெய்தவர் தருமர்முதற் காளிங்கர்ஈறாகிய பதின்மர். அவருட் பரிமேலழகருரையே வள்ளுவர் கருத்தை உள்ளவாறுரைப்பது. திருக்குறள் நூற்றுமுப்பத்துமூன்று அதிகாரமும் ஆயிரத்துமுந்நூற்றுமுப்பது திருக்குறளுமுடையது. சங்கப்புலவர்களாலே அந்நூலைப்பாராட்டிச் செய்யப்பட்ட பாமாலை திருவள்ளுவமாலையெனப்படும். அதற்குரைசெய்தவர் திருத்தணிகைச் சரவணப்பெருமாளையர். திருவள்ளுவமாலையுரையோடு பரிமேலழகர்உரையை முதன்முதல் அச்சிட்டுவெளியிட்டவர் செந்தமிழ்க்கடலாகிய நல்லூர் ஆறுமுகநாவலர். "திருவள்ளுவர்" காண்க.

திருக்குறிப்புத்தொண்டர்—காஞ்சிபுரத்தில் ஏகாலியர்குலத்திலே அவதரித்த ஒரு சிவபக்தர். இவர் சிவபெருமான் ஒரு முனிவரைப்போலவேடங்கொண்டுசென்று ஒலித்துத் தரும்படி தம்மிடத்துக் கொடுத்த வஸ்திரத்தை மழையினால் ஒலித்துக் கொடுப்பதற்குக் கூடாதிருந்த காரணம்பற்றி, "வாக்குத்தவறியதே; குளிரினாற் சிவபக்தர் வருந்துவாரே" யென்றெண்ணித் தமது தலையைக்கல்லின்மீதுமோதப்புகுந்துசிவனுடைய திருக்கரத்தாலே தடுத்தாளப்பெற்ற பெரும்பேறுபெற்றவர்.

திருக்குறுக்கை—மன்மதனை யெரித்தசிவஸ்தலம். சுவாமிவீரட்டானேச்சுரர்; அம்மைஞானாம்பிகை. திருநாவுக்கரசராற்பாடப்பட்டது.

திருக்குறுங்குடி—(1) பாண்டிநாட்டின்கணுள்ள ஒரு சிவஸ்தலம். (2) பாண்டிநாட்டிலுள்ள ஒரு விஷ்ணுஸ்தலம்.

திருக்குற்றாலம்—பாண்டிநாட்டின்கணுள்ள ஒருசிவஸ்தலம். அஃது அகஸ்தியமுனிவர் பொதிகைக்கு எழுந்தருளும்பொழுது அதனை விஷ்ணுதலமென்றுணராது அதன்வழியேசெல்ல, அங்கிருந்த வைஷ்ணவர்கள் அகஸ்தியர் தரித்திருந்த சிவசின்னங்களைக் கண்டு பொறாராகி வெளியேதுரத்த, அகஸ்தியர் புறத்தேபோய் அவ்வைஷ்ணவர்களைப்போல வடிவு தாங்கி மீண்டுசென்று அவர்களனுமதிப்படி ஆலயத்துட் பிரவேசித்து விஷ்ணுமூர்த்தியைத் தமது திருக்கரத்தாற் குழைவித்துச் சிவலிங்கப் பெருமானாகச் செய்து பூசித்து வைஷ்ணவர்களைக் கருவபங்கஞ்செய்தருளிய தலம். சம்பந்தராற் பாடப்பட்டது.

திருக்கூடலூர்—இது காவிரியின்வடகரையின்கணுள்ள ஒருவிஷ்ணுஸ்தலம்.

திருக்கூடலையாற்றூர்—நடுநாட்டிலே மணிமுத்தாநதிதீரத்திலேயுள்ள ஒரு சிவஸ்தலம்.

திருக்கூடல்தென்மதுரை—பாண்டிநாட்டிலுள்ள ஒரு விஷ்ணுஸ்தலம். சுவாமி கூடலழகர்; சத்தி வகுளவல்லி. திருமழிசையாழ்வார் பெரியாழ்வார் திருமங்கையாழ்வார் என்னு மூவராலும் பாடப்பட்டது.

திருக்கேதீச்சரம்—ஈழநாட்டிலுள்ள ஒரு சிவஸ்தலம். இது சம்பந்தசுந்தரர்களாற்பாடப்பட்டது. சிவாலயம் அழிந்துபோயிற்று. முன்போற் சிவாலயத்திருப்பணி செய்யக் கருதி நாட்டுக்கோட்டை வணிகர் பெருமுயற்சிசெய்

டிவருகின்றனர்.

திருக்கைச்சின்னம்—காவிரியின் தென்கரையிலுள்ள ஒரு சிவஸ்தலம். சம்பந்தராற்பாடப்பட்டது

திருக்கைலாயஞானவுலா—சேரமான்பெருமாணாயனர் செய்தபிரபந்தம்.

திருக்கொடுங்குன்றம்— பாண்டிநாட்டிலுள்ள ஒரு சிவஸ்தலம். சோலைமலைக்குக்கிழக்கேயுள்ளது

திருக்கொடும்பாளூர்--காவிரியின் தென்கரையிலுள்ள ஒரு சிவஸ்தலம்.

திருக்கொட்டையூர்க்கோடீச்சரம்—காவிரியின் வடகரையிலுள்ள ஒரு சிவஸ்தலம். சுவாமி கோடீச்சுரர். அம்மைபந்தாடுநாயகி. திருநாவுக்கரசராலே பாடப்பட்டது.

திருக்கொண்டீச்சரம்— காவிரியின்தென்கரையிலுள்ள ஒரு சிவஸ்தலம். சுவாமி பசுபதீச்சுரர். அம்மை சாந்தநாயகி. திருநாவுக்கரசராற் பாடப்பட்டது.

திருக்கொள்ளம்பூதூர்--சோழநாட்டிலே குடமுருட்டி நதிக்கரையிலுள்ள ஒரு சிவஸ்தலம். சம்பந்தராற் பாடப்பட்டது. சுவாமி வில்வவனநாதர். அம்மை சௌந்தரநாயகி.

திருக்கொள்ளிக்காடு - காவிரியின் தென்கரையிலுள்ள ஒரு சிவஸ்தலம். சம்பந்தராற்பாடப்பட்டது.

திருக்கோகர்ணம்—திருக் கைலாசத்திலே சிவன்பால் ராவணன் இரந்துபெற்ற சிவலிங்கத்தை இவ்விடத்திலே ஓரந்தணச் சிறுவராகத் தன்முன்னே தோன்றிய விநாயகர்கையிலே கொடுத்துச் சலமோசனம் பண்ணியபொழுது, விநாயகர் அதனைக்கீழேவைத்துவிட, அவன் தன் இருபது கரங்களாலும்பற்றி இழுப்பவும் அது

வாராது பசுவின்காதுபோலக்குழைந்தவேர்கொண்டமையினால் "இதுமகாபலம்"என்றுகூறிவணங்கி விடுத்துப்போயினான். அதுபற்றி இத்தலம் கோகர்ணம் என்னும் பெயர்பெறுவதாயிற்று. இது துளுவநாட்டிலேயுள்ளது. திருநாவுக்கரசராலும் சம்பந்தராலும் பாடப்பட்டது.

திருக்கோடிக்கா—இதுகாவிரியின் வடகரையிலுள்ள ஒரு சிவஸ்தலம்.

திருக்கோடிக்குழகர்- காவிரியின் தென்கரையிலுள்ள ஒரு சிவஸ்தலம். இது ஐயடிகள்காடவர்கோன் க்ஷேத்திர வெண்பாவாலும், சம்பந்தரும் நாவுக்கரசரும் தேவாரத்தாலும் பாடியது.

திருக்கோட்டீச்சுரம்—பாண்டிநாட்டின்கணுள்ள ஒருசிவஸ்தலம். அகஸ்தியர் மணலால் அமைக்க அமைக்க அமையாதுநின்ற இலிங்கத்தைப்பார்த்து "இஃதென்ன கோட்டி" என்றுகூறித்தியானித்தவளவில், அமைந்தவிலிங்கத்தையுடைமையின் திருக்கோட்டியீச்சுரம்எனப்பெயர்பெற்றது.

திருக்கோட்டாறு—இது காவிரியின்தென்கரையிலுள்ள ஒரு சிவஸ்தலம். சம்பந்தராற்பாடப்பட்டது.

திருக்கோட்டியூர்— பாண்டிநாட்டிலுள்ள ஒரு விஷ்ணுஸ்தலம். சுவாமி சௌமிய நாராயணன். சத்தி திருமாமகள். பூதத்தாழ்வார்முதலிய ஐவராழ்வாராற் பாடப்பட்டது.

திருக்கோட்டூர்—காவிரியின்தென்கரையிலுள்ள ஒரு சிவஸ்தலம். சம்பந்தராற்பாடப்பட்டது.

திருக்கோணமலை-ஈழ நாட்டிலேயுள்ள ஒருசிவஸ்தலம். இது திருஞானசம்பந்தசுவாமிகளாற் பா

டப்பட்டது. இதுதக்ஷிணகைலாசமூன்றனுளொன்று. வில்லிபுத்தூரார்பாரதத்திலே பாண்டிநாட்டையுமீழநாட்டையும் இருதட்டாக்கிக் கோணமலையையும்பொதியமலையையும் அத்தட்டுகளிலேயிட்டுச் சீர்தூக்கிநிறுப்பதற்காகப்பிரமதேவன்சேதுபந்தனத்தைத் துலாக்கோலாக்கினானென்னுங்கருத்தினையுடைய "வன்றிரைவெங்களிற்றின்ம்" என்னுஞ் செய்யுளிற்கூறப்பட்டதுமிதுவே.

திருக்கோயில் / சிதம்பரம் / புலியூர்—இது சிவபிரான்ஆகாயலிங்கமூர்த்தியாக எழுந்தருளியிருக்கும் சிவஸ்தலம். இங்கேயுள்ள கனகசபையிலே சிவபெருமான் பஞ்சகிருத்தியத்தின் பொருட்டு ஆனந்த தாண்டவஞ் செய்தருளுவர். இங்கே அருச்சகராகவுள்ளவர்கள் தில்லைமூவாயிரவர் எனப்படுவர். இது மிகப் பிரபலசிவஸ்தலம். மாணிக்கவாசகசுவாமிகளும் திருநாளைப்போவாரும் இன்னுமெண்ணிறந்த சிவபத்தர்களும் முத்திபெற்றதலமிதுவே. இச்சிவஸ்தலத் திருப்பணி பிரமம்முதற் பிருதிவியீறாகவுள்ள தத்துவங்களையெல்லாம் குறிப்பாகக் காட்டுவது. திருக்கோயில்என்னும்பெயர் தலைமை பற்றிவந்த காரணவிடுகுறி.

திருக்கோலக்கா— சம்பந்தருக்குப் பொற்றாளம் அருளிய சிவஸ்தலம். இதுசோழநாட்டிலுள்ளது. சுந்தரர் சம்பந்தர் இருவராலும் பாடப்பட்டது.

திருக்கோவலூர்வீரட்டானம்— யுத்தசன்னத்தனாய்க் கைலாசகிரிநோக்கிச்சென்றஅந்தகாசுரனை வென்றருளிய சிவஸ்தலம். இஃது அட்டவீரட்டானத்துளொன்று. பெண்ணை நதி தீரத்திலுள்ளது. அப்பர் சம்பந்தர்களாற் பாடப்பட்டது.

திரு

திருக்கோவையார்—இது திருச்சிற்றம்பலக் கோவையாரெனவும்படும். இவ்வினிய நூல்செய்தவர் மாணிக்கவாசக சுவாமிகள். அது நானூறு கட்டளைக் கலித்துறைகளையுடையது. அது சிற்றின்பத்தின்மேல்வைத்துக் கூறப்பட்ட பேரின்பப்பொருளை யுடையது. அதற்கு அகப்பொருட்பகுதியாகவைத்துஉரைசெய்தவர் நச்சினார்க்கினியர். அவ்வுரையைப் பேராசிரியர் உரையென்பர்ஒரு சிலர். திருக்கோவையார்உண்மை ஞானப்பொருளைத்திருக்கோவையாருண்மையென்னும் பெயராற் செய்தவர் திருவாரூர்ச் சுந்தர தேசிகர். கடவுட்பத்தியிலழுந்தி ஆனந்த பரவசப்பட்டு நிற்போர் ஆன்மாவையும் பதியையும் நாயகநாயகி பாவனைபண்ணிப்பாடுதல்இயல்பென்பதுஅப்பர்திருமூலர்பாடல்களாலும் பெறப்படுதலின், சிவயோகஞ்சாதித்த மாணிக்கவாசகசுவாமிகள்செய்த திருக்கோவையாரும் பேரின்பப்பொருள்மேலதேயாம்.

திருக்கோழம்பம்-காவிரியின் தென்கரையிலுள்ளவொரு சிவஸ்தலம். சுவாமி கோகிலேச்சுரர்; அம்மை சௌந்தரநாயகி. அப்பர் சம்பந்தர்களாலேபாடப்பட்டது.

திருக்கோளிலி—காவிரியின்தென் கரையிலுள்ள ஒரு சிவஸ்தலம். சுவாமி கோளிலிநாதர்; அம்மை வண்டமர்பூங்குழல். மூவராலுந் தேவாரஞ்சூட்டப்பட்டது. சப்தவிடங்கஸ்தலத்துளொன்று. சுந்தரமூர்த்தி தாம் குண்டையூர்க்கிழவர்பாற்பெற்ற நென்மலையைக் கொண்டுபோதற்குஆளின்மையால்வருந்திக் கருணாமூர்த்தியை நோக்கி "ஆளிலையெம்பெருமா

ன்" என்று பாடிப் பூத கணங்களை ஆளாகப்பெற்றதலமிதுவே.

திருக்கோளூர்—பாண்டிநாட்டிலுள்ளஒரு விஷ்ணுஸ்தலம். இது நம்மாழ்வாராற்பாமாலைபெற்றது.

திருச்சக்கரப்பள்ளி—காவிரியின் தென்கரையிலுள்ள ஒரு சிவஸ்தலம்.சம்பந்தராற்பாடப்பட்டது,

திருச்சங்கரநாராயணர்கோவில்-பாண்டிநாட்டின்கணுள்ள ஒருசிவஸ்தலம்.

திருச்சத்திமுற்றம்— காவிரியின் தென்கரையிலுள்ள ஒரு சிவஸ்தலம். சத்திமுற்றப்புலவர் விளங்கியஸ்தலமுமிதுவே. சுவாமி சிவக்கொழுந்தீச்சுரர்; அம்மை பெரிய நாயகி, நாவுக்கரசர், "கோவாய்முடுகி யடுதிறற்கூற்றங்குமைப்பதன்முன், பூவாரடிச்சுவடென்மேற் பொறித்துவை" என்று தமதுதேவாரத்தில் விண்ணப்பஞ்செய்தஸ்தலமுமிதுவே.

திருச்சாத்தமங்கைஅயவந்தி — காவிரியின் தென்கரையிலுள்ள ஒரு சிவஸ்தலம். இது சிவனடியார்வேண்டும் எதனையும் மறுது கொடுக்கும் இயல்புடையராகிய இயற்பகைநாயனரிடத்திலேசிவபிரான் ஒரு விடபுருடனுகிச் சென்று அவர் மனைவியை வேண்ட, மறுது கொடுக்கத் துணிந்த அந்நாயனருடைய பத்தியைமெச்சி அவருக்குமுத்தியளித்ததலம்.

திருச்சிக்கல்—காவிரியின் தென்கரையிலுள்ள ஒரு சிவஸ்தலம். திருஞானசம்பந்தராற் பாடப்பட்டது.

திருச்சிங்கவேள்குன்றம்— வடநாட்டின்கணுள்ள ஒரு விஷ்ணுஸ்தலம்.

திருச்சித்திரகூடம்— காவிரியின் வடகரையிலுள்ள ஒரு விஷ்ணுஸ்தலம். இது சிதம்பரத்துக்கு வைஷ்ணவர்கள் இட்டுக்கொண்டபெயர். சுவாமி கோவிந்தராசன். சத்தி புண்டரீகவல்லி. குலசேகராழ்வார் முதலியோராற் பாடப்பட்டது.

திருச்சிராப்பள்ளி— காவிரியின் தென்கரையிலுள்ள ஒரு சிவஸ்தலம். தனகுப்தன் மனைவி சிவபக்தியிற்சிறந்தவளாயொழுகிவருநாளிற் கருப்பவதியாகிப் பிரசவித்தாள். அச்சமயம் அவள் தாய் காவிரிப்பெருக்கால் அக்கரையில்நின்றுவிடச் சிவபிரான் அத்தாயைப்போல் உருவங்கொண்டு சென்றுபோய் அப்பெண்ணுக்குப் பிரசவஅறையில் உதவிபுரிந்திருந்தார். அதுபற்றி இத்தலத்திலெழுந்தருளியிருக்கும் சுவாமிக்குத் தாயுமானுர் என்னும் பெயருண்டாவதாயிற்று.

திருச்சிவபுரம்—காவிரியின் தென்கரையிலுள்ள ஒரு சிவஸ்தலம். சுவாமி பிரமபுரி நாயகேச்சுரர். அம்மை பெரியநாயகி,

திருச்சிறுகுடி—காவிரியின் தென்கரையிலுள்ள ஒரு சிவஸ்தலம். சுவாமி மங்களேச்சுரர். அம்மை மங்களநாயகி.

திருச்சிற்றேமம்—காவிரியின் தென்கரையிலுள்ள ஒருசிவஸ்தலம். சுவாமி பொன்வைத்தநாதேச்சுரர். அம்மை அகிலாண்டேசுவரி. திருஞானசம்பந்தராற் பாடப்பட்டது.

திருச்சுழியல்—பாண்டிநாட்டின்கணுள்ள ஒரு சிவஸ்தலம். சுவாமி திருமேனிநாதேச்சுரர்; அம்மை துணைமாலை. சுந்தரமூர்த்தி சுவாமிகளாற் பாடப்பட்டது.

திருச்செங்காட்டங்குடிக்கணபதீச்சரம்-காவிரியின் தென்கரையிலுள்ள ஒருசிவஸ்தலம். சிறுத்தொண்டநாயனுர் விளங்கிய ஸ்

தலமுமிதுவே, சுவாமி கணபதீச்சுரர்; அம்மை திருக்குழலுமயாள்.

திருச்செங்குன்றூர்—(1) கொங்குநாட்டிலுள்ள ஒரு சிவஸ்தலம். சுவாமி அர்த்தநாரீச்சுரர்; அம்மை பாகம்பிரியாள். திருஞானசம்பந்தராற் பாடப்பட்டது. (2) மலைநாட்டிலுள்ள ஒரு விஷ்ணுஸ்தலம்.

திருச்செந்தூர்— சீரலைவாயெனப்படும் சுப்பிரமணியஸ்தலம். பாண்டிநாட்டிலே சமுத்திரதீரத்துள்ளது. சுவாமி சுப்பிரமணியர்; அம்மை தெய்வானை.

திருச்செப்பறை—பாண்டிநாட்டின்கணுள்ள ஒரு சிவஸ்தலம். சுவாமி தியாகேச்சுரர்; அம்மை சிவகாமிஅம்மை. இத்தலம்திருநெல்வேலிக்கு வடகீழ்த்திசையிலுள்ளது.

திருச்செம்பொன்செய்கோவில்-காவிரியின் வடகரையிலுள்ள ஒருவிஷ்ணுஸ்தலம். சுவாமி திருபாகரன்; சத்தி அல்லிமலர்மங்கை. திருமங்கையாழ்வாரதற்பாடப்பட்டது.

திருச்செம்பொன்பள்ளி— காவிரியின் தென்கரையிலுள்ள ஒரு சிவஸ்தலம். சுவாமி சொர்ணபுரேச்சுரர்; அம்மைசுகந்தவனநாயகி. நாவுக்கரசராலும் சம்பந்தராலும் பாடப்பட்டது.

திருச்செய்ஞலூர் குமாரக்கடவுளுக்காக விசுவகர்மாவினு லமைக்கப்பட்ட நகரம். இது சோழநாட்டிலுள்ளது. இது வடமொழியிலுஞ் சேஞலூரென்றே வழங்கப்பட்டுள்ளது. குமாரக்கடவுள்சூரசங்காரத்தின் பொருட்டுச் செல்லும்வழியில் ஒருநாள் தங்கிச் சிவபூசைசெய்து ஆயுதங்கள்பெற்றதலமிதுவே. இங்கெழுந்தருளியிருக்குஞ் சிவமூர்த்தி சத்தகிரீசர்; அம்மை சகிதேவி. சண்டிசர் அவதரித்ததலமுமிதுவே. சம்பந்தராற் பாடப்பட்டது.

திருச்சேரன்மாதேவி- பாண்டிநாட்டிலுள்ள ஒரு ஒருசிவஸ்தலம்,

திருச்சேர்ந்தமங்கலம்— பாண்டிநாட்டின்கணுள்ள சிவஸ்தலம்.

திருச்சேறை--காவிரியின் தென்கரையிலுள்ள ஒரு சிவஸ்தலம், சுவாமி செந்நெறியப்பர்; அம்மை ஞானவல்லி. நாவுக்கரசர்சம்பந்தர் என்னுமிருவராலும் பாடப்பட்டது. (2) காவிரியின் தென்கரையிலுள்ள ஒரு விஷ்ணுஸ்தலம்,

திருச்சோமேச்சுரம்—பாண்டிநாட்டின்கணுள்ள ஒரு சிவஸ்தலம். இஃது ஆற்றூரெனவும்படும்.

திருச்சோற்றுத்துறை— காவிரியின்தென்கரையிலுள்ள ஒரு சிவஸ்தலம். சுவாமி தொலையாச்செல்வீச்சுரர்; அம்மை ஒப்பிலாம்பிகை. மூவராலும் பாடப்பட்டது.

திருஞானசம்பந்தமூர்த்திநாயனர்—"சம்பந்தர்" காண்க.

திருடநேமி—(பு) சத்தியதிருதன் மகன்.

திருடவிரதன்—(அம்) விஜயன் மகன்.

திருடஹனு—(பா) சேனஜித்தன் மகன்.

திருடாசுவன்—(இக்ஷ்வா) தண்டாசுவன்.

திருணவிந்து—மனுச்சக்கரவர்த்திவமிசத்தில்வந்த புதன்மகன். விசாலன்தந்தை.

திருணவர்த்தன்—(1) சுழல்காற்றுருபத்தோடு சென்றுரேபல்லையிலே சிசுவடிவிருந்த கிருஷ்ணனைவாரிக்கொண்டுந்தரத்தெழுந்தபோது, அங்கேஅக்கிருஷ்ணனாற் கொன்றொழிக்கப்பட்டவன்.

திருததேவி—தேவகன்மகள். வசுதேவன்பாரி.

திருதராஷ்டிரன்—(1)விசித்திரவீரியன் மனைவியாகிய அம்பிகை நியோகநியாயம்பற்றி வியாசரைக்கூடிப்பெற்ற புத்திரன். அம்பிகை நாணத்தாற் கண்ணை மூடிக்கொண்டு வியாசரைக்கூடினமையின் இவன் அந்தகனாகப்பிறந்தான். இவன் காந்தாரியை மணம்புரிந்து துரியோதனன் முதலிய நூற்றுவர்புத்திரரைப்பெற்றான். திருதராஷ்டிரன் மூத்தோனாயினும் அந்தகனாதலின் அவனுக்குரிய அரசு அவன் தம்பி பாண்டுவுக்காயிற்று. பாண்டு பரமபதம் அடைந்தபின்னர் அவன் புத்திரராகிய பாண்டவர்க்குரிய அரசைத் திருதராஷ்டிரனும் அவன் மக்களும் வஞ்சனையாற் கவர்ந்துகொண்டு அப்பாண்டவர்க்கு ஆற்றொணாப் பெருந்துன்பங்கள் செய்துவந்தார்கள். அதுகாரணமாக மூண்ட பெரும்போரிலே துரியோதனனை வீமன் கொன்று தொலைத்தான். திருதராஷ்டிரன் தன்மகனைக் கொன்றபழிக்குப் பழிவாங்குங் கருத்துடையனாய்த் தன் மேலிட்டிருந்த கவசத்தினுள்ளே முள்வேற்படைக்கலங்களை மறைத்துத் தரித்துக்கொண்டு ஆசையால் வீமனைத் தழுவுவான்போன்று தழுவச் சமயம்பார்த்திருந்தான். அஃதுணர்ந்த கிருஷ்ணன் திருதராஷ்டிரனுக்கு ஒரு சிலாவிக்கிரகத்தைக் காட்ட, அவன் அதனை வீமனெனக்கொண்டு தழுவிப் புரண்டு ஆயுதங்களைமுரித்துத் தான் உள்ளத்துக்கொண்ட வஞ்சத்தையும் வெளியாக்கி வெள்கி மானங்குலைந்தான். இங்ஙனமெல்லாஞ் செய்தானாயினும் அவைகளைப் பொருட்படுத்தாது யுதிஷ்டிரன் அவனைச் சாங்காறும் தந்தைக்குச் சமானமாகவே வைத்துப் பரிபாலித்துவந்தான்.

திருதன்—காந்தாரன் பௌத்திரன். (2) கங்காபுத்திரன்.

திருத்தங்கால்—பாண்டி நாட்டுள்ளதோரூர். இவ்வூர்வார்த்திகனுக்கு ஒரு பாண்டியனால் பிரமதாயமாகக்கொடுக்கப்பட்டது. ஸ்ரீவில்லிபுத்தூருக்குச் சமீபமாகவுள்ளது. (சிலப்)

திருத்தஞ்சைநகர்–காவிரியின் தென்கரையிலுள்ள ஒரு சிவஸ்தலம். தஞ்சாவூரெனவும் வழங்கப்படும். சரபோஜி முதலிய அரசர் அரசுசெய்திருந்த ராஜதானி. இவ்வாலயத்துக் கர்ப்பக்கிருகத்துச் சிலாசாசனங்களால் அநேக பூர்வசரித்திரங்கள் விளங்கும். சுவாமி பிருகதீசுரர்; அம்மை உமாமகேசுவரி. கருவூர்த்தேவரால் திருவிசைப்பாவும் அஷ்டபந்தனமும் பெற்றதலம்.

திருத்தண்கலூர்—பாண்டிநாட்டிலுள்ள ஒரு விஷ்ணுஸ்தலம்.

திருத்தண்கா— தொண்டைநாட்டின்கணுள்ள ஒரு விஷ்ணுஸ்தலம். சுவாமி தீபப்பிரகாசன்; சத்தி மரகதவல்லி. திருமங்கையாழ்வாராற் பாடப்பட்டது.

திருத்தண்டலைநீணெறி—இதுகாவிரியின்தென்கரையிலுள்ள ஒரு சிவஸ்தலம். சுவாமி நீணெறிநாதேச்சுரர்: அம்மை ஞானநாயகி. சம்பந்தராற்பாடப்பட்டது.

திருத்தக்கதேவர்—சீவகசிந்தாமணிசெய்த தமிழ்ப்புலவர். இவர் சோழநாட்டிலேவிளங்கிய சமணசமயி. தமிழ்ப்புலமையில் மிக்க சாதுரியமுடையவர். இவர்செய்தசீவகசிந்தாமணிசிறந்த காவியநூல்களுளொன்றாகவிளங்குகின்றது. இவர்பொருளுட்பமும்சொற்சுருக்கமும்சிருங்காரமும்பெற

ச்கவிபாடுந்திறமையுடையவர். கம்பர்பொருளாழமுஞ்செஞ்சொற்சிறப்பும் சந்தமும்பெறப் பாடுந்திறமையுடையவர். இருவர்க்கும்முந்தினவராகிய திருவள்ளுவர் பலபாக்களாற் கூறத்தக்க பரந்தபொருளைச் சிலசொற்களால் அழகெல்லாம்பொருந்தப் பாடுந்திறமையும் பரந்தஞானமுமுடையவர். இவையே அவர் தம்முள் வேற்றுமை. திருத்தக்கதேவர் கடைச்சங்ககாலத்தவரெனக்கொள்ளப்படுவர்.

திருத்தருமபுரம்—காவிரியின் தென்கரையிலுள்ள ஒரு சிவஸ்தலம். சுவாமி யாழ்முரிநாதேச்சுரர்; அம்மை சதாமதுராம்பிகை. சம்பந்தராற்பாடப்பட்டது.

திருத்தலைச்சங்காடு— காவிரியின் தென்கரையிலுள்ள ஒரு சிவஸ்தலம். சுவாமி சங்காயகேச்சுரர்; செங்குருநாதேச்சுரர்; அம்மை சௌந்தரி. சம்பந்தராற் பாடப்பட்டது.

திருத்தலையாலங்காடு—காவிரியின் தென்கரையிலுள்ள ஒரு சிவஸ்தலம். சுவாமி ஆடவல்லவீச்சுரர்; அம்மை திருமடந்தை. நாவுக்கரசராற் பாடப்பட்டது.

திருத்தலையூர்—காவிரியின்தென்கரையிலுள்ள ஒரு சிவஸ்தலம். உருத்திரபசுபதிநாயனார் திருவவதாரஞ்செய்தருளியதலம்.

திருத்தில்லைப்பதி— காவிரியின் தென்கரையிலுள்ள ஒரு சிவஸ்தலம். சுவாமி மதிமுத்தநாதேச்சுரர்; அம்மை பொற்கொடி.

திருத்தினைநகர்—கெடிலநதி தீரத்துள்ள ஒரு சிவஸ்தலம். சுவாமி திருநந்தீச்சுரர்; அம்மை ஒப்பில்லாநாயகி. சுந்தரராற்பாடப்பட்டது.

திருத்துருத்தி—காவிரியின் தென்கரையிலுள்ள ஒரு சிவஸ்தலம். இது குற்றாலமெனவும்படும். சுவாமிவேதேச்சுரர்; அம்மை அமிர்தமுகிளாம்பிகை. மூவராலும் பாடப்பட்டது.

திருத்துருவாசநல்லூர்— பாண்டிநாட்டின்கணுள்ள ஒரு சிவஸ்தலம். சுவாமி காளத்தீயீச்சுரர்; அம்மை பூங்கோதை.

திருத்துறையூர்— சகலாகமபண்டிதரென்னும் அருணந்திசிவாசாரியார் திருவவதாரஞ்செய்யப்பெற்ற சிவஸ்தலம். இது நடுநாட்டிலுள்ளது. சுவாமி துறையூரப்பேச்சுரர்; அம்மை பூங்கோதை. சுந்தராற்பாடப்பட்டது.

திருத்தூங்கானைமாடம்—கெடிலநதிதீரத்திலேயுள்ள ஒரு சிவஸ்தலம். திருநாவுக்கரசர்தமதுதோள்களிலே சூலக்குறியும் இடபக்குறியும் பொறிக்கப்பெற்றதலம். சுவாமி சுடர்க்கொழுந்தீச்சுரர்; அம்மை மடந்தைநாயகி. சம்பந்தராற்பாடப்பட்டது.

திருத்தேங்கூர்—காவிரியின்தென்கரையிலுள்ள ஒரு சிவஸ்தலம். சுவாமிவெள்ளிமலைநாதேச்சுரர் அம்மை பெரியநாயகி. சம்பந்தராற்பாடப்பட்டது.

திருத்தெளிச்சேரி-காவிரியின் தென்கரையிலுள்ள ஒரு சிவஸ்தலம். சுவாமி பாதனேச்சுரர். அம்மை சத்தியம்பாள். சம்பந்தராற்பாடப்பட்டது. சம்பந்தர் புத்தசமயியாகியநந்திசெய்த தீமைக்காக அவன் தலையிலே இடிவீழும்படிசெய்து தம்மோடு வாதம்புரியவெழுந்த சாரியையும் அவன் குழாத்தினரையும் வாதிலே வென்று அவர்களை நீறணிவித்த தலமிதுவே.

திருத்தெற்றியம்பலம்—காவிரியின்வடகரையின்கணுள்ள ஒரு விஷ்ணுஸ்தலம். சுவாமி செங்கண்

மால். சத்திசெங்கமலை. திருமங்கையாழ்வாராற் பாடப்பட்டது.

திருத்தேன்குடித்திட்டை—காவிரியின்தென்கரையிலுள்ள சிவஸ்தலம். சுவாமி பசுபதீச்சுரர். அம்மை உலகநாயகி. சம்பந்தராற் பாடப்பட்டது.

திருத்தேன்முல்லைவாயில்—சோழநாட்டிலுள்ள ஒரு சிவஸ்தலம். சுவாமி முல்லைவனநாதேச்சுரர்; அம்மை அணிகொண்டகோதை. சம்பந்தராற் பாடப்பட்டது.

திருத்தேவனார்தோகை—காவிரியின் வடகரையின்கணுள்ள ஒரு விஷ்ணுஸ்தலம். சுவாமி மாதவப்பெருமாள்; சத்தி கடிராப்திவல்லி. திருமங்கையாழ்வாராற்பாடப்பட்டது.

திருத்தேவூர்—காவிரியின் தென்கரையிலுள்ள ஒரு சிவஸ்தலம். சுவாமி தேவகுருநாதேச்சுரர். அம்மைமதுரபாஷிணி. சம்பந்தராற்பாடப்பட்டது.

திருத்தொண்டரந்தாதி—நாயன்மார்களது சரித்திரத்தை நம்பியாண்டார்நம்பி சுருக்கி அந்தாதியாகச் செய்த நூல்.

திருத்தொண்டர்—கலியுகாரம்பத்திலே சைவசமயத்தினையும் பத்திமார்க்கத்தையும் நிலைநாட்டும்பொருட்டுத் தமிழ்நாட்டிலே அவதரித்த கண்ணப்பர், கோச்செங்கட்சோழர், சண்டீசர், சம்பந்தர், திருநாவுக்கரசர், சுந்தரர்முதலியநாயன்மார்கள் திருத்தொண்டர்களெனப்படுவர்கள். இவர்கள் வரலாறு கூறுவன திருத்தொண்டர் புராணசாரம், பெரியபுராணம் முதலியன.

திருத்தோலைவில்லி மங்கலம்—இது பாண்டிநாட்டிலுள்ள விஷ்ணுஸ்தலம். சுவாமிஅரவிந்தலோசனன். அம்மை கருந்தடங்கண்ணி. நம்மாழ்வாராற் பாடப்பட்டது.

திருநணா—கொங்குநாட்டின்கணுள்ள ஒரு சிவஸ்தலம். சுவாமிசங்கமேச்சுரர்; அம்மை வேதாம்பிகை. சம்பந்தராற் பாடப்பட்டது. இது பவானியெனவும்படும்.

திருநந்திபுரவிண்ணகரம்—காவிரியின் வடகரையின்கணுள்ள ஒரு விஷ்ணுஸ்தலம். சுவாமி ஜகநாதன். அம்மை செங்கமலமடந்தை. திருமங்கையாழ்வாராற் பாடப்பட்டது.

திருநல்லம்—காவிரியின் தென்கரையிலுள்ள ஒரு சிவஸ்தலம். இது கோனேரிராயபுரமெனவும்படும். சுவாமி உமாமகேசர்; அம்மை மங்களநாயகி. நாவுக்கரசராலும் சம்பந்தராலும் பாடப்பட்டது.

திருநல்லூர்—காவிரியின் தென்கரையிலுள்ள ஒரு சிவஸ்தலம். சுவாமிபெரியபாண்டவேச்சுவரர். அம்மை திரிபுரசுந்தரி. திருநாவுக்கரசர் திருவடிசூட்டப்பெற்றதலம். சம்பந்தராலும் நாவுக்கரசராலும் பாடப்பட்டது.

திருநல்லூர்ப்பெருமணம்—கொள்ளிடக்கரையிலுள்ள ஒரு சிவஸ்தலம். இஃது ஆச்சாபுரமெனவும்படும். சுவாமி சிவலோகத்தியாகேசர். அம்மை நங்கைஉமைநாயகி. திருஞானசம்பந்தர் சிவசோதியுட் கலந்ததலம். அவராற் பாடப்பட்டது.

திருநவலிங்கபுரம்—பாண்டிநாட்டின்கணுள்ள ஒரு சிவஸ்தலம். சுவாமி நவலிங்கேசுவரர். அம்மை சிவகாமி.

திருநள்ளாறு—காவிரியின் தென்கரையிலுள்ள ஒரு சிவஸ்தலம். சுவாமி தெர்ப்பாரணியேச்சுரர். அம்மை போகமார்த்தபூண்முலை.

மூவராலும் பாடப்பட்டுள்ளது.

திருநறையூர்—காவிரியின் தென்கரையிலுள்ளஒரு விஷ்ணுஸ்தலம். சுவாமிவடிவழகியநம்பி. சத்திநம்பிக்கைநாய்ச்சியார்.

திருநறையூர்ச்சித்தீச்சரம்-காவிரியின்தென்கரையிலுள்ள ஒரு சிவஸ்தலம். இஃது திருநறையூர் எனவும்படும். சுவாமி சௌந்தரேச்சுரர். அம்மை அழகம்பிகை. சம்பந்தராலும் சுந்தரராலும், பாடப்பட்டது.

திருநனிபள்ளி —காவிரியின் தென்கரையிலுள்ள ஒருசிவஸ்தலம்.

திருநன்னிலத்துப்பெருங்கோயில்—காவிரியின்தென்கரையிலுளள ஒரு சிவஸ்தலம். கோச்செங்கட்சோழரால் எடுப்பிக்கப்பட்ட ஆலயத்திருப்பணியையுடையது. சுந்தரராற்பாடப்பட்டது.

திருநாகேச்சுரம்—காவிரியின் வடகரையிலுள்ளஒருசிவஸ்தலம்.

திருநாகைக்காரோணம்-காவிரியின்தென்பாலிலே கடற்கரையிலுள்ளஒருசிவஸ்தலம். சுவாமிகாயாரோகணர்; அம்மைநீலாயதாக்ஷி. மூவராலும்பாடப்பட்டது. இத்தலபுராணம்மகாவித்துவான் மீனாக்ஷிசுந்தரப்பிள்ளையாற்பாடப்பட்டது. அதுசொற்பொலிவும் பொருட்சிறப்பு முடையது.

திருநாட்டியத்தான்குடி-காவிரியின்தென்கரையிலுள்ள ஒரு சிவஸ்தலம்.

திருநாராயணபுரம்—துளுவநாட்டிலுள்ளஒருவிஷ்ணுஸ்தலம்.

திருநாரையூர்-காவிரியின்வடகரையிலுள்ளஒருசிவஸ்தலம். மரத்திலேறிக்கனிபறித்தெறிந்ததுருவாசமுனிவரது நிஷ்டைக்கிடையூறுசெய்துஅவர்சாபத்தால்நாரையுருப்பெற்ற கந்தருவன் சிவனைப் பூசித்து முத்திபெற்றதலமாதலின்இப்பெயர்பெற்றது. நம்பியாண்டார்நம்பிக்கு ஜனனஸ்தலம்.

திருநாவலூர்—சுந்தரமூர்த்திநாயனார் அவதாரஞ்செய்தசிவஸ்தலம். திருவதிகைக்கு மேற்கே நடுநாட்டிலுள்ளது.

திருநாவுக்கரசுநாயனார்-திருமுனைப்பாடிநாட்டிலே திருவாமூரிலே வேளாளர்குலத்திலேபுகழனாரென்பவர்க்கு மாதினியார்வயிற்றிலே பிறந்தவர். அவர் பிள்ளைத்திருநாமம் மருணீக்கியார். அவர் பல கலைகளையுங்கற்று நல்லொழுக்கமும் தருமப்பிரியமுமுடையராகி ஒழுகிவருநாளிற் பிரபஞ்சவாழ்வு அநித்தியமெனக்கண்டு துறவறத்தையடைந்து, சமண்சமயத்திற்பிரவேசித்து, அச்சமய நூல்களெல்லாவற்றையுங் கிரமமாகக்கற்று, அவைகளிலும் மகாபண்டிதராகிச் சமணாசாரியராற் றருமசேனரென்னும்பெயர்பெற்று அவருள்ளே அதிசிரேஷ்டராய் விளங்கிவருநாளில், அவர்வயிற்றிலே கொடிய சூலைநோயுண்டாகி வருத்த, சமணாசாரியர்கள் தமது மந்திர வித்தைகளையெல்லாம் பிரயோகித்தும் அதனால் அந்நோய் சிறிதுந்தணியாது முன்னையிலுமதிகப்பட, அதனைக்கேள்வியுற்ற அவர் சகோதரியாராகிய திலகவதியார், அவரைத் தம்மிடம் வருமாறுசெய்து, அவருக்குப் பஞ்சாக்ஷரோபதேசஞ்செய்து, அவருடைய சூலைநோயைநீக்க, அவர் இது பரமசிவனுடைய திருவருளெனக்கொண்டு, சைவசமயப் பிரவேசஞ்செய்து, சிவபக்தியிற்சிறந்தவராகி வீரட்டானேசுவரரையடைந்து, அவர் சந்நிதானத்திலேவிழுந்துநமஸ்கரித்து எழுந்துநின்று, அன்புமயமாகிய தமிழ்ச்செய்யுள் பாடுஞ் சக்தியுடையராகி, அத்தியற்புத

மாகிய தேவாரங்களைப் பாடித் திருநாவுக்கரசு என்னும்பெயர்சிவனாலளிக்கப்பெற்றவர். அதனை அறிந்த சமணர்கள் அரசனுணை கொண்டு அவரைக் கல்லோடுசேர்த்துக் கட்டிக் கடலிலிட்டபோது அக்கல்லைத் தெப்பமாகக்கொண்டு கரையேறியதும், நீற்றறையிலிட்டபோது சாவாது பிழைத்திருந்ததும், விஷமூட்டியபோது அதனுலிறவாதிருந்ததும், பிறவுமாகிய அநேக அற்புதங்கள் தம்மிடத்திலே விளங்கப்பெற்றவர். பெரியபுராணத்திலெடுத்துக்கூறப்பட்டுள்ள அவருடைய சரித்திரம்முற்றும் உண்மையென்பது "கல்லினேடெனைப்பூட்டிஅமண்கையர், ஒல்லைநீர்புகநூக்கவென்வாக்கினல், நெல்லுநீள்வயல்நீலக்குடியரன், நல்லநாமநவிற்றியுய்ந்தேனன்றே" என்னுந் தேவாரத்திலே சமணர்செய்ததுன்பத்தைத் தமது திருவாயாற் கூறியதால் வியவஸ்தாபனமாம்.

அவர் சாயுச்சியப்பேறுபெற்றபோது அவர்க்கு வயசு எண்பத்தொன்றென்பது "அப்பருக்கெண்பத்தொன் றருள்வாதவூரருக்குச், செப்பியநாலெட்டினிற்றெய்வீகம்—இப்புவியிற்—சுந்தரர்க்குமூவாறு தொல்ஞானசம்பந்தர்க். கந்தம்பதினாறறி" என்னும் வெண்பாவால் நிச்சயிக்கப்படும். அவர்காலம் சம்பந்தர்காலமேயென்பது சம்பந்தர் என்பதனுட்கூறினும். ஆண்டுக்காண்க.

அஃதாவது அவர் இற்றைக்கு நாலாயிரம்வருஷங்களுக்குமுன்னர் விளங்கினவர்என்பது ஆண்டுக்கூறிய நியாயங்களான் மாத்திரமன்று இடைச்சங்கத்திறுதிக் காலத்திலே நிகழ்ந்த பிரளயத்தைக்குறித்துக் கேள்வியுற்றபோது அவர்திருவாய்மலர்ந்தருளிய, "வானந்துளங்கிலென் மண்கம்பமாகிலென் மால்வரையுந், தானந்துளங்கித்தலைதடுமாறிலென் தண்கடலும், மீனம்படிலென் விரிசுடர்வீழிலென்வேலைநஞ்சுண், டேனமொன்றில்லா வொருவனுக்காட்பட்டவுத்தமர்க்கே" என்னுந் தேவாரத்தாலும் நிச்சயிக்கப்படும். இடைச்சங்கத்திறுதிக்காலத்தில்வந்துற்ற பிரளயத்தைக்குறித்துத் தமிழ் என்பதனுட் கூறினும்.

திருநாவுக்கரசு நாயனார் திருவாய்மலர்ந்தருளிய தேவாரங்கள்பத்திச்சுவைகால்வதோடு வேதோபநிஷதசாரங்களும், வித்தியாசாதுரிய கற்பனாலங்காரங்களும் பொழிவனவாதலின், அவருடைய செந்தமிழ்ப்புலமையின் அந்தமிலாற்றலெல்லாம் பிறவழியிலேசெல்லாது சிவபத்தியிலும் சிவஞானத்திலுமேசென்றன. உலகியல்நெறிநிற்குஞ்சாமானியவித்துவான்கள்போல, நிலையில்லாதவுலகவின்பத்தைப் பெரிதெனமதித்து மயங்கிப் பெண்கள்முகத்தைச் சந்திரனுக்கும், கூந்தலைமேகத்துக்கும் பல்லை முத்துக்கும்நுதலைப்பிறைக்குமாகவின்னோரன்னவுபமானங்களாலே புனைந்து மகிழ்கூராது, சிவத்தியானமுஞ்சிவதரிசனமுமன்றி மற்றென்றுமுள்ளத்திற் கொளாராய், ஞானக்குறிப்பினையுடைய சிவன் திருமேனியையும், அம்மேனியிலுள்ள ஞான பூஷணங்களையுமெடுத்து அவைகளுக்கே உவமைகற்பித்து மகிழ்கூர்வர். அவ்வுண்மை, "செற்றுக்களிற்றுரி கொள்கின்றஞான்றுசெருவெண்கொம்பொன், றிற்றுக்கிடந்தது போலுமிளம்பிறை பாம்பதனைச் சுற்றுக்கிடந்தது கிம்புரிபோலச் சுடரிமைக்கு, நெற்றிக்கண்மற்ற

தன்முத்தொக்குமா லொற்றியூரானுக்கே" என்பது முதலிய பாடல்களாலுணரப்படும்.

திருநாவுக்கரசுநாயனார் தீவிரதரசத்திநிபாதமுடையராய்ச் சிவானந்தமேலிட்டுச் சிவன்முத்தராயிருந்தவர். சிவானந்தமேலிடப்பெற்றோர் ஆனந்தபரவசமும் ஆட்டலும் அதிசயாநந்த ஞானப்பாடலுமுடையராதல் இயல்பன்றோ. அதுபற்றியேஅவருடைய பாமாலையெல்லாம், செந்தமிழ்த்தேன்பிலிற்றிச் சிவஞான நறுமணங் கமழ்ந்து, பத்தியழகெறித்துக் கேட்டோரைப்புறம்பெயரவிடாது கவருமியல்பினவாய்க், காட்சிக்கரியராகிய பரம கருணாநிதியையும் எளியராக்கும் வலியுடையனவாயின. விரகமீதூரப்பெற்ற நாயகி தன் னெஞ்சத்திடையே கழிபேரன்பு காரணமாக நிகழும் பரவசத்தினாலே தனது நாயகன்புகழை யெடுத்துப் பாடலும் இரங்கலும் தூதுபோக்கலும் கண்டாமன்றோ. அவ்வாறே சிவன்மேல்வைத்தவேட்கையினாலே அவரைப் பாடலும் இரங்கலும் எதிர்ப்பட்ட பொருள்களைநோக்கித் தூதுபோக்கலும் பிறவும் பரவசப்பட்ட பத்தர்க்கியல்பேயாம். அதுபற்றியே திருநாவுக்கரசுநாயனாரும் காமச்சுவைபடவும்,

"முன்ன மவனுடைய நாமங் கேட்டாள் மூர்த்தியவனிருக்கும்வண்ணங்கேட்டாள், பின்னையவனுடையவாரூர்கேட்டாள் பெயர்த்துமவனுக்கே பிச்சியானாள், அன்னையையுமத்தனையு மன்றேநீத்தாளகன்றாளகலிடத்தாராசாரத்தைத், தன்னைமறந்தாடன்னாமங்கெட்டாடலைப்பட்டா ணங்கை தலைவன்றாளே", என்பது முதலிய சில பாடல்களைப் பாடினர். இங்ஙனங்கற்பித்துப் பாவனைபண்ணிப் பாடல் மாணிக்கவாசகர் திருமூலர்முதலிய சிவன்முத்தர்க்கியல்பென்பது, திருச்சிற்றம்பலக்கோவையாராலும்,

"இருட்டறைமூலையிலிருந்தகுமரி, குருட்டுக் கிழவனைக் கூடகிளைந்து, குருட்டினை நீக்கிக் குணம்பலகாட்டி, மருட்டியவனை மணம்புணர்ந்தாளே" என்னும் திருமந்திரத்தாலும் காண்க. திருநாவுக்கரசுநாயனார் அருளிச்செய்த பாடல்களிலே வரும் வருணனைகளெல்லாம் அவ்வத்தலங்களுக்கியல்பாகவுள்ளசிறப்புக்களையே உள்ளஉள்ளவாறெடுத்துரைக்குமன்றிக் கற்பித்துரையா. உள்ளவுள்ளவாறுரைப்பதிலும் ஒவ்வோரதிசயமும் தத்துவக்குறிப்பும் ஆராமையுந் தோன்றுமாறே கூறும். இன்னும் அவ்வருட்பாடல்கள், தத்துவஞானமும் பிரபஞ்சவைராக்கியமும் எடுத்துக்காட்டி, முத்திமேலிச்சையைக் கொளுத்தமாற்றல் பெரிதமுடையனவென்பது எடுத்துக்காட்டவேண்டா. அவற்றை ஓதுந்தோறுங் கேட்குந்தோறும், பிரபஞ்சவெறுப்பும் சிவத்தின்மேல் விருப்புமே தலைப்படுமன்றி அவை ஏனையபுராணேதிகாசங்கள்போல நுண்பொருளைப் புதைத்துப் பருப்பொருளை வெளிப்படக்காட்டி உலகத்தை மயக்கவைப்பனவல்ல. ஆனந்தம் அரும்பி அருள்மலர்ந்து முத்திக்கனிபழுக்கும் பெற்றியினையுடையன. கொடியரிற்கொடியனாகிய கூற்றுவன்சந்நிதிப்பட்டோர்க்கும் உறுதியும் அஞ்சாநிலையுந்தரத்தக்கது தேவாரமொன்றுமேயாம் அச்சிறப்பு மூவர்தேவாரத்துக்குமொக்குமேயாயினும் 'திருநாவுக்கரசுநாயனார் தேவாரம்வாக்குப்பொலிவினானு

ஞ் சிறந்து விளங்குவது.

திருநாவுக்கரசுநாயனார் திருவாய்மலர்ந்தருளியதேவாரப்பாடல்கள் ஐந்தலக்ஷத்து முப்பத்தேழாயிரம். அவற்றுள் அழிந்தனபோக எஞ்சியுள்ளன மூவாயிரத்து நானூற்றெழுபத்தாறு.

திருநாளைப்போவார்-- ஆதனூரிலே புலைத்திருமேனியிலே அவதரித்தருளினவர். முற்பவத்தீட்டிய பெருஞ்சிவபுண்ணியத்தான் முறுகிய பக்திமேலீட்டினால் நடராஜப்பெருமானைத் தரிசிக்குங் காதலுடையராய் "நாளைப்போவேல்" என்று சொல்லித்திரிந்தகாரணத்தால் இப்பெயர் பெற்றனர். இவர் சிதம்பரத்தையடைந்து புறத்தேநின்றபொழுது சிவாஞ்ஞையினாலே வளர்க்கப்பெற்ற அக்கினியில்மூழ்கிநடராஜப்பெருமானைத்தரிசித்து முத்திபெற்றவர்.

திருநிலாத்திங்கட்டுண்டம்- தொண்டைநாட்டின்கணுள்ள ஒரு விஷ்ணுஸ்தலம்.

திருநின்றவூர்—இது சோழநாட்டிலுள்ள ஒருசிவஸ்தலம், (2)தொண்டைநாட்டிலுள்ளஒருவிஷ்ணுஸ்தலம்.

திருநீடூர்—சோழநாட்டிலே காவிரிக்கு வடகரையிலுள்ள ஒரு சிவஸ்தலம்.

திருநீரகம்—தொண்டை நாட்டின்கணுள்ளஒருவிஷ்ணுஸ்தலம்.

திருநீர்மலை--தொண்டை நாட்டிலுள்ள ஒரு விஷ்ணுஸ்தலம்,

திருநீலகண்டநாயனார்— வேசிகமனக்காரணமாக, தம்மனைவியார் "திருநீலகண்டமறிய எமைத் தீண்டற்க"வென்றுசொன்னஆணையால்அம்மனைவியையே யன்றிப் பிறரையுந் தீண்டாது துறந்து இருந்து மூப்புவந்தகாலத்துச் சிவபிரானஓடொன்றைக் கொடுத்துமறைத்தஸமயின் சத்தியஞ்செய்யப்புகுந்துப் மனைவியைத்தீண்டாது கோலிலொருதலைபற்றிவாவியின்மூழ்கி இளமையைப்பெற்று முத்தியடைந்தவராகியஇவர் சிதம்பரத்திலே குயவர் குலத்திலேஅவதரித்து விளங்கியவர்.

திருநீலகண்டயாழ்ப்பாணநாயனார்—சிவபெருமானுடைய திருப்புகழை யாழிலிட்டுப் பாடுபவராய் மதுரைச் சோமசுந்தரக்கடவுளினாலே கொடுக்கப்பெற்ற பொற்பலகையை யுடையராய்த் திருஞானசம்பந்தநாயனார் பாடியருளும் திருப்பதிகங்களை யாழிலிட்டு வாசிக்கும் பெரும்பேறுடையராய்த் திருநல்லூர்ப்பெருமணத்திலே அவரோடு முத்தியடையப்பெற்றவராகிய இவர் திருஎருக்கத்தம்புலியூரிலேஅவதரித்தவர்.

திருநீலக்குடி—காவிரியின்தென்கரையிலுள்ள ஒருசிவஸ்தலம்.

திருநீலநக்கநாயனார்— அடியார்பூசையுஞ் சிவபூசையுஞ் செய்பவராய், அயவந்தியிலுள்ள சிவலிங்கப்பெருமானைப் பூசிக்கையில், அவ்விலிங்கத்தின்மீது விழுந்தசிலம்பியை மனைவியார் வாயாலூதியமையினால் அசுசிதமென்று அவரைத்துறந்து நித்திரைசெய்தபொழுது, சிவபிரான் வெளிப்பட்டு, உன்மனைவியூதியவிடமொழிய ஏனைய விடங்களெல்லாம் கொப்புளம்மிகுத்திருத்தலைக் காணென்று காட்டியருள, மகிழ்ந்து மனைவியாரோடு திருத்தொண்டுசெய்திருக்கப் பெற்றவராய்த் திருஞானசம்பந்தசுவாமிகளிடத்தே அன்புபூண்டவராய், உள்ளஇவர் பிராமணகுலத்திலே சாத்தமங்கையிலே அவதரித்தவர்.

திருநெடுங்களம்—வங்கிய சோழ

ன் நாடோறும் தரிசித்துப்பேறு பெற்ற சிவஸ்தலம். இது காவிரியின்தென்கரையிலுள்ளது.

திருநெய்த்தானம்—காவிரியின் வடகரையிலுள்ள ஒருசிவஸ்தலம்.

திருநெல்வாயிலரத்துறை
திருஅரத்துறை } கெடிலநதிதீரத்திலேயுள்ள ஒருசிவஸ்தலம். இஃது அரத்துறையெனவும் பெயர்பெறும்.

திருநெல்வாயில்— சோழநாட்டிலே காவிரிக்கு வடபாலிலுள்ள ஒருசிவஸ்தலம். இது சிவபுரியென்று வழங்கப்படும்.

திருநெல்வெண்ணை—பெண்ணைநதிதீரத்திலுள்ள ஒருசிவஸ்தலம்.

திருநெல்வேலி—வேதசர்மா பஞ்சகாலத்தில் நைவேத்தியத்திற்கென இரந்துகொணர்ந்து உலர்த்தியநெல்லை, அப்பொழுதுபெய்த பெருமழைநனைத்து வாரிப்போகாவண்ணம் சிவபிரான்காத்தருளினமையின் திருநெல்வேலியெனப் பெயர்பெறுவதாயிற்று. சுவாமி நெல்வேலிநாதர்; அம்மை காந்திமதி. சம்பந்தராற்பாடப்பட்டது. சபை தாமிரசபை.

திருந்துதேவன்குடி—இது காவிரியின் வடகரையிலுள்ள சிவஸ்தலம்.சம்பந்தராற்பாடப்பட்டது.

திருப்பட்டீச்சுரம்-காவிரியின்தென்கரையிலுள்ள ஒருசிவஸ்தலம்.

திருப்பதி—வேங்கடாசலம். இது விஷ்ணுஸ்தலம். சுவாமி பெயர் வேங்கடேசுவரர். மகா முக்கியமானஸ்தலம். இங்கேயுள்ள தீர்த்தங்கள் அநேக ரோகங்களைத்தீர்ப்பன. இத்தலம் பூர்வத்திற் சுப்பிரமணியாலயமென்று சைவர் கூறுவர். அதற்குச் சில ஆதாரங்களுமுள. இம்மலை தமிழ்நாட்டுக்குவடவெல்லையென்பது தொல்காப்பியம்முதலிய பழைய நூல்களாற்கூறப்படும்.

திருப்பந்தணைநல்லூர்—இது காவிரியின்வடகரையிலுள்ள ஒருசிவஸ்தலம்.

திருப்பயற்றூர்—காவிரியின் தென்கரையிலுள்ள ஒரு சிவஸ்தலம்.

திருப்பரங்கிரி
திருப்பரங்குன்றம் } — மதுரைக்குத் தெற்கேயுள்ள ஒரு சுப்பிரமணிய ஸ்தலம்.

திருப்பரமேச்சுவரவிண்ணகரம்—இதுதொண்டைநாட்டின்கணுள்ள ஒரு விஷ்ணுஸ்தலம். சுவாமி வைகுந்தநாதன். சத்திவைகுந்தவல்லி.

திருப்பராய்த்துறை— காவிரியின் தென்கரையிலுள்ள ஒரு சிவஸ்தலம். சுவாமி பராய்த்துறைநாதர். அம்மை பொன்மயிலம்பிகை. மாணிக்கவாசகரால் எடுத்துக்கூறப்பட்டுள்ளது. சம்பந்தராலும் நாவுக்கரசராலும்பாடப்பட்டது

திருப்பருதிநியமம்— காவிரியின் தென்கரையிலுள்ள ஒரு சிவஸ்தலம். சுவாமி பருதியப்பேசர். அம்மை மங்களநாயகி. சம்பந்தராற் பாடப்பட்டது.

திருப்பல்லவனீச்சரம்—இது காவிரிப்பூம்பட்டினம்.பல்லவராயன்பூசித்து அநேகவரங்களைப்பெற்றதலமாதலின் இப்பெயர்பெற்றது. பட்டினத்தடிகளும் இயற்பகைநாயனாரும் திருவவதாரஞ்செய்ததலம். சம்பந்தராற் பாடப்பட்டது. இது பட்டினமெனவும்படும்.

திருப்பவளவண்ணம்—தொண்டைநாட்டின்கணுள்ள ஒரு விஷ்ணுஸ்தலம். சுவாமி பவளவண்ணன். சத்திபவளவல்லி.திருமங்கையாழ்வாராற் பாடப்பட்டது.

திருப்பழனிமலை— பாண்டிநாட்

டின்கணுள்ள ஒரு சுப்பிரமணியஸ்தலம். பழத்துக்காகப் பிணங்கியிருந்தகுமாரக்கடவுளைச் சிவபிரான் பழம் நீயன்றோவென்று சாந்திசெய்தருளியதலம். அதுபற்றிவந்த பெயராகிய பழநீயெனற்பாலது பழனியென மருவிற்று.

திருப்பழமண்ணிப்படிக்கரை- காவிரியின் வடகரையிலுள்ள ஒரு சிவஸ்தலம். சுவாமி நீலகண்டேசர். அம்மைஅமிர்தகரவல்லி. சுந்தரராற் பாடப்பட்டது.

திருப்பழனம்—காவிரியின் வடகரையிலுள்ள ஒரு சிவஸ்தலம். சுவாமி ஆபத்துசகாயர். அம்மை பெரியநாயகி. அப்பூதியடிகள்அவதரித்ததலம். சமபந்தராலும் நாவுக்கரசராலும்பாடப்பட்டது

திருப்பழுவூர்—காவிரியின் வடகரையிலுள்ள ஒரு சிவஸ்தலம். சுவாமி வடவனமூலநாதர். அம்மைஅருந்தவநாயகி. சம்பந்தராற் பாடப்பட்டது.

திருப்பழையாறை— காவிரியின் தென்கரையிலுள்ள சிவஸ்தலம். சுவாமி சோமேச்சுரர். அம்மை சோமகலாநாயகி.

திருப்பறியலூர்வீரட்டானம் — காவிரியின் தென்கரையிலுள்ள ஒரு சிவஸதலம். சுவாமி வீரட்டானேச்சுரர். அமமை இளங்கொம்பன்னை. இது தக்ஷன் சிரம் பறித்ததலம். சம்பந்தராற் பாடப்பட்டது.

திருப்பனங்காடடூ—இது திருவல்லத்துக்குத் தெற்கேயுள்ள சிவஸ்தலம். கண்ணுவர் நிவேதனத்துக்கு வேறியாதும் இடையாது ஒரு பனம்பழத்தை நிவேதித்தனுக்கிரகம்பெற்றதலமாதலின் அன்றுதொட்டுப் பனங் கனியும் அங்கு நைவேத்தியப் பொருளாயிற்று. (2) நடுநாட்டிலுள்ள ஒரு சிவஸ்தலம். சம்பந்தராற் பாடப்பட்டது.

திருப்பனந்தாள்—இது காவிரியினவடகரையிலுள்ள ஒரு சிவஸ்தலம். சிவபக்தியிற் சிறந்த ஒரு மாதுசிரோமணியார் தாம் கொடுத்த மாலையை இங்குள்ள சிவபெருமானுக்குச் சாத்தச்சென்றபொழுது, தமது உடைநெகிழ, அதனை இரு முழங்கைகளாலும் இடுக்கிக்கொண்டு திருமாலேங்கைங்கரியத்துக்கு இடையூறு வந்ததேயென்று கவன்றமையுணர்ந்த சிவபிரான் தமது திருமுடியைச் சாய்த்து மாலையேற்றருளியதலம். குங்குலியக்கலயநாயனர் தமது கழுத்திற் கயிறு பூட்டியிழுக்கநிமிர்ந்தது இவ்விலிங்கமே. இத்தலத்திலே புராதன மடாலயமுமொன்றுளது.

திருப்பனையூர்—இது காவிரியின் தென்கரையிலுள்ள் ஒரு சிவஸ்தலம். சுவாமி சௌந்தரேச்சுரர். அம்மை பெரியநாயகி. சப்தவிடங்கஸ்தலங்களுளொன்று. சம்பந்தசுந்தரர்களாற் பாடப்பட்டது.

திருப்பாசூர்—இது சோழனுக்குச் சிவபெருமான் பாம்பாட்டியாக வந்து தரிசனங்கொடுத்த தலம். இது திருவொற்றியூருக்கு மேற்றிசையில் திருவெண்பாக்கத்துக்குத் தெற்கேயுள்ளது. நாவுக்கரசராலும் சம்பந்தராலும் பாடப்பட்டது.

திருப்பாச்சிலாச்சிராமம்— காவிரியின்வடகரையிலுள்ள ஒருசிவஸ்தலம். கொல்லிமளவன் தன் மகளுக்குண்டாய குமரகண்டவலியைத் திருஞானசம்பந்தமூர்த்திநாயனாரால் நீக்குவித்த சிவஸ்தலம். சுவாமி நீலகண்டேச்சுர

ர்; அம்மை விசாலாக்ஷி. சுந்தர சம்பந்தர்களாற் பாடப்பட்டது. சுந்தரர், "நச்சிலராகிலிவரல்லாற் பிரானில்லையோ" என்றுபாடிப் பொன்பெற்ற தலமுமிதுவே.

திருப்பாடகம்—தொண்டை நாட்டின்கணுள்ள ஒரு விஷ்ணுஸ்தலம். சுவாமி பாண்டவர்தூதன். சக்தி உருக்குமிணி. பெரியாழ்வார் திருமழிசையாழ்வார்திருமங்கையாழ்வாரென்னுமூவராலும் பாடப்பட்டது.

திருப்பாணழ்வார்-கலியுகம் முந்நூற்றின்மேல்சோழதேசத்தலே உறையூரிலேஅவதரித்தவர்.இவர் வீணையிலே மகாசதுரராகிஅதனாற்பகவநாமத்தைப்பாடிப்பக்தியிற்சிறந்துவிளங்கியவர். (நாலாயிரப்பிரபந்தங்காண்க)

திருப்பாண்டிக்கோடுமுடி-கொங்குநாட்டின்கணுள்ள ஒரு சிவஸ்தலம். சுவாமி கொடுமுடிநாதேச்சுரர். அம்மை பண்மொழியம்மை. இது நொய்யலுங் காவிரியுங்கூடுமிடத்தே யுள்ள தலம். இது மூவராலும் பாடப்பட்டது. இங்குள்ள லிங்கம் அகஸ்தியருடைய கமண்டலத்தைக் கவிழ்த்த விநாயகராற் ருபித்துப் பூசிக்கப்பட்டது.

திருப்பாதாளேச்சரம்—இது காவிரியின் தென்கரையிலுள்ள ஒருசிவஸ்தலம். இது பாமணியெனவும்படும். சுவாமி சர்ப்பபுரேச்சுரர்; அம்மை அமிர்தநாயகி. சம்பந்தராற் பாடப்பட்டது.

திருப்பாதிரிப்புலியூர்-இது சமணர்களாற்கற்றூணிற்சேர்த்துக்கட்டிக்கடலிலிடப்பட்டதிருநாவுக்கரசர்"சொற்றுணைவேதியன்"என்னுந் தேவாரம்பாடிக் கரைசேர்ந்த சிவஸ்தலம். இது பெண்ணைநதிதீரத்திலுள்ளது. சுவாமிதோன்றுத்துணையீசர். அம்மை தோகையம்பிகை, அப்பர் சம்பந்தர்களாற் பாடப்பட்டது.

திருப்பாம்புரம்—காவிரியின் தென்கரையிலுள்ள ஒரு சிவஸ்தலம். சுவாமி பாம்புரேச்சுரர். அம்மை வண்டமர் பூங்குழல்நாயகி. சம்பந்தராற் பாடப்பட்டது.

திருப்பார்த்தம்பள்ளி—காவிரியின்வடகரையின்கணுள்ள ஒரு விஷ்ணுஸ்தலம். சுவாமி பார்த்தசாரதி சக்திமலர்மாது. திருமங்கையாழ்வாராற் பாடப்பட்டது.

திருப்பாலைத்துறை— காவிரியின் தென்கரையிலுள்ள ஒரு சிவஸ்தலம், சுவாமி பாலைவனநாதர். அம்மைதவளவெண்ணகையம்மை. அப்பராற் பாடப்பட்டது.

திருப்பாற்றுறை—காவிரியின்வடகரையிலுள்ள ஒரு சிவஸ்தலம். சுவாமி திருமூலநாதேச்சுரர். அம்மைமேகலாம்பிகை.சம்பந்தராற்பாடப்பட்டது.

திருப்பாவநாசம்—பாண்டிநாட்டின்கணுள்ள ஒரு சிவஸ்தலம். சுவாமி பாவநாசேச்சுரர். அம்மை உலகம்மை. இங்கேயுள்ளதீர்த்தம் மிக்க விசேடமுடையது.

திருப்பிரமபுரம்—இது சீர்காழியெனவழங்கப்படும் சிவஸ்தலம். மாணிக்கவாசகர் சிவபெருமானது திருவடியைத் தமதுகையினாற்பிடித்துக்கொண்டு திருப்பாசுரம் பாடப்பெற்றதும் விஷ்ணுகொண்ட நரசிங்கவடிவத்தைக் கருவபங்கம்செய்யும்பொருட்டுச் சிவபெருமான் சரபமாகிப்பின் சட்டைநாதவடிவங்கொள்ளப்பெற்றதுமாகிய சிவஸ்தலம். திருஞானசம்பந்தமூர்த்திகளுக்கு அவதாரஸ்தலமுமிதுவே. இத்தலம், வேணுபுரம், புகலி, வெங்குரு, தோணிபுரம், பூந்தராய், சிர

புரம், புறவம், சண்பை, கொச்சைவயம், கழுமலம், காழி, பிரமபுரம் என்னும் பன்னிரண்டு திருநாமங்களையுடையது. சமயாசாரியர் மூவராலும் பாடப்பட்டது. எழுபத்தொருதிருப்பதிகங்கள் பெற்றுள்ளது.

திருப்பிரமேச்சுரம்-- பாண்டிநாட்டின்கணுள்ள ஒருசிவஸ்தலம்.

திருப்பிரீதி— வடநாட்டின்கணுள்ள ஒரு விஷ்ணு ஸ்தலம். சுவாமி பரமபுருஷன். சக்தி பரிமளவல்லி. திருமங்கையாழ்வாரால் பாடப்பட்டது.

திருப்புகலூர்—திருநாவுக்கரசு சுவாமிகள் முத்தியடைந்தசிவஸ்தலம். இது காவிரியின்தென்கரையிலுள்ள ஒரு சிவஸ்தலம். சுந்தரமூர்த்திநாயனார் பொன் வேண்டிப்பாடியபொழுது செங்கற்கள் பொன்கற்களாகப் பெற்றஸ்தலமுமிதுவே. இது மூவராலும்பாடப்பட்ட எட்டுத் திருப்பதிகங்களையுடையது. சுவாமி அக்கினீச்சுரர். அம்மைகொந்தார்குழலி.

திருப்புகலூர்வர்த்தமானேச்சரம—இது காவிரியின்தென்கரையிலுள்ள ஒரு சிவஸ்தலம். சுவாமி வர்த்தமானேச்சுரர். அம்மை கருந்தார்குழலி. சம்பந்தராற்பாடப்பட்டது.

திருப்புகழ்—அருணகிரிநாதர் குமாரக்கடவுளினது புகழையெடுத்துத் திருவாய்மலர்ந்தருளிய தோத்திரரூபமான பாடல்கள். இப்பாடல்கள் தம்மையோதுபவர்களது நெஞ்சினுள்ள அச்சம் துன்பங்களைநீக்கித் தைரியத்தையும் குமாரக்கடவுள்மேலே நம்பிக்கையையும்விரைந்தபத்தியையுந்தருமியல்பின. திருப்புகழ்ப் பாடற்றொகை பதினாயிரத்திலிறந்தனபோக எஞ்சியுள்ளன சிலவே. இந்நூல் வில்லிபுத்தூரர் காலத்தது.

திருப்புக்கொளியூர்அவிநாசி — கொங்குநாட்டின்கணுள்ள ஒருசிவஸ்தலம். இஃது அவிநாசியெனவும்படும். சுவாமி அவிநாசிச்சுரர். அம்மை பெருங்கருணைநாயகி. சுந்தரமூர்த்திநாயனார், "புரைக்காடுசோலைப் புக்கொளியூரவிநாசியே, கரைக்கான்முதலையைப்பிள்ளைதரச்சொல்லு காலனையே" என்றுபாடி முதலையுண்டபிள்ளையை மீட்டதலம்.

திருப்புடார்ச்சுனபுரம்—பாண்டிநாட்டிலுள்ள ஒரு சிவஸ்தலம்.

திருப்புட்குழி—தொண்டை நாட்டின்கணுள்ள ஒரு விஷ்ணுஸ்தலம். சுவாமி விஜயராகவன். சக்தி மரகதவல்லி. திருமங்கையாழ்வாரால் பாடப்பட்டது.

திருப்புத்தீசர்— திருப்புத்தூரிலே கோயில்கொண்டிருக்குஞ் சுவாமிபெயர்.

திருப்புத்தூர்— பாண்டிநாட்டிலுள்ள ஒரு சிவஸ்தலம். இது திருக்கோட்டியூருக்குத் தென்கீழ்த் திசையிலுள்ளது.

திருப்புல்லாணி— பாண்டிநாட்டிலுள்ள ஒரு விஷ்ணு ஸ்தலம். சுவாமி கல்யாணஜகநாதன். சக்தி கல்யாணவல்லி. திருமங்கையாழ்வாரால் பாடப்பட்டது.

திருப்புளிங்குடி-பாண்டி நாட்டிலுள்ள ஒரு விஷ்ணுஸ்தலம்.

திருப்புள்ளமங்கை— காவிரியின் தென்கரையிலுள்ள ஒரு சிவஸ்தலம். சுவாமி திருவாலந்தரித்தஈச்சுரர். அம்மை அல்லியங்கோதை. சம்பந்தராற்பாடப்பட்டது.

திருப்புள்ளம்பூதங்குடி-காவிரியின்வடகரையின்கணுள்ள ஒரு விஷ்ணுஸ்தலம்.

திருப்புள்ளிருக்கும்வேளூர்-இது சோழநாட்டிலுள்ள ஒரு சிவஸ்

தலம். சடாயுப்புள் பூசித்தமையால் இப்பெயர்பெற்றது. திருப்புள்ளிருக்கு வேளூர் எனக்கொண்டு புள்ளும் இருக்குவேதமும் பூசித்த தலமென்று பொருள்பண்ணுவாருமுளர். சுவாமி வைத்தியநாதர். அம்மை தையல்நாயகி. அப்பர் சம்பந்தர்களாற்பாடப்பட்டது. இத்தலத்துமுத்துக்குமாரசுவாமிமேலுள்ளபாமாலைகள் அநேகம். புள்ளிருக்குவேளூர்க்கலம்பகஞ்செய்தவர் படிக்காசுப்புலவர். தரிசனார்த்தமாக நாற்றிசையிலிருந்தும் சனங்கள் சென்று பெருந்திரளாகக் கூடுவார்கள். இத்தலத்தை மிதித்தவர்களும் நோய்தீரப்பெறுவரென்பது ஐதிகம்.

திருப்புறம்பயம்-இது காவிரியின் வடகரையிலுள்ள ஒரு சிவ ஸ்தலம். சுவாமி சாட்சிநாதர், அம்மை கரும்பன்ன சொல் நாயகி, அரவாலிறந்த வணிகனைச்சம்பந்தர் பதிகம்பாடி யுயிர்ப்பித்த தலம். சமயாசாரியர் மூவராலும் பாடப்பட்டது.

திருப்புனவாயில்—பாண்டி நாட்டின்கணுள்ள ஒரு சிவ ஸ்தலம். சுவாமி பழம்பதிநாதர்; அம்மை பரங்கருணைநாயகி. சுந்தரர் சம்பந்தர்களாற் பாடப்பட்டது.

திருப்புன்கூர்—நந்தனார்பொருட்டு நந்தி தேவரை விலகும்படி செய்துஅவர்க்குத் தரிசனங்கொடுத்தருளிய சிவ ஸ்தலம். சோழநாட்டிலே காவிரிக்குவடகரையிலுள்ளது. சமயாசாரியர் மூவராலும் பாடப்பட்டது.

திருப்பூந்துருத்தி — காவேரியின் தென்கரையிலுள்ள ஒரு சிவ ஸ்தலம். சுவாமி புஷ்பவனநாதர்; அம்மை அழகாலமர்ந்த நாயகி. நாவுக்கரசராற் பாடப்பட்டது.

திருப்பூவணம்-பாண்டிநாட்டின்கணுள்ள ஒரு சிவஸ்தலம்.

திருப்பூவனூர்—காவிரியின்தென்கரையிலுள்ள ஒரு சிவ ஸ்தலம்.

திருப்பெருந்துறை—சோழநாட்டிலே தென்பாலிலுள்ள ஒருசிவஸ்தலம். பாண்டியற்காகக் குதிரைகொள்ளச்சென்ற மாணிக்கவாசகரைத் தடுத்தாட்கொண்ட சிவஸ்தலம். இங்குள்ள ஆலயம் திவ்வியமான சிற்ப வேலைகளையுடையது. சுவாமி ஆன்மநாதன்; அம்மை உமாதேவி.

திருப்பெருமிழலையூர்-காவிரியின் தென்கரையிலுள்ள ஒரு சிவ ஸ்தலம்.

திருப்பெரும்புலியூர்—காவிரியின் வடகரையிலுள்ள ஒரு சிவ ஸ்தலம். சுவாமி வியாக்கிரபுரேச்சுரர். அம்மை சவுந்தரநாயகி, சம்பந்தராற் பாடப்பட்டது.

திருப்பெருவேளூர்— காவிரியின் தென்கரையிலுள்ள ஒரு சிவ ஸ்தலம். சுவாமி பிரியாதநாயகர்; அம்மை மின்னனையாள். அப்பர் சம்பந்தர்களாற் பாடப்பட்டது.

திருப்பேணுபெருந்துறை—இது காவிரியின் தென்கரையிலுள்ள ஒரு சிவ ஸ்தலம். சுவாமி சிவானந்தேசர். அம்மை மலையரசி. சம்பந்தராற் பாடப்பட்டது.

திருப்பேரநகர்—காவிரியின் வடகரையிலுள்ள ஒரு விஷ்ணு ஸ்தலம். சுவாமி அப்பக்குடத்தான். சத்தி கமலவல்லி. திருமழிசையாழ்வார், நம்மாழ்வார், திருமங்கையாழ்வார், பெரியாழ்வார் என்னும் நால்வராலும் பாடப்பட்டுள்ளது.

திருப்பேரூர்—கொங்கு நாட்டின்கணுள்ள ஒருசிவஸ்தலம். இஃது மேலைச்சிதம்பரமெனவும் படும். சுவாமி பட்டீச்சுரர். அம்மை பச்சைநாயகி. ஸ்தல விருக்ஷம்

கள் பிறவாப்புளியும், அரசும், இறவாப்பனையும். முசுகுந்தன் குரங்குமுகம் நீங்கி மனிதர் முகம் பெற்ற தலம். சுந்தரராற் பிற பதிகங்களிலே வைத்துப்பாடப் பட்ட தலம்.

திருப்பேரெயில்—காவிரியின் தென்கரையிலுள்ள ஒரு சிவ ஸ்தலம். சுவாமி சகலபுவனேசுவரர் அம்மை மேகலாம்பாள். அப்பராற் பாடப்பட்டது.

திருப்பைஞ்ஞீலி—காவிரியின் வடகரையிலுள்ள ஒருசிவ ஸ்தலம் சுவாமி மாற்றறிவரதேச்சுரர். அம்மை வாலசவுந்தரி. இங்குள்ள இரத்தினசபையிலாடியருளும் நடேசர் இரத்தினசபாபதியெனப் படுவர். மூவராலும் பாடப்பட்டுள்ளது.

திருப்போரூர்—திருவான்மியூருக்குத்தெற்கே சமுத்திரதீரத்திலுள்ள சுப்பிரமணியஸ்தலம்.

திருமங்கலக்குடி—இது காவிரியின் வடகரையிலுள்ள ஒரு சிவஸ்தலம். சுவாமி பிராண வரதேச்சுரர். அம்மை மங்களநாயகி அரசிறைப்பொருளை ஆலயத்திருப்பணிக்குச் செலவுசெய்துவிட்டு அரசனுக்கஞ்சி உயிர்துறந்த ஒரு சிவபக்தர்க்கு உயிர்கொடுத்த சிவஸ்தலம். அப்பர்சம்பந்தர்களாற் பாடப்பட்டது.

திருமங்கைபுரம்—பாண்டி நாட்டின்கணுள்ள ஒரு சிவஸ்தலம். இஃது கோவிற்பட்டியெனவும்படும். சுவாமி பூவணலிங்கேச்சுரர். அம்மை செண்பகவல்லி. சுந்தரராற் பாடப்பட்டது.

திருமங்கையாழ்வார்—இவர் கலியுகம் நானூற்றறுபதின்மேல்திருக்கரியிலே நீலனென்னுமொருசூத்திரனுக்குப் புத்திரராகப் பிறந்தவர். இவரே ஸ்ரீரங்கத்துக் கோபுரத்திருப்பணிசெய்த விஷ்ணுபத்தர். இவர் பத்தினியார்குமுதவல்லி. இவர் விஷ்ணுபத்தராவதற்குமுன் ஆறலைக்குங்கள்வர். துறவுபூண்டபின் ஆழ்வார்பன்னிருவருள் இவரேசிறந்தவர். நாலாயிரப்பிரபந்தத்துட் பெரியதிருமொழி இவர் திருவாய்மலர்ந்ததேன் பாமாலை.

திருமணஞ்சேரி—இது சோழநாட்டிலே காவிரிக்கு வடகரையிலுள்ளது. சுவாமி அருள்வள்ளநாயகேச்சுரர். அம்மை யாழின்மென்மொழியம்மை. திருநாவுக்கரசர் திருஞானசம்பந்தரென்னுமிருவராலும் பாடப்பட்டது.

திருமணவைமாநகரம்—பாண்டிநாட்டின்கணுள்ள ஒரு சிவஸ்தலம். சுவாமி மங்களேச்சுரர். அம்மை மங்களாம்பிகை.

திருமணிக்கூடம்—காவிரியின் வடகரையின்கணுள்ள ஒருவிஷ்ணுஸ்தலம். சுவாமி மணிக்கூடநாயகர். சத்தி திருமாமகள். திருமங்கையாழ்வாராற்பாடப்பட்டது

திருமந்திரம்—திருமூலர் செய்தருளிய நூல். அது சரியை கிரியை யோகம் ஞானமென்னு நான்கு பாதங்களையுமெடுத்துக்கூறுவது. வேதாகமப்பொருளை யாராய்ந்தவர்க்கே அந்நூல் நன்கு புலப்படும். அது மூவாயிரம் மந்திரங்களையுடையது. திருமூலர்காண்க.

திருமந்திரேச்சுரம்—பாண்டிநாட்டின்கணுள்ள ஒருசிவஸ்தலம்.

திருமயிலை— சிவநேசர் இறந்துபோன தமது பெண்ணினுடைய எலும்புச்சாம்பரைச் சம்பந்தமூர்த்திமுன்வைக்க, அவர், பூம்பாவைத் திருப்பதிகம்பாடி அதனை உருப்பெறறெழும்பச்செய்தசிவஸ்தலம். இது திருவொற்றியூருக்குத் தெற்கே சமுத்திரதீரத்து

க்குச் சமீபத்திலேயுள்ளது. திருவள்ளுவர் பிறக்கப்பெற்ற ஸ்தலமுமிதுவே. சுவாமி கபாலீச்சுரர். அம்மை கற்பகவல்லி. இது திருஞானசம்பந்தசுவாமிகளாலேபாடப்பட்ட ஸ்தலம்.

திருமயேந்திரப்பள்ளி- சோழநாட்டிலே கொள்ளிடநதிதீரத்திலுள்ள சிவஸ்தலம். இது திருக்கோயிலினுள்ளேயிருந்த தீபத்தைத் தூண்டிய எலிக்குச் சிவபெருமான் நரப்பிறப்பருளிய சிவஸ்தலம். சுவாமி திருமேனி அழகேச்சுரர். அம்மை முல்லைநகைவடிவம்மை. இது திருஞானசம்பந்தசுவாமிகளாற் பாடப்பட்டஸ்தலம்.

திருமருகல்—காவிரியின் தென்கரையிலுள்ள ஒரு சிவஸ்தலம். சுவாமி மாணிக்கவண்ணஈச்சுரர். அம்மை வண்டுவார்குழலி. திருநாவுக்கரசராலும் திருஞானசம்பந்தராலும் பாடப்பட்டுள்ளது.

திருமலை—(1) கைலாசம். (2) திருவேங்கடமலை. இது வடநாட்டு விஷ்ணுஸ்தலங்களுளொன்று.

திருமழபாடி—காவிரியின் வடகரையிலுள்ள ஒரு சிவஸ்தலம். சுவாமி வச்சிரத்தம்பநாதேச்சுரர். அம்மை அழகம்பிகை. சமயகுரவர்மூவராலும்பாடப்பட்டுளது.

திருமழிசையாழ்வார்— திருமழிசையிலே பிருகுவுக்கு ஓரப்சரஸ்திரியிடத்திற் பிறந்தவர். இக்குழந்தையைத் தாய் அவ்விடத்தில் விட்டேக, அரனை யிழிகுலத்தானொரு பக்தன் கண்டெடுத்துப் போய்வளர்த்தான். இவர் துவாபரயுகாந்தத்திலே பொய்கையாழ்வார் பூதத்தாழ்வார் பேயாழ்வார்என்னுமூவரும்பிறந்த மூன்றுமாசஞ்சென்றபின்னர்ப் பிறந்தவர். இவர்பாடியபாமாலைகாலாயிரப்பிரபந்தத்திற் சேர்க்கப்பட்டுள்ளது.

திருமறம்—கல்லாடர் கண்ணப்பதேவர்மீது செய்தநூல். (2) நக்கீரர்செய்தது.

திருமறைக்காடு—காவிரியின் தென்கரையிலுள்ள ஒரு சிவஸ்தலம். வேதாரணியமெனப்படுவதுமிதுவே. சுவாமி மறைக்காட்டீச்சுரர். அம்மை யாழைப்பழித்தமொழியம்மை. சமயகுரவர்மூவராலும் பாடப்பட்ட ஸ்தலம்.

திருமாகறல்—காஞ்சீபுரத்துக்குத் தெற்கேயுள்ளசிவஸ்தலம். சுவாமி அடைக்கலங்காத்தவர். அம்மை புவனநாயகி. திருஞானசம்பந்தராற் பாடப்பட்டஸ்தலம்.

திருமாணிகுழி—திருப்பாதிரிப் புலியூருக்குத் தெற்கேயுள்ள சிவஸ்தலம். சுவாமி மாணிக்கமேனிவரதேச்சுரர். திருஞானசம்பந்தராற் பாடப்பட்ட தலம்.

திருமாந்துறை—காவிரியின் வடகரையிலுள்ள ஒரு சிவஸ்தலம். சுவாமி ஆம்பிரவனேச்சுரர். அம்மை அழகாலுயர்ந்தஅம்மை. திருஞானசம்பந்த சுவாமிகளாற் பாடப்பட்டுள்ளது.

திருமாலிருஞ்சோலை- பாண்டிநாட்டிலுள்ள விஷ்ணு ஸ்தலம். சுவாமி மாலலங்காரர். சத்தி சௌந்தரியவல்லி. நம்மாழ்வார் குலசேகராழ்வார், பெரியாழ்வார், திருமங்கையாழ்வார், ஆண்டாளென்னுமிவர்களாற் பாடப்பட்டுள்ளது.

திருமாற்பேறு—விஷ்ணு பூசித்துச் சக்கிரம்பெற்ற சிவஸ்தலம். இது காஞ்சீபுரத்துக்கு வடபாலில் உள்ளது. சுவாமி மால்வணங்கீச்சுரர். அம்மை கருணைநாயகி. திருநாவுக்கரசராலும் திருஞானசம்பந்தராலும் பாடப்பட்ட ஸ்தலம்.

திருமீயச்சூர்—காவிரியின் தென்க

ரையிலுள்ள ஒரு சிவஸ்தலம். இது பேராளமெனவும்படும். சுவாமி திருமுயற்சிநாதேச்சுரர்; அம்மை சௌந்தரநாயகி. திருஞானசம்பந்தராற் பாடப்பட்டஸ்தலம்.

திருமீயச்சூரிளங்கோயில் — இது காவிரியின்தென்கரையிலுள்ள ஒருசிவஸ்தலம். சுவாமி சகலபுவனேச்சுரர். அம்மை மேகலாம்பாள். திருநாவுக்கரசராற பாடப்பட்டது.

திருமுண்டீச்சுரம் — நடுநாட்டிலுள்ள ஒரு சிவஸ்தலம். சுவாமி முண்டீச்சுரர்; அம்மை கானார்குழலி. திருநாவுக்கரசராற் பாடப்பட்டது.

திருமுதுகுன்றம் — நடுநாட்டிலே மணிமுத்தாநதிதீரத்திலேயுள்ள ஒரு சிவஸ்தலம். சுந்தரமூர்த்திநாயனார் மணிமுத்தாநதியிலிட்டுத் திருவாரூர்க்குளத்திலே எடுத்த பன்னீராயிரம் பொன்னையும்சிவபெருமானிடத்திற் பெற்றது இத்தலத்திலேயே. சுவாமிபெயர் பழமலைநாதர்; அம்மை பெரியநாயகி இத்தலம் விருத்தாசலம் எனவும்படும். மூவராலும்பாடப்பட்டது. கற்பனாலங்கார பண்டாரமாகிய துறைமங்கலம்சிவப்பிரகாசரும் நான்மணிமாலை பெரியநாயகி விருத்தமுதலியவற்றால் இத்தலத்தைப் பாடினர். "வானோர்தொழுநின் பலிப்பாத்திரத்தை வனைந்ததுநீ, தானேவளைச்சக்கரந்தான்சுழற்றத் தகுங்குயத்தி, யானோர்குயவன் மெய்யென்றேமுதுகுன்றிறையியம்ப, நானேவொருசிற்றிடைச்சியென்றாளந்நறுநுதலே" என்பது நவமணிமாலையுள் ஒன்று.

திருமுருகன்பூண்டி — கொங்குநாட்டின்கணுள்ள ஒரு சிவஸ்தலம். சுவாமிமுருகநாதர்; அம்மை முயங்குபூண்முலை. சுந்தரராற் பாடப்பட்டது.

திருமுருகாற்றுப்படை — நக்கீரர் சுப்பிரமணியக்கடவுளது பராக்கிரமங்களையும் பெருமைகளையும் உமைத்துப்பாடி அவர் அருள்பெற்ற நூல். பத்துப்பாட்டெனனும் நூலினுள்ளே முதற்பாட்டு. முந்நூற்றுப் பதினேழடிகளையுடையது. நச்சினார்க்கினியராலுரையிடப்பட்டது. இந்நூலைப்பத்துருபோடு வட்டம்பண்ணிவந்தால் சுப்பிரமணியக்கடவுள் விரைந்து அநுக்கிரகம் புரிவரெனக் கொண்டு அநேகர் அங்ஙனஞ்செய்வது பண்டுதொட்டின்றுமுள்ள வழக்கம்.

திருமுறப்பநாடு — பாண்டிநாட்டின்கணுள்ள ஒரு சிவஸ்தலம்.

திருமுக்கீச்சுரம் - சோழநாட்டிலே குடமுருட்டிநதிதீரத்திலுள்ள ஒருசிவஸ்தலம். சுவாமி பஞ்சவர்ணநாதேச்சுரர்; அம்மை காந்திமதியம்மை. சம்பந்தராற்பாடப்பட்டது.

திருமூலநகரம் — பாண்டிநாட்டின்கணுள்ள ஒரு சிவஸ்தலம்.

திருமூலநாதேசுவரர் — திருப்பாற்றுறையிலே கோயில்கொண்டிருக்கும்சுவாமிபெயர்.

திருமூலநாயனார் — நந்திதேவர்மாணாக்கராகிய சிவயோகியாரென்பவர், அகஸ்தியரைக் காணும்பொருட்டுத்தெற்குநோக்கிச்செல்லும்வழியிலே திருவாவடுதுறையில் மூலனென்னும்மாடிடையன் இறந்துகிடக்க, அவன்மேய்த்த பசுக்கள் நின்று கதறி அழுதலைக்கண்டு பரிவுற்று அவன்காயத்திற் பிரவேசித்து, அவனைப்போல அவைகளை மேய்த்து ஆற்றிவிட்டுத் திரும்பிவந்து தமது சரீரத்தைத்தேடி அதனைக் காணு

மையால் அம்மூலன்சரீரத்தோடு தானே அங்கிருந்து மூவாயிரம் வருடம்யோகஞ்சாதித்தஇவர் வருடத்துக்கு ஒருமந்திரமாக மூவாயிரம் மந்திரங்களை அருளிச்செய்தவர். அவற்றின்றொகுதி திருமந்திரமெனப்படும். அண்டபிண்டங்களின் தத்துவ சொரூபத்தை அநுபவப்பிரத்தியக்ஷமாகவுணர்ந்து உலகத்துக்கு வெளியிட்டமகாஞானிகளுள்ளே இவர் தலைமைபெற்றவர். அவருடைய உபதேசமெல்லாம் பெரும்பாலும் ரூபகமும் பரிபாஷையுமாகவேயிருக்கும். சித்தின்றிச் சடமும் சடமின்றிச் சித்துமில்லையென்பது அவர் சித்தாந்தமாம். "அணுவுளவனுமவனுளணுவுங்-கணுவறநின்றகலப்பஃ துணரார்-இணையிலியீசனவனெங்குமாகித்-தணிவறநின்றசராசரந்தானே" சிவனுக்கு வடிவுகூறிய திருமந்திரம்வருமாறு:—"மேவிய சீவன் வடிவது சொல்லிடிற்-கோவின் மயிரொன்றுநூறுடன் கூறிட்டு-மேவியகூறதுவாயிர மாயினு-லாவியின்கூறுநூறாயிரத் தொன்றே" பஞ்சேந்திரியங்களையும் அடக்குதல்கூடாதென்பதும், அடக்குங்கால் அறிவில்லாத சடத்தின்கதியாமென்பதும் அவைதாமேயடங்குமுபாயமறிவதே அறிவு என்பதும் அவர்கூறிய, "அஞ்சுமடக்கடக்கென்பரறிவிலா- ரஞ்சுமடக்குமமரமிங்கில்லை-யஞ்சுமடக்கிலசேதனமாமென்றிட் - டஞ்சுமடக்காவறிவறிந்தேனே" என்னுந் திருமந்திரத்தானறிக. அவர்கூறும் ஞானபூசைவருமாறு:-"உள்ளம்பெருங்கோயி லூனுடம்பாலயம்-வள்ளற்பிரானார்க்கு வாய்கோபுரவாயில்-தெள்ளத்தெளிந்தார்க்குச் சீவன்சிவலிங்கங்-கள்ளப்புலனைந்துங் காளாமணிவிளக்கே" இன்னோன்னதிவ்வியோபதேசங்கள் திருமந்திரத்திலுள்ளே அளவிலவாதலின் அவற்றைச்சமுத்திரகலசநியமாக வெடுத்துக்காட்டல எளிதன்றாம்.

திருமூழிக்களம்— மலைநாட்டிலுள்ள ஒரு விஷ்ணுஸ்தலம். சுவாமி திருமூழிக்களநாதன்; சத்திமதுரகாரணி. நம்மாழ்வாராற்பாடப்பட்டது.

திருமெய்யம்—பாண்டி நாட்டிலுள்ள ஒரு விஷ்ணுஸ்தலம். சுவாமி சத்தியகிரிநாதன்; சத்தி அத்திவல்லி. இது திருமங்கையாழ்வாராற் பாடப்பட்டது.

திருமேனியழகர்—திருமயேந்திரப்பள்ளியிலே கோயில்கொண்டிருக்கும் சுவாமிபெயர். (௨) திருவேட்டக்குடியிலே கோயில்கொண்டிருக்கும் சுவாமிபெயர்.

திருமோகூர்— பாண்டிநாட்டிலுள்ள ஒரு விஷ்ணுஸ்தலம்.

திருவக்கரை—திரு அச்சிறுபாக்கத்துக்குத் தென்மேற்றிசையிலேயுள்ள ஒரு சிவஸ்தலம். இங்கே ஒரு மடாதினமுமுளது.

திருவஞ்சைக்களம்—மலைநாட்டிலுள்ள ஒருசிவஸ்தலம். பரசுராமன் தாயைக்கொன்ற பழிதீர்த்ததும் சுந்தரமூர்த்திகள் வெள்ளையானைபெற்றது மித்தலமேயாம். சுவாமி அஞ்சைக்களத்தீசர்; அம்மை உமை. சேரமான்பெருமாணாயனார் திருத்தொண்டுசெய்திருந்ததலமுமிதுவே.

திருவடதளி—காவிரியின் தென்கரையிலுள்ள சிவஸ்தலம். சுவாமி வடதளிநாயகர்; அம்மைகௌரியம்பிகை. திருநாவுக்கரசர் சுவாமிதரிசனஞ்செய்யப்புக்கபோது அதற்கிடையூறுசெய்த சமணரைஅரசனாற்றண்டிப்பித்ததலம்.

திருவடமுல்லைவாயில்—இது திருவொற்றியூருக்குத் தென்மேற்

திசையிலே திருப்பாசூருக்குத் தெற்கே சமீபத்துள்ள சிவஸ்தலம். சுந்தரமூர்த்திநாயனார் சங்கிலியார் பொருட்டுக் கண்ணிழந்து கவன்று பதிகம்பாடியதலம். சுவாமி பாசுபதேச்சுரர்; அம்மை கொடியிடையாள். முல்லைக்கொடியினுள்ளே மறைந்துகிடந்து, தொண்டைமான் தன் யானையின் காலைச்சிக்கிய அக்கொடியைவெட்டியபோது வெளிப்பட்ட சிவலிங்கமாதலின் அதனையுடையதலம இப்பெயர்பெறுவதாயிற்று. தென்றிசையிலுமொருமுல்லைவாயிலுண்மையின் வடவென்னு மடைபெற்றது.

திருவடவாலவாய்—இது மதுரையின்கணுள்ள ஒரு சிவஸ்தலம். இது இடைக்காடன்பொருட்டு ஆலவாயினின்றும் சிவபெருமான் நீங்கி எழுந்தருளிஇருந்ததலம். இது வைகையின்தெனகரையிலுள்ளது.

திருவடுகூர்—திருப்பாதிரிப் புலியூருக்குமேற்கேயுள்ளசிவஸ்தலம். சுவாமி வடுகேச்சுரர்; அம்மைவடுவகிர்க்கண்ணி. சம்பந்தராற் பாடப்பட்டது.

திருவட்டபுயங்கம் - தொண்டைநாட்டின்கணுள்ள ஒருவிஷ்ணுஸ்தலம். சுவாமி சக்கரராஜன்; சத்தி பதுமவல்லி. பெரியாழ்வார் திருமங்கையாழ்வார் என்னுமிருவராலும் பாடப்பட்டது.

திருவட்டாறு-மலைநாட்டின்கணுள்ள ஒரு விஷ்ணுஸ்தலம். சுவாமி ஆதிகேசவன்; சத்தி மரகதவல்லி. நம்மாழ்வாராற்பாடப்பட்டது.

திருவண்டாம்பாலை— வந்தோமிப்பாலையென்பது வண்டாம்பாலையென மருவிற்று. திருவாரூருக்குச் சமீபத்தேயுள்ள ஒரு சிவஸ்தலம். சுந்தரர் சிவபிரானைஏவல்கொண்டமைக்காக அவரிருக்குந்திருவாரூரை மிதிப்பதில்லையென்னும் விரதம்பூண்டு எல்லைகடந்திருந்தவிறன்மிண்டநாயனாரைச் சிவபிரான்சோதிக்குமாறுவேற்றுருக்கொண்டுசென்று அவர்முன்னேநின்று திருவாரூரென்ன, அவர் சினந்து துரத்தச் சிவபிரான் புறங்கொடுத்தோடித் திருவாரூரெல்லைக்குள்வந்து "வந்தோமிப்பாலே" யென்றமையின் அத்தலம் இப்பெயர்த்தாயிற்று.

திருவண்புருஷோத்தமம்-காவிரியின் வடகரையிலுள்ள ஒரு விஷ்ணுஸ்தலம். சுவாமி புருஷோத்தமன்; சத்தி புருஷோத்தமவல்லி. திருமங்கையாழ்வாராற்பாடப்பட்டது.

திருவண்வண்டூர்— மலைநாட்டிலுள்ள ஒரு விஷ்ணுஸ்தலம். சுவாமி பாம்பணையப்பன்; சத்தி கமலநாயகி. நம்மாழ்வாராற்பாடப்பட்டது.

திருவநந்தபுரம்—மலைநாட்டிலுள்ள ஒரு விஷ்ணுஸ்தலம். சுவாமி அநந்தபதுமநாபன்; சத்திஹரிலக்ஷுமி. நம்மாழ்வார் பெரியாழ்வாரிருவராலும் பாடப்பட்டது. இத்தலம் மலைநாட்டரசர்க்கு இன்று இராஜதானியாகவுள்ளது. இக்காலத்திலே சுதேசராஜாக்களது ஆதீனத்திலுள்ள ஆலயங்களுள் இது மிக்க செல்வத்தோடு நித்தியநைமித்திகங்கள் குறைவறநடக்கப்பெற்றுள்ளது.

திருவதிகைவீரட்டானம்— வித்துன்மாலி முதலிய திரிபுராசுரர்களைச் சிவபெருமான் நகைத்தெரித்த சிவஸ்தலம். இது கெடிலநதிதீரத்திலுள்ளது. இத்தலத்திலேயே திருநாவுக்கரசுசுவாமிகள் சூலைநோய் தீரப்பெற்றுச் சைவத்திற் பிரவேசித்தது. சமயாசாரியர்மூவராலும்பாடப்பட்

-டு.

திருவயிந்திரபுரம்— நடுநாட்டிலுள்ள ஒரு விஷ்ணுஸ்தலம். சுவாமி தெய்வநாயகர்; சத்தி வைகுந்தநாயகி. இது சிவபத்தியிலே முதிர்ந்தவொருசோழன் இவ்வாலயத்தைச் சிவாலயமாக்கவெத்தனித்தமையையுணர்ந்த தெய்வநாயகப்பெருமான்தாம் தியானித்தார் தியானரூபமாகநிற்கும் அகண்டாகாரப்பொருளாயுள்ளவரென்பதும் தாம்வேறு சிவம்வேறாகாத அபேதமூர்த்தியென்பதுங்காட்டுமாறு அச்சோழனுக்குத் திரிநேத்திரமுந் திரிசூலமுமுடையராய்த் தரிசனங்கொடுத்து அவனைப் பணிவித்தருளிய தலம். திருமங்கையாழ்வாராற்பாடப்பட்டது. திருப்பாதிரிப்புலியூர்க்கு மேல்பாலிலுள்ளது.

திருவரகுணமங்கை- பாண்டிநாட்டிலுள்ள ஒரு விஷ்ணுஸ்தலம். நம்மாழ்வாராற் பாடப்பட்டது.

திருவரங்கம்பெரியகோயில் — இஃது எட்டுச் சுயம்புத் தலங்களுளொன்று. தென்னாட்டிலுள்ள விஷ்ணு ஸ்தலங்களுள்ளே முக்கியமானது, சீரங்கமென்றும் ஸ்ரீரங்கமென்றும் வழங்கப்படுவது. இதுகாவிரியாற்றிடைக்குறையின்கண்ணேயிருத்தலின் இப்பெயர்த்தாயிற்று. ஏழுமதில்களாற் சூழப்பட்டுள்ளது. திரிசிரபுரத்தக் கணித்தாகவுள்ளது. மிக்க அலங்காரம்பொருந்திய பெரிய கோபுரங்களையுடையது. குளிர்ந்தடர்ந்த சோலைகளையுடையது. மகோற்சவ காலங்களிலே நாற்றிசையினின்றும் பெருந்திரட்சனங்கள் சென்று தரிசிக்கப்பெறுவது. திருவரங்கத்தந்தாதிமுதலிய அநேகபிரபந்தங்களைப்பெற்று விளங்குவது. பத்தாழ்வாராற் பாடப்பட்டது.

திருவரிஞ்சையூர்—இது காவிரியின்தென்கரையிலுள்ள ஒருசிவஸ்தலம்.

திருவலஞ்சுழி— காவிரியின்தென்கரையிலுள்ள ஒரு சிவஸ்தலம். சுவாமி சித்தீச்சுவரர்; அம்மைமகித்தியநாயகி. சம்பந்தராலும் நாவுக்கரசராலும்பாடப்பட்டது.

திருவலம்புரம்-காவிரியின்தென்கரையிலுள்ள ஒருசிவஸ்தலம். சுவாமி வலம்புரிநாதேச்சுரர்; அம்மைவடுவகிர்க்கண்ணி.

திருவலிதாயம்—இது தொண்டைநாட்டிலுள்ள சிவஸ்தலங்களுள் ஒன்று. இது திருவொற்றியூருக்குத் தென்மேற்றிசையிலுள்ளது. சுவாமி திருவலிதாயநாதேச்சுரர். அம்மை தாயம்மை. சம்பந்தராற்பாடப்பட்டது.

திருவல்லம்—இது பனங்காட்டூருக்கு வடக்கே அருவநாட்டோரத்திலே வல்லாளனென்னு மரசனால் பூசிக்கப்பட்டதாயுள்ள சிவஸ்தலம்.

திருவல்லவாழ்-மலைநாட்டிலுள்ள ஒரு விஷ்ணுஸ்தலம். சுவாமிகோலப்பிரான்; சத்தி செல்வத்திருக்கொழுந்துவல்லி. திருமங்கையாழ்வாராற் பாடப்பட்டது.

திருவல்லிக்கேணி—இது தொண்டைநாட்டிலுள்ள ஒரு விஷ்ணுஸ்தலம். சுவாமி பார்த்தசாரதி. சத்தி வேதவல்லி.

திருவழுந்தூர்—காவிரியின் தென்கரையிலுள்ள ஒரு சிவஸ்தலம். இங்கே சோழராசாக்களுக்குச் சம்பந்திகளான வேளாளர்களிருந்தார்கள். சுவாமி வேதபுரேச்சுரர்; அம்மை சௌந்தராம்பிகை.

திருவழுவூர்-(1) யானையையுரித்த சிவஸ்தலம். (2) காவிரியின் வடகரையிலுள்ளது. சுவாமி மரவுரிநாதேச்சுரர்; அம்மை வனமுலையம்மை.

திருவள்ளக்குளம்—காவிரியின்வ

டகரையின்கணுள்ள ஒருவிஷ்ணுஸ்தலம். சுவாமி கண்ணன்; சத்தி நன்மலராள். திருமங்கையாழ்வாராற் பாடப்பட்டது.

திருவள்ளியூர்—பாண்டிநாட்டின்கணுள்ள ஒரு சிவஸ்தலம். சுவாமிமுருகக்கடவுள்; சத்தி வள்ளிநாயகி.

திருவள்ளுவர்—இவர் பிரமதேவருடைய அமிசாவதாரமாகப் பகவனென்பவருக்கு ஆதியென்பவள் வயிற்றிலேபிறந்து, மைலாப்பூரிலேஒருவள்ளுவன்மனையில்வளர்ந்து,வேதசாஸ்திரநிபுணராகி அவற்றின்சாரமாய திருக்குறளைப்பாடிச் சங்கப்பலகையேறிஅரங்கேற்றினவர். கபிலரகவலின்படி, கபிலர் ஔவைமுதலாயினோர் இவர்க்குச் சகோதரர். இவ்வள்ளுவருக்குச் சங்கத்தார் சமாசனங்கொடுக்கப் பின்வாங்கினரென்பதும் பின்னர் அசரீரிவாக்கானுடன்பட்டனரென்பதும் "திருத்தகு தெய்வத் திருவள்ளுவரோ, டொருத்தகு நற்பலகையொக்க—விருக்க—வுருத்திரசன்மர்..." என்னும் வெண்பாவாற்கொள்ளப்படும். திருவள்ளுவர்,தாமேயெல்லாமோதியுணர்ந்தவர். அவர் பிறரெவரிடத்தும் கல்லாதவர். இவ்வுண்மை நக்கீரர்கூறிய "தானேமுழுதுணர்ந்து" என்னும்வெண்பாவாற்பெறப்படும். இவர் திருக்குறளைக்கொண்டுபோய்ச் சங்கத்திலரங்கேற்றியகாலத்தில் அரசுவீற்றிருந்தபாண்டியன் உக்கிரப்பெருவழுதி. திருக்குறளுக்குப்பாமாலைசூட்டினோர் ஐம்பதோடைவருள் உக்கிரப்பெருவழுதியுமொருவன். திருவள்ளுவர்செய்தநூல்வைதிகசமயத்தினதல்லமாத்திரமன்று,உலகத்துச் சமயிகள் யாவராலும்மெய்நூலெனக்கொண்டு மெச்சித்தலைவணக்கப்படும்

நூலென்பது, கல்லாடர் "எப்பாலவருமியைபவேவள்ளுவனார்முப்பான்மொழிந்தமொழி" எனக்கூறியிருத்தலின்,அக்காலத்தவர்க்குமொத்ததுணிபாம். வள்ளுவர்நூலிலேயாவர்க்குமங்கீகாரமாகிய பொருட்சிறப்பும் இலக்கியவிலக்கணவனப்புமமைந்திருத்தலினால் வள்ளுவர்காலத்திலேயே அது பிரமாணநூலாகத்தொடங்கிவிட்டது. மலைவுவருமிடங்கடோறும் இது வள்ளுவன்மொழியென்றால் அவ்வளவில் மலைவுநீங்கிவிடும். கண்ணுதல் கவியிலுங் குற்றங்கற்பித்த நக்கீரரே தமது இறையனாரகப்பொருளுரையிலே குறளைப் பிரமாணமாக எடுத்தாண்டுபோயினரென்றால் மற்றோர்கொள்வதுபுதுமையாகாது. சேரமான்பெருமாணாயனார் வள்ளுவர் திருக்குறளைத் தமது நூலிலெடுத்தோதியிருத்தலால் வள்ளுவர் சேரமான்பெருமாணாயனாருக்குமுன்னுள்ளவரென்பதுநிச்சயிக்கப்படும். சிலர்,ஔவை சேரமான்பெருமாணாயனார் காலத்திருந்தமையால் திருவள்ளுவரும் சேரமான்காலத்தவரேயாதல் வேண்டுமென்பர். ஔவையார் அதிகமான் கொடுத்த அற்புதநெல்லிக்கனியையுண்டு ஆயுள்நீட்டம்பெற்றுப் பன்னூறாண்டுயிர்வாழ்ந்திருந்தவர். அவருடைய ஆயுட்காலத்தி லொருவர்பின்னொருவராயெத்தனையோவரசரிருந்துபோயினர். ஆதலால் ஔவையாருடைய வார்த்திகதசையிலிருந்தவர்களுடைய காலத்தைக் கொண்டு வள்ளுவர்காலத்தை நிச்சயித்தல்கூடாது. உக்கிரப்பெருவழுதி கடைச்சங்கத்துக் கடையரசன். கடைச் சங்கம் ஆயிரத்தெண்ணூறு வருஷங்களுக்குமுன்னிருந்தது.

இற்றைக்கு ஆயிரத்தெழுநூற்றுபத்தைந்து வருஷங்களுக்கு முன்னே விளங்கிய கரிகாற்சோழன்காலத்து நூல்களாகிய மணிமேகலையினுள்ளுஞ் சிலப்பதிகாரத்தினுள்ளும்மேற்கொள்ளப்பட்ட திருக்குறள் அவ்விருநூல்களுக்குமுன்னர்த் தோன்றியதென்பது தானேபோதரும். சிலப்பதிகாரநூற்காலம் ஆயிரத்தெழுநூற்றுபத்தைந்து வருஷங்களுக்குமுற்பட்டதென்பது மகாவமிசமென்னுநூலினுள்ளேவருங் கயவாகுகாலத்தாற் றுணியப்படும். ஆகவே திருவள்ளுவர்காலம் ஆயிரத்தெண்ணூற்றைம்பது வருஷங்களுக்கு முன்னுள்ளதென்பது நன்றாக நிச்சயிக்கப்படும்.

இன்னும், இலங்கையை வெற்றிகொண்டு இற்றைக்கு இரண்டாயிரத்தறுபது வருஷங்களுக்குமுன்னர் அரசுபுரிந்த சோழமண்டலத்தானாகிய ஏலேலசிங்கனுடைய பௌத்திர பௌத்திரனுக்குப் பௌத்திரனாகிய ஏலேலசிங்கன் என்னும் பிரபுவுக்குத் திருவள்ளுவர் நண்பினரென்றும், அப்பிரபுவினது கலமொன்றுகட்டோடி மீண்டுவந்து பாரிற்பொறுத்தமிழ்தவாது கிடந்தபோது திருவள்ளுவர், "ஏலேலையா" வென்றுகூறித் தொட்டபோது மிதந்ததென்றும், பாரமிழுப்போர் இன்றும் "ஏலேலையா" வென்றுசொல்லியிழுப்பதுஅன்றுதொட்டவழக்கென்றும் வரும்கன்னபாரம்பரையாலும் மேலே செய்த கல்நிச்சயம் வியவஸ்தாபனமாம். இரண்டாயிரத்தறுபதில் ஏலேலசிங்கனுடைய பிரசந்ததிக்கும் இருநூறு வருஷம் நீங்க எஞ்சுவது ஆயிரத்தெண்ணூற்றுபது. ஏலேலசிங்கன் இலங்கையை வெற்றிகொண்டகாலம் இரண்டாயிரத்தறுபது வருஷங்களுக்குமுன்னரென்பது மகாவமிசத்திற்காண்க. சிங்கன் என்னும்பட்டப்பெயர் சோழமண்டலத்திலுள்ள இவனுக்குவந்தது தன்மரபினர் இலங்கையரசுபெற்றகாலத்தப்பெயரோடு விளங்கினமையாற் போலும்.

யேசுசமயிகள் தமது சமயத்தவராகிய "தாமசு" முனிவர் மைலாப்பூரில் வந்திருந்தபோது திருவள்ளுவரென்னும் பெயரோடு விளங்கினரென்றும், அவர்காலம் யேசுவுக்குப்பின் ஐம்பதாம் வருஷமென்றுங்கூறும் வெளிற்றுமானவுரையு மிக்கின்னையத்துக்கொருசான்றாம். இனித்திருவள்ளுவமாலையிற் கல்லாடராற்கூறப்பட்ட வெண்பாவும், கல்லாடமென்னும் நூலிலே அவர்கூறிய அகவற்கூறும் ஒத்தகருத்தினவாதலின், திருவள்ளுவமாலை பிற்காலத்தாரால் பாடி யொட்டப்பட்டதென்பது அறியாமையின்பாலது. அவைவருமாறு:—திருவள்ளுவமாலையிற் கல்லாடர் கூறியது:—"......எப்பாலவரு மியைபவே வள்ளுவனார் முப்பான்மொழிந்தமொழி". கல்லாடம் "...சமயக்கணக்கர்மதிவழிகூறா-துலகியல்கூறிப் பொருளிதுவென்ற-வள்ளுவன்றனக்கு வளர்கவிப்புலவர்முன்..."

திருவள்ளுவர் உலகியல்நெறி வீட்டியல்நெறி இரண்டும் நன்றாய்விசாரித் துண்மையுணர்ந்தவர். மாந்தர்க்கு இல்லறம்துறவறமென்னும் இருவகையறங்களுமே உரியனவென்பதும், அவற்றுள் துறவறத்தைநோக்கியே இல்லறம் சாதிக்கத்தக்கதென்பதும், வீடுதேடுவார்க்குத் துறவறமும், உலகந்தேடுவோர்க்கு இல்லறமுமுரியனவென்பதும் அவர்சித்தாந்தம்.

இல்லறவியல்புகூறப்புகுந்த திருவள்ளுவர் "அன்பிலாரெல்லாந் தமக்குரிய ரன்புடையா, ரென்புமுரியர்பிறர்க்கு" என்னுந் திருக்குறளால் அன்பே அதற்குச் சிறந்தவிலக்கணமென்றும், துறவுக்கிலக்கணங்கூறுமிடத்து,

"அவாவென்ப வெல்லாவுயிர்க்கு மெஞ்ஞான்றுந், தவா அப்பிறப்பீனும்வித்து" என்னுங்குறளால் அதற்கு அவாவின்மையே சிறப்பிலக்கணமென்றும், சித்தாந்தஞ்செய்திருத்தலையூன்றிநோக்கினால் அவருடைய அற்புததெய்வப்புலமையினாற்றல் நன்கு புலப்படும். திருவள்ளுவர் நூற்றுமுப்பத்துமூன்று விஷயங்களெடுத்து நூல்யாத்தனர். ஒவ்வொருவிஷயங்களும்எஞ்சாமற்கடைபோக அவரால் விசாரித்து நிச்சயம்பண்ணப்பட்டிருத்தலின், எத்துணைப்புத்திநுண்மையுடையாரும் ஒருவிஷயத்திலாயினும் ஒன்றைக் கூட்டவேணுங் குறைக்கவேணும் இடங்காணமாட்டார். திருவள்ளுவர்எடுத்துக்கொண்ட விஷயங்களுட் சிலவற்றைத் தாமாக விசாரித்த பிறபாஷைப் புலவருட்டலையானோர் அவ்விஷயங்கள்மேற் கூறியவற்றையும் திருவள்ளுவர் கூறியவற்றையு மொப்புநோக்குமிடத்துத் திருவள்ளுவர் கருத்துக்களை விஞ்சிநிற்றலின், அவரின் விஞ்சினோர் பிறரில்லையெனலே சித்தாந்தமாம். அதுபற்றியே திருக்குறள் கிரேக்க பிராஞ்சிய லத்தீன் ஆங்கில முதலிய பாஷைகளிலே மொழிபெயர்க்கப்பட்டு அத்தேயங்களிலெசென்றுவழங்குவதாயிற்று. திருவள்ளுவர்க்கு முன்னும், முனிவரும், புலவரும் அறம்பொருளின்பமென்னு முப்பாற்பொருளு மொருவாறெடுத்துக் கூறினாரேனும், அவரெல்லாம், திருவள்ளுவரைப்போலக் கேட்டார் நெஞ்சினுட் பாய்ந்து பதிகொள்ளுமாறு சொல்லுஞ் சொல்வன்மையும் சாதுரியமுமுடையரல்லர். "எழுத்து முதலாயவிலக்கண மெல்லாம்-பழுத்தினிதுறங்கும்பள்ளி..." என்றுபுகழப்பட்ட திருக்குறட்சிறப்பு எழுத்தலடங்குவதன்று.

திருவள்ளுவரை ஆருகதசமயியென்றுசிலரும், சைவசமயியென்று பலரும் வாதிப்பர். ஆயினும் வைதிகாசாரங்களை மேற்கொண்டுநிற்குந்திருக்குறட்கருத்தை நோக்க அவரை ஆருகதரென்று சாதிக்கப் போந்தநியாயங்காணகிலம்.

திருவலிவலம்—காவிரியின்தென்கரையிலுள்ள ஒரு சிவஸ்தலம். சமயாசாரியர்மூவராலும் பாடப்பட்டது.

திருவன்னியூர்—காவிரியின் தென்கரையிலுள்ள ஒரு சிவஸ்தலம் நாவுக்கரசராற்பாடப்பட்டது.

திருவாக்கூர்த்தான்றோன்றிமாடம்—காவிரியின் தென்கரையிலுள்ள ஒரு சிவஸ்தலம். நாவுக்கரசராலும் சம்பந்தராலும்பாடப்பட்டது.

திருவாஞ்சயம்—காவிரியின்தென்கரையிலுள்ள ஒரு சிவஸ்தலம். சம்பந்தராற் பாடப்பட்டது.

திருவாடானை—பாண்டிநாட்டின்கணுள்ள ஒரு சிவஸ்தலம். சம்பந்தராற் பாடப்பட்டது.

திருவாசகம்—மாணிக்கவாசக சுவாமிகளென்னுஞ் சிறப்புப்பெயர்பூண்ட திருவாதவூரடிகள் வேதத்தின் ஞானகாண்டப் பொருளைத் தோத்திரரூபமாகத் திருவாய்மலர்ந்தருளிய தமிழ்வேதம். அது "நமச்சிவாயவாழ்க" என்றெடுக்கத்து அகவல்முதலிய

னான்கும் முதலாக அச்சோப்ப திகமீருகவுள்ள நாற்பத்தொன் பது ஒத்தினையுடையது. "மாணிக்கவாசகர்" காண்க.

திருவாதவூர்—பாண்டி நாட்டின்கணுள்ள ஒரு சிவஸ்தலம். இதமாணிக்கவாசகசுவாமிக்கு ஜனனஸ்தானமாகவுள்ளது. சுவாமிவாதவூரீச்சுரர்; அம்மை உமாதேவி.

திருவாதனூர்—காவிரியின் வடகரையின்கணுள்ள ஒரு விஷ்ணுஸ்தலம். சுவாமி ஆண்டளக்குமையன். சத்தி ஸ்ரீரங்கநாயகி. திருமங்கையாழ்வார் பாடியது.

திருவாமாத்தூர்—நடுநாட்டி லுள்ள ஒரு சிவஸ்தலம். திருஅண்ணமலைக்குக் கிழக்கிசையிலுள்ளது. சுவாமி காமார்த்தேச்சுரர்; அம்மை அழகியநாயகி. சமயாசாரியர்மூவராலும் பாடப்பட்டது.

திருவாப்பனூர்—இது பாண்டிநாட்டிலுள்ள ஒரு சிவஸ்தலம். சுவாமி ஆப்பனூர்க்காரணர். அம்மை அம்பிகை. சம்பந்தராற் பாடப்பட்டது.

திருவாய்ப்பாடி—வடநாட்டின்கணுள்ள ஒரு விஷ்ணுஸ்தலம். சுவாமி நவமோகன கிருஷ்ணன். சத்திசத்தியபாமை. குலசேகராழ்வார், பெரியாழ்வார் ஆண்டாள் என்னும் மூவராலும் பாடப்பட்டது.

திருவாய்மூர்—காவிரியின் தென்கரையிலுள்ள ஒரு சிவஸ்தலம். சுவாமிஆத்மநாதேச்சுரர்; அம்மை உமாதேவி.

திருவாரூர்—திருவாரூர் மூலட்டானங்காண்க.

திருவாரூர்அறநெறி- திருவாரூரிலுள்ள சிவஸ்தலங்களு ளொன்று. சுவாமி அகிலேச்சுரர்; அம்மை அல்லியங்கோதை.

திருவாரூர்ப்பரவையுண்மண்டளி—திருவாரூர்மூலட்டானத்துக்குச்சமீபத்திலுள்ள ஒரு சிவஸ்தலம். சுவாமி பரவையுண்மண்டளீச்சுரர்; அம்மை பஞ்சின்மெல்லடியம்மை. சுந்தரராற் பாடப்பட்டது.

திருவாரூர்மும்மணிக்கோவை - சேரமான்பெருமாணயனார் திருவாரூர்மீது செய்த நூல்.

திருவாரூர்மூலட்டானம்—இதசுந்தரராலே "திருவாரூர்ப்பிறந்தார்க ளெல்லார்க்கு மடியேன்' என்று துதிக்கப்பட்ட பிரபல சிவஸ்தலம். இது தியாகப்பெருமானை முசுகுந்தசக்கரவர்த்தி இந்திரன்பாற்பெற்றுஸ்தாபித்த சிவஸ்தலம். இது சப்த விடங்கஸ்தலங்களுள் மிகச்சிறந்தது. இத்திருவாரூர் சோழராஜாக்களுக்கு நெடுங்காலம் ராஜதானியாகவிருந்தது. மநுநீதிகண்ட சோழன் அரசுசெய்யுங்காலத்திலே தன்மகன் தேரூர்ந்து ஒரு பசுவின்கன்றைத் தேர்க்காலி லரைத்துக் கொன்றா னென்பதுணர்ந்து, அவ்வரசகுமாரனைத் தன் றேர்க்காலிலிட்டு அரைத்துக்கொன்று தாய்ப்பசுவின் றுயர்தீர்க்க முயன்று சிவாநுக்கிரகத்தால் கன்றும்மைந்தனு முயிர்பெற் றெழப்பெற்ற பெருங்கீர்த்திவாய்ந்ததலமுமிதுவே. பரவையார்க்கும் இலக்கண விளக்கஞ்செய்த வைத்தியநாத நாவலர்க்கும் ஜன்மஸ்தலமுமிதுவே. இத்தலசம்பந்தமான சரித்திரங்கள் எண்ணில. சுவாமி வன்மீகநாதர்; அம்மை அல்லியங் கோதை. மூவராலும் பாடப்பட்டது.

திருவாலங்காடு—இதுவே பழையனூர். இங்கே 'ரத்தினசபையிலே சிவபெருமான் ஊர்த்தவ தாண்டவஞ்செய்தருளுவர். காரைக்காலம்மையார் தொண்டுபுரிந்திருக்

ததலமும் இது. பழையனூர் நீலியால் வேளாளர் தீப்பாய்ந்து புகழ்பெற்றதும இவ்விடத்தேயாம். இது திருத்தணிகைக்குத் தென்கீழ்த்திசையிலுள்ளது. பட்டணத்தடிகள் "வீடுநமக்குத் திருவாலங்காடு" என்று துதித்ததும் இத்தலத்தையே. இச் சிவதலத்திலெழுந்தருளியிருக்கும் சிவமூர்த்தி ஊர்த்தவதாண்டவேச்சுரர்; அம்மை வண்டார்குழலி. இது மூவராலும் பாடப்பட்டது.

திருவாலங்காட்டுமூத்ததிருப்பதிகம்—காரைக்காலம்மையார்செய்தபிரபந்தங்கள் மூன்றனுளொன்று. தன்னை ஓதுபவர்க்கு மிக்க வைராக்கியமும் பிரபஞ்சவெறுப்புந்தருமியல்பினது. மற்றையவிரண்டும் திருவிரட்டை மணிமாலையும் அற்புதத் திருவந்தாதியுமாம்.

திருவாலவாயுடையார்—சொக்கநாதமூர்த்தி.

திருவாலவாய்—மதுரைச் சிவஸ்தலம். இது சிவபெருமான் அறுபத்துநான்கு திருவிளையாடல்கள் செய்தருளியதலம். வைகைநதிக்கரையிலுள்ளது. சுவாமிசொக்கநாதர்; அம்மை மீனாக்ஷி. சர்ப்பம்வளைந்தெல்லையிட்டநகரமாதலின் ஆலவாயெனப்பட்டது. அப்பர் சம்பந்தர்களாற் பாடப்பட்டது. இத்தலமான்மியம் பரஞ்சோதிமுனிவராலே தமிழிலே திருவிளையாடற் புராணமென்னும் பெயரினாலே பாடப்பட்டது. வடமொழியிலுள்ளது ஆலாசியமெனப்படும். இங்குள்ள சிவாலயம் பாண்டியர்களாலே செய்யப்பட்ட திருப்பணி. மிக்க பழைமையினையுடையது. துலுக்கர்காலத்திலே பங்கமுற்றுப் பின்னர்த் திருத்தப்பட்டது.

திருவாலிதிருநகரி-காவிரியின்வடகரையின்கணுள்ள ஒருவிஷ்ணுஸ்தலம். சுவாமி வயலாலிமணவாளன். அம்ருதவல்லி. திருமங்கையாழ்வாராற் பாடப்பட்டது.

திருவாவடுதுறை-காவிரியின்தென்கரையிலுள்ள ஒரு சிவஸ்தலம். சுவாமி மாசிலாமணிச்சுரர்; அம்மை ஒப்பிலாமுலையம்மை. திருஞானசம்பந்தமூர்த்திநாயனார் சிவபெருமானிடத்து உலவாக்கிழிபெற்றருளியதலமுமிதுவே. திருநந்திதேவர் மாணாக்கராகிய சிவயோகியாரென்பவர் அகஸ்தியரைக் காணும்பொருட்டுத் தெற்குநோக்கிச்செல்லும்வழியிலே இத்தலத்தில் மூலனென்னுமோரிடையனிறந்துகிடக்க, அவன் மேய்த்த பசுக்கள் நின்று கதறியழுதலைக்கண்டு, அவன் காயத்திற்பிரவேசித்து அவைகளை மேய்த்து ஆற்றிவிட்டுத் திரும்பிவந்து தமதுசரீரத்திற் புகஎத்தனித்தபொழுது, அதனைக்காணாமையால் அச்சரீரத்தோடுதானே இங்கிருந்து மூவாயிரம்வருடம் யோகஞ்சாதித்தார். இவரே திருமூலநாயனாரெனப்படுவார். வருடமொன்றற்கு ஒருமந்திரமாக மூவாயிரம் மந்திரங்களை அருளிச்செய்தவருமிவரே. அவற்றின் தொகுதி திருமந்திரமெனப்படும். கைலாசபரம்பரையிலே அவதரித்தவராகிய நமச்சிவாயமூர்த்திகள் மடாலயங்கொண்டதும் இத்தலமே. அவ்வாசாரியபரம்பரை இன்றுமுளது. நமச்சிவாயமூர்த்திகள்காலம் இற்றைக்கு அறுநூறுவருடங்களுக்குமுன்னுள்ளது. திருவாவடுதுறையாதீன பரம்பரையில் இப்போது ஞானமுடிபூண்டிருப்பவர் ஸ்ரீலஸ்ரீ அம்பலவாணதேசிகர். இப்பெயரால் முன்னும் பலர்விளங்கினர். திராவி

டமாபாடியஞ்செய்த சிவஞான முனிவர் இம்மடாதீனத்தைச் சேர்ந்தவர். இத்தலம் சமயாசாரியர்மூவராலும் பாடப்பட்டது.

திருவாவினன்குடி—பாண்டி நாட்டின்கணுள்ள ஒரு சுப்பிரமணிய ஸ்தலம.

திருவாள்கொளிபுத்தூர்—திருமால் மாணிக்கத்தைவைத்துப் பூஜித்தசிவஸ்தலம். காவிரியின்வடகரையிலுள்ளது. சுவாமிமாணிக்கவண்ணேச்சரர்; அம்மை வண்டமர்பூங்குழனாயகி. சுந்தரராலும் சம்பந்தராலும பாடப்பட்டது.

திருவாறன்விளை—மலைநாட்டிலுள்ள ஒரு விஷ்ணுஸ்தலம். சுவாமி திருக்குறளப்பன். சத்தி பதுமாசனநாச்சியார்.

திருவானைக்கா—காவிரியின் வடகரையிலுள்ள ஒரு சிவஸ்தலம். ஜம்புகேசுவரமெனவும்படும். சுவாமி ஜம்புநாயகர்; அம்மை அகிலாண்டநாயகி. ஸ்தலவிருக்ஷம் நாவல். அப்புலிங்கம். இத்தலம் நாவற்காடாயிருந்த பூர்வத்திலே ஒருமுனிவர், நாவற்கனியொன்றை எடுத்துப்போய்க் கைலையிற சிவனுக்கு நிவேதித்தபோது தாமுமுண்டபொழுது அக்கனியின் வித்தை முனிவர் முன்னே உமிழ்ந்தார். அவர் சிரமேல் அதனைத்தாங்கிக்கொண்டேகி முனிவர், சிவபிரான் நாவல்விருக்ஷத்தின் கீழ் என்றும் எழுந்தருளியிருக்குமாறுவேண்டி அவரை உடன்படுவித்துக்கொண்டு மீண்டிவ்வனத்தையடைந்திருந்தார். அது பற்றி ஜம்புகேச்சுவரமெனப்பட்டது. ஆனை பூசித்துப் பேறுபெற்றமையின் ஆனைக்காவெனப்பட்டது. ஆனை சிவகணமாக, ஆனையோடு மாறுகின்று பூசித்த சிலந்தி கோச்செங்கட்சோழனு கப் பிறந்தது. இத்தலம் மூவராலும்பாடப்பட்டது. இது சோங்க த்துக்கு அணித்தாகவுள்ளது.

திருவான்மியூர்—மயிலாப்பூருக்குச்சமீபத்திலேதென்றிசையிலுள்ள சிவஸ்தலம். இங்குள்ளது வெள்ளைலிங்கம். வான்மீகர் பூசித்தமையால் வான்மீயூரெனப் பெயர்பெற்றது. அப்பர் சம்பந்தர்களாற் பாடப்பட்டது.

திருவிசைப்பா—திருமாளிகைத்தேவர், சேந்தனார், கண்டராதித்தர், கருவூர்த்தேவர், பூந்துருத்திநம்பிகாடநம்பி, வேணாட்டடிகள், திருவாலியமுதனார், புருடோத்தமநம்பி, சேதிராயர் என்னுமொன்பதின்மராலுஞ் செய்யப்பட்ட பாடற்றொகுதி, சிவன்புகழை எடுத்துரைக்கும் பாக்களையுடையது என்றும், திவ்வியஇசையினையுடைய பாக்களையுடையது என்றும்இருவகையாகப் பெயர்ப்பொருள் விரிப்ப.

திருவிஜயமங்கை—இது காவிரியின்வடகரையிலுள்ள ஒரு சிவஸ்தலம்; இது அருச்சுனன்பூசித்தமையின் இப்பெயர்த்தாயிற்று. அப்பர் சுந்தரர்களாற் பாடப்பட்டது.

திருவிடைமருதூர் மும்மணிக்கோவை—பட்டணத்துப் பிள்ளையாரருளிச்செய்த ஒரு நூல்.

திருவிடவெந்தை—தொண்டைநாட்டிலுள்ள ஒரு விஷ்ணுஸ்தலம். இது திருமங்கையாழ்வாராற் பாடப்பட்டது.

திருவிடைமருதூர்—காவிரியின் தென்கரையிலுள்ள ஒரு சிவஸ்தலம். சுவாமி மருதப்பேச்சுரர்; அம்மை நன்முலைநாயகி. இத்தலத்தைப்பற்றிய சரித்திரம் அநேகம். வரகுணதேவர் தம்மைப்பற்றிநின்றகொலைப்பழிதீரப்பெற்ற தலமிதுவாதலின் இத்தலத்தின் கணுள்ள சராசரமெல்லாம் சிவ

சொரூபமாகக்கண்டு சிவயோகியாகித் தமது அளப்பருஞ்செல்வங்களையும் மனைவியையுஞ் சிவதொண்டிற்காக்கியிருந்தனர். சமயாசாரியர் மூவராலும் பாடப்பட்டது.

திருவிடையாறு—நடுநாட்டிலே பெண்ணைநதித்தீரத்திலேயுள்ள சிவஸ்தலம். சுவாமி இடையாற்றீச்சுரர்; அம்மை சிற்றிடைநாயகி. சுந்தரராற் பாடப்பட்டது.

திருவிண்ணகரம்—காவிரியின் தென்கரையிலுள்ள ஒரு விஷ்ணுஸ்தலம். சுவாமி உப்பிலியப்பன்; அம்மை பூமிதேவி. நம்மாழ்வாரும் திருமங்கையாழ்வாரும் பாடியது.

திருவியலூர்—இது காவிரியின் வடகரையிலுள்ள ஒருசிவஸ்தலம். சுவாமி யோகாநந்தேச்சுரர்; அம்மை சௌந்தரநாயகி. சம்பந்தராற்பாடப்பட்டது.

திருவிரட்டைமணிமாலை—காரைக்காலம்மையார் செய்த பிரபந்தங்கள் மூன்றனுளொன்று.

திருவிராமேச்சுரம்—பாண்டிநாட்டிலே சமுத்திரதீரத்திலேயுள்ள ஒரு திவ்விய சிவஸ்தலம். ராமனால் ஸ்தாபித்துப் பூஜிக்கப்பட்ட சிவலிங்கப்பெருமானை உடைமையால் ராமேச்சுரமெனப் பெயர்பெற்றது. இங்குள்ள தீர்த்தம் தனுக்கோடிதீர்த்தமெனப்பெயர்பெறும். இச்சிவஸ்தலம் பிரமஹத்திமுதலிய பாவங்களை நீக்கியருளுதலின் காசிமுதலிய தூரதேசங்களினின்றும் நாலுவருணத்தார்களும் வந்து தரிசித்துப்போகப்பெறுவது. இது ராமாயணத்திலுங் கூறப்பட்டதலம். சுவாமி ராமநாதர்; அம்மை பர்வதவர்த்தனி. இத்தலம் சேதுபந்தனத்தலையிலுள்ளது. இது சேதுவெனவும்படும். இத்தலமான்மியத்தை நிரம்பவழகியதேசிகர் சேதுபுராணமென்னும்பெயராற்பாடினர்.

திருவிரிஞ்சிபுரம்—இது பலங்காட்டிருக்குத் தென்மேற்றிசையிலேயுள்ள சிவஸ்தலம். மிளகுப்பொதிகொண்டு தனிமையிற்சென்ற ஒருவணிகன் இவ்வூரிலே தனக்கு வழித்துணை ஒருவனுங் [illegible] கூலியாகக்கொடுப்பதாக எல்லாம்வல்லபோது சிவபெருமானை வழித்துணையாகச்சென்று அவ்வணிகனிடம் [illegible] மகிழ்ந்துவா [illegible] கோயில்கொண்டெழுந்தருளியிருந்து மார்க்கசகாயரெனப்படுவர். அருச்சகனிறந்துபோக அவன்மகன் சிவசர்மனென்னும் மிகச்சிறுவன் சொருச்சிக்கச் சிவபெருமான் அதனை உவந்து திருமுடிசாய்த்த சிவஸ்தலமிதுவே. இச்செய்தியைப் பட்டினத்தடிகளும் "சாய்சாயு"மென்னும் திருப்பாடலிலே அமைத்துப்பாடினர்.

திருவிளநகர்—காவிரியின் தென்கரையிலுள்ள ஒரு சிவஸ்தலம்.

திருவிளமர்—இது காவிரியின் தென்கரையிலுள்ள ஒருசிவஸ்தலம். இது முசுகுந்தன்பூசித்த சப்தவிடங்கஸ்தலங்களுளொன்று. சுந்தரராற்பாடப்பட்டது.

திருவிளையாடல்—சிவன்செயலெல்லாம் பொதுப்படத் திருவிளையாடலேயாமாயினும், மதுரையிலே சிவன் வெளிப்படச் செய்தருளிய அற்புதச்செயல்கள் அறுபத்துநான்கும் திருவிளையாடல் என வழங்கும். அவைவருமாறு: (1) தன்மகனைக்கொன்ற பழிகொள்ளும்பொருட்டுத் துவஷ்டாவினாலே யாகத்திலே தோற்றுவித்து இந்திரனைக் கொல்லுமாறு ஏவிவிடப்பட்டவிருத்திராசுரனைக்

போன்றஇந்திரனை, அப்பிரமஹத்தியால் ஒளியிழந்து தெளிவின்றித் திகைத்துத்திரிந்துகடம்பவனத்தையடைந்தபோது, அப்பழியினீங்கியுய்யுமாறு அவனுக்குச்சிவபிரான் அநுக்கிரகம்புரிந்ததும், அவன் அர்ச்சித்தற்குப் புஷ்பந்தேடியபோது ஒருவாவியிலே பொற்றாமரைகளைத் தோற்றுவித்ததுமாகியசெயல் முதலாந்திருவிளையாடல் இந்திரனை விருத்திராசுரனெதிர்த்துப் பொருது அவனை வெல்லவியலாதமுதுகிட்டோடி விஷ்ணுவையடைந்து வேண்ட, அவருக்கிரங்கியவாறு இந்திரன் பாற்கடற்புறத்திருந்த ததீசிமுனிவரையடுத்து அவருடைய முதுகெலும்பை வேண்டியபோது, அம்முனிவர்பிரான்,

"நாய்நமதென நரிநமதெனப் பிதா—தாய்நமதென நமன்றனதெனப் பிணி—பேய்நமதென மனமதிக்கும்பெற்றிபோ—லாய்நமதெனப்படும் யாக்கையாரதே".

உறவினரின்றித் தனியே காட்டிலே நோயுற்று வலியற்று நிலைவற்றுக் கிடக்குங்காலத்திலே நாயும் நரியுங் கண்டு இவ்வுடலைத் தமதென்னும். வீட்டிலிருந்தால் தாயும் தந்தையும் தமதென்பர். யமனும் பேயுந் தமதென்பர். மனமெவ்வாறுசென்றதோ அவ்வாறெல்லாம் நமதுநமதெனப்படும் இவ்வுடல் யார்க்குரியதாகும்! துன்பத்தால் வருந்துவோரது துன்பங்களைத்துடைத்து அவர்க்கு நல்வாழ்வுதருமாறு எடுத்த இந்தவுடலைப் பயன்படுத்தவேண்டும்" என்று கூறித் தமதுயிரை விடுத்தனர். அவ்வுடலின் முதுகெலும்பை இந்திரனெடுத்து விசுவகர்மாவினாலே வச்சிராயுதத்தை இயற்றுவித்து அதனைக்கொண்டே விருத்திராசுரனைக் கொன்றொழித்தான்.

(2) சிவபிரான் திருமுடிமீதிருந்து வீழ்ந்த திருமாலையைத் துருவாசர் ஏந்திக்கொடுபோய் இந்திரனுக்குநீட்ட, அவன் அதை ஒருகைபால்வாங்கி யானையின்சிரசிலிட, அந்தயானை அதனையெடுத்துக் காலினாலிட்டுச் சிதைத்தது. அதுகண்டு துருவாசர் சினங்கொண்டு இந்திரனைப் பாண்டியன்வளையால் சிரசுசிதறப்பெறுகவென்று சபித்து அவனுடைய ஐராவதத்தையுங் காட்டானையாகவென்று சபித்தார். இந்திரன் நடுங்கி முனிவனைப் பணிய, முனிவர் இரங்கி, "தலைமட்டாகவந்தது முடிமட்டாக" வென்று இந்திரனுக்கு அச்சாபத்தைக் குறைத்த பின்னர், ஐராவதத்தையும்பார்த்து, நீ இருபத்தைந்து வருடங் காட்டானையாகத் திரிந்து அவ்வெல்லையின் முன்போலாகவென்று விதித்துச்சென்றார். அவ்யானை அக்காலவெல்லைவருங்காறுங் காட்டானையாகத்திரிந்து, ஈற்றிலே கடம்பவனத்தையடைந்து பொற்றாமரைவாவியிற்படிந்து முன்னுருக்கொண்டு சிவபிரானநுக்கிரகமும்பெற்று அவரைப் பிரியமாட்டாது நின்றபோது அவராணையால் முன்போல் இந்திரனுக்கு வாகனமாயிற்று. இத்துருவாசசரித்திரம் இராமாயணத்திலும் சிறிது மாறுபடக்கூறப்பட்டுளது. தலைக்குவந்தது முடியோடுபோயிற்றென்ற பழமொழி அதுமுதலாக வழங்கிவருவதாயிற்று.

(3) திருநகரங்கண்ட திருவிளையாடல்: குலசேகர பாண்டியன்காலத்திலே அவன் ராஜதானியாகிய மணலூரிலே வசித்த தனஞ்சயன் என்னும் வணிகன் மேற்றிசையிலுள்ள ஊர்களிற் சென்று வாணிகஞ்செய்து மீளும்வழியிலே கடம்பவனத்தில் இராத்தங்கியபோது அங்கே ஒரு

திவ்விய விமானமும் அதன்கீழே சிவலிங்கப்பெருமானும் அங்கே தேவர்கள்வந்ததும் அன்றிரவெல்லாம் அருச்சனைபுரிந்ததுங்கண்டு அதிசயித்துத் தானுந் துதித்து வணங்கிக்கொண்டு விடியற்காலத்திலே அவ்விடத்தினின்றும் நீங்கி அரசனையடைந்து தான் கண்டதைக்கூற, அரசன் உடனேசென்று அவ்வனத்தை வெட்டிச் சிவபிரான் கனவிடைச்சென்று தனக்குக் கூறியபிரகாரம் ஆலயமும், தனக்கு அரமனையும், நாலு வருணத்தினர்க்கும் வீடுகளும், வீதிகளும், மதில்களும், பிறவும் வகுத்து நகரமாக்கினான்.

(4) குலசேகரபாண்டியன்மகன் மலயத்துவசபாண்டியனுக்கு அவன்மனைவி காஞ்சனமாலை வயிற்றிலே புத்திரோற்பத்தி யில்லாமற்போக, அவன் யாகஞ்செய்து அவ்யாகத்தினிடமாக உமாதேவியாரைத் தடாதகைப்பிராட்டியாரென்னும் பெயரோடு மூன்றுவயதுநிறைந்தமகவாகப்பெற்றது நான்காந் திருவிளையாடல். காஞ்சனமாலை முற்பிறப்பிலே உமாதேவியாரைத் தனக்குப் புத்திரியாராகவருதல்வேண்டுமென வேண்டித்தவங்கிடந்த விச்சாவதியென்னுங் கந்தருவமாது.

(5) மலயத்துவசன்தடாதகைப்பிராட்டியாருக்கு முடிசூட்டிச் சிவபதமடைந்தபின்னர், தடாதகைப்பிராட்டியார் திக்குவிஜயத்துக்கெழுந்து திசைதோறும்அரசர்களைவென்று வடதிசையிற் கைலாயஞ்சென்று அங்கும் படையேற்றினர். அப்பொழுது சிவபிரான் வெளிப்பட அவரைக் கண்டமாத்திரத்தே மும்முலைகளுள் ஒன்று மறைந்தது. அதுகண்டு நாணிச் செயல்மறந்துநின்ற தடாதகைப்பிராட்டியாரைச் சிவபிரான்நோக்கி, "உன்னை நாம் மதுரையில்வந்துமணம்புரிவாம்; மீண்டேகுக" என்றருளிச்செய்தனர். அவ்வாறு மீண்டு மதுரையையடைந்தபோது சிவபிரான் சோமசுந்தரபாண்டியனார் என்னும்பெயரோடு சென்று உலகறியத் திருமணம்புரிந்து மதுரையையாண்டனர். இது ஐந்தாந் திருவிளையாடல்.

(6) திருமணத்தின்பொருட்டு மதுரைக்கு வந்திருந்த பதஞ்சலி வியாக்கிரபாதர்கள் திருநடங்கண்டன்றி யுண்ணேமென்ன, சிவபிரான் திருவுளமிரங்கி, மதுரையின் ஒருபாலிலே வெள்ளியம்பலத்தைத் தோற்றுவித்து அதன்மேல மாணிக்கப் பீடிகையின்மீது திருநடங்காட்டியருளியது ஆறாந் திருவிளையாடல்.

(7) திருமணத்தின்பொருட்டு அமைக்கப்பட்டசோற்றுமலையெல்லாவற்றையும் சிவகணத்தொருவனாகிய குண்டோதரன் நொடிப்பொழுதில்உண்டுவிட்டுத்தன் பசி தணிந்திலதென் றழுதலைத் தடாதகைப்பிராட்டியார் கண்டு யாதுசெய்வேனென்று அதிசயித்து நாணிநிற்கச் சிவன் செய்தருளியது ஏழாந்திருவிளையாடல்.

(8) அதுகண்ட சிவபிரான் குண்டோதரனுடைய தணிப்பரும் பெரும்பசியைத் தீர்க்கும்பொருட்டு அன்னக்குழியையும் அவன் தாகத்தைத் தீர்த்தற்பொருட்டு வைகைநதியையும் வரவழைத்தருளியதிருவிளையாடல் எட்டாவது. இவ்வன்னக்குழி எடுக்குந்தோறுங் குறையா வியல்பினது.

(9) தடாதகைப் பிராட்டியாரது தாயார் காஞ்சனமாலையார் நீராடும்பொருட்டுச் சிவபிரான் சத்த சமுத்திரங்களையும் வரவழைத்தருளியது ஒன்பதாந் திரு

-விளையாடல்.

(10) கடலாடவேண்டி எழுகடலும் பெற்ற காஞ்சனமாலை தனது நாயகனிறந்துபோயினமையாலே கன்றின்வாலைப் பற்றிக்கொண்டு கடலாடவந்ததேயென்று கவன்றதைத் தடாதகைப்பிராட்டியாராலுணர்ந்த சிவபிரான் அவ்விருவர் மனக்குறிப்பையுமுணர்ந்து, இறந்து சுவர்க்கத்திலிருந்த மலயத்துவசபாண்டியனைவரவழைத்து அவனைக் காஞ்சனமாலையோடு கரம்பற்றிக் கடலாடச்செய்தது பத்தாந்திருவிளையாடல்.

(11) சோமசுந்தர பாண்டியராயுலகாண்ட சிவபிரான் தடாதகைப்பிராட்டியார் வயிற்றிலே உக்கிரவருமன் என்னுங் குமாரனைத் திருவவதாரஞ்செய்வித்தருளியது பதினோராந் திருவிளையாடல்.

(12) உக்கிரவருமபாண்டியன் சோமசேகரனென்னும் அரசனது புத்திரி காந்திமதியை மணம்புணர்ந்தபின்னர் அவனைச் சிவபிரான்நோக்கி, மைந்தனே, கேள், இந்திரனுங்கடலும் உனக்குப்பெரும்பகைகளாம்; மேருவானது தருக்குற்றுநிற்கும்; இந்திரன்முடியைச் சிதைக்கும்பொருட்டு இவ்வளையை வைத்துக்கொள்; கடலுக்கு இவ்வேற்படையை விடு; மேருவை இச்செண்டாலடியென்று மூன்று படைக்கலங்களையும் கொடுத்தாசீர்வதித்தருளியது பன்னிரண்டாந்திருவிளையாடல்.

(13) உக்கிரவருமபாண்டியன் அரசுபுரிந்துவருநாளிலே அசுவமேதயாகந்தொண்ணூற்றாறு செய்து முடித்தபோது இந்திரன் பொறாமையுற்று வருணனையேவிக் கடல்பொங்கிப் பாண்டிநாட்டை [illegible]ரும்படி செய்ய, [illegible]ள்ளே கடல் சினங்கொண்டெழுந்து நாட்டை மூடி நகரவாயிலையடுத்தது. அதனைச் சிவபிரானாலுணர்ந்த உக்கிரவருமன் தான் முன்னே சிவன்பாற்பெற்ற வேலையெறிந்து சுவறும்படிசெய்தான். இது பதின்மூன்றாந் திருவிளையாடல்.

(14) பாண்டிநாட்டிலும், அயல்நாடுகளிலும் மழைப்பெயல் இல்லாதபோகச் சேர சோழ பாண்டியர் மூவரும் தேவலோகஞ்சென்று இந்திரனைவணங்க அவன் மற்றிருவருக்கும் மழைவரமீந்து பாண்டியனை மதியாதிகழ்ந்தனுப்பிவிட்டான். பாண்டியன் மேகங்களைப் பிடித்துக்கட்டிச் சிறையிலிட்டான். இந்திரன் பாண்டியனோடு போருக்கெழுந்து பொருதபோது பாண்டியன்வளையைவிட்டு இந்திரன் முடியைத் தகர்த்துவிட்டான். அவ்வளவில் இந்திரனடங்கிச்சமாதானங்கேட்க, பாண்டியன் மறுத்தான். வேளாளர் தாம் பிணையாகி மேகங்களைச் சிறைவிடுவித்தார்கள். இது பதினான்காந் திருவிளையாடல்.

(15) உக்கிரவரும பாண்டியன் காந்திமதியிடத்திலே வீரபாண்டியனென்னுங் குமாரனையீன்றபின்னர்த் தனதுநாடு மழையின்றி வருந்துதலைக்கண்டு சகிக்கொணாத் துன்பக்கடலிலாழ்ந்து கிடந்தான். "சோமசுந்தரக கடவுளவனுக்குக்கனவிலே தோன்றி நீ மேருமலையையடைந்து அம்மேருவரசனைச் செண்டாலடித்து அவனைவணங்கச்செய்து அம்மலையிலுள்ள பொன்னறையைத் திறந்து வேண்டுமளவுபொன்னை வாரிக்கொணர்ந்துவழங்கி மழைபெய்து நாடு மலியுங்காறும் நினது நாட்டைக் காக்கக்கடவை" என்று அநுக்கிரகித்தனர். அவ்வா

றே அவன் தன் சேனைகளோடு புறப்பட்டுப் பாரதவருஷம், கிம்புருஷவருஷம், ஹரிவருஷம் என்னும் மூன்றுநாடுகளையுந்தாண்டி இளாவிருத வருஷ மத்தியிலுள்ள மேருவையடைந்து மேருவரசனுக்குப் பல முகமன்கூறி யழைக்க அவன் வரத் தாழ்த்தமைபற்றித் தனது செண்டைப் பிரயோகித்தடிப்ப அவன்வெளிப்பட்டு எதிர்முகமன்கூறி வேண்டியமட்டும் பொன்னைப் பெறச் செய்துபோகவென்ன, அவ்வாறுசெய்து மீண்டு தன்னாட்டைக் காத்தது பதினைந்தாந் திருவிளையாடல்.

(16) கண்ணுவராதி முனிவர்களுக்குச்சிவபிரான் ஓரந்தணச் சிறுவனாகி வெளிப்பட்டு வேதப்பொருளை உபதேசித்தருளியது பதின்மூன்றாந் திருவிளையாடல்

(17) வீரபாண்டியன்வேங்கைவாய்ப்பட்டிறக்க, அவன் மகன் அபிஷேகபாண்டியனுக்கு முடிசூட்டுதற்கு முகூர்த்தம்வைத்து மந்திரிகள் முடியைத் தேடிப்பார்த்தபோது அதனை வீரபாண்டியன் காமக்கிழத்திமக்கள் களவிற்கவர்ந்துபோயினரென்றுணர்ந்து கவன்றிருப்ப, சிவபிரான் வணிகனாகி மாணிக்கப் பொதியோடுசென்று அவர்க்குவேண்டியஅளவு மாணிக்கம் விற்றது பதினேழாந் திருவிளையாடல். திருவிளையாடற்புராணத்திலே மாணிக்கம்விற்றபடலத்தில் இரத்தினபரீக்ஷைக்குரியனவெல்லாம் விரித்துக்கூறப்பட்டுள்ளன.

(18) வருணன் தன் வயிற்றுநோயைச் சிவபிரானாலே தீர்ப்பிக்கும்பொருட்டுக் கடலைப்பொங்கியெழுந்து மதுரையைச் சூழும்படிசெய்தபோது அவன் கருத்துணராத அபிஷேகபாண்டியன் ஓலமிட்டழ அதற்கிரங்கிச் சிவபிரான் அக்கடலை வற்றுவித்து அதுவாயிலாக வருணனுக்கு அநுக்கிரகித்தது பதினெட்டாவது திருவிளையாடல்.

(19) மீண்டும் வருணன் மேகங்களை ஏவி மதுரைநகரம் மூழ்கும்படி யுகாந்தகாலத்து மழைபோல வருஷிக்குமாறு செய்ய, பாண்டியன் சிவபிரானைத் துதித்துத் தனது நகரத்தையுஞ் ஜனங்களையுங் காத்தருளுமாறு வேண்ட, கிருபாமூர்த்தி மேகங்களை நான்குபக்கமும் நான்கு மாடமாகிநின்று காக்கவென்றேவியருள, மேகங்கள் அங்ஙனஞ்செய்ய, மேலேநின்ற மேகங்கள் மழையை வருஷித்து நீர் வற்றி வறப்பெய்தின. இது பத்தொன்பதாந் திருவிளையாடல்.

(20) சிவபெருமான், எல்லாம்வல்ல ஒருசித்தவேடங்கொண்டு, மதுராபுரியையடைந்து. ஆணைப் பெண்ணுருவாக்கியும் பெண்ணை ஆணுருவாக்கியும், தம் மாத்திரைக்கோலினாலே தடவி விருத்தரைக் காளையராக்கியும், கூன்முதுகினையுடைய விருத்தஸ்திரிகளை இளமங்கையராக்கிக் கருத்தரிக்கச்செய்தும், மிக்க தூரத்தேயுள்ள மலைகளை மிக்க சமீபத்துள்ளனவாக்கியும், சமீபத்துள்ள மாடமாளிகைகளைச் சேய்மைக்கண்ணவாக்கியும், வறிஞரைச் செல்வராக்கியும் செல்வரைவறிஞராக்கியும், இன்னோரன்ன செயற்கருஞ் செயல்களைச் செய்வாராகி, வீதிகளிலே சஞ்சரித்தலைக் கேள்வியுற்ற அபிஷேகபாண்டியன் அச்சித்தரை அழைத்துவரும்படி அமைச்சரை ஏவியும் வாராது இறுமாந்திருந்தது இருபதாந் திருவிளையாடல்.

(21) பின்னர் அப்பாண்டியன்

சித்தரது ஆற்றலை அளந்தறியும் பொருட்டு அவர்முன்னே சென்றுநின்று அவர்வரலாற்றை வினவிநிற்கும்பொழுது, அவ்வழியே சென்ற ஓர் உழவன் கையிலிருந்தகரும்பொன்றைவாங்கி, "நீர் எல்லாமவல்ல சித்தர் என்பது உண்மையேயாயின் இதனை இம் மண்டபத்திலேயுள்ள கல்லானைக்கு அருத்தி நுமதாற்றலை விளக்குக" என, சித்தர் அவ்வியானையைக் கடைக்கணித்தருள, அஃது உயிர்பெற்றுக் கண்விழித்து மதம் பொழிந்து துதிக்கையைநீட்டிப் பாண்டியன் கையிலிருந்த கரும்பங்கோலைப் பறித்துக் கறித்துக் குதட்டிற்று. இஃது இருபத்தொராந் திருவிளையாடல்.

(22) அபிஷேகபாண்டியன் சிவபதமடைந்தபின்னர், அவன் மகன், விக்கிரமபாண்டியன் அரசுபுரிந்துவருநாளிலே, சமணசமயப்பிரவேசஞ்செய்திருந்த சோழராசன், அஞ்சனம், கிரவுஞ்சம், கோவர்த்தனம், திரிகூடம், காஞ்சி, அத்திகிரி, எமகூடம், விந்தம் என்னும் எட்டு மலைகளினுமுள்ள சமணகுரவர் எண்ணாயிரவரையுமழைத்து, அபிசார வேள்வியொன்றைஇயற்றுவித்து, ஒரு யானையையெழுப்பி, பாண்டியனைக் கொல்லுமாறு ஏவ, அதனையறிந்தபாண்டியன்சோமசுந்தரப்பெருமானை வேண்ட, அவர் ஒரு வேட்டுவவடிவங்கொண்டு அவ்வியானையைக்கொன்று பாண்டியனைக் காத்தருளியது இருபத்திரண்டாந் திருவிளையாடல்.

(23) பின்னரும் அப் பாண்டியன்காலத்திலே, விருபாக்ஷன் என்னும் வேதியனொருவன் புரிந்த பெருந்தவப்பயனால் அருந்ததிநிகர்த்த அவன் மனைவியாகிய சுவிரதையின் வயிற்றிலே பெற்ற

கௌரியென்பாள் ஐந்துவயதிலே கௌரிமந்திரத்தைத் தந்தையினால் உபதேசிக்கப்பெற்று ஞானவொழுக்கத்திலே சிறந்து வருங்காலத்திலேபிச்சைபுக்குண்பானாகிய ஒரு வைஷ்ணவப்பிரமசாரி அங்கே வரத் தந்தை அக்கன்னிகையை அவனுக்கு மணஞ்செய்துகொடுக்க, அவ் வைஷ்ணவன் அவளைத் தன்மனைக்குக்கொண்டு செல்லக் கொடிய வைஷ்ணவர்களாகிய தாய்தந்தையர்கள் அவளுடைய சிவசின்னங்களை நோக்கிக் குற்சிதமுற்று அவளை ஒதுக்கிவைத்து ஒழுகிவருபவர்கள், ஒருநாள், அவளைத் தனியிருத்திக் கதவுபூட்டி ஒரு மணத்தின்பொருட்டு அயலூர் செல்ல, கௌரி, தான் மணம்புகுந்த காலமுதல் ஒருசிவனடியாரையாவது காணப்பெற்றிலனேயென்று கவன்றிருக்க, சிவபெருமான் அவளை ஆட்கொள்ளும் பருவகாலநோக்கி ஒரு விருத்தவேதியவடிவந்தாங்கி அங்கேசென்று தமது பசிக்குறிப்பையுணர்த்த, கௌரி அவர்க்குத் திருவமுதூட்ட, உண்ட அவர் பதினாறுவயசுக் குமாரப்பருவத்தையடைந்துவிளங்க, அதுகண்டு கற்பிற்சிறந்த கௌரி நடுங்கிநாணி ஒதுங்கிநிற்க, அச்சமயத்திலே அயலூரினின்றும் மாமன் மாமியர் மீண்டுவர, அதுநோக்கி அவ்வதிதியார் ஒரு பசுங் குழவியாய்க் கிடந்தழுதார். அதனைமாமிகண்டு கௌரியைநோக்கி, இம் மகவு ஏதெனச் சினந்து வினவ, கௌரி தேவதத்தன் மனைவி இதனைப்பார்த்துக்கொள் எனக் கிடத்திப்போயினாளென், மயானப் பொடிபூசும் ருத்திரனுக்கன்பனான தேவதத்தன் சிசுவுக்கு அன்புடையையாதலின் நீ எமக்குதவாய் என்று இரக்கஞ்சிறிதுமின்

றி அவளை வெளியே தூக்கிவிட்டாள். கௌரி தன் கைமீது கிடந்த குழந்தை அந்தரத்தெழுந்து இடபாரூடராகித் தோற்றக்கண்டு தோத்திரித்துப் பலருங்காண அந்தரத்தெழுந்து அவ்விடபத்தின்மேற்கொண்டு அவருடைய இடப்பாகத்தையடைந்தாள். கௌரி பார்வதிதேவியாரது அமிசாவதாரம். இஃது இருபத்துமூன்றாந் திருவிளையாடல்.

(24) விக்கிரமபாண்டியனுக்குப் பின்னர் அவன்மகன் ராஜசேகரன் அரசுபுரிந்துவருநாளிலே. கரிகாற்சோழன் சமஸ்தானத்துவித்துவான் ஒருவன் மதுரையையடைந்து அரசன்பாற்சென்று அளவளாவிக்கொண்டிருக்கையில், கரிகாற்சோழனுக்கு அறுபத்துநான்குகலையும்வரும், உனக்கோ பரதமொழித்தொழிந்த அறுபத்துமூன்றுமே வருமென்ன, பாண்டியன் அதுகேட்டு மானத்தாற்றூண்டப்பட்டவனாய்க் கவன்று உடனேதானே நாடகநூல்வல்லாரை வரவழைத்து அவர்பால் அதனைக் கற்குமபோதுண்டாகிய மெய்வருத்தத்தை நோக்கி, "இடையறாது பஞ்சகிருத்தியத்தின் பொருட்டு ஆனந்ததிருத்தாண்டவஞ்செய்தருளும் நங்கருணாமூர்த்தியினது திருமேனி எத்துணையாக வருந்தும்" என்று பரவசப்பட்டு அந்நிலையிற் கவற்சியுடையனாய்த் திருக்கோயிலையடைந்து, "கால்மாறி ஆடீராயின் உயிர்விடுவேன்" என்று கூறித் தவங்கிடக்க, சிவன் அவன்பத்திக்கிரங்கி இடக்காலூன்றி வலக்கால்வீசி ஆடியருளியது இருபத்துநான்காந் திருவிளையாடல். இக்கரிகாற்சோழனும் வேறு; இவனுக்குப் பின்னர் விளங்கிய பட்டினப்பாலை கொண்டவனும், பொருநராற்றுப்

படையிலே கூறப்பட்டவனுமாகிய இருவேறுகரிகாற்சோழரும் வேறு.

(25) ராஜசேகரனுக்குப் பின்னர் அவன்மகன் குலோத்துங்கபாண்டியன் அரசுபுரியுங் காலத்திலே, திருப்பத்தூரிலிருந்து மதுரைக்கு வழிக்கொண்டு சென்ற ஒருவேதியன தன்னுடன்சென்ற மனைவியையும் மகவையும் ஓராலின்கீழிருத்தி, அவளுக்காகத் தண்ணீர்தேடிச்சென்று மீண்டபோது ஆலினமீது கிளைகளிலே சிக்குண்டிருந்த அம்பொன்று காற்றால் அலைப்புண்டு வீழ்ந்து கீழே படுத்திருந்த பார்ப்பனி வயிற்றிலே தைத்து உயிர்துறந்து கிடக்கக்கண்டு, உண்மையுணராது பதைபதைத்தோடி இப் பாதகஞ் செய்தான் யாவனெனத் தேடிப் பார்க்க, அவ்வாலின்சமீபத்திலே ஒரு வேடனிற்ப, அவனே கொன்றானென்றெண்ணி அவனைக்கைப்பற்றிக்கொண்டு இறந்த மனைவியைத் தூக்கித் தன் முதுகிற் கட்டிப் பிள்ளையை ஒக்கலிலேதாங்கி முலைவேட்டழுகின்ற அப்பிள்ளையைப் பார்த்துப் பார்த்துப் பொழிகின்ற கண்ணீரோடு சென்று பாண்டியன் சபையையடைந்து, முறையோ முறையோவென்று வீழ்ந்து புலம்பினான். பாண்டியன் பார்ப்பானவாய்மொழியைக் கேட்டுவேடனைப்பார்த்து, யாது கூறுகின்றாயென்ன, வேடன் இக்கொடும்பழியான்செய்ததன்று, செய்தாரையும் அறியேன், இது சத்தியம்; இப்பழியை யான் யாதுகுறித்துச்செய்யப்புகுந்தேன், என்றுண்மையை மிக்க பரிவோடு கூறினான். அதுகேட்ட பாண்டியன் உண்மை தேறமாட்டாதவனாய்ச் சோமசுந்தரக் கடவுளுடைய சந்நிதியையடைந்து வின்

ணப்பஞ்செய்ய, "நாளை வணிகத்தெருவிற்சென்று அங்கே மணப்பந்தரில்நடக்குஞ் செய்தியைக்காண்" என்று ஓரசரீரிகேட்டது. அவ்வாறேபாண்டியன் அப்பார்ப்பானோடு மற்றைநாள் வணிகவீதியிற்சென்று மணவீட்டருகே நிற்க, யமதூதர் நேற்றுப் பார்ப்பனியுயிரை ஆலமரக்கிளையிற் சிக்கியிருந்த அம்பை வீழ்த்தி எவ்வாறுகொன்றோமோ அவ்வாறே இம்மணமகனுயிரையுமோருபாயத்தாற் கவர்வேமென்ற சொற்கேட்டு இருவரும் ஐயத்தினீங்கினர். இஃதிருபத்தைந்தாந் திருவிளையாடல்.

(26) மாதுரு கமனஞ்செய்து தந்தையைக்கொன்ற மகாபாதகனாகிய ஓரந்தணனை நல்வழிப்படுத்திய திருவிளையாடல் இருபத்தாறுவது.

(27) குலோத்துங்கபாண்டியன்காலத்திலே வேற்றூரிலிருந்து போய் மதுரையைத் தனக்குவாழ்பதியாக்கி வாள்வித்தை கற்பித்துக் காலக்கழிவுசெய்யுமோராசிரியனுடைய மாணாக்கனாகிய சித்தன் என்பவன், அவ்வாசிரியனில்லாதசமயம்பார்த்து அவனுடைய மனைவியை வலிதிற்புணரவெத்தனித்தபோது, அம்மாது, ஆலவாய்க் கடவுளைத் தியானிக்க, அக்கடவுள் அவ்வாளாசிரியனைப்போல் வடிவங்கொண்டு அங்கேசென்றுவெளிப்பட்டு, "காளையே நாளைவா இருவரும் கலந்து வாட்போர்செய்வாம்" என்று கூற, அதுகேட்டு மகிழ்ந்து மீண்ட சித்தன் அடுத்தநாளிலே குறித்தவிடத்திலே அறைகூவி எதிர்க்க, ஆலவாய்க்கடவுள் ஆசிரியனைப்போல் நின்று அமராடி அவன்அங்கத்தைவெட்டியது இருபத்தேழாந் திருவிளையாடல்.

(28) குலோத்துங்கபாண்டியனுக்குப்பின் அவன்மகன் அனந்தகுண பாண்டியன் செங்கோலோச்சுங்காலத்திலே, பாண்டிநாட்டிலே சைவப்பயிரன்றிச் சமணப்பயிர் வேர்கொள்ளாதிருத்தலைநோக்கிய சமண்குரவர்கள் எண்ணாயிரவராலும் பாண்டியனைக்கொல்லுமாறு யாகத்திலெழுப்பிவிடப்பட்ட அசுரன் ஒருமகாசர்ப்பமாகி மதுரையையடைந்து அந்நகரைக் கலக்க, பாண்டியன் அந்நாகத்தைப் பாணத்தாற்கொன்றொழிக்கும்படி சிவன் அநுக்கிரகஞ்செய்தது இருபத்தெட்டாந் திருவிளையாடல்.

(29) மீளவுஞ் சமணரால்ஏவப்பட்ட மாயப்பசுவானது, சிவனேவலால் நந்திதேவர் அழகிற்சிறந்த அற்புத ரிஷபமாகிச் சென்று தன் முன்னே தோன்றி நிற்ப, அதனைக் கண்ட மாத்திரத்தே காமநோய் தலைக்கேறி வீரியமெல்லாவற்றையும் விடுத்து வலிகுன்றி வீழ்ந்து பாறையாம்படி சிவன்செய்தது இருபத்தொன்பதாந் திருவிளையாடல்.

(30) அனந்தகுண பாண்டியனுக்குப்பின் அவன்மகன் குலபூஷணன் பூமிநாயகனாயிருக்குங் காலத்திலே, சேதிராயன் மதுரைமீது படைநடத்தப்போகின்றான் எனக் கேள்வியுற்றுத் தனதுயிர்த்துணைவனும் சிவபக்தியிற்சிறந்தவனும்சேனைத்தலைவனுமாகிய சௌந்தரசாமந்தன் என்பவனிடம அளவிறந்த திரவியங்களைக் கொடுத்துப் புதுச்சேனைதிரட்டுமாறு ஆஞ்ஞாபிக்க. அவன் அத்திரவியத்தைச் சிவாலயத்திருப்பணிக்கும் சிவபக்தர்க்கும் வாரி வழங்கிவிட்டு ஆறுமாசகாலத்தைச்சிவகைங்கரியத்திற்போக்கினான். அதுகண்ட பாண்டிய

ன் சவுந்தரசாமந்தனை ஒருதினத்திலுள்ளாகச் சேனைதருதல்வேண்டுமென்ன, அவன் சோமசுந்தரக்கடவுள் சந்நிதியில் வீழ்ந்து வேண்ட, "நாம் சேனையோடு நாளைவருவோம்" என்று ஓரசரீரி கேட்டது. அவ்வாறே சோமசுந்தரக்கடவுள் மற்றை நாளிலே தாமொரு குதிரைவீரராகவும் கணங்கள் சேனாவீரராகவும்வடிவு கொண்டு வெளிப்பட்டுச் சாமந்தன், இவர் இன்னதேயத்தார், இவர் இன்னதேயத்தார் என்று பாண்டியனுக்கு மெய்காட்டியறிவிக்க நின்றருளியது முப்பதாந் திருவிளையாடல்.

(31) பஞ்சத்தாலே தனதுநாடு பெரிதுந் துன்புறுதலைக்கண்டு சோமசுந்தரக்கடவுள் சந்நிதியில் வரங்கிடந்த குலபூஷணபாண்டியனுக்கு, அவர், எடுக்குந்தோறுங் குறையாததாகிய உலவாக்கிழி ஈந்தருளியது முப்பத்தோராந் திருவிளையாடல்.

(32) தங்கணவர்களது சாபத்தாலே தாருகவனத்திருஷிபன்னியர்கள் மதுரையிலே வணிககன்னியராகப் பிறந்திருந்தபோது, அவர் சாபத்தை நீக்கியருளும் பொருட்டுச் சிவபிரான் வளையல் விற்கும் நாய்கராகிச்சென்று அவர் கையைப்பற்றி வளையலிட்டுப்போனது முப்பத்திரண்டாந் திருவிளையாடல்.

(33) குமாரக்கடவுளுக்குப்பாலூட்டித் தம் பழவினைப்பற்றறுத்த தேவகன்னிகையர் அறுவரும் சிவாஞ்ஞையை மறந்த குற்றத்தாலே பட்டமங்கையிலே ஆலின்கீழே பாறையாகிக்கிடக்க, அவர் சாபத்தை நீக்கியருளும்பொருட்டுச் சிவன் திருக்கடைக்கண் சாத்தி எழுப்பி அவர் விரும்பிய அஷ்டமாசித்திகளையும் அளித்தருளியது முப்பத்துமூன்றாந் திருவிளையாடல்.

(34) காடுவெட்டிய சோழன் சோமசுந்தரக் கடவுளைத் தரிசிக்கவேண்டுமென்னுங் கழிபேரன்புடையனாயொழுகிவருநாளிலே, ஒருநாள், அக்கடவுள் அவனைத் தமியனாய்க்கொண்டேகி வடக்குவாயிற்கதவை மீனமுத்திரையையழித்துத் திறந்து உள்ளேபோக்கிப் பொற்றாமரைத் தடாகத்திற் படிவித்துச் சுவர்ண விமானத்தின்கீழ் தாமெழுந்தருளியிருக்குந் திருக்கோலத்தையும், உலகமாதாவினது திவ்விய தரிசனத்தையுங்காட்டி, விடியமுன் அவனை நகர்ப்புறத்திற்கொண்டுபோய் விடுத்துவிடையீந்து மீண்டுமவ்வாயில்வழியேபுகுந்து அக்கதவிலிடப்படும் மீனலச்சினைக்குப் பிரதியாக ரிஷப முத்திரையிட்டுத் தமது கோயிலிற்புகுந்தருளியது முப்பத்துநான்காந் திருவிளையாடல்.

(35) குலபூஷணனுக்குப்பின் அவன்மகன் இராசேந்திரபாண்டியன் அரசுபுரியுநாளிலே காடுவெட்டியசோழன் மதுரைச் சோமசுந்தரக் கடவுளை வெளிப்படையாகப்போய் வழிபடக்கருதிப் பாண்டியனை நண்பனாக்கிக்கொள்ளும்பொருட்டுப் பொன்னணி முதலியவற்றை வரிசையாயனுப்ப அவற்றைக் கண்டு மகிழ்ந்த பாண்டியனும் சில வரிசைகளையனுப்ப அதனால் உவந்து தனதுமகளை அப்பாண்டியனுக்கு மணஞ்செய்துகொடுப்பக் கருதியிருந்தலைப் பாண்டியனுக்குத் தம்பிமுறையிலுள்ள அரசசிங்கன் என்பவன் உணர்ந்து காஞ்சிநகரை யடையக் காடுவெட்டிய சோழன் தன்புத்திரியை அவனுக்குமணஞ்செய்து பாண்டிநாட்டைக்கைப்

டற்றக்கருதிச் சேனைகள் சூழத் தன் மருமகனோடு புறப்பட்டு இரண்டுயோசனை தூரத்தே வந்து சேர்ந்ததனைக் கேட்ட பாண்டியன் மதுரைச் சோமசுந்தரக்கடவுளைவேண்ட, நீ அஞ்சாது எதிர்த்துப் பொருங்காலத்து வெற்றி உனக்கேயாகுமென்று அசரீரியெழும்ப, அதுகேட்ட பாண்டியன்சேனைகள் புடைசூழச்சென்று கொடிய உச்சிக்காலம் வருங்காறுந் தொடுஞ்சமர் புரிதலினாலே நீர் வேட்கைமீதூரப்பட்ட பாண்டியனுடைய சேனைகளினிடத்தே சிவபெருமான் ஒரு தண்ணீர்ப்பந்தரையமைத்துப் பருகுமாறுஞ்செய்து நீர்வேட்கையை நீக்க, அச்சேனைகள் தெளிவடைந்து பின்னரும் பொருது வெற்றிச்சங்கமொலித்துச் சோழனை மருகனோடுபிணித்துவந்து பாண்டியன்முன்னர்உய்க்க, பாண்டியன், அவ்விருவரையும் சோமசுந்தரக்கடவுள் சந்நிதியினிறுத்தி இவர்க்குப்புரியுந் தண்டம் யாதென வேண்ட, அவர், நீ நீதிகோடாதவனாதலின் உன் எண்ணப்படிபுரிக என்றருளச், சோழனுக்கு வேண்டியஉபகாரங்களைக் கொடுத்தனுப்பித் தனது தம்பிக்குந் தனது செல்வத்துட் சிலவற்றைக் கொடுத்து மகிழ்ந்து வாழ்ந்திருந்தனன். இது முப்பத்தைந்தாந் திருவிளையாடல்.

(36) பின்னர்த் திருப்பூவணமென்னுஞ் சிறந்த ஸ்தலத்திலே ஆடல்பாடல்களிலும் அழகிலுஞ் சிறந்த பொன்னனையாளென்பவள், சிவபக்தியிற் சிறந்தவளாய்ச் சிவனடியார்க்கு அமுதுசெய்வித்துவருங்காலத்திலே சிவபெருமானது திருவுருவையமைத்துப் பிரதிட்டைசெய்யக்கருதிக் கருக்கட்டிவைத்தும் நாடோறுஞ்செய்வதாகிய மாகேசுர பூசையின் பொருட்டுப் பொருளெல்லாஞ் செலவழிதலினாலே அதனை நிறைவேற்ற இயலாதவளாய்ப் பொற்கிழிகொடுத்த சிவபெருமானைச் சிந்தித்திருக்க, அதனையுணர்ந்த அவர் சிவனடியார் வேடங்கொண்டுவந்து ஏனைய அடியரெல்லாம் அமுதருந்தத் தாம் மாத்திரம் அமுதுசெய்யாது மாளிகையின் புறங்கடையின்கண்ணே வீற்றிருக்க அவளவரை அமுதுசெய்தருளுமாறு வேண்ட, அவர் பொன்னனையாளை நோக்கி உன் இடைபோல உடம்பெல்லாம்மெலிந்து கவலையடைந்திருத்தற்குக் காரணமென்னையென, அன்னவள் தன் குறையைமுறையிட, அதனைக்கேட்டசிவபெருமான் அவளிடத்துள்ள வெண்கலம் பித்தளைமுதலியவற்றை வாங்கிஇரசவாதஞ்செய்து பொன்னாக்கிக்கொடுத்து மறைந்தருளக்கண்ட அவள், தோத்திரஞ்செய்து,பின்னர் அப்பொன்னைக்கொண்டு திருவுருவை அமைத்துப் பிரதிட்டைசெய்து,பூசித்திருந்து சிவபெருமானது திருவடியையடைந்தாள். இது முப்பத்தாறாந் திருவிளையாடல்.

(37) இராசேந்திர பாண்டியனுக்குப்பின்னர் அவன் மகன் இராசேசனும், அவனுக்குப்பின் அவன் மகன் இராசகம்பீரனும், அவனுக்குப்பின் அவன்மகன் பாண்டியவமிசதீபனும், அவனுக்குப்பின் அவன்மகன் புரந்தரசித்தும், அவனுக்குப்பின் அவன்மகன் பாண்டிவமிசபதாகனும், முறைமுறை அரசுசெய்துபோனபின்னர், அவன்மகன் சுந்தரேசபாதசேகரபாண்டியன் அரசுசெய்துவருங்காலத்திலே, அவன் படைவலிக் குறைவை நோக்கிச் சோழராசன் பாண்டிநாட்டைத்

கைக்கொள்ளக்கருதிப் படையெடுத்துச்சென்றபொழுது, பாண்டியன் சிவபெருமானிடத்து முறையிட்டு அவர் அனுக்கிரகம்பெற்று எதிர்த்துப் போர்புரிந்து ஆற்றாது முதுகிட்டோட, அவனைத் துரத்திச் சென்ற சோமனை மடுவில் வீழ்த்திக் கொன்றருளியது முப்பத்தேழாந் திருவிளையாடல்.

(38) பின்னர் மதுராபுரியிலே வேளாண்குலத்திலே அவதரித்த அடியார்க்குநல்லான், கற்பிற்சிறந்த தன் மனைவியாகிய தருமசீலையோடுங்கூடி வேளாண்டொழிலினாலேவரும்பொருள்கொண்டு சிவனடியார்க்கு அமுதூட்டிவருங்காலத்திலே, வருவாய்சுருங்கியதனாலே அடியார்க்கமுதூட்ட வழியின்றி வருந்தித் தானுந் தன் மனையாளும் உயிர்விடக்கருதிச் சிவபெருமானிடம் முறையிட, அவர் மாகேசுரபூசை முதலியன என்றுங் குறைவறாத் தம்பொருட்டு அவர்க்கு எடுக்குந்தோறுங்குறையாவியல்பினதாகிய உலவாக்கோட்டையையீந்தருளியது முப்பத்தெட்டாந் திருவிளையாடல்.

(39) புத்திரனில்லாமையாற் சகோதரிபுத்திரனைத் தத்தபுத்திரனாக்கிக்கொண்ட தனபதியென்னும் வணிகன் தன்னிடத்துள்ள பொருளையெல்லாம் அவனிடத்தொப்பித்து அவனையீன்றதாயோடிருத்திவிட்டுத் தன் மனைவியோடு காட்டிற்சென்று தவமியற்றுங்காலத்திலே, அவன் தாயத்தார் அச்சிறுவன்பொருளையெல்லாங் கவர்ந்துகொண்டு அவனையுந் தாயையுந் துரத்திவிட, அவள் திக்கற்றவளாய்த் தன் புத்திரனோடு சோமசுந்தரக் கடவுளுடைய சந்நிதியிற் சென்று முறையிட, கருணாநிதி அவளுக்கிரங்கி, "தருமாசனத்தார் முன்பு சென்று சொல்; நாம் நாளை அங்கு வந்து உன் வழக்கைத் தீர்ப்பாம்" என்றருளிச்செய்து, மற்றைநாள் அச்சிறுவன் மாமனாகிய தனபதியைப்போல வடிவங்கொண்டுசென்று சபையார்முன்னே தோன்றி வழக்கறுத்தருளியது முப்பத்தொன்பதாந் திருவிளையாடல்.

(40) சுந்தரேச பாதசேகரபாண்டியனுக்குப்பின்னர்ச் சிங்காசனங்கொண்ட வரகுணபாண்டியன் சிவலோகத்தைத் தானெடுத்த மானுடசரீரத்தோடு காணவேண்டுமென்று வரங்கிடக்க, அவன்பத்திவலையிற்பட்ட சோமசுந்தரக் கடவுள் அவனுக்கதனை அவ்விடத்திற்காட்டியருளியது நாற்பதாந் திருவிளையாடல்.

(41) ஏமநாதனென்னும் யாழ்வல்லோன் மதுரையிற் சென்று தனக்கு இணையான யாழ்வல்லோன் உளனோவென்று பாண்டியன்முன்னேநின்று தருக்கிக் கூற, பாண்டியனதுசபைப்பாணனாகியபாணபத்திரன் நாளை அவ்வியாழ்மகனை வென்று அவன் விருதையுங் கவர்வேனென்று கூறிப்போய்ச் சோமசுந்தரக் கடவுளைவேண்ட, அவர் ஒரு விறகுவிற்குமேழைபோலச்சென்று ஏமநாதன்வீட்டுவாயிலிலிருந்து படுமரமுந்தழைக்கப் பாட, ஏமநாதன்வெளியேவந்து "நீ யாவன்" என்று வினவ, அவர் பாணபத்திரனடிமையென்று கூற, ஏமநாதன் அதிசயித்துப் பாணபத்திரன் ஆற்றலையளந்துகொண்டேன், இனி யான் இங்கிருத்தலாகாதென்றெண்ணி, அவ்விரவிற்றானே அவ்விடத்தைவிட்டோடி மறையும்படிசெய்தருளியது நாற்பத்தோராந் திருவிளையாடல்.

(42) வறுமையுற்று வருந்திய பாணபத்திரன் மிடியைநீக்குமாறு சோமசுந்தரக்கடவுள் சேரமான்பெருமாளுக்கு ஒரு திருமுகமெழுதிப் பாணபத்திரன்கையிற்கொடுத்து அவனை அவர்பாற்படுத்தியது நாற்பத்திரண்டாந் திருவிளையாடல். சோமசுந்தரக்கடவுள் கொடுத்தருளிய திருமுகப்பாசுரம் வருமாறு:—

"மதிமலிபுரிசை மாடக்கூடற் பதியினிலவுபானிறவரிச்சிறை யன்னம்பயில்பொழி லாலவாயின்-மன்னியசிவன்யா மொழிதரு மாற்றம்-பருவக்கொண்மூப் படியெனப்பாவலர்க்--குரிமையினுரிமையினுதவியொளிதிகழ்-குருமா மதிபுரை நிலவிய குடைக்கீழ்ச்-செருமாவுகைக்குஞ் சேரலன்காண்க.—பண்பால்யாழ்பயில் பாணபத்திரன்- காண்பது கருதிப் போந்தனன்றன்போ- லென்பாலன்பன்றன்பான் மாண்பொருள்கொடுத்து வரவிடுப்பதுவே"— இச்சரித்திரம் பெரியபுராணத்தின்படி கூன்பாண்டியனுக்குப் பின்னே நெடுங்காலங்கழிந்தபின்னர் அரசுபுரிந்த வரகுணபாண்டியனொருவன்காலத்திலே நிகழ்ந்ததாகக் கொள்ளத்தக்கது.

(43) பாணபத்திரனுடையயாழானது மழையீரந்தாக்கி யிசைகுன்றாவண்ணம் அவனிருந்துபாடும்பொருட்டு அவனுக்குச் சோமசுந்தரக்கடவுள் பொற்பலகை கொடுத்தருளியது நாற்பத்துமூன்றாந் திருவிளையாடல்.

(44) வரகுணபாண்டியனுக்குப்பின் ராஜராஜ பாண்டியன் அரசுபுரியுங்காலத்தில், அவன் தன் காமக்கிழத்தியுவலாலே பாணபத்திரன் பத்தினியை இசையிலே வெல்விக்குமாறு ஈழநாட்டிலிருந்து ஒரு பாண்மகளை அழைப்பித்து இசைவாதுபுரிவித்தபோது, பாண்டியன்நடுநிலைபிறழ்வானென்றுணர்ந்து சோமசுந்தரக்கடவுள் ஓரிசைப்புலவராகத்தோன்றிப் பாணபத்திரன் பத்தினி புலமையை மெச்சி "அற்புதம் அற்புதம்" என்றுகூறி மறைந்தருளியது நாற்பத்துநான்காந் திருவிளையாடல்.

(45) தாயிழந்து தவித்த பன்றிக்குட்டிகளுக்குப் பால்கொடுத்தருளியது.

(46) அப்பன்றிக்குட்டிகளைமாவிடராக்கிப் பாண்டியனுக்கு மந்திரிகளாக்கியருளியது.

(47) கரிக்குருவிக்குபதேசஞ் செய்தருளியது.

(48) நாரைக்கு முத்திகொடுத்தருளியது.

(49) பிரளயத்தில் மறைந்த இந்நகரஎல்லையை அரவகங்கணத்தாற் காட்டித் திருவாலவாயாகச்செய்தருளியது.

(50) பாண்டியனுக்குப் படைத்துணைவராகச்சென்று "சுந்தரம்" என்று பெயர்தீட்டி அம்பெய்தருளியது.

(51) சங்கப்பலகை தந்தருளிய திருவிளையாடல்.

(52) பாண்டியன் ஆசங்கைநீங்கக் கவிபாடித்தருமியெனும் ஆதிசைவனுக்குக் கிழியறுத்துக் கொடுத்தருளியது.

(53) அக்கவிக்குக் குற்றங்கூறிய நக்கீரனைப் பொற்றாமரைக்குளத்திலாழ்த்தி, பின் கரையேற்றியருளியது.

(54) அந்நக்கீரனுக்கு அகஸ்தியர்பால் இலக்கணமுபதேசித்தருளியது.

(55) சங்கத்தார்கலகத்தைஊமைப்பிள்ளையாற்றீர்த்தருளியது.

(56) தமிழையவமதித்தபாண்டியனோடு பிணங்கிய இடைக்காடன் பிணக்குத்தீர்த்தருளியது.

(57) மீன்வலைச்சியாகவந்த

னலோசனையைவலிவீசி மணம்புரிந்தருளியது.

(58) மாணிக்கவாசகசுவாமிகளாகிய வாதவூரடிகள் அரசன்அனுமதிப்படி குதிரைவாங்கக்கொண்டுபோன பொருளையெல்லாம் சிவன்திருப்பணிக்குதவும்படிசெய்து அவருக்கு ஞானோபதேசஞ் செய்தருளியது.

(59) அப்பொருளை வாங்கும் பொருட்டு, அரசன் வாதவூரடிகளுக்குச்செய்தவன்செய்கைக்கிரங்கி வனநரிகளைவாம்பரிகளாக்கித்தந்தருளியது.

(60) அப்பரிகளையே மீட்டும் நரிகளாகச்செய்தருளியது.

(61) பின்னும் வாதவூரடிகளை அரசன்வருத்தியதற்கிரங்கி வைகைநதியைப் பெருகச்செய்தும், நகரத்தார் கரையடைக்கத்தொடங்க வந்தியென்னும்அடியவள் பொருட்டுக் கூலியாளாய்ச் சென்று பிட்டுண்டு மண்சுமந்தும், கரையடையாதிருந்தமையால்அரசன்பிரம்பாலடித்தஅடிசராசரமனைத்தும் பெறுமாறுசெய்தும், தாமேயெல்லாவற்றுள்ளும் அந்தரியாமியென் றறிவித் தருளியது.

(62) திருஞானசம்பந்தமூர்த்தி சுவாமிகளும் திருநாவுக்கரசசுவாமிகளும் திருமறைக்காட்டிலெழுந்தருளியிருக்கும்பொழுது அமணசமயமிக்குச் சிவசமயந்தாழ்ந்ததைக்குறித்துக் கூன்பாண்டியனது மனைவி மங்கையர்க்கரசியாரும், மந்திரி குலச்சிறையாரும் அறிவிப்ப, அவ்வமண்களையும்பொருட்டுப் புறப்பட்டருளிய பிள்ளையாரை அரசுகள் தடுப்பவும்,கேளாதுசென்றுமதுரையையடைந்து ஒருமடத்திலெழுந்தருளியிருப்ப அம்மடத்தி லமணர் தீக்கொளுவ, அத்தீயைப் 'பையச்சென்று பாண்டியற்கா' என்று பதிகமோத, அதுஅரசனைச்சுரமாய்ப் பற்றியஅளவில், அதனைப்பிள்ளையார் தீர்த்தருளுமாறுசெய்தருளியது.

(63)சமணர்அக்கினியிலிட்டஏடு கரிந்துபோகச்சம்பந்தரிட்டது வேவாதிருக்கச் செய்தருளியது.

(64) வன்னியுங் கிணறுமிலிங்கமுஞ் சாட்சியாகமணஞ்செய்யப்பெற்ற வணிகப்பெண்ணுக்கும் அவள் சககளத்திக்கும் வந்தபூசலில் அவ்வணிகப்பெண்பொருட்டு அக்கரிகள் மூன்றையும் மதுரைக்கு வரவழைத்தருளியது.

திருவிற்குடிவீரட்டானம்—காவிரியின்தென்கரையிலுள்ள ஒருசிவஸ்தலம். இது சலந்தரனைச்சிரங்கொய்தவிடம்.

திருவிற்கோலம்—இது சிவசத்தி பூசித்த ஒரு சிவஸ்தலம்.

திருவிற்றுவக்கோடு— மலைநாட்டிலுள்ள ஒரு விஷ்ணுஸ்தலம்.

திருவின்னம்பர்—காவிரியின்வட்கரையிலுள்ள ஒரு சிவஸ்தலம்.

திருவீங்கோய்மலை— ஒருசிவஸ்தலம். திரு ஈங்கோய்மலைகாண்க.

திருவீங்கோய்மலையெழுபது — நக்கிரதேவர்செய்தவொருநூல்.

திருவீழிமிழலை-காவிரியின் தென்கரையிலுள்ள ஒரு சிவஸ்தலம்.

திருவுசாத்தானம்-காவிரியின் தென்கரையிலுள்ள ஒருசிவஸ்தலம்.

திருவூரகம்—தொண்டைநாட்டின்கணுள்ள ஒரு விஷ்ணுஸ்தலம்.

திருவூறல்—காஞ்சீபுரத்துக்குவடக்கேயுள்ள சிவஸ்தலம். நாதிவாயினின்றும் நீர் ஊறிக்கொண்டிருத்தலால் இப்பெயர்பெற்றது.

திருவெஃகா—தொண்டை நாட்டின்கணுள்ள ஒரு விஷ்ணுஸ்தலம்.

திருவெஞ்சமாக்கூடல்— கொங்

குநாட்டின்கணுள்ள ஒரு சிவஸ்தலம்.

திருவெண்காடு- சோழநாட்டிலே காவிரிக்கு வடகரையின்கணுள்ள ஒரு சிவஸ்தலம்.

திருவெண்காட்டுநங்கை—சிறுத்தொண்டநாயனர் மனைவி.

திருவெண்டுறை—காவிரியின்தென்கரையிலுள்ள ஒரு சிவஸ்தலம். சம்பந்தராற் பாடப்பட்டது.

திருவெண்ணியூர்-காவிரியின் தென்கரையிலுள்ள ஒருசிவஸ்தலம். அப்பர் சம்பந்தர்களாற் பாடப்பட்டது.

திருவெண்ணெய்மலை—கொங்குநாட்டிலுள்ள ஒரு சுப்பிரமணியஸ்தலம்.

திருவெண்ணெய்நல்லூர்--சுந்தரமூர்த்திநாயனரை மணம்புகாவண்ணம்தடுத்தடிமைகொண்ட சிவஸ்தலம். இது பெண்ணைநதிதீரத்திலுள்ளது. கம்பருக்கு உபகாரப்பிரபுக்களாகவிருந்து ராமாயணத்தை அவரைக்கொண்டு பாடுவித்த சடையப்பமுதலிக்கும் அவன்றம்பி சாராமமுதலிக்கும் ஜன்மஸ்தலமுமிதுவே. மெய்கண்டதேவர் திருவவதாரஞ்செய்தருளிய தலமுமிதுவே. சுவாமிபெயர் தடுத்தாட்கொண்டவர்; அம்மை வேற்கண்ணி. சுந்தரராற்பாடப்பட்டது.

திருவெண்பரிசாரம்—மலைநாட்டிலுள்ள ஒருவிஷ்ணுஸ்தலம்.

திருவெண்பாக்கம்—இது சுந்தரமூர்த்திநாயனர்சங்கிலியார்பொருட்டுச் செய்த பொய்ச்சத்தியத்தாற் கண்ணிழந்து சிவபெருமானிடம் ஊன்றுகோல்பெற்றதலம். இது திருவொற்றியூருக்கு மேற்றிசையிலுள்ளது.

திருவெம்பா—ஐயடிகள்காடவர்கோன்செய்த வொருபிரபந்தம்.

திருவெவ்வுளூர்— தொண்டைநாட்டிலுள்ள ஒரு விஷ்ணுஸ்தலம். சுவாமி வீரராகவன். சத்தி வல்லி. திருமங்கையாழ்வாராற் பாடப்பட்டது.

திருவெழுகூற்றிருக்கை— நக்கீரர்செய்தவொருபிரபந்தம்.

திருவெள்ளாறை—காவிரியின் வடகரையிலுள்ள ஒரு விஷ்ணுஸ்தலம்.

திருவெள்ளியங்கிரி—கொங்குநாட்டின்கணுள்ள ஒரு சிவஸ்தலம். இது பிருதிவி, அப்பு, தேயு, வாயு, ஆகாய லிங்கங்களையுடையது.

திருவெள்ளியங்குடி— காவிரியின் வடகரையின்கணுள்ள ஒரு விஷ்ணுஸ்தலம். திருமங்கையாழ்வாராற் பாடப்பட்டது.

திருவேகம்பமுடையார் திருவந்தாதி- -பட்டணத்துப்பிள்ளையாரருளிச்செய்த ஞானப்பொருள் மேலதாகியவொருநூல்.

திருவேகம்பம்—இதுவே காஞ்சிபுரசிவஸ்தலம். இது தொண்டைநாட்டிலுள்முதன்மையும்மிக்க பிரசித்தியும்பெற்றது. உமாதேவியார் மணலாற் சிவலிங்கம் ஸ்தாபித்துப் பூஜித்தபொழுது கம்பாநதியைப் பெருகும்படி சிவபிரான்செய்ய அம்மையார் அதனைக்கட்டிக்கொள்ளச் சிவபிரான் திருமேனியில் முலைத்தழும்பும் வளைத்தழும்பும் உண்டாகப்பெற்றது இத்தலத்திலேயாம். காமகோட்டமும்குமரகோட்டமும் இவ்வாலயத்துக்குச் சமீபத்திலுள்ளன. இத்தலத்தின்மேலதாகிய காஞ்சிப்புராணம்பாடியவர் இற்றைக்குநூற்றைம்பதுவருஷங்களுக்கு முன்னிருந்த கச்சியப்பதம்பிரான்.

திருவேடகம்— பாண்டிநாட்டின்கணுள்ள ஒரு சிவஸ்தலம். இது

சோலைமலைக்குத் தென்கீழ்த்திசையிலுள்ளது.

திருவேட்களம்—காவிரியின் வடகரையிலுள்ள ஒரு சிவஸ்தலம்; சுவாமிபாசுபதேச்சுரர்; அம்மை நல்லநாயகி. அப்பர் சம்பந்தர்களாற் பாடப்பட்டது.

திருவேட்டக்குடி— காவிரியின் தென்கரையிலுள்ள ஒரு சிவஸ்தலம். அர்ச்சுனன்பொருட்டுச்சிவபிரான் வேட்டஞ்செய்தருளிய கோலத்தோடெழுந்தருளியிருக்கும் ஸ்தலமாதலின் இஃதிப்பெயர்த்தாயிற்று. சம்பந்தராற் பாடப்பட்டது. சுவாமி திருமேனி அழகர்; அம்மை சுகந்தவனநாயகி.

திருவேதிகுடி—இது காவிரியின் தென்கரையிலுள்ள ஒரு சிவஸ்தலம். அப்பர் சம்பந்தர்களாற் பாடப்பட்டது.

திருவேரகம்— சுவாமி மலையென வழங்கும் சுப்பிரமணியஸ்தலம். கும்பகோணத்துக்குச் சமீபத்திலுள்ளது.

திருவேளுக்கை— தொண்டைநாட்டின்கணுள்ள ஒரு விஷ்ணுஸ்தலம். பேயாழ்வார் திருமங்கையாழ்வார் இருவராலும் பாடப்பட்டது.

திருவேள்விகுடி—தந்தை தாயரையிழந்த ஒருபெண்ணை ஓரிராசகுமாரனுக்குச் சிவபெருமான் தானே யாசாரியராகவெழுந்தருளியிருந்து மணவேள்வி செய்துகொடுத்த சிவஸ்தலம். இது காவிரியின் வடகரையிலுள்ளது. சம்பந்த சுந்தரர்களாற் பாடப்பட்டது.

திருவேற்காடு—மூர்க்கநாயனார்முத்திபெற்ற தலம். இது திருவலிதாயத்துக்கு மேற்கேயுள்ளது.

திருவைகன்மாடக்கோயில் — காவிரியின் தென்கரையிலுள்ள ஒரு சிவஸ்தலம். சம்பந்தராற் பாடப்பட்டது.

திருவைகாவூர்—காவிரியின் வடகரையிலுள்ள ஒரு சிவஸ்தலம். சம்பந்தராற் பாடப்பட்டது.

திருவைகுந்தவிண்ணகரம் — காவிரியின் வடகரையின்கணுள்ள ஒரு விஷ்ணுஸ்தலம். திருமங்கையாழ்வாராற் பாடப்பட்டது.

திருவையாறு—காவிரியின் வடகரையிலுள்ள ஒருசிவஸ்தலம். காவிரியின தென்கரையிலிருந்து சுந்தரமூர்த்திநாயனார் அவ்வாற்றைத்தாண்டி இத்தலத்திற்குச் செல்லவெத்தனித்தபோது அவ்வாறு மிகப்பெருகி வழிமறிக்க நாயனார் அக்கரையினின்று பதிகம்பாடப பெருகிவந்த நீர் பளிங்குபோல் உறைந்துநிற்க, எஞ்சிய நீர் வற்றி வழிவிடச் சென்று தரிசித்தஸ்தலம். சுவாமி செம்பொற்சோதி; அம்மை அறம்வளர்த்தாள். சிவபிரான் அப்பருக்குக்கைலாயக்காட்சிகொடுத்தருளியதலமுமிதுவே. மூவராலும் பாடப்பட்டது.

திருவொற்றியூர்— சுந்தரமூர்த்திநாயனார் சங்கிலியாரைச் சிவாஞ்ஞையால்மணம்பொருந்திய சிவஸ்தலம். அவ்விருவரும் சத்தியஞ்செய்துகொண்ட மகிழிருக்ஷம் இன்றுமங்குளது. பட்டினத்தடிகளும் கலியநாயனாரும் முத்திகூடியதுஇத்தலத்திலேயாம். இது மயிலாப்பூருக்கு வடக்கே சமுத்திரதீரத்துள்ளது. மூவராலும் பாடப்பட்டது.

திருவோத்தூர்— பனங்காட்டூருக்குத்தென்கீழ்த்திசையிலேஉள்ள சிவஸ்தலம். சம்பந்தமூர்த்திநாயனார் ஆண்பனைக்குலைப் பெண்பனைகளாக்கிய அற்புதம் நிகழப்பெற்ற ஸ்தலமிதுவே.

திருஷத்வதி—யமுனைக்குமேற்கிற் பிரவாகித்துக் கௌசிகந்தியோடு சங்கமிக்கின்ற நதி.

திருஷியன்—அகஸ்தியன் புத்திரன்.

திருஷ்டகேது—(1) (மி) சத்தியதிருதன்புத்திரன். (2) (பா) திருஷ்டத்துயுமனன்மகன். (3) (கா) சுகுமாரன் மகன்.

திருஷ்டத்துயுமனன்— துருபதன்மகன். திரௌபதிசகோதரன்.

திருஷ்டவர்மன்—அக்குரூரன் மகன்.

திருஷ்டன்—(1) வைவசுவதமனு புத்திரருளொருவன். இக்ஷுவாகுதம்பி. தார்ஷ்டம் என்பது இவன் வமிசபபெயர். நாபாகன் இவன்புத்திரன். (2) குகுரன் மகன். (விஷ்ணுபுராணம் நாலாம்அமிசம்.)

திருஷ்டி(ப) இரண்டாவது குந்திமகன்.

திருஹியன் } —யயாதி புத்திரருளொருவன்,
துருஹியன் }

திரேதாக்கினி— (1) அபிமானுக்கினி மைந்தராகிய பாவகன் பவமானன் சுசிஎன்னு மூன்றக்கினி (2) ஆகவனீயம், காருகபத்தியம் தக்கிணக்கினிஎனக் கிருகஸ்தன் ஆராதனக்கினிகளுமாம்.

திரேதாயுகம்—மூன்றாவது யுகம். இது 1296000 வருஷங் கொண்டது. பலி இந்தயுகத்தவன்.

திரௌபதி—துருபதன்மகள். பாண்டவர்பாரி. இவள் பூர்வத்தில் நாளாயனி என்னும் இருஷி புத்திரி. இந்திரசேனையென்னும் பெயரோடு மௌத்கல்லியன் என்னும் இருஷிக்குப் பாரியாயிருந்த போது அவள் பதிவிரதாதர்மத்தைப் பரீக்ஷிக்க விரும்பிய குஷ்டரோகியாகியமௌத்கல்லியன் அவளுக்கு அருவையுண்டாம்படி தன் தேகத்தை அழுகுபுண்ணுற் குரூரமாக்கியவழியும் அவள்மனங்கோணுதபடிதுகாத்துவந்தாள். அதுகண்டமௌத்கல்லியன் அவளை மெச்சி உனக்கு யாது வேண்டுமென்ன அவள் உம்மிது காமாதிகாரமுண்டாவதால் சுந்தரரூபத்தோடு நீர் என்னை ஐந்து வகை கலத்தல்வேண்டுமென்ன, அன்றுமுதல் இருவரும் அவ்வாறே கலந்து போகந் துய்த்துவந்தார்கள். மௌத்கல்லியன் சிறிதுகாலத்திலிறந்துபோக அவளு மிறந்து மறுஜன்மத்தில் காசிராசனுக்குப் புத்திரியாகப் பிறந்து பசுபதியைநோக்கித் தவங்கிடந்தபோது பசுபதி பிரசன்னராகி யாதுவேண்டுமென்ன, அவள், பதிந்தேகி, பதிந்தேகி, பதிந்தேகி, பதிந்தேகி, பதிந்தேகிஎன ஐந்துமுறை பதி தருகவென்று வேண்டினள். அதுகாரணத்தால் பசுபதி நீ மறுஜன்மத்தில் ஐவருக்குப் பாரியாவையென்றருளி மறைந்தார். இவள் யாகத்திற் பிறந்தமையால் யாக்கியசேனையென்றும்துருபதன்மகளாதலின் திரௌபதியென்றும் பாஞ்சாலராஜன் மகளாதலின் பாஞ்சாலியென்றும் பெயர்பெறுவள். தந்தையிட்டபெயர் கிருஷ்ணை.

திரௌபதியைத் துரியோதனன் தன்சபையிலே பாண்டவர்கள்முன்னே ஆடைகளைவித்து மானபங்கஞ்செய்விக்கத் துணிந்தபோது அவள் தன்னுடையதெய்வபக்தியினல் உரிய வுரிய ஆடை வளரப்பெற்றவள். அதுகண்டு துரியோதனன் ஆற்றுது விடுத்தான். திரௌபதி பாண்டவர் ஐவருக்கும் பொதுமனைவியயாயினும் அருந்ததியொத்தகற்பினள். சத்தியந்தவறுதவள். ஐவருக்கும் முறைமுறை யொவ்வொராண்டு மனையறம்புரிபவள்,

திரௌபதி யுதிஷ்டிரனுக்குப் பெற்றபுத்திரன் பிரதிவிந்தியன்; வீமனுக்குப்பெற்றபுத்திரன் சுருதசேனன்; அர்ச்சுனனுக்குச் சுருதகீர்த்தி; நகுலனுக்குச் சதானீகன்; சகதேவனுக்குச் சுருதகன்மன். கிருஷ்ணனுக்கு ஐவரோடு திரௌபதி தானும் தனது மனக்கிடக்கையைச் சொல்ல நேர்ந்தபோது, "ஐம்புலன்களும்போலைவரும்பதிகளாகவுமின்னமவேறொருவ --னெம்பெருங்கொழுனனாவதற்குருகுமிறைவனேயெனனுபேரிதய--மம்புவிதனிற்பெண் பிறந்தவர்க் காடவரிலாமையினல்லா—னம்புதற்குளதோ வென்றனள்வசிட்ட னல்லறமனைவியேயனையாள்."

திலீபன்—(1) (இக்ஷ்வா) விருத்தசர்மன். (2) அம்சுமான் புத்திரன். பகீரதன்தந்தை. இத்திலீபன் கல்வியும் ஆண்மையும் செங்கோன்மையுஞ் சிறந்தவன். இவன்பாரி சுதக்ஷிணை. திலீபசரித்திர சம்பந்தமாக ரகுவமிசத்திற் கூறிய வமிசவரிசையும் புராணங்களிலே கூறிய வமிசவரிசையும் சிறிது மாறுபடுகின்றன; புராணேதிகாசங்களுந்தம்முண்மாறுகொள்ளுகின்றன. ரகுவமிசம் திலீபன் ரகுவைப் பெற்றானென்றுகூற, விஷ்ணுபுராணமுதலியன திலீபன் பகீரதனைப் பெற்றானெனக்கூறும். தசரதன் அஜன் புத்திரனென்பதும் அஜன் ரகுபுத்திரன் என்பதும் ரகுவமிசம் விஷ்ணுபுராணம் இரண்டுக்குஞ் சம்மதம். ரகு திர்க்கவாகு புத்திரனென்பது விஷ்ணுபுராணத்தறிபு. திர்க்கவாகுவுக்குத் திலீபன் என்பது நாமாந்தரமாயின், ரகுவமிசம் மாறுபடுவதாகாது.

திலோத்தமை—ஓரப்சரப்பெண். பிரமா ஏனைப்பெண்களைச் சிரு

ஷ்டிக்குந்தோறும் வாய்ந்த அழகினுள்ளே திலப்(எட்)பிரமாணம் எடுத்துச் சேர்த்து வைத்திருந்து பின்னர்ச்சிருஷ்டித்தபெண்ணாதலின் திலோத்தமையெனப்பட்டாள். பாற்கடலிற் பிறந்தவள். குநாகுலபாண்டியனுக்குச் சாரகுமாரனையீன்றவள்.

தில்லைவாழந்தணர்கள்—சிதம்பரத்திலே ஆனந்ததாண்டவஞ்செய்தருளுகின்ற நடராஜப்பெருமானுக்கு அர்ச்சகராகவுள்ள அந்தணர்கள், அந்நடராஜப் பெருமானிடத்திலே எல்லையில்லாதபத்தியுடையவர்கள். சிவபிரான் அவ்வந்தணர்களுள்ளே தாமுமொருவரென்று கூறப்பெற்றபெருமை வாய்ந்தவர்கள். இவ்வந்தணர்மூவாயிரவரும் இரணியவன்மச் சக்கிரவர்த்தியாலே கங்கைக்கரையிலே பிரமாவினது அந்தர்வேதியினின்றும் கொண்டுவந்து சிதம்பரத்திலேசேர்க்கப்பட்டவர்கள். இவர்கள்மகிமை கோயிற்புராணத்திலே கூறப்பட்டுள்ளது.

திவாகரம்—திவாகரமுனிவர்செய்த நிகண்டு. இஃது அம்பர்நகரத்துச் சேந்தன் செய்வித்தமையினால் சேந்தன் திவாகரமெனப் பெயர்பெறும். பன்னிரண்டுதொகுதிகளையுடையது. இந்நூல் சிற்றளவினவாகிய சூத்திரங்களால் யாக்கப்பட்டிருத்தலிற் கற்போர்க்குப் பெரிதும் பயன்படத்தக்கது. "கற்றநாவினன் கேட்டசெவியினன், முற்றவுணர்ந்தமூதறிவாளன், நாகரிகநாட்டத்தாரியனருவந்தை, தேருங்காட்சிச் சேந்தன்" எனத் திவாகரத்துள்ளே வருங்கூற்றாற் சேந்தன் செய்வித்தோனென்பதும், "செங்கதிர் வரத்திற்றோன்றுந் திவாகரர்" எனவரும் வீரைமண்டலவன் நிகண்டுப்பாயிரத்தாலே திவாகரர்

சூரியகுலவேந்தர் பரம்பரையில் வந்தோரொன்பதும் நன்றாக நிச்சயிக்கப்படும். சேந்தன் சல்லாடரால் புறநானூற்றினுள்ளே பாடப்படுதலின் திவாகரர் கடைச்சங்ககாலத்தவரென்பது நன்கு துணியப்படும்.

திவாகரன்—(1) திவாகரமென்பதனுட்காண்க. (2) இக்ஷ்வாகுவமிசத்துப் பிரதிவியோமன்மகன்.

திவியன்—(ப) சாத்தவதன்மகன்

திவிரதன்—ததிவாகனன்மகன்.

திவோதாசன்—(1) காசிராஜவமிசத்துத் தன்வந்தரியினது பௌத்திரனாகிய பீமரதன் புத்திரன். இவனிடத்திலே தன்வந்தரியினது குணவிசேஷங்களெல்லாம் விளங்கினமையின் தன்வந்தரி என்னும் பெயராலும் வழங்கப்பட்டான். திவோதாசன் அரசியற்றுங்காலத்திலே விசுவாமித்திரர் புத்திரராகிய சுசுருதர் முதலிய எண்மரும் அவன்பாற் சென்று வைத்தியசாஸ்திரத்தைக் கிரமமாகக்கற்று வல்லராகி எண்மருந் தனித்தனி நூல்செய்தார்கள். அவருள்ளே சுசுருதர்செய்த சுசுருதம் தலைமைபெற்ற வைத்தியசாஸ்திரங்களுளொன்றாய் விளங்குவது, ஆரியவைத்திய நூல்களுள்ளே அதுவொன்றே சஸ்திரசிகிற்சைமுறையைத் திட்பநுட்பமாக விரித்துரைப்பது. சுசுருதம் இற்றைக்கு ஆயிரத்தநூறு வருஷங்களுக்குமுன்னே பர்ப்பரபாஷை(அரபி)யிலே மொழிபெயர்க்கப்பட்டது. லத்தீன்பாஷையிலும் பின்னர்க்காலத்திலே (Hepler) என்பவரால்மொழிபெயர்க்கப்பட்டது. திவோதாசன் காசியிலே நெடுங்காலம் தருமராச்சியம்புரிந்து வந்தானென்றும், அவனே சிவாலயத்தை ஸ்தாபித்து முறைப்படி நித்தியநைமித்தியங்களை நடாத்திவந்தவனென்றும் ஸ்காந்தங்கூறும். (2) பதிரதன்மகன். (3) முற்கலன்மகன். அகலிகை தமையன்.

திஷ்டன்—இக்ஷுவாகு தம்பி. இவன்மகன் நாபாகன்.

திஷ்யந்தன்—சூரியசித்தன் சுவீகாரபுத்திரன். துஷ்யந்தன்தம்பி.

தீக்ஷிதன்—சோதிட்டோமம் புரிந்தோரது பரம்பரையில்வந்தோர்க்குரிய பட்டப்பெயர். அப்பையதீக்ஷிதன் என்றாற்போலவரும்.

தீபகன்—மன்மதன்.

தீமந்தன்—(1) புரூரவன்மகன். (2) விரூஹணன்மகன்.

தீயாடியப்பர்—மேலைத்திருக்காட்டுப்பள்ளியிலே கோயில்கொண்டிருக்கும்சுவாமிபெயர்.

தீரன்—பலியரசன்.

தீர்க்கதமசு—(1) தீர்க்கமன். (2) அகலிகைநாயகனாகிய கௌதமன்.

தீர்க்கதமன்—(1) உதத்தியன்மகன். இவன்பாரி பரத்துவேஷிணி. புத்திரர் கௌதமாதியர். இத்தீர்க்கதமன் பிறவிக்குருடன். (2) சுராஷ்டிரன்மகன். தன்வந்திரிக்குத்தந்தை.

தீர்க்கவாகு / **தீர்க்க பாகு**—கட்டுவாங்கன்மகன். இரகுவுக்குத் தந்தை.

தீர்க்காதேவி—விருதிபாரி.

தீர்த்தகாரர் / **தீர்த்தங்கரர்**—ஜைனமதாசாரியர். அவர் ஆதிநாதன் முதலிய இருபத்துநால்வர்.

துங்கப்பிரஸ்தம்— ராமகிரிக்குக் கிழக்கின்கணுள்ளமலை.

துச்சலை—திருதராஷ்டிரன் மகள். தாய் காந்தாரி. ஜெயத்திரதன்மனைவி.

துச்சாசனன்—துரியோதனன்றம்பி. ஆண்மையிலும் தாக்கிருத்தியத்திலும்மிக்கவன். திரௌபதி

யைக் கூந்தலிற்பற்றியிழுத்துப்போய்த் துரியோதனன சபையிலே பாண்டவர்கள் பார்த்திருக்க அவளுடைய ஆடையையுரிந்து மானபங்கஞ்செய்யத்துணிந்த மகாபாவி இவனே. தருமனுடைய ஆணையென்னும் அங்குசத்தாலே தடுக்கப்பட்டிருந்த வீமசேனன் மற்றொன்றுஞ்செய்ய வியலாது சபைநடுவேயெழுந்துநின்று "இத்தீச்செயல்புரிந்த துச்சாசனனைக்கொன்று இரத்தபானம்பண்ணுவேன்" என்று சபதஞ்செய்தபடியே பின்னர்ச் சிலநாளில் நேர்ந்த யுத்தத்திலே அவனைக்கொன்று வஞ்சினமுடித்தான்.

துண்டி }
துண்டி விநாயகர் } —காசியிலுள்ள விநாயகர்.

துந்து—உதங்கமகாரிஷிக்குப் பகைவனாயிருந்தவொரு கொடிய அசுரன். குவலயாசுவன் தன் புத்திரர் இருபத்தோராயிரவரோடுஞ்சென்று இவ்வசுரனையெதிர்த்து யுத்தஞ்செய்து கொன்று துந்துமாரனென்னும் பெயர்கொண்டான். குவலயாசுவன் புத்திரருள் திருடாசுவன், சந்திராசுவன், கபிலாசுவன் என்னும் மூவரொழிய, ஒழிந்தோர் யாவரும் துந்துவினது அக்கினிசுவாசத்திலகப்பட்டு மடிந்தனர். இச்சரித்திரத்தைக் கம்பர் "துந்துவெனுந்தானவனைச் சுடுசரத்தாற் றொலைத்தானும்" என்பதாற் சுட்டினர். (கம்பராமாயணம் குலமுறைகிளத்துபடலம்.)

துந்துபி—(1) நரன்மகன். (2) மயன்புத்திரன். (3) மாயாதேவியினது இரண்டாம்மகன். வாலியாற் கொலையுண்டவன். மதங்கமுனிவர் வாசஞ்செய்த இருஷியமூகபர்வதத்திலே துந்துபியினது இரத்தம் தெறித்துவீழ்ந்து அதனை அருசிதம்பண்ண, மதங்கர் "இவ்வருசிதத்துக்குக் காரணனாகிய வாலி இம்மலையைமிதிப்பனேல் அவன் தலை ஆயிரங்கூறுகுக" என்று சபித்தனர். அன்றுதொட்டு வாலி அங்கே செல்லாதொழுகினான்.

துந்துமாரன்—(இக்ஷு) குவலயாசுவன். துந்து என்னும் இராக்ஷசனைக் கொன்றவனாதலின் இப்பெயர்பெற்றான். துந்து காண்க.

தும்புரு—கந்தருவகுரு. இவரும் நாரதரும் பிரசித்திபெற்ற சங்கீதவித்துவான்கள்.

தும்புரீயம்—ராகதாள லக்ஷணங்களைக்குறித்துத் தும்புரு செய்த நூல்.

துயர்தீர்த்தசெல்வர்—திரு ஓமாம்புலியூரிலே கோயில்கொண்டிருக்கும் சுவாமிபெயர்.

துரியசித்தன்—யயாதிபுத்திரனாகிய துர்வாசன் பௌத்திர பௌத்திரன். இவனுக்குச் சந்ததியில்லாமையால் பரதன் சிறப்பனாகிய திஷ்யந்தனைத் தத்தபுத்திரனாக வெடுத்து வளர்த்தான்.

துரியோதனன்–திருதராஷ்டிரனுக்குக் காந்தாரிவயிற்றிற் பிறந்த நூறுபுத்திரருள் மூத்தோன். இவன் துச்சாதனன் கன்னன் சகுனி இவர்கள் போதனையால் பாண்டவர்கள்மீதுபொறாமையுடையனாகித் திருதராஷ்டிரனைத் தனது எண்ணங்களுக்கு இசைவித்துக்கொண்டு அவர்களைச் சூதில் வென்று அவர்கள் இராச்சியபாகத்தைக் கவர்ந்துகொண்டு பதினான்குவருஷங்காட்டுக்குப்போய் மீண்டுவருமிடத்து இராச்சியபாகந் தருவேனென்றுகூற, அவர்கள் அவ்வாறுபோய் மீண்டுவந்தபோது இராச்சியங் கொடேனென்று மறுத்தமையால் அவர்

சள்யுத்தஞ்செய்து பதினெட்டாநாள் இவனையும் இவன் கிளைஞரையுங்கொன்று வாகைசூடினர். (2) மறுவமிசத்தரசனாகிய சுதரிசனன்தந்தை.

துருகியு—யயாதிபுத்திரன்.

துருபதன்—பாஞ்சாலதேசத்தரசன். காம்பில்லியநகரம் இவன்ராஜதானி. விருஷதன் இவனுக்குத்தந்தை. திருஷ்டத்தியுமன் சிகண்டி இருவரும்புத்திரர். திரௌபதி புத்திரி. துருபதனும் துரோணனும் சகாத்தியாயர். (உடன் கற்றோர்)

துருபதன்பட்டாபிஷேகம்பெற்றபின்னர் ஒருநாள் துரோணன் துருபதனிடஞ்சென்று தனக்குப்பொருளுதவிசெய்யுமாறுவேண்டத் துருபதன் துரோணனை நோக்கி "நீ யாவன் யாதுன்தேசம்" என்று முன் அறியான்போன்று வினவி அவமானஞ்செய்தனுப்பினன். இதனை மனத்திலே வைத்துத் துரோணன் கௌரவபாண்டவர்களிடம்போய் அவர்களுக்கு அஸ்திரவித்தைகற்பித்துவரும்போது, அர்ச்சுனன் வில்வித்தையில் அதிசதுரனாயினமைகண்டு, நீ எனக்குக் குருதக்ஷிணையாகத் துருபதனைத் தருதல்வேண்டுமென்ன, அவன் அதற்குடன்பட்டு அவனைப் பிடித்துவந்து கொடுத்தான். துரோணன் சந்தோஷமடைந்து துருபதனைநோக்கி இப்போதுன்கதியாதாயிற்று என்று பலவாறு பரிகசித்தவமானம்பண்ணி அவனைப் போம்படிவிடுத்தான். அவ்வன்மத்தாற் றுருபதன் ஓர் யாகஞ்செய்து அவ்வியாகத்திடைத் துரோணனைக் கொல்லும்பொருட்டுத் திருஷ்டத்யுமனையும் அர்ச்சுனனுக்குப் பாரியாகத் திரௌபதியையும் பெற்றுவளர்த்தான்.

துருவன்—உத்தானபாதனுக்குச் சுநீதியிடத்துப்பிறந்தவன். (2) அஷ்டவசுக்களுளொருவன். (3) (பு) மதிசாரன் இரண்டாம் புத்திரன். (4) (ய) பலராமன்தம்பி. (5) துருவநக்ஷத்திரம். (6) பிரமா. (7) விஷ்ணு.

துரோணன்—ஒரு பக்ஷி. இது தர்மபக்ஷிகளுக்குத் தந்தை. மந்தபாலன் மகவு.

துரோணாசாரியன்—பாரத்துவாசமுனி புத்திரன். அசுவத்தாமன் தந்தை. பாரதயுத்தத்தில் திருஷ்டத்தியுமனாற் கொல்லப்பட்டவன். இவனுக்குக் கும்பன் என்றும்பெயர். (துரோணம்-தூளவினதாகிய கும்பம்) பாரத்துவாசருடைய தவத்தையழிக்கும்பொருட்டு இந்திரன் ஏவலிற்சென்றமேனகை அவருக்கு விகாரத்தையுண்டாக்க, அவர்தமது வீரியத்தை ஒரு துரோணத்திலே விட்டார். அதிற் பிறந்தமையாலே துரோணனெனப்பட்டான். இவன் கௌரவபாண்டவரென்னுமிருதிறத்தார்க்கும் வில்வித்தைகற்பித்த ஆசிரியன்.

துர்க்கை—(1) விந்தியத்திலுள்ள ஒருநதி. (2) துர்க்காதேவி. திரிலோகபயங்கரனாய்த் திரிந்த உருருவென்னும் அசுரன்மகனாகிய துர்க்காசுரனைக் கொன்றகாரணம்பற்றி இத்தேவிக்குத் துர்க்கையென்னும் பெயருண்டாயிற்று; துர்க்காசுரனாலே இந்திரன் முதலிய தேவர்கள் சம்பதங்களையிழந்து சிவன்பாற்சென்று குறையிரந்தனர். சிவன் அவர்க்கிரங்கிப் பார்வதியை நோக்க, பார்வதிதேவியார் தாமே அவ்வசுரனைக் கொன்று தேவர்களைக் காப்பதாகக்கூறிக் காலராத்திரியென்னும் பாங்கியை ஏவ, அப்பாங்கியார்

அவ்வசுரனுடைய சேனாசமுத்திரத்தைக்கண்டஞ்சிமீண்டு பார்வதிதேவியார்க்குரைக்க, தேவியார் சென்று அவன் சேனைகளையெலலாம் பரிகாசம்பண்ணி அசுரனைச்சாட, அசுரன் மகா பர்வதப்பிரமாணமான ஒரு யானையாகி எதிர்த்தான். அவ்வடிவத்தைத்தேவியார் தமது நகங்களாலே கிழித்துத் தண்டஞ்செய்ய; அசுரன் ஒரு மகிஷமாகித் தேவியை எதிர்த்தான். அதுவுஞ்சிதைபட்டொழிய,' அசுரன பழையவடிவுகொண்டு கொடிய ஆயுதங்களையோச்சினன். தேவி ஒரு கடுங்கணையை விட்டு, மார்பைப் பிளந்து அவனைக்கொன்று தேவர்களுக்கு அச்சந்தீர்த்தருளினர். எனவே பார்வதிதேவியார் துர்க்கனைக் கொல்லுமாறுகொண்டருளிய வடிவமே துர்க்காதேவியாம். துர்க்காதேவியினது வரலாறு புராணங்களிலேபலபடக்கூறப்பட்டுளது. துர்க்கை உருத்திரசக்திகளுள் ஒருபேதம். எண்டோளுடையவரென்றும், பத்துக்கரங்களுடையவரென்றும், பதினெட்டுக்கரங்களுடையரென்றும், சூலம் வாள் சக்கரம் கரகமுதலிய ஆயுதங்களுடையரென்றும். சிங்கவாஹினியென்றும், கலையூர்தியென்றும், பலவர்ணங்களை யுடையவரென்றும், துர்க்கங்களிலே சஞ்சரிப்பவரென்றும், போர்த்தொழிலுக்கு அதிதேவதையென்றும் கன்னியென்றும் பலவாறாகக் கொண்டு உபாசிக்கப்படுவர். காளிகாதேவிக்குரிய லட்சணங்களுமேற்றிக்கூறப்படுவர்.

துர்ச்சேயன்—தநுபுத்திரன்.

துர்த்தமன்—(1) காந்தாரன்பௌத்திரபுத்திரன். (2) (ய) பத்திரசேனன் புத்திரன்.

துர்மதன்—வசுதேவன் புத்திரன்.

துர்மருஷணன்—துரியோதனன் தம்பி.

துர்முகன்—(1) துரியோதனன் தம்பி. (2) மாலியவந்தன்மகன்.

துர்யோதனன்—துரியோதனன் காண்க.

துர்வசன் / **துர்வசு**—யயாதிக்குத் தெய்வயானையிடத்துப் பிறந்த புத்திரன்.

துர்வாசன்—அத்திரிக்கு அநசூயையிடத்துப் பிறந்த புத்திரனர். அவர் சகோதரர் சோமதத்தாத்திரேயர். அவர் மகா கோபியாதலின் அவர்கோபம் உலகத்தாருக்கு உவமானப்பிரமாணமாய்விட்டது. கோபியாயினும் அவர் தவத்திற் சிறந்த மகா ரிஷி. தாம் நீட்டிய திருமாலையைத் தோட்டியாலேற்று, யானையினது மத்தகத்திற்சேர்த்த இந்திரனதுசெல்வமெல்லாம் போய்த் திருப்பாற்கடலிற் புக்கொளிக்குமாறு சபித்தவர் இவரே.

துலாதாரன்—வாரணாசியிலிருந்த ஒரு வணிகசிரேஷ்டன். இவன் ஜாஜலியென்னும் இருடிக்குப் பிரமவித்தையையுபதேசஞ்செய்த புருஷோத்தமன்.

துலுவமிசம்—யயாதிமகனாகிய துர்வசு வமிசத்தில் சந்திரகுப்தன் வழிவந்த சூத்திரகுலம் மூன்றனுளொன்றாகிய ஆந்தர சூத்திர குலம். இக்குலத்துவந்து தமிழ் நாட்டிற் குடியேறினோர் துளுவ வேளாளர் எனப்படுவர்.

துவரை—கண்ணன் பசுமேய்த்து விளையாடியதோரூர்.

துவஷ்டா—(பிரி) (1) யாவனன்மகன். (2) துவாதசாதித்தியருளொருவன். (3) சுக்கிரபுத்திரனாகிய தைத்தியகுரு. (4) பிரமமானசபுத்திருளொருவன். இவன்

குமாரன் விசுவரூபனை இந்திரன் கொன்று பிரகத்திபெற்றான்.

துவஷ்டிரா—சூரியன் பாரியாகிய சௌஞ்ஞாதேவி. இவள் சூரியனது உஷ்ணத்தைக்காற்றாது தனக்கு ஈடாகச் சாயாதேவியை நியமித்துவிட்டுத் தந்தைவீடுசென்றாள். துவஷ்டா தன்மகள் செய்தது குற்றமெனக்கண்டு அவளைச் சூரியனிடம் போகச்சொன்னான். அவள் அதற்குடன்படாது அங்குநின்றுநீங்கி ஒரு பெண்குதிரைரூபங்கொண்டு மேருச்சாரலிற்சென்றங்கிருந்தாள். சூரியன் அவளைத்தேடித்தந்தைவீடுசென்று வினாயினன். துவஷ்டா சூரியனைநோக்கி உன் உஷ்ணத்தைக் காற்றாதவடவைரூபந்தாங்கி மேருச்சாரலிலுள்ளாளென்றான். அதுகேட்டுச் சூரியன் தன் சோதியிற் சிறிது பாகத்தையுதறிவிட்டு ஆண்குதிரையாகி மேருப்பக்கஞ்சென்று அவளைக்கூடி அஸ்வினிதேவரைப் பெற்றான். துவஷ்டா அங்குவிழுந்த சோதியைச் சக்கராயுதமுஞ் சூலமும் வச்சிராயுதமுமாக்கி முறையே விஷ்ணு சிவன் இந்திரர்களுக்குக் கொடுத்தான்.

துவாதசாந்தஸ்தலம்—மதுரை.

துவாபரம்—மூன்றாவது யுகம். 864000 வருஷங்கொண்டது.

துவாரகை—கிருஷ்ணன் ராஜதானி. அஸ்தினபுரத்துக்கும் இந்நகருக்கும் 70 காததூரம். ஆங்காங்கே அநேக துவாரங்களையுடைய கோட்டையையுடையதாதலால் துவாரகையென்னும்பெயர்த்தாயிற்று. துவாரம்-வாயில்.

துவிசராசகுலோத்துங்கன் — ராஜசார்த்தூலபாண்டியனுக்குப் பின் அரசுசெய்த பாண்டியன்.

துவிதன்—பிரமமானச புத்திரருளொருவன்.

துவிமீடன்—(பு) ஹஸ்திகன் இரண்டாம் புத்திரன். இவன் வமிசத்தர்பௌரவரெனப்படுவர்.

துவிமூர்த்தன்— தநுபுத்திரருளொருவன்.

துவிவிதன்—மைந்தன் சகோதரனாகிய ஒரு வாநரன். இவன் நரகாசுரன் சிநேகன். நரகாசுரனைக்கிருஷ்ணன்கொன்றகோபத்தால் அக்கிருஷ்ணனகரத்தில் இவ்வாநரன்சென்று அழிவுசெய்தபோது பலராமனாற் கொல்லப்பட்டவன்.

துவைதம்—ஒருமதம். ஜீவாத்மா பரமாத்மாவென விரண்டும் வேறென்றும், ஜீவாத்மா பஞ்சபேதஞானத்தால் மோக்ஷம்புகுமென்றும் பிரதிபாதிப்பது. இது மத்துவாசாரியராகிய ஆநந்ததீர்த்தராலேஸ்தாபிக்கப்பட்டது. (2) பாண்டவர்கள் காமியகவனத்தை விட்டுப்போய் வசித்தவனம் துவைதவனமென்று பெயர்பெறும்.

துவைபாயனம்—இது குருக்ஷேத்திரத்துக்குச் சமீபத்திலுள்ள ஒருதடாகம். துரியோதனன் தன் சேனைகள் மாண்டொழிந்தபின்னர் இத்தடாகத்தில் ஜலஸ்தம்பனம்பண்ணிக்கொண்டு மறைந்திருந்தான்.

துஷிதர்-தேவர்களுள் ஒருபாலார். துஷிதர் என்பதற்குச் சந்தோஷமுடையர் என்பது பொருள்.

துஷ்டிமந்தன்—(ய)கம்சன் தம்பி.

துஷ்யந்தன்—(பு) ஈளினனுக்கு ரதந்தரையிடத்துப் பிறந்த புத்திரன். சகுந்தலை கணவன், பரதன் தந்தை.

தூமாதிமார்க்கம்—பிதிர் கர்மங்களைத் தவறாதுசெய்தவர்கள் பிதிர்லோகஞ்செல்லும்மார்க்கம். பிதிர்கள்பொருட்டு வளர்க்கப்பட்

டஅக்கினிஹோத்திரத்தினது தூமகாரணம்பற்றி வந்தபெயர்.

தூமிரகேது—தனுபுத்திரன்.

தூமிராக்ஷன்—சுமாலி புத்திரன். அநுமனாற் கொல்லப்பட்டவன்.

தூமிரை—பிரஜாபதி பாரி. தான் என்னும் வசுவுக்குத் தாய்.

தூமோர்ணை—யமன் மனைவி

தூருவாக்ஷி—வசுதேவன் தம்பியாகிய விருகன்பாரி.

தூலவகன்—(ர) மல்லயுத்தத்திற் கிருஷ்ணனாற் கொல்லப்பட்ட ஒரசுரன்.

தூஷணன்—(ரா) விச்சிரவசுமகன். கரன் சகோதரன். ஜனஸ்தானம் இவனுக்குஸ்தானம்.

தேர்ப்பாரண்ணி யேசுவரர் — திருநள்ளாற்றிலே கோயில்கொண்டிருக்கும்சுவாமிபெயர்.

தெலுங்கு—ஆந்தரதேசத்து மொழி. அது வடமொழி தென்மொழியிரண்டுங் கலந்துண்டாயதொருமொழி. அதனை ஆதியிலே இலக்கணஞ்செய்து செம்மைசெய்தவர் கண்ணுவமுனிவர் என்ப. அது ஒன்றேமுக்காற்கோடி சனங்களாலே வழங்கப்படுகின்றது. பிற்காலத்திலே அப்பாஷையைச் சிறப்பித்த வித்தவ ரத்தினங்கள் நன்னயபட்டர், அப்பகவி திக்கன்னசோமயாஜி, வேமனன்முதலியோர். சங்கீதத்துக்கு அதிமதுரமானமொழி.

தென்காசி—பாண்டி நாட்டின்கணுள்ள ஒரு சிவஸ்தலம்.

தென்குரங்காடுதுறை—காவிரியின்தென்கரையிலுள்ள ஒரு சிவஸ்தலம்.

தென்திருப்பேரை—பாண்டி நாட்டிலுள்ள ஒருவிஷ்ணுஸ்தலம்.

தென்னலிராமன்— சந்திரகிரியிலேபிறந்து விளங்கிய அற்புதவிவேகியாகிய ஒருஹாசிய வித்துவான். ஜாதியிலே தெலுங்கன். இற்றைக்கு மூந்நூற்றைம்பது வருஷங்களுக்குமுன்னர் விளங்கினவனென்பதராயர்கள்சரித்திரத்தாலே துணியப்படும்.

தேஜஸ்வி—அகஸ்தியன் பௌத்திரன். திருசியன் புத்திரன்.

தேஜோவதி—அக்கினிதேவனது நகரம். அது சோதிமயமாயிருக்கும்.

தேநவர்—சுசுருதரோடு ஆயுள்வேதங்கற்றவர்.

தேரையர் / **தேரனார்** —தமிழிலே அகஸ்தியர்பால்வைத்தியங்கற்ற மாணாக்கருள்ளே முதன்மைபெற்றவர். வைத்தியத்திலே தமக்கு ஒப்பாருமிக்காருமில்லாதவர். சாரீரம், நிதானம், சிகிற்சை முதலிய துறைகளிலெல்லாம் மிக்க வல்லுநர், பதார்த்தகுணமெல்லாம் கடைபோகவாராய்ந்தவர். பதார்த்தகுணமென்னும் அற்புதநூல்செய்தவருமிவரே. தமிழிலே இறந்தனபோக எஞ்சியுள்ள உண்மைப் புராதனவைத்திய நூல்கள் இவர்செய்தனசிலவே. ஏனையவெல்லாம் கற்பித நூல்களேயாம். நீர்நிறக்குறி நெய்க்குறி, தைலவருக்கச்சுருக்கம், கஷாயம் நூறு, பதார்த்தகுணம் சிகிற்சை ஆயிரம் முதலியன இவராற் செய்யப்பட்டன. சிகிற்சை ஆயிரமும் அச்சிடுவோரால் ஆராய்வின்றி இடையிடையே பிறழ்விக்கப்பட்டது. தேரையர்கூறும்சிகிற்சைகள் உள்ளவாறுசெய்யப்படுமாயின் தவறுவதரிது. சஸ்திரவைத்தியத்திலுள்ளுஞ் சிறந்ததாகியகபாலசல்லியத்திலே பெயர்படைத்தவரென்றால் அத்துறையில் அவர்வன்மைகூறவேண்டா. ஒருவாற்றானும் நீங்காததலைக்குத்தினால் வருந்திய ஓரசனுக்குஅந்நோயின்காரணத்தை

ஸிதானித்துச் சம்மோகினியைப் பிரயோகித்து அவனை மயக்கி அவன் கபாலத்தைத் திறந்து அமிர்தத்திலிருந்த தேரையை ஒரு நீர்க்கிண்ணத்திலுள்ளே பாய்வித்துப் பின்னர்ச் சந்தானகரணியினாலே அக்கபாலத்தை முன்போலப்பொருத்தி அந்நோயைநீக்கினாரென்பது கன்னபரம்பரை. இதற்கிணையான சரித்திரமொன்று போஜப்பிரபந்தமென்னும் வடமொழிநூலினுங் கூறப்பட்டுள்ளது. அஷ்டவிதபரீக்ஷையினாலேயன்றி நோயினது சாத்தியாசாத்தியங்களை ஆடிக்கலசத்திற்பெய்த மூத்திரநடுவேவிட்ட ஒருதுளி எண்ணெயைக்கொண்டு பண்டிதரல்லாதாரு முணர்ந்துகொள்ளுமாறு நெய்க்குறி நூல்செய்தவர் தேரையர். சூத்திரங்களுட் சில வருமாறு:—

"விடுதுளிசிதறி வெவ்வேறென்மற்-கடுகெனப்பரவிற் கைவிடன் முறையே"

"அவியுமூத்திரமு மணைந்தொன்றிலுவி-பவியுமென்றல் கவுதமரறையே"

"முல்லையரும்பு முளரிப்பூவுஞ்--சொல்லியதுளியுட் டோற்றிடுமாயின்-இல்லையில்லைநோ யென்பதுசரதமே"

தேர்வண்மலையன்—வடவண்ணக்கன்பெருஞ்சாத்தனாரால் புறநானூற்றிலே வைத்துப் பாடப்பட்டவன், இவன் இராசசூயம்வேட்ட பெருநற்கிள்ளிக்குத் துணையாகிச் சேரமான்மாந்தரஞ்சேரலிரும்பொறையைப் போரில்வென்றவன். (புறநா)

தேவகன்—(ய) உக்கிரசேனன் தம்பி. தேவகிக்குத் தந்தை.

தேவகி—வசுதேவன்பாரி. கிருஷ்ணன்தாய். (2) கோசலதேசத்திற் பிரவாகித்துக் கங்கையிற் சங்கமிக்கின்ற நதி.

தேவகிரி—சத்ரு நதிக்கும் யமுனைக்குமிடையேயுள்ள நதி.

தேவக்ஷத்திரன்—தேவராதன்மகன்.

தேவசிரவசு—(ய) வசுதேவன் தம்பி.

தேவசேனை—அரிஷ்டநேமிமகள். இவளைக் கேசியென்னும் அசுரன் எடுத்துப்போகும்போது இந்திரன்மீட்டுவளர்த்தான். இத் தேவசேனையே குமாரக்கடவுள்தேவி.

தேவதத்தம்—அர்ச்சுனன் சங்கு. இந்திரன்கொடுத்தமையின் தேவதத்தம்எனனும் பெயர்பெற்றது.

தேவதாருவனம்—பிருகுமுதலிய மகாரிஷிகள் தவஞ்செய்த மகாவனம். அம்மகாரிஷிகளுடைய தவத்தைச் சோதிக்கும்பொருட்டும், மீமாஞ்சைநூலே உண்மைநூலெனவும், அந்நூலிலே கூறப்பட்டயாகங்களே இருமைப்பயன்களையும் பயப்பனவெனவும் கொண்ட மயக்கத்தைத் தீர்த்தாட்கொள்ளும்பொருட்டும் சிவன்பிக்ஷாடன மூர்த்தியாகி விஷ்ணுவை மோகினியாக்கித் தம்முடன்கொண்டு இவ்வனத்திற் புகுந்தனர். மோகினி வடிவைக்கண்ட முனிவர்கள் காமத்தாற் கலங்கி நியமமிழந்தார்கள். இருஷிபத்தினிகள் பிக்ஷாடன மூர்த்தியுடைய சுந்தரரூபத்தைக்கண்டு கற்புநிலைகலங்கித் தம்மை மறந்து அவர்பின்னேசென் றழன்றார்கள். முனிவர்கள் தம்மனைவியரது கற்பைக்கலக்கிய சிவபிரானைக் கொல்லும்பொருட்டு அபிசாரவேள்விசெய்து அதினின்றும் பூதங்களையும் புலியையுஞ் சர்ப்பத்தையும் முயலகனையுமெழுப்பிவிட்டார்கள். பூதங்களைச் சிவன் தமக்குப் பரிசனமாக்கினர். புலி

யையுரித்து அவ்வுரியை யாடையாக்கினர். சர்ப்பத்தை ஆபரணமாகக்கொண்டனர். முயலகனைக் காலின்கீழிட்டுக்கொண்டனர். அவற்றைக் கண்ட முனிவர்கள் தம்மயக்கந்தீர்ந்து சிவனைவழிபட்டுய்ந்தார்கள். இருஷி பத்தினிகளும் சிவன் கடைக்கண்ணோக்கத்தால் சிவஞானம்பெற்றுய்ந்தார்கள். இச்சரித்திரத்திலே சிவன் ஆன்மாக்களை ஆணவமலத்தைக் கெடுத்து ஆட்கொள்ளுஞ்செயல் கூறப்பட்டது. பிக்ஷாடனவடிவம் சிவம். மோகினிவடிவம் சத்தி. இருஷிகள் மெய்யுணர்வு தலைப்படாத பக்குவான்மாக்கள். இருஷிபத்தினிகள் அகங்காரம். இச்சரித்திரம் சிலபுராணங்களிலே சிறிது மாறுபடக் கூறப்பட்டுள்ளது.

தேவந்தி—கண்ணகியின் பார்ப்பனத்தோழியாய் மாநாய்கன்மனையில் வளர்ந்தவள். மானிடவடிவங்கொண்டசாத்தனென்னும் தெய்வத்தின்மனைவி. தான்கண்ட தீக்கனாவைக் கண்ணகி சொல்லியபொழுது தேற்றியவள். கண்ணகிக்கும் கோவலனுக்கும் நேர்ந்த துன்பத்தைக்கேட்டு மதுரையையடைந்து பின்பு வஞ்சிநகரஞ்சென்று அங்குப் பிரதிட்டிக்கபட்டிருந்த கண்ணகி வடிவத்தைப் பூசித்தவள்.

தேவபாகன்—(ய) வசுதேவன் தம்பி. உத்தமனுக்குத்தந்தை.

தேவபூதி—மகததேசராசாக்களாகிய சிருங்கிகளுள்ளே கடையரசன். (கண்ணுவன்காண்க)

தேவப்பிரயாகை—இது அலகநந்தை கங்கையோடு சங்கமிக்குமிடத்துள்ள நகரம். இங்கே 900 அடியுயரமுள்ள ஒரு விஷ்ணுவாலயமிருக்கின்றது.

தேவமித்திரன்—மாண்டூகேயன்சிஷ்யன்.

தேவமீடன்—ஹிருதிகன் மகன். வசுதேவன்பாட்டன்.

தேவயானை—(1) சுக்கிராசாரி மகள். யயாதி பாரி. (2) தேவேந்திரன் வளர்த்தமகள். தேவசேனை காண்க.

தேவரக்ஷிதி—வசுதேவன் பாரி. தேவகன்மகள்.

தேவராதன்—(1) சுகேதன்மகன்; (2)(ய) கரம்பியாகியசூர்த்திமகன். (3) சனசேபன்.

தேவர்—ஜன்மதேவர் கர்மதேவர் என இருதிறத்தினர் தேவர். அக்கினி, இந்திரன், யமன், சூரியன், வாயு, வருணன் முதலியோர் ஜன்மதேவதைகள். இவர்கள் லோகோபகாரார்த்தமாக ஒவ்வோரதிகாரத்தோடு சிருஷ்டிகாலத்திலே சிருஷ்டிக்கப்பட்டுத் தத்தமதிகாரத்தைச் சங்காரகாலம்வரைக்குஞ்செலுத்தி நின்று அழிபவர்கள். இனிக் கர்மதேவதைகள் மனுஷருள்ளே புண்ணிய விசேஷத்தாற் சுவர்க்கம்போய்த் தேவகதியடைந்து மீள்பவர்கள். இவர்கள் நகுஷன்முதலியோர்; இன்னும் பிதர் தேவதைகளெனவும் ஒருபாலாருளர். அவர்கள் பிரஜாபதிபுத்திரர்கள். இவர்களே மனுஷகணங்களுக்கு ஆதிபிதாக்கள். இன்னும்இறந்துபோகின்றவர்களெல்லாரும் தத்தம்குடும்பத்தினர்க்குப் பிதிராகின்றார்கள்.

ஒருகாலத்தில்இந்திராதிதேவர்களும் பிதிர்களும் அசுரபீடைக்கஞ்சிக் காகரூபந்தாங்கிப் பூமியிற் சஞ்சரித்தார்கள். அதுபற்றியே காகங்களுக்குப் பிண்டமிட்டுண்ணும் வழக்கம் உலகத்துண்டாயது. இது வாயசபிண்டமெனப்படும்.

ஜன்மதேவர் முப்பத்துமூவர். பிரமா 1. இந்திரன் 1. வசுக்க

வ் 8. ருத்திரர் 11. ஆதித்தர் 12. ஆக 33. பிரமேந்திரரை நீக்கிஅசுவினிதேவர் இருவரையுங் கூட்டி யெண்ணுவாருமுளர்.

தேவலன்—(1) (ரி) அஷ்டவசுக்களுளொருவனாகிய பிரத்தியூஷன்மகன். இவனுக்கு க்ஷமாவர்த்தன், மனஸ்வி என இருவர் புத்திரர். (2) (ய) அக்ரூரன் சேட்டபுத்திரன். (3) (ய) தேவகன் மகன்.

தேவவதி—(ரா) சுகேசன்பாரி. கிராமணியென்னுங்கந்தருவன்மகள் தேவமணி.

தேவவர்த்தனன்—(ய) தேவகன் மகன்.

தேவவிரதன்—வீஷ்மன்.

தேவஸ்தானன்—(ரி) பாரதயுத்தத்தின்பின்னர் கிருஷ்ணன் நிரியாணமடைந்தமையால் துக்கித்திருந்த தருமருக்கு உபதேசஞ்செய்தவிருஷி.

தேவஹூதி—சுவாயம்புவமனுமகள். கர்த்தமப்பிரஜாபதி பாரி. கபிலமகாவிருஷிதாய்.

தேவாதிதி—(கு) அக்குரோதன் மகன்.

தேவாந்தகன்—(ரா) இராவணன் மகன். ஹநுமந்தனாற் கொல்லப்பட்டவன்.

தேவாபி—(கு) பிரதீபன் சேட்டபுத்திரன். இவன் தன் தம்பியாகிய சந்தனுவுக்கு ராச்சியத்தைக் கொடுத்துவிட்டுக் காட்டுக்குத் தபசுக்குப் போனவன்.

தேவாபிருதன்—(ய) சாத்துவதன்புத்திரருளொருவன். இவனுக்குப் பப்பிருவென்னும் புத்திரனொருவன் பிறந்தான்.

தேவாரணியம்—லோகித்தியநதிதீரத்திலுள்ள ஒரு வனம். இங்கே மாணிதரன் என்னும் யக்ஷன் வசித்தான்.

தேவாரம்—தேவ ஆரம்=தேவாரம். ஆரம்—மாலை. கடவுளுக்கு நாரினாலே தொடுத்துச் சாத்தப்படும் மலர்மாலை போலப் பத்தியாகிய நாரினாலே தொடுத்துச் சாத்தப்படும் அன்பு மணக்குஞ் சொன்மாலையாதலின் தேவாரமெனப்பட்டது. அப்பர் சம்பந்தர் சுந்தரர்என்னும் மூவர்பாடலுமே தேவாரமெனப்படும். அவையனைத்துமாகத் தொண்ணூற்றாறாயிரம் பதிகம். அவற்றுள் அழிந்தனபோக எஞ்சியுள்ளன எழுநூற்றுத் தொண்ணூற்றைந்து. இதன்சிறப்பைத் திருநாவுக்கரசுநாயனார் என்பதனுட் கூறினாம். தேவாரந் தோன்றிநின்ற நிலவுங்காலத்திலே தமிழ்நாட்டிற் பகையரசர் படைநடத்தி எரியூட்டியும் சூறையாடியும் நாட்டைக் கலக்கியபோது தேவாரத் திருமுறைகளெல்லாம் அக்கினி வாய்ப்பட்டனவும் பிறநாட்டிற் சென்றனவுமாயருகின. அதன்பின்னர் அபயகுலசேகர சோழன் தன் சபையிற்போந்த புலவர்வாயிலே ஓரோரு தேவாரப்பாக்களைக்கேட்டு அவற்றின் பெருமையையும் இனிமையையும் அளந்து பேராசையுற்று அத் திருமுறையை எங்குந்தேடியும் பெறானாய் நம்பியாண்டார்நம்பியாற் சென்று இப்போதுள்ள எழுநூற்றுத் தொண்ணூற்றைந்து பதிகங்களையுமே பெற்றான். அதுபெற்றகாலம் இற்றைக்கு எழுநூறுவருஷங்களுக்குமுன்னுள்ளது.

தேவானீகன்—க்ஷேமதன்னுவாமகன்.

தேனார்மொழியம்மை—குடந்தைக்காரோணத்திலே கோயில்கொண்டிருக்கும்தேவியார்பெயர்.

தேனீக்குடிக்கீரனார்—இவர்கடைச்சங்கப்புலவர்களு ளொருவர்.

தேனுகாசுரன்—விருந்தாவனத்திலிருந்த ஜனங்களைக் கர்த்தபரூபங்கொண்டு கொன்றுவந்த அசுரன். பலராமனாற் கொல்லப்பட்டவன் கர்த்தபம்-கழுதை.

தைத்தியசேனை—தேவசேனைதமக்கை. அரிஷ்டநேமி மகள்.

தைத்திரியம்-இஃதோருபநிஷதம் இது யசுர்வேதத்தைச்சேர்ந்தது. இதற்குச் சங்கராசாரியரும்சாயணரும் பாஷ்யஞ்செய்திருக்கின்றார்கள்(யாஞ்ஞுவற்கியர்காண்க)

தைத்தியர்—திதிபுத்திரர். திதி காமாதிகாரத்தால் சந்தியாகாலத்திலே கசியபனைப் பலாத்காரமாகச்சேர்ந்து இரணியாக்ஷன் இரணியகசிபன் என்னும் இருவர் புத்திரரைப்பெற்றாள். சந்தியாகாலத்திற் பிறந்தமையால் இருவரும் குரூர ராக்ஷசர்களானார்கள். இவர்களுள் இரணியாக்ஷனை விஷ்ணு வராகாவதாரத்தாலும், இரணியகசிபனை நரசிங்காவதாரத்தாலுங்கொன்றார். திதி வயிற்றில் சிங்கிகையென்றொருபுத்திரியும் பிறந்தாள். இவர்வழிவந்தோரும் தைத்தியரெனப்படுவர்.

தைத்தியவனம்-சரசுவதிக் கரையின்கண்ணதாகிய காமியகவனத்துக்குப் போகுமுன்னர்ப் பாண்டவர்கள் வசித்தவனம். வேதவியாசர் பாண்டவர்க்குவெளிப்பட்டு உபதேசம்பண்ணியவனம்.

தொடித்தலைவிழுத்தண்டினார் - இவர் கடைச்சங்கப் புலவர்களுளொருவர். இவராற் பாடப்பட்டவன் பெருஞ்சாத்தனென்னும் வேளாளன். பூணிட்ட தலையையுடைய பெருந்தண்டேன்றி நடக்கும் மிக்கமுதுமையையுடையவர் என்பது பெயர்ப்பொருள்.

தொண்டரடிப்பொடியாழ்வார்- இவர் கலியுகம் 200ல் சோழதேசத்திலே மண்டங்குடியிலே புரசூடன் என்னும் வைஷ்ணவனுக்குப் புத்திரனாகப்பிறந்து விளங்கியவிஷ்ணுபக்தர்.

தோண்டி-சோழகுலத்தோ ருறையும் ஒரு நகரம்.

தோண்டைமண்டலம்—"வேழமுடைத்து மலைநாடு மேதக்க— சோழவளநாடு சோறுடைத்து— பூழியர்கோன்—தென்னாடு முத்துடைத்துத்தெண்ணீர்வயற்றொண்டை—நன்னாடு சான்றோருடைத்து" என்று ஔவையாராற் புகழப்பட்ட இந்நாடு, கிழக்கே கடலும்,மேற்கே பவளமலையும், வடக்கே வேங்கடமும் தெற்கே பினாகிநதியு மெல்லையாகவுடையது. இதற்குஇராஜதானி காஞ்சிபுரம். இந்நாடு பூர்வத்திலே சோழ நாட்டைச்சேர்ந்தது.நாகபட்டினத்துச் சோழன் நாகலோகஞ்சென்றகாலத்திலே நாககன்னிகையை மணம்புரிந்து அவள் வயிற்றிலே பிறக்கும் புத்திரனுக்குத் தனது நாட்டிற் பாதிகொடுப்பதாக வாக்களித்துமீண்டான். மீளும்போது நாககன்னிகைதன்புத்திரனை அனுப்புவதுஎவ்வாறென்றுவினவ, அவன் தொண்டைக்கொடியைஅடையாளமாகக்கட்டித் தெப்பத்திலிட்டனுப்பக் கடவையென்றான். அவ்வாறே அப்புதல்வன் தொண்டைத்தழை சூடிக்கொண்டு திரையாற் செலுத்தப்பட்டுநாகபட்டினக் கரையையடைந்தான். சோழன் அவனை வளர்த்து இந்நாட்டைப்பிரித்து அவனுக்குக்கொடுத்துத் தொண்டைமான என்னும்பெயரும் முடியுஞ் சூட்டினான். தொண்டைமான் ஆண்டமையின் அது தொண்டைமண்டலமென்னும் பெயர்த்தாயிற்று. இது நெடுங்காலம் உபநாடாகவுஞ் சிலகாலந் தனிநாடாகவுமிரு

தோ நகு

ந்து பெரும்புகழ்படைத்தது. இந்நாட்டிலே திருவள்ளுவர், கச்சியப்பர், கம்பர், பரிமேலழகர், ஒட்டக்கூத்தர், ராமாநுஜாசாரியர், சேக்கிழார், இரட்டையர்,அருணகிரிநாதர், பவணந்தி, படிக்காசுப்புலவர், அப்பையதீக்ஷிதர் முதலிய வித்துவசிகாமணிகளும், அதிகமான், கறுப்பன், சடையப்பமுதலிமுதலிய மகௌதாரியப்பிரபுக்களும், உத்தமகுணஅரசர்களும் விளங்கினரென்றால் அதனபெருமை எடுத்துக்கூறவேண்டா. இத்தொண்டைநாட்டுப்பெருமையைப் படிக்காசுப்புலவர் தொண்டைமண்டலசதக மென்னும் நூலாற் பாடினர்.

தொண்டைமான் இளந்திரையன்-கடியலூர் உருத்திரங்கண்ணனாராலேபெரும்பாணாற்றுப்படையிலேவைத்துப்பாடப்பட்டவன்.

தொல்காப்பியம்—அகத்தியமுனிவர் மாணக்கருள் ஒருவரும், இடைச்சங்கப்புலவரு ளொருவருமாகிய தொல்காப்பிய முனிவர் செய்த இயற்றமிழிலக்கணநூல். இஃது எழுத்து, சொல், பொருள் என்னும் மூன்று அதிகாரங்களையுடையது. இதற்குரைசெய்தோர் கல்லாடர், இளம்பூரணர், சேனாவரையர், பேராசிரியர், நச்சினார்க்கினியரெனஐவர்.

தொல்காப்பியனார்—இவர் சமதக்கினிமுனிவர் புத்திரராகிய திரணதூமாக்கினி என்பவர். இவர் வடநாட்டினின்று தென்னாட்டிற்கு அகஸ்தியமுனிவரோடுசென்று அவர்பாற்றமிழ்கற்று மிக்கவல்லுநராகித் தம்பெயராலே தமிழிற்கு இலக்கணநூல்செய்தவர். இவர் தொல்காப்பியக்குடியை உடையராதலின் தொல்காப்பியரென வழங்கப்படுவாராயினர். இவரோடொருங்குகற்றவராகிய பனம்பாரனார் இவர்மேற் கூறிய சிறப்புக்கவி வருமாறு:—

"வட வேங்கடந் தென்குமரி-யாயிடைத்-தமிழ்கூறு நல்லுலகத்து-வழக்குஞ் செய்யுளு மாயிருமுதலி-னெழுத்துஞ் சொல்லும் பொருளுநாடிச் - செந்தமிழியற்கை சிவணியநிலத்தொடு-முந்துநூல்கண்டு முறைப்படவெண்ணிப்-புலந்தொகுத்தோனேபோக்கறுபனுவ-னிலந்தருதிருவிற்பாண்டியனவையத்-தறங்கரைநாவின்மறைமுற்றிய-வதங்கோட்டாசாற் கரிறபத்தெரிந்து-மயங்காமரபி னெழுத்துமுறைகாட்டி-மல்குநீர்வரைப்பி னைந்திரநிறைந்த-தொல்காப்பியனெனத் தன்பெயர்தோற்றிப்-பல்புகழ் நிறுத்தபடிமையோனே". இவர் நிலந்தருவிற்பாண்டியன் சயமாகீர்த்திகாலத்தவர். எனவே இவர்காலம்முதற்சங்கத்திறுதியும்இடைச்சங்கத்துமுதலுமாம். இவ்வுண்மைதொல்காப்பியம் பொருளதிகாரம் கற்பியல் "பொய்யும் வழுவும்" என்னுஞ்சூத்திரத்திற்கு நச்சினார்க்கினியர் உரையினுள்ளே "இவ்வாசிரியர்ஆதியூழியின்அந்தத்தே இந்நூல்செய்தலின்" எனவருவதனாற்பெறப்படும்.

தோயஜகர்ப்பன்—பிரமன்.(தோயஜம்—தாமரை)

தோலாமொழித்தேவர்—சூளாமணியென்னுந்தமிழ்க்காவியஞ்செய்த சைனமுனிவர்.

தோஷை—புஷ்பாரணன் இரண்டாம் பாரி.

தௌமியன்—பாண்டவர்கள் ரோகிதன்.

தௌர்வாசம்—தூர்வாசப்புரோக்தமாகிய ஒருபபுராணம்.

நகுலன்—பாண்டுவுக்கு மாத்திரியிடத்தில் அசுவினிதேவர் பிரசாதத்தாற் பிறந்தவன். இவனுக்கு

த் திரௌபதியிடத்தில் சதாநிக
னும் ரேணுமதியிடத்தில் நிரமித்
திரனும் பிறந்தார்கள்.

நகுஷன்—சந்திரவமிசத்து ஆயுவு
க்குச் சுவர்ப்பாநவியிடத்துப் பி
றந்தவன். புரூரவன் பௌத்தி
ரன். இவன்பாரிபிரியம்வதை. பு
த்திரர்கள், யதி, யயாதி, சம்யா
தி, ஆயாதி, உத்தமன்என ஐவர்.
இந்திரன் பிரமஹத்திதோஷத்தி
னால் அப்பதத்தைவிட்டு நீங்கிப்
போக, அப்பதத்துக்குநகுஷனே
தக்கானெனத் தேவர்களுணர்ந்
து, அவனைப் பிரார்த்தித்து இந்தி
ரனாக்கினார்கள். அதனாற் கர்வ
முற்ற நகுஷனை இருஷிகள் சிவி
கையிற்றாங்கிச்சென்ற ஒருசமய
த்தில், நகுஷன் அவர்களை விரை
ந்துசெல்லுகவென்று ஏவுவான்
"சர்ப்ப சர்ப்ப" என்றான். அது
சகிக்காத அகஸ்தியர், அஜகரம்
என்னும் சர்ப்பமாகப் பூமியிற்பி
றக்குமாறு அவனைச் சபித்தார்.
அவ்வாறே அவன் இந்திரபதத்தி
னின்றுமிழிந்து மலைப்பாம்பாக
ச்சஞ்சரிக்கும்போது, பாண்டவ
ர்களை வனவாசகாலத்தில் இரை
யாகக் கவ்விவிழுங்க, வீமன் அத
ன்வயிற்றையிடந்து, வெளியேவ
ந்து மற்றவர்களை இரக்ஷித்தான்.
அப்போது தருமர் அவற்குச் சில
உபதேசங்களைச் சொல்ல அவன்
சாபம்நீங்கினான்.

நகோற்பேதம்—ஒரு தீர்த்தம்.

நக்கீரர்—இவர் கடைச்சங்கத்திலே
அதனிறுதிக்காலத்திலே தலைமை
பெற்றிருந்த தெய்வப் புலவர்.
சிவபெருமான் அருளிச்செய்தஒ
ருகவியிலும் குற்றம் கற்பிக்கப்பு
குந்த அஞ்சாச்சதுரர். இறைய
னாரகப்பொருளுக்கு நக்கீரர்செ
ய்தவுரையால் அவருடைய அள
ப்பருங்கல்வித்திறமும், அக்கால
த்திலே, தமிழ்ப்பாஷைக்குண்டா
யிருந்த அபிவிருத்தியும் ஆச்சரிய
ம்இத்துணையவென்பதுநன்குபுல
ப்படுகின்றது. நக்கீரர் தமக்கொ
ருகாலத்திலுண்டாகிய குஷ்ட
ரோகத்தைக் கைலைபாதி காளத்
திபாதி என்னும் பிரபந்தம் பாடி
நீக்கினர். திருமுருகாற்றுப்படை
கண்ணப்பதேவர் மறம் முதலிய
னவு மிவராற்பாடப்பட்டனவே
யாம். இவர் மதுரைக்கணக்கா
யனார் மகனார். கடவுட்பூசையி
லே வைத்த மனஞ் சிறிது திறம்
பினோர் ஒருவரொழிந்த ஆயிரவ
ரை மலைமுழையிலே கூட்டிவை
த்துவிட்டு அவ்வியல்புடைய இ
ன்னுமொருவரைத் தேடித் திரிந்
த பூதமொன்று நக்கீரர் ஒரு த
டாகத்தருகே பூசைசெய்திருந்த
லைக்கண்டு அவர்முன்னே வீழ்ந்த
ஆலிலையைப் பாதிமீனாகவும் மற்
றப்பாதியைப் பறவையாகவுமா
க்கி அவர்மனத்தைக் கவரும்படி
செய்து அவரையுங் கொண்டுபோ
ய்ச்சிறைசெய்து நீராடிவந்துதின்
போமென்றுபோயிற்று. அதுகண்
டநக்கீரர் திருமுருகாற்றுப்படை
யைப்பாடிஅறுமுகனருளாலே த
ம்மையும்மற்றையோரையும்காத்
தனரென்பது அந்நூல்வரலாறு.

நக்ஷத்திரகன்—விசுவாமித்திரன் சி
ஷருளொருவன். இவன் அரிச்ச
ந்திரனைத் தொடர்ந்து அவனிட
ம் விசுவாமித்திரன் ஆஞ்ஞையி
ட்ட தனங் கவர்ந்தவன்.

நச்சினார்க்கினியர்—மதுரையிலே
பாரத்துவாச கோத்திரத்திலவ
தரித்தஅந்தணர். சிவபக்தியிற் சி
றந்தவர். தமிழாராய்ச்சியிலே
தமக்கு ஒப்பாருமிக்காருமில்லா
தவர். தொல்காப்பியமென்னுமி
லக்கணக்கடலைக் கரைகாண்பது
இவர் செய்தருளிய உரைத்தெப்
பமில்லையாயின் எத்துணைவல்லா
ர்க்குமரிதாம். தொல்காப்பியம்,

பத்துப்பாட்டு, சிந்தாமணி, கலித்தொகை, குறுந்தொகை யிருபது, என்னும் பழையநூல்களை இறந்தொழியாமற் காத்து நிலைநிற்கச்செய்தது அந்நூல்களுக்குஇப்பெருந்தகைசெய்தருளியவுரையேயாம். இவர் பிறந்திலராயின் அகத்தியமுதலிய நூல்களைப்போலவேஇந்நூல்களும் கற்றற்கமையாவாய்க் காலன்வாய்ப்பட்டேவிடும். இவர் இந்நூல்களுக்குரையியற்றினரென்பது "பாரத்தொல்காப்பியமும் பத்துப்பாட்டுங்கலியும்,ஆரக்குறுந்தொகையுளைஞ்ஞான்குஞ் சாரத்—திருத்தகுமாமுனிசெய் சிந்தாமணியும்—விருத்திநச்சினார்க்கினியமே" என்பதனாலுணர்க. இவர் முத்தமிழ்நூல்களினும் வித்தகரென்பது அவர் உரைகளால் நன்கு புலப்படுகின்றது. இவர் காலமும் பரிமேலழகர்காலமுமொன்று. கந்த புராணம்பாடியகச்சியப்பசிவாசாரியர்காலத்துக்கும் கம்பர்காலத்துக்கும் முன்னுள்ளவரென்பது அவர்நூல்களினுதாரணங்கொள்ளாமையானும் வேறுசிலவேதுக்களானும் நன்றாகத் துணியப்படும். ஆதலின் இவர் ஆயிரத்திருநூறுவருஷங்களுக்குமுன்னுள்ளவர். இவர் கலித்தொகைக்குச் செய்தவுரைமிகவும் அற்புதமானது.

நச்சுமனார்—இவர் கடைச்சங்கப் புலவர்களுளொருவர்.

நட்டுவலை—சக்ஷுர்மனுப்பாரி. உன்முகன்தாய்.

நத்தத்தனார்—இவர் கடைச்சங்கப்புலவர்களுளொருவர்.

நந்தர்—நந்தன்காண்க.

நந்தனம்—இந்திரன்வனம்.

நந்தன்—(1) கிருஷ்ணனை வளர்த்த தந்தை. இவன்பாரி யசோதை. (2) (ய) வசுதேவனுக்கு மதிரையிடத்துப் பிறந்த புத்திரன். (3) கலியுகம் ஆயிரத்திலே ரிபுஞ்சயன் அரசுசெய்திறந்தான. அவனுக்குப்பின்னே மகததேசத்துக்கு அரசனானவன் அவன்மந்திரிசுனகன்மகன் பிரத்தியோதனன். அவன் பரம்பரையில் நந்திவர்த்தனனீறாக ஐவர் அரசுபுரிந்தகாலம் நூற்றுமுப்பத்தெட்டு வருஷம். இந்நந்திவர்த்தனனும் நந்தனெனப்படுவன். இவன் வமிசத்திலே எட்டாஞ்சந்ததியாக வந்தவனும் நந்திவர்த்தனன் என்னும் பெயரோடுவிளங்கினன். அவன் மைந்தன் மகாநந்தி. மகாநந்தி ஒரு சூத்திரப்பெண்வயிற்றிலே நந்தனென்பவனைப்பெற்றான். இந்நந்தன் மகாபதுமன் எனவும்படுவன். இவன் க்ஷத்திரியமணஞ் சிறிதுமில்லாமல் வேரறுத்து ஆரியதேசம் முழுவதையு மொரு குடைக்கீழாண்டவன். இவன்வழிவந்தோர் ஒன்பதின்மர் நவநந்தரெனப்படுவர். இவர்களை நாசஞ்செய்தவர் விஷ்ணுகுப்தரென்னும் பிராமணர். இந் நந்தர்களுடைய இராச்சியகாலமெல்லாம் கலியுகம்ஆயிரத்தைஞ்ஞூற்றுக்குள்ளாகவேமுடிந்தன. ரிபுஞ்சயனுக்குப்பின்னர். அஃதாவது, கலியுகத்தில் ஆயிரம் வருஷஞ்சென்றதன்மேல் அரசகைக்கொண்டு நானூறுவருஷகாலமாக வழிமுறை அரசுபுரிந்தோர்களெல்லோருக்கும் நந்தர் என்பது பொதுப்பெயர். பரிக்ஷித்து காலத்திலே சப்தரிஷிகள் மக நக்ஷத்திரத்திலேயிருந்தனவென்றும், சப்தரிஷிகள் பூர்வாஷாடநக்ஷத்திரத்திலேயிருக்குங்காலத்திலே நந்தர்கள் அரசுதொடங்குவார்களென்றும் விஷ்ணுபுராணங் கூறுதலின் இஃதுண்மையாகும். சப்த ரிஷிகள் ஒரு நக்ஷத்திரத்திலே நூ

றுவருஷத்துக்கிருக்கும். மகமுதல் பூர்வஷாடமீறுகப் பதினெருநக்ஷத்திரமாகும். ஆகவே பதினக்ஷத்திரங்களுக்கும் சென்றவருஷம் ஆயிரம். அதன்மேற் பூர்வாஷாடகாலம். அது கலியுகம்ஆயிரத்தின்மேற் ருெடங்கியது. அக்காலத்திலே தமிழ்நாட்டிலே திருவவதாரஞ்செய்து விளக்கமுற்றிருந்த திருஞானசம்பந்தமூர்த்திநாயனுரும் நந்தருடைய அரசியலைக்குறித்து, "கட்டார்துழாயன் தாமரையானென்றிவர் காண்பரிய, சிட்டார்பவிதேர்ந்தையம்வவ்வாய் செய்கலைவவ்வுதியே, நட்டார்நடுவேநந்தனுளாகல்வினையாலுயர்ந்த, கொட்டாறுடுத்த தண்வயல்சூழ்கொச்சையமர்ந்தவனே" என்னுந்தேவாரத்திலெடுத்துரைத்தனர். (4) திருநாளைப்போவார்நாயனர்.

நந்திதேவர்— சிலாதரன்புத்திரர். இவர் கோடிவருஷமாக உக்கிரதவஞ்செய்து சிவனுக்கு வாகனமும் துவாரபாலகருமாயினவர். சந்தானகுரவர்களுக்கு முதற்குருவும் சிவனுக்குப்பிரதமமானுக்கருமாயுள்ளவர் இவரே.

நந்திக்கிராமம்—அயோத்திக்குச்சமீபத்திலுள்ள ஒரு சிறுகிராமம். ராமன் காட்டுக்குப்போய் மீண்டுவருங்காறும் பரதன்வசித்த இடமிதுவே.

நந்திதுர்க்கம்—ஒருமலை. இது மைசூர்த்தேசத்திலுள்ளது. இதில் பாலாறும்உத்தரபினாகினிநதியும் உற்பத்தி.

நந்திவர்த்தனன்—(1) க்ஷத்திரியவமிசத்து ரிபுஞ்சயன் என்னுங்கடையரசனைக்கொன்றுதன்மகன் பிரத்தியோதனனுக்குப் பட்டாபிஷேகஞ்செய்தசுனகன் என்னும் மந்திரிவமிசத்து ஆரும்வழித்தோன்றலாகிய ஓரரசன். (2) உதயனன் என்னுமரசன் புத்திரன். மகாநந்திதந்தை. (விஷ்புரா)

நந்தினி—வசிஷ்டர் வளர்த்தகாமதேனுவின்கன்று.

நந்தை—சாலபோதன்என்னும் நாகராஜன்மகள். தந்தைசாபத்தால் ஊமையாகிச் சுசர்மனுல் அச்சாபம்நீங்கப்பெற்றவள்.

நபகன்—வைவசுவத மனு புத்திரன். இவன்மகன் நாபாகன்.

நபசுவதி—அந்தர்த்தானன் இரண்டாம்பாரி. ஹவிர்த்தானனைத்தாய்.

நபசுவந்தன்—(த) முராசுரன் மகன். கிருஷ்ணனுற் கொல்லப்பட்டவன்.

நபன்—விப்பிரசித்திமகன்.

நப்பாலத்தனுர்—இவர் கடைச் சங்கப்புலவர்களுளொருவர்.

நமிநந்தியடிகணாயனுர்-தாம் செய்துவந்த திருவிளக்குத் தொண்டுக்கு நெய்யகப்படாமையால் விடையூறுண்டாக அந்நெய்க்கீடாகக் குளத்துநீரை முகந்து திருவாரூர் ஆலயமெங்கும் திருவிளக்கெரித்த சிவபக்தராகிய இவர், சோழமண்டலத்திலே ஏமப்பேறூரில் பிராமணகுலத்திலே அவதரித்தவர்.

நமுசி—விப்பிரசித்திமகன். சுவர்ப்பானன் மகள் பிரபை இவனபாரி. இவன் இந்திரனுற் கொல்லப்பட்டவன்,

நம்பியாண்டார்நம்பி- திருநாரையூரிலே அவதரித்த ஆதிசைவப்பிராமணர். இவர் சிறுவராகவிருக்கும்போது ஒருநாள் இவருடையதந்தையார் இவரையழைத்து, இன்றைக்குநானோரூருக்குப்போகவேண்டியிருத்தலால் பொல்லாப்பிள்ளையார் கோவிற்பூசையை நான் நடத்துவதுபோற்சென்று

ராத்திவருவாயாகவென்று கட்டளையிட்டுப்போயினர். அவ்வாறே நம்பியாண்டார் விதிப்படி பூசைசெய்து, நைவேத்தியத்தைப் பிள்ளையார் திருமுன்னே வைத்துத் தந்தையார் வைக்கும் நைவேத்தியத்தைப் பிள்ளையார் திருவமுது செய்துவருபவரென நினைந்து, எம்பெருமானே திருவமுதுசெய்தருளுமென வேண்டினர். பிள்ளையார் திருவமுது செய்யாதிருப்பக்கண்டு நம்பியாண்டார் மனம்வெம்பி, எம்பெருமானே அடியேன் யாது தவறுசெய்தேனென்று அழுதுகொண்டு தமது தலையைக் கல்லிலே மோதப்புகுந்தார். உடனே பிள்ளையார் "நம்பிபொறு" என்று தடுத்து அந்நைவேத்தியத்தைத் திருவமுது செய்தருளினர். பின்னருமொருநாள் சோழராஜன் முன்னிலையிலே இவ்வற்புதம் நிகழ்ந்தது. இந்நம்பியாண்டாரே திருத்தொண்டர் சரித்திரமாகிய திருவந்தாதி பாடியவர். தேவாரத்திருமுறை கண்டவருமிவரே.

நம்மாழ்வார்—இவர் கலியுகாரம்பத்திலே திருக்குருகையிலே காரியென்னும் சூத்திரனுக்குப் புத்திரராக அவதரித்தவர். ஏனைய ஆழ்வார்களைப்போலவே இவரும்விஷ்ணுபத்தராகி அம்மூர்த்திமேற் சூட்டியதோத்திரப்பாடல்கள் ஆயிரத்தின்மேற்பட்டன.

நரகம்—பாபலோகம். அஃது இருபத்தெட்டுப்பேதம். அவை:—தமம், அந்ததமம், ரௌரவம், மகாரௌரவம், கும்பிபாகம், காலசூத்திரம், அசிபத்திரவனம், கிருமிபக்ஷணம், அந்தகூபம், சந்தஞ்சம், சன்மலி, சூர்மி, வைதரணி, பிராணரோதம், வைசசம், லாலாபக்ஷணம், வீசி, சாரபக்ஷணம், வச்சிரகண்டம், காரம், பிசிதபக்ஷணம், சூலப்பிராந்தம், விதோதகம், தந்தசூகம், பரியாவருத்தம் திரோதானம், சூசிமுகம், பீடனம் என்பனவாம்.

நரகன்—(1) விஷ்ணுவுக்கு வராகாவதாரத்திலேபூமியிற்பிறந்த புத்திரன். இவன், அசுரன். இவன் ராஜதானி பிராக்சோதிஷம். இவன் வாகனம் சுப்பிரதீகம் என்னும் யானை. இவன் புத்திரன்பகதத்தன். இந்நரகாசுரன் அதிதியினதுகர்ணகுண்டலங்களையும் வருணனுடைய சத்திரத்தையும் கவர்ந்துகொண்டு தேவலோகஞ்சென்று இந்திரன் சிங்காசனத்தையுங்கவர்ந்தான். அதுகண்டு இந்திரன் விஷ்ணுவிடஞ்சென்று முறையிட, அவர் இவனையும் அவன் தமையன் முராசுரனையுங் கொன்று அவன் சிறையிலிருந்த பதினாறாயிரங்கன்னியரையுஞ் சிறைவிடுத்து மணஞ்செய்து தேவலோகஞ்சென்றனர். இத்தினம் நரகசதுர்த்தியெனப்பெயர்பெற்றது. (2) (த) விப்பிரசித்திமகன்.

நரசிங்கமுனையரையநாயனார்.- சிவனடியார்களைத் திருவமுது செய்வித்தலும் விபூதியுமேபெருஞ்செல்வப் பேறெனக்கொண்டு ஒழுகியசிவபக்தராகியஇவர் திருமுனைப்பாடிநாட்டிலேகுறுநிலமன்னர்குலத்திலேவிளங்கியவர்.

நரசிங்காவதாரம்
நரசிம்ஹாவதாரம் }—விஷ்ணுதசாவதாரங்களுளாறாவது அவதாரம்; விஷ்ணு இரணியகசிபனைக் கொன்று பிரகலாதனை ரக்ஷிக்க ஸ்தம்பத்திற்பிறந்த அவதாரமிதுவே. கண்டத்தின்கீழ் நரவடிவமும் அதன்மேற் சிங்கவடிவமுமாகத் திருமேனிகொண்ட அவதாரம்.

நரநாராயணர்—இவரிருவரும் விஷ்ணு அம்சமாகப் பிறந்த முனி

வர்கள். இவர்கள் வதரீவனத்திற் பல்லாயிரவருஷம் தவஞ்செய்தவர்கள். இவர்களுடைய தவத்தைக்கெடுக்குமாறு இந்திரன் அரம்பையரையனுப்ப, நாராயணன் தனது தொடையினின்றும் ஒரு கன்னிகையைத் தோற்றுவித்தார். அவளுடைய ரூபலாவண்ணியங்களைக் கண்ட தெய்வமாதர் நாணி அவ்விடம்விட்டுநீங்கினர். நரநாராயணர் என்னும் பெயர் கிருஷ்ணார்ச்சுனர்களுக்கும் வழங்கும்.

நரன்—ஒரு தேவஇருஷி. இவனும் நாராயணன் என்னும் இருஷியும் நரநாராயணரெனப்படுவர். இவ்விருவருமே அருச்சுனனும் கிருஷ்ணனுமாகப் பின்னர்ப்பிறந்தார்கள். (2) பிரியவிரதன் வமிசஸ்தனாகிய கயன்மகன். (3) புமன்னியன்மகன். சங்கிருதிதந்தை.

நராந்தகன்—(ரா) ராவணன் மகன். இவனைக்கொன்றவன் அங்கதன்.

நரிவெரூஉத்தலையார்— இவர் கடைச்சங்கப் புலவர்களுளொருவர். இவர் தம்முடம்பிலுளதாகிய வேறுபாடுகாரணமாக இப்பெயர்பெற்றவர். சேரலிரும்பொறையைக் கண்டமாத்திரத்தே அவ்வேறுபாடு நீங்கி நல்லுடம்பு பெற்றவர். (புறநா.)

நரிஷியந்தன்—வைவசுவத மநுபுத்திரருளொருவன். மருசக்கரவர்த்திமகனு மிப்பெயர்பெறுவன்.

நர்மதை—மேகலாபர்வதத்தி லுற்பத்தியாகிச் செல்லும் நதி.

நலை—நளை காண்க.

நல்கூர்வேள்வியார்—இவர் கடைச்சங்கப்புலவர்களுளொருவர்.

நல்லந்துவனார்—கலித்தொகைநூலாசிரியர். இவர் கடைச்சங்கப் புலவர்களுளொருவர். சமயத்தாற்சைவரென்பது கடவுள்வாழ்த்துமுதலியவற்றாற் புலப்படும்.

நல்லாதனார்—திரிகடுக நூலாசிரியர். இவர் கடைச்சங்ககாலத்தவர். கல்வியாலும் அறத்தாற்றினாலும் மிகச்சிறந்தவர். இவர் வைஷ்ணவர்.

நல்லாப்பிள்ளை— தொண்டைநாட்டிலேமகா[illegible]லம்பேட்டையிலே கர்ணிகவேளாளர்மரபிலே நூற்றெழுபது வருஷங்களுக்குமுன்னே அவதரித்தவர். வடமொழி தென்மொழியிரண்டும் வல்லவர். இவர் வில்லிபுத்தூராழ்வார் பாரதத்தைவடமொழிப்பாரதம்போல் விரிக்கவெண்ணி இடையிடையே தந்துவிரித்துப் பதினாலாயிரத்தெழுநூற்றிருபத்தெட்டுவிருத்தங்களாற் பூர்த்திசெய்தவர். அவற்றுள்வில்லிபுத்தூராழ்வார்பாடல் நாலாயிரத்து முந்நூற்றைம்பது. நல்லாப்பிள்ளைசெய்தபாரதம் நல்லாப்பிள்ளைபாரத மெனவழங்கும். தமிழிலே பாரதம் முதலிற்செய்தவர் பெருந்தேவனார். பின்னர்ச்செய்தவர் வில்லிபுத்தூரர். கடையிற் செய்தவர் இவர். இதனைப் பாடும்போது இவர்க்கு வயசு இருபது.

நல்வழி—ஒளவையாராற் செய்யப்பட்ட ஒரு சிறிய நீதிநூல்.

நவகண்டங்கள்—நவவர்ஷங்கள்

நவக்கிரகங்கள்—சூரியாதி ஒன்பதுகிரகங்கள். அவை, சூரியன், சந்திரன், செவ்வாய், புதன், குரு, சுக்கிரன், சனி, ராகு, கேது.

நவநதி—கங்கை,யமுனை, நருமதை, சரசுவதி, கோதாவரி, காவிரி, பயோஷ்ணி, சரயு, குமரி என்னுமிவ்வொன்பதும் நவநதியெனப்படும். தம்மிற் படிவோர் பாவமனைத்தையும் தாங் கவர்ந்து சுமத்தலாற்றாது ஒருங்குகூடிப் பெ

ண்ணூருக்கொண்டுகைலைசென்று சிவனை வழிபட்டுத் தமது குறையைத் தீர்த்தருளும்படி வேண்டச் சிவன் அநுக்கிரகித்துநோக்கிக் கும்பகோணத்திலே அக்கினித்திக்கிலே ஒரு தீர்த்தமுளது. வியாழன் சிங்கராசியில்வரும்பொழுது மகநக்ஷத்திரத்திலே நீங்கள் அத்தீர்த்தத்திற் சென்று படிந்து உங்கள்பாவத்தைப்போக்கக்கடவீரென்றனுக்கிரகித்தார்.

நவரதன்-(ய)வீமரதன்புத்திரன்.

நவராத்திரி—ஆஸ்வயுஜ மாசத்தில் (ஐப்பசி) சுக்கிலப் பிரதமைமுதலாக ஒன்பது ராத்திரி. கிருதயுகத்திலே பக்தியிற்சிறந்த சுகேதன் என்னும் ராசன் தனது இராச்சியத்தையிழந்து பாரியோடுவனஞ்சென்றபோது. அங்கிரசன் என்னும்இருஷி நவராத்திரிபூஜாமான்மியத்தையும் அதன்முறையையும் உபதேசித்தார். அவன் அவ்வாறே நவராத்திரிபூசையைப் பக்தியோடுசெய்து தனது ராச்சியத்தை மீளவும்பெற்று வாழ்ந்திருந்தான். அதனால்உலகத்தில் அதுமுதலாக வருஷந்தோறும் அக்காலத்திலே துர்க்கை லக்ஷுமி சரசுவதி இம்மூவரையும் முறையே ஒருவர்க்கு மூன்று தினமாக ஒன்பதுநாளும் பூசித்து ஒன்பதாநாள் ஆயுதங்களையும் புஸ்தகங்களையும் வைத்து ஆராதித்துவருவார்கள். அடுத்த தசமிதிதி விஜயதசமியெனப்படும்.

நவவடிவிறந்தோன்–பரமசிவன். நவவடிவமாவன. பிரமன், விஷ்ணு. உருத்திரன், மகேசுரன் சதாசிவம், விந்து, நாதம். சத்தி, சிவம் என்பன. இவற்றுள் பிரமாதிநான்கும் உருவம். விந்தாதிநான்கும் அருவம். இடைநின்றசதாசிவம் அருவுருவம்.

நவவர்ஷங்கள்—பாரதம், கிந்நரம், ஹரி, இளாவிருதம், ரம்மியகம், இரண்மயம், குரு, பத்திராசுவம், கேதுமாலம்என ஒன்பது வர்ஷங்கள். ஆரியர் இப்பூகோளத்தை ஊர்த்துவகபாலம் அதககபாலம் என இருகூறாக்குவர். அவற்றுள் ஊர்த்துவகபாலம் நிலமும் அதக்கபாலம்நீருமாம். நிலமுழுதும் மழைப்பெயல் வேறுபாட்டால் ஒன்பதவர்ஷங்களாகப் பிரிக்கப்பட்டுள்ளது. சுமேருவை அஃதாவது துருவத்தை மத்தியிலுடையது இளாவிருதவருஷம். அதற்குத் தெற்கேயுள்ளது ஹரிவருஷம்; அதற்குத்தெற்கேயுள்ளது கிந்நரம்; அதற்குத்தெற்கேயுள்ளது பாரதம். ரம்மியகம்ஹிரண்மயம் குருஎன்னும்மூன்றும் இளாவிருதத்திற்குவடக்கேயுள்ளன. மற்றையவிரண்டும் இருபாரிசத்திலுமுள்ளன.

நளன்—(1) யதுவினது மூன்றாம் புத்திரன். (2) யயாதிபௌத்திரனாகிய அனுவினது இரண்டாம் புத்திரன். (3) நிஷததேச ராசனாகிய வீரசேனன்மகன். இவன் பாரி தமயந்தி. இவன்மகன் இந்திரசேனன். மகள் இந்திரசேனை. நளன் கொடையாலும் கல்வியாலும் நடையாலும் படையாலும் அழகாலும் ஆண்மையாலும் தன்னிகரிக்காரும் ஒப்பாரும் இல்லாத சக்கரவர்த்தி. இவன் கீர்த்தியை ஓரன்னப்பட்சி சொல்லக்கேட்ட தமயந்தி தன் சுயம்வரத்துக்கு இந்திரன்முதலிய தேவர்கள் வந்திருப்பவும் அவரை விரும்பாது நளனைவிரும்பி அவனுக்கு மாலையிட்டுச் சிறிதுகாலம் காமனுமிரதியும்போல் வாழ்ந்திருந்துவருநாளிலே கலிபுருஷன் பொறாமைகொண்டவனாகிப் புஷ்கரராசனை ஏவி, நீ, நளனோடு சூதாடுவையேல் அவனைவென்று

அவன் இராச்சியத்தை நீ கவர்ந்துகொள்ளுமாறு அநுகூலஞ்செய்வேனென்றான். அவ்வாறேஅவன்போய்த் தமையனாகிய நளனோடு சூதாடி, அவன் ராச்சியத்தைக் கவர்ந்துகொண்டு நளனையுந் தமயந்தியையும் உடுத்தவுடையோடுமாத்திரங் காட்டுக்கேகும்படிசெய்தான். அங்கே மெல்லியலாகிய தமயந்தி, பஞ்சணையையும், வஸ்திராபரணங்களையும், களபகஸ்தூரிகளையும், பாங்கியரையும், மற்றைய போக்கியங்களையும்மறந்து, கல்லும் முள்ளும் வெயிலும் வருத்தும் வருத்தத்தினையும்நோக்காது, நாயகன்மீதுகொண்ட பேரன்பால், அவன்படுந்துன்பங்களுக்கிரங்கி, நிழலென அவனோடுசஞ்சரிக்கும்போது, ஒருநாளிரவு,நளன், அவள்படுந்துன்பங்களைச்சகியாதவனாய்,நடுச்சாமத்தில் அவளைத் தனிவிடுத்தகன்றான். அவள் தமியளாய்த்தேடிப் புலம்பி அலைந்து பலவிடையூறுகளுக்கெல்லாந்தப்பித் தந்தைவீடு சேர்ந்த பின்னர், நளன் தமயந்தியைத் தேடிக் கண்டு அவளை அழைத்துச்சென்று,புஷ்கரனைவென்று பழமைபோலிராச்சியம்பெற்று வாழ்ந்திருந்தான். இவன் சரித்திரத்தை விரித்துரைக்கும் நூல் நைஷதம்: அது தமிழிலும் அப்பெயராலேயே நடக்கும். (4) விசுவகர்மாவுக்குப்பிறந்த ஒருவாநரன். சேதுபந்தனங்கட்டினவன் இவனே

நளகூபரன்--குபேரன் புத்திரன். அழகுக்கிலக்கியமானவன். மணிக்கிரீவன் தமையன். இவ்விருவரும் கைலாசத்திற்சலக்கிரீடைசெய்துகொண்டிருக்கையில் நாரதர்கண்டு, நீங்கள் நிருவாணிகளாகநீராடிநிற்கும் தோஷத்திற்காக மருதவிருக்ஷங்களாகக்கடவீர்களென்று சபித்தார். அவர்கள் அவ்வாறே பூமியில் நந்தன் வீட்டருகே இரண்டு மருதமரங்களாகப் பிறந்துநின்று, கிருஷ்ணன் தான்கட்டுண்டவுரலையிழுத்துப்போகும்போது அவ்வுரலால்இடறப்பெற்று வேரோடுசாய்ந்து பழையவடிவம்பெற்றுச்சாபநீங்கினார்கள்.

நளினி—ஹஸ்திகன் புத்திரனாகிய அஜமீடன் இளையபாரி.

நளை } —கங்கையிற் சங்கமிக்கும் **நலை** } ஒரு நதி.

நள்ளி—கடைவள்ளல்கள் எழுவருள் ஒருவனாகிய இவன் மலைநாட்டரசருளொருவன். "ஆர்வமுற்-றுள்ளிவருந ருலைவுநனிதீரத்-தள்ளாதீயுந்தகைசால்வண்மைக்-கொள்ளாரோட்டிய நள்ளியும்" எனப் புறநானூற்றினுள்ளே பெருஞ்சாத்தனாரால் எடுத்துப் புகழப்பட்டவன்.

நறுந்தொகை—உலகநீதிகூறும் ஒரு சிறியநூல். அதிவீரராமபாண்டியனசெய்தது.

நற்றிணை—சங்கப்புலவர்செய்த எட்டுத் தொகைநூல்களுளொன்று. பெருந்தேவனாராற் பாடப்பட்ட கடவுள்வாழ்த்தும் கபிலர் முதலியோராற் பாடப்பட்ட ஏனைய நூறு பாக்களுமுடையது. இந்நூலைத் தொகுப்பித்தோன் பன்னாடுதந்த பாண்டியன் மாறன் வழுதி. இது அகப்பொருளையே பொருளாகவுடையது. (புறநா.)

நற்றுணையப்பர் — திருநன்னிபள்ளியிலே கோயில்கொண்டிருக்கும் சுவாமிபெயர்.

நன்னன்—இவன் விச்சிக்கோவினது பூர்வ மரபிலுதித்தவன். பல்குன்றக்கோட்டமென்னு மூரை ஆண்டவன். மலைபடுகடாமென்னும் பிரபந்தம்பெற்ற நன்னன்

இவன்மகன். (அகநானூறு)

நன்னயபட்டர்—ஓராந்தரமகாகவி. ராஜராஜேந்திரன் சமஸ்தானகவி.

நன்னாகனார்—இவர் புறநானூற்றினுள்ளே கரும்பனூர்கிழானைப்பாடியவர்.

நன்னூல்—சனகாபுரத்துப் பவணந்திமுனிவர்செய்த தமிழ்இலக்கணநூல். இதிலே எழுத்துஞ் சொல்லுமே ஆராயப்படுவன. சுருக்கமுறையாதலின் இது கற்போர்க்குப்பெரிதும்பயன்படுவது. இந்நூல்யாத்தகிரமம் அத்தியற்புதகரமானது. இதுசுருங்கச்சொல்லல்முதலியபத்தழகுஞ்சிறந்தது. வடநூன்முறையாகப் பகுபதம் பகாப்பதம் என்னும் முறைகளை வகுத்துக்காட்டுவது இந்நூலே. இது இற்றைக்கு எண்ணூற்றறுபது வருஷங்களுக்குமுன்னர்ச் செய்யப்பட்டது என்பது சமணசரித்திரங்களாற் றுணியப்படும். இந்நூலுக்கு முதலுரையியற்றினவர் ஒரு சமணமுனிவர். அதன்பின்னர்ச் சங்கரநமச்சிவாயப் புலவரால் ஒரு விருத்தியுரை செய்யப்பட்டது. அதனைத்தழுவிச் சரவணப்பெருமாளையரால் ஒருரை செய்யப்பட்டது.

நாகதன்னுவம்—வாசுகி நாகராஜனுக்கு அபிஷேகம்பண்ணப்பட்டவிடம்.

நாகமுக்கியர்—கத்துருவை கசியபனுக்குப் பெற்ற புத்திரர். இவர் நாகராயினர். சேஷன், வாசுகி, ஐராவதன், தக்ஷகன், கார்க்கோடகன், தனஞ்சயன், காளியன், மணிநாகன், அபூரணன், பிஞ்சரன், ஏலாபுத்திரன், வாமனன், நீலன், அநீலன், கல்மாஷன், சபலன், ஆரியகன், ஆர்த்திரகன், கலசபோதகன், சுராமுகன், ததிமுகன், விமலபிண்டகன், க்ஷாரிதன், சங்கன், வாலசிகன், நிஷ்டானகன், ஹேமநேத்திரன, நஹுஷன், பிங்கலன், வாகியகர்ணன், ஹஸ்திகர்ணன், முத்கரபிண்டகன், கம்பலன், அசுவதரன், காளியகவிருத்தன், சம்விருத்தகன், சங்கமுகன், கூஷ்மாண்டகன், க்ஷேமகன், பிண்டாரகன், கரவீரன், புஷ்ப தமுஷ்டிரன், வில்வகன். வில்வபாண்டரன், மூஷிகாதன், சங்கசிரன், பூரணதமுஷ்டிரன், ஹரித்திரகன், அபராஜிதன், ஜியோதிகன். ஸ்ரீதகன், கௌரவியன், திருதராஷ்டிரன், சங்கபிண்டன், புஷ்கரன், சல்லியகன், விரஜன், சுபாகு, சாலிபிண்டன், ஹஸ்திபிண்டன், பிடகரன், முகரன், கோணநாசிகன், குடரன், குஞ்சரன், நபாகரன். குமுதன், குமுதாக்ஷன், தித்திரி, ஹரிகன், ஙகன், கர்த்தமன், வெகுமூலகன், கர்க்கரன், அகர்க்கரன், குண்டோதரன், மகோதரன் என்னுமிவர்கள் அந்நாக முக்கியருள்ளே தலைமைபெற்றவர்கள்.

நாகவீதி—தருமன் புத்திரி. இவள் தாய் யாமி. இவள் நக்ஷத்திரவீதியினது உத்தரபாகத்துக்கு அபிமானதேவதை.

நாகன்றேவனார்—இவர் கடைச்சங்கப்புலவர்களுளொருவர்.

நாகாம்பிகை—கிருஷ்ணதேவராயன் தாய்.

நாடிக்கிரந்தம்—பதினைந்து நாடிக்கிரந்தங்களுள. அவை சூரியநாடி, சந்திர நாடி, குசநாடி, புதநாடி, சுக்கிரநாடி, குருநாடி, சநிநாடி, ராகுநாடி, கேதுநாடி, சர்வசங்கிரகநாடி, பாபநாடி, துருவநாடி, சாவநாடி, சுகநாடி, தேவிநாடி என்பன. இந்நாடிக்கிரந்தங்களிலே உலகத்திலேயுள்

ளமாந்தர் பெரும்பாலார்க்கும் ஜாதகங்களும் டலன்களுங் கூறப்பட்டுள்ளன.

நாபாகன்—(1) இக்ஷுவாகு தம்பியாகிய திஷ்டன்புத்திரன். இவன் தனது க்ஷத்திரியத் தொழிலைவிடுத்து, வைசியத்தொழிலைமேற்கொண்டொழுகி வைசியனாகிச் சுப்பிரபையென்னும் வைசியப்பெண்ணையே மணம்புரிந்தவன். இவன்புத்திரன் ஜலந்தனன். (2) இக்ஷுவாகுதம்பிகளுள் மற்றொருவனாகிய நபகன்புத்திரன். இவன் அம்பரீஷன்தந்தை. (3) சுகோத்திரன் புத்திரன்.

நாபி—ஆக்கினீத்திரன் புத்திரர் ஒன்பதின்மருளொருவன். இவன் பங்காக ஜம்புத்வீபங் கிடைத்தது. இவன்பாரி மேருதேவி. புத்திரன் ரிஷபன். (பரதகண்டங் காண்க.)

நாமகள்—சரஸ்வதி.

நாரசிங்கம்—இஃது உபபுராணத்தொன்று.

நாரதன்—இவர் முந்திய மகாகற்பத்தில் உபவருகன் என்னும் கந்தருவனாகவிருந்து பிரமசிரேஷ்டர் என்னும் பிராமணர்செய்த யாகத்தக்குபம்பாய் அங்கே வீணாகானஞ்செய்து அங்கு வந்திருந்த ஒரு கன்னிகையைவசியஞ்செய்து அவளைப் புணர்ந்துபோயினர். அஃதுணர்ந்தபிராமணர் இவரைச் சூத்திரவருணத்திற் பிறக்கவென்று சபிக்க, அவ்வாறே சூத்திரனாகப்பிறந்து மகாதவஞ்செய்து பிரமமானசபுத்திரராகப் பிந்தியகற்பத்திற்பிறந்தவர். இவர் கலகப்பிரியர். இவர் தக்ஷப்பிரஜாபதி பிள்ளைகள்யாவருக்குஞ்ஞானோபதேசஞ்செய்து சிருஷ்டிக்குப் பிரதிகூலஞ்செய்ய, அதுகண்ட தக்ஷன் சந்ததியில்லாதவராய் நிலையற்றலைகவென்றுஇவரைச் சபித்தான். அதனாலே இவர் திரிலோகங்களிலுஞ் செல்பவராயினர். இவர் தாங் காதினாற்கேட்டவற்றைப்பிறர்க்குரையாமலிருப்பதில்லை. தேவசபை இராஜசபைவேள்விச்சாலைமுதலிய வெவ்விடத்துந் தடையின்றிச் செல்லும் சுவாதீனமுடையவர். தனியிடங்களிலகப்பட்டுத் திக்கற்றிருப்பவர்களுக்கு வெளிப்பட்டு உபாயங்களும் பின்நிகழ்வதுங் கூறுபவர். அதுபோய்ச் சாதுரியமாகப் பேசுவதிலும் வல்லவர். தருமநூலிலும்சிறந்தவர். வீணையிலே ஒப்பாரும் மிக்காருமில்லாதவர். கிருஷ்ணனது அவதாரத்தைக் கஞ்சனுக் குணர்த்தினவரும், ராமாயணத்தை வான்மீகியாருக்குரைத்தவரும் இத்தேவவிருடியே. இவர் சம்பந்தப்படாதவை திகசரித்திரங்கள் மிகச் சில.

நாரதீயம்-(1) பதினெண்புராணங்களுளொன்று. இது நாரதப்புரோக்தம். பெரிய கற்பதர்மங்களைக் கூறுவது. இஃது 25000 கிரந்தமுடையது. உபபுராணங்களுள்ளும் இப்பெயரியதொன்றுளது. (2) ராக தாளலக்ஷணங்களைக் குறித்து நாரதர்செய்தநூல்.

நாராயணகவசம்—ஒரு மந்திரம். இதனைக் கிரமமாகச்செபிப்போர்க்கு நாராயணன் விரைந்து அருள்புரிவர்.

நாராயணகோபாலர்—பல பார்க்கிரமங்களிற் கிருஷ்ணனுக்குச் சமானமாயினவர். இவர்கள் ஜாதியில் யாதவர். இவர்கள் பதினாயிரவரும் துரியோதனனுக்குத் துணையாகச்சென்றபோது அர்ச்சுனனாற் கொல்லப்பட்டவர்கள்.

நாராயணன்—விஷ்ணு. நாரம்-ஜலம். அதிற்போந்தமையின் நாராயணன். மகாப்பிரளயத்தில்சமஸ்தமும் அப்புருபமா யொடுங்கிய

பொழுது அதன்கண் விஷ்ணு தோன்றி உலகனைத்தையுந் தோற்றுவித்தாரென்பது வேதபுராணங்களின் கருத்து. இந்நாராயணபதம் விஷ்ணுவுக்குமாத்திரமன்று சிவனுக்கும்பெயராகச்செல்லுமென்பர். ஜகம் அப்புவிலொடுங்கியகற்பத்திலே அதனை மீளவும்அத்தத்துவத்தினின்றுந் தோற்றுவித்தபரப்பிரமத்தினது புருஷாமிசமே நாராயணனெனப்பட்டது. நாரமென்பது அப்புவினது மூலப்பகுதி. அதுமண்டலமிட்டெழுந்தாடுஞ்சர்ப்பவடிவினையுடையதாயிருக்கும். அதன் சத்திபாகம் சங்கினது வடிவினையுடையது. அப்புவினிடத்துவிளங்கும் புருஷாமிசம் ஆதிசேஷன் என்னுஞ்சர்ப்பத்தைப் பாயலாகக்கொண்டு அறிதுயில்செய்யும் நாராயணனாகக் கூறப்படும். ஒடுங்காதெஞ்சி நின்று மீளவும் சகத்துக்கு ஆதிகாரணமாய்க்கிடந்தது அப்புவினது மூலப்பகுதியாதலின் அஃது ஆதிசேஷனெனப்பட்டது. (சேஷம்-எஞ்சியது). அப்புவினது மூலபபகுதிமண்டலமிட்டெழுந்தாடுஞ் சர்ப்பவடிவினதென்பது அப்புவினது அணுவையெடுத்துச் சோதித்தால் இனிதுபுலப்படும். அவ்வணுவானது ஸ்தூலநிலைவிட்டுச் சூக்குமித்துச் சூக்குமித்துப் போய் ஏழாவதுநிலையையடையும் அவதரத்தில் இவ்வடிவைப்பெறும். அதற்குக்கீழே அடுத்த ஆறாவதுநிலையிலே கமலவடிவம் பெறும். கமலவடிவுடைய அப்புவினிடத்தே பிரமாவாகியசிருஷ்டிபுருஷன் தோன்றுவன். அது நிற்க அப்புவின் மூலப்பகுதியை ஆதிசேஷன் என்றும், அப்புவுக்குக் குறி கமலமென்றுங் கூறிய நமது பூர்வ வேதாந்த சித்தாந்த நூலாசிரியர்களது பூத பௌதிக ஞானமும்புத்திநுண்மையும் அநுபவமும் பெரிதும் பாராட்டப்படத்தக்கனவென்பது இக்காலத்து ஐரோப்பிய ரசாயனபரீக்ஷகர்கள் வெளியிட்ட பரீக்ஷாவிஞ்ஞாபனங்களை யூன்றிவிசாரிக்குமிடத்து நன்கு துணியப்படும். (Lucifer, VOL:XVII No 99) விஷ்ணு காண்க.

நாரீகவசன்—(இக்ஷ்வா.) மூலகன்.

நாரிசங்கன்—ஒரு கொக்கரசன்.

நாரீதீர்த்தங்கள்— சௌபத்திரம், பௌலோமம், காரண்டவம், பிரசன்னம், பாரத்துவாஜம் எனத் தக்ஷிணத்திலுள்ள ஐந்துதீர்த்தங்கள். நந்தை, சௌரபேயி, சமீசி, வசை, லதையென்னும் ஐந்து அப்சரஸ்திரிகள், ஓர்ருஷி சாபத்தினால் இத்தீர்த்தங்களிலே முதலைகளாகிக்கிடந்து, அத்தீர்த்தங்களிற்படிவோரைப்பற்றிவிழுங்கிவந்து, அர்ச்சுனன் தீர்த்தயாத்திரை சென்றபோது அவன்காலைத்தீண்டிச்சாபவிமோசனம்பெற்றார்.

நாலடியார்—இது பதினெண் கீழ்க்கணக்கினுள் முதலாவதுநூல். சைனமுனிவர்களாற் பாடப்பட்டது. பதுமனாராற் றொகுக்கப்பட்டது. நாற்பது அதிகாரமும் நானூறுசெய்யுட்களுமுடையது. அறம் பொருள் இன்பம் என்னு முப்பாற்பொருண்மேலது. உரைசெய்தாரும் பதுமனாரே.

நால்வர்—அப்பர், சம்மந்தர், சுந்தரர், மாணிக்கவாசகர். இவர்கள் சமயகுரவர்களெனப்படுவர்.

"சொற்கோவுந் தோணிபுரத் தோன்றலுமெஞ்சுந்தரனும்
சிற்கோலவாதவூர்த் தேசிகனும்—முற்கோலி
வந்திலரேனீறெங்கே மாமறைநூறானெங்கே
எந்தைபிரானஞ்செழுத்தெங்கே". இதனால் தென்னாட்டிலே

சமணரால் மங்கிய சைவத்தை மீளவும் விளக்கினோர் இந்நால்வரேயென்பதுணரப்படும்.

நாளாயணி ⎫ நளாயனியென்னும்
நாளாயனீ ⎭ ஓரிருஷிபுத்திரி. இவள் இயற்பெயர் இந்திரசேனை; மௌத்கல்லிய இருஷியென்னுங்குஷ்டரோகிக்குப் பாரியாகி மறுஜன்மத்தில் தரௌபதியாகப் பிறந்தவள்.

நான்மணிக்கடிகை—விளம்பிநாகனார்செய்தநூல். இதுபதினெண்கீழ்க்கணக்கினுள் இரண்டாவது.

நிகிருந்தனம்— இது நிருந்தனம் என்னும் ஒருநரகம்.

நிகுந்தனம்—ஒருநரகம். இது குயவன் திகிரிபோல்விடாதசுழன்று திரிந்து பாவிகளுடலைத் துண்டிக்கும் சக்கரங்களையுடையது.

நிகும்பன்—(இக்ஷ்வா) ஹரியசுவன் மகன். இவன்மகன் பரிஹிணுசுவன். பரிஹிணுசுவன் அமிதாசுவன் சம்ஹதாசுவன் என்பன ஏகநாமம். (2) (ரா) கும்பகர்ணன் புத்திரன். இவன் அநுமனாற்கொல்லப்பட்டவன். (3) சிவகணங்களுள் ஒருவர்.

நிகும்பலை—இந்திரசித்து யாகஞ்செய்தவிடம்.

நிக்கனன்—(ய) அநமித்திரன் சேஷ்டபுத்திரன். சத்திராசித்து பிரசேனன் என்போர் இவன்புத்திரர்.

நிசகன்—அபிமன்னியன் ஏழாஞ்சந்ததி. இவன் காலத்திலேயே அஸ்திநபுரியைக் கங்கைகொண்டது. அதன்பின்னர்க் கவுசாம்பி ராஜதானியாயிற்று.

நிசாகரன்—ஓரிருஷி. இவர் ஆச்சிரமத்திலேவசிப்பனவாகிய ஜடாயு சம்பாதியென்னும்பக்ஷிகள் சூரியமண்டலத்தைக்காண்போமென்று அங்கே சென்றபோது சிறகு தீயப்பெற்றுக் கீழேவிழுந்து அவ்வாச்சிரமத்திற்றானே வசித்துக்கொண்டிருந்தன. இவ்வாச்சிரமம் விந்தியபர்வதத்திலுள்ளது. சீதையை ராவணன்கொண்டுசென்றபோது தடுத்த பக்ஷிகள் இவைகளே. (2) சந்திரன்.

நிசுந்தன்—சுந்தோபசுந்தர்தந்தை.

நிசும்பன்.(அந்தகவம்சம்.) சும்பநிசும்பர்காண்க.

நித்தியசுந்தரேசுவரர்— திருநெடுங்களத்திலே கோயில்கொண்டிருக்குஞ் சுவாமிபெயர்.

நித்தியயௌவனை—த்ரௌபதி.

நிபந்தனகாரர்—சுருதி ஸ்மிருதிகளும் சூத்திரங்களுங்கூறும் ஆசாரவிதிகளைத்திரட்டி நூலாக்கினவர்கள். அந்நூல்கள் பராசரமாதவீயம் வைத்தியநாததீக்ஷிதீயம் முதலியன.

நிமி—இக்ஷ்வாகு புத்திரருளொருவன். தம்மைக்கொண்டு யாகஞ்செய்விக்காதுகௌதமரைக்கொண்டுசெய்வித்தமைக்காக வசிஷ்டராலே சபிக்கப்பட்டு அங்கஹீனனாயினவன். இவன் விதேகதேசத்துக்கு அரசன்.

நியக்குரோதன்—(ய) கஞ்சன் தம்பி.

நியதி—மேருமகள், விதாதன்பாரி.

நியாயசாஸ்திரம்—பிரத்தியக்ஷாநுமானாதிப் பிரமாணங்களைக்கொண்டு பொருளையாராய்ந்து நிச்சயித்தற்குரியநூல். இது கௌதமமுனிவராலேசெய்யப்பட்டது. இதுவும் கணாதர்செய்த வைசேடிகமும் தருக்கநூலெனப்படும். இவையிரண்டும் வடமொழியிலுள்ளன.

நியாயபோதினி—இது கௌடரும் தருக்கபடாப்பிரகாசஞ்செய்தவருமாகிய கோவர்த்தனமிசிராலே செய்யப்பட்ட தருக்கசம்

கிரகவியாக்கியானம். இது நானூறுகிரந்தமுடையது. இது வடமொழியிலுள்ளது. (தமிழ்-தருக்கசங்கிரகவுரையாற்றினின்றும் எடுத்துரைக்கப்பட்டது)

நிராகன்—புலஸ்தியன் புத்திரன் இருபன்சீஷன்,

நிருதன்—வைவசுவதமநு இரண்டாம் புத்திரன். இக்ஷுவாகு தம்பி. இவன் மகா பிரசித்திபெற்ற அரசன். (2) (அ) உசீநரன் இரண்டாம் புத்திரன்.

நிருதி—அஷ்டதிக்கு பாலகருளொருவன். தென்மேற்றிசைக் கதிபதி. பாரி தீர்க்காதேவி. வாகனம் நரன். நகரம் கிருஷ்ணங்கனை. ஆயுதம் குந்தம்.

நிருத்தி—இது தமிழ்நாட்டிலிருந்த தெலுங்கராகிய பட்டாபிராமசாஸ்திரியாராலே தமது புத்திரியின் பொருட்டுச்செய்யப்பட்ட சம்ஸ்கிருத தருக்கசங்கிரகவியாக்கியானம். மற்றைய வியாக்கியானங்களுள் இது மிக எளிதினுணர்தற்பாலது. இது அறுநூறுகிரந்தமுடைத்து. இந்நூலாசிரியர் அறுபத்தைந்துவருஷங்களுக்குமுன்னே விளங்கினவர்.

நிவாதகவசர்-தைத்தியர்களுளொருசாரார். பிரகலாதன்வமிசத்தவர். இவர்தொகைமுப்பதுகோடி. இவர்கள் சமுத்திரமத்தியிலே வசிப்பவராயத் தேவர்களை வருத்தும்போது தேவேந்திரன் வேண்டுகோளின்படி அர்ச்சுனனாற் கொல்லப்பட்டவர்கள்.

நிவாதகவசம்—காற்றும்புகாத கவசம்எனவே பாணத்துக்குஅருதகவசம்என்பது பொருள். அதனையுடையவர் நிவாதகவசர்.

நிஷதம்—(2)விந்தியபர்வத சமீபத்திலே பயோஷ்ணிநதி தீரத்திலுள்ள தேசம். இது நளன்தேசம். (2) ஒருமலை.

நிஷதன்—குருநான்காம் புத்திரன். (2) ராமர் புத்திரனாகிய குசன் பௌத்திரன்.

நீணெறிநாதேசுவரர்—திருத்தண்டலைநீணெறியிலே கோயில்கொண்டிருக்கும்சுவாமிபெயர்.

நீபன்—(பா) பாரன்புத்திரன். இவனுக்கு நூறுபுத்திரர்கள் பிறந்தார்கள். அவர்களுள் மூத்தோனாகிய சமரன் காம்பிலியதேசத்தரசனாயினான்.

நீலகண்டசிவாசாரியர்-இவர் வேதாந்தசூத்திரத்திற்குச் சிவாத்துவிதபக்கமாகப் பாஷியஞ்செய்தவர். இவர் திருக்கோகர்ணஸ்தலத்திலேபிறந்துவிளங்கியவர்; தெலுங்கர். இவர்செய்த பாஷியம் நீலகண்டபாஷிய மெனப்படும். மாதவாசாரியர்செய்த சங்கரவிஜயத்திலே சங்கராசாரிய சுவாமிகள் நீலகண்ட சிவாசாரியரை வாதத்திலேவென்றனரென்றுகூறப்படுதலாலும், நீலகண்டவிஜயத்திலே சங்கராசாரிய சுவாமிகள் நீலகண்டசிவாசாரியர் வினவியவைகளுக்கு உத்தரங்கூறவியலாது திகைத்தனரென்றுகூறப்படுதலாலும், இருவரும் ஏககாலத்தவர்களென்பதுபெறப்படுகின்றது. சரித்திரம் மாறுகொள்வனவாயினும் இருவரும் ஒருவரையொருவர் கண்டனரென்பதுண்மையாதலின் ஒரேகாலத்தவர்களென்பது நன்குதுணியப்படும். இருவிஜயங்களுங் கற்பிதநூல்களாகுமிடத்து ஏககாலத்தவர்களென்பதும் பொய்மையின்பாலதாம். நீலகண்டர் ராமானுஜாசாரியரது கொள்கைகளையெடுத்துக்கண்டித்தலாலே நீலகண்டர் ராமானுஜருக்குப் பிந்தியவரென்பதும் அவர்காலம் எண்ணூறுவருஷங்களுக்கு முன்னரென்பதும் சங்கராசாரியர் காலநிரூபண

ஞ்செய்த பாஷியாசாரியபண்டிதர்கருத்து. (Vide The Age Of Sr:Saukara charya,TheAdyar Library Series) அஃதன்மையாயின், நீலகண்டருக்கு இருநூறுவருஷங்களுக்குமுன்னே யுள்ளவரென்று பாஷியாசாரியபண்டிதராலே கூறப்பட்ட ஹரதத்தாசாரியா நீலகண்டபாஷியத்துக்குச் "சமர்த்தனம" எனப்பெயரியவியாக்கியானஞ்செய்தமை பொருந்தாதன்றே. ஆதலின் ஹரதத்தாசாரியர் நீலகண்டருக்குப்பின்னர்க்காலத்திலாயினும ஏககாலத்திலாயினு முள்ளவராவர். ஆகவே பாஷியாசாரியபண்டிதர் கருத்துப் பொருத்தமுடையதன்று. அற்றேல் முன்னிருந்த நீலகண்டர் தமக்குப்பின்னர் விளங்கிய ராமானுஜமதகொள்கைகளை எடுத்துக்கண்டித்தல் எங்ஙனங்கூடுமென்றாலோ, அக்கொள்கைகள் முன்னரு முள்ளனவேயாமாதலாலும் அந்நூலிலே ராமானுஜர் பெயர் கேட்கப்படாமையாலும் அது வினாவாகாதென்க.

நீலகண்டசிவாசாரியர் வேதாகமபுராணேதிகாசங்களிலே மிக்கவல்லுநரென்பது எடுத்துக்கூறவேண்டா. சங்கராசாரியரைவேதாந்திகள் எத்துணையாகத்தழுவுகின்றார்களோ அத்துணையாகச் சைவர்களும் நீலகண்டசிவாசாரியரைத்தழுவுகின்றார்கள். சிவபராஞ்சாதித்த பிரபல ஆசாரியர்கள் நீலகண்டர் ஹரதத்தர் அப்பையதீக்ஷிதர் என்னும் மூவருள்ளேநீலகண்டர்எல்லாவகையானும் முதன்மையுற்றவர். இம்மூவரும் வடமொழிப்புலவர்களாகஅவதாரஞ்செய்திலரேல சைவசமயம் நிலைகலங்கிவிடுமென்றாலும் தோஷமன்று. நீலகண்டர் சுவேதாசாரியர் மாணாக்கர். நீலகண்டர் ஸ்ரீகண்டரெனவும் படுவர்.

நீலகண்டசாத்திரியார்—தருக்கசங்கிரகதீபிகைக்கு நீலகண்டீயம் என்னும் வியாக்கியானஞ்செய்தவர். இவர் அறுபத்தைந்துவருஷங்களுக்குமுன்னே பல்லாரியிலிருந்த ஒரு தெலுங்கர்.

நீலகண்டக்ஷேத்திரம்— இமாலயசந்தச்சமீபத்திலேகௌசிகிநதியுற்பத்திஸ்தானம்.

நீலகண்டநாயனார்—திருஎருக்கத்தம்புலியூரிலே கோயில்கொண்டிருக்கும் சுவாமிபெயர்.

நீலகண்டேசர்— திருமண்ணிப்படிக்கரையிலே கோயில்கொண்டிருக்கும்சுவாமிபெயர்.

நீலகண்டேசுவரர்— திருப்பாச்சிலாச்சிராமத்திலே கோயில்கொண்டிருக்கும் சுவாமிபெயர்.

நீலகிரி—செங்குட்டுவன் வஞ்சிநகரத்திலிருந்து இமயமலைக்குச்செல்லும்பொழுது ஒருநாள்தங்கியிருந்தமலை. அது சேரநாட்டிலுள்ளது. (2) இளாவ்ருதவிருஷத்துக்குவடக்கெல்லையாகவுள்ளமலை.

நீலமலர்க்கண்ணி— திருஎருக்கத்தம்புலியூரிற் கோயில்கொண்டிருக்கும் தேவியார்பெயர்.

நீலன்—1. பு. அசமீடன்புத்திரன். 2. ராஜசூயகாலத்திலே சகாதேவனோடு யுத்தஞ்செய்த மாகிஷ்மதிபுரிராசா. 3. அக்கினிக்குப்பிறந்த வாநரன். அவன் சுக்கிரீவன்படைத்தலைவன்.

நீலாசலநாதர்—திரு இந்திரநீலப்பருப்பதத்திலே கோயில்கொண்டிருக்கும் சுவாமிபெயர்.

நீலாம்பிகை—திருஇந்திரநீலப் பருப்பதத்திலே கோயில்கொண்டிருக்கும் தேவியார்பெயர்.

நீலாயதாக்ஷி— திருநாகைக்காரோணத்திலே கோயில்கொண்டிருக்கும் தேவியார்பெயர்.

நீலி—சங்கமனென்னும் வைசியன் மனைவி. கோவலன் கொலையுண்டிறக்கும்படி அவனுடைய முற்பிறப்பில் அவனைச் சபித்தவள்.

நீலி—பழையனூர் வணிகன் மனைவி. இவள் விவாகமாகிச் சிறிதகாலத்தில் இறந்து திருவாலங்காட்டிலே பேயாய்த் திரிவாளாயினாள். ஒருநாள் அவளுடைய நாயகன் அக்காட்டுவழியே தனித்துச்சென்றபோது, இந்நீலிப்பேய் அவனுடைய இரண்டாம் மனைவியைப் போல வடிவங்கொண்டு ஒரு கள்ளிக்கட்டையைப் பிள்ளையாக்கி மருங்கிலேதாங்கிக்கொண்டு அவனைத்தொடர, அவன் அவ்வடிவத்தைப் பேயெனநிச்சயித்து அப்பேயினது வஞ்சமொழிகளுக்கிணங்காதோடினான். பேயும் "இதுமுறையோ இதுமுறையோ என்னைக் காட்டில்விடுத்து அகலக்கருதினீரோ" என்று அழுதுகொண்டு தொடர்ந்துகாஞ்சிபுரத்தையடைந்து, அங்கே அம்பலத்திற் கூடியிருந்த வேளாளரிடத்துச் சென்று தன்வழக்கைச் சொல்லிற்று. அம்பலத்துவேளாளர் இருவர்வழக்கையுங்கேட்டுப் பேயைப்பார்த்து, நீ கூறுவதற்குச் சாக்ஷியாதென்றுவினவ, பேய், இப்பிள்ளையை விடுகின்றேன், அஃது அப்பாவென்றழைத்துத் தந்தை மடிமீதேறுதோபாருங்கள் என்றுகூறிவிடுப்ப, அப்பிள்ளை அவ்வாறுசெய்ய, வணிகன், இதுபேய்க்கூத்தென்றான். அது கேட்ட வேளாளர் அஃதுண்மையானால் நாங்கள் பிணையாவோம். நீயும் இவளுமாக இவ்வறையினுட்போய்ச்சிறிதநேரம் பேசிவாருங்கள் என்று சொல்ல. வணிகன் அவ்வுரைமறுக்கவியலாதவனாய் அறையினுட் செல்லப் பேயுந் தொடர்ந்துள்ளே புகுந்து கதவடைத்து அவனுயிரைப் பருகி மறைந்தது. வேளாளர் எழுபதின்மரும் கதவைத்திறந்துபார்த்துத் தம்மாலிறந்தவணிகன்பொருட்டுத் தாமுந் தீப்பாய்ந்துயிர்விடுத்தார்கள். சிவபிரான் அவர்களுடையசத்தியநெறிக்கிரங்கி எல்லோரையும் எழுப்பி வேளாளர்வாக்கைக்காத்தருளினார். இவ்விஷயம் தொண்டைமண்டலசதகத்திலும், சேக்கிழார்புராணத்தினுங் கூறப்பட்டது.

நூல்—நாடகத்தமிழ்நூல்களுளொன்று.

நெடியோன்குன்றம்— வேங்கடமலை. இது தமிழ்வழங்குநிலத்திற்கு வடவெல்லையாயுள்ளது.

நெடுங்கல்நின்றமன்றம்—காவிரிப்பூம்பட்டினத்துள்ள ஐவகைமன்றத்தொன்று. இது பித்தேறினோர் நஞ்சுண்டோர் பேய்பிடிக்கப்பட்டோராகிய இவர்கள்துயரத்தை நீக்குவது.

நெடுங்கிள்ளி— கோவூர்கிழாராற் பாடப்பட்டவன். ஆவூர் உறையூர்களில் அரசுபுரிந்திருந்தவன். சோழ பரம்பரையிலுள்ளவன் (புறநா)

நெடுங்குளம்- பாண்டிநாட்டுள்ள ஓரூர். இஃது அக்காலத்தில்உறையூரிலிருந்து மதுரைக்குச் செல்லும் வழியிலுள்ளது.

நெடுஞ்செழியன்— மதுரையிலிருந்த ஒருபாண்டியன். இவன் ஆராயாது கோவலனைக் கொலைபுரிவித்துக் கண்ணகிக்கு வழக்கிற்றோற்றுத் தனக்குண்டானபழியைநினைந்து உயிரைவிட்டவன்.

நெடுநல்வாடை—நெடுஞ்செழியனை நக்கீரர் பாடியது. இது பத்துப்பாட்டுள். ஏழாவது.

நெடுமாறநாயனார்—திருஞானசம்பந்தமூர்த்திநாயனாரால் சுரநோ

யும் கூனுந்திரப்பெற்றுச் சமண சமயம்விடுத்துச்சைவஞ்சார்ந்த கூன்பாண்டியனூர். இவரே வட புலத்தரசரைத் திருநெல்வேலிப்போர்க்களத்தில் வென்று சைவசமயம் அபிவிர்த்தியாகும்படி நெடுங்காலமரசியற்றினவர்.

நெடுவேளாதன்—குன்றூர்கிழார் மகனாரால் பாடப்பட்டவன்.

நெடுவேள்குன்றம்—திருச் செங்குன்றெனவும்படும். இது சோழநாட்டிலுள்ளது.

நெட்டிமையார்—பாண்டியன் பல்யாகசாலை முதுகுடுமிப் பெருவழுதியைப்பாடியபுலவர். (புற)

நேய்க்குறி—தேரையர்செய்தமூத்திரபரீக்ஷைகூறுநூல்.

நேசநாயனூர்—சாதியிற் சாலியராகிய இச்சிவபக்தர் சிவனடியார்க்கு உடையுங் கீளு நெய்துகொடுக்குந் திருத்தொண்டுபூண்டு காம்பீலிநகரத்திலிருந்தவர்.

நேமிநாதம்— தொண்டைநாட்டுக் களத்தூரில்விளங்கிய குணவீரபண்டிதரென்னும் ஆருகதர்செய்த தமிழிலக்கணம். எழுத்ததிகாரம் சொல்லதிகாரமெனவிருபாற்றாய்த் தொண்ணூற்றுறு வெண்பாக்களால் முடிந்துள்ளது.

நேரிவாயில்—உறையூரின் தெற்கு வாயிலின்கண்ணதோரூர்.

நைமிசம்—மரீசி, அத்திரி, பிருகு, வசிஷ்டன், கிருது, அங்கிரசனென்னு மிவர்கள்வமிசத்தவர்கள்தவஞ்செய்த ஆரணியம்.

நைமிசாரணியம்—வட நாட்டின் கணுள்ள ஒரு விஷ்ணுஸ்தலம்.

நையாயிகர்—கௌதமசூத்ர மத வாதிகள் நையாயிக ரெனப்படுவார்கள். அவர்கள் சித்துஞ் சடமுமாகிய விரண்டுமே நித்தியப் பொருள்களென்பவர்கள். சடமாகியவிவ்வுலகம் பீஜத்தினின்றும் தோற்றுவிக்கப்பட்டதென்றும், தோற்றுவிப்பது சித்துப் பொருளென்றும், தோன்றும்போது பீஜம் ஏக அணுவாய்ப் பின்னர்த் துவியணுவாய்ப் பின்னர்த் திரியணுவாய் வடிவுடைப் பொருளாகும் என்றும், ஒடுங்கும்போதும் அவ்வாறே ஒடுங்கிச் சென்று பீஜமாய் நிற்குமென்றும், அநாதிநிலைக்கண் அது நித்தியமென்றும், வடிவுடையதாய்நிற்கும் நிலைக்கண் அழிதன்மாலையதென்றும், சித்தின்றிச் சடங் காரியப்படாதென்றும், ஆன்மகோடிகள் எல்லாம ஜகத்காரணமாகிய சித்துப்பொருளின் அமிசங்களேயாமென்றும், அமிசங்களாதலின்,சிற்றறிவும் சிறுதொழிலுமுடையனவென்றும், ஜகத்காரணமாகிய சித்து முழுமுதலாதலின் முற்றறிவும் முற்றுத்தொழிலுமுடையதென்றும், ஆன்மாக்கள் சரீரத்தோடு கூடியிருக்கும்போதுஅஞ்ஞானமுடையதா யிருக்குமென்றும், இடையறுத முயற்சியினுல் ஞானத்தை யடைந்தவிடத்து அவ்வான்மாக்கள் முழுமுதலோடு சேர்ந்து பேரானந்தத்தைஅநுபவிக்குமென்றும்கூறுபவர்கள். இவையேநையாயிகமதக்கொள்கைகளாம்.

நைஷதம்—சம்ஸ்கிருதத்தில் பஞ்சகாவியங்களுளொன்று. ஸ்ரீ கர்ஷன்செய்தது. நிஷதராசனுகிய நளன்சரித்திரங்கூறலின் அஃது இப்பெயர்த்தாயிற்று. தமிழில் இப்பெயரால் அதனை மொழிபெயர்த்தவன் அதிவீரராமபாண்டியன்.

நொச்சிநியமங்கிழார்— புறநானூற்றினுள்ளோ ஒரு பாடல்பாடியபுலவர்.

நோயணுகாவிதி—தேரையர் செய்த ஆரோக்கியநூல்.

பகதத்தன்-நரகாசுரன் புத்திரன்.

பகவற்கீதை—கிருஷ்ணன் அர்ச்சுனனுக்குபதேசித்த யோகநூல். இது பாரதத்தினொருகூறுமாயினும் தனிநூலாகவே வழங்கப்பட்டுவருகின்றது. இந்நூலின்கண் பத்திக்குச் சாதனமாகிய நிஷ்காமகன்மமும் ஞானசாதனமாகிய யோகமுமே கூறப்பட்டுள்ளன. வேதாந்தமாகிய உபநிஷதங்களினது உண்மைப்பொருளையுணரும்பக்குவம் இக்கலியுகத்து மாந்தர்க்குக் கைகூடாதென்பது கருதியே, கலியுகாரம்பத்திற்குச் சிறிது காலத்துக்கு முன்னரே லோகரக்ஷயின்பொருட்டுத் திருவவதாரஞ்செய்தருளிய கிருஷ்ணபகவான் அவ்வுபநிஷதங்களின்சாரமாகியஇந்நூலை அர்ச்சுனனை வாயிலாகக்கொண்டு சர்வான்ம வீடேற்றத்திற் குபகாரமாக வுபதேசித்தருளினார். பலாபேக்ஷயின்றிக் கன்மங்களைச் செய்துகொண்டும் ஒருவன் ஞானியாகவிருக்கலாமென்பதே இந்நூற்சித்தாந்தம். இவ்வுபதேசநூலைக்கேட்டிருந்து வெளியிட்டவர் சஞ்சயனார். இந்நூலுக்குச் சங்கராசாரியர் அத்துவைதபக்ஷமாகவும், ராமாநுஜாசாரியர் விசிஷ்டாத்துவைத பக்ஷமாகவும், மத்துவாசாரியர்துவைதமதபக்ஷமாகவும் பாஷியஞ்செய்திருக்கின்றனர். இந்நூல் பாரதத்திலுள்ளேகூறப்பட்டநூலன்றென்றும், அதுபின்னர்க்காலத்திலே யாரோ ஒருவராற்செய்துபாரதத்திலே யொட்டப்பட்டதென்றும் பழிநாணாதுகூறும் அந்நியசமயிகளுஞ் சிலருளர். அவர்கூற்று ஆதாரமின்றி அழுக்காறுகாரணமாக எழுந்ததென்று தள்ளப்படும். இந்நூலை ஐரோப்பியபண்டிதர்களும்பலர் புகழ்ந்துகொண்டாடிஉச்சிமேற்கொள்வரென்றால் மற்றதன்பெருமை கூறவேண்டா.

பகன்—(ரா) 1. ஏகசக்கரபுரத்துப் பிராமணருக்குத் துன்பஞ்செய்துகொண்டிருந்த ராக்ஷசன். அப்பிராமணர் தத்தம் முறைப்படி தினந்தோறும் ஒருவண்டி சாதமும், இரண்டு எருமைக்கடாவும், ஒரு பிராமணப்பிள்ளையும் உணவாகக்கொடுக்க வுடன்பாடுபண்ணிக்கொண்டு கொடுத்துவருநாளில், அக்கிரகாரத்தில் வீமன் தங்கியிருந்தவீட்டுக்காரன்முறை வந்தது. சாதத்தைமாத்திரம் வண்டியிலேற்றிக்கொண்டு வீமன் றானேசென்றுபகனைக்கண்டுசாதம்வந்ததுஒப்புக்கொள்ளுகவென்றான். சாதந்தோடுஎருமைக்கடாமுதலியன வாராததுகண்டுஅவன் சினந்துவீமனைச்சாட,வீமன் அவனைக்கொன்றொழித்துமீண்டான். (2) பிருந்தாவனத்தில் கஞ்சனேவலினால் கிருஷ்ணனைக் கொல்ல எத்தனித்துக் கிருஷ்ணனாற் கொலையுண்ட ராக்ஷசன் (3) (ய) கங்கன் மூத்தமகன். (4) துவாதசாதித்தியருளொருவன். தக்ஷன் யாகத்தில் வீரபத்திரராலொறுக்கப்பட்ட சூரியன்.

பகீரதன்—(இக்ஷு) திலீபன் புத்திரன். இவன் சகரன் புத்திரரும் தனது பாட்டன்மாருமாகியசகரரைக் கபிலர்சாபத்தினின்று நீக்கி ரக்ஷிக்குமாறு கங்கையைக்கொண்டுவந்துலகில்விடுத்தவன். (கங்கைகாண்க)

பகுக்கந்தன் / பகுகவன் —(பு) சத்தியவன்புத்திரன்.

பகுரதன் / வேகுரதன் —(பு) புரஞ்சயன் புத்திரன்.

பகுளாசுவன்—இவன் கிருஷ்ணனால் மோக்ஷம்புகுந்தவன்.

பகுளா—உத்தானபாதன் புத்திரனாகிய உத்தமன்பாரி.

பங்காசுவன்—இவன் நூறுபுத்திரரையும் நூறுபுத்திரிகளையும் பெற்றபின் இந்திரன்வரத்தாற் பெண்ணுருபங்கொண்டஓரரசன்.

பசுபதிநாயகி— திருப்பாசூரிலே கோயில்கொண்டிருக்கும் தேவியார்பெயர்.

பசுபதிநாயகேசுவரர்—திருச் சக்கரப்பள்ளியிலே கோயில்கொண்டிருக்கும் சுவாமிபெயர்.

பசுபதி—(1) சிவன். (2) அஷ்டமூர்த்திகளுளொருவர்.

பசுபதீசா—திருப்பந்தணை நல்லூரிலே கோயில்கொண்டிருக்கும சுவாமிபெயர்.

பசுபதீசுரர்—திருஆவூரிலே கோயில்கொண்டிருக்குமசுவாமிபெயர்

பசுபதீசுவரர்—திருக் கருவூரிலே கோயில்கொண்டிருக்குமசுவாமிபெயர்.

பஜமானன்—(1) (ய) சாத்துவதன்புத்திரன். (2) (ய) அந்தகன் சேஷ்டபுத்திரன்.

பஜி—(ப) சாத்துவதன் புத்திரன்.

பஞ்சகௌடர்— சாரஸ்வதம், கன்னியாகுப்சம்,மிதிலம், கௌடம், உதகலம் எனனும் இவ்வைந்து தேசத்துப் பிராமணரும் பஞ்சகௌடரெனப்படுவர்.

பஞ்சசாயகன்—மன்மதன். பஞ்சபாணனென்பதுபொருள்.

பஞ்சசிகன்—மிதிலாபுரி ராஜாவாகிய ஜனகனுக்கு உபதேசஞ்செய்த மகாத்துமா.

பஞ்சசூடை—ஓரப்சரசை. நாரதருக்குப் பெண்கள் சுபாவம் இதுவென்றுஎடுத்தோதினவள்.

பஞ்சஜனன்—(1) (த்) சம்ஹலாதன் புத்திரன். (2) (த) நாந்தீபன்புத்திரனைப் பிரபாசதீர்த்தத்துக்குள்ளேகொண்டுபோன ராக்ஷசன். கிருஷ்ணன் தன்குருபுத்திரனை அவன் மோசஞ் செய்தானென்றுணர்ந்துஅவனைக்கொன்று அவன் கழுத்தெலும்பையெடுத்துப் பாஞ்சசன்னிய மென்னுஞ் சங்காக்கினர்.

பஞ்சதிராவிடர்—தெலுங்கர்,திராவிடர், கன்னடர், மகாராஷ்டிரர் கூர்ச்சரர் என்னும் இவ்வைந்து பாஷையாளரும் பஞ்சதிராவிடர் எனப்படுவர்.

பஞ்சபாரதீயம்—நாரதன் செய்த இசைத்தமிழ்நூல்.

பஞ்சமரபு—அறிவனார்செய்த இசைத்தமிழ்.

பஞ்சலிங்கம்—பிருதிவி, அப்பு, தேயு, வாயு, ஆகாயமென்னும் ஐந்துபூதங்களினாலும் தனித்தனியுண்டாயலிங்கங்கள். பிருதிவிலிங்கம் காஞ்சியிலும், அப்புலிங்கம் ஜம்புகேசுவரத்திலும், தேஜோலிங்கம் அருணாசலத்திலும், வாயுலிங்கம் காளத்தியிலும், ஆகாயலிங்கம் சிதம்பரத்திலுமுள்ளன.

பஞ்சவடி—ராமன் வனவாசத்துக்கண் ஆச்சிரமம்அமைத்துக்கொண்டவிடம். அதுகோதாவிரிதீரத்துள்ளது. ஐந்து ஆலமரங்கள்கூடிநிற்றலின் அதுபஞ்சவடிஎனப்பட்டது. (வடம்-ஆல்)

பஞ்சவனநாதர்—திருமுக்கீச்சரத்திலே கோயில்கொண்டிருக்கும் சுவாமிபெயர்.

பஞ்சாப்சரசம்— மந்தகர்ணன் தண்டகாரணியத்தி லுண்டாக்கிய குளம்

பஞ்சினுமெல்லடியம்மை— திருவாரூரிலே கோயில்கொண்டிருக்கும் தேவியார்பெயர்

பட்டினத்தடிகள் }
பட்டணத்துப்பிள்ளையார் } சோமநா

ட்டிலே காவிரிப்பூம் பட்டினத்திலே வைசியர்குலத்திலே ஆயிரத்திருநூறுவருஷங்களுக்கு முன்னே அவதாரஞ்செய்த, திருவெண்காட்டீசனாரிடத்திற் பேரன்புடையராகி யொழுகிய காரணத்தால் திருவெண்காடரெனக் காரணப்பெயர்பெற்ற ஒரு புருஷரத்தினம். இவர் மரக்கலவாணிகத்தாற் பெரும்பொருள்படைத்துக் குபேரனெனவும், சிவனடியாரைச் சிவனெனக்கொண்டுபசரிக்கும்பத்தியிற்சிறந்தொண்டரெனவும் வாழ்ந் தில்லறநடாத்திவருநாளிலே, விவாகஞ்செய்துகொள்ளற்குப் பொருளின்றி வருந்தியிருந்த ஓராதிசைவரிடம் சிவபிரான் ஒரு மாணிடவுருக்கொண்டு சென்று "உமதடிமையாகப்பாவித்து என்னைக்கொண்டு சென்று விற்றுக் கலி தீர்த்துக்கொள்ளுவீராக"வென்றுகூற, ஆதிசைவரவ்வாறேஅவரைக்கொண்டுசென்று பட்டணத்தடிகளிடம் விற்றுப் பொருள்பெற்றுப்போயினார். பட்டணத்தடிகள் அவ்வடிமையை அடிமையாக நினையாது புத்திரனைப்போலவைத்து வணிகமுறை பயிற்றி மரக்கலத்தில் ஊர்தோறுமனுப்பிப்பொருளீட்டுவித்துமகிழ்ந்துவருநாளில், அவ்வடிமையானவர் ஒருமுறை தாம் மரக்கலத்திற்கொண்டுபோன பண்டங்களையெல்லாம் விற்றுப் பெற்றபெருநிதியை, ஒருதீவிலே ஆலயத்திருப்பணிக்கும்தருமத்துக்கும்செலவுசெய்துவிட்டு மீளும்போது மரக்கலநிரம்ப எருமுட்டைகளை ஏற்றிக்கொண்டுவந்து பண்டாரத்திற்சேர்த்துப் பொன்மணலையெருமுட்டைகளிற்செறித்து வந்தேனெனக் கூறி, ஒன்றைப் பிட்டுக் கரைத்துக்காட்டினார். பின்னர் அவரோடுசென்ற சிலர் பட்டணத்தடிகளிடம் போய் இவர் உம்மை வஞ்சித்தாரென்றுகூற அவர் அவ்வடிமையைச் சிறையிலிட்டுவைத்தார். அங்கே அவரிடத்தில் விளங்கிய அற்புதங்களை அறிந்த பிள்ளையார் அவரைச் சிறைநீக்கிவிட, அவர் பிள்ளையாருக்கு ஞானோபதேசஞ்செய்தருளினார். அவ்வளவிற் பிள்ளையார் துறவுநிலைமைகண்ட பரமசிவன், ஒரு காதற்றவூசியால் அவருக்கு ஞானமுதிக்கச்செய்துமறைந்தருளினார். பிள்ளையார் முற்றத்துறந்த துறவியாகித் தலங்கடோறுஞ் சென்று அற்புதஞானப்பாக்களைப்பாடி அநேகஅற்புதங்களைச்செய்து ஈற்றிலேதிருவொற்றியூரையடைந்து சமாதிகூடினார். திருவேகம்பத் திருவந்தாதி, ஒருபாவொருபதுமுதலிய அநேகதோத்திரப்பிரபந்தங்கள் இவராற்பாடியருளப்பட்டன.

பட்டி—சந்திரசர்மன் புத்திரன். விக்கிரமார்க்கன்தம்பி.

பட்டினப்பாக்கம்—காவிரிப்பூம் பட்டினத்தின் உண்நகர்.

பட்டினப்பாலை–பத்துப்பாட்டுள் ஒன்பதாவது. கரிகாற்சோழனைக் கடியலூர் உருத்திரங்கண்ணனார் பாடியது.

பட்டீசுவரர்--திருப்பட்டீச்சரத்திலே கோயில்கொண்டிருக்கும் சுவாமிபெயர்.

பட்டோஜிதீக்ஷிதன்-பாணினி வியாகரணசூத்திரங்களைச் சித்தாந்த கௌமுதியென்னும்பெயராற் பிரகரணஞ்செய்த பண்டிதர். இவர் கௌடப்பிராமணர். இவர் காலம் இற்றைக்கு 800 வருஷத்துக்கு முந்தியது.

பண்மொழியம்மை- திருப்பாண்டிக்கொடுமுடியிலேகோயில்கொண்டிருக்குந்தேவியார்பெயர்.

பதஞ்சலி—யோகசூத்திரம் செய்தவராகியஇவர் இளாவிருதவருஷத்தில் அங்கிரனுக்குச் சதியிடத்தற் பிறந்தவர். இவர் பிறந்தவுடன் திரிகாலஞானமுடையராய் எல்லா முணர்ந்தவர். இவர் லோலுபையைச் சுமேருவிலிருந்த ஒராலமரத்துப் பொந்திலே கண்டு மணம்புரிந்தனர். பாணினி வியாகரணத்துக்கு மகாபாஷியஞ்செய்த பதஞ்சலியும் இவரே. பாணினிவியாகரணத்துக்கு மகாபாஷியஞ்செய்தபதஞ்சலிஇரண்டாயிரத்தெண்ணூறு வருஷங்களுக்குமுன்ன ரிருந்தவரென்பது சங்கராசாரிய காலநிரூபணத்தால் நன்றாக நிச்சயிக்கப்படும். இக்காலநிரூபணம் ஐரோப்பியபண்டிதருக்கு மொத்த துணிபாம். இப்பதஞ்சலிக்குப்பல்லாயிரம்வருஷங்களுக்குமுன்னேயிருந்தவர் பதஞ்சலிமுனிவர். அவர் ஆதிசேஷனுடைய அவதாரம. ஆதிசேஷன் சிவபிரானது திவ்வியநடனங் காணவேண்டிப் பதஞ்சலிமுனிவராக அவதரித்துத் தில்லைவனத்திலே ஆனந்த தாண்டவதரிசனம்பண்ணிக்கொண் டிருந்தவரென்பது கோயிற்புராணம். மகாபாஷியஞ்செய்தவரும் யோகசூத்திரஞ்செய்தவரும் இருவேறுபதஞ்சலிஎன்பாருமுளர்.

பதரி } வதரி } -சரஸ்வதிநதிக்குச் சமீபத்துள்ளஒருபுண்ணியவனம்

பதரீபாசனம்—ஒரு புண்ணிய தீர்த்தம். பிரபாவதிகாண்க.

பதிற்றுப்பத்து—கடைச்சங்கப் புலவரியற்றிய எட்டுத் தொகையுள்நான்காவது. இந்நூல் சேரர் புகழையெடுத்துக்கூறுவது.

பதுமகோமளை—சூரபத்மன்மனைவி. இவளிடத்திற் பிறந்தபுத்திரன் பானுகோபன்.

பதுமபுராணம்—பாத்மபுராணங்காண்க.

பத்மாவதி—விந்தியத்துக்குச் சமீபத்துள்ள ஒருநகரம். ஒரிராசகுமாரிக்கும்பெயர்.

பத்திரகர்மன்—சுக்கிரன் மகன். தைத்தியகுரு.

பத்திரகாளி—பார்வதி அமிசமாகிய ஒருதேவி.

பத்திரகிரியார்—பட்டணத்தடிகள் பால்ஞானோபதேசம்பெற்ற ஒரு துறவி. இவர்பாடிய புலம்பல் ஞானுயிர்தம்பொழிந்துளவர்மனத்தையு முருக்குமியல்பினது. இவர் ஓர் அரசர். பட்டணத்தடிகளதுஉபதேசத்தாலே அரசுதுறந்து ஞானமுடிசூடினவர்.

பத்திரசேனன்—(ய) மகிஷ்மந்தன் புத்திரன்.

பத்திரதன்—(அம்) சம்பன் பௌத்திரன். பிருகதகர்ணன் தந்தை.

பத்திரவாகு—(ய) வசுதேவன்புத்திரன். சுபத்திரன் சகோதரன்.

பத்திரன்—வசுதேவன் புத்திரன். சுபத்திரன் சகோதரன்.

பத்திராவதி—அஸ்தினபுரத்துக்கு ஐந்துகாதத்திலுள்ளஒருநகரம்.

பத்திரை—(1) தார்க்காதேவி. (2) வசுதேவன்பாரி. (3) கிருஷ்ணன்பாரிகளுளொருத்தி. கேகயன் மகள்.

பத்தினிக்கடவுள்—கண்ணகி. இவளுக்குஇப்பெயர்கோவலனோடு சுவர்க்கஞ்சென்றபின்பு வந்தது.

பந்தன் } வந்தன் } —திரணவிந்து தந்தை. புதன் எனவும்படுவன். இவன் மனுவமிசத்தோன்.

பப்பிரு—1. ய. விதர்ப்பன் பௌத்திரன். 2. ய. சாத்துவதன்பௌத்திரன். 3. திருஹியன்புத்திரன்.

பப்பிருவாகனன்— அருச்சுனன்

டதன். இவன்தாய் மணலூர் இராஜாவாகிய சித்திரவாகனன்மகளாகிய சித்திராங்கதை. தருமன் அசுவமேதஞ்செய்தபோது அசுவத்தைத்தடுத்தபப்ருவாகனனோடு அருச்சுனன் யுத்தஞ்செய்திறக்க, நாககன்னிகையாகிய உலூபி அருச்சுனனைமீளவும்உயிர்பெறும்படி எழுப்பிக் காத்தாள்.

பம்பை—கிஷ்கிந்தைக்குச்சமீபத்திலுள்ள ஒருவாவி.

பயை—ஹேதிபாரி. வித்தியுத்கேசன்தாய்.

பயோஷ்ணி—விதர்ப்பதேசத்தில் பிரவாகமாகி வரதநதியிற்கலப்பதாகியஒருநதி.

பரங்கருணையம்மை—திருப்புனவாயிலிலே கோயில்கொண்டிருக்குந்தேவியார்பெயர்.

பரங்கிரிநாயகர்—திருப்பரங்குன்றத்திலே கோயில்கொண்டிருக்குஞ்சுவாமிபெயர்.

பரசுராமன்—ஜமதக்கினிக்கு ரேணுகையிடத்துப்பிறந்தபுத்திரன். இவன்விஷ்ணுவினது ஆறுமவதாரம். கார்த்தவீரியார்ச்சுனன் புத்திரர்யாகப்பசுவைநாடிச்சென்றபோது ஜமதக்கினியினுடைய ஆச்சிரமத்தில் அதுநிற்கக்கண்டு ஜமதக்கினியைக் கொன்று பசுவைக் கவர்ந்துசென்றனர். அச்சமயம் வெளியேபோயிருந்த பரசுராமன்மீண்டுவந்துதந்தைகொல்லப்பட்டதைக்கண்டு, "க்ஷத்திரியரை வேரறுத்து இப்பழிதீர்ப்பேன்" என்றுவிரதம்பூண்டுக்ஷத்திரியரையெல்லாம் கருவறுத்து அவ்விரதத்தாற் பிதிர்கருமஞ்செய்தான். இவன் உக்கிரதவஞ்செய்து சிவனிடத்து அநேகதிவ்வியாஸ்திரங்களைப் பெற்று வில்வித்தையிலே தனக்கிணையில்லாதிருந்தான். இவன்சிறுபிள்ளையாயிருந்தபோது தந்தைசொற்படி தாயைக்கூசாதுகொன்றவன். இவன்ராமர்காலத்திலே ராமரால் அபஜயமடைந்து மகேந்திரமலைக்குச் சென்று அங்கே இன்றும் சிரஞ்சீவியாகத் தவஞ்செய்கின்றானென்பர். (ஜமதக்கினிகாண்க.)

பரஞ்சோதிமுனிவர்—திருவிளையாடற்புராணஞ்செய்தவர்.

பரணர்—இவர் கடைச்சங்கப் புலவர்களுளொருவர். இவருங்கபிலரும்மிக நண்பினர்கள். இவர்கோச்செங்குட்டுவன்மேல் ஒருபிரபந்தம்பாடிப் பரிசிலாக உம்பறகாட்டுவாரிகொண்டவர். இவர் ஔவையாராலும் தாம்பாடிய "அமரர்ப்பேணியும்" என்னும பாடலிலே, "சென்றமர்கடந்த நின்னாற்றறோற்றிய- வன்றும்பாடுநர்க்கரியையின்றும்-பரணன்பாடினன்" என்றெடுத்துச் சுட்டப்பட்டவர், இவர்தெய்வப்புலமையுடையவர்

பரதகண்டம்—பாரதவருஷமானது விதேகம், ரேபதம், மத்தியம், பரதமென நான்குகண்டங்களையுடையது. விதேகம் மேல்பாலிலுள்ளது. ரேபதம்கீழ்பாலிலுள்ளது. மத்தியம் இமயத்துக்கும் விந்தியத்துக்கு மிடையேயுள்ளது. பரதம் விந்தியத்துக்குத் தெற்கேயுள்ளது. இவைநான்கையும் நவகண்டமாக்கிக் கூறுவாருமுளர்.

பரதசேனாபதீயம்—ஆதிவாயிலார்செய்த நாடகத்தமிழ்நூல்.

பரதம்—ஒரு நாடகத் தமிழ்நூல். அஃது இறந்தது.

பரதன்—(1) தசரதன் புத்திரன். ஸ்ரீராமன்றம்பி. இவன் அதிக நற்குணவான். இவன் ஸ்ரீராமன் பெறவேண்டிய அரசியலைத் தனக்குவஞ்சனையாலே தாய்பெற்றுக்கொடுத்தாளென்றறிந்து, அத

ளை வேண்டாமென்று மறுத்து ராமனுக்குரைக்க, ராமன் தந்தை சொல்லைக் கடக்கலாகாதென்று கூறிச் சமாதானஞ்செய்ய, அது கேட்டொருவாறு ஸ்ரீராமனவ(து)ம் வரைக்கும் அரசியலைக் கைக்கொண்டவன். (2) சகுந்தலைவயிற்றிலே துஷ்யந்தனுக்குப் பிறந்த புத்திரன். இவன் ஆரியதேசம் முழுதையும் கட்டியாண்டமையால் பாரதவருஷப்பெயர் அத்தேசத்திற்காயிற்று. இவனுடைய ஒன்பதாஞ்சந்ததிக்குரு. குருவினது பதினைந்தாஞ்சந்ததி சந்தனு. சந்தனுவுக்குநான்காஞ்சந்ததிபாண்டவர்.

பரத்துவாஜன்—(ரி) உதத்தியன் புத்திரன். மமதை இவன் தாய். இவன் பிருகஸ்பதிபிரசாதத்தால் உற்பத்தியானவன்.

பரத்துவாஜி—மாளவ தேசத்திற் பிரவாகிக்கும்ஒருநதி.

பரமசிவன்—ஸ்ரீ கைலாசத்திலே கோயில்கொண்டிருக்கும் சுவாமிபெயர். (2) மும்மூர்த்திகளையும் படைத்தருளும் தனிமுதற்கடவுள். இக்கருத்து அதர்வசிகையிற் கூறப்பட்டுள்ளது.

பரமேஷ்டி—(1) பிரமா. (2) இந்திரத்துய்மமன் புத்திரன்.

பராக்கிரமவாகு பாண்டியன்—விக்கிரமவாகு பாண்டியனுக்குப் பின் அரசுசெய்தவன்.

பராசரஸ்மிருதி—கலியுகத்துக்கு ஏற்ற தருமங்களைக்கூறும்தருமசாஸ்திரம். பராசரர்செய்தது.

பராசரன்—வசிஷ்டன் பௌத்திரன். சக்தி புத்திரன். வியாசன் தந்தை. சுகன் பாட்டன். இவன் தந்தையாகிய சக்தியை இராக்ஷசன் கொன்றுதின்றானென்றுணர்ந்து அவனையும் ஏனைய ராக்ஷசர்களையுங்கொல்வதற்காக ஒருயாகஞ்செய்தவன். அது முடிந்தபி

னவர் இவன் யமுனையைத் தாண்டவேண்டி ஓடத்தேறிச்செல்லும்போது சத்தியவதியென்னும் பெண் அவ்வோடத்தைத் தனியே தாங்கிச்செல்லக்கண்டு அவளைப் புணர்ந்து வியாசரைப்பெற்றான். இவன் அவள்மீது இயல்பாக வீசிக்கொண்டிருந்த புலான்மணத்தைமாற்றித் திவ்வியபரிமளம்வீசும்படிசெய்து அவளுக்குயோசனகந்தியென்னும்பெயரைக்கொடுத்தான்.

பரார்த்தகன்—இவன் சாரமுனிவர் சாபத்தால் தன் உறையூர் மண்மாரியாலழியப்பெற்ற சோழன்.

பரராஜகுஞ்சரன்—அயோதனவீரபாண்டியனுக்குப்பின் அரசுசெய்த பாண்டியன்.

பராவசு—(ரி) ரைப்பியன் புத்திரன். அர்த்தாவசுவின் சகோதரன்.

பரீக்ஷித்து—(1) குருவினது புத்திரருளொருவன். இவன் ஜனுவினது தம்பி. (2) அபிமன்னியுபுத்திரன். அருச்சுனன் பௌத்திரன். இவன் கலியுகாரம்பத்தில் அஸ்தினாபுரத்தில்அரசுசெய்தவன். இவன் தாய் உத்தரை இவன் மகன் ஜனமேஜயன்.

பரிஞ்ஞமவாதசைவன்—உயிர் கெட்டுக்கூடி அரனடியில் ஒன்றுகிப்போமென்றுசொல்லுமோர் அகச்சமயி.

பரிபாடல்—தலைச்சங்கப்புலவர் செய்த பரிபாடலென்னும் நூல் இறந்தொழிந்தது. கடைச்சங்கப்புலவர்செய்ததுவே இப்போதுளது. அஃது எழுபது பாடல்களையுடையது. "திருமாற்கிருநான்கு செவ்வேட்குமுப்பத்-தொருபாட்டுக்காரர் கோளுக்கொன்று-மருவினிய-வையையிருபத்தாறு மாமதுரை நான்கென்ப-செய்யபரிபாடற் றிறம்" என்னும் பாவால் அவ்வெழுபதின் விபாகமு

ணர்க. அவ்வப்பாடல்களின்மேல் ஆசிரியர்கள்பெயர் கூறப்பட்டுள்ளன.

பரிமளகந்தி—மர்சகந்தி வேதவியாசன்றாய்.

பரிமளசுகந்தநாயகி— திருவேள்விக்குடியிலே கோயில்கொண்டிருக்கும்தேவியார்பெயர்.

பரிமேலழகர்—இவர் காஞ்சீபுரத்திலே வைஷ்ணவப் பிராமணகுலத்திலே அவதரித்து வடமொழி தென்மொழியிரண்டினும் வல்லுநராய் விளங்கித் திருவள்ளுவர் குறளுக்குரையியற்றிய ஆசிரியர். இவரைப் பாண்டிநாட்டிற் பிறந்தவ ரென்பாருமுளர். அது பொருந்தாமை, "வள்ளல்சிலைப் பெருமானைச்சர்சாத்தர் வழுதி மூதற்—றள்ளுவனார்க்குந் தலையானபேரையுந் தன்னுரையை—விள்ளுவனார்க்குந் திருக்காஞ்சிவாழ்பரிமேலழகன் — வள்ளுவனார்க்குவழிகாட்டினன் றொண்டைமண்டலமே" என்னுந் தொண்டைமண்டல சதகத்தானுணர்க. வள்ளுவர்குறளுக்கு உரை செய்தவர்கள் பதின்மர். அவருள்ளே சிறந்தவர்கள் நச்சினார்க்கினியரும் இவருமே யாவர்கள். அவ்விருவருள்ளும் இவரே தம்முரையாற் சிறந்தார். பதின்மர் உரையையுமொருங்குகற்று ஒப்புநோக்கிய ஆன்றோர் ஒருவர்கூறிய:—"பாலெல்லா நல்லாவின் பாலாமோ பாரிலுள—நூலெல்லாம்வள்ளுவர்செய் நூலாமோ—நூலிற்—பரித்தவுரையெல்லாம்பரிமேலழகன்—றெரித்தவுரையாமோ தெளி" என்பதனால்அவ்வுண்மைபெறப்படும். நச்சினார்க்கினியர் இவர்காலத்தவரேயாயினும் அவர் வயசால் முதிர்ந்தவர். இவர் வைஷ்ணவரென்பது "அரிமேலன்புறூஉ மன்பமையக்

தனன்" என்னும் ஆன்றோருரையாற்றுணியப்படும். இவர் வைஷ்ணவரேயாயினும் சைவாகமவுணர்ச்சியு முடையவரென்பது வள்ளுவருரையிலிடையிடையெடுத்துரைக்குமாற்றால் விளங்குகின்றது. வள்ளுவருக் குரைசெய்தபதின்மருள் முற்பட்டவராகிய தருமர் ஆருகதர். அவரை ஆருகதர்கள் தருமசேனர் என்பர். அவருரைத்தவுரையிலேபெரும்பாலும் ஆருகதமதக்கொள்கைகளே பிரசங்கிக்கப்பட்டன. இவ்வாறே மற்றையோரும் தத்தஞ்சார்புபற்றியுரைத்தார்கள். அவருள்ளே நச்சினார்க்கினியர் ஒருவரே திருவள்ளுவரைப் பொதுநூலெனக்கொண்டு நடுநிலைகலங்கா துரைசெய்தார். ஆயினும் உவ்வொன்பதின்மர்உரையும் மெய்யுரையல்லவெனக்கண்டே பரிமேலழகர்தாம் உரைசெய்யப்புகுந்தார். பரிமேலழகர் யோகப்பயிற்சி யுடையரென்றும், ஒவ்வொருசொல்லுக்குஞ் சமாதியிருந்தே மெய்ப்பொருள்கண்டாரென்றும், பூர்வம் வைஷ்ணவராயிருந்து பின்னர்ச் சுப்பிரமண்யோபாசகராயினரென்றும் ஒருகர்ணபரம்பரையுளது. மற்றைப்சரித்திரம் எவ்வாறாயினும் ஒவ்வொரு சொற்குஞ்சமாதியிருந்தே மெய்ப்பொருள்கண்டாரென்பது அவருரையையூன்றிநோக்குந்தோறும் நம்பத்தக்கதாகின்றது.

இவர்உரையிலே பொருள்வன்மையும், செஞ்சொற்சிறப்பும், இலக்கணங்கூறும்சாதுரியமும், விசேடவுரை தெரிக்கு மாற்றலும், மேற்கோளெடுத்துச் சித்தாந்தஞ்செய்யுமுபாயமும், பிறர்க்கெல்லாம் பலவசனங்களானன்றியமையாத விஷயங்களைச் சிலசொற்கொண்டு தெற்றெனக்காட்டும்

பேராண்மையும், வடமொழிப்பதங்களைச் செந்தமிழ்மொழியாக்கும் அற்புதசாமர்த்தியமும், சொன்முட்டுற்றுவடமொழிப்பதங்களை யெடுத்தாளும் நல்குரவுடையார்போலாது செந்தமிழ்ச் சொற்செல்வமுடைமையும், வேதாகமவியாகரணசாஸ்திரபுராணேதிகாசஸ்மிருதிகாவியா லங்காராதி வடநூற்பயிற்சியோடு முத்தமிழ்ப் பரப்பெலா முற்றவுணர்ந்த நுண்புலமையும் நன்குபெறப்படுகின்றன.

இவர் வைதிகசமய வுணர்ச்சியிற் றமக்கிணையில்லாதவ ரென்பது, "யாது மெய்யென நிகழுமையத்தினை யோகமுதிர்ச்சியுடையார் தம்மநுபவத்தானீக்கி மெய்யுணர்வார்" என்றும், "நிலமுதலுயிரீறாகிய தத்துவங்களின் றொகுதியெனவுணர்ந்து, அவற்றை நிலமுதலாகத் தத்தங்காரணங்களிலொடுக்கிக்கொண்டு சென்றாற், காரணகாரியங்களிரண்டுமின்றி முடிவாய் நிற்பதை யுணர்தலாம்" என்றும், "வீடாவது நிரதிசயவின்பம்" என்றும், "தோற்றக்கேடுகளின்மையின் நித்தமாய் நோன்மையாற் றன்னையொன்றுங் கலத்தலின்மையிற்றூய்தாய், தானெல்லாவற்றையுங் கலந்து நிற்கின்ற முதற்பொருள் விகாரமின்றி யென்றுமொருதன்மைத்து" என்றும் "......துன்பங்களாவன பிறப்பு அநாதியாய் வருதலின் உயிரான் அளவின்றி யீட்டப்பட்ட வினைகளின் பயன்களுள் இறந்தவுடம்புகளான் அநுபவித்தனவும் பிறந்தவுடம்பான் முகந்துநின்றனவுமொழியப் பின்னும் அநுபவிக்கக்கடவனவாய்க் கிடந்தன. அவைவிளக்கின் முன்னிருள்போல் ஞானயோகங்களின் முன்னர்க் கெடுதலான்" என்றும், "பரம் பொருளையுணரப்பிறப்பறும்" என்றும் வரும் விசேடவுரைகளாற்றுணியப்படும்.

இவர் தம்முறையிலே தமக்குடன்பாடாயுள்ள உரையாசிரியர்களுடைய மதங்களையெடுத்துக்காட்டித்தழுவுவதோடு தமக்குடன்பாடில்லாத மதங்களையு மெடுத்துக்காட்டி ஏதுக்கூறி மறுத்தலுஞ்செய்வர்.

நச்சினார்க்கினியரும் பரிமேலழகரும் ஒரேகாலத்தவரென மேலே கூறினோமன்றோ. பரிமேலழகர் திருவள்ளுவருக்கு உரையொன்றியற்றி, அதிலே தமதுரையைச் சிற்சிலவிடங்களிலெடுத்து மறுத்திருக்கின்றாரென்று கேள்வியுற்ற நச்சினார்க்கினியர் பரிமேலழகர்பாற்சென்று அவ்வுரையைத்தமக்குக்காட்டுமாறுவேண்டினர். பரிமேலழகர்அவரை உபசரித்து அவ்வுரையைக்காட்டினர். அதனை நச்சினார்க்கினியர் இருகையாலுமேற்றுத் தமக்குச் சந்தேகமாகவிருந்த குறட்பாக்கள் சிலவற்றை எடுத்துநோக்கிச் சென்றனர், நோக்கிச் சென்றபோது, "குடம்பைதனித்தொழிய" வென்னுந் திருக்குறளிலே, "குடம்பை" என்பதற்குத் தாங்கூடென்றுரைத்திருக்கப் பரிமேலழகர் அதற்கு "முட்டை" யென்றுபதவுரையும், "கருவுந்தானுமொன்றாய்ப்பிறந்து வேறாந்துணையும் அதற்காதாரமாய் நிற்றலா லஃதுடம்பிற்குவமையாயிற்று" என்றும், "அதனுள் வேற்றுமையின்றி நின்றே பின்புகாமற்போகலின் புள் உயிர்க்குவமையாயிற்று" என்றும் விசேடமுரைத்து, கூடுபுள்ளுடன்றோன்றாமையானும், அதன்கண் அதுமீண்டு புகுதலுடைமையானும் உடம்பிற்கு உவமையாகாது" என்று மறுத்திருக்கக்கண்டு தாமுரைத்ததைக் கண்டித்தாரென்று வெகுளாமலும் நாணாமலும் "மெய்ப்பொருள் மெய்ப்பொருள்" என்று பாராட்டி உச்சி

யேலேற்றிக்கொண்டாடினரென்ப து ஆசிரியகன்ன பரம்பரை. இவ் வாறே தருமர் முதலியோரதுரைக ளையுமோரோவிடங்களிலெடுத்தும றுப்பர். அவையெல்லாமெடுத்து வி ரிப்பிற் பெருகும்.

இனி இவர்காலம், கந்தபுராணம் கம்பராமாயணமுதலிய நூல்களினி ன்றும் உதாரணமெடுத்துக் காட் டாமையால் அந்நூலாசிரியர்களுக் கு முற்பட்டதென்பதும், போசராச ன்பெயர் இவர் செய்தவுரையிலே வருதலால், அவனுக்குப் பிற்பட்ட டது என்பதும்நன்குக நிச்சயிக்கப் படுதலின் ஆயிரத்திருநூறுவருஷ ங்களுக்கு முற்பட்டதாகவே துணிய ப்படும்.

பரிஹிஜாசுவன் —(இக்ஷ்வா) அமிதா சுவன். கிருசாசுவன் தந்தை.

பரிஹிஷதர் - பிதிரர்களுளொருவகு ப்பார்.

பரிஹிஷதன்—பிராசீனபரிஹி.

பரிஹிஷ்மதி—விசுவகர்மன் புத்திரி. பிரியவிரதன்பாரி.

பருப்பதமங்கை—திருப் பருப்பதத் திலே கோயில் கொண்டிருக்குஞ் சுவாமிபெயர்.

பருப்பதேசுவரர்—திருப் பருப்பதத் திலேகோயில்கொண்டிருக்குஞ் சு வாமிபெயர்

பருதியப்பேசுரர்—திருப் பருதிநிய மத்திலே கோயில்கொண்டிருக்கு ஞ் சுவாமிபெயர்.

பர்க்கன்—(க)சிவன்.(உ)பிரமன்.

பர்ஜன்னியன்—மேகங்களுக்கு அதி தேவதை. சூரியன் வருணன் இந் திரன் இவர்களுக்குப் பரியாயப் பெயர்.

பர்த்துருஹரி—வடமொழியிலக்கண மொன்று செய்த ஒரு பிரபலபண் டிதர்.

பர்மியாசுவன்—பூருவமிசத்து அஜ மீடன் புத்திரன்.

பர்யந்ததேசங்கள்—ஆரியாவர்த்தத் துக்கு அயலிலேயுள்ள மிலேச்ச துருக்கதேசங்களுக்குக் குறிப்புப் பெயர்.

பர்வதராஜபுத்திரி-க.திருநன்னிபள் ளியிலே கோயில் கொண்டிருக்குந் தேவியார்பெயர். (உ) பார்வதி.

பர்வதராஜன் - (க)இமயமலை.(உ)இம யராஜன்

பர்வதன்—நாரதன் சகோதரி புத்தி ரன்.

பலசூதனன் - இந்திரன். [பலாசுரனை க் கொன்றமையால் இந்திரன் இ ப்பெயர் பெற்றான்.]

பலந்தனன்—நாபாகன் புத்திரன்.

பலபத்திரர் / பலராமர் —ஆதிசேஷன் அமிச மாக வசுதேவனுக்கு ரோகிணியிடத்துப் பிறந்தபுத்திர னூர். இவர் கிருஷ்ணனோடு வளர் ந்துவிளையாடிக் கிருஷ்ணனுக்கு எக்கருமத்திலுந் துணையாயிருந்த வர். துரியோதனனுக்குக் கதாயுத ப்பிரயோக வித்தை பயிற்றினவர் இவரே. இவர்க்குக் கொடி பனைக் க்கொடி. ஆயுதம் கலப்பைப்படை. இவரும் கிருஷ்ணனும் ஒருங்கு கூடியே விஷ்ணுவினது எட்டாம் அவதாரமாவர். தேனுகாசுரனையு ம் பிரலம்பனையும் கொன்றவரும் பலராமரே. யமுனாநதியைத் தாமி ருக்குமிடத்துக்குத் தமது கலப் பைப்படையினாலே யிழுத்துப்பாயு ம்படி செய்தவரும் இவரே. இவர் ரைவதராஜன் புத்திரியாகிய ரே வதியை மணம்புரிந்தவர்.

பலன் / வலன் — திதிவமிசத்துப் பாணுசுர ன் புத்திரன். (உ) பலராமன் (௩) பாரியாத்திரன் என்பவன் மக ன். இவன் மகன் சலன்,

பலாகன் — சுசர்மன் பாரியைக்கவ ர்ந்த அசுரன். (ரி)ஜாதகர்ணிசிஷன்

பலாகாசுவன்— புரூரவன் மகனுப அமவசுவமிசத்து அஜகன் மகன், குசிகன் தந்தை.

பலாசினி—ஒருநதி. இதுசுக்திமந்தத் திலுற்பத்தியாகி மகாநதியிற் கல ப்பது,

பலாசவனேசுரர்—திருநாவலூர் மயானத்திலே கோயில்கொண்டிருக்கும் சுவாமி பெயர்.

பலாசுவன்—இரண்டாங் கனித்திரன் பௌத்திரன்.

பலி—(க) சுதபன் என்னும் அசுரன் புத்திரன். (உ) பிரகலாதன் புத்திரனாகிய விரோசனன் மகன். இவன் மகாபராக்கிரமசாலி. விஷ்ணு இவனைக் கொல்வதற்காக வாமனாவதாரமாகி அவனிடஞ் சென்று மூன்றடிநிலந் தருகவென்றிரக்க, அவனுடன்படுதலும், அவர் விசுவரூபங்கொண்டு பூமியை ஓரடி நீளமாக அளந்து, ஆகாயத்தை மற்றடியாக வளந்து, மூன்றாமடிக்கிடமின்மையால் அவன்மீதடிவைத்து அவனைப் பாதலத் தமிழ்த்திக் கொன்றார்.

பல்லாதன்—(வா) உதக்சேனன் புத்திரன்.

பல்வலன்—(ரா) இல்வலன் புத்திரன். இவன் பலராமரோடு யுத்தஞ் செய்தபோது அவராற் கொல்லப்பட்டவன்.

பவகாரணி—அழகர்மலையிலுள்ள ஒரு பொய்கை. இது நீராடுவோர்க்கு அவர் பழம்பிறப்பிற் செய்தவற்றையுணர்த்துவது.

பவணந்தி—இவர் தொண்டை நாட்டிலே சனகாபுரியிலே சன்மதிமுனிவருக்குப் புத்திரராயவதரித்துத் தமிழ்ப்புலவராய் விளங்கிய ஒருசமண முனிவர். சீயகங்கன்கேள்விப்படி தொல்காப்பியத்தைச் சுருக்கிப் பாணினீய வியாகரண அடைவுப்படி நன்னூல் என்னும் இலக்கணஞ் செய்தவர். அந்நூற்சூத்திரங்கள் மிக்க திட்பமு நுட்பமுமுடையனவென்பது சர்வாங்கீகாரம். "மொழிமுதற்காரண மாமணுத்திரளொலி யெழுத்து" என்று ஒலியெழுத்திற் கிலக்கணங் கூறிய அவர் சாதுரியம் பெரிதும் வியக்கற்பாலது. குற்றெழுத்து வல்லெழுத்து மெல்லெழுத்திடையெழுத்துக் களுக்கெல்லாம் எண்கூறிவரையறுத்தவர் ஐயும் ஔவும் எல்லாவிடத்தும் நெட்டெழுத்தாகாவென்பது உய்த்துணரவைக்கும்பொருட்டு நெட்டெழுத்திற்குமாத்திரம் "ஆ, ஈ, ஊ ஏ ஐ ஓ ஔ நெடில்" என்றுவாளா சூத்திரஞ்செய்த குசாக்கிரபுத்தியினது ஆற்றல் அத்தியற்புதம். இவ்வாறே ஒவ்வொரு சூத்திரமுமொவ்வோரதிசயமுடையனவாம். இவ்வகை நுட்பமுஞ்சுருக்கமுமுடைய இலக்கணநூல் மற்றெப்பாஷையிலுமில்லை. இன்னும் "முன்னூலொழியப் பின்னூல்பலவினுள்-நன்னூலார்தமக் கெந்நூலாரு-மிணையோ வென்னுந் துணிவே மன்னுக" என்றார் இலக்கணக்கொத்துச் செய்த ஈசான தேசிகரென்னும் சுவாமிநாத தேசிகரும். அதுநிற்க, இவர் இற்றைக்குத் தொளாயிரம் வருஷங்களுக்குமுன்னேயிருந்தவரென்பது சில ஏதுக்களாற் றுணியப்படும்.

பவபூதி—ஒருசமஸ்கிருத கவி. இவர் காசிபகோத்திரத்தார். இவர்தேசம் விதர்ப்பம். (விதர்ப்பம் தற்காலம் பேடர் என்று வழங்கப்படும்.) இவர் போஜராசாவுடைய சமஸ்தானகவீச்சுரருள் ஒருவர்.

பவளச்சைநாயகி—திருவைகாவிலே கோவில்கொண்டிருக்குந் தேவியார் பெயர்.

பவளக்கோடியம்மை—குரங்காடுதுறையிலே கோயில்கொண்டிருக்குந் தேவியார் பெயர்.

பவளவன்னப் பூங்குழலம்மை—திரு அப்பர்ப்பேருந்திருவிலே கோயில்கொண்டிருக்குந் தேவியார் பெயர்.

பவன்—அட்டமூர்த்திகளிலொருவர். (உ) சிவன்.

பவானி—பார்வதி. (உ) ஒருநதி.

பவித்திரை—தண்டீசர் தாய்.

பவிஷியபுராணம்— பிரமாவானவர் சூரியனுடைய மான்மியத்தைமனுவுக்குரைத்தபின்னர், அவர் அம்மனுவுக்கு அகோரகற்பத்திலே உலகமுளதாமுறையையும் சிருஷ்டிபேதமுதலியவைகளையும் உரைத்ததாகவுணர்த்துவது. முப்பத்தோராயிரங்கிரந்தமுடையது.

பவ்வியன்— சுவாயம்புமனு புத்திரருளொருவன்.

பழமலையந்தாதி—சிவப்பிரகாசர்செய்த ஒருபிரபந்தம். அது கற்பனாலங்கார்ரமலிந்துள்ளது. [பழமலை-விருத்தாசலம்.]

பழமொழி— பதினெண்கீழ்க்கணக்கினுளொன்று. முன்றுறை யரசர் செய்தது. அது நானூறு வெண்பாக்களையுடையது. அது முற்றும் நீதியே கூறுவது.

பழம்பதிநாயகர்—திருப்புனவாயிலிலே கோயில்கொண்டிருக்குஞ் சுவாமிபெயர்.

பழையனூர்நீலி—பழையனூர் வணிகன்மனைவி. நீலிகாண்க.

பழையன்— பாண்டிநாட்டுமோகூர்க்குறுநிலமன்னன். (மதுரைக்காஞ்சி)

பறையூர்—சேரநாட்டுள்ள தோரூர்.

பற்குனன்—அருச்சுனன். [பங்குனி உத்தரத்திலே பிறந்தமையின் அவன் இப்பெயர் பெற்றான்.]

பனங்காட்டீசர் — திருப்பனங்காட்டூரிலே கோயில்கொண்டிருக்கும் சுவாமிபெயர்.

பஃறுளி— குமரியாற்றிற்குத் தெற்கேயுள்ள தோராறு; இஃது ஆதிகாலத்தே கடல்கொள்ளப்பட்டது. இதனையுள்ளிட்ட நாற்பத்தொன்பது நாடுகள் கடல்கொண்டழிந்தகாலத்தே தலைச்சங்கமிருந்த தென்மதுரையு மவற்றோடழிந்ததென்பது சிலப்பதிகாரவுரையார்

ற் பெறப்படும். அதுவருமாறு:—"முதலூழியிறுதிக்கண் தென்மதுரையகத்துத் தலைச்சங்கத்து...சயமாகீர்த்தியனாகிய நிலந்தருதிருவிற்பாண்டியன் தொல்காப்பியம் புலப்படுத்திரீ இயினான். அக்காலத்து அவர்நாட்டுத் தென்பாலிமுகத்திற்கு வடவெல்லையாகிய பஃறுளியென்னுமாற்றிற்கும் குமரியென்னுமாற்றிற்குமிடையே யெழுநூற்றுக்காவதவாறும்,இவற்றின் நீர்மலிவானெனமலிந்த ஏழ்தெங்கநாடும் ஏழ் மதுரைநாடும், ஏழ்முன்பாலைநாடும், ஏழ் பின்பாலைநாடும். ஏழ் குன்றநாடும், ஏழ்குணகாரைநாடும் ஏழ் குறும்பனைநாடும், என்னும் இந்தநாற்பத்தொன்பது நாடும்,'குமரிகொல்லமுதலிய பன்மலை நாடும், காடும், நதியும், பதியும், தடநீர்க்குமரி வடபெருங்கோட்டின் காறும், கடல்கொண்டழிதலால்..."என்பது. 'வடிவேலெறிந்த வான்பகை பொறாது, பஃறுளியாற்றுடன் பன்மலையடுக்கத்துக் குமரிக்கோடுகொடுங்கடல்கொள்ள" என்பதனாலும் அது வலியுறுத்தப்படும்.

பனம்பாரனார்—அகஸ்தியர்மாணாக்கர் பன்னிருவரு ளொருவராகிய இவரே தொல்காப்பியத்துக்குப் பாயிரஞ் செய்தவர். பனம்பாரமென்னும் சூத்திரஞ் செய்தாருமிவரே. புறப்பொருட் பன்னிருபடலஞ்செய்த ஆசிரியர்பன்னிருவருள் இவருமொருவர். இவர் தொல்காப்பியரைப்போலவே தலைச்சங்கத் திறுதிக்காலத்திலிருந்தவர்.

பன்னிருபடலம்— அகத்தியர் மாணாக்கர் பன்னிருவராலும் செய்யப்பட்ட புறப்பொருணூல். இஃது அழிந்ததுபோலும்.

பாகஎக்கியம்—அஷ்டகம், பார்வணம்,'ஸ்தாலிபாகம்,சிரார்த்தம்மாசிகம் சர்ப்பபலி,ஈசானபலி, ஆக்கிரஹா

யணமுதலியஎக்கியங்கள்.

பாகசாகனன்—இந்திரன் [பாகனைத் தண்டித்தவன் என்பது. அதன் பொருள்.]

பாகவதம் — பதினெண்புராணங்களுளொன்று இதில்காயத்திரிதேவிவிஷயம், பரமாத்மாவிசாரமுதலியனசொல்லப்படும். இது பதினெண்ணுயிரங்கிரந்தமுடையது. பொப்டண்ணபட்டர் செய்தது தேவிபாகவதம்.

பாகன்—விருத்திராசுரன் தம்பி. இவன் இந்திரனுற் கொல்லப்பட்டவன்.

பாக்கபுரேசர்—திரு அச்சிறுபாக்கத்திலே கோயில் கொண்டிருக்கும் சுவாமிபெயர்.

பாதகர்ணன்—(ராக்ஷ) சுமாலி புத்திரன்.

பாதண்டம் — சமயங்கள் தொண்ணூற்றாறினதும் சாஸ்திரக்கோவை. வைதிகக்கொள்கையோடு அவைதிகக்கொள்கையுமெடுத்து விதிப்பது பாசண்ட சமயமாம்.

பாசுபதன்—சிவன் விபூதியும் சடையுந் தரித்தமூர்த்தியாய் அருள்வர் என்பவன். இவன்அகப்புறச்சமயிகளுளொருவன்.

பாசுபதேசுவரர்—திருவேட்களத்திலும் திருமுல்லைவாயிலிலும் கோயில்கொண்டிருக்கும் சுவாமிபெயர். அருச்சுனனுக்குப் பாசுபதங்கொடுக்கச் சிவன் கொண்டவடிவம்.

பாசூர்நாதர்—திருப்பாசூரிலே கோயில்கொண்ட சுவாமிபெயர்.

பாஸ்கரராமாயணம் — பாஸ்கரராலே செய்யப்பட்டது.

பாஸ்கராசாரியர்—இவர்காலம் இற்றைக்கு எழுநூற்றைம்பது வருஷங்களுக்கு முன்னதென்பர். இவர் ஒரு பிரபல சோதிடகிரந்தகர்த்தர். இவரே பீஜகணிதஞ்செய்தவர். இப்பீஜகணிதத்தில் வருக்கசங்கரணவிதி என்று கூறப்படுவதாகிய ஒரியகணித விதிகூறப்பட்டிருக்கின்றது.

பாஸ்வரர்— ஒருதேவகணம். இவர் அறுபத்துநால்வர்.

பாஞ்சசன்னியம்—விஷ்ணுசங்கம் பஞ்சசன் என்பவன் எலும்பினுலாயது என்பது அதன்பொருள்.

பாஞ்சராத்திரி— நாராயணன் தன்னை வழிபட்டவர்களுடைய பந்தத்தை நீக்கி அவர்களைவிரசாநதியில் மூழ்குவித்துச்சுத்தர்களாக்கி, வைகுண்டத்திலேசாரூபத்தைக்கொடுப்பவனென்பவன். இவன் புறச்சமயிகளுளொருவன்.

பாஞ்சாலம்—அஸ்தினபுரிக்கு வாயுதிக்கில் இமயத்துக்கும் சர்வநதிக்கும் நடுவிலுள்ளதேசம்.

பாடலாவதி— இருக்ஷபர்வதத்திலுற்பத்தியாகிப் பாயும் நதி.

பாடலிபுத்திரம்— பிரதிஷ்டானபுரம். உதயாசுவன் அமைத்த நகரம். அது குசுமபுரியெனவும்படும். சோணைநதி கங்கையோடு சங்கமிக்குமிடத்துக்குச் சமீபத்திலே இருந்ததாகிய இப்பழையநகரத்தை ஆயிரத்து நூற்றைம்பது வருஷங்களுக்குமுன்னே, அஃதாவது கலியப்தம் மூவாயிரத்து எண்ணூற்றைம்பதாம் வருஷமளவில் கங்கைநீர் பெருகி அழித்தது. இங்கே பௌத்தமுனிவர் மடங்களும் நூறுசிவாலயங்களுமிருந்தனவென்றும், அம்மடங்களெந்திலும் ஐயாயிரம் பௌத்தமுனிவர்கள் இருந்தார்களென்றும், மற்றைய வைதிக சமயிகள் தொகை அளப்பரிதென்றும் சீனதேசத்திலிருந்து ஆரியதேசத்திற்கு வந்துபோன ஹியூன்சங்கன் என்பவன் கூறுவன். எனவே இந்நகரம் நெடுங்காலம் கீர்த்திபெற்றிருந்த ஓர் ராஜதானி என்பதற்கையமில்லை.

பாடலிபுரம்—பாடலிபுத்திரம்.

பாடாணவாதசைவன் — ஆன்மா முத்தியிலும் சகசமலம் நீங்காது கல்லுப்போலக் கிடக்குமென்பவன். இவன் அகச்சமயிகளுளொருவன்.

பாட்டியல் — இப்பெரிய நூல்கள் பலவுள. அவற்றுள் வச்சணந்திசெய்தது வச்சணந்திமாலையெனவழங்கும். குணவீரபண்டிதர் செய்தது வெண்பாப்பாட்டியலெனப்படும். அது "பண்பார்கவிஞர் வியந்தெடுத்த பாட்டியலை-வெண்பாவந்தாதி விளம்பினான் - மண்பாவும்-கோடாதசீர்த்திக் குணவீரபண்டிதனும்-பீடார்களந்தைப்பிரான்" என்னும் வெண்பாவால் நிச்சயமாம். இனி எஞ்சியபலவற்றுள் ஒன்று தியாகராஜ தேசிகர் செய்தநூல். இது மங்கலப்பொருத்த முதலியன கூறுவது. தியாகராஜதேசிகர் இலக்கணவிளக்கஞ்செய்த வைத்தியநாதநாவலர் மகனார். இவர்காலம் இருநூறு வருஷங்களுக்கு முற்பட்டது.

பாணபத்திரன் — இவன்வரகுணபாண்டியன் சபையிலேவிளங்கியஒரு யாழ்வல்லோன். சிவபிரானை இசைப்பாட்டினாலே தன்வசப்படுத்தி அவரிடம் ஒரு பாசுரம்வரைந்த திருமுகமொன்று பெற்றுக்கொண்டு போய்ச் சேரமான்பெருமாணாயனாரிடங்கொடுத்து அளவிறந்ததிரவியம்பெற்றுத் திரவியசம்பன்னனாக விளங்கியவன். அப்பாசுரம் "மதிமலிபுரிசைமாடக்கூடற்-பதிமிசைநிலவும் பானிறவரிச்சிற-கன்னம்பயில்பொழிலாலவாயின்-மன்னியசிவன்யான்மொழிதருமாற்றம்-பருவக்கொண்மூப்படியெனப்பாவலர்க்-குரிமையி னுரிமையினுதவி யொளிதிகழ்-குரு மாமதிபுரை குலவியகுடைக்கீழ்ச் - செருமாவுகைக்குஞ் சேரலன்காண்க-பண்பாலியாழ்பயில் பாணபத்திரன்-றன்போலென்பாலன்பன்றன்பாற்- காண்பதுகருதிப்போந்தனன்- மாண்பொருள் கொடுத்துவர விடுப்பதுவே" என்பது. இவ்வரகுணபாண்டியன் கூன்பாண்டியன் காலத்துக்கு இரண்டாயிரம்வருஷங்களுக்குப்பின்னர் விளங்கியவன். இவன்காலத்தையும் பரம்பரைக்கிரமத்தையும் திருவிளையாடற் புராணமுடையார் பிறழவைத்தனர்.

பாணன் — (திதி) (க.) பலியினுடைய மூத்தமகன். இவன் ஆயிரங்கைகளுடையவன் (உ) (ய) அநீகன் புத்திரன்.

பாணினி — இவர் நாலாயிரம் வருஷங்களுக்குமுன்னே, காந்தாரதேசத்திலே சலாதுரநகரத்திலே பிறந்து உரியகாலத்தே வித்தியாப்பியாசஞ்செய்துவரும்போது, மந்தபதியுடையரா யிருத்தலைக் கண்டு குருவாலும் சகபாடிகளாலும் அவமதித்துத் தள்ளப்பட்டு, மனம்வருந்தித் தமது வீடுநோக்கிச் செல்லாது, இமயமலையைநோக்கி நடந்து அங்கே சிவனைநோக்கித் தவங்கிடந்து, அவர்பாற் சகலசாஸ்திரங்களுக்கும் மூலசாஸ்திரமாகிய மாகேசுவர சூத்திரோபதேசம் பெற்றுக் கலையெல்லாம் வல்லவராயினவர். இவர் தந்தையார்பெயர் பணினி என்பர். தாயார் பெயர் தாக்ஷி யென்பது தாக்ஷிபுத்திரரெனவும் இவர் வழங்கப்படுதலால் நன்குதுணியப்படும். இவர் அம்மாகேசுவர சூத்திரங்களை ஆதாரமாக்கொண்டு செய்த சம்ஸ்கிருதவியாகரணம் பாணினீயம் எனப்படும். அஃது எட்டு அத்தியாயங்களையுடையதாதலின் அஷ்டாத்தியாயி எனவும்படும். இவரும் வரருசியும் ஒரேகாலத்தவர்கள். பாணினிபகவான் வியாகரணஞ் செய்யுமுன்னே வரருசி பாதந்திர மெனப்பெயரிய ஓரிலக்கணம் வகுத்தாரேனும், பாணினிபகவான் செய்தருளி

யனாலே சிறந்ததெனக் கண்டு அதற்குத் தாமொருரையியற்றினர். அவரே பாணினீயத்துக்கு முதலுரையாசிரியர்.

பாணினீயத்துக்கு மிகவிரிந்ததோருரை செய்தவர் பதஞ்சலிபகவான். விரிவுநோக்கி அதற்குமஹாபாஷியம் என்னும் பெயருளதாயிற்று. பதஞ்சலிபகவான் தாமியற்றிய பாஷியத்திலே, "இச்சூத்திரங்களின் பெருமையை நோக்குமிடத்துப் பொருளில்லாத வோரெழுத்தையேனும் அவற்றினுள்ளே யான்காண்கின்றிலேன்" எனக்கூறிப்போவரேல், பாணினீய சூத்திரங்களின் வன்மையும் நுட்பமும் வனப்பும் எடுத்துரைக்கவேண்டா. ஐரோப்பிய பண்டிதர்களும் தாங்கண்ட பாஷைகளில் பாணினீயத்திற்கிணையான இலக்கணமொன்றில்லையென்று கூறி உச்சிமேற்கொண்டு பாராட்டுவார்கள். பாணினீயத்துக்கு முன்னரும் ஐந்திர முதலிய வியாகரணங்கள் பல தோன்றி நடைபெற்றனவேனும் அவையெல்லாம் அது தோன்றிய பின்னர்க் கற்றற்கெளிதலவென்று மாந்தராற் கைவிடப்பட்டனவாயின. ஆகவே பாணினீயமே நின்று நிலவுவதாயிற்று. அது வேதமொழிக்கும் சாமானியமொழிக்கும் இலக்கணங் கூறுவது. பூர்வவியாகரணங்கள் எல்லாம் வேதமொழிக்கே இலக்கணங்கூறுவன. பாணினீயம்இரண்டிற்குமாதலின் மிகச்சிறப்பதாயிற்று. அதுவுமன்றி அது பூர்வ வியாகரணங்களைப்போல வேதத்திற்கும் அங்கமாயிற்று.

இத்துணைச் சிறப்புவாய்ப்ப வியாகரணஞ் செய்த பாணினிபாரது அவதாரகாலம் இரண்டாயிரம் வருஷங்களுக்குமுன்னதென்பர் சிலர். பாணினீயத்தினுள்ளேவரும் யுவனபதம் கிரேக்கரைக் குறிப்பதென்பது அச்சிலர் கருத்து. அது கிரேக்கரைக்குறிப்பதன்றென்பது கௌதம தருமசூத்திரம், மனு, ராமாயணம், பாரதம், காசிகாவிருத்தி முதலியவற்றினுள்ளே கூறப்படும் யவன வரலாற்றாற் பெறப்படும். ராமாயணம், "யவனராவார் சகரனாலே விசுவாமித்திரரது ஆணைப்படி முண்டிதஞ் செய்து ஒட்டிவிடப்பட்ட க்ஷத்திரியர்" என்று கூறும். பாரதம், "யவனர் துர்வசுவினது சந்ததியாராவர்" என்று கூறும். காசிகாவிருத்தியும் விஷ்ணுபுராணமும் "யவனர் தமதுதலையை முண்டிதஞ் செய்துகொள்பவர்" என்று கூறும். கிரேக்கரோ தமது தலையைமழித்துக்கொள்பவரல்லர். அதுகிரேக்கனாகிய "தெமொஸ்தெனே" (Demosthenes) என்பவன் தான் வெளியேசெல்லாவகை தன்தலையை முண்டிதஞ் செய்துகொண்டு ஓரறையினுள்ளே மறைந்திருந்து நூலோதி வந்தான்" என்பதனால்நன்கு துணியப்படும். ஆதலின் பாணினி குறித்தயவனரும்வேறு; ஐரோப்பிய பண்டிதர் குறிக்கும் யவனரும்வேறென்பதுநாட்டப்பட்டதாயிற்று. ஆதலின் கிரேக்கர் படையெடுத்து ஆரியாவர்த்தத்தைத்தாக்கியபின்னர்ப்பாணினிவிளங்கினாரென்னுங் கொள்கை ஏற்புடைத்தன்று. நிர்வாணபதத்திற்குப்பாணினியார்கொண்டபொருளும் வேறு; பௌத்தர் கொள்ளும் பொருளும் வேறென்பதுபாணினிபாஷியத்தினுள்ளே பதஞ்சலியாரெடுத்துக்கூறும் "தீபங்காற்றினால் நிர்வாணமுற்றது." என்பது முதலிய உதாரணங்களால் நாட்டப்படும். ஆதலின்அதுகொண்டு அவர்காலம் புத்தர் காலத்துக்குப் பிற்பட்டது என்று சாதிப்பாரது கொள்கையும் பிரமாணமாகாது.

அது கிற்க; பாணினிதாம் செய்தவியாகரணத்தைக் காஸ்மீரதேசத்தரசனுகியகானிஷ்கமகாராஜன்சபையிலே அரங்கேற்றித், தம்மை முன்னர் அவமதித்த புலவர்களை யெல்லாம் வாதத்தில் வெற்றிகொகொண்டு கலையெல்லாம் முற்றவுணர்ந்த பெரும்பண்டிதரென்று திசையெல்லாம்போற்றவிளங்கினர். இவர் திருவுருவத்தைச் சிலையில் அமைத்துப் பிரதிஷ்டைசெய்து பூசித்துவந்தவனுகிய கானிஷ்கராஜன் சந்திரகுப்தனுக்கு நெடுங்காலத்துக்கு முன்னே அரசு செய்தவன். இதனுலும் பாணினி முனிவர்காலம் நாலாயிரம் வருஷங்களுக்கு முந்தியதென்பது நன்கு துணியப்படும்.

பாணினிமுனிவர் சரித்திரம் கதாசரித்சாகரம் என்னும் நூலினும் அதற்கு முதனூலாகிய பிருகத்கதையிலும் கூறப்பட்டுள்ளது.

பாணினீயம்—பாணினி செய்தசம்ஸ்கிருத வியாகரணம். மூவாயிரத்துத் தொளாயிரத்துத்தொண்ணூற்ருறு சூத்திரங்களையுடையது.

பாண்டவர்—பாண்டவர் ஐவர்; தருமன், வீமன், அருச்சுனன், நகுலன், சகாதேவன். இவருள் முதல் மூவருங்குந்திவயிற்றிற்பிறந்தவராதலின் கௌந்தேயர் எனவும் மற்ற இருவரும் மாத்திரிவயிற்றிற் பிறந்தமையின் மாத்திரேயர் எனவும் பெயர்பெறுவர்.

பாண்டரங்கண்ணனுர்—சோழன் ராஜசூயம்வேட்ட பெருநற்கிள்ளியைப்பாடியபுலவர்.

பாண்டிதேசம்—சோழதேசத்துக்குத் தென்மேற்கிலே கன்னியாகுமரிவரையுமுள்ளதேசம். இதற்கு ராஜதானிமதுரை. பாண்டியர் அரசு செய்தமையின் இஃது இப்பெயர் பெற்றது. இதுவே தமிழ்பிறந்தநாடு. இதுமிக்க பழமையும் பெருங்கீர்த்தியும் அநேகசரித்திரங்களும் புண்யக்ஷேத்திரங்களும், நதிகளும் மலைகளுமுடையநாடு முச்சங்கமிருந்ததும் அநேகபுலவர்களைத் தந்ததுமிந்நாடே.

பாண்டியவமிசேசன்—சேரவமிசாந்தக பாண்டியனுக்குப்பின் அரசு செய்தபாண்டியன்.

பாண்டியன்—துஷ்யந்தன் தம்பியாகிய திஷ்யந்தனது பௌத்திரனுகிய ஆசிரிதன் புத்திரன். இவனே பாண்டிதேச ஸ்தாபகன். இவன்வமிசத்து வந்தோர் பல்லாயிரம் பாண்டியர். இவனே குலசேகரபாண்டியன்போலும். இவன் தென் மதுரையை நகராக்கி நான்குவருணத்துச் சனங்களையும் ஸ்தாபனஞ்செய்து காசியிலிருந்து ஆதிசைவர்களையும் கோயிற்பூசைக்காகக் கொணர்ந்து இருத்தி அகஸ்தியர் அநுமதிப்படி அரசு புரிந்தவன். இவன் மகன் மலயத்துவசபாண்டியன். மலயமலையைத் தனது கொடியில் தீட்டிக் கொண்டமையால் மலயத்துவசனென்னும் பெயர் அவனுக்குண்டாயிற்று. இவன் அகஸ்தியரை உசாவியே எக்கருமமுஞ்செய்பவனென்பது அக்கொடியின்குறிப்புப்பொருள். இப்பாண்டியன்காலம் துவாபரயுகம்.

பாண்டீச்சுரன்—வமிச சிரோமணி பாண்டியனுக்குப்பின்அரசுசெய்த பாண்டியன்.

பாண்டு—விசித்திரவீரியன் மனைவியிடத்து வியாசருக்குப்பிறந்த இரண்டாம் புத்திரன். தாய் அம்பாலிகை. திருதராஷ்டிரன் தம்பி. இவனுக்குக் குந்தியும மாத்திரியும் பாரியர். இவன் காட்டில்வேட்டையாடிவரும்போது அதிதூரத்தே ஒரு முனிவர் தமதுபத்தினியோடு மானுருக்கொண்டு கலந்திருத்தலை

நோக்காது தனிமானெனக்கருதிப் பாணத்தை விடுத்து இருவரையுங் கொன்றான். முனிவர் பாண்டுவை நோக்கி, நீயும் கலவிக்காலத்துச் சிரப்பிளந்திறக்கவென்று சபித்திறந்தார். அச்சாப காரணமாக நெடுநாட்கலவியின்றியிருந்து ஒருநாட் சாபாதிகாரத்தால் மாத்திரியைப்புணர்ந்துயிர்துறந்தான். இவன் வெண்ணிறமுடையனாதலிற்பாண்டுவென்னும் பெயர்பெற்றான். இவன் புத்திரர் பாண்டவரெனப்படுவர். இவன் இறந்தபின்னர்ப் பாண்டவருள் மூத்தோனாகிய தருமன் அரசனாயினான். கண்ணில்லாமையால் அரசுரிமை யிழந்திருந்த திருதராஷ்டிரன் தன்மகனாகிய துரியோதனன் சூழ்ச்சியினாலே பாண்டவர்களைக் காடுகொள்வித்தான். பாண்டவர்கள் பதின்மூன்று வருஷங் காடுகொண்டிருந்து பின்னர்ப் போரிலே துரியோதனாதியரைக் கொன்று அரசுகொண்டார்கள்.

பாண்டியன் அறிவுடைநம்பி — இவன் தமிழ்ப்புலமையிற் சிறந்தவோர் அரசன். படைக்கப்படும் செல்வம் பலவற்றையும் படைத்துப் பலருடனே யுண்ணும் மிக்கசெல்வத்தையுடையோராயினும் காலம் இடையேயுண்டாகக் குறுகக்குறுக நடந்துசென்று சிறியகையைநீட்டிக் கலத்தின்கட்கிடந்ததனைத் தரையிலேயிட்டும், கூடப் பிசைந்து தோண்டியும், வாயாற் கவ்வியும், கையினாலே துழாவியும், நெய்ச்சோற்றை உடம்பிற்படச் சிதறியும் இவ்வாறாக அறிவை இன்பத்தால் மயக்கும் புதல்வரை இல்லாதார்க்குத் தம் வாழ்நாளிலுளதாம் பெரும்பயன் பிறிதில்லையென்னுங் கருத்தினையுடைய:—

"படைப்புப்பலபடைத்துப் பலரோடுண்ணு-முடைப்பெருஞ் செல்வராயினு மிடைப்படக்-குறுகுறு நடந்து சிறுகை நீட்டி-யிட்டுந்தொட்டுங் கவ்வியுந் துழந்து - நெய்யுடையடிசின் மெய்ப்படவிதிர்த்து-மயக்குறு மக்களை யில்லோர்க்குப்-பயக்குறையில்லைதாம் வாழுநாளே' என்னுஞ் செய்யுள் செய்த பெருந்தகையிவனே. இவனைப் பாடிய புலவர் பிசிராந்தையார். இவன் தன் பெயருக்கியைய அறிவிற் சிறந்தவனேயாம். இவன் கடைச் சங்க காலத்தவன்.

பாண்டியன் ஆரியப்படைதந்த நெடுஞ்செழியன்—இவனே கோவலனைக்கொல்வித்த பாண்டியன் என்பது சிலப்பதிகாரத்தால் விளங்குகின்றது. இவன் கல்வியைப் பொருளாகவும், கற்றோரைத் தனக்குறுதிச் சுற்றமாகவுங் கொள்பவன். கோவலன் ஊழ்வினைவலியே இத்துணைச் சிறந்த இவ்வரசனைப் புத்திமயக்கி அவனைக் கொல்விக்குமாறுடன்படுத்தியது போலும். இவ்வரசனுடைய கல்வியறிவும் உலகியலுணர்ச்சியும் பெரிதும் வியக்கற்பாலன வென்பதற்கு:—"உற்றுழியுதவியு முறுபொருள்கொடுத்தும்-பிற்றைநிலை முனியாது கற்றனன்றே-பிறப்போரன்ன வுடன்வயிற்றுள்ளுஞ்-சிறப்பின்பாலாற் றாயுமனந்திரியு-மொருகுடிப் பிறந்த பல்லோருள்ளு-மூத்தோன் வருகவென்னாதவரு-ளறிவுடையோனாறரசுஞ்செல்லும்-வேற்றுமைதெரிந்த நாற்பாலுள்ளுங்-கீழ்ப்பாலொருவன் கற்பின்-மேற்பாலொருவனு மவன்கட்படுமே." என்னும் இவ்வற்புத அறிவுப்பொருளையுடைய செய்யுளே சான்றாம். இச்செய்யுள் இவனாற் பாடப்பட்டதென்பது புறநானூற்றிலுட் காண்க. சோழநாட்டிற்படையேற்றிவெற்றி

புனைந்துமீண்டகயவாகு ஆங்குப்புகுந்ததும்மீண்டதும் பாண்டிநாட்டுவழியேயாமாதலின், இவன் இலங்காபுரத்து அரசனாகிய அக்கயவாவுக்கு நட்பினன் போலும். இவனும் கரிகாற் சோழனும் கயவாகுவும் ஒருகாலத்தவர்கள். இவன் தனது நாட்டைச் செவ்வேகாக்கும்பொருட்டு உத்தரதேசத்திலிருந்து படைவீரரைக் கொணர்ந்திருத்தினவனாதலின் ஆரியப்படை தந்தவனென்னும் பெயர் பெற்றான்.

பாண்டியன் தலையாலங்கானத்துச் செருவென்ற நெடுஞ்செழியன்— இவன் புலமையிற்சிறந்த ஓர் அரசனென்பதுபுறநானூற்றினுள்ளேவரும் எழுபத்திரண்டாஞ்செய்யுளாற் புலப்படும். இவன் தான் புலமையிற்சிறந்தது மாத்திர மன்று புலமையிற்சிறந்த புலவரைக்காத்தலிலும், அவராற் பாடப்படுதலிலும் மிக்கவிருப்புடையவனென்பது மாங்குடிமருதனாரால் மதுரைக்காஞ்சிக்குத் தலைவனாக்கப் பட்டமையாலும், கல்லாடர் இடைக்குன்றூர்கிழார் முதலியோராற் பாடப்பட்டமையாலும்இனிதுவிளங்கும். இவன் தலையாலங்கானத்திலே கோச்சேரமான் யானைக்கட்சேய்மாந்தரஞ்சேர லிரும்பொறையைப் பெரும்போரிலேவென்றானாதலின் இப்பெயர் கொண்டான்.

பாண்டியன்இலவந்திகைப்பள்ளித் துஞ்சியநன் மாறன்—இவ்வரசன் நக்கீரனாராலும் மதுரை மருதனிளநாகனார் முதலியோராலும் பாடப்பட்டவன், கடியசினத்தையுடைய யானைப்படையும், கடிய வேகமுஞ்செருக்குமுடைய குதிரைப்படையும், நெடியகொடியினையுடைய நெடுந்தேர்ப்படையும், வலியநெஞ்சம் போர்விருப்புமுடைய காலாட்படையுமாகிய நான்காலுமரசு சிறந்ததாயினும்,சிறந்தஅறநெறியே அரசரது வெற்றிக்குக் காரணமாம். அதனால் இவர நம்மவரெனக்கொண்டு அவர்செய்யும் கொடுஞ்செயல்களைப்பொறுத்து நின் செங்கோலுக்குக்குற்றத்தை விளைவியாமலும், இவர் பிறரெனக்கொண்டு அவர்செய்யுநற்செய்கைகளைக் கெடாமலும் சூரியனைப்போற் காய்ந்தும், சந்திரனைப்போற்குளிர்ந்தும்,மழையைப்போல் வழங்கியும் நீடூழி வாழ்கவென்னும் பொருளினையுடைய,

"கடுஞ்சினத்தகொல்களிறுங் கதழ்
பரியகலிமாவு
நெடுங்கொடிய நிமிர்தேரு
நெஞ்சுடையபுகன்மறவருமென
நான்குடன்மாண்டதாயினுமாண்ட
வறநெறிமுதற்றே யரசின் கொற்
றம்
அதனால், நமரெனக் கோல் கொ
டாது
பிறரெனக் குணங்கொல்லாது
ஞாயிறன்னவெந்திறலாண்மையுந்
திங்களன்ன தண்பெருஞ்சாயலும்
வானத்தன்னவண்மையுமூன்று
முடையையாகி...நீடுவாழிய"...

என்னும் இச்செவியறிவுறூஉச்செய்யுள் மதுரை மருதனிளநாகரால் இவனுக்குரைக்கப்பட்டது. இக்காலத்துப் புலவர்போலாவது அக்காலத்துப் புலவர் அரசருக்கு அறமுறையெடுத்து இடித்துரைக்கும் ஆண்மையும் அறிவுஞ் சிறந்தோரென்பதும், அவருரையை அரசரும் விரும்பி யேற்றொழுகு மியல்பினரென்பதும் இச்செய்யுளால் ஊகிக்கக் கிடக்கின்றன.

பாண்டியன்கருங்கை ஒள்வாட்பெரும்பெயர்வழுதி— இவன் இரும்பிடர்த்தலையாராற் பாடப்பட்ட வீரனாயினன்.

பாண்டியன் கானப்பேர்தந்த வுக்கிரப்பெருவழுதி— "** இரவலர்க்கருங்கல மருகாதுவீசி-வாழ்தல் வேண்டி யிவண்வரைந்தவைகல்-வாழ

ச்செய்த நல்வினையல்ல-தாழுக்காலைப்புணைபிறிதில்லை....உயர்ந்துமேந்தோன்றிப் பொலிகநுந்நாளே" என்று ஔவையாராற் பாடப்பட்டவன். இவனே வேங்கைமார்பனை வென்று கானப்பேரென்னு மரண்கொண்டவன். (புறநா. ௩௬௭) இவனே திருவள்ளுவருக்குச் சிறப்புப் பாயிரஞ் சொன்ன பாண்டியன்.

பாண்டியன் கீரஞ்சாத்தன்—இவன் ஆவூர்மூலங்கிழாராற் பாடப்பட்டவன். இவன் தன் வாயிலையடைந்த பெரியோரை "என்மேலாணை உண்மின்" என்று சூளுற்றிரந்துண்பிப்பவன் என்பதும், போரிற் பிறர்க்குடைந்து முதுகிட்டோடும் வீரர்க்கு முன்னே சென்று அபயங்கொடுத்துப் போரிற்றுணைபுரிந்து அவர்க்கு வெற்றிகொடுப்போன் என்பதும், "..மணன்பலி முற்றம் புக்கசான்றோர்-உண்ணாராயினுந் தன்னொடு சூளுற்-றுண்மெனவிரக்கும் பெரும்பெயர்ச்சாத்தன்..நெடுமொழிமறந்தசிறுபோராள ரஞ்சினீக்குங்காலை-யேமமாகத்தான்முந்துறுமே" என்னுஞ் செய்யுளாற் பெறப்படும்.

பாண்டியன் கூடகாரத்துத் துஞ்சிய மாறன்வழுதி— ஐயூர் முடவனாராலும் மருதனிளநாகனாராலும் பாடப்பட்ட ஒரு பாண்டியன். இவன் கூடகாரமென்னும் பதியிலிறந்தவன். இவனுடைய பேராண்மையை ஐயூர்முடவனார், "நீர்மிகிற் சிறையுமில்லை தீமிகின் - மன்னுயிர்நிழற்றுநிழலுமில்லை-வளிமிகின்வலியுமில்லை ஒளிமிக்-கவற்றோரன்னசினப்போர்வழுதி - தண்டமிழ் பொதுவெனப்பொறான் போரெதிர்ந்து-கொண்டிவேண்டுவனாயிற் கொள்கெனக்-கொடுத்த மன்னர் நடுக்கற்றனரே" என்னுஞ் செய்யுளாலெடுத்துரைத்தனர்.

பாண்டியன் சித்திரமாடத்துத் துஞ்சியநன்மாறன்—இவன் சீத்தலைச்சாத்தனாராலே, "காய்சினந்தவிராது கடலூர்பெழுதரு-ஞாயிறனையைநின் பகைவர்க்குத்- திங்களனையையெம்மனோர்க்கே" என்று பாடப்பட்டவன். பகைவரிடத்தே பெருஞ்சினமும், புலவரிடத்தே பேரருளுமுடையவன் என்பது அதன் பொருள்.

பாதாளகேதன்—மதாலசனையெடுத்துப் போய்க்காலவனுக்குத் தபோபங்கஞ்செய்த ஓரிராக்ஷசன்.

பாதாளேசுவரர்—திருஅரதைப்பெரும்பாழியிலே கோயில்கொண்டிருக்கும் சுவாமிபெயர்.

பாத்துமகற்பம்—பிரமாவினது ஆயுட்காலத்தில் முற்பாதி. வராககற்பமென்பது மது.

பாத்துமபுராணம்—பாத்துமகற்பவரலாறுகூறும்புராணம். இது 55000 கிரந்தமுடையது.

பாம்புரேசர்—திருப்பாம்புரத்திலே கோயில்கொண்டிருக்கும் சுவாமிபெயர்.

பாம்பாட்டிச் சித்தர்— இவர் திருக்கோகர்ணத்தைத் தமக்குச் சன்மஸ்தானமாகவுடைய ஒரு சித்தர். இவர் காலம் நன்கு புலப்படுவதன்றாயினும் சமீபகாலத்தவரல்லரென்பது எளிதிற் றுணியப்படும். இவர் "ஆடுபாம்பே எழுந்தாடுபாம்பே" என்று பாம்பை முன்னிலைப்படுத்தி ஒரு பாடல்செய்திருத்தலின் பாம்பாட்டிச்சித்தரென்னும் பெயர் கொண்டார். இவர்பாடல் கூத்தர் பாடல்போல் வெள்ளையாயிருப்பினும் அது தத்துவார்த்தங்களின் மேலதாகிய அற்புத ஞானப் பாடலாம். பாம்பென்று அவர் கூறுவது பாம்புவடிவாக மண்டலமிட்டுக் கிடக்கும் குண்டலிசத்தியை. சொரூபதரிசனத்துக்குக் குண்டலியை எழுப்புதல் அத்தியாவசியகமாதலின் இவர் அதனைப் பிரேரிப்பாராயினர்.

பாரத சம்பு— அநந்தபட்டர் செய்த

வொருகாவியம்.

பாரதம்—பரதவமிசராஜாக்கள் சரித்திரம். இஃது இதிகாச ரூபமாயுள்ளது. இதில்சிருஷ்டியாதி வரலாறும்தருமசாஸ்திரங்களும் உபநிஷதப்பொருள்களும்சரித்திரமுகத்தாலொட்டிக்கூறப்படும். இது வியாசர் சொல்ல விக்கினேசுவரர் எழுதியது. இஃது ஒரிலக்ஷத் தையாயிரங் கிரந்தமுடையது.

இதனைத்தமிழிலே வெண்பாவாற்பாடியவர் பெருந்தேவனார். அவர்க்குப்பின் விருத்தப்பாவாற்பாடியவர் வில்லிபுத்தூரர். அதன்பின்னர் அதனை எண்ணாயிரம் விருத்தப்பாக்களை யிடையிடை யிட்டுவிரித்துப்பாடியவர்நல்லாப்பிள்ளை.

இற்றைக்கு ஐயாயிரம் வருஷங்களுக்குமுன்னே சந்திர வமிசத்திலேயுதித்த திருதராஷ்டிரன்பிறவிக்குருடனாயிருந்தமையால் அவன் தம்பி பாண்டு அரசனாகித்தருமன், வீமன், அர்ச்சுனன், நகுலன், சகதேவன் என்னும் ஐவரைப்புத்திரராக்கியிறக்க, திருதராஷ்டிரன் அப்புத்திரர்க்கு அவ்வரசிற்பாதிகொடுத்து இந்திரப்பிரஸ்தமென்னும் நகரத்திலிருத்தியதும், திருதராஷ்டிரன்புத்திரர் நூற்றுவருள் மூத்தோனாகிய துரியோதனன் பாண்டவர்களுடைய அரசைச்சூதினாலே கவர்ந்துகொண்டு அவர்களைக் காட்டுக்கேகுமாறு செய்ததோடு அவர்கள் மனைவியாகிய திரௌபதியையும் துகிலுரித்து மானபங்கஞ்செய்ததும், அதுகண்ட வீஷ்மாசாரியர் முதலியபெரியோர் "பாண்டவருடைய அரசைக்கவர்வது தகாதகருமம்" என்று துரியோதனனுக்கு எடுத்துரைத்தபோது, அவன், "பாண்டவர்பன்னிரண்டுவருஷம்வனவாசமும் ஒருவருஷம் அஞ்ஞாத வாசமும் செய்துமீள்வரேல் அவர்க்குப்பாதியரசு கொடுப்பேன்" என்றுடன்பட்டதும், அவ்வாறே பாண்டவர்கள் பதின்மூன்றுவருஷமுங் கடந்து மீண்டு கண்ணபிரானைத் தூதுபோக்கித்தமது பாகத்தைக் கேட்டதும், அவன் மறுத்ததும், பின்னர்க் குருக்ஷேத்திரத்திலே பதினெட்டுநாட் பெருங்கொடும்போர்புரிந்ததும் துரியோதனாதியர் நிர்மூலப்பட்டதும் பாண்டவர் வெற்றிபுனைந்து அரசுபெற்றுச் செங்கோலோச்சியதுமாகிய சரித்திரமே பாரதமாம். சம்ஸ்கிருபாரதத்தைப்போலும்போகமோக்ஷத்துக்குபகாரமாகிய நூல் உலகத்தில்வேறில்லை. சம்ஸ்கிருதபாரதத்தின் அத்தியற்புத சிறப்பை நோக்கியே ஐரோப்பியரும் தத்தம் பாஷைகளிலே அதனைப்பெரும்பொருள்செலவிட்டுமொழிபெயர்த்துக் கொண்டார்கள். அந்நூலை யுள்ளவாறு தமிழிலே வசனரூபமாக மொழிபெயர்த்துலகத்துக் குபகரித்தல் தமிழ்நாட்டுப் பிரபுதிலகர்கள் கடனாம்.

பாரதம்பாடியபெருந்தேவனார்—இவர் தமிழிலே பாரத கதையை உரையிடையிட்ட பாட்டுடைச்செய்யுளாக இயற்றிய ஆசிரியர். இவர் நாடு தொண்டைநாடு. இவர் ஜாதியில் வேளாளர். நற்றிணை, கலித்தொகை, புறநானூறுமுதலிய நூல்களிலுள்ள கடவுள்வாழ்த்துக்களும் இவராற்பாடப்பட்டன. கடைச்சங்கப்புலவர்களுள்ளே பெயர்படைத்தவர்களுள் இவருமொருவர். இவர் சைவசமயி என்பது இவர் பாடிய கடவுள் வாழ்த்துக்களா லினிது புலப்படுகின்றது. புறநானூற்றுக்கடவுள்வாழ்த்தாக இவர்செய்த, "திருமுடிமேற் சூட்டப்படுங் கண்ணி கார்காலத்து மலரும் நறியகொன்றைப்பூ; அழகிய நிறத்தையுடைய திருமார்பின் மாலையும் அக்கொன்றைப்பூ; ஏறப்படுவதுதூயவெளிய

ஆனேறு; மிக்க பெருமைபொருந்திய கொடியும் அவ்வானேறென்று சொல்லுவர். நஞ்சினது கறுப்புத் திருமிடற்றை அழகுசெய்தலுஞ் செய்தது; அக்கறுப்புத்தான் மறுவாயும், வானோரை உய்யக்கொண்டமையின், வேதத்தைப்பயிலும் அந்தணராற் புகழவும்படும். பெண்வடிவு ஒருபக்கமாயிற்று; ஆய அவ்வடிவுதான் தன்னுள்ளே பொதுக்கி மறைக்கினும் மறைக்கப்படும். பிறை திருநுதற்கு அழகாயது; அப்பிறைதான்: பெரியோன் சூடுதலால் பதினெண் கணங்களாலும் புகழவும்படும். எவ்வகைப்பட்டவுயிர்களுக்குங் காவலாகிய நீர் தொலைவறியாக் குண்டிகையானும், தாழ்ந்த திருச்சடையானுஞ் சிறந்த செய்தற்கரிய தவத்தையுடையோனுக்கு." என்னும் பொருளினையுடைய செய்யுள் வருமாறு:—

"கண்ணிகார்நறுங்கொன்றைகாமர் வண்ணமார்பிற் றாருங் கொன்றை யூர்திவால்வெள்ளேறே சிறந்த சீர்கெழுகொடியுமவ்வேறென்ப கறைமிடறணியலு மணிந்தன்றக்கறை-மறைநவிலந்தணர் நுவலவும்படுமே-பெண்ணுருவொருதிறனாகின்றவ்வுருத் - தன்னுளடக்கிக் கரக்கினுங் கரக்கும்-பிறைநுதல் வண்ணமாகின்றப்பிறை- பதினெண்கணனுமேத்தவும்படுமே-எல்லாவுயிர்க்கு மேமமாகிய நீரறவறியாக்கரகத்துத்-தாழ்சடைப்பொலிந்தவருந்தவத்தோற்கே," என்பது.

இச்செய்யுளிலே சிவனுக்குரிய பூவும் மாலையும் வாகனமும் கொடியும், அவர் நஞ்சுண்டருளிய பெருங்கருணையும், ஆன்மாக்களின் பொருட்டுக்கொண்டருளிய வடிவும், தலையிலே கங்கையையுஞ் சந்திரனையுமணிந்தமையும், அவர் எல்லாவுயிர்க்குங் காவல்பூண்டமையும் எடுத்தோதப்பட்டன.

இச்செய்யுளிலே "பெண்ணுருவொருதிறனாகின்றவ்வுருத், தன்னுளடக்கிக்கரக்கினுங்கரக்கும்" எனவரும் அடிகளால் சிருஷ்டியின் பொருட்டுத் தமது சத்தியை ஒரு பாலாகத் தோற்றுவித்துப் பின்னர் உலகை ஒடுக்குங்காலத்திலே தமது சத்தியைத் தம்முள்ளே மறைத்துக்கொள்வரென்பது தோன்ற விளக்கலின், இவர் சைவசமயத்துள்ளுறைப் பொருளெல்லாம் நன்குணர்ந்தவரென்பது அநுமானிக்கக்கிடக்கின்றது. இவர் மதுரைச்சங்கத்திறுதிக்காலத்திலே யிருந்தபுலவர்களுள்ளே மிகமுதியவர்.

பாரவி—கிராதார்ச்சுனீயஞ்செய்த சம்ஸ்கிருத கவி.

பாரன்—(பா) பிருதுசேனன் புத்திரன். இவன்மகன் நீபன்

பாராசரி—சுக்கிரன்.

பாராசரம்—இஃதோருபபுராணம்.

பாரி—இவன் பறம்பு என்னுமூரிலிருந்த ஒரு சிற்றரசன். இவன் கொடையாற் சிறந்தோனாதலின் வள்ளல்களுளொருவனாயினான். இவன் கொடைச்சிறப்புநோக்கிக் கொடையாளரைப் புகழ்வோரெல்லாரும் பாரியேயென்றுபுகழ்வார்கள். சுந்தரமூர்த்திநாயனாரும் இவனுடைய வள்ளற்றன்மையைக் கேள்வியுற்றே இவனைக் கொடைக்கிலக்கியமாக்கிக் கூறினரென்பது "கொடுக்கிலாதானைப்பாரியேயென்றுகூறினும்" என்னுந் திருப்புகலூர்ப்பதிகத்துத் தேவாரத்தாற்பெறப்படும். இவன்தன்காலத்திருந்த சேரசோழபாண்டியர்களது கீர்த்திப்பிரகாசத்தையெல்லாம் தன்கொடைக்கீர்த்திப்பிரகாசத்தால் மங்குவித்தவன். அதுகண்டு அவ்வேந்தர் மூவரும் போர் தொடுத்து இவனைக் கொன்றொழித்தார்கள். இவனோடு இவன் கிளைஞரும் போரில் மடிந்தொழிய, இவனையடுத்துவ

சித்த புலவர்களும் விலைகேட்டார்கள். இவனுடைய புத்திரிகள் தம்மைக்காப்பா ரெவருமின்றிக் கபிலரையடைய, அவர் தாம் பாரியிடத்துப்பெற்றநன்றியைமறவாது அவர்களை வளர்த்துக் கோமக்களுக்கு மணம்பொருத்தமுயன்றும் பயன்படாமையால் அந்தணர்களுக்கு மணமுடித்துக் கொடுத்தார். கபிலர் கடைச்சங்கத்துப் புலவர்.

பாரிஜாதம்—அமிர்தமதனத்துக்கண்ணே யெழுந்தபஞ்சதருக்களிலொன்று. வீமன் திரௌபதிக்காகத் தேவலோகஞ்சென்று இதன் புஷ்பமொன்று எடுத்துக்கொண்டு வந்து அவளுக்குக் கொடுத்தான்.

பாரிபத்திரம்—சுருசதேசத்து முக்கியபட்டணம். விந்தியத்துக்குச்சமீபத்துள்ளது.

பார்யாத்திரன்—குருபுத்திரன். இவன் குசன் வமிசம்.

பார்க்கபூமி—(கா) பார்க்கவன் புத்திரன்.

பார்க்கவம்—ஓர் உபபுராணம்.

பார்க்கவன்—(க) சுக்கிரன். (உ) பரசுராமன். (௩) சிவன். (௪) வீதிஹோத்திரன்மகன்.

பாலசரஸ்வதி—நன்னயபட்டர் சிஷ்[ன்

பாலசவுந்தர்யம்மை— திருப்பட்டைஞ்ஞீயிலே கோயில் கொண்டிருக்கும்தேவியார் பெயர்.

பாலவர்த்தை—தியுமற் சேனன்பாரி. சத்தியவந்தன் தாய்.

பாலி—கௌதமர்காலத்திலும் அதற்குப்பூர்வாபரகாலங்களிலும் ஆரியாவர்த்தத்திலேவழங்கியபாஷை. இப்பாஷையிலேயே பௌத்தசமயசாஸ்திரங்களெல்லா முள்ளன. இப்பாஷை சம்ஸ்கிருத பிராகிருதம்.

பால்வண்ணநாதர்— திருக்கழிப்பாலையிலே கோயில்கொண்டிருக்கும் சுவாமி பெயர்.

பால்வளை— திருப்பட்டீச்சரத்திலே கோயில்கொண்டிருக்கும்தேவியார்பெயர்.

பால்வளைநாயகி —திருச்சக்கரப்பள்ளியிலே கோயில்கொண்டிருக்கும் தேவியார் பெயர்.

பாவைமன்றம் — காவிரிப்பூம்பட்டினத்துள்ளஐவகைமன்றத்து ளொன்று. இஃது அரசனுடைய செங்கோல்கோடுதல் முதலியகுற்றங்கழின் அவற்றைப் பாவைதெரிவிப்பதற் கிடமாகவுள்ளது.

பானு—வசுதேவன்தம்பி. 2. சூரியன். 3. தக்ஷப்பிரஜாதிபதிமகள்.

பானுகோபன்—இவன் சூரபன்மனுக்குப் பதுமகோமளையிடத்துப் பிறந்த புதல்வன். இவன்தொட்டிலின் கண்ணே மகவாய்க் கிடக்கு நாளிலொருநாள் தன்கண்கூசும்படி சூரியன் பிரகாசித்தானென்றுகோபித்து அவனைப்பிடித்துவந்து தொட்டிலிற் கட்டுவித்ததலாலே பானுகோபனென்னும் பெயர்பெற்றான். (பானு - சூரியன் - கோபன் - காய்ந்தவன்) இவன் சுப்பிரமணியயுத்தத்திலுயிர் துறந்தவன்.

பானுமதி— 1. கார்த்தவீரியார்ச்சுனன்தங்கை அகம்யாதிபாரி. 2. துரியோதனன் பாரி. 3. சகதேவன் பாரி.

பானுமந்தன் } — (மி) சீதாதேவிசகோதரன்.
பானுமரன் }

பாஷ்கலி-(ரி)பாஷ்கலன் புத்திரன்.

பாஹ்லிகம்— சிந்துநதிக்குச் சமீபத்துள்ள தேசம்.

பாஹ்லிகன்—(குருவமிசம்) பிரதீபன்புத்திரன். சோமதத்தன்தந்தை. பூரிசிரவன்பாட்டன். இவன் பாரதயுத்தத்தி லிறந்தவன்.

பாஹுகன்— (இக்ஷு) சகரன் தந்தை. விருகன்புத்திரன். 2. நளன் இருதுபர்ணனிடம் சென்றிருந்தகாலத்துத் தான்பூண்டபெயர்.

பாஹுதை -- ஏகசவதிகதியோடுசேருகின்ற ஒருநதி. 2. மகாநதியிற்கலக்கின்ற சிறுநதி,

பிங்கலமுனிவர்—திவாகரநிகண்டுசெய்த திவாகரர் புத்திரனார். இவர் சோழவமிசத்தி லுதித்தவரேயாயினும் துறவுபூண்டு தமிழ் நூலாராய்ச்சியிலே தமதுகாலத்தைப் போக்கியவர். இவர்செய்தநூல் பிங்கலநிகண்டு. இவர்காலம் நச்சினார்க்கினியர் காலத்துக்கு முந்தியது.

பிங்கலை—தக்ஷிணதிக்குக் காவல்பூண்ட பெண்யானை.

பிசாசகை—ரிக்ஷபர்வதத்தி லுற்பத்தியாகுமொருநதி.

பிசாசர்—தேவயோனியிற்பிறந்த தோரிழிகுண சிருஷ்டிகள்.

பிண்டம்—விளாங்கனிப் பிரமாணமாகப்பிதிர்தேவதைகளுக்கு இடப்படும்பலி.

பிண்டாரம்—ஒருபுண்ணிய க்ஷேத்திரம். இது துவாரகாபுர சமீபத்துள்ளது.

பிதிர்கணம்—அங்கிரசப் பிரசாபதிக்குச் சுவதையிடத்துப் பிறந்தவர்கள். இவர்களே உலகத்துப் பிரஜாவிருத்திக்கு வித்தாயிருப்பவர்கள். இவர்களே பிதிர்தேவதைகள். வசுருத்திரர் ஆதித்தியர் என்னுமிவர்களுடைய ரூபங்களை யுடையராய்ச் சந்திரலோகத் திருப்பவர்கள். பிதிர்லோகத்தையடைபவர்கள் மீளும்போது, சந்திரனை விட்டு ஆகாசம், காற்று, புகை, மேகம், மழை, வித்து இவற்றின் வழியாக ஸ்திரீபுருஷர்களை யடைந்து பிறப்பார்கள். ("தேவர்" காண்க.)

பிதிர்குலியை—மலயத்தி லுற்பத்தியாகுமொருநதி.

பிதிர்தீர்த்தம்—கயை.

பிந்துசாரன்—சந்திரகுப்தன் புத்திரன். மகததேசாதிபதி.

பிந்துமதி—சசிபிந்தன்மகள். மாந்தாதாபாரி.

பிப்பலன்—(ரா) இல்வலன் புத்திரன். 2. அரிஷ்டன்தம்பி.

பிப்பபாச்சையர்—கொப்பூரில்விளங்கிய ஒரு சிவனடியார். இவர் சிவனடியாருடைய பரிகலசேஷத்தை வாரிக்கொண்டு ஒரு வைஷ்ணவஅக்கிரகாரவழியே செல்லும்போது அவ்வக்கிரகாரத்தார் தடுக்கச் சினங்கொண்டு அப்பரிகலசேஷத்தை வாரிவீசினர். அதுபட்டவீடுகள் எல்லாம் எரிந்து சாம்பராயின. வைஷ்ணவர்கள் அதுகண்டு அவரைச்சரணடைந்து அநுக்கிரகம் பெற்றார்கள்.

பிரகஸ்பதி | பிருஹஸ்பதி—பிரமமானசபுத்திரருள் அங்கிரசன் புத்திரனாகிய வியாழன். இவன்தேவகுரு. மகாபுத்திமான். வாசஸ்பதியெனவும்படுவன். இவன் பாரி தாரை. இவன்சகோதரி யோகசித்தி. இவன் பாரியாகிய தாரையைச்சந்திரன் கவர்ந்தான். அதனால் பிருகஸ்பதிக்கும் சந்திரனுக்கும் பெரும்போர் மூண்டது. பிரமதேவர் சந்திரன்பாற் சென்று தாரையை விட்டுவிடும்படி செய்தார். தாரை பிருஹஸ்பதிக்கு மீண்டும் மனைவியானாள். சந்திரனுக்குத் தாரைவயிற்றிற்பிறந்த புத்திரன் புதன். அவனே சந்திர வமிசஸ்தாபகன். பிருகஹஸ்பதி மண்டலமும் பிருஹஸ்பதியெனப் படும். அது பொன்மயமாயிருத்தலின் பிருகஸ்பதி பீதகன், பொன் என்னும் பெயர்களைப்பெறுவன். இம் மண்டலத்தைச் சூழ்ந்துள்ள மண்டலங்களிலே மனுஷரிற் சிறந்த அறிவுடையோர்கள் வசிக்கின்றார்களென்பது ஐரோப்பிய வானசாஸ்திரிகள் துணிபு. அது பிருஹஸ்பதியைத்தேவகுருவென்றுகூறும் நமது ஆரியசித்தாந்தத்திற்கொத்ததாகும். பிருகஸ்பதி மண்டலம் நமது பூமண்டலத்திலும்பதின்மடங்கு பெரிதாயினும் மிக்கலேசானகோளமாயுள்ளது. அதுபற்றி ஆங்குள்ளோரும் அந்தரத்திற் சஞ்சரிக்கும்வகுதேகிகளா

யிருப்பார். அவர்களைத்தேவகணத்தினரென்பது புராணமதம். பிருஹஸ்பதிமண்டலம் புராணங்களிலே ரதமெனப்படும். அதனைச் சூழ்ந்துள்ள மண்டலங்களைப் புராணங்கள் வெண்ணிறக் குதிரைகளாக ரூபகாரம் பண்ணும். ஐரோப்பியவானசாஸ்திரிகள் அவைகளைச் சந்திரரென்பார்கள். அம்மண்டலங்களின்றொகையைப் புராணங்கள் எட்டென ஐரோப்பியர் ஐந்தென்பர்.

பிரகணன்—சுமாலிபுத்திரன்.

பிரகேசுவரர்—திருநன்னிலத்துப்பெருங்கோயிலிலேஎழுந்தருளியிருக்குஞ்சுவாமிபெயர்.

பிரகேசுவரி - திருநன்னிலத்துப்பெருங்கோயிலிலே எழுந்தருளியிருக்குந் தேவியார் பெயர்.

பிரசாதகன்—இந்திரத்துய்மன்வமிசத்தரசன்.

பிரசிரன் } **பிரசிரிதன்** }—(ய) வசுதேவனுக்குச்சாந்தியிடத்துப்பிறந்த புத்திரன்.

பிரசூதி—சுவாயம்புவமனு மகள்.

பிரசேதசர்- பிராசீனவருகிக்குச்சமுத்திரன்மகளாகிய சததிருதியிடத்துப்பிறந்தவர்கள். இவர்கள் பதின்மர்சகோதரர். மகாதபோதனர்கள். இவர்கள்பாரி மரீஷை.

பிரசேதசு— காந்தாரன் பௌத்திரபௌத்திரன். இவன் புத்திரர் யாவரும் மிலேச்சராயினர்.

பிரசேதன் } **பிரசேதகன்** }—வருணன்

பிரசேனசித்தன்—ரேணுகைதந்தை. ஜமதக்கினிமாமன்.

பிரசேனன்—(ய)சத்திராசித்துதம்பி

பிரஜாபதி—பிரமன்.

பிரஜாபதிக்ஷேத்திரம் —பிரயாகை, பிரதிஷ்டானபுரம்,வாசுகிஹிரதம், வெருமூலபர்வதம் என்னும் இந்நான் கிடத்துக்கு மிடையேயுள்ளதொருபுண்ணியக்ஷேத்திரம். இதில் ஸ்நானஞ்செய்வோர்வெகுபுண்ணியங்களைப் பெறுவர்.

பிரஜானி—பிராம்சுமதன்.

பிரணவம்—ஓங்காரம். ஆதிஅக்ஷரம். பிரணவமானது சிருஷ்டிக்குமுன்னுள்ள அவசரத்திலே பிரமத்தின் வேறுகாத சிற்சோதியாகவுள்ளது. அது சிருஷ்டியின்பொருட்டு விசாரப்படுமிடத்து விந்துரூபமாகக் கிடக்கும். விந்துரூபமாகக்கிடக்கும் அவசரத்திலே அதனிடத்துளதாகிய வைந்தவசக்தியினாலே புருஷாமிசமாகியநாதங் கம்பிதமாகும். அஃதாவது வட்டவடிவினதாகிய விந்து விஷமப்பட்டு அண்டவடிவுபெறும். எனவே பிரணவம் விஷமப்படாதவிடத்து விந்துவென்றும் அது விஷமப்பட்டவிடத்து நாதமென்றும் பெயர் கொள்ளும். காரணத்தினொடுங்கிய வுலகத்தைமீளவும் எழுப்புவது சைதன்னிய சேஷ்டையேயாம். சைதன்னியசேஷ்டையின்றி உலகமியங்காது. ஐரோப்பிய பௌதிக தத்துவபண்டிதர்களும் சேஷ்டையே ("வைப்ரேஷன்") சிருஷ்டிக்குக் காரணமென்டார்கள்.

அச்சேஷ்டைபுரிபோலச் சுழன்றுசுழன்றுசெல்வதென்பதுஐரோப்பியமதம். (spiral motion.) ஆரியசாஸ்திரங்களும் பிரணவம் சங்குவடிவினது என்பனவாதலின்இரண்டற்கும் பேதங்காண்கிலம். சங்குதன்னிடத்தே ஆகாயவெளியும் புரியுமுடையதாதலின் பிரணவத்துக்குக் குறியாயிற்று.

பிரணவம் ஸ்தூலப்பிரணவம் சூக்குமப்பிரணவமென இருபாற்படும். ஹ்ரீம் என்பது ஸ்தூலமும் ஓம் என்பது சூக்குமமுமாம். பிரணவம்பதினாறு உறுப்புக்களாலாயது. அவ்வுறுப்புக்கள் மாத்திரையெனப்படும். அப்பதினாறுமாத்திரைகளும் வருமாறு:—

(1) அ., (2) உ., (3) ம., (4) அர்

த்தம்., (5) நாதம்., (6) விந்து., (7) கலை, (8) கலாதீதை, (9) சாந்தி, (10) சாந்தியாதீதை, (11) உன்மணி, (12) மனோன்மணி, (13) புரி, (14) மத்தியமை, (15) பசியந்தி, (16) பரை. இப்பதினாறும் நூற்றைம்பத்தாறாகவும் வகுக்கப்படும். அவையெல்லாம் அப்பையதீக்ஷிதர்செய்தருளிய அநுபூதி மீமாஞ்சை பாஷியத்திலே விரித்து விளக்கப்பட்டிருக்கின்றன.

அகரம் பிரமாவையும், உகரம் விஷ்ணுவையும், மகரம் அரனையுங்குறிக்குமென்பாரும், அகரம் விஷ்ணுவையும் உகரம் சிவத்தையும், மகரம் பிரமாவையுங் குறிக்குமென்பாருமாகச் சைவ வைஷ்ணவசமயிகள் இப்பிரணவப்பொருளிலே தம்முண் மாறுபடுவர்கள். அகரம் பிரமத்தைக்குறித்து விற்றலாலே அந்தப்பிரமத்தை விஷ்ணுவென்றும் சிவமென்றும் தத்தமக்கிஷ்டநாமத்தால் வழங்குமிருவர் குறிக்கோளுமொன்றேயாம்.

பிரணவசொரூபத்தை இதுவென்றெடுத் துரைத்தல் கூடாதென்று சாஸ்திரங்களெல்லாங் கூறுதலின் உண்மையுணர்ந்த ஞானிகளுக்கேஅதன்பரட்பெல்லாம்புலனுமென்க. மந்திரங்களுள்ளே பிரணவமே சிறந்ததும் மோக்ஷசாதனமாயுள்ளதுமாம். முண்டகோபநிஷத்தில் இப்பிரணவமாகிய வோங்காரத்தைக் குறித்துச் சொல்லப்பட்ட ஒருவாக்கியம் வருமாறு:—

"ஓம்" என்பது வில்லு;ஆன்மாவே பாணம்;பிரமமேகுறி. இடையறாத்தியானத்தினாலேயேகுறியையெய்தல்கூடும். குறியிற்புதைந்த பாணம் போல ஆன்மாபிரமத்திற் புதையக்கடவது. "பிரணவம் என்பதன் பொருள் அழியாதது. கழிந்ததும் நிகழ்வதும், வருவதுமாகிய முக்கூற்றுப் பிரபஞ்சமெல்லாம் ஓமெனுப்பொருளே." "அகரம் ஜாக்கிரவுலகமாய் யாவரும் வசித்தற்கிடமாகவுள்ளது. இதனை யுணர்பவன் இஷ்டபோகத்தை யடைகிறான்". "உகரம் சொப்பனமாய்ப் பிரகாசமாகவுள்ளது. மகரம் சுஷுப்தியாய்முடிவிடமாகவுள்ளது." (மாண்டூக்கியம்.)

பிரதர்த்தன்- திவோதாசன்புத்திரன்.

பிரதாப சூரியன்— சம்பகபாண்டியனுக்குப்பின் அரசுசெய்த பாண்டியன்.

பிரதாபமார்த்தாண்டன்—வீமரதபாண்டியனுக்குப்பின்அரசுசெய்த பாண்டியன்.

பிரதாபருத்திரீயம்— வித்தியாநாதகவிசெய்த அலங்கார சாஸ்திரம்.

பிரதிவாகு—1. (ய) கிருஷ்ணன் வமிசத்து வச்சிரன்புத்திரன். 2. (ய) அக்குரூரன் தம்பி.

பிரதிவிந்தியன் — தர்மராஜாவுக்குத் திரௌபதியிடத்துப் பிறந்த புத்திரன்.

பிரதிஷ்டானபுரம்—இது கங்கையும் யமுனையும் சங்கமிக்குமிடத்துக்குக்கிழக்கேயுள்ள நகரம்.

பிரதீபன்—(குரு)வீமன்புத்திரன்.பாரி சுநந்தை. புத்திரர் தேவாபிசந்தனு.

பிரத்தியக்கிரன்—(குரு) உபரிசரவசுபுத்திரன்.

பிரத்தியக்ஷநாயகியம்மை—திருக்கரவீரத்திலே கோயில்கொண்டிருக்குந் தேவியார் பெயர்

பிரத்தியுமனன் — கிருஷ்ணனுக்கு ருக்மிணியிடத்துப் பிறந்த புத்திரன். பாரி ரதி.

பிரத்தியூஷன் — அஷ்ட வசுக்களுளொருவன்.

பிரத்தியோதனன்—சூரியன்.

பிரத்தியோதன்— (ம) சுக்கிரீனகல்புத்திரன்.

பிரபலோற்பலன்—விஷ்ணுபாரிசாரகருளொருவன்.

பிரபாசம்—ஒரு புண்ணியதீர்த்தம்.

பிரபாசன்— வசுக்களுளொருவன். வீஷ்மன் இவனுடைய அமிசம்.

பிரபாசை—பிரஜாபதிபாரி.

பிரபாவதி—சூரியன் பாரி.

பிரபுலிங்கலீலை— துறைமங்கலத்துச் சிவப்பிரகாசசுவாமிகள் செய்ததமிழ்க்காவியம். கன்னலேயுங் கைப்பிக்கும் சொன்னலமும் பொருணலமுஞ் சிறந்தது. இஃது ஐக்கியவாதசைவநூல்களுள் ஒன்று.

பிரபை—புஷ்பாரணன்பாரி. மக்கள் பிராதக்காலம், மத்தியானம், சாயங்காலம்.

பிரபோதசந்திரோதயம்— வடமொழியிலேகிருஷ்ணமிசிரபண்டிதராற்செய்யப்பட்ட ஓர் அற்புத வேதாந்த நாடகம். இதனைத்தமிழிலேவிருத்தப்பாவான்மொழிபெயர்த்தவர் மாதைவேங்கடேசபண்டிதர். ஆன்மாக்களிடத் துளவாகிய காமக் குரோதாதிகளேயும் விவேகம் சாந்தம் முதலியவைகளேயும் ரூபகாரம் பண்ணிப் பாரத கதையைப்போல நாடுகவர்தல் காட்டுக்கோட்டல் தூதுபோக்கல்போர்புரிதல்வாகைசூடல் ஞானமுடிசூட்டு எனக் கட்டி யமைத் துரைப்பது. 1250 வருஷங்களுக்கு முன் வடமொழியிற் செய்யப்பட்டது.

பிரமகைவர்த்தம்—ஒருபுராணம். இதுவசிட்டர்செய்தது. இது ௧௮000 கிரந்தமுடையது.

பிரமகீதை—இஃது உபநிஷதப்பொருளெடுத்துக்கூறுவது. இதனைஅருளிச்செய்தவர்பிரமதேவர். இதனைத்தமிழிலேபாடியவர்தத்துவராயர்

பிரமசூத்திரம்—வேதாந்த சூத்திரம்.

பிரமதகணம்—கைலாசத்திலிருக்கும்பக்தர் சமூகம்.

பிரமதத்தன்—(ரி) சூளிபுத்திரன். இவன் குசநாபன்புத்திரிகளை மணம்புரிந்தவன்.

பிரமதி—(ரி) சியவனனுக்குச் சுகன்னிகையிடத்துப்பிறந்த புத்திரன். உரூரன் இவன் மகன். பாரி கிருதாசி.

பிரமத்துவரை — விசுவாவசு என்னும் கந்தருவராஜன் மகள். தாய் மேனகை.

பிரமபுரநாதர்—திருஅம்பர்ப் பெருந்திருவிலே கோயில்கொண் டிருக்குஞ்சுவாமிபெயர்.

பிரமபுரிநாயகர்— திருச்சிவபுரத்திலே கோயில்கொண்டிருக்கும் சுவாமிபெயர்.

பிரமபுரீசர்—திருக்கடவூர் மயானத்திலே கோயில்கொண்டிருக்கும் சுவாமிபெயர்.

பிரமம்— ஏகமாய்ச் சச்சிதாநந்தமாய் ஜகமனைத்துந்தோன்றி யொடுங்கு தற்கிடமாயுள்ள கடவுள். (2) ஒரு புராணம். அது பதினுயிரங்கிரந்தமுடையது. உலகசிருஷ்டியையும் மநுவந்தரங்களேயும், கிருஷ்ணாவதாரத்துக்குமிருந்த சூரிய சந்திரகுலத்து அரசர்களேயும், சூரியன்பொருட்டும் சிவபெருமான்பொருட்டும், சகநாதர் பொருட்டும் உள்ள திருக்கோயில்களேயும், திருநந்தனவனங்களேயும் ஜகநாத மான்மியத்தையுமுணர்த்துவது.

பிரமராம்மை— ஸ்ரீசைலத்திலுள்ள பராசத்தி பெயர்.

பிரமரிஷிதேசம்— குருக்ஷேத்திர மற்சியபாஞ்சால கன்னியாகுப்ச சூரசேன மதுராதேசங்கள் இப்பெயர் பெறும்.

பிரமலோகை—ஒரப்சரசை.

பிரமவித்தை— (பாரதப்படி) பிரஜாபதிபாரி. 2. பிரமா அதர்வனுக்குரைத்த ஞானநூல்.

பிரமா—சிருஷ்டி கிருத்தியத்தை நடாத்தும் அதிகாரமூர்த்தி. இவர்விஷ்ணுவினது நாபிக்கமலத்திலுதித்தவர். இவர் சத்தி சரசுவதிதேவி. இவர்க்கு வாகனம் அன்னம். இவர் தாம் சர்வலோகங்களேயுஞ் சிருஷ்

டிக்கு மாற்றலுடையரெனக் கர்வித்துச் சிவனை மதியாயிருந்து சிவன் கோபாக்கினியிற் றோன்றிய வைரவக்கடவுளாலே ஒருதலைகொய்யப்பட்டு நான்கு முகங்களையுடையராயினமையின் நான்முகன் சதுர்முகன் என்னும் நாமங்களைப் பெறுவர். இவர் சிருஷ்டிமுறையறியாது மயங்கிச் சிவனை வழிபட்டு அவரைத் தமக்குப்புத்திரராகப்பெற்றாரெனச் சிலபுராணங்கூறும். சிவன்தாமே இவருக்குப் புத்திரராகயந்தமையின் இவருக்குப் பிதாமகன் என்னும் பெயருளதாகுகவென்றார். பிரமாவைச் சுப்பிரமணியக்கடவுள் சிறையிலிட்டுச் சிருஷ்டிகிருத்தியத்தை ஒருகாலத்தில் நடாத்தினர் என்பதுகந்தபுராணம் இங்ஙனம் புராண சரித்திரம் பலவுள. பிரமாவானவர் மகாப்பிரளயகாலத்தலொடுங்கிச் சிருஷ்டிகாலத்திலே தோன்றுதலின் அக்காலந்தோறு மழிகின்ற பிரமாக்களினது கபாலங்களைச் சிவன் மாலையாக அணிவர் என்பதினல் தேவரெல்லோரு மழியவும் அழியாது எஞ்சி நிற்பவர் சிவனொருவரே என்பது பெறப்படும்.

பிரமாண்டம்-சிருஷ்டிகாண்க. 2. பதினெண்புராணத்தொன்று. இது பிரமப்புரோக்தம். இது பன்னீராயிரங் கிரந்தமுடையது.

பிரமாவர்த்தம்— சரசுவதி திருஷத்வதிநதிகளுக்குநடுவிலுள்ளதேசம்

பிரமுகன்—ரேவதி தந்தை.

பிரமோத்தரகாண்டம்—வரதுங்கராமபாண்டியன் பாடியவொரு தமிழ்நூல். அது சைவ புராணங்களின் சாரமாகவுள்ளது.

பிரயாகன்—இந்திரன்.

பிரயாகை—பிரஜாபதிக்ஷேத்திரம். இதுகங்கையும் யமுனையும் கூடுமிடத்திலுள்ளது. இஃது ஒருபிரபலபுண்ணிய க்ஷேத்திரம்.

பிரயோகவிவேகம்— குருகூர்ச் சுப்பிரமணிய தீக்ஷிதர்செய்த இலக்கணம். இந்நூற் குரையும் அவரே செய்தார். இந்நூல் வடமொழி தமிழ்மொழியிலக்கண நூல்களின் கண்ணேயுள்ள பிரயோக வொற்றுமைகளை எடுத்து விளக்குவது. இது காரகசமாசதத்திதிங்கு என்னு நான்கு படலங்களும் ஐம்பத்தொரு கலித்துறைகளுமுடையது. இந்நூல்செய்யப்பட்டகால மிற்றைக்கு இருநூறு வருஷங்களுக்கு முன்னுள்ளது.

பிரலம்பன்—பலராமராற் கொல்லப்பட்ட ஒரசுரன்.

பிரவரன்—ஒரு விப்பிரன்.

பிரவர்ஷணம்—மதுராபுரிக்குச் சமீபத்துள்ள மலை. கிருஷ்ணனும் பலராமனும் ஜராசந்தனுக்கஞ்சிஒளித்திருந்தமலை. இது ஜராசந்தனல் தீயூட்டப்பட்டது.

பிரவீரன்— பு. பிராசின்னவானன் புத்திரன்.

பிரஹஸ்தன்—(ரா) சுமாலி மகன்.

பிரஹேதி—(ரா) (ஹேதிகாண்க.)

பிரஹ்லாதன்— திதிவமிசம். இரணியகசிபன் புத்திரன். தாய் லீலாவதி. இப்பிரஹலாதனை ரக்ஷிப்பதும் இரணியகசிபனைக் கொல்வதும் காரணார்த்தமாக விஷ்ணுதாணிடைநரசிங்கமாக அவதரித்தார். இவன் அரிபக்தியிற் சிறந்தவன்.

பிராகாமியம்— நினைத்த போகமெல்லாம் பெறுதல். இஃது அஷ்டசித்திகளுளொன்று.

பிராக்ஜோதிஷம்—நரகாசுரன்பட்டணம். கிராதர் வசிக்கும் காமரூபதேசத்துள்ளது.

பிராசின்னவானன்—முதல் ஜனமேஜயன் மகன். பிராசீசனெனவும்படுவன்

பிராசீசன்—(பு) பிராசின்னவானன்.

பிராசீனவருகி- ஹவிர்த்தானன்புத்தி

ரன். வருஷிஷிதன் எனவும்படுவன். இவன் தாய் திஷணை. சதநிருதியிடத்து இவனுக்குப் பதின்மர்புத்திரர் பிறந்தார்கள்

பிராஜாபத்தியன்—ஓரக்கினி. புரந்தரன் புத்திரன்.

பிராஞ்ஞன்—(பு) ருசிராசுவன் புத்திரன்.

பிராணபதேசுரர் — திருமங்கலக்குடியிலெழுந்தருளி யிருக்கும் சுவாமி பெயர்.

பிராணன்— விதாதைக்கு வியதியிடத்துப்பிறந்த புத்திரன். வேதசிரசு தந்தை.

பிராதை—தக்ஷப்பிரஜாபதி புத்திரி.கசியபன்பாரிகளுளொருத்தி.

பிராப்தி—ஜராசந்தன் புத்திரி. அஸ்திதங்கை. கஞ்சன் இரண்டாம் பாரி.(2) அஷ்டசித்திகளுளொன்று அஃது இஷ்டலோகஞ் சென்று மீளுதல்.

பிராமம்—பிரமபுராணம். இது பதிஞாயிரங்கிரந்தமுடையது.

பிராம்சு—பிரஜானி தந்தை,

பிராயச்சித்தம் — பாபபரிகாரார்த்தமாகச்செய்யப்படும் கிரியை,

பிராயோபவேசம்—தேகத்தியாகநிமித்தம் தர்ப்பைமீது சயனித்தல்)

பிரியம்வதை—(க) நகுஷன்பாரி.(உ, சகுந்தலைதோழிகளு ளொருத்தி.

பிரியவிரதன் — சுவாயம்புவமனுவுக்குச் சதரூபியிடத்துப் பிறந்தபுத்திரன். உத்தானபாதன் தமையன்.

பிரியாதநாயகர்—திருப்பெருவேளூரிலே கோயில்கொண்டிருக்கும் சுவாமிபெயர்.

பிரீதி-புலஸ்தியன்பாரியாகிய அவிர்ப்புர்குவுக்குப்பெயர்.

பிருகதசுவன்—(இக்ஷுவா) சபஸ்தன் புத்திரன். குவலயாசுவன் தந்தை.

பிருகதிஷன்—(க) அஜமீடன் புத்திரன். பிருகத்தனு இவன்மகன்.(உ) (பு)பர்மியாசுவன் மூன்றும் புத்திரன்,

பிருகத்கரன்—(அங்) பத்திரரதன்புத்திரன்.

பிருகத்கர்ணன்(அங்) பிருகத்திரதன் தந்தை.

பிருகத்காயன்—பிருகத்கர்மன். பிருகத்தனு புத்திரன்.

பிருகத்க்ஷத்திரன்—பு. புமன்வரியன் புத்திரன். ஹஸ்திகன் பாட்டன்.

பிருகத்சங்கிதை—வராகமிஹிரர் செய்தவொருநூல், அதிலே சூரியசந்திர கிரகண விவரண பலாபலன்கள் தூமகேதுக்கள் வரலாறு இரத்தின குணதிசயங்கள் சகுனங்கள்முதலியன கூறப்படும்.

பிருகத்சேனன்-மத்திரதேசத்தரசன்

பிருகந்ஜாதகம்— வராகமிஹிராசாரியர் செய்த சோதிடசாஸ்திரம்.

பிருகத்தனு—(பா) பிருகதிஷன் புத்திரன்.

பிருகத்திரதன்—(க) குருவமிசத்து உபரிசரவசுமூத்தமகன். இவன் புத்திரர் ஜராசந்தன், குசாக்கிரன் (உ) (மி)தேவராதன் மகன் மகன் (ங) (அங்) பிருகத்கர்ணன் புத்திரன்.

பிருகத்பலன்— (க) (ய) வசுதேவன் தம்பியாகிய தேவபாகன் இரண்டாம்புத்திரன். (உ) சகுனி தம்பி. (ங) ராமன் புத்திரன்.

பிருகத்பானன்-(அங்) பிருகத்சிரதன் புத்திரன்.

பிருகந்நளை—அருச்சுனன் அஞ்ஞாதவாசத்துக்கண் பேடிரூபங் கொண்டபோது பூண்டபெயர்.

பிருகன்மனசன்—(அங்) பிருகத்பானன் புத்திரன்.

பிருகு—பிரமமானச புத்திரருளொருவன். (உ) ஒருமகா இருஷி. இவர் வமிசத்தில் பரசுராமர் பிறந்தார்.பிருகுரிஷி ஒருகாலத்திற் சிவனைத் தரிசிக்குமாறுசென்றபோது அவர் தரிசனங்கொடாமையாற் கோபித்துச் சிவனை லிங்காகாரமாகவென்று சபித்துவிட்டுப் பிரமாவைக் கா

ணச்சென்றார். அப்பாலும் இவரை மதிக்காதிருந்ததுகண்டு அவர்க்கு ஆலயமும் பூசையுமில்லாது போகவென்றுசபித்து விஷ்ணுவிடஞ்செல்ல, அவரும் நித்திரை செய்திருந்தார். அதுகண்டு மார்பிலே காலாலுதைத்தார். விஷ்ணு விழித்துக் கோபஞ்செய்யாது உமது திருவடி என்மார்பிற்பட நான் செய்த புண்ணியமே புண்ணியமென் றுபசரிக்க, விஷ்ணுவே யாவராலும் வழிபடத்தக்க கடவுளென்று அநுக்கிரகித்துப்போனார்.

அடிமுடிதேடப்புகுந்தபோது பிரமா சொன்ன பொய்புரைக்காகச் சிவன் அவருக்கு ஆலயமில்லாது போகவெனச்சபித்தாரெனக்கந்தபுராணங்கூறும்.

பிருதுக்ஷேத்திரம்—ஆனர்த்த தேசங்களுக்குச் சமீபத்திலே மேலேச்சமுத்திர தீரத்திலுள்ள புண்ணியஸ்தலம்.

பிருதுசிரவணம்—இமயகிரியிலே சகரன்தவஞ்செய்த ஸ்தலம்.

பிருதினி—(ய) அனமித்திரன் புத்திரன். சுவபற்கன் தந்தை. சத்தியகன் சிற்றப்பன்.

பிருதிவி— பூதேவி. இவள் விஷ்ணுபாரி. இவளைப் பலர்க்கும் நாயகியாமாறு பார்வதி சபித்தார்.

பிருது—(இக்ஷுவாகுவமிசம்) அநேகசுபுத்திரன். விசுவகந்தன் தந்தை. இவனுக்குச் சாசுவதன் விசிவகனென்னும் நாமங்களுமுள. (உ) பிரசாதகன் மகன். (௩) பா. பாரன் மகன். (௪) சுவாயம்புவமனுவமிசத்துவேநன் புத்திரன். இவன் சக்கரவர்த்தி. பாரி அர்ச்சி. புத்திரர் விஜயாசுவன், தூமிரகேது, ஹரியசுவன், திரவிணன், விருகன் என்போர். இவன்சனற்குமாரரால் உபதேசிக்கப்பட்டவன். இவன் தனது பிரஜைகளைச் செவ்வே காத்தரசாண்டவன். இவன்காலத்திலொருமுறை பஞ்சம்வந்து புல்பூண்டின்றிப் பூமிவறப்பெய்தியபோது இவன் தனது திவ்வியாஸ்திரத்தையெடுத்துப் பூமியை அழிக்கவெழ, அதுகண்டு பூதேவி ஒருபசுவாகிச் சுவாயம்புவ மனுவைக் கன்றாகக் கொண்டு வெளிப்பட்டுச் சராசரங்களுக்குணவூட்டிப்பிருதுகோபத்தை ஆற்றினாள்இவ்வுபாயத்தைத்தேவர்களும் இருஷிகளும் மற்றோரும் பின்னர்க்காலத்திலே பின்பற்றினார்கள். (ரு) (ய) ருசிகன்புத்திரன். தர்மன் தந்தை.

பிருதுகர்மன் பிருதுகீர்த்தி பிருதுஜயன் பிருதுராதன் பிருதுயசன்	(ய) சசிபிந்துபுத்திரர்

பிருதுசேனன்—(பா) பிராஞ்ஞன்புத்திரன். பௌரன்தந்தை.

பிருதுலாக்ஷன்—சதுரங்கன் மகன்.

பிருதை—குந்திதேவி.

பிருஷதன்—(பா) சுசன்மகிருத்துமகன். துருபதன் தந்தை.

பிருந்தாவனம்—யமுனாதிக்குமேற்கில் மதுராபுரிக்குச் சமீபத்திலுள்ள துளசிவனம். கிருஷ்ணன்தமது பக்தர்களுக்குப் பிரசன்னமாகநின்று அருள்புரியும்மகாக்ஷேத்திரம்.

பிர்ம்மவித்யாநாயகி — திருவெண்காட்டிலேகோயில்கொண்டிருக்கும் தேவியார்பெயர்.

பிள்ளைப்பெருமாளையங்கார்-வேங், கடமாலைமுதலிய அநேக வைஷ்ணவப்பிரபந்தம் பாடிய தமிழ்ப்புலவர். விஷ்ணுஸ்தலங்கள் நூற்றெட்டின்மேலும் அந்தாதிபாடினோரு மிவரே. இவர்நானூறுவருஷங்களுக்குமுன்னே சீரங்கத்திலே திருத்தொண்டு புரிந்து விளங்கினவர்.

பிள்ளைலோகாசாரியர்—திருவரங்கத்தந்தாதி, திருவரங்கக்கலம்பகம் அர்த்தபஞ்சகமுதலிய நூல்களைப்

யற்றிய வைஷ்ணவ ராகிய தமிழ்ப் புலவர். இவர் நூல்கள் சொல்விரசம் பொருளிரசம் பக்திரசம் கால்வனவாதலின்யாவராலும்சிரமிசைக்கொள்ளப்படுவன. இவர்காலம்சற்றேறக்குறைய நானூறு வருஷங்களுக்கு முற்பட்டது.

பீபற்சன் } — அருச்சுனன்.
வீபற்சு }

பீமசேனன் } — மூன்றாம் ரிஷபன் புத்திரன்.
வீமசேனன் }

பீமரதன்—(யதுகுலம்) விகிர்திபுத்திரன்.

பீமாநதி— ஒருநதி. பீமாநதியென்றும் பெயர்.

பீமன் } — க. விதர்ப்பதேச ராஜா. இவன்மகள் தமயந்தி.
வீமன் }
உ. அஷ்டமூர்த்திகளுளொருவர்.
௩. பாண்டுபுத்திரனாகிய வீமசேனன். வீமன்காண்க.

பீஷணன்—காசிராஜாவுடைய கிங்கரன்.

பீஷ்மகன்—விதர்ப்பதேச ராஜா. ருக்குமிணிதந்தை.

பீஷ்மன்—(குரு) சந்தனுவுக்குக் கங்காதேவியிடத்துப்பிறந்த மகன். 2. வசுக்களுளொருவன். வீஷ்மன் காண்க.

புகழேந்தி—ஒட்டக்கூத்தன்காலத்திலே பாண்டியன் சமஸ்தானத்துவித்துவானாக விளங்கிய ஒரு தமிழ்ப புலவர். இவர்செய்த நூல்கள் நளவெண்பா முதலியன. வெண்பாப் பாடுவதில் இவருக்கு ஒப்பாரும் மிக்காருமில்லை. இவருடைய கவித்திறமையைக் கண்ட ஒட்டக்கூத்தன் அவருக்குப் பலதுன்பங்கள் செய்யப்புகுந்தும் ஈற்றில் அவருடைய இனியகுணங்களினால் அவரோடுகலந்து நண்பனாயினான்.

புகழ்ச்சோழநாயனார்— சோழ நாட்டிலே உறையூரிலேசெங்கோன்முறை வழுவாமல் அரசியற்றிய ஒரு சிவபக்தர். இவர் சிவகாமியாண்டார் கொண்டு சென்ற புஷ்பங்களைச் சிதறிய தம்முடைய யானையையும் பாகர்களையும் கொன்ற எறிபத்தநாயனாரை அணைந்து இத்தீமைக்குக் காரணனாகிய என்னையுங்கொன்றருளுமென்று தமதுடைவாளைக் கொடுத்துத் தமதுபக்தியை விளக்கிய அரசராகிய பெருந்தகை. இவர் 1800 வருஷங்களுக்கு முன்னுள்ளவர்.

புகழ்த்துணைநாயனார்—செருவிலிபுத்தூரிலே ஆதிசைவர் குலத்திற் பிறந்து சிவாகமவிதிப்படி பரமசிவனை அர்ச்சனைசெய்துவருங் காலத்திலே, பஞ்சத்தினால் பசிமிகப்பெற்றுமெய்சோர்ந்தவழியும் கைசோராத உறுதிப்பாட்டைக்கண்ட சிவபெருமான் பஞ்சம் நீக்கும்வரைக்கு உனக்குத்தினந்தோறு மிங்கே ஒவ்வொருகாசு வைப்போமென்றருளிச் செய்து அவ்வாறுசெய்யப்பெற்ற சிவபக்தர்.

புஞ்சிகஸ்தலை—வருணன் புத்திரியாகிய ஓரப்சரஸ்திரி.

புட்கரம்— வடநாட்டின்கண்ணுள்ள ஒருவிஷ்ணுஸ்தலம்.

புண்டரம்—ஒருதேசம். இது வங்காளத்துக்கு மேற்கிலுள்ளது.

புண்டரன்—பலியினது நான்காவது புத்திரன்.

புண்டரீகம்—அக்கினிதிக்குக் காவல்பூண்டஆண்யானை. உ. ஒருதீர்த்தம்.

புண்டரீகன்—நபசுபுத்திரன்.

புண்டரீகாக்ஷன்—விஷ்ணு. கமலக்கண்ணன் என்பது பதார்த்தம்.

புண்ணியசரவணம்—அழகர்மலைக்கணுள்ளதோர் பொய்கை. இது தன்பால் நீராடுவோர்க்கு ஐந்திர வியாகரணத்தைத் தெரிவிப்பது. (புறநானூறு)

புதன்—சந்திரன்புத்திரன். தாய்பிருஹஸ்பதி பாரியாகிய தாரை. நவக்கிரகங்களுளொன்று.

புத்தர்ப்சௌத்திராந்திகன்— உருவ

ம், ஞானம், வேதனை, குறிப்பு, வானை என்பன தொடர்ச்சியாய் அழிவது பந்தமென்றும், அவை முற்றும் ஒழிதலே முத்தியென்றுஞ் சொல்பவன்.

புத்தர் — பௌத்தமதம் ஸ்தாபித்த கௌதமனார். இவர் கங்கைக்கு வடதிசையிலே ரோகிணிநதிதீரத்திலே கபிலவாஸ்து என்னு நகரத்திலே சுத்தோதனன் என்னு மரசனுக்கு மாயாதேவி வயிற்றிலே புத்திரராக அவதரித்தவர். இவர் அவதரித்திருந்தபோது அசிதர்என்னு மகாமுனிவர் அங்கேசெல்ல, சுத்தோதனன் அக்குழந்தையைக் கொண்டுபோய் அவர்பாதங்களில்வைத் தாசிர்வதிக்குமாறு வேண்டினான். அசிதர் அக்குழந்தையை வாங்கி அதன்பாதங்களைத் தன்னிரு கண்களிலுமொற்றி, "பாலகிருபா மூர்த்தியே, உனக்கு நமஸ்காரம். நீயே அவன். உன்சரீரத்திலே ஞானிகளுக்குரிய முப்பத்திரண்டு இலக்கணங்களும் எண்பதுஉபலக்கணங்களும் விளங்குகின்றன. நீ உலகத்துக்கு ஆன்மபோதம் புகட்ட அவதரித்திருக்கின்றாய். உனது திவ்விய போதத்தை என்காதாற்பருகி யானந்தமடையும்பேறுபெறுமற் சின்னாளில் இச்சரீரத்தைவிட்டகலப்போகின்றேன். ஓ! சுத்தோதனமகாராஜனே! இச்சிசுரத்தினம் மானுஷகணமாகிய பொற்றாமரை வாவியிலே பல்லாயிரவருஷங்களுக் கொருமுறை பூத்தலர்வதாகிய ஏகபுஷ்பமேயாம். இவ்வற்புதமலர் உலகமெங்கும் கமழ்ந்து நறுந்தேன்பிலிற்றும். இம்மலரைக் கொடியாகிய நின்குடும்பம் பெற்றபாக்கியமே பாக்கியம். ஆயினும் இத்தெய்வக் குழந்தையாலே சுகத்தை யடையமாட்டாய்" என்றுகூறிப் பின்னரும் பலவாறு வாழ்த்திப்போயினர்.

புத்தர் பிள்ளைத்திருநாமம் சித்தார்த்தனார். அவர் கௌதமகோத்திரத்திலே சாக்கியர்குடியிலே பிறந்தமையாற் கௌதமரென்றும் சாக்கியர் என்றும் இருவேறுபெயர்கொண்டனர். புத்தர் என்னும்பெயர் பின்னர்ப் பெற்ற ஆச்சிரமப் பெயர். இவர் தமக்குக் கல்விகற்பிக்க வந்த ஆசிரியர் சொல்லவெடுக்கும் பாடங்களை அவர்சொல்லுமுன்னே தாமே யோதியும், அவர்வழுவிய விடத்து அவ்வழுஉக்களைத் திருத்தியும் வருவாராயினார். அதுகண்டு அவ்வாசிரியர் நீங்கினார். அதன்பின்னர்ப் புத்தர்தாமாகவே சர்வசாஸ்திரங்களையும் பழம்பாடம்படிப்பார்போலப் பூர்வஜன்மவாசனையைப்பற்றி ஓதியுணர்ந்தார். உரியகாலத்திலே விவாகமுமாயிற்று. அவர் இயல்பிலே துறவுடைய ராதலின் அவரை விவாகாதிபோகங்களெல்லாம் பிணிப்பனவாகாவாயின. ஒருநாள் அவர் தமது மனைவியோடு நந்தவனம்பார்க்குமாறு தேரேறி வீதியிற் செல்லும்போது, ஒருயௌவன புருஷன் எதிரேவரக் கண்டு அவன் அழகைப்பார்த்து வியந்துசென்றார். அவர் சாயங்காலத்திலேமீண்டுசெல்லும்போது அப்புருஷன் மிக்கநோயால் வருந்தி மெலிந்து வீதியிலே வீழ்ந்துகிடப்பக்கண்டுசென்றார். அங்ஙனஞ் சென்றார்க்கு ஊண்மேலும் நித்திரைமேலும் மற்றைய சுகங்களின்மேலும்மனஞ்செல்லாமையால் அவர்அவ்விரவிற்றானே உலகப் பற்றையெல்லாம் முற்றத் துறந்து "ஆன்மாக்கள் பிறவிப் பெருங்கடலாகிய துக்கசாகரத்தைக் கடந்துய்யும்வழி யாதென்று நாடியுணரக்கடவேன்" என்றுகூறித் துணிந்து தமது அரமனையைவிட்டகன்று காட்டகஞ்சென்று யோகஞ் சாதிப்பாராயினார். யோகசித்தியடைந்தபின்னர் அவர் தேசங்கடோறுஞ் சென்று தமது கொள்கைகளை எடுத்துப்

பிரசங்கித்து வந்தார். அவரைப் பல்லாயிரவர் ஞானாசாரியராகக்கொண்டார்கள். அவருக்கு அநேக அரசரும் சிஷரானார்கள். அவராலும் ஏனைய மாணாக்கர்களாலும் அவருடையமதம் உலகெங்கும் வியாபிப்பதாயிற்று. கடவுள் அவாங்மனோகோசரமாதலின் கடவுளை இம்மானுடநிலையிற்கண்டு தெளிவது கூடாதென்றும், புத்தநிலையை யடையமுயல்வதே முத்தியுபாயமென்றும், அவாவறுத்து, உலகம் கணந்தோறும் விகாரப்பட்டுத் தோற்றக்கேடுகளுக்கிடனாயிற்றலின் பொய்யென்றுணர்ந்து ஆன்மதரிசனஞ்செய்தவழியன்றி அந்நிலைசித்தியாதென்றுங் கூறுவது அவர்மதவுண்மை. உயிர்களிடத்து அன்பும் ஞானமுமே அவர்மதத்துக்கு ஆதாரபீடமாம். அவர்கூறிய அறநெறிகள் அத்தியற்புதமானவை. அவருடைய பிரதமசிஷர் ஆநந்தர் என்பவர். அவர்காலத்தரசர் விம்பிசாரன் அஜாதசத்துரு முதலியோர். அடைந்தபோது அவர்க்கு வயசு எண்பது.

அவர்காலம் இற்றைக்கு இரண்டாயிரத்துஐஞ்ஞூற்றறுபதுவருஷங்களுக்குமுன்னுள்ளது. முன்னும் காலாந்தரங்களிலே புத்தர்பலர் அவதரித்துப் பௌத்தமத ஸ்தாபனம் பண்ணிப்போயினரேனும், அவர்கள் பெயரெல்லாம் இக்கௌதமபுத்தரால் ஒளியிழந்துபோயின. முன்னும் பலபுத்தருண்மைபற்றியே அவரோடு மயங்காவண்ணம் இவர் கௌதமபுத்தரென்றும் சாக்கியபுத்தர் சாக்கியமுனிவரென்றும் பலபெயரால் வழங்கப்பட்டனர்.

புத்தி—விநாயகக்கடவுளது உபயசத்திகளுளொருவர். மற்றவர் சித்தி.

புத்து — புத்திரரில்லாதோர் சென்றடையும் ஒருநரகம். தந்தைக்குப் புத்தென்னும் நரகத்தைத் தவிர்ப்போன் மகனாதலின் மகனுக்குப் புத்திரனென்னும் பெயருண்டாயிற்று.

புமன்னியன்-துஷ்யந்தன் புத்திரன்.

புரஞ்சயன்—(௧) (இக்ஷு) விகுக்ஷிபுத்திரன். இவன் பூர்வநாமம் ககுத்சன். (௨)(பு) சுவீரன்மகன்.(௩)(அ) சிருஞ்சயன் புத்திரன்.

புரந்தரன்— (௧) வைவசுவதமனுகாலத்துள்ள இந்திரன். ஓரக்கினி.

புராணம் — உலகத்தினது தோற்றமும், ஒடுக்கமும், பாரம்பரியங்களும், மனுவந்தரங்களும், பாரம்பரியகதைகளும் ஆகிய இவ்வைந்தையுங் கூறலால் பஞ்சலக்ஷணமெனப்படுவது. புராணம் பதினெட்டு. அவை வேதங்களுக்கு வியாக்கியாரூபமாயுள்ளன. அவை, பிரமம், பத்மம், வைஷ்ணவம், சைவம், பாகவதம், நாரதீயம், மார்க்கண்டேயம், ஆக்கினேயம், பவிஷியம், பிரமகைவர்த்தம், லிங்கம், வராகம், ஸ்காந்தம், வாமனம், கூர்மம், மற்சம், கருடபுராணம், பிரமாண்டம் எனப் பதினெண் புராணங்களாம். புராணம் என்பதன்பொருள் பண்டைவரலாறு. அவற்றைவகுத்தவர் வியாசர். அவற்றுட்சிவபுராணம்பத்து விஷ்ணுபுராணம் ஆறு. பிரமபுராணம்ஒன்று. சூரியபுராணம்ஒன்று. விஷ்ணு புராணநான்கென்றும், பிரம புராண மிரண்டென்றும், அக்கினி புராணமொன்றென்றுங் கூறுவாருமுளர்.

இனி, புராணமானது சாஸ்திரங்களுள்ளே தலைமைபெற்றது. அதுகிருதயுகத்திலே நூறுகோடிகிரந்தங்களினாலே பிரமாவினாற் செய்யப்பட்டமையின் பிராமம்என்னும் பெயரினையுடையதாய் ஒன்றாயிருந்தது. திரேதத்திலே கோடி கிரந்தங்களால் நூற்றுப்பதினெட்டுச் சங்கிதைகளையுடைய பதினெட்டுப் பாகங்களாக அது மகாரிஷிகளால்

வருக்கப்பட்டது. அதனைத் துவாபரத்திறுதியிலே வியாசர் நான்கிலக்ஷங்கிரந்தங்களால் பதினெண் புராணமாக்கினர். அப்பதினெட்டையும் ரோமகர்ஷணர் என்னும் முனிவர் வியாசர்பாற் கேட்டார். அவர் சுமதி அக்கினிவர்ச்சன் முதலியோர்க் குபதேசித்தார். இப்படிக் குருசிஷ்யபரம்பரையாக வெளிவந்தன. இறந்துபோன பலகற்பத்துச் செய்திகளை யெடுத்துக் கூறப்படுதலாலும் இறந்துபோன சிருஷ்டிகளும் ஒருவாறின்றிப் பேதப்படுதலாலும், கற்பந்தோறும் அநுக்கிரக மூர்த்திகளும் வேறுதலாலும், அவ்வக்கற்பத்துவரலாற்றைக்கூறும்போது அவ்வக்கற்பத்ததிகார மூர்த்தியே விசேடித்துத் துதிக்கப்படுதலாலும் புராணங்கள் ஒன்றற்கொன்று மாறுகொள்வனபோற் றோன்றினும் உண்மையானோக்குமிடத்து ஒற்றுமையுடையனவேயாம்.

புராந்தகியம்மை— திருவிற்கோலத்திலே கோயில் கொண்டிருக்கும் தேவியார்பெயர்.

புரிகுழலாள்—திருப்பாண்டிக்கொடுமுடியிலேகோயில்கொண்டிருக்கும் தேவியார்பெயர்.

புருகுற்சன்— மாந்தாதா சக்கரவர்த்திமகன்.

புருகோத்திரன்—அணுபுத்திரன்.

புருஜன்—(பு) சுசாந்திமகன்.

புருஜித்து—(க) (ய) ரிசிகன் புத்திரன். (உ) (ய) வசுதேவன்தம்பியாகிய கங்கன் மகன்.

புருமீடன்—(பு) ஹஸ்திகன்மகன், அஜமீடன்தம்பி.

புருஷோத்தமபாண்டியன்-அநுலோமபாண்டியருளொருவன்.

புருடன்—(ய) வசுதேவனுக்குச்சகதேவியிடத்துப் பிறந்த புத்திரன்.

புரூரவன் — வைவசுவதமனு புத்திரியாகிய இளையிடத்துப் புதனுக்குப்பிறந்த புத்திரன். இவன் பிரசித்தி பெற்ற ஒரு சக்கரவர்த்தி. இவன் ஈகையிலும் தெய்வபக்தியிலும் அழகிலும் சிறந்தவன். இவன் ஒருநாள் ஊர்வசியைக் கண்டு மோகித்து அவளைத் தனக்கு மனைவியாம்படிகேட்க, நீர் என்னை ஒருநாளும் பிரிந்திருப்பதில்லையென்று வாக்குத்தானஞ்செய்தால் உம்மோடு கூடியிருப்பேனென்று அவள் கூற, அதற்குடன்பட்டு அவளோடுகூடிச் சுகித்திருந்தவன். இவ்விஷயம்இருக்குவேதத்திலே குறிக்கப்பட்டிருக்கின்றது.

புரோசனன்—துரியோதனன் நண்பனாகிய ஒருசிற்பி. இவன் துரியோதனன்ஏவலின்படி பாண்டவர்களைக்கொல்லும் பொருட்டு அரக்குமாளிகை அமைத்தவன்.

புலகர்—புலத்தியரது தமையனார். இவர் தக்ஷபுத்திரிகளு ளொருத்தியாகிய க்ஷமையை மணம்புரிந்து மூவர் புத்திரரைப் பெற்றவர்.

புலஸ்தியர்— பிரமமானசபுத்திருளொருவர். இவனுக்கு அவிர்ப்புக்கு விடத்திலே அகஸ்தியனென்றொருவனும் விச்சிரவசுவும் பிறந்தார்கள். (இந்த அகஸ்தியரும் வேறு; கும்பமுனியும் வேறு) இப்புலஸ்தியரே புராணங்களை முதன்முதல் மனுஷருக்கு வெளியிட்டவர்.

புலி—வியாக்கிரபாதர்.

புலிப்பாணி—போகர் சிஷ்யர் ("போகர்" என்பதனுட்காண்க.)

புலியூர்—சிதம்பரம். வியாக்கிரபாதர் பூசித்த ஸ்தலமாதலின் சிதம்பரத்துக்கு இப்பெயர்வந்தது.

புல்லாற்றூரெயிற்றியனார்— தன்மக்கண் மேற்போருக்கெழுந்த கோப்பெருஞ்சோழனைப்பாடி அது செய்

யாவகை தடுத்தவர். "போர்வலியிற்சிறந்த வேந்தேகேள்; உன்னைப்பகைத்திருப்பவர்யார்? உன்புதல்வரன்ரே? நீ அவரைப்போரில்வென்றிருந்து விண்ணுலகாளப் புகும்போழு இம்மண்ணுலகை யாருக்கு வைத்தேகுவை? ஒருகால் அவர்க்குநீதோற்பின் உனக்குண்மைப் பகைவர் கொண்டாடப் பேரிழிவை நிலைநிறுத்துவையன்ரே. ஆதலின் நின்சினம்ஒழிவதாக" என்னுங் கருத்தையடக்கிஇவர்கூறியபாட்டு அதிசாதுரியமானது. (புறநானூறு உகரு)

புலோமசை— இந்திரன் மனைவியாகிய சசிதேவி. புலோமன் மகள். இந்திரன் புலோமனைக்கொன்று புலோமசையைக்கொண்டேகினன்.

புவனேகவாகு—விஜய கூழங்கைச்சக்கரவர்த்தியாழ்ப்பாணத்திலரசு புரிந்தகாலத்தில் அவனுக்கு மந்திரியாயிருந்தவர். இவர் தமிழ்ப்புலமை நிரம்பியவர். இவராலெடுக்கப்பட்ட சுப்பிரமணியாலயம் இன்னும் நல்லூரில்நின்று நிலவுவது. இவர் ஆயிரத்தெண்ணூற்றைம்பது வருஷங்களுக்குமுன்னேயிருந்தவர். இவர் ஊர்தோறும் தரும பாடசாலைகள் அமைத்துத் தமிழ்க் கலாவிருத்திசெய்தவர். இவர்காலம் ஆயிரம் வருஷங்களுக்கு முந்தியதென்பாருமுளர்.

புவனநாயகியம்மை— திருமாகறலிலே கோயில்கொண்டிருக்கும் தேவியார்பெயர்.

புவனேசுவரி—க. பார்வதி. உ. ஒட்டரதேசத்திலே கோயில்கொண்டிருக்கும் தேவியார்பெயர்.

புளிந்தர்—விதர்ப்பானர்த்த தேசங்களிலுள்ள ஒருசாதியாளர்.

புள்ளலூர்— தொண்டைநாட்டகத்தோரூர்.

புள்ளிருக்கும்வேளூர்— திருப்புள்ளிருக்கும் வேளூர்காண்க.

புறநானூறு— எட்டுத் தொகையுள் எட்டாவது. முரஞ்சியூர்முடிநாகராயர்முதல் கோவூர்கிழாரெல்லையாகவுள்ளபுலவர்களால் இயற்றப்பட்டது. இந்நூல் கடைச் சங்கத்தார் காலத்தது. இந்நூலினால் பூர்வகாலத்தரசர்பலருடைய வரலாறும்பூர்வகாலத்துப்புலவர் ஆற்றலும் நன்குபுலப்படும்.

புறப்பொருள் வெண்பாமாலை—ஐயனாரிதனார்செய்தது. புறப்பொருளையே பொருளாகவுடையது.

புனர்வசு—(க) (ய)தவித்தியோதன் தம்பி. துந்துபிமகன். (உ) ஒருநக்ஷத்திரம்.

புனிதவதியார் — காரைக்காலம்மையார் காண்க.

புஷ்கரம்— (க) மாளவதேசத்திலுள்ள ஒரு தீர்த்தம். (உ) ஏழுதீவுகளுளொன்று.

புஷ்கரவதி—ராமன்தம்பி பரதனது இரண்டாவது புஷ்கரனாலமைக்கப்பட்ட ஒருநகரம்.

புஷ்கரன்—(க) (ய) வசுதேவன்தம்பியாகிய விருகன் இரண்டாம் புத்திரன். (உ) நளன் சிறியதக்தை புத்திரன். (ங) ராமன்தம்பிபரதனது புத்திரன். (ச) சிவன். (ரு) விஷ்ணு.

புஷ்கராக்ஷன்— விஷ்ணு. (புஷ்கரம்—தாமரை. அக்ஷன்—கண்ணன்)

புஷ்கராரணியம் — புஷ்கரதீர்த்தத்துக்குச்சமீபத்துள்ளவனம்.

புஷ்கராருணி — (பு) ருக்ஷயன் புத்திரன். இவன்வமிசம் பிராமணவமிசமாயிற்று.

புஷ்கரிணி—(க) உல்முகன் பாரி. அங்கன்தாய். (உ) வியுஷ்டிபாரி. சர்வதேசசுதாய்.

புஷ்பகம்—குபேரன் பிரமாவைநோ

க்கித்தவஞ்செய்துபெற்றுக்கொண்டவிமானம். இதுமணிமயமுடையதாய் இச்சித்தவிடத்துக்குக் கொண்டேகுவது. இதனை ராவணன் குபேரனோடு போர்செய்து கவர்ந்துகொண்டான். ராவணயுத்தம்முடிந்தபின்னர் இராமர் அவ்விமானத்தைக்குபேரனுக் கீந்தனர்.

புஷ்ப தந்தம் — வாயுதிக்குக்காவல்யானை.

புஷ்ப தந்தன்— (க) சிவகணங்களுளொருவன். இவனேமகிமாஸ்தோத்திரஞ் செய்தவன். (உ) விஷ்ணுபரிவாரத்தவருளொருவன்.

புஷ்பவந்தன்—உபரிசரவசு வமிசத்தரசன்.

புஷ்பாரணன்— துருவன்மகனாகிய வற்சரனுக்குச் சருவசித்தியிடத்துப்பிறந்தபுத்திரன்.

புஷ்போற்கடை—சுமாலிபுத்திரி. விச்சிரவசுபாரிகளிலொருத்தி. ராவணகும்பகர்ணர்கள் தாய்.

புஷ்யம்—(க)பூசநக்ஷத்திரம். (உ) கலியுகம். (ங) தைமாசம்.

புஷ்யமித்திரன்—மகததேசராஜாக்களுள் கடையரசனாகிய பெரியரதன்சேனாபதி· இவன் ராஜாவைக் கொன்று தான்பின்னர் அரசனாயினவன்.

பூகோளம்—ஆரிய சாஸ்திரம் பூமத்தியிலேசுமேருவும் சமுத்திர மத்தியிலே வடவாமுகமுமிருக்கின்றனவென்று கூறும். இவை முறையே வடதுருவமென்றும் தென்துருவமென்றுங்கூறப்படும். பூமத்தியென்று ஆரிய சாஸ்திரத்திலே சொல்லப்பட்ட விடம் வடதுருவமுனை. ஆரியசாஸ்திரம் பூமியை மேகலாரேகையை எல்லையாகவைத்து வடகோளார்த்தம், தென்கோளார்த்தமென இருகூறுகப் பிரித்து வடகோளார்த்தம் முழுதும் நிலமென்றும் தென்கோளார்த்தம் சலமென்றுங்கூறும். வடகோளார்த்தம் முழுதும் நிலமெனவே அதன் மத்தியஸ்தானம் வடதுருவத்தின்கணுள்ள சுமேருவாகின்றது. இனிச்சமுத்திரமத்தியெனவே தென்கோளார்த்த முழுதும் சலமாக அதன் மத்தியஸ்தானம் தென் துருவத்தின்கணுள்ள வடவாமுகமாகின்றது. வடகோளார்த்தம் முழுவதையும் ஜம்புத்தீபமென்னும் பெயரால் வழங்குவர். இச் சம்புத்தீபமென்னும் வடகோளார்த்தம் நவ வர்ஷங்களாக வகுக்கப்பட்டன. அவைவருமாறு:—

மேருவைச்சூழ்ந்திருப்பது இளாவிருதவர்ஷம்; அதற்குத் தெற்கேயுள்ளது ஹரிவர்ஷம்; அதற்குத்தெற்கேயுள்ளது கிம்புருஷ வர்ஷம்; அதற்குத் தெற்கேயுள்ளது பாரத வர்ஷம். இனி இளாவிருதவர்ஷத்துக்கு வடக்கே இரண்மயவர்ஷம். அதற்கு வடக்கே ரம்மியக வர்ஷம். அதற்கு வடக்கே குரு வர்ஷம். இவ்விளாவிருதத்துக்குத் தெற்கேயும் வடக்கேயுமுள்ள ஆறு வருஷங்களுக்குமிடையே இளாவிருத வருஷத்துக்குக் கிழக்கினும் மேற்கினும் முறையே பத்திராசுவவருஷம் கேதுமாலவருஷம் என்னுமிருவருஷங்களுள்ளன. பாரத வருஷம் கேதுமாலவருஷம் குருவருஷம் பத்திராசுவ வருஷம் என்னும் நான்கும் மேகலாரேகையையடுத்துள்ளவருஷங்கள். இந்நான்கு வருஷங்களிலும் மேகலா ரேகையிலே ஒன்றுக்கொன்று சமதூரத்திலே நான்கு பட்டணங்கள் உள்ளன. அவை இலங்காபுரி, ரோமகபுரி, சித்தபுரி, யவகோடி என்பன. வருஷமென்பது மழைப்பெயல் வேறுபட்டால் வந்தபெயர். இலங்காபுரிக்குநேர்கீழே அஃதாவது அதோபாகத்தில் சித்தபுரி யிருக்கின்றதென்றும், இலங்காபுரிக்கும் சித்தபுரி

க்குமிடையே சமதூரத்திலே கிழக்கே யவகோடி இருக்கின்றதென்றும், இலங்காபுரிக்கும் சித்தபுரிக்குமிடையே சமதூரத்திலே மேற்கே ரோமகபுரியிருக்கின்ற தென்றும் ஆரிய சாஸ்திரங்கள் கூறும்.

இலங்காபுரிமுதல் தொண்ணூறு பாகையில்கிழக்கே யவகோடியிருக்கின்றது. அதிலிருந்து தொண்ணூறுபாகையில் சித்தபுரி, அதிலிருந்து தொண்ணூறு பாகையில் ரோமகபுரி.

மற்றையஆறுதீவுகளும்மேகலாரேகைக்குத்தெற்கே சமுத்திரத்திலாங்காங்குமுள்ளன. அவை தனித்தனி ஒவ்வொரு சமுத்திரஞ்சூழ்ந்தன. க்ஷீரமுதலிய சமுத்திரப்பெயர்கள் சுவைதோற்றமுதலிய வேறுபாட்டான்வந்தன போலும்.

இதனால் ஆரியர்பூகோள சாஸ்திரஞ் செய்த காலத்திலே மேகலாரேகையிலே இலங்காபுரி முதலிய நான்கு பட்டணங்களு மிருந்தன வென்பது நிச்சயமாகின்றது.

பூங்கொடிநாயகி - திருவோமாம்புலியூரிற் கோயில்கொண்டிருக்குந்தேவியார் பெயர்.

பூங்கோம்பனை — திரு இன்னம்பரிற் கோயில்கொண்டிருக்கும் தேவியார்பெயர்.

பூங் கோதை — மதுரையிலே இற்றைக்கு இருநூற்றெழுபது வருஷங்களுக்கு முன்னே யிருந்த ஒருதாசி. இவள்சீதக்காதியென்னுஞ்சோனகப்பிரபுவுக்குக் காமக்கிழத்தியாயினமையால் தன் னினத்தின ராலே நீக்கப்பட்டவள். தமிழ்ப் புலமையிற்சிறந்தவள். இவள் காயற்பட்டினத்திலே சீதக்காதி கொடுத்த பெருந்திரயைக்கொண்டுதன்னூருக்குமீளும்வழியிலே கள்வர் கவர்ந்து கொள்ளக், கதி யற்றவளாய்நின்று,

"தினங்கொடுக்குங்கொடையானே
தென்காயற்பதியானேசீதக்காதி
இனங்கொடுத்தவுடைமையல்ல
தாய்கொடுத்தவுடைமையல்லவெளியாளாசை
மனா்கொடுத்துமிதழ்கொடுத்தும
பிமானந்
தனைக்கொடுத்துமருவிரண்டு
தனங்கொடுத்தவுடைமையெல்லாங்கள்வர்கையிற்
பறிகொடுத்துத்தவிக்கின்றேனே"

பூதமகிபாலன்— ஔவைக்கு விருந்திட்டு அவளாற் பாடப்பட்டவனுகிய புள்ளனூரி லிருந்த வேளாண்பிரபு.

பூதனை— கிருஷ்ணன் சிசுவாகவிருந்தபோது கம்சன் ஏவலினால்தன்முலைகளிலே நஞ்சைப்பாய்ச்சி அப்பாலைக்கிருஷ்ணனுக்கு ஊட்டியபோதம்முலைவழியே பாலோடவளுயிரும் அவனுடன் கவரப் பெற்றுயிர்துறந்த பூதகி.

பூதன்—வசுதேவன் புத்திரன்.

பூரணவர்ணன்— ஆயிரத்துநானூறு வருஷங்களுக்குமுன்னே மகததேசத்திலரசுபுரிந்தவன். இவன்பௌத்தசமயி. கயாவிலேஇருந்தபோதிவிருக்ஷத்தைச்சசாங்கன்அழித்தானென்பதுகேள்வியுற்று ஆற்றுதற்கரிய துக்கமுடையனாய்ப் பூமியின்மீது விழுந்து புரண்டு அழுது ஈற்றில் தெளிந்து ஆயிரம் பாற் பசுக்களைக் கொண்டுசென்று அவற்றின் பாலையெல்லாங்கறந்து அடிமரத்திற்கு அபிஷேகஞ்செய்விக்க அவ்வடிமரம் ஓரிரவில் ஏழுமுழம்வளர்ந்து ஒங்க,அதுகண்டு பேரானந்தமுடையனாகி அதனை மீளவும் ஒருவரும் வெட்டாவண்ணம் அதனைச்சுற்றிப் பதினாறுமுழவுயரமுடைய ஒருமதிலை யெழுப்பியவ னிவனே.

பூரி

பூரி-(குரு)சோமதத்தன் மூத்தமகன்.

பூரிக்கோ— குறுந்தொகை தொகுத்தவன்.

பூரிசிரவன்—(குரு) சோமதத்தன் இரண்டாம் புத்திரன்.

பூரிசேனன்—சரியாதிபுத்திரருளொருவன்.

பூரு- யயாதிக்குச் சன்மிஷ்டையிடத்துப்பிறந்தபுத்திரன். இவன்தந்தைக்குத் தனது எவ்வன ரூபத்தைக் கொடுத்துத் தந்தையினது வார்த்திகத்தைப்பெற்று அவனை மகிழ்வித்தவன். இவன்மகன் ஜனமேஜயன். இச்சனமேஜயன் பாண்டவர்க்கு முன்னிருந்தவனாதலின் பாண்டவர்க்குப்பின்னிருந்தபரிக்ஷித்துமகன் ஜனமேஜயனும் வேறு.

பூர்ணிமை— தாதாவுக்கு அநுமதியிடத்துப்பிறந்த புத்திரி.

பூர்வசித்தி—ஆக்கினீத்திரன்பாரியாகிய ஒரப்சரசை.

பூவணநாதர்— திருப்பூவணத்திலே கோயில்கொண்டிருக்கும் சுவாமி பெயர்.

பூஷன்—தூவாதசாதித்தியருளொருவன். தக்ஷயாகத்தில்வீரபத்திரரால் பல்சேதிக்கப்பெற்றவன்.

பெண்ணினல்லாள்— திருக்கழுக்குன்றத்திலே கோயில்கொண்டிருக்குந்தேவியார்பெயர்.

பெரியநாயகி-திருஅரசிலியிலேகோயில்கொண்டிருக்குந்தேவியார்பெயர். ௨. திருப்பனையூரிலே கோயில்கொண்டிருக்கும் தேவியார் பெயர். ௩. திருமுதுகுன்றத்திலே கோயில்கொண்டிருக்குந்தேவியார்பெயர். ௪. திருப்பனந்தாளிலே கோயில்கொண்டிருக்கும் தேவியார் பெயர். ௫. திருப்பழனத்திலே கோயில்கொண்டிருக்கும் தேவியார் பெயர்.

பெரி

பெரியநாயகியம்மை— திருவலஞ்சுழியிலே கோயில்கொண்டிருக்குந் தேவியார் பெயர். ௨. திருக்குடவாயிலிற் கோயில் கொண்டிருக்கும் தேவியார் பெயர். ௩. திருச்சிவபுரத்திலே கோயில் கொண்டிருக்குந்தேவியார்பெயர். ௪. திருத்தெங்கூரிலே கோயில்கொண்டிருக்கும் தேவியார்பெயர். ௫. திருப்பனையூரிலே கோயில்கொண் டிருக்கும் தேவியார்பெயர். ௬. திரு உசாத்தானத்திலே கோயில்கொண்டிருக்கும் தேவியார் பெயர்.

பெரிய பாண்டேசுவரர் — திருநல்லூரிலே கோயில்கொண் டிருக்கும் தேவியார் பெயர்.

பெரியாம்பிகை—திருநாலூர்மயானத்திலே கோயில்கொண்டிருக்கும் தேவியார் பெயர்.

பெரியாழ்வார்—இவர் ஸ்ரீவில்லிபுத்தூரிலே புரசூடனென்னும்வைஷ்ணவருக்குப் புத்திரராகப் பிறந்து வேதங்களில் வல்லராகியஒருமகாபக்தர்.

பெருங்கோழிநாய்கன்மகன் கண்ணனார்—சோழன்போர்வைக்கோப்பெருநற்கிள்ளியைப் பாடிய ஒரு தமிழ்ப்புலவர். இவர் வைசியர். இவர் கைக்கிளைப் பொருண்மேற் செய்யுள் செய்தலில் மிக்கவன்மையுடையவர். "சிறந்தவீரக் கழலினையும், மைபோன்ற தாடியினையுமுடைய காளையை எண்ணுந்தோறும் என் கைவளை என்னைக் கைவிடுகின்றமையை என்தாய் காண்பளாயிற் கடியளேயென்று அவட் கென்மனமேங்குகின்றது. இஃதொரு பக்கமாக, அவட்குப் புலனாகாமற்றான் அவனைக்கூடுவேனென்று துணிகினும் அவனைச்சூழ்ந்திருக்கும் சபைக்கென் செய்வதென்று நாணமீதூருகின்றது மற்றொருபக்கம். இவ்வாறுமயங்கின்றேன்" என்னுங் கருத்தினையு

ண்டய "அடிபுனைதொடுகழல்" என்னுஞ்செய்யுளைப் பாடினோர் இவரே. (புறநா.)

பெருங்கருணைநாயகி—சோழநாட்டிலே கோயில்கொண்டிருக்கும் தேவியார் பெயர்.

பெருங்குன்றூர்கிழார்—பதிற்றுப்பத்துள் ஒன்பதாம்பத்துப்பாடிச் சேரமான்குடக்கோ இளஞ்சேரலிரும்பொறைபால் முப்பத்திராயிரங் காணமுதலியன பெற்றவர். வையாவிக்கோப்பெரும்பேகனால் நீக்கப்பட்டகண்ணகியென்னு முத்தமியை அவனோடுசந்திசெய்யும்பொருட்டு, "நேற்றுமுதலாக ஒரு பக்கத்திலே தனியிருந்து நீருமாடாள் பூவுஞ்சூடாள் ஊணும் விரும்பாளாய்ப் புலம்பிக்கொண் டிருப்பவள்பால் என்னோடுசெல்லுவையாயின் அதுவே எனக்குத்தரும் பரிசிலாக" வென்னுங்கருத்தினையுடைய * * * "சேருநலொருசிறைப் புலம்புகொண்டுறைய-மரிமதர்மழைக்கணம்மாவரிவை-நெய்யொடுதுறந்த மையிருங்கூந்தன்- மண்ணுறுமணியின் மாசறமண்ணிப்- புதுமலர்கஞலவின்று பெயரி-னதுமனெம் பரிசிலாவியர்கோவே" என்னுஞ் செய்யுளைப்பாடியவருமிவரே. இவர் ஊர் பெருங்குன்றூரென்பதும் ஜாதியால் வேளாளர் என்பதும் இவர் பெயராற் பெறப்படும்.

பெருங்கிள்ளி—கோவலன் காலத்து உறையூரிலிருந்தசோழன். இப்பெயர் பெருநற்கிள்ளியெனவும் வழங்கும்.

பெருங்குருகு—இது தலைச்சங்கப் புலவருள் ஒருவர்செய்தது.

பெருங்குறிஞ்சி—இது சங்கத்துநூல்களுளொன்று. இஃது இறந்தொழிந்தது.

பெருஞ்சித்திரனார்—இவர் ஓரற்புதகவிஞர். இவர் மிக்க வறுமையுற்றவராயொருகாலத்திலே குமணன் வண்மையைப் புலவர்வாய்க் கேட்டு அவன்பாற்சென்று தமது வறுமையினது நிலையை யுள்ளவாறுரைத்து அவன்பாற்பெற்ற பெருஞ் செல்வத்தாற் குபேரனைப்போல வாழ்ந்தவர். இவர் தமதுவறுமைநிலையையெடுத் துரைத்த சித்திரம் கேட்போர்மனத்தை யுருக்காமற்போகாது. அது "பெரும்புகழ்படைத்தகுமணகேள்; நின்வண்மையையும் அளப்பில் செல்வத்தினையும் புலவர் வாய்க் கேட்டு விரைந் துன்னை யடைந்தேன். உணவுப்பொருள் யாதுமில்லாத மனையே யாயினும் அதனை யிகழ்ந்து நீங்காது அங்கே தானே யுறைகின்ற என்பாலன் குடுமியோ நெய் காணாமையாற் குதிரைப்பிடர்மயிர்போற் பறக்குமியல்பினையுடையதாயிற்று. அத்தன்மையன்பாலின்றித்திரங்கிய தாய் முலையைப் பலகாலுஞ் சுவைத்துப் பார்ப்பன். பால் வாயில்வீழப்பெறாமல் அதனை விடுத்துவறிதே மூடிக்கிடக்கும் சோறடுகலத்தைத் திறந்து பார்ப்பன். அங்குந்தன்பசிக்கு யாதுங் காணானாய்த் தாயை யடைந்தழுதழுது வாடுவன். தாய் புலிவருகின்றதென்று அச்சுறுத்துவன் தணியாமைகண்டு அப் புலியைக்காட்டுவள்.

உன்தந்தையைக் காணாதுகுன்றியவுன்மேனியினது அழகையெனக்குக்காட்டுவாய் என்று வினவுவள். இத் துன்பத்துக் கிறுதிகாணுமாறு நின்னை யடைந்தேனாதலின் பரிசில்தந்து என்னைக் கடிது விடுப்பாயாக" என்னுங்கருத்தினையுடைய "உருகெழுஞாயிற் றொண்கதிர்" என்னுஞ் செய்யுளாற் பெறப்படும்.

பெருஞ்சீத்தனார்—இவர் கடைச்சங்கப்புலவர்களுளொருவர்.

பெருநாரை—இது தலைச்சங்கத்து இசைத்தமிழ்நூல்களு ளொன்று. இஃதிறந்தொழிந்தது.

பெருநம்பி—குலச்சிறைநாயனார் காண்க.

பெருந்தலைச்சாத்தனார்— தம்பியால் நாடுகொள்ளப்பட்டுக் காடுகொண்டிருந்த குமணனைப் பாடியபோது அவன் தனது தலையைக் கொண்டுபோய்த் தம்பிகையில் கொடுப்பீராயின் பெருநிதி பெறுவீரென்று தன் வாளைக் கொடுத்துக் கொய்யுமென்ன, அவ்வாளைப்பெற்றுக்கொண்டோடிப்போய் அவன் தம்பிக்குக்காட்டி அவன் மனப்பகையை மாற்றியபுலவர் பெருந்தகை இவரே ("குமணன் காண்க.")

பெருந்தேவனார்—(க) தொண்டைநாட்டிற் பிறந்து தமிழில் மிக்கவல்லுனராகிப் பாரதத்தைத் தமிழிலேபன்னீராயிரம் வெண்பாவாற்பாடிக் கொண்டுபோய் மதுரைச்சங்கத்தில் அரங்கேற்றியவர். இவர் சாதியிலே வேளாளர். "சீருறும்பாடல் பன்னீராயிரமுஞ் செழுந் தமிழ்க்கு, வீரர்தஞ்சங்கப்பலகையி லேற்றிய வித்தகனார், பாரதம் பாடும் பெருந்தேவர் வாழும்பழம்பதிகாண்மாருதப்பூவின்மணம் வீசிடுந்தொண்டைமண்டலமே" என்பது மேற்கோள். (உ) வீரசோழியத்துக்குரைசெய்த ஆசிரியர்.

பெருமகள்—கோவலன் மாதா. இவளைப் பெருமனைக்கிழத்தியென்றும் பேரிற் கிழத்தியென்றும் வழங்குவர். இவள் மதுரையிற் கோவலன் கொலையுண்டிறந்ததை மாடலனாற் றெரிந்து வருந்தித் தன்னுயிரைவிட்டவள்.

பெருமலை-சேரநாட்டிலுள்ளதொரு மலை.

பெருமிழலைக்குறும்பநாயனார்—பெருமிழலையென்னுமூரிலே விளங்கியவராகிய ஒரு சிவபத்தர். இவர் சுந்தரமூர்த்திநாயனார் கைலாசமடைவதைத் தமது யோகப்பிரத்தியக்ஷத்தாலறிந்துயோகமுயர்சியினாலே பிரமரந்திரந்திறப்பஉடலினின்றும் பிரிந்துகைலாசமடைந்தவர்.

பெரும்பதுமனார்—இவர் புறநானூற்றுட்கூறப்பட்ட புலவருளொருவர்.

பெரும்பாணாற்றுப்படை— இது பத்துப்பாட்டுளொன்று. கச்சிநகரத்திருந்த தொண்டைமானிளந் திரையனைக் கடியலூருருத்திரங்கண்ணனார் பாடியது.

பேகன்—கடையெழுவள்ளல்களுளொருவன். இவன் கபிலபரணர்களுக்குப் பேருபகாரியாய்விளங்கியவொருமலைநாட்டரசன் இவன் ராஜதானி நல்லூர். இவன்மனைவிபெயர் கண்ணகி. அவளைத் துறந்திருந்த இவனைக் கைக்கிளைவகைப்பாடாண்பாட்டாற் பரணர் பாடினர்.

பேயாழ்வார்—பூதத்தாழ்வார் அவதரித்தமற்றைநாள்மயூரபுரியில் ஒரு வாவியிலேசெங்குவளைமலரிலே அவதரித்தவர். இவர் விஷ்ணுபத்தியிற் சிறந்தவர். "திருக்கண்டேன்" என்னுமந்தாதி பாடினவர் இவரே.

பேய்மகள் இளவெயினி— சேரமான்பாலைபாடியபெருங்கடுங்கோவைப்பாடிய புலமையள். இவளை நரவடிவெடுத்துவந்தவொருபேயென்பாருமுளர்.

பேராவூரான்—இவன்தொண்டைநாட்டுப் பேராவூரில் விளங்கிய ஒரு வேளாளப்பிரபு. புலவர்களுக்குப் பொன்மாரிபொழிபவன். நந்தனாரைத் தன்னருகிருத்திப் புலையரென் றருசித மடையாதவருடன் போசனஞ்செய்த பெருந்தகையிவனே. இதனைக் கம்பரும் தமது ஏரெழுபதினுட் கூறினார். "நந்தனு

"டனமுதுண்டான்பேராவூரான்" என்பதனாலும் தொண்டைமண்டலசதகத்தாலுமுணர்க.

பேராறு—சேரநாட்டுள்ளதோராறு.

பேருசங்கன்—(ய)இருசங்கன்.

பேரெயின்முறுவலார்—நம்பிநெடுஞ்செழியனைப்பாடியபுலவர்.

பைசாசி—பிராகிருதபாஷைகளுளொன்று. இது பைசாசிசூளிகையென்றும் பைசாசியென்றும் இரண்டுவகைப்படும். இது பிசாசதேசங்களிற் பேசப்படுவது. கேகயம் நேபாளம் பாகிலியமுதலிய தேசங்கள் பிசாசதேசங்களெனப்படும்.

பைரவன்
வைரவன் }—சிவமூர்த்தங்களுளொன்று. பகாரம் பக்ஷித்தல் மேலும், ரகாரம் ரக்ஷித்தல்மேலும், வகாரம் வமனத்தின்மேலும் பொருள் செல்லுதலால் அழித்தல் காத்தல் சிருஷ்டித்தல் என்னும் மூன்றும் வல்லார் என்பது பதப்பொருள்.

பைலன்—க. (ரி) வியாசசிஷ்யர்களுளொருவன், இருக்குவேதாத்தியாபகன். உ. (ரி) ஜாதகர்ணிசிஷ்யன்.

போதியில்—பாண்டிநாட்டிலுள்ளதொருமலை. இது தேவர்களுக்கும் முனிவர்களுக்கும் பொதுவிடமாயிருத்தலின் இப்பெயர் பெற்றது.

பொய்கையார்—இவர் கோச்செங்கட்சோழனாற் சிறையிடப்பட்ட சேரமான்கணைக்காலிரும்பொறையைச் சிறைவிடும் பொருட்டு அச்சோழனைரக் களவழிநாற்பதென்னும் நூலாற்பாடிய புலவர். இவர்க்கு ஜன்மநகரம் தொண்டி. சேரமான்கோக்கோதையும் இவராற் பாடப்பட்டவன்.

பொய்யடிமையில்லாதபுலவர்—மதுரைத்தமிழ்ச்சங்கத்திலிருந்த கபிலபரணர்முதலியோர்.

பொய்யாமொழிப்புலவர்—துறையூரிலே வேளாளர்குலத்திலே அவதரித்துத் தமிழ்ப்புலமையும் சாபானுக்கிரகமும் பெரிதுமுடையராய் விளங்கியவர். அழிந்துபோன தமிழ்ச்சங்கத்தை மீளவும் அமைத்து வளர்த்தல் வேண்டுமென்னும் பேரவாவுடையராய் வணங்காமுடிப் பாண்டியன்பாற் சென்றனர். அவன் இவர்கருத்தையுசாவியுணர்ந்து சங்கங்கூட்டுங்கருமத்தைப் பின்னர்யோசிப்பாம், இப்போது நமது சிவாலயத்திலுள்ளே ஸ்தாபிக்கப்பட்டிருக்கும் சங்கப்புலவர்களது விக்கிரகங்களெல்லாம் தலைதுளக்கும்படிபாடும்பார்ப்போமென்றான். உடனே இவர்,

"உங்களிலேயானொருவனொவ்வே
னோவல்லேனோ, திங்கட்குலன
றியச்செப்புங்கள்—சங்கத்துப்-
பாடுகின்றமுத்தமிழ்க்கென்பை
ந்தமிழுமொக்குமோ-எடவிழ்தா
ரேழெழுவீரே."

என்னும் வெண்பாவைக் கூறுதலும் அவ்விக்கிரகங்களெல்லாம் சிரக்கம்பஞ்செய்தன. இவ்வற்புதத்தைக்கண்டுமப்பாண்டியன் இவர் விண்ணப்பத்தைப் பொருட்படுத்தானாயினான். அதுகண்டு புலவர் தமது சோணாட்டை நோக்கிப்பல்லக்கேறி மீண்டார். அப்பொழுது பாண்டியன் மனைவியார் தமது பல்லக்கேறித் தொடர்ந்துபோயிறங்கி இவருடைய பல்லக்குச்சுமப்போருளொருவராயினர். அஃதுணர்ந்தபுலவர், நீ நமக்குப் பல்லக்குத்தாங்கப் புகுந்தகருத்தை யுணர்ந்தேம். நாம் வெகுண்டு அரசனை முனியாமல்லேம்; அஞ்சற்கவென்று அவ்வுத்தமியைத்தடுத்து,

"உமையாளுநீயுமொருங்கொப்பே
யொப்பே, உமையாளுக்கங்குண்
டோரூனம்—உமையாடன்-பாக
ந்தோய்ந்தாண்டான் பலிக்குழன்
றான்பாண்டியனின், ஆகந்தோ

பை

ய்ந்தாண்டானாசு" என்றுவாழ்த்திப்போயினர்.

இவர் சோழராஜவினது மந்திரியாகிய சேக்கராயனுக்குப் பிரியராயினர். ஒருநாள் சேக்கராயன் சயனிக்குங்கட்டிலிலே அவனும் புலவருமாகவிருந்து பொழுதுபோயபின்னர் நெடுநேரம் அளவளாவிக்கொண்டிருக்கையில் புலவர் தமக்கு நித்திரைவந்ததென்று கூறி ராயனைப் போசனத்துக்குப்போகுமாறுசெய்து அக்கட்டிலிற்றானேஒருபக்கமாக நித்திரைபோயினர்.

ராயன் போசன முடித்துக்கொண்டு நிலாமணிமேடையிற்சென்று சிறிதுநேரம்போக்கி மீளுமுன்னே ராயன்மனைவியும் அக்கட்டிலிற்படுத்துறங்குகின்றவரைத் தன்கணவனென்றெண்ணி ஒருபக்கத்திற்படுத்து நித்திரை போயினள். அதன்பின்னர் ராயனும்போய்ப் படுத்துறங்கினன். வைகறையிலே புலவர்முதலிலே யெழுந்தார். அவ்வரவங்கேட்டு அரசனும் எழுந்தான். புலவர் தம்மருகே ராயன்மனைவிபடுத்து நித்திரை போதலைங் கண்டு துணுக்குற்று ராயனைநோக்கி என் செய்தாய்! என்செய்தாய்! என்றனர். ராயன் அவரைநோக்கி "அஞ்சாதீர், இப்போ தெழுந்திருக்கவேண்டாம், செல்லக்கிடமின்"என்றான். மனைவி அவ்வொலிகேட்டுப் பதைத்தெழுந் தோடி அந்தப்புரஞ் சென்றான்.

ராயன் புலவரை நோக்கி என்மனையாளைமாத்திரமன்றுஉலகத்துப் பெண்களெல்லோரையும் மாதாவெனக் கொண்டுபோற்றுகின்ற உம்பக்கத்திலே என்மனையாள் படுத்துறங்கியதைப் பெரும் பாக்கியமாகக்கொண்டேன் என்றான். அன்றுமுதலாகப் புலவரும் ராயனும் ஈருடலு மோருயிரும்போன் றொழு

போ

கினர். இவர் சேக்கராயன் இறந்தபோது சோழன் தடுக்கவுங்கேளாமல்மேல்வருங் கவிகளைக் கூறி உடன்கட்டையேறினர்.

"வாழிசோழவென்வாய்மொழி
கேண்மோ
வாழிசிலவெறிமாளிகையின்வ
யிற்
கட்டிளங்கணவன்கவின்பெறு
சேக்கை
என்றறிமனைவிநெடிதுதுயில்
கொளச்
செல்லக்கிடமினெனக்கிடந்தரு
கெனைச்
சொல்லியநண்பன்றனிச்செல்
பவனே
நானுமேகுவனற்றுணையவற்கே.

"அன்றுநீசெல்லக்கிடவென்றாயிழையோடின்றுநீவானுலகமேறினைப்—மன்றல்கமழ், மானனைக்கும் வேல்விழியார் மாரனேகண்டியூர்ச்—சேக்காசெல்லக்கிட."

இப்புலவர் பெருந்தகையே தஞ்சைவாணன்கோவையென்னும் பிரபந்தம் பாடியவர். அக்கோவையினது சொல்லாற்றல் பொருளாற்றல்கள் தமிழ்ப்புலவர்களைப் பிரமிக்கச்செய்வனவென்றால் மற்றினிக் கூறுவதென்னை.

இவர் தொண்டைநாட்டிலுஞ் சிறிதுகாலம்வசித்தவரென்பதும், அக்காலத்திலேயே முருகக்கடவுள் வாயால், "விழுந்ததுளியந்தரத்தே வேமென்றும்" என்னும் வெண்பாப்பாடப் பெற்றவரென்பதும் தொண்டைமண்டலசதகத்தால் விளங்குகின்றது. இவர்அதிவீரராமபாண்டியன் காலத்துக்குச் சற்று முன்னேயிருந்தவனங்காமுடிப்பாண்டியன்காலத்தவராதலின் இவர் காலம் சற்றேறக்குறையஆயிரம்வருஷங்களுக்கு முற்பட்டது.

போருநராற்றுப்படை—முடத்தாமக்கண்ணியார்பாடியபிரபந்தம்.

பொருநை—தாம்பிரபன்னிநதி. இது பாண்டி நாடடுள்ளது. இஃவாறு சேரநாட்டுக்குரியதென்பாருமுளர்

பொல்லாப்பிள்ளையார்—அபயகுலசேகரசோழராஜன்கொண்டுபோய்க்கொடுக்க நம்பியாண்டார் நம்பியென்னும் ஆதிசைவப் பிராமணர் வாங்கி நிவேதித்த பழம் அவல் என்னுண்டை முதலியவைகளைத் தமது துதிக்கையை யுண்மையாகநீட்டியெடுத்துத் திருவமுது செய்த விநாயகமூர்த்தி விக்கிரகம். இம்மூர்த்தி திருநாரையூரிலுள்ளது.

பொன்பற்றியூர்ப்புத்தமித்திரனார்—வீரசோழன்காலத்திலேயிருந்து அவன்பெயரால் வீரசோழிய மென்னுமிலக்கணநூல்செய்தவர்.

பொன்மயிலம்பிகை—திருப்பராய்த்துறையிலே கோயில்கொண்டிருக்கும் தேவியார்பெயர்.

பொன்முடியார்—இவர் கடைச்சங்கப்புலவர்களுளொருவர்.

பொன்னுச்சாமித்தேவர்-புதுக்கோட்டைச் சிவஞானத்தேவர் புத்திரராகிய இவர் சேதுபதிசமஸ்தானத்துச்சர்வாதிகாரியாகி அவ்விராஜாங்கத்தைச் சிரிட்டுகென்னிலைக்குய்த்தவர். முன்னாளிலே தாராநகரத்திலிருந்து சம்ஸ்கிருதபாஷையை வளர்த்த போஜராஜனே பின்னாளிலே தமிழையும் வளர்க்குமாறு இப்பொன்னுச்சாமி நரேந்திரனாக அவதரித்தான் என்றுபுலவர் நாவினும் பாவினும் போற்றற்குரியராய் விளங்கிய ராஜபண்டிதர் இவர் ஒருவரே. தமிழ்ப் புலமையுஞ் சிவபக்தியும்ராஜதந்திரமும்மகௌதாரியமும் இவர்பாற்குடிகொண்ட சிறப்புக்கள்.

புலவர்திலகர்களாகிய ஆறுமுகநாவலரும் மீனாக்ஷிசுந்தரகவிச்சக்கரவர்த்தியும் இவர்காலத்துப்புலவர்கள். ஆறுமுகநாவலரைக் கொண்டுதிருக் குறளையும் திருக்கோவையாரையும் கரலிகிதவழூஉக்களைந்து அச்சிடுவித்துலகுக்குபகரித்த பெருந்தகையு மிவரே. இவரைப்போலவே இவர்க்கு அருந்தவப் புதல்வராகவந் தவதரித் திருக்கும் பாலயவனத்தத்து ஜமீந்தாராகிய பாண்டித்துரைச்சாமித் தேவரும் தமிழ்க் கலாவினோதரும் வித்வசிகாமணியுமாகி விளங்குகின்றார். அவரே இப்போது மதுரையிலே தமிழ்ச்சங்கம் ஸ்தாபித்துநடாத்திவருகின்றவர்.

போகமார்த்த பூண்முலைநாயகி—திருநள்ளாற்றிலே கோயில் கொண்டிருக்கும் தேவியார்பெயர்.

போகர், **போகி**—இவர் ஜாதியிற் சீனர். சமயத்தார்புத்தசமயி. ஆச்சிரமத்தாற்றுறவி. இவர் இற்றைக்கு ஆயிரத் தறுநூறுவருஷங்களுக்குமுன்னே சீனதேயத்திலிருந்து பாரதவருஷத்துக்கு வந்து பாடலிபுரம் கயாமுதலிய விடங்களைத் தரிசித்துக்கொண்டு, தக்ஷிண தேசத்திலும் சோழபாண்டிநாடுகளுக்குச் சென்று அங்கே நெடுங்காலம்வசித்து ஆங்காங்குமுள்ள பண்டிதர்கள்பால் தாமறியாதவைகளைக் கற்றும் அவரறியாதவைகளை அவர்களுக்குக்கற்பித்தும் மீண்டு சீனதேசத்தையடைந்தவர். இவர்பால் வைத்தியங்கற்ற மாணாக்கர் ஒருவர் அவர் கூறியமுறைகளைச் செய்யுளுருபமாகப் பாடிப் போகர்நூலெனப்பெயரிட்டனர். பிற்காலத்து வைத்தியபண்டிதர்களுஞ் சிலர் தாமநுபவத்தாலறிந்த முறைகளைப்பாடிக் காலந்தோறும் அந்நூலினுட் புகுத்தியும் விட்டார்கள். பின்பார் அச்சிடப்புகுந்தோரும கூட்டியும் திருத்தியும் மாற்றியும்அதனை அடியோடுசிதழவைத்தனர்.

இவர் சீனதேசத்துக்கு மீண்டு சென்றபோது சீஷராகத் தமிழருஞ்சிலர் சென்றார்கள். அப்பொழுது தஞ்சாவூர்ப்பிருகதீசுரன் கோயில்விமானத்துக் கபாலக்கல்லுச், சிற்பவேலைமுடிந்தும் அச்சிற்பி யிறந்தமையால், நெடுங்காலமாக விமான வேலையிற் பழுதுறாவண்ணமேற்றுமுபாயந்தேர்ந்துகொள்ளப்படாமற் கிடந்தது. அதுமாத்திரமன்று; நாகபட்டணத்துப் புதுவெள்ளிக் கோபுரத்துச்சக்கரத்தை நிறுத்தி, அக்கோபுரத்துள்ளே வைக்கப்பட்டு நெடுங்காலமாகக் கிடந்தபொற்குவையையுமெடுக்கும்வகைதேர்ந்துகொள்ளப்படாதிருந்தது. இவ் விஷயங்களைப் போகியோடு சென்ற சீடர்வாய்க் கேட்ட சீனதேயத்துச் சிற்பிகளுளொருவன், "அப்பெரிய கபாலத்தை யேற்றுதற்கு அவ்வூரிற் பஞ்சுப்பொதி யில்லையாவென்றும், அச்சக்கரத்தைத் தடுக்க வாழைத்தண்டில்லாதொழிந்ததா வென்றுஞ் சொல்ல, அதனைக்கேட்டிருந்த தமிழருளொருவனாகிய ஒருகைக்கோளன் மற்றோரை யறியாது மீண்டு சோழநாட்டையடைந்து அரசனுக்குணர்த்த, அரசன்பஞ்சை விமானப்பிரமாணமாகக் குவித்து அக்கல்லை யேற்றுவித்தானென்றும், வாழைத்தண்டையிட்டுச் சக்கரத்தைநிறுத்திப் பொற்குவையைக் கவர்ந்து சீரங்கத்து ஏழ்மதிற் றிருப்பணியை முற்றுவித்தானென்றும் ஒருகர்ணபாரம்பரியமுளது.

புலிப்பாணியென்பவர் போகரோடு சீனதேசத்திலிருந்து வந்து அவர்மீளும்போது அவருடன் செல்லாது தமிழ்நாட்டிலேதங்கியவர். அவர்பாடலென்றுள்ளனவெல்லாம் அவராற் பாடப்பட்டனவன்று. அதுவும் புரட்டு நூலேயாம். இவர் வைத்தியமுஞ் சாலவித்தையுமுணர்ந்தவர். தமிழ்நாட்டுக்கு ஆதியிலே வைத்தியநூல்கள் தந்தருளியவர்கள் அகஸ்தியரும் தேரையர்முதலியோருமேயாவர். அவர் நூலினுள்ளே பெரும்பாலன அழிந்தனவேனும் எஞ்சிய சின்னூல்களை நோக்குமிடத்து அவையெல்லாம் வடமொழிக்கிணங்குவனவாயிருத்தல் பிரத்தியக்ஷமாம். போகர் புலிப்பாணி நூல்களோ சிறிதும் ஒவ்வா,

போகவதி—வாசுகிராஜதானி.

போக்கியார்—இவர் கடைச்சங்கப்புலவர்களுளொருவர்.

போஜகடகம்—நர்மதாநதியோரத்துள்ளபட்டணம்.

போஜசம்பு—ஒரு சம்ஸ்கிருதகாவியம். அது போஜன் செய்த இராமசரித்திரம்.

போஜப்பிரபந்தம்—இதிலே போஜசரித்திரமும் காளிதாசன்தண்டி முதலிய வித்துவ ரத்தினங்களினது வரலாறுங் கூறப்படும்.

போஜர்—யாதவருள் ஒருசாரார்.

போஜன்—(௧) (ய) சாத்துவதன்புத்திரன். குந்தியைவளர்த்த தந்தை. இவன் குந்திபோஜன்மகாபோஜன் என்னும் நாமங்களாலும் விளங்குவன்.

2. மாளவதேசத்தரசனாகத்தாராநகரத்திலிருந் தரசுபுரிந்தவோர் அதிப்பிரபலஅரசன். இவன்இற்றைக்கு ஆயிரத்திருநூறு வருஷங்களுக்குமுன்னே அரசுபுரிந்தவன்.

இப்போஜன்காலத்திலே வித்தியாவிஷயம் அபிவிருத்தியானது போல் முன்னுமில்லை; பின்னுமில்லையெனலாம். பூர்வத்திலே பூரணசந்திரோதயம்போல்விளங்கிப்பின்னர் அபரபக்ஷம்பெற்ற கலைஞானமெல்லாம் இவ்வரசன்காலத்திலேயே மீளவும் பூர்வபக்கத்துச் சந்திரனனமையால இப் போஜனைக் கலைமகள் தந்தையெனினும் குற்ற

மாகாது. போஜன் மகாபண்டிதனாயிருந்தமையால் கலைஞானங்களெல்லாவற்றையும் ஆராய்ப்பானாயினான். போஜனாலே செய்யப்பட்ட வைத்தியநூலுமொன்றுளது. அவனுடையகாலத்திலே வேதம் முதல்சிற்பமீறாகிய சாஸ்திரங்களோடு பண்டிதர்களுந் தழைத்து விளங்கினார்கள்.

காளிதாசன் முதலிய கவிரத்தினங்கள் விளங்கியதும் இவன் சமஸ்தானத்திலேயேயாம். இவன்காலத்திலே மானுஷவைத்தியமாத்திரமன்று; அசுரவைத்தியமாகியசத்திரவைத்தியமும் அதி உந்நதமாக ஓங்கிவிளங்கியதென்பது வல்லாளன்செய்த போஜப்பிரபந்தத்திற் கூறப்பட்ட ஒரு சரித்திரத்தால் அறியப்படும். போஜப்பிரபந்தம் போஜனைப்பற்றிய சிறு சரித்திரங்களையெடுத்துக் கோத்துக் கூறுவது. போஜன் ஒருகாலத்திற்கொடிய தலைவலியால் வருந்துவானாயினன். வைத்திய பண்டிதர்களுட் சிரோமணிகளாக அக்காலத்தில் விளங்கியமருத்துவர்களொருவர்பின்னொருவராக யாவருஞ்செய்த ஔஷதப்பிரயோகமெல்லாவற்றையும் பொருட்படுத்தாது மேன்மேலுந்தலைக்குத்து இருப்புப்பாரை இடிபோலோங்குவதாயிற்று. இது மரணத்திற்கு ஏதுவாகவந்த தலைவலியென்றுகூறி மருத்துவரும் கைசலித்து நீங்கினர். அச்சமயத்திலே சல்லியசாஸ்திரத்திலே(Surgery) கைபோய பண்டிதராகிய சகோதரரிருவர் அரசன் சமஸ்தானத்துக்குவந்தணைந்தார்கள். அவர்கள் உள்ளேசென்று அரசனுடைய நோயை நிதானித்து இது சத்திர சிகிற்சையாலன்றி மற்றை ஔஷத சிகிற்சையால் தீராதென்றார்கள். அதுகேட்ட அரசன் அதற் குடன்படலும், அரசனுக்கு மூர்ச்சையுண்டாகுமாறு சம்மோகனி யென்னுமோரவுஷதம்பிரயோகித்தார்கள். உடனே அரசன் மூர்ச்சையாயினன். பண்டிதர்கள் அரசன் கபாலத்தை ஆயுதத்தாற் றிறந்து மூளையின்கண்ணேயிருந்தவிஷாமிசத்தை நீக்கிச் சுத்திசெய்து கபாலத்தைப் பழைமைபோலப் பொருத்திச் சந்தைத் தைத்துச் சந்தானகரணியிட்டுச் சஞ்சீவியென்னும் மருந்தையுள்ளுக்குப் பிரயோகித்து உயிர்ப்பும் அறிவு முதிக்கும்படி செய்ய, அரசன் நித்திரைதெளிந்தான்போன்று விழித்துப் பூரணசுகம் பெற்றான். இதன்விரிவைப் போஜப்பிரபந்தத்திற் காண்க.

சம்மோகனியென்பது தற்காலம் ஐரோப்பிய பண்டிதர் பிரயோகிக்கும் "குளோரபாம்" (Choloroform) போல்வதொரு மூர்ச்சையுண்டாக்கும் மருந்து. அது குளோரபாம் என்பதிலும் மிகச் சிறந்தது. குளோரபாம் அபாயமுள்ளது. சம்மோகனி ஒருபகற்காலம் வரைக்கும்அபாயஞ் செய்யாது. வேண்டிய போது சஞ்சீவினிப்பிரயோகத்தால் அதன் அதிகாரம் முற்றும் நீங்கி அறிவுதயமாகும். அக்காலத்தாரிய பண்டிதர் சஞ்சீவினிகையிலிருப்பினன்றிச் சம்மோகனிப்பிரயோகஞ்செய்யார். (சஞ்சீவினி -a restorative). குளோரபாமைக் கொடுத்துவிட்டுக் கைமிஞ்சியதே யென்று விழிக்கும் ஐரோப்பிய பண்டிதரைப்போல விழித்துத் திகைக்கமாட்டார். அதுநிற்க, மேற் கூறிய சரித்திரத்தால், ஐரோப்பியபண்டிதர் (Triumph of Modern Surgery) தற்காலத்திலே தாம் நூதனமாகக் கண்ட சத்திர சிகிற்சையென்றுச்சிமேல்வைத்துக்கொண்டாடும் (Cranial Surgery)கபால

சல்லியம் (கபாலத்தைத் திறந்து சிதைவு சோதித்தல்முதலியன) ஆரியபண்டிதர் பல்லாயிரவருஷங்களுக்கு முன்னே சிறிதும் அபாயமின்றிப் பயின்றுவந்த அரிய சிகிற்சைகளுளொன்றேயாமென்பது நன்குபுலப்படுகின்றது. இக் கபால சல்லிய சம்பவம் இஃதொன்றுமாத்திரமன்று கௌதம புத்தருடைய வைத்தியபண்டிதனுகவிளங்கிய ஜீவகனும் அநேக கபால சல்லிய சிகிற்சைகள் செய்து புகழ்படைத்தானெனப் பௌத்தநூல்கள் கூறுகின்றன. சம்மோகனிக்கீடாகக் "குளோரபாம்" ஐரோப்பியவாகடத்தி லுளதென்றாலும் சஞ்சீவினிக்கீடாக அவ்வைரோப்பியவாகடத்தில்யாதுமில்லையென்பது இனுற் புலப்படும்.

போதனை - ராமகிரிக்குக்கிழக்கிலுள்ள ஒருமலை.

பௌண்டரம்— (க) வீமசேனன் சங்கு. (உ) ஒட்டரதேசத்துக்கும் ஆந்தரதேசத்துக்கும் உத்தரத்திலுள்ள நாட்டுக்குப்பெயர்.

பௌத்தர்—பௌத்தமதத்தை அவலம்பித் திருப்பவர்கள். இம்மதம் சத்திய சிலங்களையும் யோகவித்தையையும் செவ்வே போதிப்பது.

பௌமன்—செவ்வாய்.

பௌரவர்—பூருவமிசத்தோர்.

பௌரவி— பாகிலிகன் புத்திரி. வசுதேவன் பாரி.

பௌலோமர் —வைசுவாநரன் என்னும் தானவன் மகளாகிய புலோமையிடத்து மரீசிக்கு உற்பத்தியான ராக்ஷகள். அருச்சுனனுற் கொல்லப்பட்டவர்கள்.

பௌலோமி—சசிதேவி. புலோமன் புத்திரி. இந்திரன் பாரி.

பௌஷியர் —உதங்கனுக்குக் குண்டலங்கொடுத்த ராஜா.

மகதம்— வங்கத்துக்கு மேற்றிசைக்கணுள்ள தேசம். இத்தேசம் அதிப்பழமையானது. உத்தமகுலராசாக்களாற் பரம்பரையாக ஆளப்பட்டது. இத்தேசம் புராணேதிகாசங்கள் எல்லாவற்றிலும் எடுத்துக்கூறப்பட்டுள்ளது. இதன் ராஜதானியும் மகதமெனவேபடும். இத்தேசத்துமாக்கள் மாகதர் எனப்படுவர்.

மகமாயியம்மை— திருக்கானப்பேரிலே கோயில்கொண் டிருக்கும் தேவியார்பெயர்.

மகராக்ஷகன்—(ராக்ஷ) கரன் புத்திரன்.

மகாபரதம்-(க) வடமொழியிலே சாரங்கதேவமுனிர்செய்த பரதசாஸ்திரம். அது லக்ஷங்கிரந்த முடையது. சோமராய மகாராசாவினுற் செய்விக்கப்பட்டது. (உ) செந்தமிழ்ப்பரமாசாரியராகிய அகஸ்தியமுவரால் தமிழிலே ஆறாயிரஞ் சூத்திரமுடையதாகச் செய்யப் பட்டபரதநூல்.

மாகாபலலிங்கநாதர் — திருக்கோகரணத்திலே கோயில்கொண்டிருக்கும் சுவாமிபெயர்.

மகாவிரதன்— சிவன்என்புமாலைதரித்த மூர்த்தியாய் அருள்வர் என்று சொல்பவன். இவன் அகப்புறச் சமயிகளுளொருவன்.

மகேந்திரபுரி—இது தென்சமுத்திர மத்தியிலேயிருந்த சூரபத்மன்ராசதானி.

மகேந்திரம்— மஹேந்திரங் காண்க.

மங்கணன்— தபோ மகிமையினுலே சாரசுவதத்தில் நடனஞ்செய்தவன்

மங்கலகிரி— நரசிங்கமூர்த்தியாய் விஷ்ணு வெழுந்தருளியிருக்கும் மூன்றுஸ்தலங்களிலொன்று. மூன்றுவன அகோபலம், மங்கலகிரி, சுவாலை.

மங்கலநாயகியம்மை—திருக்குடமூக்கிலே கோயில் கொண்டிருக்கும் தேவியார் பெயர்.

மங்கலமடந்தை—ஒரு டெண் தெய்வம். மங்கலாதேவியென்பர். இத்தெய்வத்திற்கு ஆலயம் மலைநாட்டிலும் அதைச்சார்ந்த நாடுகளிலும் உண்டு. மங்களூரென்பதை இதுபற்றிவந்த மங்கலபுரமென்னும்பெயரின் மரூஉவென்று கூறுவர்.

மங்கலன்- அங்காரகன்.

மங்களநாயகி - திருமங்கலக் குடியிலே கோயில்கொண்டிருக்கும் தேவியார் பெயர். உ. திருக்கண்டியூரிலே கோயில்கொண்டிருக்கும்தேவியார்பெயர். ௩. திருநல்லத்திலே கோயில்கொண்டிருக்கும்தேவியார்பெயர். ௪. திரு இடும்பாவனத்திலே கோயில்கொண்டிருக்கும் தேவியார்பெயர். ரு.திருப்பரிதிநியமத்திலேகோயில்கொண்டிருக்கும்தேவியார் பெயர்.

மங்களநாயகி அம்மை— திருவாரூரிலேகோயில் கொண்டிருக்கும் தேவியார் பெயர்.

மங்கைநாயகி— திரு அகத்தியான்பள்ளியிலே கோயில் கொண்டிருக்கும் தேவியார் பெயர். உ. திருவிசயமங்கையிலேகோயில்கொண்டிருக்கும்தேவியார் பெயர்.

மங்கையர்க்கரசிஅம்மை - திருவேதிகுடியிலே கோயில் கொண்டிருக்கும் தேவியார் பெயர்.

மங்கையர்க்கரசியார்-திருஞானசம்பந்தமூர்த்திநாயனாரைவரவழைத்துத் தமது நாயகனாகிய கூன்பாண்டியனுக்குச் சுரந்தீர்ப்பித்தவராகிய மாதுசிரோமணியார்.இவர்சோழராஜபுத்திரியார்.

மச்சதேசம்—மற்சதேசங்காண்க.

மச்சன்— ரு. உபரிசரவசு மூன்றும் புத்திரன்.

மச்சாவதாரம்— விஷ்ணுதசாவதாரத்துள்ளே முதல் அவதாரம். இவ்வவதாரம் வேதங்களை அபகரித்தோடிச் சமுத்திரத்தில் ஒளித்திருந்த சோமகாசுரனைக்கொன்று வேதங்களை மீட்குமாறு எடுக்கப்பட்டது. இவ் வவதாரத்திலேயே மகாப்பிரளயம்வர ஏழாவதுமனுவும் சப்தரிஷிகளும் மீன்ருபந்தாங்கித்தமுயிர்பிழைத்திருப்பச் சமஸ்தபூமியும்மற்றியாவும்அழிந்தொழிந்தன.

மஞ்சிதேவர்—காசியிலுள்ளபெருமான்விக்கிரகத்தை எழுந்துசென்று எல்லாருங்காண விசுவலிங்கத்தை வணங்கச் செய்தவர். அதுகாரணமாக அங்கிருந்த வைஷ்ணவர்கள் சிவதூஷணஞ்செய்யா தடங்கினர்.

மஞ்சுகோசர் — வச்சிரசூசிசெய்த அசுவகோசர் குரு.

மஞ்சுவந்தம்—இமயத்துக்கு உத்தரதிசையிலுள்ள ஒருமலை. இதிலே மிகப் பெரிதாகிய ஒருதடாகமுளது. அதில் பஞ்சவர்ணங்களோடுகூடியதாமரைகள் வளர்வன.

மட்டுவார்குழலி—திருச்சிராப்பள்ளியிலே கோயில் கொண் டிருக்கும் தேவியார்பெயர்.

மணலிமுத்துக்கிருஷ்ண முதலியார்—இவர் இற்றைக்கு நூற்றைம்பதுவருஷங்களுக்கு முன்னே சென்னையில்விளங்கிய ஒரு வேளாளப்பிரபு. கல்வி, செல்வம், ஈகை, குலம், ஒழுக்கமென்னுஞ் சிறப்பெல்லாம் பொருந்தி வாழ்ந்தவர். இவரே ராமாயணகீர்த்தனையைப்பாடிய அருணசலக் கவிராயருக்குப் பொன்மாரிவழங்கிய வள்ளல்.

ஆயிரம் வருஷங்களுக்கு முன்னே செய்யப்பட்ட கம்பராமாயணத்திற்கும் இவர்மரபினரே அபிமானப் பிரபுக்களாயினர்.

மணலூர்புரம்—(க) மணிபுரம். (உ) பாண்டிநாட்டகத்தே சித்திராங்கத பாண்டியனுக்கு ராஜதானியாகவிருந்த நகரம். (௩) சோழநாட்டிலுள்ள ஒரு சிற்றூர்.

மணவாளதாசர்—திருவரங்கக்கலம்பகம்பாடிய வைஷ்ணவராகியவோருத்தமதமிழ்ப்புலவர். இவருடைய கலம்பகம் மிக்க சொன்னயமும் பொருளாழமு முடையது. இவ்வந்தணர் இற்றைக்கு ஐஞ்னூறுவருஷங்களுக்குமுன்னே யுள்ளவர்.

மணவாளமாமுனி—இவருஞ்சிவாக்கிரயோகியாரு மொருகாலத் தவர்கள். தஞ்சாவூரிலே சரபோஜிமகாராஜாவினதுசமுகத்திலே பதினேழு நாளாகச்செய்த சமயவாதப் போரிலே சிவாக்கிரயோகிக்குத் தோற்றவராயினும் தமிழ்ப்புலமைசான்ற விஷ்ணுபத்தரேயாவர். உபதேசரத்தினமாலை, நூற்றந்தாதி முதலியனபாடி னருமிவரே.

மணிகர்ணிகை — கங்கைக்கணுள்ள ஒருகட்டம். (கட்டம் - தீர்த்தத்துறை.)

மணிக்கிரீவன்—குபேரன்புத்திரன்.

மணிதீபம், **மணித்துவீபம்** — பாற்கடல்மத்தியிலுள்ள ஒரு தீவு.

மணிபுரம்— கலிங்கதேசத்துள்ள ஒரு பட்டணம்.

மணிபுஷ்பகம்— சகதேவன் சங்கம்.

மண்டலபுருடன் — தொண்டைநாட்டிலே வீரையென்னுமூரி லிருந்த ஆருகதராகிய ஒரு தமிழ்வித்துவான். இவரே சூடாமணிநிகண்டு செய்தவர். இவர் குன்றையூரி லிருந்த குணபத்திரருக்கு மாணாக்கர். இவர் கிருஷ்ணராயன் என்னும் அரசன்காலத்தவரென்பது அவர்செய்த சூடாமணிநிகண்டினுள்வரு மொருசெய்யுளாற் றுணியப்படும். கிருஷ்ணராயன் சாலிவாகனவருஷம் ஆயிரத் திருநூற்றைம்பஃ தளவிலிருந்தவன். இவர் அடைமொழிகளால் தமது செய்யுளைப் புனைபவரல்லர். பிரயோகிக்குமடையெல்லாம் பொருள்குறித்தனவே.

மணிமதி— இல்வலன் வாதாபி என்போர் இருந்த பட்டணம்.

மணிமந்தன்—குபேரன் தோழனாகிய ஓர் யக்ஷன்.

மணிமேகலை— ஒருபெண் தெய்வத்திற்கும், கோவலனுக்கு மாதவிபாற்பிறந்த மகளுக்கும் ஒரு தமிழ்நூலுக்கும் பெயர்.

அத்தமிழ்நூல் கோவலன் காமக்கிழத்தியாகிய மாதவியினது மகள் மணிமேகலையென்பவள்வரலாறு கூறுதலால் இப்பெயர்பெற்றது. சாத்தனார் செய்தது. "கொந்தார்குழன்மணிமேகலைநூலுட்பங்கொள் வதெங்ஙன்" எனத் துறைமங்கலத்துச் சிவப்பிரகாசசுவாமிகளே இந்நூலினதுவன்மையைப்புகழுவரென்றால் வேறு கூறவேண்டா. இந்நூல் பௌத்தமதச்சார்புடையது.

மணிவண்ணன்—காவிரிப்பூம் பட்டினத்திற்குமேற்கேகோயில்கொண்ட திருமாலின் பெயர்.

மண்டலேசுவரர்-திருவாரூரிலேகோயில்கொண்டிருக்குஞ்சுவாமிபெயர்

மதங்கன் — (க) ஒரு பார்ப்பனப்பெண் வயிற்றிலே ஒரிழிகுலத்தானுக்குப்பிறந்த புத்திரன். இவன் பார்ப்பானுதற்கு முயன்றும் வாய்க்காது இந்திரனைப் பூசித்துச் சண்டதேவனெனப் பட்டம்பெற்றிருந்தவன்.

௨. ஓரிருஷி. இவர்தபோசத்தியினாலே பராசக்தியைத் தன் புத்திரியாகப்பிறக்கப்பெற்றவர். அதுகாரணமாகப்பார்வதிதேவிக்கு மாதங்கியெனப் பெயர் வந்தது. ௩. துந்துபிக்கும் பெயர்.

மதயந்தி — மித்திரசகன் மனைவி. (கல்மாஷபாதன் காண்க.)

மதன், **மது** — (க.) ஓரசுரன். கைடவன்காண்க. (௨) ராமபுத்திரனாகிய குசன்வமிசத்தரசன்.

௩. ராவணன் மைத்துனன். இவன் மகன் லவணாசுரன். ௪. வைரேரிய பர்வதத்தில் அசுவினி தேவர்களை இந்திரன் சோமபானஞ் செய்வித்தபோது சியவனன்அவ்விந்திரனைக்கொல்லும்பொருட்டுப் பெற்ற புத்திரன். ௫.கார்த்தவீரியார்ச்சுனன் புத்திரருளொருவன். ௬. (ய) தேவக்ஷத்திரன் புத்திரன்.

மதலாசை—(௧) ஓரப்சரசை. (௨) வநசன் மகளாகிய குவலயாசுவன் மனைவி. இவள் தன்புத்திரராகியவிக்கிராந்தன், சுபாகு, சத்துருமர்த்தனன், அலர்க்கண் என்னும் நால்வர்க்கும் நீதிமார்க்கங்களையுபதேசித்துவளர்த்த மகாபுத்திசாலியாகிய மாதுசிரோமணி.

மதிசாரன்—(பு) அந்திசாரன். இவன் இருசேயன் புத்திரன்.

மதிரை—வசுதேவன்பாரிகளுளொருத்தி.

மதிவாணர்நாடகத்தமிழ்நூல்— மதிவாணன் என்னும் பாண்டியன் செய்த நாடகத் தமிழ்நூல்.

மது—மதன்காண்க.

மதுச்சந்தன்— விஸ்வாமித்திரன்புத்திரன்.

மதுமந்தம்—ஜனஸ்தானங் காண்க.

மதுரகவியாழ்வார்—இவர் துவாபரயுகாந்தத்திலேபாண்டிதேசத்திலே திருக்கோளூரிலே முக்காணிப் பிராமணருக்குப்புத்திரராகப்பிறந்து வளர்ந்து அயோத்திக்குச் சென்று மீண்டுவந்து நம்மாழ்வாரையடைந்துதத்துவஞானநிலைகூடிபெற்றவர்.

மதுரவசனியம்மை — திருக்காட்டேரிலே கோயில்கொண்டிருக்கும் தேவியார் பெயர்.

மதுராந்தகம்-தொண்டைநாட்டின் கண்ணுள்ள ஒரு விஷ்ணுஸ்தலம்.

மதுரை— (௧) யமுனைக்கரையிலுள்ள நகரம். இந்நகரம் கிருஷ்ணனுக்குரியது. கிருஷ்ணன் பகைவனாகிய ஜராசந்தன் இந்நகரத்தைப் பதினெண்முறை வளைந்தான்.

(௨) பாண்டிதேசத்துக்கு ராஜதானி. இது வைகைக்கரையின்கணுள்ளது. இது முன் கடம்பவனமாகவிருந்தது. அதனை நகரமாக்கிச்சிவபெருமானைக் கொண்டு அவர் சடைக்கங்கைநீரால் சுத்தி செய்வித்தபோது அந்நீர்த் திவலைகள் மதுரமாயிருந்தமையால் அந்நகரம் மதுரையெனப் பெயர் பெற்றது.

"சந்தனப்பொதியச்செந்தமிழ்முனிவனுஞ்—சௌந்தர பாண்டியனெனுந்தமிழ்நாடனுஞ்— சங்கப்பலகையுந்தழைத்தினிதோங்கு—மங்கலப்பாண்டிவளநாடென்ப" வென்றுபுகழப்பட்டதாகிய பாண்டிநாட்டுக்கு முகம்போல்வதாகிய இந்நகரம் மிக்க பழமையும், மிக்க செல்வமும், மிக்ககீர்த்தியும், மிக்க தெய்வத்தன்மையும்,மிக்கஅலங்காரமுமுடையதாய்ப் பாண்டியர்களுக்கு இராஜதானியாக நெடுங் காலம் விளங்கியது. உமாதேவியாரது அவதாரமாகிய தடாதகைப்பிராட்டியாரும், சோமசுந்தர மூர்த்தியும், உக்கிரப்பெருவழுதியாகிய குமாரக் கடவுளும் உண்மையாகத் திருமுடிசூடியரசாண்ட நகரமாகிய இம் மதுரையினது பெருமை எழுத்திலடங்குவதன்று,

பல்லாயிரம் வருஷங்களாகப் பல்லாயிரம் புவலர் சிகாமணிகளிருந்து பல்லாயிரம் நூல்களை இயற்றியும் ஆராய்ந்தும் தமிழை வளர்த்த தமித்திவ்விய நகரமேயாம். இந்

நகரத்துக்குக்காவலாகப்பூர்வத்தில மைக்கப்பட்டுக்கிடந்தமதிலினது சிறப்புக்களைப் பௌராணிகர்களொடுத்துக் கூறியிருக்கின்றபடி கூறவீண்டமையாதாயினும் அவற்றுட்சிலகூறுவாம். வேற்றரசர்வந்து புகுங்காலத்தில் அவரைப் புகவொட்டாமலெதிர்த்து யுத்தஞ் செய்யுமாறு அம்மதின்மேலே யமைக்கப்பட்டுக்கிடக்கும் பொறிகளும் பாவைகளும் எண்ணிலவாம். அவற்றுட் சிலபாவைகள் அக்கினியைவாரிவீசும்; சில மணலைவாரிப் பொழியும்; சில வாளைவீசி வெட்டும்; சில கயிறுகளைவீசிக்கட்டும்; சில வில்லுவளைத்துப்பாணங்களை யிடையறாமற் செலுத்தும்; சில பாம்புப் பொறிகள்சீறியெழுந்துமேல்விழுந்துபகைவரைக் கடித்துக்கொல்லும்; பகைவர் விடுகின்றபாணங்களை யெட்டிப்பிடித்து அப்பகைவர்மேற் செலுத்துவனசிலபொறிகள். சில மல்லயுத்தஞ்செய்யும்;சிலவெந்நீரைவார்க்கும்; இவ்வகைச்சிறப்புக்களும்சிற்பசாதுரியங்களும் மலிந்து விளங்கிய இந்நகரம் பின்னர்க் காலத்திலே வேற்றரசர் கைப்பட்டுப் பூர்வமாண்பெல்லா மிழந்து பிரசண்டமாருதத்திற் பட்ட மரம்போ லிங்காள்நின்று நிலவுவதாயிற்று.

மதுரைக்காஞ்சி—மாங்குடி மருதனார் பாடியநூல். இதற்குரைசெய்தவர் நச்சினார்க்கினியர்.

மதுரைத் தமிழாசிரியர்செங்குன்றூர் கிழார்— இவர் கடைச்சங்கப் புலவர்களுளொருவர்.

மதுரைத்தமிழ்நாயகனார் —இவர் கடைச்சங்கப்புலவர்களுளொருவர்.

மதுரைப்பாலாசிரியனார் —இவர் கடைச்சங்கப்புலவர்களுளொருவர்.

மதுரைப்பெருமருதனார்--இவர்கடைச்சங்கப்புலவர்களு ளொருவர்.

மதுரைமாதெய்வம்—மதுரைநகரத்தின் அதிதேவதையாகிய ஒரு பெண் தெய்வம். இந்தத்தெய்வத்தாலேயே கண்ணகி கோவலனுடையமுற்பிறப்பின்வரலாறு முதலியவற்றைத தெரிந்துகொண்டாள்.

மதுரையறுவைவாணிகர் இளவேட்டனார்—இவர் கடைச்சங்கப்புலவர்களுளொருவர். இவர் வஸ்திரவணிகர்.

மதுவனம்- (க)யமுனைக் கரைக்கணுள்ளவனம்.(உ)கிஷ்கிந்தைக்குச் சமீபத்துள்ள வனம். இது சுக்கிரீவனுக்குரியது.

மதுரையாசிரியர்— இவரே பேராசிரியர் எனப்படுபவர். இவர் இளம்பூரணருக்கு வித்தியாகுரு. நச்சினார்க்கினியர்க்குஇளம்பூரணர் வித்தியாகுரு. நச்சினார்க்கினியர் தமதுகுருவாகிய இளம்பூரணரை ஆசிரியர்என்றும் தமது குருவுக்குக்குருவாகிய மதுரையாசிரியரைப்பேராசிரியரென்றும் வழக்குவா ராயினர். அவ்வழக்குப்பற்றி இவர்க்குப்பேராசிரியர் என்னும்பெயர் நிலைப்பதாயிற்று. இவரது இயற் பெயர் புலப்படவில்லை. இவரே குறுந்தொயிலேயுள்ள நானூற்றிரண்டு செய்யுளுள்ளே முன்னூற்றெண்பத்திரண்டு செய்யுட்களுக்கு முரைசெய்தவர். எஞ்சிய இருபதுக்குமுரைசெய்யுமுன்னே இவர்தென்புலஞ்சென்றனர். அவ் விருபதுக்கும் நச்சினார்க்கினியர் உரைசெய்தனர். இப்பேராசிரியரே திருக்கோவையாருக்கு முரை செய்தாரென்பாருஞ் சிலருளர்.

மதுரை அளக்கர்ஞாழலார்மகனார் மள்ளனார்— பாண்டியன் மருகனாகியசிறுகுடிகிழான்பண்ணனைப்பாடியபுலவர். இவர்பாடியசெய்யுளிலே வெள்ளிதென்புலத் துறைய உவுல்விளைவுகுன்றும் என்னும்சோ

திட்வு ண்மை விளக்கமாகின்றது. (புறநா.)

மதுரைஇளங்கண்ணிக்கௌசிகனுர்—புறநானூறு பாடினேருளொருவர். போரிலே வெற்றிபெறுதல்எளிது. கொடிய சர்ப்பமுறைகின்ற புற்றைப் போலவும், கொல்லுகின்றவலிய இடபந்திரிகின்றசாலையைப்போலவும் வலிய காவலையுடைய பகைவரது பாசறைக் கண்ணே புகுந்திட்டானென்னும் புகழே பெறுதற்கரியதொன்றும் என்னுங் கருத்தினைக்கொண்ட "இரும்புமுகஞ்சிதைய" வென்னுமிவர் பாடல் வீரர்க்குஊக்கந் தருதலின் மிகச் சிறந்தது.

மதுரை ஒலைக்கடைக்கண்ணம்புகுந்தாராயத்தனுர்—புறநானூறுபாடினேருளொருவர்.

மதுரைக்கணக்காயனுர் — தமிழ்க்கலைமுற்றும்பருகிய ஒப்பிலாப்புலவர்சிகாமணியாகிய நக்கீரருக்குத்தந்தையார். இவரும் புலமையிற்சிறந்தவரே.

மதுரைக் கள்ளிற் கடையத்தன் வெண்ணுகனுர் - புறநானூறுபாடினேருளொருவர்.

மதுரைக் கூலவாணிகன் சீத்தலைச்சாத்தனுர்—("சாத்தனுர் காண்க") பாண்டியன்சித்திரமாடத்துத்துஞ்சியநன்மாறனது அபிமானப்புலவர்.

மதுரைத்தமிழ்க்கூத்தனுர் — புறநானூறுபாடினேருளொருவர்.

மதுரைநக்கீரனுர்—புறநானூறு பாடினேருளொருவர். பிடவூர்க்கிழார் மகன்பெருஞ்சாத்தன்மகனுக்கு இவர் அபிமானப் புலவர்.

மதுரைப்படைமங்கமன்னியர்—புறநானூறுபாடிய புலவருளொருவர்.

மதுரைப்பூதனிளநாகனுர் — புறநானூறுபாடினேருளொருவர்.

மதுரைப்பேராலவாயார் — பூதபாண்டியன்தேவி தன்னாயகனேடு உடன்கட்டையேறியதுகண்டு வியந்துபாடியவர். (புறநா.)

மதுரைமருதனிளநாகனுர்— இறையனுரகப்பொருளுக் குரை செய்த நாற்பத்தொன்பதின்மருளொருவர் இவருரை நக்கீரரொழித் தொழிந்தோ ருரையினுஞ் சிறந்தது. புறநானூறு பாடினேருள்ளு மொருவர்.

இவராற் பாடப்பட்டோர் நாஞ்சில்வள்ளுவன் முதலியோர்.

மதுரைவீரன்— அரசுக் காகாதவனென்று காட்டகத்தே கொண்டுபோய் விடுக்கப்பட்ட காசிராஜாவினது புத்திரன். இவன் ஒரு சக்கிலியன்மனையாள்கண்டெடுத்துப் போய் வளர்க்க வளர்ந்து, வளர்த்த தந்தை தாயர் தென்னுட்டிற்சென்றபோது அங்கே மதுரையிலே பொம்மணன்சேவையிலிருந்து அவன் மகளைக்கவர்ந்து கொண்டு சிரங்கத்தையடைந்து சோழனுக்குப் படைத்துணைவனுகி மதுரையைவெற்றி கொண்ட பராக்கிரமசாலி.

இவன் தொட்டியர்க்கும் வேறு சில ஜாதியானர்க்கும் குலதெய்வமானுன். இவன் தெய்வபத்தியிற் சிறந்தவன்.

மத்தன்—(ராக்ஷ) மாலியவந்தன் புத்திரன்.

மத்திமம்—மத்தியதேசம்.

மத்தியதேசம்— விபாசைக்குக்கிழக்கேயும் பிரயாகைக்கு மேற்கேயும் இமயத்துக்குத் தெற்கேயும் விந்தியத்துக்குவடக்கேயுமுள்ளதேசம். இங்கே வசிப்போர் மாத்தியமிகரெனப்படுவர்.

மத்தியந்தினமுனிவர்— இவர் வியாக்கிரபாதமுனிவருடைய தந்தையார்.

மத்திரம்— சிபிபுத்திரனுகிய மத்திர

ணலே இமயமலைச் சாரலிலே யிரு மிக்கப்பட்ட தேசம்.

மத்திரன்— சிபியுடைய நான்காம் புத்திரன்.

மத்துவாசாரியர்— இவர் துவைத மதஸ்தாபகர். இவர் க்ஷேத்திரம் பாசகக்ஷேத்திரம். இவர் ஜன்ம நாள் தைமாசத்துச் சுக்கிலபக்ஷநவமி.

மநுநீதிகண்டசோழன்— இச் சோழன் திருவாரூரை ராஜதானியாக்கி அரசுசெலுத்திவருநாளில், தன்மகன் தேரூர்ந்துசென்றபோது தற்செயலாக ஒருஆன்கன்றோடி அத்தேர்க்காலிலகப்பட்டரைபுண்டிறக்க, அதன் தாயோடி யாராய்ச்சி மணியை அசைத்துக் கதறியது கண்டு பொறாது அம்மகனைத் தன் றேர்க்காலிலிட்டரைத்ததன் றுயர்தீர்க்க முயன்றவிடத்துச் சிவபெருமானது திருவருளால் அக்கன்று உயிர்பெற்றெழப் பெற்றபேரருட்பெருந்தகை

மந்தபாலன்—(ரி) ஒருபிரமசாரி.

மந்தரபுரேசர்— திருஉசாத் தானத்திலே கோயில்கொண்டிருக்கும் சுவாமி பெயர்.

மந்தரை—கைகேயினுடையதோழி.

மந்தவாகினி—சுத்திமந்தத்திலுற்பத்தியாகின்ற ஒருநதி.

மந்தாகினி—கங்கை, ஆரவாரமின்றிப்பாய்வதென்பது அதன்பொருள்.

மந்தாரன்—ஒரு வித்தியாதரன்.

மந்தோதரி—ராவணன்பாரி. திதிபுத்திரனாகிய மயன்மகள்.

மமதை—உதத்தியன் பாரி. தீர்க்கதமன் தாய். இவள்பிருகஸ்பதி அநுக்கிரகத்தால் பரத்துவாசரைப்பெற்றவள்.

மயன்—கசியபனுக்குத் திதி வயிற்றிற் பிறந்த புத்திரன். தானவர்க்குத்தச்சன், சிற்பசாஸ்திரஞ் செய்தவன் இவனே. மாளிகைகளும் அரண்களும் சமைப்பதில் மிக்கவல்லவன். அவ்வாற்றல்மாத்திர மன்றி நினைத்த மாத்திரத்தே யிருமிக்குமாற்றலுமுடையவன். இவனுக்கு மாயாவி துந்துபி புத்திரர்கள்; மண்டோதரிபுத்திரி. இவனுக்கு ராவணன் மருமகன். இவனுக்குப்பின் வந்தோரும் இப் பெயரினாலேயே விளங்கினர்என்பது அர்ச்சுனன் மயனுயிரைக் காத்தானென்றும், அவ்வுபகாரத்துக்காக மயன் ஓரலங்காரமண்டபமொன்றியற்றிப்பாண்டவர்க் களித்தானென்றும் வரும் பாரத கதையாற் பெறப்படும். மயன்வமிசத்தோர்,தெய்வகம்மியராகிய துவஷ்டாவெனப்படும் விசுவகன்மாவினது வமிசத்தோர்களுஞ்சிரோமகபுரியை யடைந்து அசுரர்க்குக் கம்மியராகி அவர்க்குப்படைக்கலங்களும் ரதங்களும் மாடமாளிகைகளும் ஏனைபலவகைக்காருககம்மியங்களும்பயிற்றி விளங்குவாராயினர். ரோமகபுரிகடல்கொள்ளப்பட்டழிந்தபோது அவ் வமிசத்தோர்பலர் அப் பிரளயத்துக்குத் தப்பி மீண்டும் ஆரியநாட்டையடைந்தனர். அங்ஙனம் வந்தடைந்தோர் பெருக மற்றைத் துவஷ்டாவினது மரபினர் அருகினர்போலும். ஆலயசிற்பமானங்கள் ஆகமத்திலொன்றும் மயன்விதியில் மற்றொன்றுமாக இந்நாளிலும் முரணுதல் காண்க.

மயிலாடுதுறை—இதுகாவிரியின்தென்கரையி லுள்ள வொரு சிவஸ்தலம்.

மயேச்சுரர்— இவர் ஒரு யாப்பிலக்கண நூலாசிரியர் என்பது குணசாகரர் காரிகையால் விளங்குகின்றது. எனவே அவர்க்குமுன்னுள்ளவரென்பதும் அந்நூ லிறந்ததென்பதும் அநுமானமாம.

மரகதவல்லியம்மை— திருஈங்கோய்மலையிலே கோயில்கொண் டிருக்கும் தேவியார் பெயர்.

மரகதாசலேசுவரர்— திருஈங்கோய்மலையிலே கோயில்கொண்டிருக்கும் சுவாமிபெயர்.

மரீசி—பிரமமானசபுத்திரருளொருவன். இவன் புத்திரன் கசியபன்; புத்திரி பூர்ணிமை.

மருதப்பேசுரர் — திரு இடைமருதிலேகோயில்கொண்டிருக்கும்சுவாமிபெயர்.

மருதமலை—கொங்குநாட்டின்கணுள்ள ஒருசுப்பிரமணியஸ்தலம்.

மருதேசம்— குருசைனியம் பாரதயுத்தகாலத்திலே தங்கியவிடம்.

மருத்து—அவீக்ஷித்துபுத்திரனாகிய ஒரு சக்கரவர்த்தி. இவனைப் போல் யாகஞ்செய்தார் ஒருவருமில்லை. இவன் காமாதிகளைமுனிந்த சீலன். அந்த யாககாலத்தில் ராவணன் சென்று மருத்து மகாராஜனைப் போருக்கழைக்க அவன்யாகநிறைவேறுதென்றெண்ணி ராவணனோடு சமாதானம் போயினான். அங்கு வந்திருந்த ராவணனுக்கஞ்சி இந்திரன் மயிலாகவும் யமன் காகமாகவும் குபேரன் ஓந்தியாகவும்மாறியொளித்து மீண்டுபோயினர்.

மருத்துவதி— தக்ஷன் மகள். தர்மன் பாரி. ஜயந்தனும் மருத்துவந்தனும் புத்திரர்.

மருத்துவன்றமோதரனார்— இவர் கடைச்சங்கப்புலவர்களு ளொருவர். இவர் திருவள்ளுவர்குறளுக்குக்கூறியசிறப்புப்பாயிரக்கவி, பாயிரமாதலோடுஉலகத்தார்க்குத்தலைக்குத்து மருந்தாகவுமிருக்கின்றது. அது "சிந்திநீர்க் கண்டந் தெறிசுக்குத் தேனளாய்—மோந்தபின் யார்க்குந் தலைக்குத்தில்—காந்தி - மலைக்குத்துமால்யானைவள்ளுவர்முப்பாலாற்—றலைக்குத்த ர்தீர்வுசாத்தற்கு"என்பது.

மருத்துவந்தன்— தர்மனுக்கு மருத்துவதியிடத்துப்பிறந்தமூத்தமகன்

மருந்தீசுவரர்— திருவான்மியூரிலே கோயில் கொண்டிருக்கும் சுவாமி பெயர்.

மருபூமிகள்— சிந்துதேசத் துள்ள மலைநாடுகள்.

மருவூர்ப்பாக்கம் — காவிரிப்பூம்பட்டினத்தின் புறநகர்.

மலயம்—பொதியமலை.

மலர்மங்கை—திருநாட்டியத்தான் குடியிலே கோயில் கொண்டிருக்கும் தேவியார்பெயர்.

மலைபடுகடாம் — பெருங் குன்றூர்ப் பெருங்கவுசிகனார் பாடிய நூல்.

மலைவளர்காதலியம்மை — இராமேச்சுரத்திலே கோயில்கொண் டிருக்கும் தேவியார் பெயர்.

மலையத்துவஜன்—(க) குலசேகரபாண்டியன்மகன் இவன் மகள் தடாதகைப் பிராட்டி. இவன் மனைவி காஞ்சனமாலை. இவள்விச்சாவதிஎன்பவளது அவதாரம். (உ) அசுவத்தாமாவினாற்கொல்லப்பட்டபாண்டியன்.

மலையமான்திருமுடிக்காரி — கடையெழுவள்ளல்களுளொருவனாகிய காரியெனப்படுபவன் இவனே. தொண்டைநாட்டுக்குஞ் சேரநாட்டுக்குமிடையேயுள்ள மலைநாட்டைக் கோவலூரிலிருந் தாண்ட சிற்றரசன்இவனே. இவன்கொடையாலும் புஜபலத்தாலுஞ் சிறந்தவன். புலவர்க்குப் பேருபகாரி. இவன்குதிரையும் காரியெனப்படும்.

போரிற் புறங்கொடுத் தோடும் வேந்தர்க்குத்துணைபுரிந்து வெற்றிமாலைசூடுவித்தலைத் தொழிலாகவுடையவன் காரி யென்றும், குளிர்காலத்திலே காட்டகத்திலே ஒரு

மயிலைக்கண்டு ஃ தகுளிரால்வாடு மேயென்றிரங்கித் தான் போர்த்திருந்த போர்வையை அதற்குக்கொடுத்தவன் பேக னென்றும், முல்லைக்கொடியிற் சிக்கியதேரை அக்கொடியைச் சிதைத்து மீட்காது அக்கொடி படர்ந்துலகுக்குப் பயன்படும்படி அத்தேரை அதற்குக் கொடுத்தவன் பறம்பு நாட்டுவேந்தனுகிய பாரி யென்றுஞ் சிறுபாணாற்றுப்படையிற் கூறப்பட்ட ர முவர்கடைவள்ளல்களுள்ளே இவன் விசேடித்துக்கூறப்பட்டவன்.

மல்லிநாதன்—இவன் ரகுவமிசம் நைஷதம் மாகம் இவைகளுக்கு வியாக்கியான கர்த்தா.

மறைக்காட்டீசுவரர்—திருமறைக்காட்டிலே கோயில் கொண்டிருக்கும் சுவாமிபெயர்.

மறைஞான சம்பந்தர் — திருக்களாஞ்சேரியிலே விளங்கிய சைவசமயாசாரியராகிய இவர் உமாபதிசிவாசாரியருக்குக்குருமூர்த்திகள். இவர்சற்றேறக்குறைய அறுநூறுவருஷங்களுக்குமுன்னேயுள்ளவர். இவர் மெய்கண்டதேவருக்கு மாணாக்கர். சிவதருமோத்தரத்தை வடமொழியிலிருந்து தமிழான் மொழிபெயர்த்துப் பாடியவர் இவரே.

மற்சியதேசம் } மற்சதேசம் } —இப்பெயரினல்இரண்டுதேசங்களுள. ஒன்றுகூர்ச்சரதேசத்துக்குமேற்றிசைக்கணுள்ளது. மற்றது தற்காலம் திஜைபுரமென்று வழங்கும் இடத்துக்குச் சமீபத்துள்ளது.

மற்சபுராணம் — விஷ்ணுவினது மீனவதாரமான்மியமும் அவ்விஷ்ணு சலப்பிரளயகாலத்திலே மனுவையும், பிறவற்றையும் ஓர் பேழையினுள்ளேவைத்து இரக்ஷித்தமையும், பிரம சிருஷ்டியும், திரிபுராசுரர் சங்காரமும், தாரகாசுரனுக்கும் தேவர்களுக்கும் இடையினிகழ்ந்த யுத்தமும், பார்பதியம்மையார் திருக்கல்யாணமும், முருகக்கடவுள் திருவவதாரமும், விஷ்ணு அவதாரமுமாகிய காதைகளை யுணர்த்துவது. பதினாலாயிரங் கிரந்தமுடையது.

மனசியன்—பிரவீரன்புத்திரன்.

மனத்துணைநாதேசுவரர்— திருவலிவலத்திலே கோயில்கொண்டிருக்கும் சுவாமி பெயர்.

மனஸ்வி—(ரி) தேவலன் இரண்டாம் புத்திரன்.

மனஸ்வினி—(க) பிரஜாபதிபாரி. (உ) மிருகண்டன் பாரி.

மனன்—மி. ஹரியசுவன் புத்திரன்.

மனவாசகங்கடந்தார்—சித்தாந்தசாத்திரம் பதினன்கனுளொன்றாகிய உண்மைவிளக்கமென்னு நூலாசிரியராகிய இவர் மெய்கண்டதேவர்மாணாக்கரு ளொருவர். இவர்க்கு ஜன்மநகரம் திருவதிகை.

மனு—சிருஷ்டிஆரம்பகாலத்திலேபூமிபரிபாலனஞ்செய்யுமாறு தெய்வ ஆஞ்ஞையாற் பிறந்தவர். மனுக்கள் பதினால்வர். சுவாயம்புவன், சுவாரோசிஷன், உத்தமன், தாமசன், ரைவதன், சாக்ஷுசன், வைவசுவதன், சூரியசாவர்ணி, தக்ஷசாவர்ணி, பிரம்மசாவர்ணி, ருத்திரசாவர்ணி, தர்மசாவர்ணி, ரௌசியன், பௌசியன் என்போர்.

இம்மனுக்களே அவ்வச் சிருஷ்டிதோறும் மனுஷ வர்க்கத்தைத் தோற்றுவிப்பவர்களாதலின் அவரே மனுஷருக்கு மூலபிதாக்களாவார். இப்போதுள்ள சிருஷ்டிக்கு மூலபிதா வைவசுவதமனு. இஃது ஏழாவது மனுவந்தரம். ஒருமனுவந்தரகாலம் 4320000 மானுஷியவருஷம். இப்படி மனுவந்தரம் ஆறு

சென்றன. இப்போது செல்லாநிற்பது ஏழாவது மனுவந்தரம். (சிருஷ்டிகாண்க.)

மனுத்தேவன்—பிரமபுத்திரருளொருவன்.

மனுஸ்மிருதி—அஷ்டாதச ஸ்மிருதிகளிலே சிரேஷ்டமானது.

மனுமசித்தி—பூர்வம் நெல்லூரிலரசு செய்தராஜா.

மனோரமை—மேருபுத்திரி. இவள் இமவானைப் பெற்றுக் கங்கையையும் பார்வதியையும் பெற்றவள்.

மன்மதன்—விஷ்ணுமானசபுத்திரன் இவன்பாரி ரதி. கொடிமகரம். பாணம். புஷ்பம்.

முன்மதன் என்பதன்பொருள் மனத்துக்குக் கிளர்ச்சியைக்கொடுப்பவன் என்பது. மன்மதனைப் பிரமபுத்திரனென்று கூறுவாருமுளர். இருக்குவேதம் பிரமசைதன்னியத்திலே முதற்கணெழுந்தது இச்சையென்றகூறும். அது நிற்க; காமவிச்சைக்கதிதேவதையாகிய மன்மதனே பெரும்பாலும் புராணங்களிலே பேசப்படுபவன். மன்மதன் அழகோடுகூடிய யவ்வனத்தை அதிகரித்து நின்று ஆண் பெண்ணைக்கூட்டிப் பிரஜாவிருத்திக்குபகாரஞ்செய்யும் அதிகாரமூர்த்தி. மன்மதன் அரூபியாய்வசந்தகாலம் நிலாமணி மேடை, மணற்குன்று பூஞ்சோலை சந்திரோதயகாலம் புஷ்பம் வாசனை அழகுமுதலியவைகளைத் தனக்குப் பரிவாரமாகக்கொண்டிருப்பவன்.

தாரகாதிஅசுரரால்வருந்தியதேவர்வேண்டுகோளுக்கிரங்கி மன்மதன் சிவபிரான்மீது தனது காமபாணங்களைச் செலுத்தி அவர்நெற்றிக்கண்ணுக்கிரையாகி அங்கமிழந்துஅநங்கன்என்னும்பெயர்கொண்டான். மன்மதன்பாரியாகிய ரதிதேவி பார்வதியைப் பன்முறையிரந்து தன் குறையைக்கூற, பார்வதி, ரதியைத்தேற்றி, "உன்கணவன் கிருஷ்ணனுக்குப் பிரத்தியுமனன் என்னும் பெயரோடு புத்திரனாகப்பிறப்பான். அச்சிசுவைச்சம்பராசுரன் கவர்ந்துபோய்க்கடலிலிடுவான். அதனை மீன்கவர்ந்துவிழுங்கும். அம்மீனை வலைஞர் பிடித்து சம்பரனுக்குக் கொடுப்பார்கள். நீ அவன்வீட்டு ஏவற் பெண்ணாகி அம்மீனை வாங்கி அறுத்து அச்சிசுவைக்கவர்ந்தேகி அவனோடு வாழ்வை" என்றார். அவ்வாறே ரதிசம்பரன் மனையில் ஏவற்பெண்ணாகியிருந்து பிரத்தியுமனனை நாயகனாகப்பெற்றாள்.

இச் சரித்திரம் வாமன பாகவத விஷ்ணுபுராணங்களில் கூறப்பட்டுள்ளன. ஸ்காந்த புராணத்திலே கூறப்பட்டசரித்திரம் சற்றேவிகற்பமாம்.

மன்வந்தராதிபர் — சுவாரோசிஷமனுவந்தரத்திலே விபஸ்சித்து என்னும் இந்திரபதியும், உத்தம மனுவந்தரத்தில்சுசாந்தனென்னும்அமரபதியும், தாமச மனுவந்தரத்தில் சிபி என்னுமிந்திரனும், ரைவதமனுவந்தரத்தில் வாசவனும், சாக்ஷுசமனுவந்தரத்தில்மனோஜவசன் என்னுந்தேவபதியும், வைவசுவதமனுவந்தரத்தில்புரந்தரன்என்னும்பிருந்தாரகேந்திரனும், சூரியாதிதேவர்களையும் வசிஷ்டாதி இருஷிகளையும் காத்துவார்கள்.

மஹதி—நாரதன் வீணை.

மஹாகாலம்—ஒரு புண்ணிய க்ஷேத்திரம். அஃதுச்சயினியிலுள்ளது.

மஹாகாலன் — சர்வசங்காரமூர்த்தியாகிய சிவன்.

மஹாசுவாலை — ஒரு நரகம். அது வியபிசாரம் புரிவோர் அடைதற்குரியது.

மஹாதேவன்-(க) அஷ்ட மூர்த்திகளு ளொருவர். (உ) சிவன்.

மஹாநந்தி—மகததேசத்து ராஜாக்க ளாகிய சைசுநாகருளீற்றரசன்.

மஹாநாபன்-ஹிரணியாக்ஷன்மகன்.

மஹாபலன்—சுமாலிபுத்திரன்.

மஹாபலி—பலிச்சக்கரவர்த்தி.

மஹாபார்சுவன்—ராவணன் சிறிய தாய் புத்திரருளொருவன்.

மஹாபிஷன்—பிரதீபன்காண்க.

மஹாபோஜன் — (ய) சாத்துவதன் புத்திரன். இவன்வமிசத்தார் போ ஜரெனப்படுவர். இவன் மிக்கதரு மசீலன்.

மஹாப்பிரகன் — மிதிலன் வமிசத் தோரரசன். கீர்த்திராதன்தந்தை.

மஹாமகம்—சிங்கராசியில்பிருஹஸ் பதிபிரவேசமாயிருக்கும் வருஷத் தில்மாசி மாசத்துப் பௌர்ணிமை. அது கும்பகோணத்திலே யுள்ள மகாமகதீர்த்தத்திலே ஸ்நானஞ்செ ய்தற்குரியவிசேஷபுண்ணியகாள்.

மஹாமனன்—(அ) மகாகாலன்புத்தி ரன். இவன் புத்திரர் உசிநரன், தி திக்ஷன்என்போர்.

மஹாமாயன் — கீழ்லோகங்களில் ஒ ன்றாகிய அதலலோகத்ததிபதி.

மஹாயுகம்—சதுர்யுகம். இது 4320000வரு கொண்டது.

மஹாராஜிகர் — கண தேவதைகளு ளொருபேதம். இவர்கள் இருநூற் றிருபதின்மர்.

மஹாராஷ்டிரம்—கூர்ச்சரதேசத்து க்குத் தெற்கின்கணுள்ள தேசம். இத்தேசத்தில் வழங்கும் பாஷையு ம் இப்பெயரேபெறும். இது பஞ்ச திராவிடத்தொன்று. இத்தேசத்தா ர் மகாராஷ்டிரர் எனப் படுவர்.

மஹாரோமன்—(மி) கீர்த்திராதன்பு த்திரன்.

மஹாரௌரவம்—அக்கினிமயமான ஒருநரகம். இது கொடியபாபிகள் போய் வருந்துமிடம்.

மஹாவர்மன்—நந்தன்.

மஹாவாகு—இரணியாக்ஷன் புத்திர ன்.

மஹாவீரன்—ஜைனகுருக்களு ளொ ருவன். இவன் கடைத்தீர்த்தங்க ரன்.

மஹாவீரியன்—(க) (பு) புமன்னியன் புத்திரன். இருக்ஷயன்தந்தை. (உ) (மி) பிருகத்திரதன்புத்திரன்.

மஹாஹயன்—(ய) சதஜித்து சேட்ட புத்திரன்.

மஹிஷன்—(க) தேவரும் அசுரரும் யுத்தஞ் செய்தபோது அசுர ரெல் லோரும் இறந்துபோக, திதியென் பவள் தவஞ்செய்து பிரமாவினது அநுக்கிரகத்தினாலே இம் மஹிஷ னைப்பெற்றாள். இவன் கண்டத்தி ன்மேல் மஹிஷரூபமும் அதன்கீழ் மனுஷரூபமுமுடையவன். இவன் மிக்க கொடுமையினையுடையவன். இவனைத் துர்க்காதேவியார் கொன் று மஹிஷாசுரமர்த்தனியென்னும் பெயர்பெற்றார்.

மஹிஷாசுரமர்த்தனி—துர்க்காதேவி

மஹிஷ்மந்தன்— சஹஜித்துபுத்திர ன். நர்மதாநதிதீரத்தில் மாஹிஷ்மதி திபுரத்தை நிர்மாணஞ்செய்தவன் இவனே.

மஹேந்திரம்-(க) இதுஉற்கலம்முதல் காண்டவநாடுவரையும் வியாபித்தி ருக்கும்மலை. (உ) குலபர்வதங்களு ளொன்று.

மஹோதயம்—(க) மகதநாட்டிலுள் ளஒருபட்டணம். இது விசுவாமித் திரன் ராஜதானி. குசிகன் மகன் குசநாடனாலே நிருமிக்கப்பட்டது. (உ) தைமாசமும் அமாவாசையுந்தி ருவோணநக்ஷத்திரமுங் கூடிய சுப தினம் மஹோதய புண்ணியகால மெனப்படும். இப்புண்ணியகாலத்

திலே செய்யப்படுந் தான தர்ப்பண முதலியன நற்பலன் தரும்.

மஹோாதரன்—ராவணன் சிறியதாய் புத்திரன். நீலனாற் கொல்லப்பட்டவன் இவனே.

மாகதி—மகததேசத்துப் பாஷை. இது பிராகிருதங்களுளொன்று.சோணாநிக்கும்பெயர்.

மாகந்தி—தக்ஷிணபாஞ்சாலத்துராஜதானி.

மாகம்—மாகன்செய்த சமஸ்கிருதகாவியம். இக்காவியம் கிருஷ்ணன்சிசுபாலனை வதஞ்செய்தவரலாறுகூறுவது.

மாகன்— மாகஞ்செய்த சமஸ்கிருதகவி. இவன் தத்தகன மகன்.

மாகாளேசுவரர்—திருஇரும்பை மாகாளத்திலே கோயில்கொண்டிருக்கும் சுவாமிபெயர்.

மாங்காடு —குடமலைப் பக்கத்துள்ள தோரூர். இஃது இக்காலத்துமாங்காவென்று வழங்கப்படுகின்றது.

மாங்குடிமருதனார்— இவர் கடைச்சங்கப்புலவர்களுளொருவர்.

மாசாத்தர்— திருக்கைலாசஞான வுலாவை அங்கே கேட்டுவந்து திருப்பிடவூரிலே வெளியிட்டவர்.

மாசாத்துவான்—கோவலன் தந்தையின்இயற்பெயர். இவன் கோவலன் இறந்ததை மாடலன்சொல்லக்கேட்டுத் தன்கையிலுள்ள பொருள் அனைத்தையும் தானஞ்செய்து விட்டுத் துறவுபூண்டவன்.

மாசிலாமணியீசுவரர்—திருஆவடுதுறையிலே கோயில்கொணடிருக்கும் சுவாமிபெயர்.

மாடலன்- தலைச்செங்கானத் துள்ள ஒரந்தணன். கோவலனுடைய நட்பாளன். கோவலன் மதுரையில்கொலையுண்டதுமுதலியவற்றைக் காவிரிப்பூம்பட்டினத்தார்க்குச்சொல்லித் தன்சொல்லால் அவர்களிற் சிலரிறந்தமைதெரிந்து அப் பாவத்தைப்போக்குதற்பொருட்டுப் போய்க்கங்கையாடி மீளுகையில் இடையே செங்குட்டுவனைக்கண்டு அளவளாவி, வஞ்சிநகரஞ் சார்ந்து, அவனை யாகஞ் செய்யும்படி தூண்டி அது செய்வித்து அவனை நல்வழிப்படுத்தினவன்.

மாணிக்கத்தியாகர்—திருவொற்றியூரிலே கோயில்கொண்டிருக்கும் சுவாமிபெயர்.

மாணிக்கவண்ணேசுவரர்— திருமருகலிலே கோயில்கொண்டிருக்கும் சுவாமி பெயர்.

மாணிக்கவண்ணர் — திருவாழ்கொளிபுத்தூரிலே கோயில் கொண்டிருக்கும் சுவாமிபெயர்.

மாணிக்கவரதேசுரர்— திருமாணிகுழியிலே கோயில்கொண்டிருக்கும் சுவாமிபெயர்.

மாணிக்கவல்லியம்மை— திருமாணிகுழியிலே கோயில்கொண் டிருக்கும் தேவியார் பெயர்.

மாணிக்கவாசகசுவாமிகள்— அரிமர்த்தன பாண்டியற்காகக் குதிரை கொள்ளச்சென்ற வழியில் சிவபெருமான் ஞானாசாரியராக வெழுந்தருளிவந்து உபதேசஞ்செய் தாட்கொண் டருளப் பட்டவரும், குதிரைவாங்கும்பொருட்டுக் கொண்டு சென்ற திரவியங்களை யெல்லாம் சிவாலயத் திருப்பணிக்காக்கிய துணர்ந்து பாண்டியனு லொறுக்கப்பட்டு நின்றபோது சிவபிரான் நரிகளைப்பரிகளாக்கிக்கொண்டுபோய்க் கொடுத்தவழி அவராற் காத்தருளப்பட்டவரும், பரிகளெல்லாம்நரிகளாக மீளுதலும் பின்னரும் பாண்டியனொறுக்க, சிவன் வைகையைப்பெருகச்செய்து அதன் கரையையடைக்கக் கூலியாளாகிச் செல்லப்பெற்றவரும் அதுவாயிலாகப் பா

ண்டியன் பணியினின்றும் நீங்கிச் சிவன்முத்தராய் விளங்கினவரும், கேட்டோரை மனமுருக்கி முத்திநெறியிற்செலுத்துமியல்பினதாகிய திருவாசகமும் திருக்கோவையாரும் பாடியருளியவரும், புத்தரை வாதில்வென்று சைவசமய ஸ்தாபனஞ்செய்தவருமாகிய சைவசமயாசாரியர். இவர்பூர்வாச்சிரமநாமம்வாதவூரர். இவர்க்குப் பாண்டியனால் சூட்டப்பட்ட பட்டப்பெயர் தென்னவன் பிரமராயன். கல்லாடத்திலே,

"வெடிவாற்பைங்கட்குறுநரியினத்தினை
யேழிடந்தோன்றியினனூற்கிசைந்து
வீதிபோகியவாவுளைப்புரவி
யாக்கியவிஞ்சைப் பிறைமுடியர்தணன்," என்றும்,
"மண்ணகழ்ந்தெடுத்து வருபுனல்வையைக்
கூலஞ்சுமக்கக் கொற்றாளாகி
நரைத்தலைமுதியோளிடித்தடுகூலிகொண்
டடைப்பதுபோல வுடைப்பதுநோக்கிக்
கோமகனடிக்க வவனடிவாங்கி"

என்றும் வருதலாலே, கடைச்சங்கப் புலவராகிய கல்லாடருக்குமுன்னுள்ளவரென்பது நிச்சயிக்கப்படும்.

சிவன் வலைவீசிய திருவிளையாடலை இவர் பன்முறையெடுத்தெடுத்துத் திருவாசகத்திலோதுதலால் வலைவீசிய திருவிளையாடல் நிகழ்ந்தகாலத்தை யடுத்திருந்தவரென்பதும், எந்து, அச்சன், அச்சோ, அப்பு என்பன முதலிய மலையாளச் சொற்களை அத் திருவாசகத்திலே பிரயோகித்தலால் மலையாளத்திருந்துவந்து பாண்டி நாட்டிலே குடிகொண்டவரென்பதும் அனுமிக்கக்கிடக்கின்றன.

இச்சிவஞானச்செல்வர், சண்டேசரையும் கண்ணப்பரையும் தமக்கு முந்தினோராக வெடுத்துக்கூறி, அவர்பெருமையைப்புகழுவர். கன்றால்விளவெறிந்த கிருஷ்ணனை செயலும் திருவாசகத்தி லெடுத்துக் கூறப்படுதலின், இவர் கிருஷ்ணன்காலத்துக்குப் பிற்பட்டவரென்பதற்கையஞ் சிறிதுமில்லை. திருநாவுக்கரசுநாயனாராலே, தமதுதேவாரத்திலே, நரியைக் குதிரைசெய்த அற்புதமெடுத்துக் கூறப்படுதலால் அவர்காலத்துக்கு இவர் முன்னுள்ளவரென்பதற்கும் ஆக்ஷேபஞ்சிறிதுமில்லை. திருநாவுக்கரசுநாயனார் காலம், முன்னே சம்பந்தர் என்பதனுட்கூறப்பட்டபடி நாலாயிரம் வருஷங்களுக்கு முன்னுள்ளது. அவர்க்கு இவர்முன்னுள்ளவராதலின் இவர் காலம் நாலாயிரம் வருஷங்களுக்குமுன்னுள்ளதென்பது நன்கு துணியப்படும். அதுமாத்திரமன்று; திருவாசகத்தினுள்ளே பிற்காலத்திலே அறியப்படாத அநேக சரித்திரங்களும், க்ஷேத்திரங்களும் எடுத்தோதப்படலாலும், கண்ணப்பர் சண்டேசர்களைத்துதிப்பவர் திருஞானசம்பந்தர் முதலியோரைத்துதிக்காமையாலும், "சிரிப்பார் களிப்பார்தேனிப்பார்" என்னுந் திருவாசகத்திலே தேனித்தல் என்னுஞ் சொல்வழக்கும், உவலைமுதலிய அரிய சொற்களும் பிற்காலத்து வழக்கன்மையாலும், திருவாசகம், தேவாரத்துக்கும் கடைச்சங்கத்து நூல்களுக்கும் முந்தியதென்பது நன்றாகத் துணியப்படும்,

இனித் திருத்தொண்டத்தொகையினுள்ளே எடுத்தோதப்படாமையின், மாணிக்கவாசகர் சுந்தரமூர்த்திநாயனாருக்குப் பிற்பட்டவரெனச் சாதிப்பாருஞ் சிலருளர். அஃது அறியாமையின்பாலதாம். அகஸ்தி

யர், பதஞ்சலி, வியாக்கிரபாதர்முத
லியோ ரெல்லாம் சிவ பக்தியிலும்
சிவயோகத்திலுஞ் சிறந்த மெய்யடி
யார்களாகவும் அவரையெல்லாந் தி
ருத்தொண்டத்தொகையினுட்கூறா
மையாதுகாரணமாமோ, அதுவேமா
ணிக்கவாசகரைச்சேர்த்தோதாமை
க்குங்காரணமாம். முன்னர்வெளிப்
படாதஅடியார்வரலாறுகளேசேக்கி
ழாருக்கு அருளிச் செய்யப்பட்டன
வன்றி முன்னே வெளிப்பட்ட சரி
த்திரங்களல்ல. மாணிக்கவாசக சரி
த்திரம் முன்னே ஆலாசியத்திற் கூ
றப்பட்டது. அதுபற்றியே அவர்சரி
த்திரம் திருத்தொண்டத் தொகை
யிலும் பெரியபுராணத்திலும் கூற
ப்படா தொழிக்கப்பட்டது. அவ்வா
றேஅகஸ்தியர், பதஞ்சலி, வியாக்கி
ரபாதர்கள் சரித்திரங்கள் சிதம்பர
மான்மியத்திலும் பிறவற்றிலுங் கூ
றப்பட்டுக்கிடந்தமையின் அவையு
மொழிக்கப்படன. அற்றேல் சம்பந்
தமூர்த்திநாயனர் சரித்திரம் ஆலா
சியத்திற் கூறப்பட்டிருக்கவும்மீள
வும் பெரிய புராணத்திலும் திருத்
தொண்டத்தொகையிலும் கூறப்ப
ட்டது யாதுபற்றியோவெனின், ஆ
லாசியத்துள் அச் சரித்திரம் விரித்
துரைக்கப்படாமையி னென்க. இ
துவே திருத்தொண்டத் தொகையி
லும்மாணிக்கவாசகர் எடுத்துக் கூற
ப்படாமைக்குக் காரணமாமெனக்
கொள்ளுக.

அதுவிற்க, மாணிக்கவாசகர்இ
டையறாதசிவத்தியானமுஞ் சிவபத்
தியுமுடையராய்விளங்கினரென்ப
தும், அவருடையசரித்திரம் முற்று
முண்மையென்பதும் அவர் திருவா
க்குக்களே வெளிப்படப் பகர்கின்ற
ன. வாசனையாற்புறத்தேகாணப்படு
மெச்செயல்களையுஞ்சிவசம்பந்தப்ப
டுத்தியேயெடுத்தோதுவர். திருவ
ண்ணமலையிலே இவர் தலவாசஞ்
செய்தகாலத்திலே அங்குள்ள பெ
ண்கள்வைகறையிலேயெழுந்து சி
வதோத்திரஞ் சொல்லிக் கொண்டு
அயல்வீட்டுப்பெண்களையெழுப்பிநீ
ராடப்போதலைக்கண்டு, அச்செயலை
ச் சிவசத்திகள்சிருஷ்டியின்பொரு
ட்டு ஒருவரை யொருவ ரெழுப்புவ
தாகப் பாவித்துத் திருவெம்பாவை
யைப்பாடியருளினர். இப்படியே பு
றத்தேநிகழுகின்ற செயல்களாகிய
படையெழுச்சி சாழல் பொற்சுண்
ணமுதலியவைகளையெல்லாம் சிவ
ஞானச்செயலாகப் பாவித்துப் பாடி
யருளினர்.

இவருடைய மனமுஞ் செயலு
மெங்கேயமுந்திக் கிடந்தனவென்ப
து, "எங்கையுனக்கல்லாதெப்பணி
யுஞ்செய்யற்க
கங்குல்பகலெங்கண்மற்றொன்
றுங்காணற்க
விங்கிப்பரிசேயெமக்கெங்கோன
ல்குதியே
லெங்கெழிலென்ஞாயிறெமக்கு'

என்பது முதலியதிருவாக்கானுண
ரப்படும். பேரின்பக்கனியாகியசிவ
த்தைக்கிடைத்தற்கரிய பெரும்பே
றுகமதித்தார் என்பது,

"ஞானக்கரும்பின்றெளியைப்
பாகை,
நாடற்கரியநலத்தைநந்தாத்
தேனைப்பழச்சுவையாயினானைச்
சித்தம்புகுந்துதித்திக்கவல்ல
கோனைப்பிறப்பறுத்தாண்டு
கொண்ட
கூத்தனைநாத்தழும்பேறவாழ்த்
தி" என்னுந்திவ்விய வாக்கானு
ணரப்படும்.

இவருடைய பாடலெல்லாம் ஞா
னப்பொருள் குறித்த வுருவகங்களா
மென்பதற்கு

"வையகமெல்லாமுரலதாக [டி
மாமேருவென்னுமுலக்கைநாட்
மெய்யெனுமஞ்சணிறையவட்டி

மேதகுதென்னன்பெருந்துறை
யான்
செய்யதிருவடி பாடிப்பாடிச் [றி
செம்பொனுலக்கைவலக்கைபற்
றியனணிதில்லைவாணனுக்கே
யாடப்பொற்சுண்ணமிடித்துநா
மே"என்னுந் திருவாக்குச்சான்
றும்.

இனி இவருடைய மெய்ஞ்ஞான போதவாற்றலோ வென்றால் அஃதெடுத்துரைக்குந்துணைத்தன்று. கல்லைபுங்கனியவைக்குந்திவ்விய வாய்ச்சொல்லைச் சொல்லென்றுரைத்தலாகா தென்றே மாணிக்கவாசகமென் றிவ்வுலகந் தலைமேலேற்றியோலமிடுவதாயிற்று.

"தாமேதமக்குச்சுற்றமும்
தாமேதமக்குவிதிவகையும்,
யாமாரெமதார்பாசமா
ரென்னமாயமிவைபோகக்
கோமான்பண்டைத்தொண்ட
ரொடு மவன்றன்குறிப்பேகுறிக்
கொண்டு
போமாறமைமின்பொய் நீக்கிப்
புயங்கனாள்வான் பொன்னடிக்
கே." இப்பரமோத்தம வாக்கு வேதோபநிஷதங்க ளெல்லாவற்றையுமொருங்கேயளக்குந் துணையதாம். இப்படியேயெவ்வொன்றுமொவ்வோருபநிஷதமாமன்றிவாளா இலக்கியமன்று. சிதம்பரத்திலேசிவத்தோடிரண்டறக் கலந்தபோது இவர்க்கு வயசு முப்பத்திரண்டு.

மாணிபத்திரன்—குபேரன் சேனபதியாகிய ஒரு யக்ஷன். குபேரனோடு போர்புரிந்தபோது இம்மாணிபத்திரன் ராவணனை யெதிர்த்து அமர்புரிந்து மிக்கசூரனாய் நின்ற சமயத்து ராவணன் தன் கதாயுதத்தால் அவன்தலையைமோத அவன்தலை ஒருபக்கஞ்சாய்ந்துபோனமையால் பார்சுவமௌலியெனப்பெயர்பெற்றான்.

மாண்டவி—தசரதபுத்திரனாகியபரதன்பாரி. குசத்துவசன் புத்திரி. மாளவியெனவும் படுவள்

மாண்டவ்வியன் — மகாதவங்களைச் செய்து சிறந்த ஒரு பிரமரிஷி. இவரேவிதுரனாகப்பின்னர்ப்பிறந்தவர். விதுரன்காண்க.

மாண்டுகேயன்—(ரி) இந்திரப்பிரமிதிசிஷர். இவர் இருக்குவேதாத்தியாயர்.

மாதங்கதிவாகரன்— ஒருவடமொழிப்புலவன்.

மாதரி—மதுரையைச்சார்ந்த ஆயர்பாடியிலிருக்கும் இடைச்சியர்தலைவி. இவள் கோவலன்கொலையுண்டிறந்ததையும் கண்ணகி துன்புற்றதையுங் கேட்டு வருத்தமுற்றுத் தீயில் விழுந்திறந்தவள்.

மாதர்கள்—சிவனுக்குஎவற்குரிய மாதாகள் இப்பெயர்பெறுவர்கள் அவர்கள். பிராமிமாஹேசுவரி, கௌமாரி, வைஷ்ணவி, வாராகி, இந்திராணி, சாமுண்டி எனஎழுவர். சிலர் மதப்படி சண்டியோடு அஷ்டமாதரெனவும் படுவர்.

மாதவாசாரியர்-"வித்தியாரணியர்" காண்க.

மாதலி—தேவேந்திரன்சாரதி.

மாதவன்—விஷ்ணு. (௨) மதுவமிசத்தில்வந்தோன். (௩) கிருஷ்ணன். (௪) பரசுராமன்.

மாதவி—(௧) யயாதிபுத்திரி. இவள் காலவனை மணந்து அஷ்டகன்முதலியோரைப் பெற்றவள்.

(௨) அகத்திய முனிவர் சாபத்தாலுலகிற்பிறந்த உருப்பசி.

(௩) கோவலன் காதற்பரத்தை. இந்திரன் சபையகத்து ஒருவரையொருவர் காமுற்று அகத்தியமுனிவராற் சாபம்பெற்ற சயந்தனும்உருப்பசியும்முறையேவிந்தமலையில் மூங்கிலாயும், காஞ்சிநகரத்திலே தே

வகணிகையாயும் பிறந்தனரென்பதுசிலப்பதிகாரம். உருப்பசி காஞ்சிநகரிற் பிறந்து மாதவியென்னும் பெயர்கொண்டாள். அவள் மரபிற் பிறந்த கோவலன் காதற் பரத்தையும்மாதவி யெனப்பட்டாள்.

மாதவியசங்கிதை — காலநிர்ணயம். வித்தியாரணியர் செய்த சோதிஷகிரந்தம் இதுவே.

மாதவியம் — பராசரஸ்மிருதி வியாக்கியானம். மாதவாசாரியர்செய்தது.

மாதா—(௧)இலக்குமி. (௨) துர்க்கை. (௩) உமாதேவியார்.

உலகத்தை யீன்றளித்தலின் உமாதேவியார்க் கிப்பெயர் உவமையாகுபெயர்.

மாதுமையம்மை — திருக்கோணமாமலையிலே கோயில்கொண்டிருக்கும்தேவியார்பெயர்.

மாதேவியம்மை — திருஅம்பர்மாகாளத்திலே கோயில்கொண்டிருக்கும்தேவியார் பெயர்.

மாதைவேங்கடேசுரன்—இப்பிரபு,தமிழ்ப்புலவர்களுக்குப்பரமோபகாரியாயிருந்து தமிழைவளர்த்தஅவதாரபுருஷன். ஒரு கவிக்கு ஆயிரம் பொன்னுகத் தொண்ணூற்றென்பதுகவிக்குக்கொடுத்து நூறுங்கவிக்கு நூறுயிரம்பொன்கொடுத்து ஒரு பிரபந்தங்கொண்ட பிரபுசிகாமணியிவனே. அதுநோக்கியே படிக்காசுப்புலவரும் தமது தொண்டை மண்டல சதகத்தினுள்ளே "எல்லப்பன்" என்னுஞ் செய்யுளிலே "மாதைவேங்கடேசுரன்போல வரிசை செய்தான்" என்றுபுகழ்ந்தனர்.

மாத்திரி—மத்திரன் மகள். சல்லியன் தங்கை. பாண்டுவினது இரண்டாம்பாரி. இவள் பாண்டுவோடு உடன்கட்டையேறினவள். நகுலனும் சகாதேவனும் இவள்வயிற்றிற்பிறந்தோர்.

மாத்மீகன்—அறிவும், அறியப்படுபொருளுஞ் சூனியமென்றும், அதனாலே பிரபஞ்சந் தோன்றுதென்றுஞ்சொல்பவன்.

மாநாயகன்—கண்ணகிபிதா. இவன் கோவலன் கொலையுண்டதையும் கண்ணகி துன்புற்றதையும் மாடலன் கூறக் கேட்டுத் துன்புற்றுத் தன் பொருளை யெல்லாம் தானஞ்செய்துவிட்டுத் துறவுபூண்டவன்.

மாந்தாதா—(இக்ஷு) இரண்டாம் யுவநாசுவன் புத்திரன். இவன் பாரி சசிபிந்து. விந்துமதி இவன் மகள். மாந்தாதா, புருகுற்சன், அம்பரீஷன், முசுகுந்தன் என்னும் மூன்றுபுத்திரரையும் ஐம்பது புத்திரிகளையும்பெற்றவன். சௌபரி யென்னும் முனி இவ் வைம்பது புத்திரிகளையும்மணம்புரிந்தான்.

மாந்தரஞ்சேரலிரும்பொறை—சேரருள் ஒருவன். பராசரனென்னு மந்தணனுக்குப்பரிசில்கொடுத்தோன்

மாபலி—பலிச் சக்கரவர்த்தி. இவன் பிரஹலாதன்புத்திரனுகிய விரோசனன் மகன்; மகாபராக்கிரம சாலி. தேவர்களைஇவன் துன்புறுத்த அவர்கள் விஷ்ணுபால்முறையிட,அவர் குறள்வடிவங்கொண்டு சென்று மூன்றடிமண் கேட்டுவாங்கிப் பூமியை ஓரடியாகவும், ஆகாயத்தை ஓரடியாகவு மளந்து மூன்று மடிக்கு அவன் தலைமேற் றிருவடியையூன்றநெரிந்திறந்தவன்.

கம்பர் இச் சரித்திரத்தை இராமாயணத்தில் மிக்க மாதுரியமாகக் கூறுவர்.

மாமூலனர்—இவர்கடைச்சங்கப்புலவருள் ஒருவர். இவர் "பேர் மூலமுணருமாமூலர்" என்று ஆன்றோராற்புகழப்படுவர்.

மாமை—அரித்துவாரம்.

மாயநகர்— தாருகாசுரன் அரசிருந்த நகரம்,

மாயாவதீ— (க) சம்பராசுரன்பாரி. (உ) புத்தன் தாய்.

மாயாதேவி— சம்பராசுரன் வீட்டிற் பதிவிரதத்தை அநுட்டித் திருந்தவள்.

மாயாவாதீ— சுத்தமாகிய பரப்பிரமம்மாயோபாதியினாலே வாதிக்கப்பட்டுச் சரீரத்தினுள்ளே சீவான்மாவாக நிற்குமென்றும், சீவான்மாவும் விவேக ஞானமடைந்து, மாயாவத்தைகடந்து, பரமான்வாவோடு கடாகாயமும் மகாகாயமும் போல அபேதமாய் விடுமென்றுஞ் சொல்பவன்.

மாயாவி—(இ.)மயன்மூத்த மகன். மண்டோதரிக்குந் துந்துபிக்குந்தமையன். இவன் [மாயாவி] வாலியாற் கொல்லப்பட்டவன்.

மாயூரேசர் — திருமயிலாடுதுறையிலே கோயில்கொண்டிருக்குஞ்சுவாமிபெயர்.

மாயைபுரி— மாயாநகர். கஜமுகாசுரன் ராஜதானி. இது ஜம்புத்தீவின் கண்ணது.

மாராபிராமன்— புகழேந்திப்புலவர்காலத்திலே தொண்டைநாட்டுச் செஞ்சிநகரை யாண்ட சிற்றரசன். இவன் தமிழ்க்கலைவிநோதனாய்ப் புலவர்களை அபிமானித்து வந்தவன்.

மாரீசம்- உபபுராணங்களு ளொன்று.

மாரீசன்—(ரா)தாடகிபுத்திரன். சுபாகுதமையன். மாயாவிநோதங்களில் வல்லவன். விசுவாமித்திரர் யாகஞ் செய்தபோது அதனை அழிக்கக்கருதிவந்த இம்மாரீசன் சுபாகுஎன்னுமிருவருள் சுபாகுவை இராமன்அக்கினி அஸ்திரத்தாற் கொன்று மாரீசனை வாயு அஸ்திரத்தினாற் கடலிலே தள்ளிவிட்டான். அதன்பின்னர்இம்மாரீசன் சீதையை ராவணன் அபகரித்துச் சென்றகாலத்தில் மாயமானாகி ராமனை வஞ்சித்துக்காட்டுட்கொண்டுசெல்ல ராமன் அதனைமாயம் என்றுணர்ந்து அவனைப் பாணத்தாற்கொன்றான்.

மார்க்கண்டேயபுராணம்— வியாசருடைய சீடராகிய சைமினிபகவான் முற்பிறப்பிலே பிராமணகுலத்தனவாயும், முற்பிறப்பிலெய்திய ஞான விசிட்டத்தினாலே யிருந்த சாமார்த்தியமுடையனவாயும்உள்ள இரண்டுபக்ஷிகளைநோக்கி,விஷ்ணுமூர்த்தி மானுடசரீரம் எடுத்தமைக்குக் காரணம்யாதுஎன்றும், தருமன், வீமன், அருச்சுனன், நகுலன், சகாதேவன்என்னும் பாண்டவர்ஐவர்க்கும் பொதுவாகத் திரௌபதியம்மையார்என்னுமொருவரே மனைவியாகஎய்துதற்குக்காரணம் யாதுஎன்றும், பலராமர் மதுமயக்கத்தினாலே தாம் செய்துகொண்டபிரமஹத்திபாவநிவாரணத்தின்பொருட்டு இவர்பிராயச்சித்தஞ் செய்துகொள்ளவேண்டியது எற்றுக்கு என்றும், திரௌபதியாருடைய புதல்வர் ஐவருக்குங்காத்தற்றலைவராயிருந்த கிருஷ்ணார்ச்சுனரிருவருக்கும், அகாலமரணம் எய்துதற்குக் காரணம்யாது என்றும் வினாவிய நான்கு விசிஷ்டவினாக்களின் உத்தர விவரணங்களைஉணர்த்தும்புராணம். இதுமுப்பத்தீராயிரங்கிரந்தமுடையது. இது மார்க்கண்டேயப் புரோக்தமாதலின் இப்பெயர்த்தாயிற்று.

மார்க்கண்டேயனார்- மதுரைத்தலைச்சங்கப்புலவர்களுளொருவர்.புறநானூற்றிலொருசெய்யுள் இவர் பாடியது. இவர் செய்த நூலை நச்சினார்க்கினியர் தலையாயவோத்தென்று கூறுவர். இதனை "அறுவகைப்பட்டபார்ப்பனப்பக்கமும்" என்னுந்தொல்காப்பியச்சூத்திரவுரையினுட்காண்க.

மார்க்கண்டேயன்— (க) மிருகண்டன் புத்திரர். இவர்மகா இருஷி. இவர் தமது ஆயுளெல்லை பதினாறென்பதறிந்து தீர்க்காயுள்பெறக் கருதிச் சிவனைத் தினந்தோறுமிடைவி

டாது பூசித்து அவரருளால் காலக் கடவுளது வன்மையைவென்றவர்.

மாலதீ— காவிரிப்பூம் பட்டினத்துள் ளதோர் பார்ப்பனி.

மாலி—சுகேசன்புத்திரன். இவ்விராக்ஷசன் தேவாசுர யுத்தத்தில் விஷ்ணுவினுற் கொல்லப்பட்டவன்.

மாலியவந்தம்— கிஷ்கிந்தைக்குச் சமீபத் துள்ள ஒருமலை. வாலிவதத் தின்பின்னர் ராமலக்ஷ்மணர் கார்காலங்கழித்தவிடம்இம்மலையே.

மாலியவான், **மாலியவந்தன்**—சுகேசன்புத்திரன். முதன் முதல் இலங்காபுரியில்அரசுசெய்தவன் இவனே. இவனை வென்று குபேரன் அரசனுயினுன். அவனைவென்று ராவணன்இலங்கையைக்கைக்கொள்ள மாலியவான் அவனுக்கு மந்திரியாயினுன்.

மாலினி—ஒருநதி. இது அயோத்திக்குவாயுதிக்கில் அபரதாலபர்வதங்களிலிருந் துற்பத்தியாகிக் கோசலதேசத்திற் பிரவாகிப்பது.

மால்வணங்குமீசர்—திருமாற்பேற்றிலேகோயில்கொண்டிருக்கும் சுவாமிபெயர்.

மாவசன்—அச்சோதை தந்தை.

மாழையங்கண்ணி— திருவலிவலத்திலேகோயில்கொண்டிருக்கும்தேவியார்பெயர்.

மாளவம்—முன்னர் உச்சயினிபுரமும்பின்னர்த் தாராபுரமும் ராஜதானியாகப் பெற்றதேசம். இது விதர்ப்பத்துக்கு வடக்கிலுள்ளது. இது மாளுவமெனவும்படும்.

மாளவி—மத்திரதேசாதிபனுகிய அசுவபதிபாரி. சாவித்திரி தாய்.

மாளுவவேந்தர்— மாளுவதேசத்தரசர்.

மாறனுர்—மதுரையாசிரியன் மாறனுர்எனப்படுபவர்இவரே. இவர் இடைச்சங்கத்துப் புலவர்களுளொருவர்,

மாறோக்கத்துநப்பசலையார்—கொற்கைச்சூழ்ந்தநாட்டில்விளங்கிய இப்புலவர்,காரி முதலியோரைப்பாடிப்பெருசிதிபடைத்தவர். (புறநா)

மாற்றறிவரதேசுரர்— திருப்பைஞ்ஞீலியிலே கோயில் கொண்டிருக்கும் சுவாமிபெயர்.

மானக்கஞ்சாறநாயனுர் — கஞ்சனூரெனவழங்குங் கஞ்சாறூரிலே வேளாளர் குலத்திலே விளங்கியவொருசிவபக்தர். மணக்கோலஞ் செய்துமணப்பந்தரின்கீழ்வந்திருந்த தமது புத்திரியினது கூந்தலை மாவிரதிவேடங்கொண்டுசென்று சிவபெருமான் கேட்க அதனைமறுது கொய்து கொடுத்தவருமிவரே.

மானசசரசு, **மானசவாவி**—கைலாசத்திற் குபேரவனத்தி லுள்ளசரசு. அன்னப்பக்ஷிகளுக் குறைவிடமிதுவே. அன்னங்கள்பிறவிடங்களுக்குச் சென்று வாழினும் மழைக்காலத்தில் மீண்டுசென்று இவ்வாவியை யடைந்து விடும். இவ்வாவியின்காட்சி மிக்கரமணியமும் வசீகரமுமுடையதாம்.

மானவம்—உபபுராணத்தொன்று.

மாஹேசுவரசூத்திரம்— சம்ஸ்கிருத வியாகரணத்துக்கு முதனுலாகச் சிவபிரான் தமது டமருகத்தினின்றுந் தோற்றுவித்த சப்தமூல சூத்திரங்கள். அவை, (௧) "அ, இ, உண்", (௨) "இருலுக்" (௩) "ஏ, ஒங்", (௪) "ஐ. ஔச்," "(௫) ஹயவரட்,"(௬) "லண்" (௭) "ஞ மஙணநம்," (௮) "ஜ ப ஞ்," (௯) "கடதவ்ஷ," ௰ "ஜ பகடதவ்ஷ," (௧௧) கபசடதசடதவ்," (௧௨) "கபய்," (௧௩) "சஷஸர்," (௧௪) "ஹல்."

மாஹிஷ்மதீ — நர்மதைதீரத்துள்ள நகரம்.

மாஹேசுவரம் — உபபுராணங்களி லொன்று.

மாஹேயர்—இப்போது மூல்டானென்று வழங்குந் தேசத்துப் பிராசீன வேளாளர்.

மிசிரகேசி—வசுதேவன் தம்பியாகிய வற்சகன்பாரி.

மிசிரன்—கல்வியாலுயர்ந்த பெரியோர்க்குரிய ஒருவரிசைப் பெயர். கிருஷ்ணமிசிரன், வராகமிசிரன் என்பனபோலவரும்.

மிசிரஸ்தானம்—துருக்கரால் மிசிறென்று வழங்கப்படுவதாகியவொருதேசம். தற்காலத்தில் ஐரோப்பியரால் "ஈஜிப்ட்" என வழங்கப்படுவது. யயாதியினால் தன்தேசத்தினின்று மோட்டப்பட்ட அவன் புத்திரர் நால்வரும் இம்மிலேச்சதேசஞ் சென்று அத்தேசத்துக்கரசராகி அச்சனங்களைக் கலந்தமையால் மிசிரஸ்தானமெனப்படுவதாயிற்று. சர்வில்லியம்ஜோன்ஸ் என்னுமாங்கில பண்டிதரும் இக்கருத்தேபடத் தமது நூலொனறிலெழுதினர். (Reports of the R. A. Society.)

மிதிலன்—நிமிபுத்திரன். வசிட்டர்சாபத்தால் நிமிதேகத்தை யிழந்துழல அவன் ராச்சியம் அரசின்றி யிருப்பக்கண்ட மந்திரிகள் அவன் தேகத்தைக்கடைய அதினின்றும் ஒருபுத்திரனுற்பத்தியாயினன். அவன்பெயர் மிதிலன். கடைந்தெடுக்கப்பட்டவனென்பது பதப்பொருள். நிமியிறந்தபின்னர் அவன் தேகம் தைலத்தாற் பக்குவம் பண்ணி நெடுங்காலம் வைத்துக் காக்கப்பட்டமையால் அவனுக்குப் பின்னர்க் காலத்தில் விதேகனெனவு மொரு பெயருண்டாயிற்று.

மிதிலை—மிதிலனென்னுமரசன் நிருமித்த நகரமாதலின் மிதிலையெனப் பெயர்பெற்றது. இதுகண்டகிகௌசிகி நதிகளுக்குநடுவேயுள்ளது. ஜனகனுக்கு ராஜதானி. பஞ்சகௌடதேசங்களுள்ளுமொன்று.

மித்திரசகன்—(இக்ஷு) கல்மாஷபாதன்காண்க.

மித்திரன்—அரிஷ்டன் தந்தை. நாலாம்ரேவதிநாயகன். சூரியனுக்கும் பெயர்.

மித்திராயு—(ரா) திவோதாசன் மகன்.

மிருகண்டன்—பிருகுபுத்திரனாகியதாதைக்கு ஆயதி என்பவள் பெற்றபுத்திரன். மார்க்கண்டேயன் தந்தை.

மிருச்சகடி—இது சூத்திரகனாலேசெய்யப்பட்ட ஒரு நாடகம். அது பத்துப்பாகமுடையது.

மிருடன்—உருத்திரன். சுகத்தைக்கொடுப்பவனென்பது பதப்பொருள்.

மிருதகன்—(ய) அக்குரூரன் தம்பி.

மிருதுபத்து—(ய) அக்குரூரன் தம்பியரு ளொருவன்.

மிருத்துகாவதி—மாளவதேசத்துள்ள ஒருபட்டணம்.

மிருத்தியு—(க) கூற்றுவன். யமன்.

மின்னம்மை—திருப்பூவணத்திலே கோயில்கொண்டிருக்கும் தேவியார்பெயர்.

மின்னனையாளம்மை—திருப்பெருவேளூரிலே கோயில்கொண்டிருக்கும் தேவியார் பெயர்.

மீமாஞ்சகன்—வேதம் அநாதியென்றும், ஈசனை வேண்டாது கன்மமே பலத்தைக் கொடுக்குமென்றுஞ் சொல்பவன்.

மீமாஞ்சை—வேதார்த்த மிதுவென்று நிச்சயித்துக் கூறும் நியாய சாஸ்திரம். அது பெரும்பாலும் கிரியாகாண்டத்தையே யெடுத்து வியவகரிக்கும். இந்நூல்செய்தவர் ஜைமினி பகவான். இதனைப்பூர்வமீமாஞ்சையென்று வழங்குவது முண்டு.

மீனாக்ஷி—மதுரையிற் கோயில்கொண்டிருக்கும் தேவியார் பெயர்.

மீனாக்ஷிபீடம்— நவசத்தி பீடங்களு ளொன்று.

மீனாங்கன்—மன்மதன்.

முகூர்த்தை—தக்ஷப்பிரஜாபதியின து இரண்டாம் புத்திரி. தர்மன் பாரி. இவளிடத்தில் பிறந்தசந்ததி மௌகூர்த்தியரெனப்படுவர்.

முகையலூர்ச்சிறுகருந்தும்பியார்— இவர்கடைச்சங்கப்புலவர்களுளொருவர்.

முக்தாவல்லியம்மை—திருமண்ணிப் படிக்கரையிலே கோயில்கொண்டிருக்கும் தேவியார் பெயர்.

முசுகுந்தன்—(இக்ஷ்வா.) மாந்தாதாகனிஷ்டபுத்திரன். இவன் தேவர்களுக்கு யுத்தத்திற் சகாயஞ் செய்யப் போய் வெகுகாலம் நித்திரையின்றி அவர்கள்பொருட்டு யுத்தஞ்செய்தான். பின்னர்த்தேவர்கள் மகிழ்ந்து நீ நெடுங்காலத்துக்கு இடையூறின்றி நித்திரைசெய்யக் கடவை. நித்திராகாலத்தேயுன்னையெழுப்புபவன்யாவனோ அவன் உயிர்துறக்கவென்று அநுக்கிரகித்தார்கள். கிருஷ்ணனது சூதினால் காலயவனன் முசுகுந்தன் நித்திரையை எழுப்பி உயிர்துறந்தான்.

முஞ்சன்—போஜன் சிறிய தந்தை.

முண்டகோபநிஷதம்— அஞ்ஞானமாகிய கணுவைச் சிதைக்கும்முண்டகம்போலுதலின் முண்டகோபநிஷதமென்னும் பெயர்த்தாயிற்று. முண்டகம்-மயிரெறிகருவி.

இவ்வுபநிஷதம் அதர்வ வேதத்தைச்சார்ந்தது. இவ்வுபநிஷதத்திலே, இவ்வுபநிஷதங் கேட்டரிஷிகள் குருபரம்பரை, பிரமவித்தை, வேதவித்தை, அக்கினிகாரியதத்துவம், கிரியாபலத்தினது நிலையின்மை, ரிஷியும் பிரம வித்தையும், உண்மையைநாடுவோன் குருவைத்தேடுவன், எல்லாம்பிரமத்தினபாலுதிக்கும், எல்லாம் பிரமமாம் பிரமமும் அதனையடையுமுபாயமும், பிரணவவில்லு, யோகம் என்பனவே கூறப்பட்டுள்ள விஷயங்களாம்.

முதற்சங்கம்—இதன்வரலாற்றைமேல்வரும் ஆசிரியப்பாவானுணர்க.

"வேங்கடங்குமரிதீம்புனற்பௌவத், திந்நான்கெல்லையி னிருந்தமிழ்பயின்ற, செந்நாப்புலவர் செய்தியீண்டுரைப்பி, னேடகக்குடுமி மாடக்கூடலின், முன்னர்ச்சங்கத்தின்மாப்பலகையிற், றிரிபுரமெரித்தவிரிசடைக்கடவுண், மன்றன்மராத்தார்க்குன்றெறியிளஞ்சேய், திண்டிறற்புலமைக் குண்டிகைக்குறுமுனி, புவிபுகழ்மருதங் கவினிபமுரிஞ்சிப், பதிமுடிநாகன்நிதியின்கிழவ, னினையர்நானூற்று நாற்பத் தொன்பதின்ம, ரனையர்நாலாயிரநூற்றொடு, நாற்பத்தொன்பதின்மர் பார்க்கிற்செந்தமிழோர், புரிந்தனசெய்யுட் பெரும்பரிபாடலு, முதுநாரையுங்குருகுங், கதியுறச்செய்த களரியாவிரையு, மாங்கவரிருந்ததுமத்தொகையாகு, மீங்கிவர்தம்மை மிரீஇபபாண்டியர்கள், காய்சினவழுதி முதற்கடுங்கோனீறு, வேசிலாவகையெண்பத் தொன்பதின்மர் கவியரங்கேறினோ ரெழுவராகு, மகத்துவமுடைய வகத்தியமிலக்கணம்." இச்சங்கமிருந்த தென்மதுரையும் அதனைச்சார்ந்த சிலநாடுகளும் கடல்கொண்டழிந்துபோக அதற்குப்பின்வந்த பாண்டியர்கள் கபாடபுரத்தைத் தமக்கு ராஜதானியாக்கி இரண்டாஞ் சங்கத்தை அங்கே ஸ்தாபனஞ் செய்தார்கள். தமிழ் என்பதனுள் இதன்விரிவுகாண்க.

முதாவதீ—சௌநந்ந ந. விரோதன்மகள். இவள் தோளிசளோடு நந்தனவனஞ் சென்றபோது குஜம்பன் என்னும் ராக்ஷசனால் பாதலத்திற் கொண்டுபோய்மறைக்கப்பட்டாள்.

வற்சந்திரன் அவ்விராக்ஷசனைக்கொன்று அவளை மீட்டுக்கொண்டுபோய் மணம்புரிந்தான்.

முத்தாவதேசுரர் — திருத்துருத்தியி லெழுந்தருளி யிருக்கும் சுவாமிபெயர்.

முத்துக்கிருஷ்ணமுதலியார்— மணலி முத்துக்கிருஷ்ணமுதலியார் எனப் படுபவ ரிவரே. இவர் இற்றைக்கு நூற்றிருபத்திரண்டுவருஷங்களுக்குமுன்னர்த் தென்புலஞ்சேர்ந்தஅருணாசல கவிராயர் பாடிய இராமாயணகீர்த்தனத்தைத் தமது சபையில் அரங்கேற்றுவித்து அவர்க்குக் கனகாபிஷேகம்பண்ணி,

“கனந்தந்தான்
கனகாபிஷேகந்தந்தான்
களங்கமிலாக்கருப்பொருளை
யழைத்துத்தந்தான்,
மனந்தந்தான்முடிசூட்டு
மாலைதந்தான்
வாணிசிங்காசனத்திருத்தி
வரிசைதந்தான்,
இனந்தந்தானிராமகதை
யெவர்க்குந்தந்தான்
எனைராமாயணக்கவிஞ
னெனப்பெயர்தந்தான்,
அனந்தந்தான்மணலி
முத்துக்கிருஷ்ணபூப
னகந்தந்தானிருமையினுஞ்
சுகந்தந்தானே” என்னுங்கவி

கொண்டமாந்தர்பெருந்தகை.

முத்துத்தாண்டவர்—இவர்சங்கீதவித்துவான். இவர்பாடிய பதங்கள் அத்தியற்புதரசமுடையன. இவர்சீகாழியிலேபிறந்துசிதம்பரத்திற்சிவதொண்டுபூண்டிருந்தவர். இவர் இற்றைக்கு இருநூற்றறுபது வருஷத்துக்குமுன்னுள்ளவர்.

முத்கலன் } —(க.) (ரி.) இவ்விருஷி
முத்கலன் } நாமங்களை யுடையவ ராய்த் துர்வாச இருஷிமுதலியோரைச் சிநேகித்துத் தேவலோகங்காறும் பிரசித்திபெற்றவர்.

(உ) அஜமீடன் இரண்டாம்புத்திரனாகிய நீலன்வமிசத்தவன். தந்தை அரியசுவன். திவோதாசன் இவன் மகன். புத்திரி அகலிகை. இவள் கௌதமன் பாரி. இம்முத்கலன் க்ஷத்திரியனாகவும் தபசினால் பிராமணனாயினான். இவன்வமிசத்துப்பிராமணர் மௌத்கல்லிய கோத்திரத்தவர்களென்று சொல்லப்படுவோர்களாயின்றுமுளர்.

முத்தொள்ளாயிரம்— கடைச்சங்கப்புலவர் சேரசோழபாண்டியர்கள்மீது பாடிய ஒருநூல்.

முயற்சிநாயகர் — திருமீயச்சூரிலே கோயில்கொண் டிருக்கும் சுவாமி பெயர்.

முரசை—குபேரன் மனைவி.

முரலை—கேரளநாட்டகத்தொருநதி.

முராசுரன்— தனுஜன். நரகாசுரன்தமையன். இவனைக் கிருஷ்ணன் கொன்று முராரியென்னும் பெயர் பெற்றான்.

முராரி— (க) இவன் அனர்க்கராகவீய மென்னும் நாடகஞ் செய்த சம்ஸ்கிருதகவி. (உ) கிருஷ்ணன்.

முருகநாயனார்— திருப்புகலூரிலே பிராமணகுலத்தில் விளங்கிய ஒரு சிவபக்தர். திருஞானசம்பந்தமூர்த்திநாயனாருக்குச் சிநேகராக விருந்தவர்.

முருகன்—பாலசுப்பிரமணியக்கடவுள்.

முருகுவளர்கோதை— திருக்கண்ணார் கோயிலில் எழுந்தருளி யிருக்கும் தேவியார் பெயர்.

முரை — ஒன்பதாம் நந்தன் பாரி. இவள் சந்திரகுப்தன்தாய். இவள்சூத்திரவர்ணத்தவள்.

முல்லைநகைவடிவாள் — திருமயேந்திரப்பள்ளியிலே கோயில் கொண்டிருக்கும் தேவியார் பெயர்.

முல்லைவனநாதர்—திருமுல்லைவாயிலிற் கோயில்கொண்டிருக்கும் சுவாமிபெயர்.

முல்லைவனேசர்—திருக்கரு ஊரிலே கோயில்கொண்டிருக்கும் சுவாமி பெயர்.

முறுவல்—இஃதுஇறந்தநாடகத்ததமிழ் நூல்களுளொன்று. பழைய காப்பியம் ஐந்தனுள் ஒன்று.

முனி— தக்ஷப்பிரஜாபதி புத்திரிகளுளொருத்தி.

முனையடுவார்நாயனார்—சோழநாட்டிலே திருநீடூரிலே வேளாளர்குலத்திலவதரித்துக் கூலிப்படையாளாகப் போர்முனையிற் சென்று பொருது பொருள்சம்பாதித்துஅப்பொருளைக்கொண்டு சிவனடியார்களைத் திருவமுது செய்வித்தலை விரதமாகக் கொண்ட ஒரு சிவபக்தர்.

முஷ்டிகன்— கஞ்சன் தூதன். பலராமன் என்னும் மல்லயுத்த வீரனாற் கொல்லப் பட்டவன்.

மூகன் — அருச்சுனன் தவஞ் செய்தபோது அவன்தவத்தைப்பரீக்ஷிக்குமாறு கிராதவேடங்கொண்டுசென்ற சிவபிரானாற்கொல்லப்பட்டபன்றிரூபங்கொண்டதானவன்.

மூகாம்பை—சையபர்வதசமீபத்தில்எழுந்தருளியிருக்கும்தேவிபெயர்.

மூர்க்கநாயனார்—தொண்டைநாட்டிலே வேளாளர்குலத்திலே தலைமைபெற்றுவிளங்கிய ஒரு சிவபக்தர். இவர் தம்மிடத்துள்ள திரவியங்களையும் அடிமை நிலம்முதலியவற்றையும் மகேசுர பூசையின்பொருட்டுச்செலவு செய்துவிட்டு வேறுவழியின்றித் தாம் முன்பயின்ற சூதினாலே பொருள் சம்பாதித்துத் தாம் கொண்ட மகேசுர பூசைத்தொண்டை வழுவாது செய்துவந்தவர்.

மூர்த்திகள்-அஷ்டமூர்த்திகள்காண்க.

மூர்த்திநாயனார்—பாண்டி நாட்டிலே மதுராபுரியிலே வைசியர் குலத்திலே விளங்கிய ஒரு சிவபக்தர். தாஞ்செய்துவந்த சந்தனத் திருத்தொண்டுக்குச் சந்தனக்கட்டை அகப்படாமலிடையூறுவரத் தமது முழங்கையைச் சந்தனக்கட்டைபோலக் கல்லிலே எலும்பு தேயும்படி தேய்த்த வுறுதிப்பாடுடையவரும், மதுரைநகருக்கு அரசனாகும்படி சிவாஞ்ஞை உண்டாயபொழுது சடாமுடியே கிரீடமும் ருத்திராக்ஷமே ஆபரணமுமாகக் கொண்டு அரசியற்றியவரும் இவரே.

மூலகன்—(இ.) நாரீகவசன். இவன்அசுமகன் புத்திரன். பரசுராமன் க்ஷத்திரியநாசஞ் செய்து வரும்போது இவன் தன்மனைவியை வைத்துவிட்டிறந்தான். அவள்மூலமாக மீளவும் க்ஷத்திரியவமிசந்தழைத்தமையால் இவன் மூலகன் என்னும்பெயர்பெற்றான்.

மூவன்—பெருந்தலைச்சாத்தனாரால் இகழ்ந்து பாடப்பட்ட சிற்றரசன். அப்புலவர்பாடிய "பொய்கைநாரை" என்னுஞ் செய்யுளிலே,

"பழனுடைப் பெருமரந் தீர்ந்தெனக்கையற்றுப்—பெறாதுபெயரும் புள்ளினம்போலநின்—னசைதரவந்துநின் னிசைநுவல் பரிசிலேன்—வறுவியேன்பெயர்கோ * * *" எனப்பாடி நொந்துசென்றனர்.

மூஷிகம்—(க) ஒருதேசம். அதுதற்காலம் கொச்சியெனப்படும். (உ) விநாயகர்வாகனம்.

(உ) சௌபரிமுனி பாரியாகிய மனோமயை என்பவளைக்கிரவுஞ்சன் என்னுங் கந்தருவவேந்தன் கண்டு மோகித்து அவள் கரத்தைப் பற்றினன். அதுகண்ட முனிவர் வெகுண்டு கிரவுஞ்சனை "மூஷிக"மாகுக வென்று சபித்தார். அவன் மூஷி

கமாகிப் பலிபீடமுள்ளவி டங்களை யெல்லா மகழ்ந்து திரி கையில் விநாயகக் கடவுள் அம்மூ ஷிகத்தைத் தமக்கு வாகனமாக்கிக் கொண்டனர்.

மூஷிகம்=பெருச்சாளி.

மெய்ஞ்ஞானநீலகண்டேசுவரர்-திருப்பைஞ்ஞீலியிலேகோயில்கொண்டிருக்கும் சுவாமிபெயர்.

மெய்கண்டதேவர்—திருவெண்ணைநல்லூரிலிருந்த வேளாளராகிய அச்சுதகளப்பெருமாள். இவர் பரஞ்சோதிமுனிவரது மாணாக்கர். சித்தாந்தசாஸ்திரத்துமெய்ப்பொருளுணர்ந் துலகுய்யவெளிப்பட்டருளிய குருபீடமாதலின் மெய்கண்டதேவரென்னுங் காரணப் பெயர் கொண்டார். வடமொழிச்சிவஞானபோதத்தைத் தமிழிலேமொழிபெயர்த்து அப் பெயரினலே தானே வெளியிட்டவர் இவரே. இவர்க்கு மாணாக்கர் அருணந்திசிவாசாரியர்.

அருணந்திசிவாசாரியர் தாம் மெய்கண்டதேவருக்கு வயசாலும் கல்வியறிவாலும் மிக்கவரென வினைந்து தம்மாணாக்கரோடு அவர்பாற் சென்று இறுமாப்போடு உலாவிநின்றனர். அப்பொழுது அருணந்திசிவாசாரியர் ஏவலால் அவர் மாணாக்கருளொருவர், மெய்கண்டதேவரைவணங்கி, அகங்காரமாவது யாதென்றுவினவ, மெய்கண்ட தேவர் "நங்குருமூர்த்திசிற்கில்லையே அதுவாம்" என்றருளிச்செய்ய, அருணந்திசிவாசாரியர் மெய்கண்டான் றிருவடியிலே வீழ்ந்துதிருவடிகளிரண்டையும்பற்றிக்கொண்டு தமக்குஞானோபதேசஞ் செய்தருளுமாறுவேண்டிச் சிவஞானபோதநூலைக்கேட்டறிந்தாரென்பது கர்ணபரம்பரை. இவர்கள் காலம் அறுநூற்றைம்பதுக்கு முன்னுள்ளது. இம்மெய்கண்டதேவர்அவதாரஞ்செய்திலராயின், தமிழ் நாட்டில் இரவுரவாகமத்துட்கூறப்பட்ட சிவஞானபோத படலமாகிய சதலருகழுநவநீதம் எளிதிலே வெளிப்படுதலும்,சைவர் ஏனையசமயப் பெரும்படைகளையெதிர்த்துப் பொருதுவெற்றித்தம்பம் நாட்டுவதுமில்லையாம்.

கலியின் கொடுமைக்கஞ்சிச் சமயாசாரிய ரெல்லாம் மறைந்த இக்காலத்தே, நாற்றிசையினும் ரண பேரமுழக்கி வளர்ந்திருக்கும் புறச் சமயவாதிகள் படைத்திரள்,இச்சிவஞானபோதமென்னும்பேரகழிக்குஞ்சிவஞானசித்தியென்னும் வாணஸ்திரத்துக்குமேஅஞ்சிநிலைதளர்கின்றது. அப்பேரகழியும்அவ்வஸ்திரமுமில்லையாயின் சைவம் நெடுங்காலத்திற்குமுன்னே அரசிழந்துவிடும். அவ்வகழியைக் கடக்குமாற்றலும்,அவ்வஸ்திரத்திற்குமேற்பட்ட அஸ்திரமும், உலகத்தில் மற்றெச்சமயமும் எக்காலத்திலும் பெறுதெ தன்பது நன்குதுணிந்தவுண்மையாம்.

முதுநாரை—முதற்சங்கத்தார் செய்த இசைத் தமிழ்நூல்.

முதுகுருகு—முதற் சங்கத்தார் செய்த இசைத் தமிழ்நூல். இது பெருங்குருகெனவும் படும்.

மெய்ப்பொருணயனர்—தம்அரண்மனையினுள்ளேபுகுந்துசைவாகமோபதேசஞ்செய்ய வந்தேன் என்றுகூறி அங்கோரிடத்திற் றனிமையிற்கொண்டுசென்றிருந்து உபதேசஞ்செய்வான்போல,மறைத்துவைத்திருந்த உடைவாளாலே தம்மைக்குத்திவீழ்த்திய முத்திநாதனென்னும் பகை யரசனுக்கு அவ்வுயிர் போஞ் சமயத்தினும் ஒருவருமிடையூறுசெய்யாதபடி பக்கத்திலே நின்றவர்களைத் தடுத்து உயிர்விட்டபக்தசிரோமணியாகிய இவர்,சேதிநாட்டிலே திருக்கோவலூரிலேமலையமாநாட்டாருக்கு அரசராகவிருந்தவர்.

மேகநாதன்—ராவணனுக்கு மக்தோதரியிடத்துப்பிறந்த புத்திரன். இந்திரனோடு பொருது இவனைவென்றமையால் இந்திரஜித்து என்னும் பெயர்பெற்றவன். லக்ஷ்மணனாற் கொல்லப்பட்டவன். இருவர்க்குமிடையே நடந்தயுத்தம் மிகக்கடியதும் கொடியதுமே. இவனைக் கம்பர் தாம் பாடிய ராமாயணத்திலே "வில்லாளரானார்க்கெல்லாமேலவன்" என்று புகழ்வர்.

மேகலம்—(க) நர்மதை யாற்றையுடைய தேசம். (உ) மேகலமலை.

மேகலன்—விந்தியபர்வதச் சாரலில் வசிக்கும் ஓரிருஷி.

மேகலகன்னிகை—நர்மதை. மேகலபர்வதத்திலுற்பத்தியாகும் நதியாதலின் இப்பெயர் பெற்றது.

மேதாதிதி—(க) பிரியவிரதன் புத்திரருள் ஒருவன். இவன்பங்குக்கு வந்த தீவுபிலக்ஷத்துவீபம். இவன்புத்திரரெழுவர்.

(உ) கண்ணுவர் புத்திரன். இவன்வமிசத்துப் பிராமணர்காண்வாயரெனப்படுவர்.

மேதாநிதி—சிரகாரி.

மேரு—பூமிக்கு காராசப்போலத் தென் துருவம் முதல் வட துருவம் வரையும் உள்ளேவளர்ந்து வடதுருவத்தில் முனைத்திருக்கும்பொன்மயமாகியமலை. வடதுருவம் சுமேருவென்றும்,தென் துருவம் குமேருவென்றும் வடவாமுகம் என்றும் சொல்லப் படும். சுமேருவே சாதாரணமாக மேருவென்றும் வழங்கப்படும். இச்சுமேருப்பிரதேசத்திலிருப்பவர்களுக்கு உத்தராயண காலமாகிய ஆறுமாசமும் பகலும் தக்ஷிணாயனகாலமாகிய ஆறுமாசமும்இரவுமாகவிருக்கும். இம் மேருவினது புத்திரி மேனகை.

மேருதேவி—நாபிபாரி. இருஷபன் தாய்.

மேலைத்திருக்காட்டுப்பள்ளி—காவிரியின் தென்கரையிலுள்ள ஒரு சிவஸ்தலம்.

மேனகை—(க)ஒரப்சரஸ்திரி.விசுவாமித்திரன்தவத்தைஅழிக்குமாறுஇந்திரன்விடுக்க, அவள்சென்றுஅவரைக்கூடிச் சகுந்தலையைப்பெற்றாள். (உ) மேருபுத்திரி. இமவான் பாரி. இவளுக்கு மனோரமையென்றும் பெயர். இவள் புத்திரிகள் கங்கையும் பார்வதியும்.

மேனை—(க) பிதிர்தேவதைக்குச்சுவதையிடத்துப் பிறந்த புத்திரி. இவள் புத்திரி வைதரணி. (உ) மலையரசன் மனைவியாகிய மேனகை.

மைத்திரேயன்—(க) (ரி) குசேலவன் புத்திரன். பராசரன்சிஷ்யன்.இவன் துரியோதனனைக் காமியவனத்திற்கண்டு அவனுக்கு ஞானோபதேசஞ் செய்ய எத்தனித்த போது அதனைச்சிரவணஞ் செய்யாது பரிகசித்தமையினால்துரியோதனனை "பீமன்கதாயுதத்தால் இறக்க"வென்று சபித்துச் சென்றவன்.

மைநாகன்—இமவான் மேனகையிடத்துப் பெற்ற புத்திரன். கிருதயுகத்தில் மலைகளெல்லாம் சிறகுகளையுடையனவாய்ப் பூவுலகில்எங்கும் பறந்து பட்டணங்கள்மீது சென்று படிந்து அப் பட்டணங்களையும் ஜனங்களையும் நாசஞ் செய்து வந்தன. அதுகண்ட இந்திரன் அம்மலைகளைச் சிறகரிந்து பறவாவண்ணந் தடுத்தான். அப்போதுமைநாகன் வாயுசகாயத்தால் தப்பியோடிச்சமுத்திரத்திலொளித்தான்.

மைந்தன்—ஒருவாநரன். இவனுக்குச்சகோதரரிருவர். இவன்அசுவினிதேவர்கள் புத்திரன். இவன் சுக்கிரீவன் சேனாபதிகளுளொருவனாயினன்.

மையார்தடங்கணுயகி — திருக்கோடிக்குழகரிலே கோயில் கொண்டி

ருக்கும் தேவியார் பெயர்.

மைவார்குழலியம்மை— திருவிற்குடிவீரட்டத்திலே கோயில் கொண்டிருக்கும் தேவியார் பெயர்.

மோகவதி— (க) மோகவந்தன் புத்திரி. சுதர்சனன் பாரி. இவளே விருகன்வமிசத்துக் கடைத்தோன்றல்.

(உ) பாரதயுத்த காலத்திலே குருக்ஷேத்திர சமீபத்திலிருந்த வொருநதி. பாண்டவர் பாரதயுத்தம் முடிந்த பதினெட்டாநா ளிரவு இநதிக் கரையில் நித்திரை செய்தார்கள்.

மோகாம்பிகை—திருப்பாற்றுறையிலே கோயில்கொண்டிருக்கும் தேவியார் பெயர்.

மோகினி— விஷ்ணுபெண்வடிவங் கொண்டகாலத்தில் வகித்தபெயர். அமிர்தமதனகாலத்தில் தேவர்களோடு அசுரர் மாறுகொண்டிசிற்க அவ்வசுரரை அமிர்தத்திலே பங்குபெறுமற்றடுக்கு முபாயமாக இம்மோகினிரூபத்தை விஷ்ணு வெடுத்து அவர்களைநோக்கி, "இவ்வமிர்தம்வேண்டுமோ, என்போகம்வேண்டுமோ" வென்றுகேட்க, அவர்கள் அம்மோகினிமேற் காதலித்துப் புறஞ்சென்றார்கள். அவ்வேளையில்தேவர்கள் எல்லோருங் கூடி அமிர்தத்தைப் பங்கிட்டுக்கொள்வா ராயினர். அப்போது ராகுவும் கேதுவும் தேவவுருக்கொண்டு தேவர்களுட்கலந்துநின்று அமிர்தம்பருக எத்தனித்தார்கள். அதனைச் சூரியசந்திரர் குறிப்பாலுணர்த்த வுணர்ந்த விஷ்ணு தமது சக்கரத்தால் ராகு கேதுக்களது சிர சரீரங்களை யூறு செய்தா ரென்பது புராணசாரம்.

(உ) தாருவனத்துக்கண்சிவன்சுந்தரவடிவங்கொள்ள விஷ்ணுகொண்ட மோகினி வடிவு.

(௩) ஒரப்சரப் பெண். இவள் பூஞ்சோலை முதலிய விடங்களிலும், காமுகர்களவிலுந் தோன்றி அவர்களை யுருக்குலைக்குந் தொழிலினையுடையவள்.

மோசிகீரனார்—இவர் கடைச்சங்கப்புலவர்களு ளொருவர். சேரமான்தகடூரெறிந்த பெருஞ் சேரலிரும்பொறையுங் கொண்கானங் கிழானும் இவராற் பாடப்பட்டோர். இவர் திருவள்ளுவருக்குஞ்சிறப்புக்கவியொன்று கூறினர்.

மோசிசாத்தனார்— புறநானூறு பாடினோரு ளொருவர்.

மோடி—வனத்திலுறையுங்காளி.

மௌகூர்த்திகர்- தர்மன் முகூர்த்தையிடத்துப் பெற்ற தேவகணம். முகூர்த்தகாலங்களுக் கதிதேவதைகளாகிய இவர்கள் அவ்வம் முகூர்த்தங்கள்தோறும் உலகத்திலே செய்யப்படும் கருமங்களை யேற்றுவைத்திருந்து அந்தக்கிரமமாகப் பலன்களையூட்டுவோர்.

மௌத்கல்லியர்—முத்கலன் கோத்திரத்துப்பிராமணர்.

மௌத்கல்லியன்—(ரி) சாகல்லியன் சிஷ்ன்.

மௌநேயர்—கசியபன் முனியென்பவள்வயிற்றிற் பெற்ற கந்தருவர்.

மௌர்வியர்—சந்திரகுப்த வமிசத்தரசர். இவர்கள் பதின்மர். நூற்றுமுப்பத்தேழு வருஷம் ராச்சியம் பண்ணினர்.

யக்கர், **யக்ஷர்**—கசியபன்சுரசையிடத்துப்பெற்ற புத்திரர். இவர்கள்குபேராதியர்கள். இவர்கள்தேவசபையில்யாழ்வாசிப்போர். யக்ஷர் கின்னரர், கந்தருவர் என்போர் தேவருக்குப் பிறந்தமையால் தேவயோனிகளெனப்படுவர்.

யக்கியக்கினன்— (த)யக்கிய மூர்த்தியாகிய விஷ்ணுவினுற் கொல்லப்பட்டவன்.

யக்கியகோபன் — யஞ்ஞகோபன் எனவும்படுவேன். இவன் மாலியவந்தன் புத்திரன்.

யக்கியதத்தன்—இவன் ஒரு பிராமண புத்திரன். தசரதன் வேட்டைமேற்சென்றபோது,இவன் தன்கமண்டலத்திலே குனிந்து நீரருந்துகையில் இவனை யானையென வினைந்து தூரத்தினின்றபடியே பாணத்தாற் கொன்ருன். அதுகண்டதந்தைதாயர் தசரதனை நீயும் எம்மைப்போலப் புத்திரசோகத்தா லிறக்கவென்று சபித்தார்கள்.

யக்கியம் — தேவதாப்பிரியமாகச்செய்யப்படும் அக்கினிகாரியம்.இஃது இருபத்தொரு வகைப்படும்,

யக்கியம்—யாகம்.

அவை சப்தபாகயக்கியம், சப்த ஹவிர்யக்கியம், சப்தசோமசமஸ்தமென்பன. இவைகளைக்குறித்த விதானங்கள் எல்லாம் ஆபத்தம் பசூத்திரத்துட் காண்க.

இன்னும்பிராமணர்க்குவியதமாகவுள்ளயாகங்கள் ஐந்து. அவை பஞ்சமகா யக்கியமென்று சொல்லப்படும். அவை தேவயக்கியம், பிதிர் யக்கியம், பூதயக்கியம், மானுடயக்கியம், பிரமயக்கியம் என்பன.

யக்கியவராகம்—வராகாவதாரங் காண்க.

யக்கியன் / **யஞ்ஞன்** — ருசிபிரஜாபதிக்குச்சுவாயம்புவமனு புத்திரியிடத்திற்பிறந்த புத்திரன். இவனுடையதங்கையைத் தக்ஷிணன்மணம்புரிந்தான். இவ் யக்கியனை விஷ்ணுஅவதாரமென்பாரு முளர்.

யசோதை — நந்தன் மனைவி. இவளே கிருஷ்ணனை வளர்த்ததாய்.

கிருஷ்ணன் பிறந்த அன்றிரவிலே இவள் வயிற்றிலும் ஒரு பெண்குழந்தையோகசித்திரையின் அமிசமாகப்பிறந்தது. அது பிறத்தலும் அசோதை பிரசவ வேதனையால் அறிவுமழுங்கிச் சோகமுற்றுக்கிடந்தாள். அருகிருந்தோரும் தம்வசமழிந்தனராய்ச் சோகமுற்றுக் கிடந்தனர். மழையுங் காரிருளும் மூடுவவாயின. அச்சமயத்திலே வசுதேவன் தன் குழந்தையாகிய கிருஷ்ணனைக் கஞ்சன்வாளுக்கிரையாகாமற் றப்புவிக்குங் கருத்தினனாய்ப்பிறந்தவுடனே கையி லேந்திக்கொண்டுபோய் அந்நந்தன் மனையினுட்புகுந்து, அசோதையின் பக்கத்திலேகிடத்திவிட்டுஅங்கிருந்தபெண்சிசுவைக் கவர்ந்துசென்று தேவகிபக்கத்திலேயிட, அதுகாறும் வாய்திறவாது கிடந்த சிசு அழுவதாயிற்று. அவ்வொலிகேட்ட காவலாளர் கஞ்சனுக்குணர்த்தக் கஞ்சனோடிச் சென்று அக் குழந்தையைக் கவர்ந்துதறையிவிட்டு வாளையோங்கினான். தேவகி கதறியழுது, கஞ்சனை நோக்கி, அண்ணா! மண்டலேசா! இதுபெண் குழந்தை! இஃது உனக்கு யாதுதீங்கு செய்ய வல்லதாகும்! வீணில் உயிர்ப் பழி கொள்ளாதொழி! என்று தடுத்தாள். அஃது அவன் செவியிற் பட்டிலது. அவன் ஓங்கியவாள் மீளுமுன்னே அக்குழந்தை அந்தரத்தெழுந்து எண்கரங்களோடு சோதிரூபமாய்த் தோன்றிநின்று “ஏ! கஞ்சா! என்னை வீணேகொல்லமுயன்ருய்! உன்னைக் கொல்லவந்தபாலன் வேறோரிடத்திலே வளர்கின்ருன். அவனால் நீ மடிவது சரதம்” என்றுகூறி மறைந்தது.

அதுநிற்க, அங்கே யசோதை மயக்கந்தீர்ந்துவிழித்துப்பார்த்தபோது, நீலமணிபோல ஓர் ஆண் குழந்தை யிருப்பக் கண்டு பெருமகிழ் கொண்டு வளர்த்தாள், அக்குழந்தையின் உண்மைவரலா றுணர்ந்தபின்னரும் தன் அருமைக் கண்மணிபோலவே வளர்த்து வந்தாள்.

யசோவதி—ஈசானபுடபேதம்.

யத்ஞகோபன் } **யக்ஞியகோபன்** }—மாலியவந்தன் புத்திரன்,

யதி—(க) பிரமமானசபுத்திரருளொருவன். (உ) நகுஷன்சேட்டபுத்திரன். யயாதி தமையன். இவன் துறவியாகி ராச்சியத்தை விடுத்துப் போனவன்.

யதிராஜன்—ராமானுஜாசாரியர்.

யது—யயாதிக்குத் தேவயானைவயிற் றிலுதித்த புத்திரன். இவன் வமிசத்தார் யாதவரெனப்படுவர்.

யதுகிரி—மைசூரிலுள்ளஒருவிஷ்ணுதலம்.

யமன்—கசியபப்பிரஜாபதி புத்திரனாகிய விவசுவதனென்னுஞ்சூரியன்புத்திரன். இவன் அஷ்டதிக்கு பாலகருள்ளொருவனவன். இவன் பிதிர்லோகாதிபன். இவன் திக்குத்தெற்கு. பாரி சியாமளாதேவி. பட்டணம் சம்யமனி. வாகனம் மகிஷம். ஆயுதம் தண்டம். தருமன் என்றும் பெயர்பெறுவன். யமனென்பதற்குக் கூற்றுவன் என்பது பதார்த்தம். கூறுசெய்வோ னென்பது கருத்து. இவன் தொழில் உயிர்களைஆயுள்முடிவில் உடலினின்றும் பிரித்துக்கொண்டு போதல். அத்தொழிலிற் சிறிதும் நடுநிலை தவறாதவன். அதுபற்றியே இவனைத்தருமனென்று கூறுப. இவன் தருமத்தைதக்குறித்து,

> "போற்றவும்போகான்
> பொருளொடும்போகான்
> சாற்றவும்போகான்
> தமரொடும்போகான்
> நல்லாரென்னான்
> நல்குரவறியான்
> தீயாரென்னான்
> செல்வரென்றுன்னான்" என்று

ஆன்றோரும் பாடினர். மார்க்கண்டேயரைச் சிவபெருமானுக்கு உத்தம அடியாரென்று கருதாது அவர்மீதும் பாசந்தொட்டு அவரைப் பற்றியபோது சிவபெருமானர் அவனுக்குமுன்னேதோன்றித் தடுத்தவழியும் அஞ்சாது தமது ஆஞ்ஞையைச்செலுத்தஎத்தனித்து அவராற்கொலையுண்டு பின் உயிர்பெற்றானென்றால் அவன் நடுவு நிலைமை பெரிதும் வியக்கற்பாற்று.

யமுனாநதி— சூரியன் புத்திரி. யமன் சகோதரி. இந்நதி காளிந்திநதியிலுற்பத்தியாதலின் காளிந்தி யெனவும்படும்.

யமுனைத்துறைவர்— இவரே ஸ்ரீஆளவந்தாரெனப்படுபவர். இவர்பன்னிரண்டுவயசுசிரம்பாச் சிறுவராக விருக்குங்காலத்திலேபாண்டியசமஸ்தான வித்துவானாகிய ஒருபிரபலமாக்பண்டிதரை மூன்று அற்ப வினாக்களால் வென்று பாண்டியன் சங்கேதப்படி அவன்நாட்டிற்பாதிகொண்டரசு புரிந்தவர். "உமது தாய்புத்திரவதியல்லள்" என்றும், "தர்மவானாகியபாண்டியன் சர்மவான் அல்லன்" என்றும், பதிவிரதையாகியராஜபத்தினிபதிவி ரதையல்லள்" என்றும் ஏதுக்கூறி ஸ்தாபித்தல்வேண்டுமென்று கேட்டகேள்விகளுக்கு வித்துவான்யாதுங்கூறாதிருக்க, பாண்டியன்யமுனைத்துறைவரைநோக்கி,நீர் நாட்டுவீரேல்என் அரசிற்பாதி தருவலென்ன, யமுனைத்துறைவர்,"ஒருபிள்ளையும் பிள்ளையல்லஒருமரமுந்தோப்பல்ல" என்றாற்போல ஏகபுத்திரனைப்பெற்றாள் வாழைமலடியெனக்கூறுதல்தருமநூன்முறையாதலின் இவர் தாய் மலடியாயினளென்பது முதல்வினாவுக் குத்தரமென்றும், குடிகள்செய்யும் பாவம் அரசனைச் சேருமென்னும் விதியால்அரசன்தருமவானல்லன் என்பது இரண்டாவதற்குத்தரமென்றும், மணப்பந்தரிலே அக்கினிமுதலிய தேவர்களுக்

குச் சமர்ப்பிக்கப்பட்டுப்பின்னர் வ
ரன்கையி லொப்பிக்கப்பட்டவளா
தலின் பதிவிரதாபங்கம் பெற்ற
ளென்பது மூன்றாவதற்கு உத்தர
மென்றுங்கூற, அரசன் அவருடை
யகுசாக்கிரவிவேகத்தைமெச்சி அ
வரை மார்புறத் தழுவிப் பாதியரசு
கொடுத்தான் என்பது கர்ணபாரம்
பரியம்.

இவர் சிறிதுகால மரசுசெய்திரு
க்கையில் மணக்கால்நம்பியென்னு
ம்வைஷ்ணவாசாரியர் இவர்பாற்
சென்று, நீர் நம்மோடு தனித்து வ
ருவீராயின், உமது பாட்டனார்வை
த்துப்போன புதையலைக்காட்டுவே
னென்று கூறி யிவரை வஞ்சித் த
ழைத்துப்போய் ஸ்ரீரங்கத்திற்கோ
யில்கொண் டிருக்கும் அழியாநிதி
யாகிய திருமாலைக்காட்டப் பூர்வஜ
ன்மவாசனையால் அச்சந்நிதியை ய
டைந்த மாத்திரத்தே இவர் துறவு
டையராய் விஷ்ணுவழிபாடே பர
மசாம்பிராச்சியமெனக்கொண்டுஅ
ன்றுமுத லதனையேபற்றி நின்றார்.
இவர் எழுநூற்றைம்பது வருஷங்க
ளுக்கு முன்னுள்ளவர்.

யயாதி—நகுஷன் புத்திரன். இவன்
முதலிலேசுக்கிர புத்திரியாகியதே
வயானையையும், அதன் பின்னர்வி
ருஷபர்வன் புத்திரியாகிய சர்மிஷ்
டையையும் விவாகம்புரிந்தவன்.

தேவயானையிடத்தில் யது, துர்
வசன் என இருபுத்திரரையும், சர்
மிஷ்டையிடத்தில் துருகியன், அ
னு, பூரு என மூன்று புத்திரரை
யும் பெற்றான்.

சுக்கிரன், யயாதியை நோக்கி இ
ருவரையும் பக்ஷபாதமின்றி நடாத்
திவருகவென்றுகற்பித்தவழியும்அ
ங்ஙியதியிற்றவறிய யயாதிமேற்கோ
பமுடையனாய், நீகிழப்பருவமுடை
யனாகவென்று சபித்துப் போயினா
ன். அதனால் வருந்தியயாதிதன்புத்

திரரைநோக்கி எனதுகிழப்பருவத்
தைப் பெற்றுக்கொண்டு தனது எ
வ்வன பருவத்தை எனக்குக் கொ
டுக்க விரும்புபவன்றும்மில்யாவன்
என்ன, மற்றெல்லாரும்மறுக்கப்பூ
ருமாத்திரம் அதற்கு முகமலர்ந்து
முற்பட்டுத் தனது எவ்வனத்தை
அவனுக்குக்கொடுத்து அவன் கிழ
ப்பருவத்தைப் பெற்றான். அதுபெ
ற்ற யயாதி ஆயிரமியாண்டு சிற்றி
ன்பநுகர்ந்தும் திருப்திஅடையாதிற்
றில் பூருவுக்கு முடிசூட்டிச் சூட்
டிற்சென்று தவமியற்றிக் காலங்க
ழித்தான்.

யதுவினால் யாதவவமிசமும் து
ர்வசனால் சேர சோழ பாண்டிய வ
மிசமும், துருகியனால் காந்தாரவ
மிசமும் விருத்தியாயின.

யவனம்—(க) பாரத வருஷத்துக்கு
மேற்மேயுள்ள தேசம்.

(உ) "கிரேக்க" தேசம். அந்தே
சத்தார் யவனரெனப் படுவர். யவ
னரும் யவனப்பெண்களும் முற்கா
லத்தில் ஆரியராசாக்களுக்கு ஏவ
லாளராக விருந்தார்களென்பது சி
லசம்ஸ்கிருத நாடகங்களா லறியக்
கிடக்கின்றது. அவருள்ளே சிலர்
ஆரியசாஸ்திரங்களைக்கற்றுப் பண்
டிதராகித் தமது நாட்டிற் சென்று
விளங்கெயதுமன்றிச்சோதிடசித்தா
ந்தமுதலிய நூல்களுஞ் செய்தார்க
ள். அச்சித்தாந்தம் ஆரியராலும்எ
டுத்தாளப்பட்டுவருவதாயிற்று.

யவனர்—பாரதவருஷத்துக்கு மேற்
கேயுள்ளதேசத்தில்வசிப்போர் யவ
னரெனப்படுவர். இவர்களுள் ஒரு
சாரார் யயாதிபுத்திரனாகிய துர்வசு
வமிசத்திலே பிறந்து வேதானுஷ்
டானங்களைத் துறந்து பதிதரான
க்ஷத்திரியர். அவர்கள் பாரதவருஷ
த்தைவிட்டு அதன்மேற்கேயுள்ள
தேசங்களிலே சென்று யவனரோ
டுகலந்து யவனராயினார்கள்.

தற்காலத்தவராற்கிரேக்கரென்றுசொல்லப்படுபவர்களும், ஏனைய ஹூணர்களும் பாரசீகர்களும் பூர்வத்தில் யவனரென்றே சொல்லப்படுவர். யவனர் வெண்ணிறமுடையவரும் கருநிறமுடையவருமென இருபாற்படுவர். கருநிறமுடையவர் காலயவனரென்றும் மற்றோர் யவனரென்றும் வழங்கப்படுவர். (பாணினியென்பதனுட்காண்க.)

யவீனரன்— பூருவமிசத்துத் துஷ்மீடன்புத்திரன்.(உ)முற்கலன்தம்பி.

யாகசேனன்—துருபதராஜன்.

யாஞ்ஞவல்கன்— பிரமராதர் புத்திரர். இவர் வைசம்பாயனர்சிஷர். வைசம்பாயனர் ஒருநாள் தமது சகோதரி புத்திரனை இருளிலே கால்பிழைத்து மிதிக்க அப்புத்திரனிறந்தான். அதனால்அவர்க்குப் பிரமஹத்திநேர்ந்தது. அதனை நீக்குமாறு தஞ்சிஷர்களை விரதங் காக்குமாறு ஏவினர். யாஞ்ஞவற்கியர் மற்றையோர் தேகவலியில்லாதவராயிருத்தலின் அதனைத் தாமேசெய்வதாக வேண்டினர். அவர் தம்முரையை மறுத்தாரென்று யாஞ்ஞவற்கியரைமுனிந்து என் வேதங்களைவிடுத்துப்போகவென்றனர். யாஞ்ஞவற்கியர் பத்திமேலீட்டினாற் சொன்னதையுணராது முனிவுசெய்தவுமக்குயான்சிஷனாயிருத்தலுந் தகாதெனக்கூறி, அவர்பாலோதிய யசுர்வேதசாகைகளையெல்லாம் கண்டத்தினின்று மிரத்தம் கான்றுவிழுமாறு ஓதிவிட்டு, இவ்வேதசாகைகளை இனியோதேனெனக் கூறிப்போய்ச் சூரியனை வழிபட்டுத் தவங் கிடந்தார்.

சூரியன் குதிரைவடிவு கொண்டுவெளிப்பட்டு வைசம்பாயனர்க்குத்தெரியாத பதினைந்துசாகைகளை அநுக்கிரகித்துப்போகயாஞ்ஞவற்கியர் அவற்றையோதுவாராகித் தஞ்சிஷரையுமோதுவித்தார். குதிரைவடிவத்தோடு அநுக்கிரகித்தமையின் வாஜசனேய சங்கிதை யென்னும்பெயர் இச் சாகைகளுக் குளதாயிற்று. (வாஜி — குதிரை.) முன்னே இவர்கான்ற இரத்தங்களைச் சகபாடிகள் மானுட சரீரத்தோடுண்பது தகாதென்று தித்திரிரூபங் கொண்டு பொறுக்கி யுண்டமையின் தைத்திரீயமென்னும்பெயர் அச் சாகைகளுக்குளதாயிற்று.

தித்திரி—சிச்சிலிப்புள்.

யாஞ்ஞவல்கியம்—பதினெண்மிருதிகளு ளொன்று. இதற்கு விஞ்ஞானேசுவரயோகிகள் ஒரு வியாக்கியானஞ்செய்தனர்.

யாஜன்—ஒரு முனிவர். இவர் அநுக்கிரகத்தால் துருபதராஜன் அக்கினிகுண்டத்திலே திருஷ்டத்துய்மனென்னும் புத்திரனையும் கிருஷ்ணை யென்னும் புத்திரியையும் பெற்றான்.

யாதவநிகண்டு—ஒருசம்ஸ்கிருத நிகண்டு.

யாதவர்—யதுவமிசத்தவர்கள். இவ்வமிசம் பல்கிப் பலகிளைகளாகி அநேக பிரசித்திபெற்றராஜாக்களைத்தந்தது. யதுவினது மூத்தகுமாரனாகிய சகஸ்திரஜித்துவினாலே ஹேஹயவமிசமாயிற்று. அவர்களுக்கு மாகிஷ்மதி ராஜதானி. அவ்வமிசத்திலேயே கார்த்தவீரியார்ச்சுனனென்னும்பிரசித்திபெற்ற அரசன் தோன்றினான். அவன்சந்ததியிலே தாளஜங்கர்கள் தோன்றி விளங்கினர். யதுவினது இரண்டாம்புத்திரனாகிய குரோஷ்டுவென்பவமிசத்திலே பிரசித்தி பெற்றவர்கள் சசிபிந்து, சியாமகன், விதர்ப்பன் என்போர். இவருள் விதர்ப்பனால் விதர்ப்பராஜ வமிசம் வந்தது. விதர்ப்பன் மூன்றாம் புத்திரனாலே சேதிவ

மிசம்வந்தது. இரண்டாம் புத்திரன் வமிசத்தனுகிய சாத்துவதனுல் போஜவமிசமும்அந்தகவமிசமும்விருஷ்ணிவமிசமும்வந்தன. போஜவமிசத்துக்கு ராஜதானி தாராபுரம். அந்தகவமிசத்திலே கிருஷ்ணன்பிறந்தார்.

யாமர்—யக்ஙியன்மக்கள். இவர் பன்னிருவர். சுவாயம்புவமனுவந்தரத்திலுள்ள தேவதைகள்.

யாமளேந்திரர் — இந்திரகாளியமென்னுமிசைத்தமிழ்நூல் செய்தவர். இவர்கடைச்சங்கமிருந்தகாலத்தையடுத் திருந்தவர். சிலப்பதிகாரவுரையாசிரியர் மேற்கோளாகக்கொண்ட நூல்களுள் இவர் நூலுமொன்று.

யாமளை—உமாதேவியார்.

யாமி—ஜாமி. இரண்டாம் தக்ஷப்பிரஜாபதிமகள். தருமன்பாரி. இவள் நாக்கபூமிகளுக்கு அதிர்ஷ்டானதேவதை.

யாமினி—ஒருகலாசத்தி.

யாழினுமென்மொழியம்மை— திருவிளமரிலே கோயில்கொண்டிருக்கும் தேவியார்பெயர்.

யாழின்மென்மொழிநாயகி — திருமணஞ்சேரியி லெழுந்தருளி யிருக்கும்தேவியார்பெயர்.

யாழைப்பழித்தமொழியம்மை— திருமறைக் காட்டிலே கோயில் கொண்டிருக்கும் தேவியார்பெயர்.

யாழ்மூரிநாதேசுவரர்—திருத்தருமபுரத்திலே கோயில்கொண் டிருக்கும் சுவாமிபெயர்.

யானைக்கட்சேய்மாந்தரஞ்சேரலிரும்பொறை— பாண்டியன் தலையாலங்கானத்துச் செருவென்ற நெடுஞ்செழியனுற் கட்டுண்டவன். இவனைப்பாடியபுலவர் குறுங்கோழியூர்கிழார். (புறநா)

யுகங்கள்—கிருத, திரேத, துவாபர, கலியுகங்கள். இச் சதுர்யுகம்,சந்தியமிசகாலங்களுளப்படப் பன்னீராயிரம் தேவவருஷங்கொண்டது.

அதாவது ௪௩,௨0,000 மானுஷியவருஷங்கொண்டது.

கிருதயுகம்—௧௭,௨௮000.
திரேதாயுகம்—௧௨,௯௬000
துவாபரயுகம்—௮,௬௪000.
கலியுகம்—௪,௩௨000.

இச் சதுர்யுகம் ஆயிரங் கழிந்தால் பிரமனுக்கு ஒருபகலாம். பின்னுமோராயிரஞ்சென்றால் ஓரிரவாம். இப்படி ௩௬0 பகலிராக்கழிந்தால்பிரமவருஷமொன்றாம். இவ்வருஷம் நூறுசென்றால் பிரமாவுக்குஆயுள் முடிவாம். இவ்வாயுளில் முற்பாதி ௫0. வருஷம் பாத்தும கற்பம்/என்றும்,பிற்பாதி ௫0. வருஷம் வராககற்பமென்றுஞ் சொல்லப்படும். இப்போது நடப்பது வராக கற்பம். பிரமாவுக்கு ஒருபகலில் பதினன்கு மனுக்கள் அரசுசெய்வர். அம்மனுவந்தரம் ஒன்றில் தேவேந்திரன் சப்தரிஷிகள்முதலியோர் பிறந்திறப்பார்கள். பிரமாவுக்கு இரவாகும்போது பிரளயகால முண்டாகும். அப்பிரளயத்தில் திரிலோகங்களும் அழிந்தொழிய மகர்லோகவாசிகள்ஜனலோகஞ் சேர்வார்கள்.

கிருதயுகத்திலே தருமதேவதை நான்குபாதத்தாலும், திரேதயுகத்தில் மூன்றுபாதத்தாலும், துவாபரத்தி லிரண்டாலும், கலியில் ஒருபாதத்தாலும் நடக்கும். இன்னும் கிருதயுகத்திலேதியானமும்,திரேதயுகத்திலே தியானமும் யாகமும், துவாபரத்திலே யாகமும், கலியிலே தானஞ்செய்தலும் சற்கருமங்களெனப்படும்.

யுகசந்தி—கிருதத்துக்கு ௪௱ தேவவருஷம். மற்றையுகங்களுக்குத்தனித்தனியே ௨௱.

யுதாசித்து — யதுவமிசத்து விருஷ்ணிஇரண்டாம் புத்திரன். இவன் புத்திரர் சினிஅநமித்திரன் என இருவர். (உ) கேகயதேசாதிபதி. அவன் தசரதன்பாரியாகிய கைகேசி சகோதரன். இவன் ராஜதானி கிரிவிரசம்.

யுதிஷ்டிரன் —குருவமிசத்துப் பாண்டு மூத்தமகனாகியதருமராஜன்.யுதிஷ்டிரன் என்பதற்குக் கலங்காமல் யுத்தஞ் செய்வோனென்பது. பொருள். இவன் பொறுமைக்கிலக்கியமாயுள்ளவன்.

யுயுதானன்— யதுவமிசத்துச் சாத்யகி.

யுயுற்சன்— திருதராஷ்டிரனுக்கு வைசியப் பெண்ணிடத்துப் பிறந்த புத்திரன். திருதராஷ்டிரனுக்குப் பின் இந்திரப்பிரஸ்தத்தி லரசுபுரிந்தோன்.

யுவநாசுவன் — (இ.) (க.) இந்தன் புத்திரன். சபஸ்தன்தந்தை. (உ) திருதாசுவன் மகன். இவன்மகன் மாந்தாதா. இவன் தனக்குச்சிலகாலம்புத்திரோற்பத்தியில்லாததினால் அதன் பொருட்டு ஓரிந்திர யாகஞ் செய்தான். அவ்வியாகத்தில் இவன்பாரிக்காக மந்திரித்துவைத்த நீரை இவன் இரவில் மிகுந்ததாகத்தால் அதுவென் றறியாது பானஞ் செய்தமையால் தன்பத்தினி தரிக்கவேண்டிய கருப்பத்தைத்தானே தரித்தான். அதுகாரணமாக அவன் வயிற்றிலிருந்தசிசு வயிற்றைப்பீறி உரியகாலத்தில் வெளிப்பட்டது. தாயின்பாலுக்குப் பிரதியாக இந்திரன் தன்விரலைக்கொடுத்து வளர்த்தான். இக்காரணம்பற்றியே அச்சிசு மாந்தாதா வென்னும் பெயர் பெற்றது.

யூபாக்ஷன்—(த) ராவணன் பரிவாரத்தவருள் ஒருவன். இவன் அநுமானால் அசோகவனத்தின்கண்ணே கொல்லப்பட்டவன்.

யோககாரன் — சௌத்திராந்திகனின்சிறிது வேறுபட்டு, அறிவு அரூபமென்றும் பிரபஞ்சம் பொய்யென்றுஞ்சொல்பவன். இவன் புறப்புறச்சமயிகளுளொருவன்.

யோகசித்தி—அங்கிரசன் புத்திரி. பிருகஸ்பதி சகோதரி. பிரபாசுரன் பாரி. விசுவகர்மன் தாய்.

யோகநந்தேசர் — திருவியலூரிலே கோயில்கொண் டிருக்கும் சுவாமி பெயர்.

யோகம்— இந்திரியங்களை வசஞ்செய்துகொண்டு சித்தத்தைப் பிரமத்தினிடத்து நிறுத்துதல். இது ராஜயோகம் கன்மயோகம்அடையோகமெனமூன்றும். யோகசாஸ்திரஞ் செய்தவர்பதஞ்சலிபகவான்.

உலகப்பற்றைத்துறந்துசித்தத்தைப்பிரமத்தினிடத்தினிறுத்துதல்ராஜயோகம்.பலாபேக்ஷையின்றிக் கர்மத்தைச்செய்துகொண்டு பிரமோபாசனைபண்ணல் கர்மயோகம். சுவாசத்தையடக்கல்முதலியவற்றைப் பதுமாசனமுதலியவையிட்டுப்பயிலல் அடையோகம்.

யோகி—ஞான்மலசத்துவபரிணாமரூபமாகிய சித்தவிருத்திகளை உன்முகமாகத்திருப்பி அவைகளை அவற்றின்முதற்காரணத்திலேஒடுக்குதலாமென்பவன். இவன் புறச்சமயிகளுளொருவன்.

யோகினிகள்— இவர்கள் பன்னிருவர்கள். (க) வித்தியா. (உ)ரேசிகா (௩) மோசிகா. (௪) அமிர்தா. (௫) தீபிகா. (௬) ஞானா. (எ)ஆபியாயனி, (அ) வியாபினி. (௯)மேதா.(௰) வியோமா. (௧௧) சித்திரூபா. (௧௨) லக்ஷ்மியோகினிகள். இவர்கள் வித்தியாசக்திகளாய் வாசினிகளோடு அக்ஷரங்களை அதிகரித்து நிற்போராவார்கள்.

யௌவனன்—பிரியவிரதன் வமிசத்தவன். தீமந்தன் மகன்.

யௌவனாசுவன்—(இ) அம்பரீஷன் புத்திரன். ஹரிதன் தந்தை.

ரகு—(இக்ஷுவா.) தீர்க்கவாகுபுத்திரன். அஜன்தந்தை. (ரகுவைத்திலீபன் புத்திரனென்பது ரகுவமிசம்.) ஆண்மையிலும், கல்வியிலும், மிக்க பெயர் படைத்தோன். இவன் விசுவசித்தென்னும் யாகஞ்செய்து அவ்வியாகத்துக்குச் சென்றிருந்த அந்தணர் குழாத்துக்குத் தன் சம்பத்தெல்லாம் வாரி வழங்கினவன்.

ரக்தபீசன்—(தி) சும்பநிசும்பர் சகோதரி புத்திரன். இவன்தேகத்திலிருந்து சிந்துகின்ற ரத்தத்துளிகள் எத்தனையோ அத்தனை அசுரர் பிறப்பார்களென்று நியமமிருந்தமையால் அதனைநினைத்துக்காளிகாதேவி கராளரூபந்தாங்கி ஒரு துளியாவது சிந்தாமல் அவனைக் கொன்று தொலைத்தாரெனக் கூறுப.

ரங்கநாதன்—ஸ்ரீரங்கத்திற் கோயில் கொண்டிருக்கும் விஷ்ணுமூர்த்தி. (உ) ஓராந்தரகவி

ரசசு—அநேநசு வமிசத்துத் திரிகருத் தன்தந்தை.

ரசநிரூபணம்— ஓரலங்காரகிரந்தம். இதுசிங்காரசநிரூபணம், அஷ்டரசநிரூபணம், பாவநிரூபணம் எனமூன்று நிரூபணங்களை யுடையது.

ரசரத்நாகரம்—ஓரிரசவாதகிரந்தம். நவரத்தினங்கள் லோகங்கள் கந்தகாதிகள் என்பனவற்றைப் பஸ்மம் பண்ணும்முறை, உருக்கும் முறை, முதலியன இதிற் கூறப்படும். இது நித்தியநாத சித்தராற் செய்யப்பட்டது.

ரசனை—நிமிபுத்திரி. துவஷ்டா பாரி.

ரசாதலம்—கீழுலகத்தொன்று. இது மலைமயமாயுள்ளது. இதற்கு அரசன்வாசுகி. இதற்குராஜதானி போகவதி. வாமனாவதாரமெடுத்து விஷ்ணுவினால் மிதித் தழுத்தப்பட்ட பலிச்சக்கரவர்த்தி போயுறைந்த விடமிதுவாதலால் பலிசத்துவமெனப் பெயர்பெற்றது.

ரசை—பிரதாபநிபாரி. அகன் என்னும்வசுவினது தாய்.

ரஜன்—பிரியவிரதன் வமிசத்து விரஜன் புத்திரன்.

ரஜி—ஆயுபுத்திரன். புரூரவன் புத்திரன். நகுஷன் தம்பி. இவனுக்கு ஐஞ்ஞூறு புத்திரர் பிறந்தனர். அவர்கள் மகா வீரர்கள். தேவர்கள் அவர்களைவேண்ட அவர்கள் ஷைத்தியர்களைவென்று தேவேந்திரனுக்குச்சுவர்க்கத்தைக் கொடாது தாமே ஆளவிரும்பியபோது இந்திரனால் நிர்மூலம் பண்ணப் பட்டார்கள்.

ரதிகன்—(கு) ஜயசேனன் புத்திரன்.

ரதிதேவி—மன்மதன் பாரி. இவ்விரதிதேவியே மாயாதேவியாகவும், பிரத்தியுமனன்பாரியாகவும் அவதரித்தாளெனக் கூறுவர்.

ரதீதரகோத்திரங்கள்— ரதீதரன்பாரியிடத்து ஆங்கிரசமுனிக்குப்பிறந்த பிரமதேஜோதனருடைய சந்ததிகள்.

ரதீதரன்—இக்ஷுவாகுதம்பி. நபகன் வமிசத்துஅம்பரீஷன்புத்திரனாகிய விரூபன் பௌத்திரன்.

ரத்தினகிரிநாதர்— திருநாட்டியத்தான்குடியிலே கோயில்கொண் டிருக்கும் சுவாமிபெயர்.

ரத்தினபரிக்ஷை—"வயிரம்"காண்க.

ரத்தினநாயகர்—திருஆடானையிலே கோயில்கொண் டிருக்கும் சுவாமி பெயர்.

ரத்நாபணம்—பிரதாபருத்திரீய வியாக்கியானம்.

ரத்நாவளி—ஸ்ரீஹரிஷதேவர் செய்தசம்ஸ்கிருத நாடகம். இது பாண்டவவமிசத்து உதயணன் சரித்திரஞ்சொல்வது.

ரந்திதேவன் — பூருவமிசத்தன். சங்கிருதிபுத்திரன். இவன் தன்சம்பத்துக்களையெல்லாம் வறியார்க்குக் கொடுத்து விட்டு வனத்திற் சென்றுவசிக்கும்போது ஒருநாள் பசியால்வருந்தி அகப்பட்ட அற்ப வுணவையுண்ணத் தொடங்கும் போது ஓரந்தணனும் பசியால்வாடிஅவனிடம் வருவானாயினன். அதுகண்ட ரந்திதேவன் அவ்வுணவிற் பாதியைக் கொடுத்தான். அச்சமயம் இன்னுமோரந்தணன் பசித்து வந்தான்: அவனுக்கும் எஞ்சிய பாகத்தில் பாதியைக் கொடுத்தான். அச்சமயயம் பின்னுமொருவன்வர மிக்கிருந்த தன்பாகத்தையுங்கொடுத்தான் இங்ஙனமாகப் பின்னருமோ ரதிதி வந்து தாகத்துக்காகவிருந்த ஜலத்தையும் பருகிப்போயினார். அது கண்ட தேவர்கள் இவன் உபகார குணத்தைமெச்சி அவனுக்கு வேண்டும்வரங்களை யீந்துபோயினர். இவன் செய்தயாகங்கள் எண்ணில. யாகபலித் தோலினிரத்தத்திலிருந்து ஓராறுற்பத்தியாயிற்று. அதுசர்மணவதியெனப்படும்.

ரபசன்—(க) ஆயு பௌத்திரன். கம்பீரன்தந்தை. (உ) ஒருசம்ஸ்கிருத நிகண்டு செய்த பண்டிதன். அந்நிகண்டு ரபசகோசமெனப்படும்.

ரம்பன்—ஆயுபுத்திரன். புரூரவன் பௌத்திரன். நகுஷன் தம்பி.

ரமா / **ரமை** } —லக்குமிதேவி

ரம்பை—இந்திரன்சபையிலாடும் ஓரப்சரப்பெண். இவள் மகாரூபவதி. இவள் நளகூபரன்பாரி. கௌரி.

ராகு—(த) விப்பிரசித்திபுத்திரன். இவன் தாய் சிங்கிகை. இவன் தம்பி கேது. இவர் இருவரும் கசியப்பன் பௌத்திரர். விஷ்ணுமோகினிவேஷங் கொண்டு அமிர்தம் பங்கிடும் போது ராகு, தேவதாரூபங்கொண்டுதேவரோடு கலந்து அமிர்தங்கொள்ள எத்தனித்த போது, சூரியசந்திரர் அஃதுணர்ந்து விஷ்ணுவுக்குணர்த்தினமைபற்றிச் சூரியசந்திரர்க்கும் ராகு கேதுக்களுக்குமிடையே பகையுண்டாயது. அச்சமயத்திலே விஷ்ணு ராகுவினது தலையைக்கொய்துவிட்டார். ராகுகேதுக்கள் சாயாக்கிரகங்கள்.

ராகை—(ச) தாதாபாரிகளுளொருத்தி. (உ) சுமாலிமகள். தூஷணன் திரிசிரன் என்பவர்கள் தாய்.

ராக்ஷசர்— இவர்கள் கசியபனுக்குச் சுரசையிடத்துப் பிறந்தவர்கள். இவர்கள்பிறந்தவுடன் பசிதாகங்களையடைந்த சிலர் "யக்ஷாம" என்றும் பசிதாக மில்லாத மற்றோர் "ரக்ஷாம"என்றும் அழுதார்கள். அதுபற்றியே யக்ஷரென்றும்ராக்ஷசர்என்றும்பெயர்பெற்றார்கள். (யக்ஷாம — யாமுண்ணுக) (ரக்ஷாம — யாங்காக்க.) (உ) நந்தர்களுடைய மந்திரி ராக்ஷசன் என்னும் பெயருடையவன். முத்திராராக்ஷச மென்னும் நாடகத்தில் இவன் முக்கியபாத்திரம்.

ராக்ஷசர்களைப் புலஸ்தியன்மரபில் வந்தோரென்றுங்கூறுப. இவர்கள் பிராமணஅமிசமாகப்பிறந்தும், நரமாமிசபக்ஷணமும், மாயவல்லபமுமுடையராய்த் தேவர்களுக்குப் பகைவராயிருந்தவர்கள். இவர்களுள்ளே ராவணகும்பகர்ணர்கள் முக்கியர்கள்

ராசிகள்— மேஷாதி மீனமீறுயுள்ள பன்னிரண்டும் ராசிகளெனப்படும். சூரியன் ஓரிராசியிற் சஞ்சரிக்குங்காலம் ஒருமாசமெனப்படும்.

ராஜகேசரி—(க) ஒரு சோழன். (உ) ஈழநாட்டிலரசுபுரிந்த ஓரரசன். அரசகேசரிகாண்க.

ராஜதர்மன்—நாரீஜங்கன்.

ராஜராஜநரேந்திரன் — வேங்கிதேசா

திபதி. இவ்வரசனுடைய சமஸ்தானவித்துவானே நன்னயப்பட்டன்.

ராஜன்—(க) சந்திரன். (உ) இந்திரன். (ங) ஓர்யக்ஷன்.

ராஜாநகன்— உத்தம புலவர்களுக்கு முற்காலத்திலே சூட்டப்படும் ஒரு பட்டாபிதானம்.

ராஜாதிதேவி— வசுதேவன் தங்கை. ஜயசேனன் பாரி. இவள் புத்திரர் விந்தன், அநுவிந்தன்.

ராதை—(க) கிருஷ்ணன்பிரியநாயகி. நந்தன்தங்கை. (உ) கர்ணனைவளர்த்ததாய். இதுபற்றியே கர்ணன்ராதேயனெனப்படுவன்.

ராமகிரி— நாகபுரத்துக்குச்சமீபத்துள்ள ஒரு மலை. இதன் பிரஸ்தாபம் மேகதூதத்திற் சொல்லப்படும்.

ராமகிருஷ்ணன்—ஒராந்தரகவி. இவன் பிறந்தவூர் தெனாலி. கிருஷ்ணதேவராயருடையசபையில் விளங்கியஎண்மர்வித்துவான்களுளொருவன். அதி சாதுரியபுத்தியும் விகடசாமர்த்தியமு முடையன். தெனாலிராமன்என்னும்பெயர் சாதாரணவழக்கு. பாண்டுரங்கமான்மியம் என்னும் மகாகாவியஞ்செய்தவனுமிவனே. இதுமுழுதும் விலக்ஷணரசமுடையது. இவர் கூறிய விகடகதைகள் அநேகம் இக்காலத்தும் வழங்கிவருகின்றன. "தென்னாலுராமன்"காண்க.

ராமபத்திரன்— இவர் கிருஷ்ணதேவராயர் சபையிலிருந்த எண்மர் பண்டிதருளொருவர். ராமாப்பியுதமென்னும் மகாகாவியஞ்செய்தவர்.

ராமமந்திரி—ஒராந்தரகவி. இவர் ஆதுனிக கவிகளுளொருவர். இவர் தசாவதாரசரித்திரஞ் செய்தவர்.

ராமராஜபூஷணன்— பட்டுமூர்த்தி.

ராமர்—விஷ்ணு தசாவதாரங்களுள் ஏழாம் அவதாரமாயுள்ளவர். இவர் இக்ஷுவாகு வமிசத்திலே அஜன் புத்திரனாகிய தசரதனுக்குக் கௌசலையிடத்துப்பிறந்தபுத்திரர். இவர்பாரிசீதை. பரதன், லக்ஷுமணன், சத்துருக்கினன் என்போர் தம்பியர்; குசலவர்புத்திரர்.

இவர் பாரியோடும் லக்ஷுமணனோடும் பிதிர்வாக்கிய பரிபாலனார்த்தம் பதினான்குவருஷம் வனவாசஞ்செய்து ராவணன் கும்பகர்ணன் முதலியோரைக் கொன்று, தண்டகாரணியவாசிகளாகியமுனிவர்களுக்குஅவ்வரக்கரால்விளைந்ததுன்பங்களை நீக்கி மீண்டு தமதுராச்சியம்பெற்று நல்லரசு புரிந்தவர். இவர்தசரதன்புத்திரனாதலின் தாசரதியென்றும், ககுத்தன் வமிசமாதலின்காகுத்தனென்றும், ரகுகுலத்திற்பிறந்தமையின் ராகவனென்றும் பெயர்பெறுவர்.

ராவணனைக் கொன்று சிறைமீட்டபோது ராமருக்குவயசுநாற்பது. பூர்வம் தேவர்களும் அசுரர்களுமிடையே நடந்தயுத்தத்திலே பிருகுமகாமுனிவருடைய பத்தினியை விஷ்ணு கொன்றகாரணத்தால், பிருகுகோபித்து விஷ்ணுவை நரனாகப்பிறந்து பத்தினியைப்பிரிந்து வருந்துமாறுசபித்தமையின்விஷ்ணு இவ்வவதாரமெடுத்து வருந்தினர். ராமர் தம்மைக்காட்டுக்கனுப்பித் தனது புத்திரன் பரதனுக்கு அரசுபெற்ற சிறியதாயாகியகைகேயியிடத்திலே அணுத்துணையும் கோபமில்லாதவராய்த் தமது தந்தையார்பாற்சென்று அவளைச் சபித்தசாபத்தை நீக்குமாறு வரம்பெற்ற பெருந்தகைமையும், பிறர்துயர்கூரத் தாமதுகண்டு சகியாதபேரருளுமுடையரென்றால், அவரிடத்துவிளங்கிய திவ்வியகுணங்களை யெடுத்துச்சொல்வதெங்ஙனம்.

ராமபிரான்உத்தமஅரசராகவன்று உத்தமகாருண்ணியமூர்த்தியினது அவதாரமாகக்கொண்டே இந்நாளிலும் வழிபடப்படுவர். இவரை வழிபடுவோர்தொகையும் இவ

ர்க்கு ஆலயங்களும் ஆரியவார்த்தத்தில் எண்ணில. "ராம ராம சத்தியநாம" என்னும் மந்திரம் ராமபக்தர்கள்வாயிலும் மனத்திலும் நீங்காதது. ராமர் பெருந்தகைமையை மேல்வரும் "ராமாயணம் என்பதனுட்காண்க.

ராமாயணம்— இது ஸ்ரீ ராமருடைய வரலாறு கூறுவதோரிதிகாசம். இது வடமொழியிலே வான்மீகி பகவானாற் கூறப்பட்டது. இது ஆதிகாவியமெனவும்படும். இது பாலகாண்டம், அயோத்தியாகாண்டம், ஆரணியகாண்டம், கிஷ்கிந்தாகாண்டம், லங்காகாண்டம், யுத்தகாண்டம், உத்தரகாண்டம் எனவேழுகாண்டமும் இருபத்துநாலாயிரங்கிரந்தமுமுடையது. ஒவ்வோராயிரத்து முதற்சுலோகத்து முதற்பாதம் காயத்திரி மந்திரத் தொவ்வோரெழுத்தாற்றொடங்குதலின் இக்காவியம் காயத்திரிரூபமெனப்படும்.

இவ்விராமாயணத்தைத்தமிழிற் காவியமாகமொழிபெயர்த்தவர் கவிச்சக்கரவர்த்தியாகிய கம்பர். இவர் சாலிவாகனசகம் ௮௦௭ல் விளங்கியபுலவர். கம்பர் வான்மீகி ராமாயணத்தையே மொழிபெயர்த்தாரென்பது,

"தேவபாடையினிக்கதைசெய்
தவர்—மூவரானவர்மூவருண்மு
ந்திய—நாவினானுரையின்படிநா
ன்றமிழ்ப்—பாவினாலிதுணர்த்தி
யபண்பரோ." என்னுங்கம்பர்வாக்காலுணரப்படும். முதலிற்செய்தவர் வான்மீகி. அதன்பின்னர்ச்செய்தவர் வசிட்டர். அதன் பின்னர்ச்செய்தவர் போதாயனர். கம்பராமாயணத்துச் சரித்திரம் பெரும்பாலும் வான்மீகிராமாயணப்படியேயாயினும் வர்ணனையெல்லாம் கம்பருடையனவேயாம். கம்பர் லங்காகாண்டமென்பதைச் சுந்தரகாண்டமெனப்பெயரிட்டு வழங்குவர். கம்பராமாயணத்துச்செய்யுள் பதினாயிரம். எஞ்சிய ஈராயிரமும் ஒட்டக்கூட்டத்தார்பாடல்.

கம்பர் பாடிய ராமாயணத்திலே செய்யுள்வன்மையும், சொற்சாதுரியமும் சந்தவின்பமும், பொருட்கம்பீரமும், சிருங்காரம், சோகம், வீரம் முதலியரசங்களும் பயின்று வருதலால், அதுதமிழிலேயுள்ள இலக்கியங்களையெல்லாங் கடந்து தமிழ்க்கலைவிநோதர்களைவசீகரிக்கும் பெருஞ்சிறப்பினையும் மதிப்பினையுமுடையபெருங்காவியமாயிற்று.

கம்பர் வாக்கெல்லாம் பெரும்பாலும் ஊன்றி நோக்குமிடத்து ஒருபொருளும், வெளிப்படையிலொருபொருளும் பயப்பனவாய்க் கற்போர்க்கு அதிசயமும் ஆராமையுமுண்டாக்குமியல்பின. அவர்சாதுரியத்தை மேல்வரும் கவியாலளவிட்டுணர்க:—

"இந்திரன்சசியைப்பெற்றானி
ருமூன்றுவதனத்தோன்றன்,
றந்தையுமுமையைப்பெற்றான்
றாமரைச்செங்கணானுஞ்,
செந்திருமகளைப்பெற்றான்
சீதையைநீயும்பெற்றா,
லந்தரம்பார்க்கினன்மை
யவர்க்கில்லையுனக்கேயையா."

இக்கவியிலே, "நன்மை அவர்க்கில்லை, உனக்கே" நன்மை என்பதாகத் தொனிக்கினும், பின்னர் நிகழப்போவதை நோக்குமிடத்து, "நன்மை அவர்க்கு, இல்லை யுனக்கு" என்பது தோன்ற வமைத்தனர். இக்கவியில்மாத்திரமன்று அடுத்த இரண்டுகவிகளிலும் இவ்வாறே அநிஷ்டப்பொருட் குறிப்பமையப்பாடியிருத்தல்காண்க.

"பாகத்திலொருவன்வைத்தான்" என்னுஞ் செய்யுளிலே, "நீயெங்ஙனம்வைத்துவாழ்தி" என்றுவினவ

யதற்கு, நீ எவ்விடத்திலிருந்திவா
ழப்போகின்றாய்? என்றும், நீ எப்ப
டிவைத்துவாழ்வாய் வாழமாட்டாய்
என்றும் பொருள்படுமா றமைத்த
னர். மற்றச்செய்யுளிலே, "பிள்ளை
போற்பேச்சினளைப் பெற்றபின் பி
ழைக்கலாற்றாய்" என்பதற்கும், சீ
தையைப் பெற்றபின் அவள் இஷ்
டத்துக்குமாறாக யாதுஞ்செய்யமா
ட்டாய்" என்றொருபொருளும்,"அ
வளைப்பெற்றால்இறப்பாய்"என்றும
ற்றொருபொருளும் கொள்ள வை
த்தனர். இவ்வாறே அவர் சாதுரிய
சாமர்த்தியங்கள் ஊன்றி நோக்குந்
தோறும் ஊற்றாய்ப் பெருகும். மே
லேயெடுத்துக் காட்டிய செய்யுட்க
ள் மாரீசன்வதைப்படலத்திலே சூ
ர்ப்பணகைகூற்றாக வருவன.

இனி வான்மீகிபகவான் வைதி
கப்பொருளையெல்லாம் லௌகிகப்
பொருண்மேல்வைத்துக் கூறுங் க
ருத்தினையுடையராய் ராமசரித்தி
ரத்தினையே ஏற்றவாயிலாகக்கொ
ண்டு வெளிப்படையிலே லௌகி
கத்திற்குரிமையும் இனிமையும் பு
யக்கவும், குறிப்பிலே வைதிகபோ
தமும் தத்துவங்களும் விளங்கவும்
இப்பாரகாவியத்தை இயற்றிப் போ
யினர். இவ்வுண்மை மேலேயெடு
த்தோதியகாயத்திரிபக்ஷரக் குறிப்
பினால் நன்கு துணியப்படும்

ராமாயணகதாநாயகராகிய ஸ்ரீ
ராமபிரான் சக்கரவர்த்தி திருமக
னாராக அவதரித்தும், தந்தையார்
வாக்கைக்காக்குமாறு காட்டுக்கேகி
ய பெருந்தகைமையும், சத்தியம்,
பொறுமை, அறிவு, ஆண்மை, நீதி
திறம் பாமை, பேரருளுடைமை,
நன்றிமறவாமை, அடைந்தவரைக்
காக்கும்பேராற்றல், சகோதரவொ
ற்றுமை முதலிய உத்தமகுணங்க
ளுக்கெல்லா முறைவிடமாகவுள்
ளவர். அவருடைய இல்லறவொழு
க்கச் சிறப்புச் சூர்ப்பணகைக்கு எ

டுத்தோதிய நன்மதியுரைகளால்
விளங்கும். ஸ்ரீராமரைப் பாலியப்ப
ருவத்தில்வீதியிலே விளையாட்டய
ரும்வேளையிலே கண்டுஉச்சிமோந்
துகட்டித்தழுவிச் செல்பவனாகியஒ
ருபிச்சைக்காரன், அவர்காட்டுக்கே
கி மீண்டுவந்து பட்டாபிஷேகம் ப
ண்ணிக் கொண்டெழுந்தருளியிரு
க்கும் அவ்வமையத்திலே அச்சபை
முன்னேவந்து, "அடாராமா! எங்க
டாபோயிருந்தாய்! உன்னைக்காணா
மல் என்கண்கள் மிகவருந்திவிட்
டனவே"யென்றுபேராராமையோ
டுகூவியழ, அவர்சிங்காசனத்தைவி
ட்டெழுந்து "யானும் உம்மைக்கா
ணப்பேராசையுற்றேன் வருகஎன்
சிறியதந்தையே" என்றிருகையு
ம் நீட்டியழைக்க, அச்சபையிலிருந்
த அரசர் முனிவர் பெரியோரெல்
லாமதிசயித்தெழுந்து வழிவிட, பி
ச்சைக்காரனாகிய முதியோன்சென்
றுஅவரைத்தழுவி மோந்து போயி
னன். அவனுடையஅழுக்குடையை
யும்நாறுகின்ற சரீரத்தையும் நோக்
காது பேரன்பாற் கட்டுண்டுமயங்கி
ய ராமன்பெருந்தகைமைக்கு எல்
லையுமுண்டா! இத்துணைச் சிறந்த
பெரியோனது சரித்திரத்தைக்கே
ட்டலும் கற்றலும் உலகுக்குப்பெ
ரும் பயனைத்தராமற்போகுமா? இ
ப்பெருமையெல்லா நோக்கியே இ
தனைத் திவ்வியநூலென்று பெரி
யோர்கொண்டாடுவர்

ராமானுஜாசாரியர் – விசிஷ்டாத்வை
தமதோத்தாரகராகிய இவர் எண்
ணூற்றிருபது வருஷங்களுக்கு மு
ன்னிருந்தவர். இவர் தந்தையார் ஆ
சூர்க்கேசவாசாரியர்; தாயார்காந்திம
தி. இவர் ஜன்மஸ்தானம்பூதபுரம்.
(ஸ்ரீபெரும்பூதூர்).இவர் வித்தியாப்
பியாசஞ் செய்தவிடம் காஞ்சி.

இவர் யாதவப்பிரகாச ரென்னு
ம் சந்நியாசியிடத்திற் சாஸ்திரங்க
ளைக்கற்று வல்லராகித் தங்குரு

முன்னிலையிலே தானே விசிஷ்டாத்துவைத மதத்தைச்சாதித்துப் பின்னர்த் திரிதண்டசந்நியாசியாகி, யதிராஜனென்னும்பெயர்பெற்றுத் திருநாராயணபுரம் ஸ்ரீரங்கம் திருப்பதி முதலியஸ்தலங்களிற் சென்று ஆங்காங்கும் மடங்கள் ஸ்தாபித்து வைஷ்ணவமதத்தை நிலைநாட்டினர். அதன்பின்னர்ப் பலவிடங்களுக்குஞ்சென்று பரமதங்களைக் கண்டித்துத்தமது மதநாட்டி ஆங்காங்குஞ்சீடர்குழாங்களைச் சேகரித்துத் தமதுமதத்தை விருத்திசெய்தனர். இவர்கீதாபாஷியம், வியாசசூத்திர பாஷியம், தர்க்கபாஷியம் முதலிய அநேகநூல்களைச் செய்தார், இவரைவைஷ்ணவர்கள் பாஷியகாரரென்றும், எம்பெருமானாரென்றும் வழங்குவர். இவருக்குமுன்னர் விசிஷ்டாத்துவைதமதம் நாட்டினவர்கள் பன்னிருவராவார் பொய்கையாழ்வார், பூதத்தாழ்வார், பேயாழ்வார், திருமழிசையாழ்வார், நம்மாழ்வார், மதுரகவியாழ்வார், குலசேகராழ்வார், பெரியாழ்வார், சூடிக்கொடுத்தான், தொண்டரடிப்பொடியாழ்வார், திருப்பாணாழ்வார், திருமங்கையாழ்வார் என்போர்.

ராமேசுவரம்— ராமர்ராவணனைக்கொன்று திரும்பியபோது சேதுவோரத்திலே சிவலிங்கப்பிரதிஷ்டைசெய்து பூசைபுரிந்த ஸ்தலம். இவ்விலிங்கத்தைத் தரிசித்துவழிபடுவோர் சகலபாவங்களும் நீங்கப்பெறுவர் என்பது புராணசம்மதம்.

ராவணன்— (ர) ராக்ஷசர்தலைவன். இவன் ராஜதானி லங்காபுரி. புலஸ்தியன் புத்திரனாகிய விச்சிரவாவு புத்திரன். தாய்சுமாலிபுத்திரியாகிய கைகசி. இவன்பாரிமயன்மகளாகிய மந்தோதரி.(மண்டோதரி). கும்பகர்ணன், விபீஷணன் என்போர் இவன்தம்பியர்; சூர்ப்பணகை தங்கை. இவன் புத்திரன் இந்திரஜித்து. இவன்பத்துத் தலைகளையுடையனாதலின் தசக்கிரீவன் தசகண்டன் முதலியநாமங்களைப்பெறுவன். இவன்மகாவுக்கிரதவங்கள்செய்து, "மனுஷரைப் பொருட்படுத்துகிலேன்; மற்றெவ்வகைத்தேவராலும் அசுரராலும் இறவாதிருக்கவரந்தருக"வென்றுபிரமாவை வேண்டிப்பெற்றான். அவ்வரப்பிரசாதத்தால் மிக்ககருவமுடையனாகித் திரிலோகங்களிலுஞ் சென்று சாதுக்களையுந் துன்புறுத்திவந்தான். இத்துன்பங்களையொழிக்குமாறே விஷ்ணு ராமனாகப்பிறந்து ராவணனைக் கொன்றார். ராவணன் திக்கெல்லாம் வெற்றிபெற்று வடக்கிற்சென்று குபேரனைக்கண்டு அவனைச்செயித்து அவன்புஷ்பக விமானத்தைக்கவர்ந்துகொண்டு கைலைக்குமேல் நேராகவந்தபோது நந்திதேவர்தடுப்ப, இவன் தனது விமானத்தோடிழிந்து அக்கைலையை வேரோடும்பறித்துச் செல்வேனென்று கர்வங்கொண்டு பெயர்த்துத் தோள்மேற்கொள்ளவெத்தனிக்க, அதுகண்டசிவன் தமது பெருவிரலாலழுத்த, அம்மலையின்கீழ் அகப்பட்ட இவன் நெடுங்காலங் கிடந்து வருந்திச் சிவனைத்தோத்திரித்து அவ்வாபத்தினின்றும் நீங்கிப்போயினான். அக்கைலையின்கீழ்க்கிடந் துச்சவிசையாலழுது துதித்தமையால் இவனுக்கு ராவணன் என்னும் பெயர்வாய்ப்பதாயிற்று.

இவன்திக்குவிஜயஞ்செய்யப்போனவிடங்களில் அபஜயப்பட்டுத்திரும்பியது இரண்டிடத்தன்றிமற்றெங்குமில்லை. ஒன்று வாலியாலும் மற்றதுகார்த்தவீரியார்ச்சுனனாலுமேயாம். இவன் மேருபக்கஞ் சென்றபோது அங்கே அரம்பையைக்கண்டு அவளைப் பலவந்தம் பண்ணிப்

புணர்ந்தான். அதுகேட்ட ஜனகபரன் சினந்து, நீ எப்பெண்ணையாயினும் அவள் சம்மதமின்றிப் புணர்வையேல் உன் தலைகள் ஆயிரந்துண்டமாகச் சிதறி யிறக்கக்கடவையென்று இவனைச் சபித்துப்போயினான். அதுபற்றியே சீதையை மானபங்கஞ்செய்யாது தன் சிறையிலிட்டு அவள்பாற் சென்றிரந்துவருவானாயினதும், முன் நரரைப் பொருட்படுத்தாது கேட்டவரத்தினுக்கால் நரனாகிய ராமனாலிறந்ததுமாமென்க.

ராஷ்டிரபாலன் — (ய) கஞ்சன்தம்பி.

ராஷ்டிரபாலிகை — உக்கிரசேனன் புத்திரி. சிருஞ்சயன் பாரி.

ரிபு—யதுவினதுநான்காம்புத்திரன்.

ரிபுஞ்சயன்—பிருகத்திரதன்வமிசத்து மகததேசராஜர்களுள் கடையரசன். இவன் தனது மந்திரி சுக்கிரீநகனாற் கொல்லப்பட்டவன்.

ருகன்—விருகன் தந்தை. விஜயன் புத்திரன்.

ருக்குமகேசன், **ருக்குமதரன்**, **ருக்குமநேத்திரன்**, **ருக்குமவாகு**—ருக்குமிதம்பியர்.

ருக்குமன், **ருக்குமேஷு**—(ய) ருசிகன் புத்திரர். சியாமகன்சகோதரர்.

ருக்குமி—விதர்ப்பராஜனாகிய வீஷ்மகன்மூத்த மகன். ருக்குமிணி தமையன்.

ருக்குமிணி—கிருஷ்ணன் மூத்தமனைவி. வீஷ்மகன் புத்திரி. பிரத்தியுமனன்தாய்.

ருக்ஷயன்—(பு) மகாவீரன்புத்திரன், இவனுக்குப் புஷ்கராருணி, கவி, திரயாருணி எனமூவர்புத்திரர். இவர்கள் சந்ததியார் பிராமணராயினர்.

ருசி—ஒருபிரஜாபதி. சதரூபன்புத்திரியாகிய ஆகூதி இவன் பாரி. இவளிடத்திற் பிறந்த புத்திரன் யஞ்ஞன்.

ருசிகன்—(ய). தருமன்புத்திரன். இவன்புத்திரர் சியாமகன், புருது, ருக்குமேஷு, ருக்குமன், புருசித்து என்போர்.

ருசிரதன்—(பு) குரு.

ருசிராஜன்—பிருகதிஷுன் வமிசத்துச் சேனசித்துபுத்திரன். பிராக்கியன் தந்தை.

ருத்திரகோடி—ஒருதீர்த்தம். இதுஒருகாலத்தில் ருத்திரன்இருஷிகளுக்குப்பிரத்தியக்ஷமாகக் கோடிரூபமாய்த்தோன்றினமையால் இப்பெயர் பெற்றது.

ருத்திரபர்வதம்—ஞானவிகட்டமென்னும்கங்கைக்கரையிலேயுள்ளமலை

ருத்திரப்பிரயாகை—மந்தாகினிக்கும் அளகநந்தைக்கு மிடையே யுள்ள க்ஷேத்திரம்.

ருத்திரர்—இவர் அஜன். ஏகபாதன், அரன், அகிர்ப்புத்தியன், சம்பு, திரியம்பகன், அபராஜிதன், ஈசானன், திரிபுவனன், துவஷ்டா, ருத்திரன் எனப்பதினொருவர். இவர்களை ருத்திரன் மானசபுத்திரரென வழங்குவர். பிரமமானச புத்திரரெனவும்படுவர்.

ருத்திரன் — திரிமூர்த்திகளுளொருவராகிய சங்காரகர்த்தா. சிவனுக்கும் பெயராம். பிரமாவினது புத்திரருள்ளு மொருவராவர். ஸ்ரீகண்டருத்திரர்முதலிய ருத்திரபேதமெண்ணில.

ருத்திராக்ஷம்—சிவபக்தராற் தரிக்கற்பாலதாகிய ஒரு மணி. திரிபுராசுரர்களைவதம்பண்ணப் புறப்பட்டபோது காயத்திரியைக் கண்ணைமூடிச் செபிக்கக் கண்களிலிருந்து வீழ்ந்த கண்ணீர்த்துளிகள் இம் மணிகளாயினவென்பது சரித்திரம்.

நுமை—சுக்கிரீவன்பாரி.

நூரன்—சியவனன்புத்திரனுகிய பிரம திக்குக் கிருதாசியென்னும் அப்சர சையிடத்திற் பிறந்த புத்திரன். இ வரோரிஷி. இவர்பாரி பிரமத்துவ ரை. இவர் தமதுபாரிஒருபாம்பாலி றக்க, அவளைத் தமது தவமகிமை யாலெழுப்பி, அன்றுமுதற் பாம்புக ளைக் கொல்வதே விரதமாகக் கொ ண்டவர். அவ்விரதத்தை நீக்கின வர் டுண்டுபம் என்னும் சர்ப்பரூபந் தாங்கியிருந்தவராகிய சகஸ்திரபா தமுனிவர். ரூரன் மகன் சுநகன்.

நூபாசுவன்—(இ), கிருதாசுவன்.

நூபாவாகிகள்- ரூபாநதிதீரவாசர்கள்.

நூபை—சுக்திமந்தமென்னுமிடத்திலி ருந்து பாய்கின்றவொரு நதி.

ரேணுகை—பரசுராமன் தாய், ஜமதக் கினிபாரி.

ரேணுமதீ—நகுலன்பாரி.

ரேவதீ—ரைவதபர்வதமீதில்தாமரை த் தடாகத்திற் பிறந்த ஒரு கன்னி கை. இவளைப் பிரமசனென்னுமு னிவர்எடுத்துவளர்த்தார். இவள்புத் திரன் ரைவதமனு.

(உ) பலராமன் பாரி. ரேவதன் புத்திரி. இவள்சரியாதிபௌத்திர னுகிய ரைவதன் புத்திரன் குகு த்மிபுத்திரியெனவும்படுவள்.

(ங) நக்ஷத்திரங்களுளொன்று.

(ச) அரிஷ்டன் பிப்பலன் என் போர்க்குத் தாய். மத்திரன் பாரி.

ரேவந்தன்—ஒருகுஹியகன்.

ரைப்பியன்— (பு) சுளினன். இவன் சுமதிபுத்திரன், உ.(ரி) அர்த்தாவசு பராவசு என்போர் தந்தை.

ரைவதம்-ஒரு மலை. இது குமுதமலை யெனவும்படும். இது துவாரகைக் குச்சமீபத்திலே யுள்ளது. இருத வாக்குஎன்னும் இருஷியால் சபிக் தப்பட்ட ரேவதிஇம்மலைமேல்வீழ் ந்து ஒருதடாகமாயினமையால் இப் பெயர்பெற்றது.

ரைவதன்—ஐந்தாம் மனு. பிரியவிர தன்வமிசத்துத் தூர்த்தமனுக்குரே வதியிடத்திற் பிறந்த புத்திரன்.

(உ) ஆநர்த்தன் புத்திரன். குகு த்மிதந்தை.

ரோசனை—வசுதேவன்பாரிகளுளொ ருத்தி.

ரோமகசித்தாந்தம்— சோதிடசித்தா ந்தங்களுளொன்று. இது ரோமகன் என்னும் பண்டிதன் செய்தது.

ரோமகபுரி— இது பூர்வகாலத்திலே மேகலாரேகையிலேலங்காபுரிக்கு மேற்கே தொண்ணூறுபாகை தூ ரத்திலே யிருந்த பட்டணம்.

ரோமகர்ஷணன்— வியாசன் சிஷ்யனு கிய சூதர். இவர் அநேகபுராணங்க ளையுபதேசித்தவர்.

ரோமகன்—ரோமகபுரியிலிருந்து ஆ ரியதேசத்தில்வந்து ஆரியசாஸ்திர ங்களைக் கற்றுவிளங்கிய பூர்வகால த்துப் பண்டிதன்.

ரோகிணம் } **ரோஹிணம்** }—ஒருமலை. இம் மலை யிலே ரத்நங்களுகரங் களநேகமாகவுள்ளன.

(உ) ஒரு விருக்ஷம். இது அலம் பதீர்த்தக் கரையிலே யுள்ளது. இ திலே வாலகில்லியர் தலைகீழாகத் தூங்கித் தவஞ்செய்திருக்கும் போ து கருடன் அமிர்தங்கொண்டுவரு மாறு சென்றது. தனக்கு வழியுண வாக ஓர் யானையையும் ஒரு கச்சப த்தையும்கொண்டுசென்ற அக்கரு டன் அவ்வுணவோடிவ்விருக்ஷத்தி ன்மீது வதிந்திட அம்மரம் ஒடிந் து சாய்ந்தது. சாய்தலும் வீழாமு ன்னர்க் கருடன் எழுந்து தன்காலி ற்சிக்கிய அம்மரத்தையும் அவ்வு ணவோ டுடன்கொண்டு சென்று போய் கிஷ்புருஷமலையிலே இறங் கித்தனது உணவைத்தின்றுபோய

து. அவ்விருக்ஷத்திற் றொங்கிய வாலகில்லியரும் அம்மரத்தோடுகொண்டுபோய் இம்மலையில் விட்டார்கள்.

ரோமபாதன்—(அங்) தசரதன். தருமரதன்புத்திரன். இவன் தனக்குச் சந்ததியில்லாமையால் ஸ்ரீராமன் தந்தையாகிய தசரதன் புத்திரி சாந்தையை எடுத்து வளர்த்தவன்.

(உ) விதர்ப்பன் மூன்றாம் புத்திரன்.

ரோமஷன்—(ரி) இந்திரன் ஏவலால் அருச்சுனன் நாகலோகத்தி லிருக்கிறானென்று தருமருக் குணர்த்தி அருச்சுனனைத் தீர்த்த யாத்திரை செய்ய ஏவிய முனிவர்.

ரோஹிணி—நக்ஷத்திரங்களுளொன்று. தக்ஷன் மகள். சந்திரன் பிரிய நாயகி. (உ) பலராமன் தாய். வசுதேவன் பாரி.

ரௌகிதம்—பாரதயுத்தத்திற்குப் புறப்பட்ட கௌரவ சேனைக்குப்பாசறையாயிருந்தவனம்.

ரௌத்திராசுவன்—(பு) அஹம்யாதி புத்திரன். இவனுக்குக் கிருதாசியிடத்திற் பதின்மர் புத்திரர்பிறந்தார்கள். அவர்களுள்ளே இருசேயு மூத்தோன்.

ரௌரவம்—ஒருநரகம். இந்நரகத்திலே மகாகொடியபாவிகளிட்டு வருத்தப்படுவார்கள். ஈராயிரம் யோசனைசதுரமாயுள்ளது. இந்நரகம்முழங்கா லாழம் உருக்கியசெம்புநீர்ப் பரவையாக விருப்பது.

லங்காதேவி—தருமன்பாரியாகிய தக்ஷன்புத்திரி. லம்பா என்றும் பெயர்பெறுவள்.

லங்காபுரி
லங்கை }—ராவணன்ராஜதானி. இது தென் சமுத்திரத்திலே திரிகூடபர்வத சிகரத்திலே விசுவகர்மாவினால் நியமிக்கப்பட்ட பட்டணமும் அதனைச்சேர்ந்த நாடுமாம்முதலிலேமாலியவந்தனுக்கு ராஜதானியாகிப் பின்னர்க் குபேரனுக்கு ராஜதானியாகி அதன்பின்னர் ராவணனாலே அபகரிக்கப்பட்டது. ஏழுமதில்களையுடையது. இதனைச் சேர்ந்த நாட்டையுள்ளிட்டு இஃது எழுநூறுகாதம் விஸ்தாரமாயிருந்த தென்பர்.

இதுசூரியசித்தாந்தத்திலேசொல்லப்பட்ட மேகலாநகரங்கள் நான்கனுள் ஒன்று. சோதிட சாஸ்திரத்துக்கு நாடிஸ்தானமாக விருந்தது. இப்போதுள்ள லங்கை மேகலாரேகை (Equator) க்குவடக்கே வெகுதூரத்திலிருப்பதாலும், ஆதிலங்காபுரிமேகலாரேகையிலிருந்தமையாலும், கடல்வாய்ப்பட்டழிந்த லங்கையினது ஒருசிறுகூறே தற்காலத்துள்ளதாதல் வேண்டும்.

லங்கினி— லங்கையைக் காவல் செய்துநின்ற ஒரு ராக்ஷசி. இவள் அநுமந்தனாற்கொல்லப்பட்டவள்.

லங்கை—லங்காபுரிகாண்க.

லக்ஷ்மணவதி—கௌடபுரி.

லக்ஷ்மணன்—ராமன் தம்பி. தசரதனுக்குச் சுமித்திரையிடத்துப் பிறந்தபுத்திரன். இவன் ராமனிடத்து மிக்க பக்தியுடையவன். இவன் ராமன்மேல் வைத்த பக்தியினாலும் சகோதர அன்பினாலும் ராமரோடு காட்டுக்கேகி அவருக்கு வந்த கஷ்டங்களையெல்லாம் உடன் அநுபவித்தானாதலின் சகோதர அன்பிற்கு இவனை இலக்கியமாக எடுத்துக் கூறுவர்.

லக்ஷ்மி — அமிர்தமதனத்துக்கண் திருப்பாற்கடலி லெழுந்த பெண். இவர் விஷ்ணுவுக்குத் தேவியாயினர். பிரமாவுக்குப் புத்திரியாய் ஜியேட்டாதேவிக்குப் பின் பிறந்தவராகவும் சொல்லப்படுவர். பிருகுபுத்திரியென்றுஞ் சிலர் கூறுவர். இதுகாரணமாகப் பார்க்கவி யென்று

ய்ஒரு பெயர் பெறுவர். இவ்விகற்ப மாகிய கொள்கையெல்லாம் கற்ப ந்தோறும் எடுத்த அவதார பேதத் தால் வந்தனவாம். லக்ஷுமிதேவி செல்வங்களுக் கெல்லாம் அதிதே வதை.

லக்ஷுமீசுவரர் - திருநின்றியூரிலே கோயில் கொண்டிருக்கும் சுவாமி பெயர்.

லதை—ஒரப்சரப்பெண்.

லம்போதரன்— விநாயகர். தொங்கி வயிற்றினை யுடையவ ரென்பது பொருள்.

லவணாசுரன்—மதுபுத்திரன். இவன் சாதுக்களை வருத்துவதே தொழி லாகக்கொண்டுதிரியுங்காலத்திலே சத்துருக்கனலே கொன்றொழிக்க ப்பட்டவன்.

லவன்—ராமர்புத்திரன்

லாங்கலி—பலராமன்.

லாங்கூலினி—மகேந்திரபர்வதத்திலே உற்பத்தியாகுமோர் நதி.

லாசகன்—சிவன்.

லிங்கம்—சிவபெருமானார் ஆன்மாக்க கள் தம்மைவழிபட்டுய்யுமாறு கொ ண்ட நிர்க்குண சொரூபமாகிய சக ள வடிவம். பீடமும் லிங்கமும் சதாசிவவடிவம். அதுகன்மசாதாக்கி யவடிவமெனவும்படும். பீடஞ்சத்தி யையும், லிங்கம் சிவத்தையுங் குறி க்கும். இச்சாதாக்கியத் திருமேனி சர்வான்மாக்களையும் சர்வாண்டங் களையும் அடக்கியிருக்கும் பரமகா ரணனை விளக்குதலின், உலகத்து மக்கள் தியானித்து வழிபாடுபுரித ற்குச்சிறந்தசின்னமாகவுள்ளது. இ தனிலுஞ் சிறந்ததொரு சின்னம் வேறில்லை. லிங்கம் பரார்த்தமென் றும்இஷ்டமென்றும்இருபாற்படும். அவற்றுட்பரார்த்தம், சுயம்பு காண ம் தைவிகம் ஆரிடம் மானுடமென ஐவகை லிங்கமாம்.

இஷ்டலிங்கம் சுவார்த்தமாகப் பூ சிக்கப்படுவதாயொருவன் தன் குரு விடத்துப்பெறுவது. (உ) விக்கிரக ங்களுக்கும்பொதுப்பெயர்.

லீலாவதி—இரணியகசிபன் பாரி. பி ரகலாதன்தாய். (உ) பாஸ்கராசாரி யர் புத்திரி. இவள்பொருட்டே லீ லாவதியென்னும் பிரபல கணித நூல் பாஸ்கராசாரியரால் செய்யப் பட்டது. (௩) துர்க்காதேவி.

லீலாவதிகணிதத்திலே வல்லவ ளாகியபின்னர்த் தான்செய்த நூல் களையெல்லாந்தந்தைபெயராற்பிர கடனஞ்செய்தாளென்பர்.

லைங்கம்—லிங்கபுராணம். நந்திகேசு ரராற் கூறப்பட்டது. பதினோராயி ரங் கிரந்தமுடையது.

லோகபாலர்— பூமிக்கு நான்குபக்க த்திலும் லோகாலோக பர்வதத்தி லேயிருந்து பூமியைக் காக்கின்றசு தன்வன், சங்கன், இரணியரோம ன், கேதுமந்தன்என்னுநால்வர்இப் பெயர் பெறுவர்.

லோகாலோகம்—சக்கரவாளகிரி. இ து மண்டலாகாரமாகவுள்ளது. இ துவரைக்குமே சூரியகிரணம்வியா பகமாம்.

மனுஷர் வசித்தற்கொவ்வாத பூ ப்பிரதேசம் அலோகமென்றும்வசி த்தற்குரியதுலோகமென்றுஞ்சொ ல்லப்படும். பூகோளத்தினதுஅிதஉ த்தரபாகமும்,அதிதக்ஷிணபாகமும் அலோகமாம். இரண்டையும் பிரி க்குமெல்லையே லோகாலோகபர்வ தமாம்.

லோகிதாசியன்—அரிச்சந்திரன் புத் திரன்.

லோகித்தியநதி-- தேவாரணியத்தரு கேயுள்ள ஒரு நதி.

லோபாமுத்திரை— அகஸ்தியர் பாரி. விதர்ப்பராஜன் புத்திரி. புலஸ்திய ர்தங்கை.

லோமபாதன்—அங்கதேசராஜன்.

லோலா, லோலை—லவணாசுரன் தந்தையாகிய மதுவினது தாய்.

வக்கிரயோதி — விப்பிரசித்தி புத்திரன்.

வங்கம்—ஒருதேசம். இது கௌடஞ் சார்ந்துள்ளது.

வங்கன்—(அ) பலியினது இரண்டாம் புத்திரன். வங்கன் ஆதியில் அரசுபுரிந்த தேசம் வங்கமெனப்பெயர் பெறுவதாயிற்று.

வங்கியசூடாமணி — சண்பகபாண்டியனெனப் படுபவன் இவனே. தருமி இவன்காலத்தவன்.

வங்கியசேகரன்— விக்கிரமசோழன் காலத்திலே மதுரையிலரசுபுரிந்த பாண்டியன். இவன் சோமசுந்தரக் கடவுளிடத்துத் தமிழ்ச் சங்கப்பலகை பெற்றபாண்டியன். இவனே கடைச்சங்கத்தை ஸ்தாபகஞ்செய்து அதற்குவேண்டிய நிபந்தங்களமைத்து நூலாராய்தலும் நூல்செய்வித்தலுமாகிய முயற்சிகளால் தமிழைவிருத்திசெய்தவன்.

வசந்தமாலை—மாதவிதோழி. கூனியென்றும்இவளுக்குப்பெயருண்டு.

வசிட்டன் — பிரமமானசபுத்திரருள் ஒருவராகிய இவர் மகா தவச்செல்வர். இக்ஷுவாகுவமிசத்து அரசர்க்கெல்லாம் குலகுரு இவரே.

இவர் வைவசுவதமநுவந்தரத்திலே சப்த ரிஷிகளு ளொருவர். பாரி அருந்ததி. புத்திரர்சக்திமுதலிய நூற்றுவர். இவர் பூர்வத்திலே தக்ஷன் மகளாகிய ஊர்ச்சை என்பவளை மணம்புரிந்து அவளிடத்திலே ரஜன், கோத்திரன், ஊர்த்துவவாகு, சவனன், அநகன் சுதபன், சுக்கிரன், என எழுவர் புத்திரரைப்பெற்றார். இவர்கள் சுவாயம்புவமநுவந்தரத்திலே சப்தரிஷிகளாகவிருந்தார்கள். இவர் முன்னே பிரமமானசபுத்திரராகவிருந்தபோது நிமிசாபத்தால் சரீரத்தையிழந்து பின்னர் மித்திராவருணர்களுக்குப்புத்திரராகப் பிறந்தார். (அகஸ்தியன் காண்க.) இவரேபின்னர் வியாசராகவும் பிறந்தாரெனப்படுவர்.

வசு—(க) [கு]சேதிராயனாகிய ஙிருதிபுத்திரன். (உ) ஙிருகன் வமிசத்துப் பூதசோதிபுத்திரன்.

வசுக்கள்—அஷ்டவசுக்கள்.

வசுசேனன்—கர்ணன்.

வசுதன்— (இ). திருசதசியல்.

வசுதேவன்—(க) [ய] ஆனகதுந்துபி. சூரன்புத்திரன். தேவகிநாயகன். கிருஷ்ணன் பலராமன் எல்போர்தந்தை. (உ) கண்ணுவன்.

வசுதை— மாலியனென்னு மிராக்ஷசன்பாரியாகிய ஒரு கந்தருவப்பெண்.

வசுபதன்—உபரிசரவசுவினது சேனாபதி. கோலாகலசங்கமத்திலேசுக்திமதியிலே பிறந்தவன்.

வசுமந்தன்—சுருதாயு.

வச்சிரசுவாலை—கும்பகர்ணன்பாரியை

வச்சிரதந்தன்—பகதத்தன்புத்திரன்.

வச்சிரதமிஷ்டிரன்--ராவணன் துணைவரிலொருவன். இவன் அகந்தனாற் கொல்லப்பட்டவன்.

வச்சிரதம்பநாயகர்—திருமழபாடியிலே கோயில்கொண்டிருக்குஞ்தேவியார்பெயர்.

வச்சிரநாடு—சேயாற்றின் கரையிலுள்ளது. .

வச்சிரநாபன்— விப்பிரசித்திபுத்திரன். தாய்சிங்கிகை. இவன்மகள் பிரபாவதி.

வச்சிரமுஷ்டி—மாலியவந்தன்புத்திரன்.

வச்சிரன்-கிருஷ்ணன்பௌத்திரனாகிய அநிருத்தன்புத்திரன். கிருஷ்ணநிரியாணத்தின் பின்னர் இவனே மதுராபுரிக் கரசனாயினவன்.

வச்சிரவாகு— சூரபன்மன் புத்திரரு ள் ஒருவன். இவன்றாய் பதுமகோ மளை.

வச்சிராங்கன்— கசியபன் புத்திரன். இரணியாக்ஷன் இரணியகசிபன் எ ன்போர் இறந்தபின்பு, திதி புத்திர விச்சையால் தவங்கிடந்து கருப்பங் கொள்ள அக் கருப்பத்தை இந்திர ன் சேதித்தான். அக்கனஞ் சிதை வுற்ற கருப்பம் ஏழுகூறாக ஏழுமரு த்துக்கள் பிறந்தார்கள்.

அதன் பின்னரும் புத்திரன்வே ண்டித் தவங்கிடந்த போது இவ்வ ச்சிராங்கன் பிறந்தான்.

வச்சிராங்கன் இந்திரனை வென் று பிரமாவை நோக்கித் தவங்கிடந் து தாரகனைப் பெற்றான்.

வச்சிராங்கி—வச்சிராங்கன் பாரி. தா ரகன்தாய்.

வச்சிரை—ஓரப்சரஸ்திரி.

வஞ்சி-சேரர்களுடைய இராஜதானி. இதனைக் கொடுங்கோளூரென்பார் சிலர். திருவஞ்சைக் களமென்பார் சிலர். இவ்விரண் ேர்களும் கொச் சியைச் சார்ந்த நாட்டில் ஒன்றற் கொன்று சமீபமாக உள்ளன.

வடதரங்காடுதுறை— காவிரிக் கரை யிலுள்ள ஒரு சிவஸ்தலம்.

வடநெடுந்தத்தனார்— இவர் காலைஇழ வினைப் பாடிய புலவர்.

வடமதுரை— வடநாட்டின்கணுள்ள ஒரு விஷ்ணு ஸ்தலம்.

வடமவண்ணக்கன்பெருஞ்சாத்தனார் —இவர் வடவண்ணக்கன்பெருஞ் சாத்தனா ரெனவும் படுவர். தேர்வ ண்மலையனைப் பாடிய புலவர் இவ ரே.

வடமூலநாதர்— திருப்பழுவூரிலே கோயில் கொண்டிருக்கும் சுவாமி பெயர்.

வடவாமுகம்—குமேரு.

வடவை—பெண்குதிரைரூபந் தாங்கி ச்சூரியனைக்கூடிய அச்சுவினி. இ துசமுத்திரமத்தியிலுள்ளது.

வடஸ்தானம்— பாரதயுத்த காலத்தி லேகுருசேனைக்குப்பாசறையாகவி ருந்தவிடம்.

வடவாம்பிகை — திருக்கோடிகாவி லெழுந்தருளி யிருக்கும்தேவியார் பெயர்.

வடிவுடையம்மை— திருவொற்றியூ ரிலே கோயில் கொண் டிருக்கும் தேவியார்பெயர்.

வடிம்பலம்பநின்றபாண்டியன் —ப ஃறுளியாற்றை அமைத்தவன்.

இவன் கடற் றெய்வத்துக்குப் பெருவிழவாற்றினோன்.

வடுகேசுவரர்—திருவடுகூரிலேகோ யில்கொண்டிருக்கும்சுவாமிபெயர்.

வடுநேர்கண்ணம்மை— திருவலம்பும ரத்திலே கோயில்கொண் டிருக்கு ம்தேவியார் பெயர். (௨) திருவடுகூரி லே கோயில் கொண் டிருக்கும் தேவியார்பெயர்.

வண்டமர்பூங்குழ லம்மை— திருக் கோளிலியிலே கோயில் கொண்டி ருக்கும் தேவியார் பெயர்.

வண்டமர்பூங்குழல்நாயகி— திருவா ழ்கொளிபுத்தூரிலே கோயில் கொ ண்டிருக்கும் தேவியார்பெயர்.

வண்டமர்பூங்குழல்நாயகியம்மை— திருப்பாம்புரத்திலே கோயில்கொ ண்டிருக்கும் தேவியார்பெயர்.

வண்டார்குழலி— திரு ஆலங் காட்டி லே கோயில் கொண்டிருக்கும் தே வியார் பெயர்.

(௨) திருக்கோளிலியிலே கோயி ல் கொண்டிருக்கும் தேவியார் பெ யர்.

வண்டுவார்குழலியம்மை— திருமரு கலிலே கோயில்கொண் டிருக்கும் தேவியார் பெயர்.

வண்ணக்கஞ் சாத்தனார் — இவர் க டைச்சங்கப்புலவர்களு ளொருவர்

வதரியாச்சிரமம்—இது வடநாட்டின் கணுள்ள ஒரு விஷ்ணுஸ்தலம்.

வதூசரை—ஒருநதி. பிருகுமகாவிருஷியினது பாரியைப் புலோமன் என்னும் இராக்ஷசன் கவர்ந்து சென்றபோது அவன் கண்களிலிருந்தொழுகிய தாரைகளால் உண்டாகிய நதியென்பர்.

வந்தீ—(ரி) இவரோர் இருஷி. ஜனக மகாராஜனுடைய யாக சாலையிலே இவரை அஷ்டவக்கிரன் வாதத்திலே வென்றான்.

வபு, வபுசு — ஓரப்சரக் கன்னிகை. இவள் நாரதரேவலால் துர்வாசர்தவத்தையழிக்கவெத்தனித்தபோது அவரால் சபிக்கப்பட்டுப்பக்ஷியாகப் பிறந்தாள். இவளே தருமபக்ஷிகளைப்பெற்றவள்.

வபுஷ்டை—காசிராஜன் மகள். மூன்றாம் ஜனமேஜயன்பாரி.

வபுஷ்மந்தன்— பிரியவிரதன்புத்திரருளொருவன். இவன் பங்குக்குச் சான்மலித்தீவுவந்தது. இவன் புத்திரரெழுவர்.

வயலூர்— பாண்டிநாட்டுள்ள ஓரூர். இது வார்த்திகனுக்கு ஒரு பாண்டியனாற் பிரமதாயமாகக் கொடுக்கப்பட்டது. திருத்தங்காலுக்குக் கிழக்கேயுள்ளது.

வரகுணபாண்டியன்—சேரமான்பெருமாணயனார் காலத்தில் மதுரையில் அரசுசெலுத்திய பாண்டியன்.

வரணை— காசிக் கருகே பிரவாகிக்குமொரு சிறுநதி.

வரதுங்கபாண்டியன்—பிரமோத்தர காண்டத்தைத்தமிழிற்பாடியவர். அதிவீரராமபாண்டியன் தமையனர்.

வரதை—விதர்ப்பதேசத்தி லுற்பத்தியாகிக் கோதாவிரியிற் சங்கமிக்கும்நதி.

வரருசி—(க) பாணினிவியாகரணத்துக்கு வியாக்கியானஞ் செய்த இருஷி. காத்தியாயனரெனவும் படுவர்.

வரலக்ஷ்மிவிரதம்—ஆவணிமீத்துச் சுக்கில பக்ஷத்துச் சுக்கிர வாரத்திலே லக்ஷ்மிதேவியைத் தியானித்தனுஷ்டிக்கப் படுவதாகிய ஒருவிரதம். இதனுல் பெண்களுக்குப் புத்திரபௌத்திர விருத்தியும் சகலசம்பத்துமுண்டாகப் பெறுவர் என்பது புராணம்.

வராககர்ணன்—ஒரியக்ஷன்.

வராகபுராணம்—விஷ்ணுவின் வாயிற் காவலாளராகிய ஜயவிஜயரென்னுமிருவரும் ஒருபோது வைகுண்டலோகப் பிரவேசஞ் செய்ய வந்த முனிவரொருவரைத்தடுத்தமையினாலே சாபமேற்று, பூமியிலேகசிபர் திதி என்பவர்களுக்குப் புதல்வராகப்பிறந்து இரணியகசிபு இரணியாக்ஷன் எனப் பெயர் பெற்றமையும், இவ்விருவரிலே இரணியகசிபு மூவுலகங்களையும் செயித்தமையும், இரணியாக்ஷன் நேரே சுவர்க்கத்துக்குப்போய்த் தேவர்களை வென்றமையும், தேவர்கள் வராகவுருவமுற்றிருந்த விஷ்ணுமூர்த்தியைவேண்ட அவ்விரணியாக்ஷனைக் கொன்றமையும், திதி என்பவளுக்கும் விட்டுணுவுக்கும் நடந்த யுத்தத்திலே திதி தோற்றமையும், விஷ்ணு வராகரூபத்தைப்படிப்படியே நீக்கிக் கொண்டமையும் உணர்த்துவது. இஃது இருபத்துநாலாயிரங்கிரந்தமுடையது.

வராகமிகிரன்—ஒரு ஜோதிஷன். இவர்கலியுகம் மூவாயிரத்தறுநூற்றில் விளங்கியவர். அஃதாவது இற்றைக்கு ஆயிரத்துநானூறு வருஷங்களுக்கு முன்னே யிருந்தவர். இவர்செய்தநூல்கள் பிருஹத்சம்ஹிதையும் பிருகத்ஜாதகமுமாம்.

வராகம்—௩. விஷ்ணுதசாவதாரங்களுளொன்று. அது மூன்றாவதவதாரம். கற்பாந்தரத்திலே சமஸ்த

மும் ஜலத்திலே மூழ்கிப்போனபோது அச்சலத்தின்மீது ஆலிலைமேலறி துயில்கொண்டிருந்த விஷ்ணு அப்பூமியைத் தமது கொம்பிற்றாங்கிச் சலத்தின்மீது கொண்டுவந்துநாக்கவும் இரணியாக்ஷனைக்கொல்லவும் சுவேதவராகரூபமாக அவதரித்தார். உ. மகததேசத்தின்கண்ணதாகிய ஒரு மலை.

வரந்தருவான்—வில்லிபுத்தூராழ்வார்மகனார். இவர்தந்தைபாற்பாடங்கேட்டு வரும்போது ஒருநாள் தந்தைசொன்ன பொருளை விடுத்துத் தாமகவொன்றைக்கற்பித் துரைத்தனர். அதுகண்டு வில்லிபுத்தூரா சினங்கொண்டு தம் வீட்டினின்றும் அவரையோட்டிவிட்டனர். அன்று முதல் அவர் வேறோராசிரியரையடைந்து கல்விகற்றுவல்லராகித் தந்தையாருக்குப் புலனாகாமல் நெடுங்காலமாக மறைந்தொழுகிவருவாராயினர். தந்தையார் பாரதத்தைப்பாடி அரங்கேற்றுங் காலத் திவர் வேடமாறி அச்சபையின்கண்ணே சென்றிருந்தார். வில்லிபுத்தூரார் நூலை அரங்கேற்றத்தொடங்குமுகத்திலே "ஆக்குமாறயனாம்" என்னுங் கவிபைக்காப்பாகவெடுத்தோதி அதற்குப் பொருளுரைத்தனர். அச்சபையிலிருந்தோர், வில்லிபுத்தூரரைநோக்கி, நம்வினாவுக் குத்தரங் கூறிப்பின்னர்அரங்கேற்றுகவென்ன, வில்லிபுத்தூரர் உமதுவினா யாதென்றனர். அவர்கள், உமது நூலுக்கு முதனூல் வியாசபாரதமன்றோ. அந்நூலிலே விநாயகவணக்கஞ்செய்து நூலாரம்பஞ்செய்யப்பட்டிருக்க நீர் அங்ஙனஞ்செய்யாது பொதுவாக வணக்கங்கூறியதென்னையென்றார்கள். அப்பொழுது வரந்தருவான் எழுந்து இச்சபை பல்வகைச் சமயவாதிகளுங்கூடியிருக்கும் பொதுவாதலின் பொதுவணக்கம் யாவற்கும் ஒப்பக்கூறப்பட்டது. மற்றைவிநாயகவணக்கம், கவிதம்மகத்தே கூறிவிட்டே இது கூறினர் என்றார். அதுகண்ட வில்லிபுத்தூரர் மகிழ்ந்து அச்சநீங்கினராயினும் அது கூறினான் யாவனென்றதிசயித்திருந்தார்.

சபையோர் வரந்தருவானை நோக்கி, அஃதுனக்குப் புலனாயதெப்படியென்ன, வரந்தருவான் தாமே

"நீடாழி யுலகத்து மறைநாலோ
டைந்தென்று நிலைநிற்கவே
வாடாத தவவாய்மை முனிராச
ன்மாபாரதஞ்சொன்னநாள்
ஏடாக மாமேரு வெற்பாகவங்கூ
ரெழுத்தாணிதன்
கோடாக வெழுதும்பிரானைப் ப
ணிந்தன்புகூர்வாமரோ"

என்னுங்காப்பைப்பாடி இதுவே அவர்கூறியகாப்பென்பது யான்முன்னரே அறிந்துளேன். யான்இவர்க்குப்புத்திரன் என்றார். அதுகேட்டுச்சபையார் அடங்க, வில்லிபுத்தூரருமகிழ்ந்து அரங்கேற்றினர். அது முடிந்தபின்னர் வில்லிபுத்தூரர் தமதுமைந்தனையே அதற்குச்சிறப்புப்பாயிரஞ்செய்கவென்றேவிப் பெற்று அவரைத் தழுவிக்கொண்டாடினர் என்பது புலவோர் கர்ணபரம்பரை. அச்சிறப்புப்பாயிரம் இவரேசெய்தாரென்பது "அவன்மகன்வரந்தருவானிப்பதிகஞ் செப்பினானே" என்றுவருதலாலுணர்க. தம்மைப் படர்க்கைமுகமாகக்கூறியது வடமொழி வழக்கு.

வராகி — தேவிகொண்ட மூர்த்தங்களுளொன்று.

வராங்கி—சர்யாதிபாரி.

வருணன் — அஷ்டதிக்கு பாலகருளொருவன். இவன் திக்குமேற்கு. பாரிசியாமளாதேவி. இவன்பட்டணம் சிருத்தாவதி, ஆயுதம் பாச

ம். வாகனம்முதலே. அன்னவாகன மென்றுஞ் சிலர்கூறுவர். இவன் ஜலத்துக்கு அதிதேவதை.

வருதினி— ஒருகந்தருவப்பெண். இவள் பிரவரன் என்னும்பிராமணனைக்கண்டு மோகித்துத் தொடர, அவன் அதற்கிணங்காது மறுத்துப் போயினன். அப்போது ஒருகந்தருவன் அப்பிராமணனைப்போல வடிவங்கொண்டு அவள் முன்னேசெல்ல இருவருங்கூடிச் சுவரோசி என்பவனைப்பெற்றாள். சுவரோசி சுவாரோசிஷமனுவைப்பெற்றவன்.

வருணை—ஆரியாவர்த்தத்திலேயுள்ள ஒரு நதி.

வர்ச்சசு—சந்திரபுத்திரருளொருவன்.

வர்ணங்கள்—"ஜாதி"காண்க.

வர்ணதிருக்கு— (ய) அக்ரூரன் தம்பி.

வர்ஷாதேவி — மரீசிபாரிகளுளொருத்தி. இவள்புத்திரர் அறுவர். பிரமசாபத்தால் இவர்கள் தேவகிவயிற்றிலே புத்திரராகப்பிறந்து கஞ்சனாற்கொல்லப்பட்டுச் சுதலமடைந்தார்கள். பின்னர்க் கிருஷ்ணன்பிறந்து வளர்ந்தபின்னர்த் தேவகிசித்தப்படி அவரால் அவ்வறுவரும் சாபவிமோசனம் பெற்றனர்.

வலம்புரநாதர் — திருவலம் புரத்திலேகோயில்கொண்டிருக்கும்சுவாமிபெயர்.

வலலன் — அஞ்ஞாதவாசத்துக்கண் வீமன் வகித்துக்கொண்டபெயர். பலராமனும் இப்பெயர் பெறுவன்.

வல்லபாசாரியர் — வேதாந்த சூத்திரத்துக்கு வியாக்கியானஞ் செய்தவர்.

வல்லபை— விநாயகக் கடவுளினது சக்திகளுளொருவர். இவர் யமுனையாற்றருகேயுள்ள ஒருதடாகத்தில் ஒரு தாமரைமலரின்கண்ணே பெண்வடிவாக அவதரித்து மரீசியாலெடுத்து வளர்க்கப்பட்டவராளிலே இவர்தந்தை அநுஞ்ஞையோடு காட்டிலே தவஞ்செய்யப் புகுந்தார். இவர் உமாதேவியாரது அமிசமாதலின் சிவபிரான், மரீசி தாமொரு புத்திரியைப்பெற்றுச் சிவபிரானுக்கு மருகியாக்குதல் வேண்டுமெனக்கொண்ட அபீஷ்டத்தைக்கொடுத்தருளுமாறு விநாயகவடிவங்கொண்டவ்விடஞ்சென்று இவரைச் சக்தியாக்கிக்கொண்டன ரென்பது புராணம்.

வல்லபி — ராஜபுத்திர ஸ்தானத்திலேயுள்ள ஒருநகரம்.

வள்ளலார்—க. ஒழிவிலொடுக்கமென்னுமத்புதஞானநூல்பாடியபுலவர். இவர் கதுo வருஷங்களுக்குமுன்னுள்ளவரெனநிதானிக்கப்படுவர்.

வள்ளல்நாயகர்— திருமணஞ்சேரியிலெழுந்தருளி யிருக்கும் சுவாமிபெயர்.

வள்ளிநாயகி— சிவமுனிவருக்கு மான்வயிற்றிலேபிறந்தபுத்திரியார். தனிகையிலே வள்ளிக்கிழங்ககழ்ந்த குழியிற்பிறந்தபடியால் வள்ளியெனப்பெயர் பெற்றார். வேடரால் எடுத்து வளர்க்கப்பட்டவர். சுப்பிரமணியக்கடவுளினது உபயசக்திகளுளொருவரே யிவராகப் பிறந்தமையின் இவர்மீளவும்அக்கடவுளுக்குத் தேவியாராயினர்.

வற்சகன்—வசுதேவன் தம்பி.

வற்சப்பிரீதி—திஷ்டன்வமிசத்து பலந்தனன் புத்திரன்.

வற்சரன்—துருவன் இரண்டாம் புத்திரன். புஷ்பாரணன், சந்திரகேதன், இஷன், ஊர்ச்சன், வசு,ஜயன் என்போர்க்குத் தந்தை.

வற்சலை—பலராமன்மகள், அபிமன்னியுபாரி.

வத்சன்—க. (பா) சேனஜித்து புத்திரன். உ. (கா) விருதத்தனன், குவலயாசுவன், இருதத்துவஜன் என்போர்க்குத் தந்தை. ங. கம்சன் தூதர்களுளொருவன். இவன் கிருஷ்ணனாற் கொல்லப்பட்டவன்.

வனமுலைநாயகியம்மை — திருக்கீழ்வேளூரிலே கோயில்கொண்டிருக்கும் தேவியார் பெயர்.

வன்பரணர் — வையாவிக்கோப்பெரும்பேகனையும் வல்விலோரியையும் பாடிய புலவர். இவரைக் கபிலரென்பாருமுளர். (புறநா.)

வன்னி—க. அக்கினி. உ. யயாதிபவுத்திரன். ங. துர்வசுபுத்திரன்.

வள்ளிநாயகர்—திருவெண்ணியிலேகோயில்கொண்டிருக்கும் சுவாமிபெயர்.

வாகீசர்—திருநாவுக்கரசர்.

வாசமலர்க்குழல்நாயகி—திரு எதிர்கொள்பாடியிலே கோயில்கொண்டிருக்கும் தேவியார்பெயர்.

வாசவதத்தை—இவள் அநேக சரித்திரக்களுக்குக் கதாநாயகி. பிரத்தியோதனன் மகள்.

வாசஸ்பதிமிசிரன்—வேதாந்த சூத்திரத்திற்குச் சங்கராசாரியர் செய்த பாஷியத்திற்குவியாக்கியானஞ் செய்தவர்.

இவர் ராமானுஜருக்கு முன்னிருந்தவர்.

வாசவன்—இந்திரன்.

வாசுதேவன்— க. கிருஷ்ணன். உ. கருசதேசராஜா. இவன்மிக்க கர்வமுடையனாய்த் தானே கிருஷ்ணனென்றுசொல்லப்படத்தக்கானென் றிறுமாந்திருந்தகாலத்திலேகிருஷ்ணனாலே கொல்லப்பட்டவன்.

வாஜசநேயசாகை— யாஞ்ஞவல்கியன் செய்த யசுர்வேத சாகை.

வாதாபி—(த) விப்பிரசித்திக்குச் சிம்ஹிகையிடத்திற்பிறந்த பத்திரன். (அகஸ்தியர்காண்க.) அசமுகி துருவாசரை வலிதிற் கூடி இல்வலன் வாதாபி என்போரைப்பெற்றாளென்பது கந்தபுராணம்.

வாத்சியன்—(ரி)சாகல்லியன்சிஷன்

வாமதேவன்—வசிஷ்டனோடுஅயோத்தியில்வசித்த தசரதன் புரோகிதன். உ. சிவன்.

வாமனம்—அஷ்டாதசபுராணங்களுளொன்று. சுவேதவராக கற்பத்துக்குரியதாகிய முதல் மூன்று வேதத்திலும் சொல்லப்பட்ட விஷயங்களையும் திரிவிக்கிரம வரலாறுகளையும் எடுத்துக் கூறுவது.

இது பிரமாவினால் சொல்லப்பட்டது. பதினாலாயிரங் கிரந்தமுடையது. உ. தென்றிசை யானை.

வாமனன்—க. பலிசக்கரவர்த்தியைச் சங்காரம்பண்ணும்பொருட்டுக் கசியபனுக்கு அதிதியிடத்துப் பிறந்த விஷ்ணு. இவ்வவதாரம் தசாவதாரங்களுளைந்தாவது. உ. காசிகாவிருத்திசெய்தவர்.

வாமாசாரம் — சாக்தேரமார்க்கத்து இடங்கையார்வழக்கம்.

வாயிலார் நாயனார் — மயிலாப்பூரிலேவேளாளர் குலத்தி லவதரித்து ஞானபூசைசெய்து சிவபதம்அடைந்தபத்தர்.

வாயு—இவன் வாயுமண்டலத்திற்கு அதிதேவதை. வெள்ளியமேனியும் மான் வாகனமும், எக்காளமும், அழகியரதமும், அவ்விரதத்திற்கு இரண்டுமுதலாயிரங் குதிரைகளுமுடையன். இவன் அதிதிபுத்திரன்.

வாரணசி, வாராணசி—காசி. வரணை அசி என இருநதிகள்கூடிப்பிரவாகித்தலால் அதனால் இப்பெயர் பெற்றது.

வாரணவதம்—பிரயாகை. இதுதுரியோதனன் பாண்டவர்களையிருத்திக்கொல்லுமாறு அரக்குமாளிகை அமைத்த இடம். இது பாரதயுத்த

காலத்திலே கௌரவசேனைக்கு ஒருபாசறையாகவுமிருந்தது.

வாராகம்—க. ஒரு கற்பம். உ. ஒருபுராணம். இதுகற்பாதிமானங்களும் பிறவும் கூறுவது. இது உ௪௦௦௦ கிரந்தமுடையது.

வாருணம்—ஒருபபுராணம்.

வாருணி—மத்தியத்துக்கு அதிதேவதை.

வார்கொண்டமுலையம்மை— மேலைத்திருக்காட்டுப்பள்ளியிலே கோயில் கொண் டிருக்குந்தேவியார்பெயர்.

வார்த்திகன்-தக்ஷிணமூர்த்தி. (சிலப்.)

வாலகில்லியர்—இவர்கள்பிரமமானசபுத்திரரு ளொருவராகிய கிருதுபுத்திரர் அறுபதினமர். மகாதவமுடையோர். இவர்கள்அங்குஷ்டப்பிரமாணமாயுள்ள தேகமுடையோர்கள். இவர்கள்நிரந்தரஞ்சூரியரதத்தைச்சூழ்ந்து திரிவர்.

வாலாம்பிகை— திருநெய்த் தானத்திலே கோயில்கொண் டிருக்கும் தேவியார்பெயர்.

வாலி--சுக்கிரீவன்தமையன். அங்கதன் தந்தை. இவன்பாரிதாரை. இவன் சுக்கிரீவன் வேண்டுகோளின்படி ராமராற்கொன்றொழிக்கப்பட்டவன். இவன் இறந்தபின்னர்த் தாரைசுக்கிரீவன் மனைவியாயினள்.

வாலீசுவரர்— குரக்கணின்முட்டத்திலே கோயில்கொண்டிருக்கும் சுவாமிபெயர்.

வால்மீகி—வடமொழியிலே ராமாயணஞ்செய்த வித்துவசிரேஷ்டர். இவர் ஜாதியிலே பிராமணராகியும், கிராதர்தொழிலைமேற்கொண்டு காட்டிலேயிருந்து வழிப்போக்கர்களை அலைத்து அவர்கள் பொருளைக்கவர்ந்தொழுகுநாளில் நாரதர் கண்டுஞானோபதேசஞ்பண்ணி அவரை நல்வழிப்படுத்தினர். அதன்பின்னர் மகாதவசிரேஷ்டராகி ராமாயணத்தை இயற்றி முடித்தார். சீதையை ராமர் காட்டுக்கனுப்பியபோது இவ்விருஷியே அச் சீதையையும் குசலவர்கள் என்னும் புத்திரரையும் ஆதரித்தவர். இவர் வருணன்மகனார் என்றுங் கூறப்படுவர். அதுகாரணமாகப் பிராசேதசர் எனவும்படுவர். (பிரசேதஸ்-வருணன்; அவன் புத்திரர்.)

வாழவந்தநாயகியம்மை — திருவாஞ்சியத்திலே கோயில்கொண்டிருக்கும் தேவியார்பெயர்.

வான்மீகியார்—(க) முதற்சங்கத்திருந்த ஒருத்தம தமிழ்ப்புலவர்.

இவர்செய்த நூலை நச்சினார்க்கினியர் தலையாயவோத்தென்பர்.

(உ.) கடைச்சங்கப்புலவருளொருவர். இவர்பாடல்ஒன்று புறநானூற்றினுள்ளே யுளது.

விகடவிநாயகர்— விஷ்ணு சக்கரத்தைக்கவ்விய கபாலம் அதனைநெகிழ்க்காதாக, விஷ்ணுவிநாயகரைவேண்ட, அவர் விகடக் கூத்தாடுவையேல் அதனை வாங்கித்தருவேனெனக்கூறி அங்ஙனஞ்செய்ய வாங்கிக்கொடுத்தவர்.

விகடன்—(ரி) சுமாலிபுத்திரன்.

விகர்ணன்—துரியோதனன் தம்பி.

விகிருதி—(ய) ஜீமூதன் புத்திரன்.

விதக்ஷி—(இ) குக்ஷி புத்திரன். ககுஸ்தன்தந்தை.

விக்கிரமார்க்கன்—சந்திரசர்மன்என்னும் பிராமணனுக்கு உச்சைனிபுரத்தரசனாகிய சுருதகீர்த்தியினது புத்திரியிடத்துப்பிறந்த புத்திரன். இவன் உக்கிரதவங்கள்செய்து காளிகாதேவியினது அநுக்கிரகம்பெற்று அதனால்எக்கருமங்களையும் சாதிக்கும் ஆற்றலுடையனானான். சாகசசாங்கன் என்னும் சிறப்புப்பெயர் இவனுக்கு இக்காரணம்பற்றி வந்ததுவேயாம். இவன் நெடுங்காலம் உ

ச்சயினிபுரத்திலே பெரும்புகழோ ங்க அரசுபுரிந் தீற்றிலே சாலிவாக னனாற்கொல்லப்பட்டவன். இவன் அரசுபுரியத் தொடங்கியகாலம் இற்றைக்கு (கலி ருக) ஆயிரத்துத் தொளாயிரத்து ஐம்பத்தைந்துவருஷங்களுக்கு முன்னருள்ளது.

விக்கிரமோர்வசியம்—ஒருசம்ஸ்கிருதநாடகம். இது காளிதாசனுற் செய்யப்பட்டது. இதிலே புரூரவன் ஊர்வசிமேல் வைத்தகாதல் எடுத்துக் கூறப்பட்டது.

விசயநாதர்—திருவிசயமங்கையிலேகோயில்கொண்டிருக்கும் சுவாமிபெயர்.

விசாகதத்தன்—முத்திராராக்ஷசமென்னும் நாடகஞ்செய்த கவி.

விசாரசர்மர் — சண்டேசுரநாயனார் காண்க.

விசாலம்— கிரிவிரசத்துக்கும் மிதிலைக்குமிடையேயுள்ள நாடு.

விசாலன்— இக்ஷுவாகுதம்பியாகிய நபகன்வமிசத்துத் திருணவிந்துபுத்திரன். இவன்புத்திரன் ஏமசந்திரன். (ஹேமசந்திரன்.)

விசாலாக்ஷி—காசியி லெழுந்தருளியிருக்கும் அம்மையார்பெயர். (உ.) திருப்பைஞ் ஞீலியிலே கோயில் கொண்டிருக்கும் தேவியார்பெயர். (௩.) திருப்பாச்சிலாச் சிராமத்திலே கோயில்கொண் டிருக்கும் தேவியார்பெயர்.

விசித்திரவீரியன்-- திருதராஷ்டிரன் பாண்டு என்போர் தந்தை.

இவன் தந்தை சந்தநு. தாய் சத்தியவதி. தமையன் சித்திராங்கதன்.

விசித்திரன்—கன்கவிச்யருடையநட்பாளனாகிய ஓரரசன்.

விசிரவசு— புலஸ்தியன் புத்திரன். இவன்பாரியர் நால்வர். திருணவிந்துபுத்திரியாகிய இளாவிளை யிடத்துக் குபேரன் பிறந்தான். சுமாலி மகளாகிய கைகசி யிடத்தில் ராவணன், கும்பகர்ணன், விபீஷணன்என மூவர் பிறந்தார்கள். இவன் தங்கை ராகையிடத்துக்கரன், தூஷணன், திரிசிரன் என்போர் பிறந்தார்கள்.

இவன் விச்சிரவாவு எனவும் படுவன்.

விசிருஷ்டன்—(ய) கஞ்சன் தம்பி.

விசிஷ்டாத்துவைதம்—ராமாநுஜமதம். அது பிரமமும்வேறு, ஆன்மாவும்வேறு, பிரமத்துக்கு ஆன்மாக்கள் சரீரமாகவிருந்து சந்நிதானவிசேஷத்தால் ஞானம் கைகூடப் பெற்றுப் பிரபஞ்சத்தை முற்றத்துறந்து பிரமத்தினது திருவடிமேல் வைத்தபற்றுடையராய் வைகுண்டஞ்சென்று அங்கே சாரூபம்பெற்றூநந்தித் திருத்தலே முத்தியென்று கூறுவது.

விசுவகந்தன்—(இ) பிருதன்புத்திரன். சாசுவதன், இந்தன், விசுவகன் அதிசாந்திரன் என்னும்பெயர்களையும் பெறுவன்.

விசுவகர்மா— பிரபாசனுக்கு யோகசித்தியிடத்திற் பிறந்த புத்திரன். இவன் தேவகம்மியன்.

விசுவகன்—(இ) (க) விசுவகந்தன்.

(உ) அங்கிரசன்வமிசத்தில் ஓரக்கினி.

விசுவசகன்— விருத்தசர்மன் புத்திரன். கட்டுவாங்கன் தந்தை.

விசுவசித்து—(பா) ஜயத்திரதன்புத்திரன். சேனசித்து தந்தை.

விசுவதேவர்கள்— சிரார்த்த காலத்திலே அர்ச்சிக்கப்படுகின்ற தேவதைகள். இவர்கள் வசுபந்தர், கிருதுதக்ஷர், காலகாமர், துரிவிரோசனர், புரூரவாத்திரவர் எனப்பதின்மர்.

விசுவநாதர், விசுவேசுரன்—காசியி

லேயுள்ள சந்திரசேகரசுவாமி. தேவிபெயர் விசாலாக்ஷி. அன்னபூரணி என்பது மற்றொரு தேவிமூர்த்தம்.

விசுவபதி, விசுவபுக்கு—அங்கிரசன்வமிசத்தோரக்கினி.

விசுவம்—ஒருவிகண்டு. விசுவன்செய்தது.

விசுவன்—விசுவவிகண்டுசெய்தவன்

விசுவரூபன் — துவஷ்டாவுக்கு ரசனையிடத்துப்பிறந்தபுத்திரன்.

விசுவாநரன் — சாண்டிலியவமிசத்துப்பிறந்தவன். இவன் புத்திரன் வைசுவாநரன் என்னும் அக்கினி.

விசுவாமித்திரன்—புரூரவன்மூன்றும்புத்திரனாகிய அமவசவமிசத்துதித்த காதிபுத்திரர். இவர் ஜாதியில் க்ஷத்திரியர். தமது தபோபலத்தால் பிராமணராயினர். தம்மைப் பிராமணராக அங்கீகாரஞ்செய்யாத வசிஷ்டர்மீது கோபமுடையராகி அவருடைய புத்திரர் நூற்றுவரையும் மாள்வித்தார். அதனாலும் வசிஷ்டர் சலிக்காதிருந்தனர். திரிசங்குவுக்கு அந்தரசுவர்க்கம் அளித்தவரும் அரிச்சந்திரனைக் கொடியபரீக்ஷையால்சத்தியவிரதன் என்னும் பெயரோடு விளங்கச்செய்தவரும் சகுந்தலைக்குத்தந்தையும் இவரே.

விசுவாமித்திரை—வைடூரியபர்வதத்திலுள்ள ஒருநதி.

விசுவாவசு—ஒரு கந்தருவ ராஜன். இவனுக்குயாஞ்ஞவற்கியமகாரிஷி தத்துவோபதேசம் பண்ணினர்.

விசுவை—தக்ஷப்பிரஜாபதி மகள். தருமன்பாரி. இவளிடத்துப்பிறந்தபுத்திரர் விசுவதேவர்.

விச்சிக்கோன்—கபிலராற் பாடப்பட்டஒருசிற்றரசன். பாரியினதுபுத்திரிகளை மணத்திற்கொள்ளாகவென்று கபிலர்வேண்டியவழிபுமுடன்படாதுமறுத்தோன் இவனே.

விஜயநகரம்—கன்னடதேச ராஜதானி. இந்நாளிலும்இது ஆரிய ராஜாவால் ஆளப்பட்டுவருகின்றது.

விஜயமாநகரம்— பாண்டிநாட்டிலுள்ள ஒருவிஷ்ணுஸ்தலம்.

விஜயன்— க. (இ) சுதேவன்புத்திரன். உருகன் தந்தை.

உ. விஷ்ணுபரிசரருளொருவன்.

௩. அர்ச்சுனன். ௪. அமவசு.

௫. (அம்) பிருகன்மனசுபுத்திரன்.

௬. (மி) ஜயன் புத்திரன்.

விஜயாசுவன்—பிருதுசக்கிரவர்த்திமகன். அந்தர்த்தானன் எனவும்படுவன்.

விடகன்—(ர) சுமாலி புத்திரன்.

விடூரதன்—வற்சப்பிரீதி மாமன். முதாவதி தந்தை.

உ. (ய) இரண்டாம் பசமானன் புத்திரன்.

விததன்—பரத்துவாசன். இவன் உதத்தியின் பாரியிடத்தில்பிருஹஸ்பதிக்குப் பிறந்தவன். இவன் பிறத்தலும் தந்தையாரிருவரும் இறந்துபோயினர். அப்போது மருத்து இவனைஎடுத்துப்போய் சந்தானமின்றியிருந்த பூருவமிசத்துப்பரதனுக்குக்கொடுத்தனர். இவன்புத்திரனாகிய புமன்னியனைப் பரதன் தத்தபுத்திரனாக்கிக்கொண்டான்.

விதர்ப்பம் — அஸ்தினாபுரத்துக்குத் தெற்கின்கணுள்ள தேசம்.

விதர்ப்பன்—(ய) சியாமகன் புத்திரன். இவன் அரசுபுரிந்ததேசம் விதர்ப்பமெனப் பெயர் பெறுவதாயிற்று. இவனுக்குக் குசன், கிருதன், ரோமபாதன் எனமூவர் புத்திரர்.

விதலம்— கீழுலகங்களுள் இரண்டாவது. இது இருள்சூழ்ந்துள்ளது.

விதஸ்தை—சந்திர பாகையிற் பிரிபுமொருபநதி.

விதாதை—தாதை தம்பி. இவன்பாரி நியதி.

விதிகை—மாளவதேசத்துள்ள ஒருநதி. உ. மாளவதேசத்திலுள்ள ஒரு நகரம்.

விதுரன்—திருதராஷ்டிரன் மந்திரி. அம்பிகையினது தோழியினிடத்து வியாசருக்குப்பிறந்த புத்திரன். இவன் மாண்டவியர் சாபத்தாற் சூத்திரனாகப்பிறந்த யமன். இவன்மகாதருமசீலன். திருதராஷ்டிரன் பாண்டவர்களை வஞ்சிக்கத் துணிந்தபோது அது தகாதெனவாதாடினவன். இவன் தருமநெறி சிறிதும்வழுவாதவன். பாண்டவர்களுக்குத் திருதராஷ்டிரனும் அவன் புத்திரரும் சூழ்ந்தவஞ்சனைகளையெல்லாம் அப்பாண்டவர்களுக்குணர்த்தி அவர்களை அவ்வஞ்சனைக்குத் தப்புவித்தவனும் அரக்கு மாளிகை அமைத்து அதிற்பாண்டவர்களையிருத்தித் தீக்கொளுவிக் கொல்லத் துரியோதனனெத்தனித்தபொழுது அம்மாளிகையிலே இரகசியமாகப் பிலவழியொன் றமைப்பித்து அவ்வழியே புகுந்து பாண்டவர்களை உயிர்பிழைக்கும்படி காத்தவனும் இவ்வுத்தமனே.

இவன் யவனபாஷையிலும் வல்லவன். உதிஷ்டிரனும் அவ்யவனபாஷையில்வல்லவன். இவன் திருதராஷ்டிரன் சபையில் நடந்த இரகசியங்களையெல்லாம் இப்பாஷையினாலேயே உதிஷ்டிரனுக்குப்பிறரறியாவண்ணம் வாய்மொழியாலும் திருமுகமூலமாகவும் உணர்த்திவந்தவன்.

விதுஷன்—இந்திரனுக்குச் சசிதேவியிடத்துப் பிறந்த மூன்றாம் புத்திரன்.

விதூரதன்—(கு) சுரதன்புத்திரன்.

விதேகன்—நிமிபுத்திரன். மிதிலன். இவன் அரசுபுரிந்தமையின் மிதிலாதேசம் விதேக தேசமெனவும்படும்.

வித்தியாதரர்—தேவர்களுளொருபேதம். இவர்கள் மாலிகாஞ்சனுதிவித்தைகளையுடைய மேகவாகனர்கள்.

வித்தியாநாதன்—ஐஞ்ஞூறுவருஷங்களுக்குமுன்னே ஏகசிலாநகரத்தில் விளங்கிய ஒரு சம்ஸ்கிருதாலங்காரகவி. இவர்தமது அபிமானபிரபுவாகிய பிரதாப ருத்திரன்மேல் அலங்காரநூல் ஒன்றுசெய்துபிரதாபருத்திரீயமெனப் பிரதிஷ்டை செய்தவர்.

வித்தியாரணியர்—மாதவாசாரியர்.

இவர் துங்கபத்திரைநதிதீரத்திலுள்ளதாகிய பம்பையென்னும் கிராமத்திலே இற்றைக்கு ஐஞ்ஞூற்றுப்பதினேழு வருஷங்களுக்கு முன்னே வித்தியாநகரத்தில் அரசுவீற்றிருந்த அரிகரராயர் காலத்திலிருந்தவர்.

இவர் சம்ஸ்கிருதத்திலேயறக்குறைய எல்லாச் சாஸ்திரங்களிலும் வல்லுநராய் அவ்வச் சாத்திரங்களிலும் நூல்கள்செய்து விளங்கிய பிரசித்த பண்டிதர்.

இவர்தந்தைமாயணன். போகநாதர் சாயணாசாரியர் இவர் சகோதரர். இவர் புக்கணன்என்னுமரசனுக்குமந்திரியாகவுமிருந்தவர். பராசரமாதவீயஞ்செய்தவருமிவரே.

இவர் வறிய குடும்பத்திலே பிறந்தவராதலின் இளமையிலேயே செல்வராகவேண்டுமென்னும் பேரவாவோடு கல்விகற்றுவந்தார். தமெண்ணம் விரைவிலே கைகூடாமையினாலே திருமகளையும் கலைமகளையும்நோக்கித் தவங்கிடக்குமாறு காட்டகத்திற்புகுந் துழலுவாராயினர். ஒருநாள் காட்டகத்தே அரசனுக்குரிய மாடுகளை மேய்த்துத்திரிபவனாகிய புக்கணனென்னு மொருக்ஷத்திரியனைக்கண்டு தாமநுபவிக்குங் கஷ்டத்தையெடுத்துக் கூறினர். புக்கணன்அவர்மீதுபேரிரக்க

முடையனாகி அவர்க்குத்தினந்தோறும் போதியபால் தருவதாக வாக்களித்தான்.

அதற்கு அவர் அரசனுக்குரிய பாலை யான் கவர்தல் துரோகமாகுமேயென்ன, புக்கணன் அரசனுக்கு அளவுக்குமேற்படப் பாலிருத்தலின் அவமே செல்லற்பாலதாகிய கூற்றிலொரு சிறுகூறு தவமேபுரிகின்ற உமக்குப் பயன்படுதல் அவனுக்குப்புண்ணியம் பயக்குமேயென்ன, அவர் உடன்பட்டனர்.

அவ்வாறே புக்கணன்கொடுக்கும் பாலையுண்டு காலக்கழிவுசெய்துவரும் மாதவாசாரியார் அப்புக்கணன்மீது பேரன்புடையராயினார். உண்டிக்கவலை தீர்தலும் மாதவர் தாமெண்ணிய தவத்திற் பேருக்கங்கொண்டு தவமுயன்றார்.

நெடுங்காலங் கழிந்தபின்னர்க் கலைமகளுந் திருமகளும் புக்கணனுக்குத்தோன்றி, மாதவர்கருத்து இப்பிறப்பிலே நிறைவேறாதென்று கூறிப்போக, அவன் அதனை அவர்க்குரைத்தான். அவ்வளவி லமையாது அவர் மேன் மேலும் முயன்றார். ஈற்றிலே அவர் கோபமுடையராகித் தாமணிந்த பூணூலைக்கழித்து வீசிவிட்டுச் சந்நியாசியாயினர். அதுகண்டு கலைமகளும் திருமகளும் வெளிப்பட்டு இனி யுனக்கு வேண்டுவதைக் கேட்கக் கடவையென்ன, அவர் கலைமகள் அநுக்கிரகமொன்றே வேண்டுவது; திருமகள் அநுக்கிரகமினி வேண்டுவேனல்லேன்; ஆயினும் திருமகளநுக்கிரகம் புக்கணனுக் குண்டாகுக; அவனே நும்மருளை யான் பெறுதற்கநுகூலியாயிருந்தபரமோத்தமன் என்றார். அதுகேட் டிருதேவியரும் மகிழ்ந்து மறைந்தனர்.

இதுநிகழ்ந்த சின்னாளில் ஹஸ்தினாபுரத்தரசனிறக்க, மந்திரிமார் பட்டத்து யானையை அலங்கரித்து அபிஷேகக்குடத்தை அதன் கையிற்கொடுத்து ஓரரசனைக்கொண்டுவருமாறு பரிசனங்களோடு விடுத்தனர். அது பல நாடு காடுகளைக் கடந்து புக்கணனிருக்குங் காட்டையடைந்தது.

புக்கணன் அவ்வமையந் துயில் செய்வானாயினான். யானை அவனையெடுத்துக் கங்கைநீரை அவன்மேற் சொரிய, அவன் துணுக்குற்றெழுந்துபார்க்க அவன் கழுத்தில் மாலையைச் சூட்டி வணங்கி அவனைத் தூக்கித் தன்முதுகின்மேலுள்ள தவிசின்மீதிட்டுக் கொண்டுசென்று அரசனாக்கிற்று.

நாட்சில கழிந்தபின்னர் மாதவாசாரியர், புக்கணன் தம்மேற் கொண்டஅன்பை அரசனாயிருக்குநிலையிலும் சாதிப்பவனோவென்று சோதிக்குமாறு அவன்பாற்சென்றனர். அவர்வரவை யொற்றரா லுணர்ந்த புக்கணன் பண்டையிலும்மிக்க அன்பும், வணக்கமும், அடக்கமும்நட்பு முடையனாய் நடந்தெதிர்கொண்டு தழுவிக்கொண்டாடி அவர்க்குப்பிரியநண்பனாய், எக்கருமத்திலும் அவரையுசாவி நல்லரசுபுரிந்துவருவானாயினான்.

ஒருநாள் அவன் அவரைப்பார்த்து நும்பெயர் உலகில் நின்று நிலவும்பொருட்டும்எனக்குப்பின்வருமக்கட்பரம்புக்கெல்லாம் பயன்படுமாறும் நூல்களைச்செய் துலகுக்குபகரித்தல் கடனாகக்கொள்வீரென்ன அவ்வாறேசெய்துமெனக்கூறி அவர் எண்ணிறந்தவியாக்கியானங்களையெழுதிப் பிரகடனம் பண்ணினர்.

வேதம், உபநிஷதங்கள் சூதசங்கிதை முதலியனவெல்லாம் இவர் அவதாரஞ் செய்திலரேல்பாஷியங்கள்வியாக்கியானங்கள்காணா. இவர்செய்த பாஷியங்களுக்கும் வியா

கும், வியாக்யொனங்களுக்குங் கணக்கிடுதல் எளிதன்று. இவர்செய்த சங்கரவிலாசம் நாற்பதிஞயிரஞ் சுலோகமுடையது. வித்தியாரண்ணியர் என்னும் பெயர் தீக்ஷாநாமம்.

வித்தியுத்துருவன்—(ர) குபேரன் ஏவலாளருளொருவன். கங்கன் என்னும் பக்ஷியரசனைக் கொன்றமைக்காகக் கந்தரன் என்னும் பக்ஷியாற் கொல்லப்பட்டவன்.

வித்தியுப்கேசன்—(ர) ஹேதி புத்திரன். தாய் பயை.

வித்தியுப்சிதுவன்- (ர) ராவணன்தூதருளொருவன். மகாமாயாவி. சீதை அசோக வனத்திலிருந்தும் ராவணன் சாலங்களுக்குடன்படாதிருந்தமையைக்கண்ட இவன் ராமலக்ஷ்மணர்களுடைய தலைகளைக்கொய்துவந்தேனென்று பொய்த்தலைகள்செய்து அவளுக்குக்காட்டி இனியாயினும் ராவணன் எண்ணத்துக்குடன்படாயாவென்று கேட்டவன். (உ) சூர்ப்பணகைநாயகன். இவன் காலகேயவமிசத்தவன். ராவணன்திக்குவிசயத்துக்குச் சென்றபோது உடன்சென்ற இவனைக் காலகேயயுத்தத்திலே தனதுமைத்துனனென்றறியாதுகொன்று மீண்டபோது தன் செயலையுணர்ந்து சூர்ப்பணகையைத்தேற்றி அதற்காகஜனஸ்தானத்தை நிருமித்து அங்கே அவளையிருந்தரசுசெய்யுமாறு செய்தான்.

விநதன் — சீதையைத் தேடிவரும்பொருட்டுச் சுக்கிரீவனுல் அனுப்பப்பட்ட தூதருளொருவன்.

விநதை }—தக்ஷப்பிரஜாபதிமகள்.
வினதை } கசியபன்பாரிகளுளொருத்தி. இவள்கருடன்தாய்.

விநாயகன்— க. விக்கினேசுவரன். (உ)கருடன்.

விந்தாநுவிந்தர்—ஜயத்சேனனுக்கு வசுதேவன் தங்கையாகிய ராஜாதிதேவியிடத்திற்பிறந்தபுத்திரர்.

விந்தியபர்வதம்—விந்தமலை. இதுதக்ஷிணத்தையும் உத்தரத்தையும் பிரிக்கு மெல்லைமலை. அகத்தியராற் பாதாலத்தழுத்தப்பட்டமலை.

விந்தியாவளி -பலிசக்கரவர்த்திபாரி.

விபண்டகன்—இவன்பிரமசரிய விரதத்தை அநுஷ்டித்து வரும்போது ஒருநாள் ஒருதடாகத்திலே நீராடி நிற்கையில் ஊர்வசிவர அவளைக்கண்டு விரகமுடையனுய் இந்திரியத்தை அத்தடாகத்தில் விட்டான். அதனைஒருபெண்மான் நீரோடருந்திக் கருப்பமுற்று இருசியசிருங்கன் என்னுங் குமாரனையீன்றது.

விபாசை—இமயத்தின் தென்பாலுற்பத்தியாகிச் சதத்துரு நதியிற்சங்கமிக்கின்றநதி. இது புத்திரசோகத்தால் வருந்தியவசிஷ்டரது பாசத்தை விமோசனம்பண்ணினமையின் இப்பெயர்பெற்றது.

விபாவசன்—(க) (த) தநுவினது புத்திரருளொருவன். (உ) முராசுரன் புத்திரன். இவன்கிருஷ்ணனுற் கொல்லப்பட்டவன். (ங) ஒரு பிராமணன். இவன் தனது தம்பியாற் கூர்மமாகச் சபிக்கப்பட்டுக் கருடனுற்பக்ஷிக்கப்பட்டவன். (ச) வசுபுத்திரன்.

விபாவசி—மந்தாரன் என்னும் வித்தியாதரன்மகள். இவள் சுவரோசிக்கு மிருகபக்ஷிஜாதிகளுடைய பாஷைகளை உணரும் வித்தையைக் கற்பித்து அவனுக்கு மனைவியாயினவள்.

விபீஷணன்—விசிரவசு வுக்குக் கைகேசியிடத்திலேபிறந்த மூன்றும்புத்திரன். ராவணன் தம்பி. இவன்சீதையை ராமனிடத்திற் கொண்டு

போய் ஒப்புவித்து விடும்படியாகப் பலவாறு போதித்தும் அவன் கேளாமையால் அவனைவிடுத்துப்போய் ராமரைச் சரணடைந்தவன். இவனை ராமர் அபயஸ்தம் கொடுத்து ராவணசங்காரத்தின் பின்னர் இலங்காபதி யாக்கினர். இவன்சிரஞ்சீவி.இவன் பொருட்டாக ஸ்ரீரங்கநாதர்தெற்குமுகமாக அறிதுயில்கொள்ளுகின்றனர் என்பது ஐதிகம்.

விபு — க. (கா) சத்தியகேதுபுத்திரன். சுரபுதந்தை. (உ) ய. பப்பிருபுத்திரன்.

விபுலன்—(க) பலராமன்தம்பி. (உ) சிவகன்தம்பியருளொருவன். (௩) மேரு. (௪) இமயம்

விபூதி-சைவசின்னங்களுள் விசிட்டமாகிய திருநீறு.இதுஐசுவரியத்தைத்தருவதும்,பாவநாசஞ்செய்வதும், சகலதுக்கங்களையும்நீக்குவதுமாகிய குணங்களையுடையது. இக்காரணம் பற்றி இதுவிபூதி,ரக்ஷைமுதலிய நாமங்களைப்பெறும். விபூதியென்பதன்பொருள் அரண், வலி.

விப்பிரசித்தி—இவன் கசியபனுக்குத் தனுவினிடத்திற்பிறந்த புத்திரன்.திதிபுத்திரியாகியசிம்மிகைஇவன் பாரி. இவன்புத்திரர்,ராகு,கேது,நமுசி, வாதாபி, இல்வலன்,நரகன்,சுவர்ப்பானன்,புலோமன், வக்திரயோதி முதலியோர்.

விப்பிரன் — சிஷ்டிபுத்திரருளொருவன்.

விப்பிராஜன்— (பா) சுகிருதிபுத்திரன்.

வியலூர்—செங்குட்டுவனால் வெல்லப்பட்டவூர்களுளொன்று.வீயலூர் எனவும்வழங்கும். (சிலப்)

வியாக்கிரபாதர் — மத்தியந்தினமுனிவர்குமாரர். இவர் பூர்வநாமம் பாலமுனிவர். இவர்சிவபூஜையின் பொருட்டுக் கொய்யும் மலர்கள்பகற்காலத்திலே வண்டால் எச்சிற்படுகின்றனவேயென்று வருந்திச் சிவனிடத்திலே புலிக்கண்ணும் புலிக்காலும் வேண்டிப்பெற்றுத் தில்லைவனத்திலே இரவிற்சென்று மலர்கொய்துவைத்துப் பகல் எல்லாம் பூசைபுரிபவர். இவர் அதுபற்றியேவியாக்கிரபாதர்என்னும் பெயர்பெற்றார். இவர் சிதம்பரத்திலே கனகசபையிலே சிவபெருமான் செய்கின்ற ஆனந்ததாண்டவத்தைப் பிரத்தியக்ஷமாகக்கண்டவர்.

வியாக்கிரபுரேசர் — திருப்பெரும்புலியூரிற் கோயில்கொண்டிருக்கும் சுவாமிபெயர்.

வியாசர்— (ரி) கிருஷ்ணத்துவைபாயனர். பராசரர் சத்தியவதியைக் கூடிப் பெற்ற புத்திரர். வேதங்களை வகுத்தகாரணத்தால் வியாசர் என்னும் பெயர் பெற்றனர். வேதாந்த சூத்திரஞ்செய்தவரும் மகாபாரதத்தை விநாயகரால் எழுதுவித்தவரும்இவரே.இவர் புத்திரனார் சுகர். இவர்கங்கையின் கண்ணுள்ள தீவிலே பிறந்தமையால் துவைபாயனர் எனப்படுவர்.துவீபம்-தீவு அயனர்-அதிற்போந்தவர். இவர் புராணங்களையும் பதினெட்டாகவகுத்தனர். பாண்டுதிருதராட்டிரர்களுக்குத்தந்தையுமிவரே.

வியாதி—நகுஷன்மகன்

வியுஷ்டி—புஷ்பாரணனுக்குத் தோஷையிடத்துப் பிறந்த புத்திரருளொருவன். இவன்பாரி புஷ்கரிணி.சர்வதேசசுஇவன் புத்திரன். பிரதோஷன்,நிசிதன் இவன் தமையன்மார்.

வியோமன்— (க) சம்சன்சேனுபதி. இவன்ரேபல்லையிலேகிருஷ்ணனாற்கொல்லப்பட்டவன்.(உ).(ய) தசாருகன்புத்திரன்.

விரகாங்கன்-ஓரரசன். இவன்புத்திரரைவரும் வேதத்திலுள்ள சிலகீதங்களுக்குக் கர்த்தர்.

விரஜன்— க.(ரி) ஜாதகர்ணன் சிஷ ன். உ. (பிரி) துவஷ்டாபுத்திரன்.

விராடன் — மற்சியதேசாதிபதி. இவ ன் தேசத்திலேயே பாண்டவர்கள் தமது அஞ்ஞாதவாச காலத்தைக்க ழித்தார்கள். இவன் புத்திரியாகிய உத்தரையை அருச்சுனன் புத்திர னாகிய அபிமன்னியன் பாணிக்கி ரகணஞ் செய்தான். பாண்டவர்க ளுக்குப் பாரதயுத்தத்திலே விரா டராஜன் பெருந்துணையாக நின்ற வன்.

விராதன்—(ரா) பூர்வம் தும்புரு என் னும் கந்தருவன் குபேரன் சாபத் தால் ராக்ஷசனாகிஇப்பெயர் பெற்ற ன். இவன் ராமன் தண்டகாரணிய ஞ் சென்றபோது அவராற் கொன் றொழிக்கப்பட்டவன்.

விச்சியூர்நன்னாகனார் —புறநானூற பாடினோருளொருவர்.

விரியூர்நக்கனார் — புறநானூறுபாடி னோருளொருவர். விரியூர்அங்கனெ னப்படுவோரும் இவரேபோலும்.

விருகதேசகன் }
விருகலன் } —இவர்கள் சிஷ்டி புத்திரர்கள்.

விருகன்—க. இருகன் புத்திரன். பா ருகன் தந்தை. (உ) சுகன் என்னு ம் தைத்தியன் புத்திரன். (௩) வசு தேவன் தம்பி. (௪) வசுதேவன் த ம்பியாகிய வற்சகன் புத்திரன்.

விருகோதரன்—வீமன்.

விருக்கினன் — கார்த்தவீரியார்ச்சுன ன் பௌத்திரன். மதுபுத்திரன். வி ருஷ்ணி தந்தை.

விருஜினவந்தன்— (ய) குரோஷ்டுபு த்திரன்.

விருத்தக்ஷத்திரன்— ஜயத்திரதன்த ந்தை.

விருத்தசர்மன்—(இ) தசரதன் புத் திரன். திலீபன் என்றும் பெயர் பெறுவர். இவன்புத்திரன் விசுவ சகன்.

விருத்திரன்— ஓரசுரன். துவஷ்டாத னதுஜேஷ்டபுத்திரனாகியவிவசுரு பனை இந்திரன் கொன்றானெனக் கோபித்து அவனை ஜயித்தற்பொ ருட்டுத் தவமிருந்து பெற்றபுத்திர ன் இவன். இவ்விருத்திரன் மேக ங்களைப்பிடித்துச் சிறையிட்டபோ து இந்திரன் நெடுங்காலம் போ ராடி அவனைக் கொன்றொழித்தா ன்.

விருந்திட்டநாதர்— திருக்கச்சூராலக் கோயிலிலே எழுந்தருளியிருக்கும் சுவாமிபெயர்.

விருஷகன்—சகுனிதம்பி.

விருஷசேனன்—கர்ணன் புத்திரன். இவன் அருச்சுனனாற் கொல்லப்ப ட்டவன்.

விருஷணன் — கார்த்தவீரியார்ச்சுன ன் மூன்றும் புத்திரன்.

விருஷதர்ப்பன்—சிபிமூத்தமகன். உ. சீநரதேசத்தரசன்.

விருஷத்திரன்— இக்ஷுவாகு தம்பி. வைவசுவதன் புத்திரன். இவன்கு ருசாபத்தால் சூத்திரனாகிப்பின்ன ர்ப்பிராமணனாயினவன்.

விருஷபகிரி—தற்காலம் ரத்தினகிரி யெனப்படும். இது மகததேசத்தி லே வராகபர்வதத்துக்கு அணித் த்தாயுள்ளது.

விருஷபர்வன் — தானவர்க்கதிபதி. சுக்கிரன்சிஷன். இவன் கசியபனு க்குத்தனுவயிற்றிலே பிறந்தோன். இவன் மகளாகிய சர்மிஷ்டை சுக் கிரன் மகளாகிய தேவயானையை அவமதித்துப்பேசினாள். அஃதுணர் ந்தவிருஷபர்வன் அச்சர்மிஷ்டை யைத் தேவ யானைக்கு ஏவற்பெ ண்ணாகுகவென்று சபித்தான். அவ் வாறு அவள் அடிமையாயிருக்கும் காலத்தில் யயாதி தேவயானையை மணம் புரிந்தபோது சர்மிஷ்டை யையும் உடன்கொண்டுபோய்ப் பி

ன்னர் அவளையும் மனைவியாக்கினான்.

விருஷரதன்—கர்ணன் தம்பி.

விருஷன்- சிருஞ்சயன். ராஷ்டிரபாலிகை வயிற்றிற்பெற்றபுத்திரன்.

விருஷ்ணி—(க) (ய) விருக்ஷணன் புத்திரன். (உ) விதர்ப்பன் இரண்டாம் புத்திரனது வமிசத்துச்சாத்வதன் நான்காம்புத்திரன். இவன்வமிசத்தோர் விருஷ்ணர் எனப்படுவர். சுமித்திரன், யுதாசித்து என இருவர் இவன் புத்திரர். (௩) அந்தகன் பௌத்திரன். குகுரன்புத்திரன். (௪) பஜமானன் புத்திரருளொருவன்.

விருபன்—இரண்டாம் அம்பரீஷன்மகன்.

விருபாக்ஷன்- (க)(ரா)மாலியவந்தன் புத்திரன். இவன் சுக்கிரீவனாற் கொல்லப்பட்டவன் (உ)தநுபுத்திரன்.

விரோசனன்—பிரஹலாதன் புத்திரன். பலிச்சக்கர வர்த்தியினது தந்தை.

விரோஹணன்—(பிர்) நரன்புத்திரன்.

விலோமதநயன்-(ய)குகுரன்பௌத்திரனாகிய விருஷ்ணிபுத்திரன்.

வில்லவன்கோதை — செங்குட்டுவன்மந்திரி.

வில்வவனநாதர் — திருக்கொள்ளம்பூதூரிலே கோயில் கொண்டிருக்கும் சுவாமிபெயர்.

வில்வவனேசர் — திருவைகாவிலே கோயில்கொண்டிருக்கும் சுவாமி பெயர்.

விவசுவதன் — துவாதசாதித்தியருளொருவன். தந்தைகசியபன். தாய் அதிதி. இவன்விசுவகர்மன் புத்திரிகளாகிய சஞ்ஞாதேவி சாயாதேவி என்பவர்களை விவாகம்பண்ணினான். இவ்விவசுவதனுக்கு வைவசுவதமனு, யமன், சனி எனமூவர் புத்திரரும், யமுனை, தபதி என இரு புத்திரிகளும் பிறந்தார்கள்.

விவிம்சன்—இரண்டாம் கனித்திரன் தந்தை.

விழியழகர் — திருவீழிமிழலையிலே கோயில்கொண்டிருக்கும் சுவாமி பெயர்.

விறன்மிண்டநாயனார் —செங்குன்றாரிலே வேளாண்மரபிலேவிளங்கிய ஒரு சிவ பக்தர். இவர் சுந்தரமூர்த்திநாயனார் காலத்தவர்.

விஷ்ணு— திரிமூர்த்திகளுளொருவர். இவர் தொழில் திதி. இவர் உலக பரிபாலனத்தின்பொருட்டு எடுத்த அவதாரங்கள்பத்து; அவைமற்சியம், கூர்மம், வராகம், நரசிங்கம், வாமனம், பரசுராமன், ராமன், கிருஷ்ணன், புத்தன், கற்கி என்பனவாம். விஷ்ணுவுக்குப்பீதாம்பரன், கருடத்துவசன், சக்கராயுதன், லக்ஷ்மிபதி முதலியபலநாமங்களுள. இவருக்கு ஆயுதம் சுதரிசனமென்னும் சக்கரம், பாஞ்சசன்னியமென்னுஞ் சங்கு, கௌமோதகி யென்னுந் தண்டு, நந்தகம் என்னும் வாள், சார்ங்கமென்னும் வில்லு என ஐந்தாம். இவருடைய ஆபரணம் கௌஸ்துபம், மார்பிலேயுள்ள மற்சம்சீவற்சம். இவர் பாற்கடலிலே சர்ப்பசயனத்திலே துயில்கொள்வர். நாராயணனே விஷ்ணுவென்றும், நாராணன் நிர்க்குணவடிவென்றும், விஷ்ணு சகுணவடிவென்றும் புராணங்கள் பலபடக்கூறும். "நாராயணன்" காண்க.

விஷ்ணுதப்தன் — சாணக்கியன்.

விஷ்ணுசர்மன்—க. வேதநாராயணபுரத்தக்கிரகாரத்திலிருந்த ஒருபிராமணர். இவர் புத்திரன் விக்கிரமார்க்கன் தந்தையாகிய சந்திரசர்மன். (உ) பஞ்சதந்திர மென்னும்

நூலைச்செய்து சுதரிசனன் என்னும் ராஜாவுடைய புத்திரருக்கு அந்நூலால் ராஜதந்திரம் நீதிசாஸ்திரமுதலியவற்றைக் கற்பித்தவர்.

விஷ்ணுபுராணம் — பதினெண்புராணத்தொன்று. பராசரர் அருளியது. இது உ௩000 கிரந்தமுடையது. இதிலே வராககற்ப வரலாறு முதலியன கூறப்படும். பலவகைப் பட்டவுலகங்களையும், கிரகமண்டலங்களையும், யுகசரித்திரங்களையும் குறித்து ஆராய விரும்புவோர்க்கு இது சிறந்தநூலாகும்.

விஷ்வக்ஜோதி — பிரியவிரதன் வமிசத்துஒரரசன்.

விஷ்வசேனன் — க. பிரமதத்தன்புத்திரன். உ. விஷ்ணுதூதருளொருவன். இவன் வைகுண்டசேனாபதி.

விஷ்ணுவர்த்தனன் — பாஸ்கரவந்தன்.

விஹாரம் — வங்கதேசத்துக்கு வடக்கின்கணுள்ளதேசம்.

வீட்டுமன் / வீஷ்மன் — கங்கை வயிற்றிலே சந்தனுவுக்குப் பிறந்தபுத்திரன். சந்தனு கிழப்பருவத்தை அடைந்தபொழுது அதிரூபவதியாகிய ஒருகன்னிகையைக்கண்டு அவள்மேற்காதலுடையனாகி அவளுடைய தந்தையாரிடத்தில் தூதனுப்பித் தனக்கு மணம்பேசுவித்தான். அவர்கள் வீஷ்மன் பட்டத்துக்குரிய புத்திரனாயிருத்தலினாலவள்வயிற்றிற்பிறக்கும்புத்திரன் பட்டத்துக்குரியனாகானென மறுத்தார்கள். அதனைக்கேள்வியுற்ற வீஷ்மன் தந்தையினுடைய அவாவைத் தீர்க்கும்பொருட்டு அக்கன்னிகையினுடைய தந்தைதாயரிடஞ்சென்று தனக்கு அரசுரிமையும், விவாகமும் வேண்டுவதில்லையெனச் சத்தியஞ் செய்துகொடுத்தான். அவ்வாறே சந்தனு அவளை மணம்புரிந்து, அவள் வயிற்றிற்பிறந்த விசித்திரவீரியனுக்கு அரசுரிமையீந்தான். வீஷ்மன்விசித்திரவீரியனையும் அவன்புத்திரனையும் சத்தியந்தவறாது அவைபோடுபாதுகாத்துவந்தான். இவன்பாரதயுத்தத்திலே அர்ச்சுனனுக்குத்தோற்று நெடுங்காலந் தவஞ்செய்திருந்திறந்தான்.

வீணை — தபதிநதி.

வீரோன் / வீரேர்ழதலி — இவன் தொண்டைநாட்டு வீரேர்க்கிறைவனாகிய ஒருவேளாளப்பிரபு. இவன்தமிழ்ப்புலவர்க்குத் தாதாவென்று தன்வாயிலிற் கொடியுயர்த்தித் தன்பால்வரும் புலவர்க்கெல்லாம் பெருநிதி வழங்கிவருநாளில், ஒரு புலவன்போய்த் தனது நுண்புலமை நிலைநாட்ட, இவன் அவனைப் புகழ்ந்து மெச்சி வேண்டுவதைக் கேட்டருளுமென்ன, புலவன் உன்பிரியநாயகியைத் தருதல்வேண்டுமென்றான். அதுகேட்ட இப்பிரபு சிறிதும்மனங்கோணாமல் தனது கற்பிற் சிறந்த மனையாளை யழைத்து "உன்னை இப்புலவர் பெருமானுக்கீந்தவிட்டேன் இன்றுமுதலாக நீயெனக்கு மாதாவாயினை" என்றான். அதுகேட்ட புலவன் நெஞ்சந்துணுக்குற்றுப் புருஷோத்தமனே, உன்மனக்கிடைக்கையைப் பரீக்ஷிக்குமாறு கேட்டதைப் பொறுத்து நான்கேட்குமுன்னே என்மனத்திலே என்புத்திரியாகப் புத்திபண்ணப்பட்ட இவ்வுத்தமியை மீளவும் அங்கீகரித்துஎன்னை மாமனாகக்கொண்டு இன்றுமுதல் அக்கேண்மை பாராட்டிவரக்கடவை, அதுவே எனக்குப்பெரியதோர் நுபகாரமும்பரிசிலுமாகுகவென்றான். பிரபுவும் புலவன்சொல்லை மறுத்து அங்கீகரித்தான்.

இவ்வுண்மை,

"போதாருந்தண்பொழில்
வீரேதிபன்புலவர்க்கெல்லாந்

தாதாவெனக்கொடி கட்டுதலாலவன்றன்மனையை, நீதாவெனவொருபாவாணன் கேட்பவந்நேரிழையை, மாதாவெனவழைத்தாவெனன்கொலாந்தொண்டைமண்டலமே" என்னுந்தொண்டைமண்டல சதகத்தாற் பெறப்படும்.

வீதிஹோத்திரன்—தாளஜங்கன் புத்திரன். உ.(கா) திருஷ்டகேதன் புத்திரன். பாரவன்தந்தை. ஈ. இந்திரசேனன் புத்திரன்.

வீமரதன்—ஒரு பாண்டியன்.

வீமபராக்கிரமன்—ஒரு பாண்டியன்.

வீமன்—பாண்டுவினது இரண்டாம் புத்திரன். வாயுவினது அனுக்கிரகத்தினாற் பிறந்தவன். இவன் மல்யுத்தத்திலும், புஜபலத்திலும், கதாயுதப்போரிலும் தனக்கிணையில்லாதவன். ஜராசந்தனை வென்றவனும் திரௌபதியைக் கவர்ந்து சென்றஜயத்திரதனை வென்றவனும், விராடனிடத்திலே மடைப்பள்ளிக்கதிபனாக விருந்தவனும், கீசகனைக் கொன்றவனும், துரியோதனனைப் பாரதயுத்தத்திலேகொன்றவனும், இடிம்பனைக்கொன்று அவன்தங்கையை மணம் புரிந்தவனும் இவனே.

வீரகன்—விநாயகன்.

வீரகவிராயர் — தமிழிலே அரிச்சந்திரபுராணம்பாடிய புலவர். இவர் நல்லூர் , நகரத்தில் நானூறு வருஷங்களுக்கு முன்னே விளங்கியவர்.

வீரசேனன்— நளன் தந்தை. நளன்மகனும் இப்பெயர்பெறுவன்.

வீரசோழியம் — பொன்பற்றியூர்ப் புத்தமித்திரனார் செய்த இலக்கணநூல். வீரசோழன் செய்வித்தது.

வீரட்டானேசுவரர்— திருக்கண்டியூர் முதலிய அட்டவீரட்டத்திலும் கோயில்கொண்டிருக்கும் சுவாமி பெயர்.

வீரணன்—ஒரு பிரஜாபதி.

வீரநகரம்—தேவிகாநதி தீரத்திலே புலஸ்தியப்பிரமா தவஞ்செய்தவிடம்.

வீரபத்திரர் -சிவகுமாரருளொருவர். தக்ஷன் சிவனையும், உமாதேவியாரையும் அவமதித்தகாரணத்தாற்சிவன் கோபித்துத் தமது நெற்றிக் கண்ணை விழிக்க, அதினின்றும் இவ்வீரபத்திரர் தோற்றினர். வீரபத்திரர் உடனே தக்ஷன்யாகஞ்செய்கின்றவிடத்துக்குச் சென்று அவ்வியாகத்தை அழித்துத் தக்ஷனையுங் கொன்றார். அதுகண்ட தேவர்கள் சிவனைநோக்கி யாம் செய்தபிழையைப் பொறுத்தருளவேண்டுமென்றுபிரார்த்திக்க அவர் தக்ஷனையாட்டுத் தலையையுடையனாக வெழுப்பியருளிப்போயினர். வீரபத்திரர் ஆயிரந்தலையும், இரண்டாயிரங் கையும், மூவாயிரம் கண்ணுமுடையவர்.

வீரபத்தினி —கண்ணகி நெடுஞ்செழியனை வழக்கில் வென்றுமதுரையைத் தன்கற்பால் எரித்தமையின் இவளுக்கு இப்பெயர்.

வீரபாண்டியன் — வேட்டையாடும்பொழுது புலியாற் கொல்லப்பட்டபாண்டியன்.

வீரவாகு— விசுவாமித்திரர் வேண்டுகோளுக்கு அரிச்சந்திரனை அடிமைகொள்ளும்பொருட்டுச் சண்டாளனாக அவதரித்த யமன்.

வீரவாகுதேவர் —பார்வதியாருடைய காற்சிலம்பினின்றும் சிந்தியநவரத்தினங்களும் நவசத்திகளாகிச் சிவத்தை இச்சித்துநோக்கித் தனித்தனி ஒவ்வொரு புத்திரரை யீன்றார்கள். அவருள் முதற்சத்தியாகிய ரத்தினகன்னிகையீன்ற புத்திரனார் இவ்வீரவாகுதேவர். இவர் சுப்பி

ரமணியருடைய சேனாபதியாகிச் சூரசங்காரத்துக்கு உபகாரமாயிருந்தவர்.

வெண்குன்று—முருகக்கடவுளுடைய திருப்பதிகளுளொன்று.

வெண்டாளி—இடைச்சங்கத்துநூல்களுளொன்று.

வெண்டுறைநாதர் — திருவெண்டுறையிலே கோயில்கொண்டிருக்கும் சுவாமிபெயர்.

வெண்பாக்கநாதர் — திருவெண்பாக்கத்திலே கோயில் கொண்டிருக்கும் சுவாமிபெயர்.

வெண்ணெய்மலை — கொங்குநாட்டின்கணுள்ளஒரு சுப்பிரணியஸ்தலம்.

வெளிமான்—பெருஞ்சித்திரனாராற் பாடப்பட்டோன். இச்சிற்றரசன்மிக்ககொடையுளோன். இவன் இறக்கும்போது பெருஞ்சித்திரனார்க்குப் பரிசுகொடுக்குமாறு தம்பிக்காஞ்ஞை செய்திறந்தான். அவன்கூறிய அளவிற்சிறிது கொடுப்பப் பெருஞ்சித்திரனார் கொள்ளாமற்போய்க் குமணனையடைந்து யானையும்பொன்னும் பெற்று மீண்டுபுக்கு, அவனைநோக்கி, இரப்போர்க்குங்கொடுப்பவன் நீயுமல்லை, இரப்போர்க்குக் கொடுப்பவரில்லையுமல்லர், யான்பெற்றுவந்த வெளிப்புறத்தே கட்டியிருக்கும் யானைகுமணன்தந்த பரிசில். யான்போய் வருகிறேன் என்னுங் கருத்தினையுடைய

"இரவலர்புரவலைநீயுமல்லை
புரவலரிலவர்க்கில்லையுமல்ல
ரிரவலருண்மையுங்காணினியி
ரவலர்க், கீவோருண்மையுங்கா
ணினிநின்னூர்க், கடிமரம்வரு
ந்தத்தந்தியாம்பிணித்த, நெடுந
ல்யானையெம்பரிசில், கடுமான்
றோன்றல்செல்வல்யானே"

என்னும் பாடலைக்கூறிப்போயினர்.

வெள்ளி—சுக்கிரன். இவன் அசுரகுரு.

வெள்ளிடைமன்று — காவிரிப்பூம்பட்டினத்துள்ள ஐந்துமன்றத்துள்ஒன்று. இது திருடர்களைவெளிப்படுத்துவது.

வெள்ளிமலைநாதர் — திருத்தெங்கூரிலே கோயில்கொண்டிருக்கும் சுவாமிபெயர். (வெள்ளிமலை - கயிலாசம்.)

வெள்ளியம்பலம்— மதுரையிலுள்ள ஒரு மன்றம்.

வெள்ளியம்பெருமலை— வித்தியாதரர்களுடையமலை.

வெள்ளிவீதியார்—இவர் திருவள்ளுவர்க்குச் சிறப்புப்பாயிரஞ்சொல்லிய கடைச்சங்கப்புலவருளொருவர். இவர்பாடிய'கன்றுமுண்ணாதுகலத்தினும்படாது" என்றபாட்டுத்தொல்காப்பியவுரையினு மொன்றுளது. இவர் கற்பனாலங்காரம் பெறப்பாடுவதில் வல்லவர்போலும்.

வெற்றிவேற்செழியன் — கொற்கைநகரத்திருந்தஒருபாண்டியன். இவன் கண்ணகிக்குஆயிரம்பொற்கொல்லரைப் பலியிட்டுத் திருவிழாச்செய்து தந்நாட்டிற் சம்பவித்திருந்த துன்பங்களையெல்லாம்நீக்கினவன். இவனுக்குஇளஞ்செழியனென்றும் பெயருண்டு.

வேகவதி—வைகை.

வேங்கடம் }
வேங்கடாசலம் } —ஒருமலை. திருப்பதிஸ்தல மிதன்கணுள்ளது. இது தமிழ்நாட்டுக்கு வடவெல்லையாகவுள்ளது. இதிலே அதிப்புராதனமாகிய ஒரு சுப்பிரமணிய ஆலயமும், விஷ்ணுவாலயமும் உள்ளன. முன்னையது தற்காலமில்லாதொழிந்தது.

வேணுகோபாலன் — கிருஷ்ணன் வேய்ங்குழல்வாசிக்கும் வடிவத்திற்கொண்டபெயர்.

வேணுநாதர்—திருநெல்வேலியிலே கோயில்கொண்டிருக்கும் சுவாமி பெயர்.

வேணுஹயன்—சதசித்துபுத்திரன்.

வேண்மாள்—செங்குட்டுவன் மனைவி. இவள் கண்ணகியைப்பிரதிஷ்டித்துப் பூசிக்கவேண்டும் என்று தன்கணவனை வேண்டிக்கொண்டாள்.

வேதகர்ப்பை—துர்க்கை.

வேதகிரீசுரர்—திருக்கழுக்குன்றத்திலே கோயில்கொண்டிருக்கும். சுவாமிபெயர்.

வேதசிரசு-பிராணன் புத்திரன்.உசேநசுதந்தை. மார்கண்டேயன் புத்திரனென்றும் சிலர்கூறுப.

வேதநாதேசுவரர்—திருவோத்தூரிலே கோயில்கொண்டிருக்கும் சுவாமிபெயர்.

வேதநாயகி - திருக்கழிப்பாலையிலே கோயில்கொண்டிருக்கும் சுவாமி பெயர்.

வேதபுரீசர் — திருவேதிகுடியிலே கோயில்கொண்டிருக்கும் சுவாமி பெயர். உ. திருஅழுந்தூரிலேகோயில்கொண்டிருக்கும்சுவாமிபெயர்.

வேதமங்கையம்மை — திருநணாவிலே கோயில்கொண்டிருக்கும் தேவியார்பெயர்.

வேதமித்திரன்—சௌபரிகுரு.

வேதம்—சுருதி. இது இருக்கு, யசுர் சாமம், அதர்வணம், எனநான்குவகைப்படும். அந்நான்கும் ஞானகாண்டம், கர்மகாண்ட மெனஇருபாற் படும். ஞானகாண்டம் பிரமத்தைப்பிரதிபாதிப்பது. அஃது உபநிஷதம் எனப்படும். கர்மகாண்டம் வருணாச்சிரம தருமங்களையும், இந்திராதி தேவபூசைகளையுமெடுத்துக் கூறுவது. அப்பூசைகள் சர்வாந்தரியாமியாகிய பரமபதிக்குப் பிரீதியாக ஒவ்வொரு மூர்த்த மூலமாகச் செய்யப்படுவன. இவ்வேதம் காலந்தோறும் இருஷிகளால் அவ்வக்கால பக்குவத்துக்க்கேற்ப வகுக்கப்படும். தற்காலத்துள்ள நான்கும் துவாபரயுகாந்தியகாலத்திலே தோன்றிய கிருஷ்ணத்துவைபாயனர்என்னும் வியாசரால் வகுக்கப்பட்டன. இருக்குவேதம் இருபத்தொரு சாகையும், யசுர்வேதம் நூறுசாகையும், சாமவேதம்ஆயிரஞ்சாகையும்அதர்வணவேதம் ஒன்பதுசாகையும் உடையன. இன்னும் வேதம் மந்திரமென்றும் பிராமணமென்றும் இருபிரிவினையுடையதாம். மந்திரம் தேவதைகளைத் தியானிக்கும் வாக்கியங்கள். பிராமணம் அம்மந்திரங்களைப் பிரயோகிக்கும் முறையையறிவிப்பது.

வேதவதி — சீதையினது பூர்வநாமதேயம். இவள் குசத்துவஜன் என்னும் முனிக்கு மானச புத்திரியாகப்பிறந்து விஷ்ணுவுக்குத் தேவியாகவேண்டும் என்னும் அவாவோடிருக்குங்காலத்திலே தம்பன்என்னும் ராக்ஷசன் இவளைத் தனக்குப் பாரியாகத் தருமாறு குசத்துவஜனை வேண்டினன்.அதற்குஅவர் உடன்படாது மறுக்க, தம்பன் அவரைக்கொன்று பிரமஹத்தியால் தானும் இறந்தான். அப்பால் இவளை ராவணன் கண்டு மோகித்துப் பலபந்தம்பண்ண அவள்கோபித்து, பாவி! நீ என்னை அவமானம் பண்ண எத்தனித்தமையால், நான் உனது வமிசத்துக்கு நாசகாரணமாக உலகத்திலே யோனிவாய்ப்படாது பிறந்து இப்பழிதீர்ப்பேனெனக்கூறி அக்கினிப்பிரவேசஞ்செய்து அத்தேகத்தைப் போக்கினள்.அதன்பின்னர்அவள் இலங்கையிலே ஒருதடாகத்திலே தாமரையில் ஜனித்து அழகியசிசுவாய் விளங்க

அச்சிசுவை ஏவலாளர் எடுத்துப்போய் அவ்வனையிற்கொடுத்தனர். சோதிடர் அச்சிசுவால் இலங்கை அழியுமென்று கூற, இராவணன் அதனை ஒருபேழையிலிட்டுச் சமுத்திரத்திலிட்டான். அப்பேழையிதந்துபோய் மிதிலைநாட்டுத் துறையிலடைந்து மண்ணிற்புதைந்துகிடந்து ஜனகன் புத்திரகாமேட்டியாகஞ்செய்துழுதபோது அவனைநப்பட்டது. அச்சிசுவே சீதை.

வேதவியாசர்—வியாசர் காண்க.

வேதன்—ரி. பௌஷிய ராஜாவுக்குக்குரு. அயோததௌமியன் சிஷன்.

வேதாங்கம்—சிக்ஷை, கற்பம், வியாகரணம், நிருத்தம், சந்தோவிசிதி, சோதிடம் என்னும் ஆறும் வேதத்திற்கு அங்கமெனப்படும். வேதத்தைச்சுரத்தோடுகிரமமாகவோதல் வேண்டும். அங்ஙனமோதாவிடத்து மந்திரங்கள் உரியபயனைத்தரா. சுரவேறுபாட்டினுலுச்சரிக்குமுறைமையையறிவிப்பது சிக்ஷையாம். வேதங்களில் விதிக்கப்பட்டகருமங்களை அநுட்டிக்கும் முறைமையை அறிவிப்பது கற்பமாம். வேதங்களின் எழுத்துச் சொற்பொருளிலக்கணங்களை அறிவிப்பது வியாகரணம். வேதப்பொருளைநிச்சயிப்பது நிருத்தம். வேத மந்திரங்களிற் காயத்திரிமுதலிய சந்தங்களின்பெயரையும், அவைகளுக்கு எழுத்து இவ்வளவென்பதையும் அறிவிப்பது சந்தோவிசிதி. வேதத்தில் விதிக்கப்பட்ட கருமங்களைச்செய்யுங்காலத்தை நிச்சயிப்பது சோதிடம்.

வேதாந்தசூடாமணி— துறைமங்கலம் சிவப்பிரகாச சுவாமிகள் தமிழிற்செய்த வேதாந்த நூல். செய்யுட்சிறப்பும் பொருட்கம்பீரமு முடையது. இதற்கு முதனூல் வடமொழியிலுள்ள விவேகசிந்தாமணி.

வேதாந்தசூத்திரம்—உபநிடதங்களையெல்லாம்ஆராய்ந்துவியாசமுனிவர் இயற்றியசூத்திரரூபமாகிய பிரமமீமாஞ்சை வேதாந்தமெனப்படும். இஃது உத்தரமீமாஞ்சை எனவும், சாரீரகசூத்திரமெனவும், வேதாந்தசூத்திரம் எனவும்படும். இந்த வேதாந்த சூத்திரம் நான்கு அத்தியாயங்களையும், பதினாறுபாதங்களையும், நூற்றைம்பத்தாறு அதிகரணங்களையும், ஐஞ்ஞூற்றைம்பத்தைந்துசூத்திரங்களையும் உடையது.

இரண்டாம்அத்தியாயத்திலேசாங்கியமுதலிய புறச்சமய விரோதபரிகாரமும், மூன்றாமத்தியாயத்திலே வித்தியாசாதன நிர்ணயமும், நான்காமத்தியாயத்திலே ஞானசாதனபலமாகிய வீடுபேறும் பேசப்படும்.

வேதாந்தம்—க. உபநிஷதம். உ. உத்தரமீமாஞ்சை. அஃது அத்துவைதம்.

வேதாந்த தேசிகர் — இவர் வடகலை வைஷ்ணவாசாரியர். சிறந்த பண்டிதசிரோமணி. இவர் செய்தநூல்பரமபதசோபானம். இவர் ஐஞ்ஞூறுவருஷங்களுக்கு முற்பட்டவர்.

வேதா—பிரமா.

வேதாரணியம்—வேதங்களாற் பூசிக்கப்பட்டசிவஸ்தலம். இதுசோழநாட்டிலே தென்பாலிலுள்ளது.

வேதிகை—தருமராஜன் பாரி.

வேதிகை—திரௌபதி.

வேப்பத்தூர்—இவ்வூர் கலியுகம்பதினூறண்டாகிய ஜய வருடத்திலே சந்திரகுலசேகரபாண்டியன் அயோத்தியிலிருந்து இரண்டாயிரத் தெண்மர் பிராமணரைக் கொணர்ந்து குடியேற்றித் தானஞ்செய்த ஊர்களுளொன்று. இதுபாண்டிநாட்டில் இன்றும் பெரியதோர் அக்கிரகாரமாக விளங்குவது.

வேமனன்—இவர் சற்றேறக் குறைய
முந்நூறவருஷங்களுக்கு முன்னே
விஜய நகரத்திலே விளங்கிய வித்
துவான்; வேதாந்த சாஸ்திரங்களி
லே மகாநிபுணர்: இவர்செய்த நீதி
நூல் அத்தியற்புதமானது. அந்நூ
ல்தமிழிலே வேமன வெண்பாவெ
ன்னும் பெயரால் மொழிபெயர்க்க
ப்பட்டது. (பலிஜ-புரா)

வேலாயுதன்-சுப்பிரமணியக்கடவுள்
வேலாவது சக்தியின் கூட்டம்.

அது மூன்று சதுஷ்கோணங்க
ளாற் குறிக்கப்படும். இச்சா சக்தி,
ஞானசக்தி, கிரியாசக்தி யென்னு
மூன்றன்பரசொரூபம் முக்கோண
மாகவும், அவற்றின் அபர சொரூப
ம்அம்முக்கோணத்தின்பாதகோண
மிரண்டையு மாதாரமாகக்கொண்
டமுக்கோணமாகவும் விரிந்து இர
ண்டுங்கூடி நாற்கோணமாகும்.

அவ் வதோமுக முக்கோணத்தி
னுனியினின்றும் பின்னரு மச்சக்
திகள் தம்முண்மாறி இச்சையிற்
கிரியை, கிரியையின் ஞானம், ஞா
னத்தி லிச்சையெனக் கூடித் திரி
கோணமாகும். அத் திரிகோணபா
தத்திலிருந்து அபரசொரூபமாகிய
முக்கோண முதிக்கும். அவையிர
ண்டுங்கூடி மத்திய சதுஷ்கோண
மாகும். அதன் அதோமுககோணத்
தினின்றும் மீளவும் அச் சக்திகள்
தம்முண் மாறிக் கூடி முக்கோண
மாகும். அதினின்றும் பின்னருமு
க்கோணமாகக்கூடிச்சதுஷ்கோண
மாகும்; இம்மூன்று நாற்கோணங்க
ளுமே வேலாயுதமாம்.

முதற் சதுஷ்கோணத்தில் இச்
சாசக்தியும், மத்திய சதுஷ்கோண
த்திலே ஞானசக்தியும், அடிச் சது
ஷ்கோணத்திலே கிரியா சக்தியும்
உதித்து நிற்கும். இச்சக்திகளையெ
ல்லாம் ஆயுதமாகக் கொண்ட கட
வுள்என்பதே வேலாயுதன் என்பத
ன்கருத்தாம். அற்றேல் வள்ளிதெ
ய்வநாயகிகளைச் சக்தியென்பதென்
னைகொலாமெனின், அஃது துண்
மையே. ஞானமேவடிவாகவுள்
ள சுப்பிரமணியக்கடவுளுக்கு இச்
சாசக்தியும், கிரியாசக்தியும் உபசக்
திகளாம். ஞானசக்தியைவிட்டு அ
வையிரண்டும் நீங்காவாதலின்தே
வியாராகப்பாவிக்கப்பட்டன.

ஞானமேசுப்பிரமணியக்க
டவுளுக்குவடிவமென்பதற்கு "ஞா
னத்தானுருவாகிய" என்னுங் கந்த
புராணச் செய்யுள் பிரமாணமாம்.
அற்றேல் ஆறுமுகங்களாற் குறிக்க
ப்படுவன யாவையோ வெனின்,
அவை சிவன்,சதாசிவன்,மகேசுவர
ன்,உருத்திரன், விஷ்ணு, பிரமா எ
ன்னும் அறுவரதுந் தொழிற் ரூப
ங்களேயாம். அது பற்றியே அறுவ
ர்க்குமுரிய தொழில்களெல்லாம்
சுப்பிரமணியமூர்த்தியிடத்திலே யு
ளவாகப் புராணங்கள் கூறுவதுமா
மென்க.

வேலை—மேருபுத்திரி. சமுத்திர ரா
ஜன்பாரி.

வேளாளர்— உழுவித்துண்போரும்
உழுதுண்போருமென இருவகையி
னர். அவருள், உழுவித்துண்போர்
மண்டிலமாக்களும், தண்டத்தலைவ
ருமாய்ச் சோழநாட்டுப் பிடவூரும்,
அழுந்தூரும், நாங்கூரும், ஆலஞ்சே
ரியும்,பெருஞ்சிக்கலும், வல்லமும்,
கிழாருமுதலிய பதியிற் றோன்றி
வேளெனவும், அரசெனவுமுரி
மையெய்தினோரும், பாண்டிநாட்டு
க்காவிதிப்பட்டமெய்தினோரும், கு
றுமுடிகுடிப்பிறந்தோர் முதலியோ
ருமாய் முடியுடை வேந்தர்க்கும
கட்கொடைக்குரிய வேளாளராம்.
வேளாளர்க் குரிய கருவி நாஞ்சில்,
சகடமுதலாயின இவர்க்குச் சிறந்
ததொழில் உழுதல். உழுவித்துண்
போர்க்கு வேந்தர் கரும முடித்த

லும், உழுதுண்போர்க்கு வணிகமுமுரித்தாதலுமுண்டு.

வேளாளர் நான்காம் வருணத்தவர். இவர்க்கு வேதமொழிந்தனவோதலும், ஈதலும், உழவும், நிரையோம்பலும், வாணிகமும், வழிபாடுமாகிய ஆறுமுரியன.

வேளாளர் ஆதியிலே கங்கைக்கரையிலேயுள்ளோராதலினாலும்பின்னர் அங்கிருந்து சென்று தென்னாட்டிற்குடிகொண்டோராதலினாலும், கங்காபுத்திரரென்றும், கங்கைமைந்தரென்றும், கங்காகுலத்தரென்றுங்கூறப்படுவர். மேகத்தைச்சிறையிட்ட பாண்டியனையிரந்து பிணைநின்றுசிறைமீட்டவர் வேளாளராதலின் அவர்க்குக் கார்காத்தாரென்னும் பெயருமுளதாயிற்று.

வேளாளர் பெருமையைக் கம்பர் ஏரெழுபதாலும் படிக்காசர் தொண்டைமண்டல சதகத்தாலும் பாடினர். சம்பந்தமூர்த்திகளும் தமது தேவாரத்திலும் வைத்துப் பாடினர்.

வேனன் — சுவாயம்புவன் வமிசத்து அங்கன்மகன். பிருதுசக்கிரவர்த்தி தந்தை. வேனன் புத்திரோற்பத்தியின்றி இறக்க அவன்தொடையெலும்பையெடுத்துக்கடைந்தபோது இப்பிருதுசக்கரவர்த்தி பிறந்தான்.

வேனெடுங் கண்ணியம்மை — திருவெண்டுறையிலேகோயில்கொண்டிருக்கும் தேவியார் பெயர்.

வேற்கண்ணியம்மை — திருவேற்காட்டிலே கோயில் கொண்டிருக்கும் தேவியார் பெயர்.

வேற்காட்டீசுவரர் — திருவேற் காட்டிலே கோயில்கொண்டிருக்கும் சுவாமிபெயர்.

வைகை — வேகவதியெனப்படுவதாகிய நதி. இது பாண்டிநாட்டிலேயுள்ளது. இதன்கரைக்கண்ணது மதுரைநகரம். வேகமுடையதாதலின் வேகவதியெனப்படும்.

மாணிக்கவாசகர்பொருட்டுக்கரைகடந்து பெருகிய இந்நதியினது கரையினொருகூற்றைச் சிவபிரான் கூலியாளாகி மண்சுமந்து அடைப்பார்போலத் திருநடம்புரிந்தனர்.

வைசம்பாயனர் — (ரி) விசம்பனென்னும் ரிஷிபுத்திரர். இவர் வியாசர் சீடருளொருவர். ஜனமேஜயனுக்கு வியாச பாரதத்தைப் பிரசங்கித்தவரும் இவரே.

வைசிரவணன், வைச்சிரவணன் — விச்சிரவன்குமாரனாகிய குபேரன்.

வைசுவதேவம் — போசனார்த்தமாகவேனும் சீவஇம்சையாகிய பாவநிவிர்த்தியின் பொருட்டேனும் பிராமணர் தினந்தோறுஞ் செயற்பாலதாகிய கருமம்.

வைசியர் — இவர் மூன்றாம் வருணத்தவர். இவர்க்கு ஓதல், வேட்டல், உழவு, நிரையோம்பல், வாணிகம் என்னு மறுதொழிலும், ஈதலுமுரியன.

வைசுவாநரன் — (௧) அங்கிரசன் வமிசத்தனாகிய அக்கினி. ௨. தனுபுத்திரன். இவனுக்கு ஹயசிரை, காலகை, உபதானவி, புலோமையென நால்வர்புத்திரிகள்பிறந்தார்கள். அவர்களுள் உபதானவி, ஹிரண்ணியாக்ஷனையும், ஹயசிரை கிருதுவையும், காலகையும், புலோமையும் கசியபனையும் மணம்புரிந்தார்கள்.

வைசேஷிகம் — தரிசனங்கள் ஆறனுளொன்று. இது கணாதமதமெனப்படும். கௌதமமதம் திரவியம் பதினாறென இஃது எழென்பது. இது தருக்கசாஸ்திரமெனவும் படும்.

இது பொருணிச்சயம்பண்ணுதற்குபகாரமாயுள்ளதாதலின் மாந்தர் யாவரும் ஓதற்பாலதாகிய வொரு சாஸ்திரம். சமயநூலாராய்ச்சிக்கு

ம் இல்லின்றியமையாததாம்.

வைடூரியம்—ஒருமலை. இது நருமதை, தபதி நதிகளுக்கு இடையேயுள்ளது.

வைதரணி—க. யமபுரத்தியாறு. இந்நதியை எளிதிற் கடக்குமாறு கோதானங்கொடுக்கப்படுவது. அந்தியகாலம் வந்தடுத்தபின்னரும் உயிர் சரீரத்தை விட்டு எளிதிற் பிரியவொட்டாமல் அதனைத்தடுத்துநிற்பதாகிய வாசனைக்கெல்லையே வைதரணியென்றுருவகித்துக் கூறப்பட்டதுபோலும்.

உ. பிதிர்களுக்குச் சுதையிடத்துப்பிறந்த ஒருபுத்திரி.

ங. கலிங்கதேசத்திற்பிரவாகிக்குமொருநதி. இந்நதிசகலயாகங்களுக்கும் ஏற்றவிடமாகக் கூறப்பட்டுள்ளது.

வைத்தியநாதநாவலர்—இற்றைக்கு இருநூற்றறுபது வருஷங்களுக்கு முன்னே திருவாரூரிலே அபிஷேகத்தார்மரபிலே அவதரித்துத் தமிழ்க்கடல்குடித்துத் தமிழ்மாரிபொழிந்துவிளங்கியபண்டிதசிகாமணி. இவரே இலக்கண விளக்கஞ்செய்தவர். அந்நூலுக் குரையும் இவர்தாமேயெழுதினர். தொல்காப்பியத்துக்குப் பின்னர்த் தோன்றிய இலக்கண நூல்களுள்ளே இந்நூல் மிகச்சிறந்தது. இவர்காலத்திலே இவரோடு வாதம்புரியும்வன்மையில்லாதவராயிருந்து பின்னர்வன்மைபடைத்த சிவஞானமுனிவர் இலக்கணவிளக்கத்தைக்கண்டித்து, இலக்கணவிளக்கச் சூறாவளியெனவொருநூலியற்றினர். அதனால் அநூமறைக்தொழியாது இன்னும் ஒளிபெற்று நிலவுகின்றது. சூறாவளி இலக்கண விளக்கத்தைமறப்பத்தாமல்தன்னையியற்றிய சிவஞானமுனிவரென்னும் கலாசந்திரனுக்கே களங்கமாயிற்று.

வைத்தியநாதநாவலர்க்குத் தொண்டைமண்டலசதகம் பாடியபடிக்காசுப்புலவர் மாணாக்கர்.

ஒருதுறைக்கோவைபாடியஅமிர்தகவிராயர்ஒருகாலத்தவர். வைத்தியநாதநாவலரைச் சுவாமிநாததேசிகரே "தமிழ்க்கிலக்காகிய வைத்தியநாதன்" என்று புகழ்வரென்றால் இவர் பெருமைக்கு வேறு சான்று வேண்டா.

வைந்நியன்— இவன் வேனன் வாமபாகத்திற் பிறந்தவன்.

வைபாடிகன் — மஞ்சளும், சுண்ணம்புங் கூடியவிடத்து, சிவப்பொன்று தோன்றுமாறுபோல, இந்திரியங்கள் கூடியவிடத்துப்பிரபஞ்சந்தோன்றுமென்னுஞ் சமயி.

வைப்பிராசை—மேருவுக்கு மேற்கின்கணுள்ளவனம்.

வைரம், வயிரம்—வலாசுரன் கொல்லப்பட்டபோது அவனெலும்பானது சிதறிப்பலமலைகளிலும் வீழ்ந்துகிடந்து வயிரமணிகளாயின. ததீசியெலும்பென்பாருமுளர். அவ்வயிரம் ஒளிவேறுபாட்டான் நான்காகும்.

"அந்தணன்வெள்ளையரசன்சிவப்பு, வந்தவைசியன்பச்சைசூத்திர, னந்தமில்கருமையென்றறைந்தனர்புலவர்."

அவை பிரமவயிரம், க்ஷத்திரியவயிரம், வைசியவயிரம், சூத்திரவயிரமென்பனவாம். வயிரத்திற்குக்குற்றம்:—

"சரைமலங்கீற்றுச்சப்படிபிளத்த, றன்னகரிவிந்துகாகபாத, மிருத்துக்கோடிக ளிலாதனமுரித, றுரைமழுங்கறன்றோ, டீளாறும் வயிரத்திழிபெனமொழிப" என்றபடி பன்னிரண்டாம். அவற்றுள் மிக்க குற்றம் நான்கும் டயனுமாவன;—

௧. "காகபாதகாகங்கொல்லும்;"

௨. "விந்துசிந்தையிற்சந்தாபந்தரும்;"

௩. "மலப்பிரியாததுவிலந்தருவினைகெடும்;"

௪. "கீற்றவரவினையேற்றவர்மாய்வர்." என்பன.

குணமாவன:—

"பலகையெட்டுங்கோணமாறு, மிலகியதாரையுஞ்சுத்தியுந்தராசமு, மைந்துங்குணமென்றறைந்தனர்புலவ, ரிந்திரசாபத்திகவொளிபெறினே." என்பன. (இந்திரசாபம்—வானவில்.)

சிலசாத்திரங்களிலே வயிரம் ஒருவகைக் கல்லென்று கூறப்படும். வயிரம் மதங்கமலை, இமயமலை, வேணுநதி முதலிய விடங்களிற் படுவனவென்பது ஆரியநூற்றுணிபு. வயிரத்தைச் சரீரத்தி லணிவதனால் கருப்பதோஷத்தினாற் புத்திரோற்பத்தியில்லாத பெண்களுக்குப் புத்திரப்பேறும், யாவர்க்கும்இடி, விஷமுதலியவற்றுக் கச்சமின்மையுமுண்டாம்.

வலாசுரன் வயிற்றின் புறத்தைக்கொத்தி விழுங்கிய கருடன் அதனைக்கனைத்துமிழ, அதுவீழ்ந்து பலமலைகளிலுமூறிப்பிறந்தகற்கள் மரகதமெனப்படும். கருடோற்காரமெனப்படுவதுமதுவே. பச்சைக்கு:—

"கெய்த்தமயிற்கழுத்தொத்தபைம்பயிரிற், பசுத்தல்பொன்மைதன்னுடன் பசுத்தல், வக்கிபாய்தல்பொன்வண்டின்வயி, றொத்துத்தெளிதலொடெட்டுங்குணமே"

"கருகுதல்வெள்ளைகன்மணல்கீற்று, பரிவுதார்சாயையிரகுதன்மரகதத், தெண்ணியகுற்றமிவையெனமொழிப."

இனி மாணிக்கம், பதுமராகம், சௌகந்தி, குருவிந்தம், கோவாங்குளென நான்கு:—

"தாமரைகழுநீர்சாதகபுட்கண, கோபமின்மினிகொடுங்கதிர்விளக்கு, மாதுளைப்பூவிதைவன்னியீரைந்து, மோதுசாதுரங்கவொளியாகும்மே." (சாதுரங்கமென்பது—பதுமராகம்.)

"திலகமுலோத்திரம்செம்பருத்திப்பூக், கவிமலர்குன்றிமுயலுதிரம்மே, சிந்துரங்குக்கிற்கண்ணெனவெட்டும், எண்ணியகுருவிந்தமன்னியநிறமே."

"கோகிலக்கண்செம்பஞ்சுகொய்மலர்ப்பலாச, மசோகப்பல்லவமணிமலர்க்குவளை, யிலவத்தலர்கனென்றாறுகுணமுஞ், சௌகந்திக்குச்சாற்றியநிறனே."

"கோவைநற்செங்கல்குராமலர்மஞ்சளெனக், கூறியநான்குங்கோவாங்குநிறனே." (கோமேதகம்—கோமூத்திரநிறமுடையது.)

இனிப்புருடராகத்தினது குணம்பொன்னையுருக்கி மாசறத்தெளியவைத்தா லொத்த நிறத்தினையுடைமை. வைடூரியம் தேன்றுளிநிறத்தினையுடையது. நீலம்,

"வெள்ளை சிவப்புப் பச்சைகருமையென், றெண்ணியநாற்குலத்திலங்கியநிறமே," "கோகிலக்கழுத்துக்குவளைசுரும்ப, ராகுலக்கண்களவிரிச்சாறு, காயாநெய்தல்கனத்தல்பத்தி, பாய்தலெனக்குணம்பதினொன்றாமே." எனவருவனவற்றாலே தெளியப்படும். நீலத்திற்குக் குற்றமெட்டு. இதுகாறுங்கூறியமணிகளெல்லாம்நிருமுதலிற்றோன்றின. இனிமுத்துக்குரியகுற்றம், காற்றேறு, மணலேறு, கல்லேறு, நீர்நிலையென்பன. குணம்: சந்திரனிறமும், வெள்ளியினது சோதியும், செவ்வாயினதுஒளியுமென மூன்றும். எல்லாம் உருண்டனவாதல் வேண்டும்.

பவளத்தினது குணம்; துளையின்மையும், உருட்சியும், சிந்துரநிறமும், முசமுசக்கைக்கனி நிறமுமுடைமை. முத்தினாலே மேகோஷ்ணநீக்கும். பவளத்தினாலே சருமரோகநீக்கும். இரத்தினபரீக்ஷையென்னுநூலிலும் பிறநூல்களிலும் விரிவுகாண்க.

வைரவக்கடவுள்— சிவவடிவங்களுளொன்று. இவர் சிவன் திருக்குமாரருளொருவர்.

இவர் சிவன் தம்மைமதியாத பிரமனது ஐந்துசிரசுகளிலொன்றைக் கொய்விக்குமாறு தோற்றுவிக்கப்பட்டமூர்த்தி.

வைராக்கிய சதகம், வைராக்கிய தீபம்—இவ்விரண்டும் சாந்தலிங்கசுவாமிகளாற் செய்யப்பட்ட ஞானநூல். பாட்டாலும் பொருளாலுஞ் சிறந்தன.

வைவசுவதமநு-விவசுவதன்புத்திரன். இவன்பாரி சிரத்தை. இவன்புத்திரர் இக்ஷுவாகு, நிருகன், சரியாதி, திஷ்டன், திருஷ்டன், கருசன், நரிஷ்யந்தன், பிருஷத்திரன், நபகன், கவி எனப் பதின்மர். இவருள், இக்ஷுவாகுவமிசத்தரசர்களுக்கு அயோத்திராஜதானியாயிற்று.

இக்ஷுவாகுவுக்குக் குக்ஷிமூத்த புத்திரன். குக்ஷிதம்பியாகிய நிமிக்கு மிதிலை ராஜதானி.

கருசன்வமிசத்தார் காருசரெனப்படுவர்.

நபகன்வமிசத்தார்க்குக் கண்டகி பிரதேசமுரியது.

சரியாதி வமிசத்தார்க்கு குசஸ்தலி ராஜதானி. இவர்களே வைவசுவதமநுவமிசத் தரசர்கள்.

வைவசுவதமநுபாரியாகிய சிரத்தை தனக்கு ஒரு புத்திரியும் வேண்டுமென்று பிரார்த்தித்து இளையென்னும் புத்திரியைப் பெற்றாள். அதுகண்டு வைவசுவதன் தனது

குருவாகிய வசிஷ்டரைநோக்கி அப்புத்திரியைப் புத்திரனாக்கித் தருகவென்ன, அவரும்அவ்வாறேஇளையைச் சுத்திபுமனன் என்னும் புத்திரனாக்க, அவனையும் ஒருதிசைக்கரசனாக்கினான். அப்புத்திரனொருநாள் வேட்டைமேற்சென்றபோது சரவணப்பொய்கையைக்கண்டு அங்கேகநங்கினான். தங்குதலும் பூர்வம் பார்வதிதேவியார் யாவனொருவன் இப் பொய்கையில் வந்து தங்குவானோ அவன் பெண்ணுருப்பெறக்கடவனென்று விதித்தவுண்மையாற் சுத்திபுமனன்மீளவும் இளையென்னும் பெண்ணாயினான். அவ்வடிவத்தைக் கண்ட புதன் மோகித்துக்கூடிப் புரூரவனைப்பெற்றான். இப்புரூரவனாலேயே சந்திர வமிசம் பெருகுவதாயிற்று. பின்னர்வசிஷ்டரது முயற்சியால் இளை ஒருமாசம் பெண்ணாகவும் ஒருமாசம் சுத்திபுமனன் என்னும் ஆண்மகனாகவுமிருக்கச் சிவன் அருள்புரிந்தார்.

வைஹாரம்— மகததேச ராஜதானியாகிய கிரிவிரசத்துக்குச் சமீபத்துள்ள ஒருமலை.

வைஷ்ணவம்— வைதிகசமயம் மூன்றனுளொன்று. மூன்றாவன சைவம், வைஷ்ணவம், சாக்தம் என்பன.

வைஷ்ணவம் விஷ்ணுவை முதற்கடவுளாகக்கொண்ட சமயம்.

இது தென்கலை வடகலையென விரண்டாம். தென்கலை நாலாயிரப் பிரபந்தத்தையும் வேதபுராணங்களையும் சமமாகக் கொள்வது. வடகலை நாலாயிரப்பிரபந்தத்தை அங்ஙனங் கொள்ளாதது.

ஆழ்வார்களும் ராமானுஜாசாரியருமே இச்சமயத்தை ஸ்தாபித்தவர்கள்.

வைஷ்ணவர்கள் விசிட்டாத்துவைத சித்தாந்தக் கொள்கையினையுடையார்கள்.

ஸ்ரீ

ஸ்ரீகண்டம்—மலயபர்வதம்.

ஸ்ரீகண்டன்—க. சிவன். உ. பவபூதி.

ஸ்ரீகண்டாசாரியர்—நீலகண்டாசாரியர். சங்கராசாரியரும் இவரும் ஒருகாலத்தவர்கள். இருவரும் ஒருமுறை சந்தித்தபோது ஸ்ரீகண்டர் வினவியவினக்களுக்குச் சங்கரர் விடைசொல்லாது மயங்கிநரசிங்கமூர்த்தியைத் தியானித்தனர். அம்மூர்த்தி வெளிப்பட்டு ஸ்ரீகண்டரைத் தண்டிக்க எத்தனித்தது. அதுகண்டநீலகண்டர்பரமசிவத்தைத் தியானித்தனர்.

அப்பொழுதுபரமசிவன்சரபரூபமாகித் தோன்றி நரசிங்கத்தைக்கிழித்தெறியச்சங்கரர் ஸ்ரீகண்டரை வணங்கி, அவரிடத்துச் சிவதீக்ஷை பெற்றுச் சிவானந்தலகரி சௌந்தரியலகரி முதலியவற்றைச்செய்தாரென்பர். (நீலகண்டவாசாரியர்காண்க.

ஸ்ரீசைலம்—ஷிதிதரமலே.

ஸ்ரீதராசாரியர் — விஷ்ணுபுராணத்துக்கும் பாகவதத்துக்கும் சம்ஸ்கிருதத்திலே வியாக்கியானஞ் செய்தவர்.

ஸ்ரீதேவி—க. லக்ஷ்மிதேவி. உ.தேவகன்மகள். வசுதேவன்பாரியாகிய தேவகியோடு பிறந்தவள்.

ஸ்ரீபெருப்பூதூர்— தொண்டைநாட்டிலுள்ள ஒரு விஷ்ணுஸ்தலம்.

ஸ்ரீமுஷ்ணம்— நடுநாட்டிலுள்ள ஒரு விஷ்ணு ஸ்தலம்.

ஸ்ரீரங்கம்— காவேரி கொள்ளிடங்களுக்கிடையேயுள்ள ஸ்தலம். இந்த ஸ்தலத்தி லெழுந்தருளியிருக்கும் விஷ்ணுமூர்த்தி விபீஷணனல்பூசிக்கப்பட்டவர்.

ஸ்ரீ

ஸ்ரீராமநவமி— சைத்திர சுக்கிலநவமி. இத்தினம் விஷ்ணு ராமனுக அவதரித்தமையால் விரததினமாகக் கொள்ளப்பட்டது.

ஸ்ரீவரமங்கை— பாண்டிநாட்டிலுள்ள ஒரு விஷ்ணுஸ்தலம்.

ஸ்ரீ வில்லிபுத்தூர்— பாண்டிநாட்டிலுள்ள ஒரு விஷ்ணுஸ்தலம்.

ஸ்ரீவைகுந்தம்— பாண்டி நாட்டிலுள்ள ஒரு விஷ்ணுஸ்தலம்.

ஸ்ரீஹர்ஷன்— சேஷதர்மம் எழுதிய சம்ஸ்கிருதகவி.

—ஷ—

ஷட்சக்கிரவர்த்திகள் — அரிச்சந்திரன், நளன், புருகுற்சன், புரூரவன், சகரன், கார்த்தவீரியார்ச்சுனன்என்போர்.

ஷண்முகன்—ஆறுமுகக்கடவுள். வேலாயுதன் என்பதனுட்காண்க.

—ஸ—

ஸ்கந்தன்—சுப்பிரமணியக்கடவுள்.

ஸ்காந்தம்—க. சிவபுராணங்களுளொன்று. சிவமான்மியங்களையும், ஏனையதருமங்களையும் மிகவிஸ்தாரமாகக்கூறுவது. இஃது ஒருலக்ஷங்கிரந்தமுடையது.

உ. உபபுராணங்களுள் ஒன்று.

ஸ்காந்தத்திலொருபாகமேதமிழிலே கந்தபுராணமென்னும் பெயராற் கச்சியப்பராலே மொழிபெயர்க்கப்பட்டது. கச்சியப்ப சிவாசாரியர்குமாரகோட்டத்து அர்ச்சகராயிருக்கும் போது சுப்பிரமணியக்கடவுளது ஆஞ்ஞையினலே அதனை மொழி பெயர்த்தனர் என்பர். அஃதுண்மையேயாமென்பது அப்புராணத்துச் செய்யுள் ரீதியாலும் சொபாகத்தாலும்சாஸ்திரக் கருத்துக்களின் மலிவாலும் விளங்கும்.

ஸ்

ஸ்தூலகர்ணன்—ஒருயக்ஷன். இவனு லேயே சிகண்டி புருஷத்துவம்பெ ற்றது.

ஸ்தூலகேசன்—(ரி) பிரமத்துவரை யென்பவள் தந்தை.

ஸ்தூலசிரசு—கவந்தனுக்குச் சாபமி ட்டரிஷி.

ஸ்நுஷை—விதர்ப்பன்பாரி.

ஸ்மிருதி—தக்ஷன்புத்திரி. முதல் அங் கிரசன்பாரி. சிரத்தை யெனவும் பெயர்பெறுவள். சினீ, வாலி, குகு, ராகை, அநுமதி என்போர் இவள் புத்திரிகள்.

ஸ்மிருதிகள்—வேதார்த்தங்களைத்தழு விய தருமசாஸ்திரங்கள். அவற்று ள் மனுஸ்மிருதி மிக்க பிரபலமு டையது. அது ஜகத்துச் சிருஷ்டி முதற் சகல விஷயங்களோடும் மா ந்தர் தத்தம் வருணாச்சிரம தருமப் படி யொழுக வேண்டிய முறைக ளெல்லாம் விரித்துரைப்பது.

பிருகஸ்பதிமிருதி, தக்ஷஸ்மிருதி, கௌதமஸ்மிருதி, யமஸ்மிருதி, ஆங்கீரசஸ்மிருதி, யாஞ்ஞவற்கிய ஸ்மிருதி, பிரசேதஸ்மிருதி, சாதா தபஸ்மிருதி, பராசரஸ்மிருதி, சம் வர்த்தஸ்மிருதி, ஔசனஸ்மிருதி, சங்கஸ்மிருதி, லிகிதஸ்மிருதி, ஆத் திரேயஸ்மிருதி, விஷ்ணுஸ்மிருதி, ஆபஸ்தம்பஸ்மிருதி, ஹாரீதஸ்மிரு தி என ஸ்மிருதிகள்பதினெட்டு. இ வையேயன்றி உப ஸ்மிருதிகளும் பதினெட்டுள. அவை கண்ணுவ-க பில-லோகித-தேவல-காத்தியாய ன-லோகாக்ஷி-புத-சாதாதப-அத் திரி-பிரசேத-தக்ஷ-விஷ்ணு-விரு த்தவிஷ்ணு-விருத்தமனு-தௌமி ய-நாரத-பௌலஸ்திய-உத்தராங் கிதஸ்மிருதிகள்.

ஸ்வதை—பிதிர்தேவதைகள் பாரி.

ஸ்வயம்பிரபை—ஹேமையென்னு ம் அப்சரசு புத்திரி. அநுமான் மு தலியோர் சீதையைநாடிச் சென்ற போது இவளிருக்கும்காஞ்சனபிலு த்திற் பிரவேசித்து வெளிப்படவழி யலாது திகைத்துநிற்ப இவள் அவ ர்களை வெளிப்படும்படி உதவி புரிந் தவள்.

ஹ

—ஹ—

ஹம்சகீதை—ஹம்சரூபராகிய பிரம ர் சாத்தியர்களுக்கு உபதேசிக்கப்பட் டகீதை.

ஹம்சன்—(ய) வசுதேவனுக்குச்சிதே வியிடத்துப்பிறந்த இரண்டாம் புத் திரன். உ. டிசிகன் சகோதரன். கௌசிகனெனவும் படுவன்.

ஹம்சை—மேருவுக்கு உத்தரத்திலு ள்ள ஒருமலை.

ஹயக்கிரீவன்—க. குதிரை முகமும் மனுஷ்யதேகமும்உடையகற்கி அ வதாரத்தின் பெயர். மதுகைடவர்த ங்களை அபகரித்தொளிக்க அவைக ளைமீட்குமாறு கொண்ட மூர்த்தம் ஹயக்கிரீவமூர்த்தமெனப்படும். உ. சோமகன் என்னும் தானவன்.

ஹயசிரா—வைசுவாநரன் புத்திரி. கிருது பாரி.

ஹரதத்தாசாரியர்—கஞ்சனூரிலே மதுசூதனாசாரியருடையபுத்திரனு ர். இவர் பூர்வசமயம் வைஷ்ணவம். பின்னர்ச் சைவசமய சாஸ்திரங்க ளைக்கற்றுச் சைவசமயியாயினர். அ துகண்டவைஷ்ணவர்கள், இவரை நோக்கி, உமது சிவன் உண்மைப்ப ரம்பொருளாயின் நாங்களிடும்இரு ப்புப்படிமேனின்று சிவ பரத்துவு நாட்டக்கடவீர் என்ன, இவர் அதற் குடன்பட்டுவைஷ்ணவர்கள் பழுக் க்கக்காய்ச்சிய இருப்புப் பாளப்படி யேறிச் சிவபரத்துவஞ் சாதித்தவர். இவர் பூர்வநாமம் ஹரிதத்தர். இவ ராலியற்றப்பட்ட நூல்கள் சதுர்வே த தாற்பரிய சங்கிரகமுதலியன.

ஹர

“உயர்கா யத்திரிக் குரியபொருளாகலிற், றசரதன் மதலை தாபித்தேத்தலிற், கண்ணன் கயிலையி னண்ணிசின் றிரப்பப்,புகழ்ச்சியி னமைந்த மகப்பே றுதவலிற், றனது விழியுட னொராயிரங் கமலப்,புதுமலர் கொண்டு பூசனையாற்றலின், அமைப்பருஞ்சுடு விட மமுதுசெய் திடுதலிற்,தென்றிசைத் தலைவனைச் செகுத்துயிர்பருகலின், அவுணர் முப்புர மழிய வில் வாங்கலிற், றக்கன் வேள்வி தகர்த்தருள் செய்தலிற்,றனஞ்செயன் றனக்குத் தன் படைவழங்கலின்,மாலுட மடங்கலைவலிதபக்கோறலின்,மாயோன்மகளேஉவாகியகாலைத்,தடமுலையிளைத்துச் சாத்தனைத் தருதலின்,ஆழ்கடல் வரைப்பி னன்றேரகேகர், அன்பு மீதூர வருச்சனையாற்றலி, னன்கிருசெல்வமு மாங்கவர்க் கருடலின், ஐயிரு பிறப்பினு மரியருச்சித்தலின்,இருவருமன்னமுமேனமு மாகிஅடிமுடிதேடவழற்பிழம்கலிபாற்,கங்கைசூழ் கிடக்த காசிமால் வரைப்பிற்,பொய்புகல் வியாதன் கை தம்பித்தலின், முப்புர மிறுப்புழி முகுந்தப் புத்தேண், மால்விடை யாகி ஞாலமொடு தாங்கலின், அயன்சிர மாலை யணிவில வணிதலின், ஞானமும் வீடும் பேணினர்க்குதவலிற்,பசுபதிப்பெயரிய தனிமுதற் கடவுள், உம்பர்களெவர்க்கு முயர்ந்தோன்,என்பதுதெளிகவியல்புணர்ந்தோரே’ இது ஹரதத் தாசாரியர் அருளிச் செய்த சிவபரத்துவ நிரூபண மொழிபெயர்ப்பு.

ஹரன்—க. சிவன். உ. (ரா) மால்யவான் புத்திரன். விபீஷணன் மந்திரி.

ஹரி—விஷ்ணு.

ஹரிகேசன்—(ய) வசுதேவன் தம்பியாகிய சியாமகன் மகன்.

ஹரிக்கிராமம்— விதர்ப்பதேசத்துள்ள ஒரு நகரம்.

ஹரிச்சந்திரன்—இவன் சூரியவம்சத்தில் இருபத்துநான்காம் சந்ததி. இவன்திரிசங்கு புத்திரன். இவன்மனைவி சந்திரதயன்புத்திரியாகியசந்திரமதி. புத்திரன் லோகிதாசன்.

ஹரிச்சந்திரன். மகா உதார சீலனும் சிறந்தவருத சத்தியவந்தனுமாக விளங்கினவன். இவனுடைய சத்தியவிரதத்தை வசிஷ்டர் இந்திரன் சபையில் எடுத்துப்பாராட்டிய போது விசுவாமித்திரன் அவனைப் பொய்யனாக்குவேனென்று சபதங்கூறி இவனுடைய சத்தியவிரதத்தைப் பரீக்ஷிக்கப் புகுந்தான். அவன் செய்த கொடிய வஞ்சப் பரீக்ஷைகளுக்கெல்லாம் இவன் சிறிதுங்கலங்காது நின்று தன் மனை மக்களைப்பிரிந்துதானும் புலையனுக்கடிமையாகிய வழியும் தான்கொண்டசத்திய விரதத்தைக் காத்து இன்று மழியாப்புகழ்படைத்தவன்

ஹரிணாங்கன்—சந்திரன்.

ஹரிணி—ஓரப்சரசை,

ஹரிதன்—(க)யாவனாசுவன் [illegible]ரன். இவன் தவத்தாற் பிரமரிஷியாயினவன். இவன்க்ஷத்திரியவர்ணத்தவனேயாயினும், இவன்வமிசத்

தார் பிராமணராயினர். அவர்கள் ஹரிதரெனப்படுவர்கள். ஆங்கிரச, அம்பரீஷ, யாவனாசுவ வமிசமாகப் பிறந்தார்கள். ௨. (இ) லோகிதாசிய ன்புத்திரன். சம்பன் தந்தை.

ஹரித்துவாரம்—கங்காத்துவார மெனப்படும் க்ஷேத்திரம். விஷ்ணுவாற்கொல்லப்பட்ட மது தனது மரணகாலத்திலே இத்தலம் புண்ணியஸ்தலமாகும்படி அநுக்கிரகிக்குமாறு விஷ்ணுவைவேண்ட அவ்வாறாயது.

ஹரியங்கன்—(அ) சம்பன்புத்திரன்.

ஹரியசுவன்—க. (இ) திருடாசுவன் புத்திரன். நிகும்பன் தந்தை.

௨. (இ) அநரண்ணியன் புத்திரன். சுமனசன் தந்தை.

௩. (மி) திருஷ்டகேதுபுத்திரன்.

௪. (பு) பர்மியாசுவன்.

ஹரிஹரராயன்—இவன் துங்கபத்திராநதிதீரத்திலே காட்டைக்கெடுத்து நாடாக்கி வித்தியாநகரம் நிருமித்துஅங்கிருந்து அரசியற்றினவன். இவன் இற்றைக்கு ௫௱ வருஷங்களுக்கு முன்னிருந்தவன்.

ஹரிஹரன்- விஷ்ணுவும் சிவனுங்கூடிக்கொண்டருளிய வடிவம்.

ஹரிஹரபுத்திரன்-சாத்தனார். இவர் ஐயனாரெனவழங்கப்படுவர். மோகினி வடிவங்கொண்டவிஷ்ணுவைச் சிவன்கூடித்தோற்றுவித்த புத்திரனார் இவரே. இவர் அறநெறியிலொழுக்கினோரையொறுப்பவர். இவர்க்கு வாகனம் வெள்ளையானை. பூரணையும் புட்கலையுந்தேவிமார்.இவர் தற்காலத்திலே கிராமதேவதையாகப் பூசிக்கப்படுவர். இவர்செண்டாயுதமும் கருக்கடல்வண்ணமு முடையவர்.

ஹரீதன்—விசுவாமித்திரன் புத்திரன். இவன்வமிசத்துப்பிராமணர்ஹரீதரெனப்படுவர்.

ஹர்ஷன்—தருமனுக்குச்சிரத்தையிடத்துப்பிறந்த புத்திரன். இவன்மனைவி நந்தை. சமன், காமன் என்போர் சகோதரர்.

ஹலாதன்—பிரஹலாதன் தம்பி. அநுஹலாதன் எனவும் படுவன்.

ஹவ்வியவாகனன்— க. பிரகபதி. ௨. அக்கினி. சுசிபுத்திரன்.

ஹவிர்ப்புக்கு—பிரீதி. புலஸ்தியன் பாரி. இவள்விச்சிரவாவு தாய்.

ஹவிர்யக்கியங்கள்—சிரௌதாக்கினியிலேஅமைக்கப்படும் எக்கியபேதங்கள். அக்கினியாதேயம், அக்கினிஹோத்திரம்,தரிசபூரணமாசம், ஆக்கிரஹாயணம், சாதுர் மாசியம், நிரூடபசுபந்தம், சௌத்திராமணி என ஏழாம்.

ஹவிர்த்தானன்—விஜயாசுவனன் என்னும் அந்தர்த்தானனுக்கு நபஸ்வதியிடத்துப் பிறந்தவன். இவன் பர்ஹிஷ்டதனென்னும் பிராசீனபர்ஹி, கயன், சுக்கிலன், கிருஷ்ணன், சத்தியன் என்னும் யஜன், ஜிதவிரதன் என்னும் அஜினன் என்னுமறுவர் புத்திரரைப் பெற்றவன். இவர்கள் பிரசேதசரெனப்படுவர்.

ஹனுமந்தன், ஹனுமான்—சுக்கிரீவன் மந்திரி. ராமர் தூதன். வாயுதேவனது அநுக்கிரகத்தால் அஞ்சனை வயிற்றிற் பிறந்தவன்.

ஹஸ்திபுரம்—ஹஸ்தினபுரம்.

ஹஸ்தினபுரம் — கௌரவர்களுக்கு ராஜதானி. இது ஹஸ்திகன் நிருமித்தநகரம். இந்நகரம் பிற்காலங்கங்கைகொண்டழிந்தது. இப்போதுள்ள "தில்லி" நகருக்குஅநுகாதூரத்திலிருந்தது.

ஹா

ஹஸ்தன்—(ய) வசுதேவனுக்கு யோசனையிடத்துப் பிறந்தவன்.

ஹஸ்திகன்—(பு) சுகோத்திரன் புத்திரன். இவனே ஹஸ்தினபுரம் நிருமித்தவன். அஜமீடன், துவிமீடன் புருமீடன் என்போர் இவன் புத்திரர்.

ஹார்த்திக்கியன்—(ய) கிருதவர்ம .

ஹாஹா—ஒருகந்தருவன். தமிழிலே ஆ..ாவெனவழங்கப்படுபவன். (நைடதம்)

—ஹி—

ஹிரணியநாபன்—க. ஸ்ரீராமன்மகனாகிய குசன் வமிசத்திற் பிறந்தவன். இவன் ஜைமினிசிஷனாகிய யாஞ்ஞவற்கியரால் யோகமார்க்கம் உபதேசிக்கப்பட்டவன். (உ.) மைநாகன்.

ஹிரணியபுரம்—நிவாதகவச காலகேயர்களுடைய தேசம். அது சமுத்திரமத்தியிலுள்ளது.

ஹிரணியரோமன்—நான்குலோகபாலர்களுளொருவன்.

ஹிரணியாக்ஷன்— க. ஹிரணியகசிபன் தம்பி. தந்தை கசியபப் பிரஜாபதி. தாய் திதி. இவனும் இவன் தமையனும் சனகசநந்தர்களுடைய சாபத்தினல் ராக்ஷசர்களாகப்பிறந்த விஷ்ணு துவாரபாலர்களாகிய ஜயவிஜயர்கள். இவர்கள் தவத்தினல் மிக்க கர்வமுடையர்களாய்த்தேவர்களுக்குத் துன்பஞ்செய்துவருங்காலத்தில் விஷ்ணுவாற் கொல்லப்பட்டவர்கள்.

உ. (ய) வசுதேவன் தம்பியாகிய சியாமகனுடைய இரண்டாம்புத்திரன்.

ஹி

ஹிடிம்பன்—வீமனாற் கொல்லப்பட்ட அசுரன். இடிம்பன்.

ஹிடிம்பை—ஹிடிம்பன் தங்கை. வீமன் இவளைக் காட்டகத்திற் கண்டு மணம்புரிந்தான். இவள்வயிற்றிற்பிறந்தபுத்திரன் கடோற்கசன்.

ஹிமசுதை—பார்வதி.

ஹிமசுதன்—மைநாகன்.

ஹிமபுரம்—ஓஷதிப்பிரஸ்தமென்னும் இமாலய ராஜதானி.

ஹிமவான், ஹிமவந்தன்— இமயமலை. மேருபுத்திரியாகிய மனோரமையென்னும் மேனையை மணம்புரிந்து பார்வதியையும், கங்கையையும் பெண்களாகப் பெற்று வளர்த்தவன்.

ஹிமாலயம்—இமயபர்வதம்.

ஹிம்சை- கிருதிமகள். அதர்மன்பாரி.

ஹிரணியகசிபன்—கசியபனுக்குத் திதியிடத்துப்பிறந்த புத்திரன். இவன் விஷ்ணுவால் நரசிங்காவதாரத்திற் கொல்லப்பட்டவன்.

இவன் மூவுலகங்களையும்ஜயித்தவன். இவன்மகன் பிரஹலாதன்.

ஹிரணியகர்ப்பன்—க. பிரமா. உ. விஷ்ணு.

ஹிரண்மயவருஷம் -நவவருஷங்களுளொன்று. இது இளாவிருதவருஷத்துக்கு வடக்கே யுள்ளது.

ஹிருசுவரோமன்—(மி) சுவர்ணரோமன் புத்திரன். இவன் இரண்டாஞ்சனகன் தந்தை.

ஹிருஷிகேசன்—விஷ்ணு.

ஹில்வலை—மிருகசிரிஷ நக்ஷத்திரத்தினது தலையிலுள்ள உபநக்ஷத்திரங்களைந்தும் இப்பெயர் பெறும்.

ஹிரன்— நைஷதம்செய்த ஹர்ஷருக்குத் தந்தை.

—ஹி—

ஹிருதீகன்— (ய) போஜன்புத்திரன். இவன் புத்திரர் தேவமீடன், சததன்வன், கிருதவர்ணன்.

—ஹூ—

ஹூணதேசம்— ஹூணர்களுடையதேசம். இவர்கள் யவனரெனவும்படுவர். (ஹூணர்—வெண்ணிறமுடையர்.)

ஹூஹூ—ஒருகந்தருவன். இவன் ஒரு சாபத்தால் முதலையாகிக் கிடந்துகஜேந்திரனென்னும் யானையைப்பிடித்தபோது விஷ்ணுவினுற் கொன்றிரக்ஷிக்கப் பட்டவன்.

—ஹே—

ஹேதீ—சிருஷ்டிகாலத்திற்பிரமாவினுல் படைக்கப்பட்ட ராக்ஷச அரசன். இவன்பாரி காலாக்கினியென்னும் பயை. புத்திரன் வித்தியுத்கேசன். இவன் மாலியவந்தன் முதலாகிய ராக்ஷச வம்சத்திற்கு மூலபுருஷன்.

ஹேமசந்திரன—(க)விசாலன் புத்திரன். (உ) சாலிவாகன சகாப்தம் க௩00லிருந்த ஒரு சம்ஸ்கிருத கவி. இவர் தம்பெயரால் ஒரு நிகண்டு செய்தவர். (அதுஹேமசந்திரகோசம் எனப்படும்.)

ஹேமன்— (அ) ஜயத்திரதன் புத்திரன். பலியினது பாட்டன்.

ஹேமாத்திரி—சுமேரு மலை.

ஹேமாங்கதன்— (ய) வசுதேவனுக்கு ரோசனையிடத்திற்பிறந்த புத்திரன்.

ஹேமை—ஒரு அப்சரஸ்திரி.

ஹேமகூடம்— மேருவுக்குத் தென்பாகத்தில் பூமியினது நானியிலே யுள்ளமலைகளுளொன்று.

ஹேஹ

ஹேஹயன்— (ய) சதசித்து மூன்றும் புத்திரன்.

—ஹை—

ஹைமாம்பம்—ஒரு பருவதம். இது மணிபுரத்தருகே கபிலாநதிக் குற்பத்திஸ்தானமாகவுள்ளது.

ஹைஹயம் — கார்த்தவீரியார்ச்சுனன் அரசுபுரிந்த தேசம். அது நருமதைநதிதீரத்திலுள்ளது.

அநுபந்தம்.

ஆறுமுகநாவலர் — யாழ்ப்பாணத்திலே நல்லூரிலே, வேளாளர்குலத்திலே, சாலிவாகனசகம் ஆயிரத்தெழுநூற்றுநாற்பத்தைந்தாம் வருஷத்திலே, கந்தப்பிள்ளையென்பவருக்குப் புத்திரராக அவதரித்தவர்.

இவர், தமிழ், சம்ஸ்கிருதம், ஆங்கிலம் என்னும் முப்பாஷைகளையுங்கற்று, அப்பாஷைகளிலே வியவகாரசத்திவந்தபின்னர், தமிழையே முற்றக்கற்கும் பேரவா வுடையராயினர். அதனால், இவர் அக்காலத்திலே பிரபலவித்துவான்களாய்விளங்கிய சரவணமுத்துப்புலவர் முதலியோரிடத்துச்சில இலக்கணவிலக்கியங்களைப்பாடங்கேட்டுத், தமக்குப்பாடஞ்சொன்ன ஆசிரியர்களும் நாணத்தக்க நுண்ணியபுலமையும், கூர்ந்த விவேகமும், வாக்குவன்மையும், ஒப்பற்ற ஞாபகசக்தியும், ஆசாரசீலங்களும், நற்குணநற்செய்கைகளும், சிவபக்தியும், சமயாபிமானமும், சபையஞ்சா ஆண்மையும் பெரிதுமுடையராய் விளங்கினர்.

அக்காலத்திலே, இவர் ஆங்கிலக்கல்வியினாலே தமிழ்க் கல்வி அபிவிருத்தி யடையாது குன்றிப்போவதைநோக்கிப்பரிதபித்துவண்ணார்பண்ணையிலே ஒருதருமத் தமிழ்ப்பாடசாலை ஸ்தாபித்தார். அப்பாடசாலையிலே தாமும் இடை யிடையே உபாத்தியாயராகவிருந்து கல்விகற்பிப்பாராயினர். அதுகண்டு, நாற்றிசையினின்றும் சைவப்பிள்ளைகள் அங்கேசென்று தமிழ்கற்கத் தொடங்கினார்கள். அதனால் அப்பாடசாலை ஓங்கிவளர்வதாயிற்று. அதுகாறும் பனையேட்டி லெழுதி வழுக்களோகெற்றும் கற்பித்தும்வந்த நிகண்டு முதலிய நூல்களை வழுக்களைந்து சுத்த பாடஞ்செய்து காகித புஸ்தகமாக அச்சிடுவித்துத், தம்பாடசாலைமாணாக்கருக்கும் மற்றோர்க்கும் உபயோகமாகும்படிசெய்தனர்.

காகிதபுஸ்தகங்கள் வரவே, தமிழ்க்கல்வியபிமானம் வரவர ஓங்குவதாயிற்று. இப்புஸ்தகங்களினாலே அவருடைய பெயர் தமிழ்நாடெங்கும் வியாபித்து விளங்கிற்று.

பாடசாலைகளுக்குஉபயோகமாகும்படி வசனநடையிலே பாலபாடங்களெழுதி அச்சிடுவித்தார். எவருக்கும் உபயோகமாகும்படி பெரியபுராணமுதலியநூல்களை வசனமாக்கினார். கந்தபுராணம், வில்லிபுத்தூரர்பாரதம், திருக்குறள் பரிமேலழகருரை, திருக்கோவையாருரை முதலிய அரும் பெரும் நூல்களையெல்லாம் வழுக்களைந்து சுத்தபாடமாக்கி அச்சிட்டுலகத்துக்குபகரித்தார். அவற்றுள், திருக்குறள் பரிமேலழகருரையும், திருக்கோவையாருரையும், இராமநாதபுரத்து மகாராசாவினது மந்திரியாராகிய பொன்னுச்சாமித்தேவர் இவரை தமது நாட்டிற் சந்தித்த பொழுது, "இந்நூல்களை ஆராய்ச்சிசெய்து சுத்தபாடமாக்கி அச்சிடவல்லார் தங்களையன்றிப்பிறரொருவரையுங் காண்கிலேம்" என்று கூறி, அதற்கு வேண்டும்பொருள்கொடுத்து இவரைக்கொண்டுதிருத்தி அச்சிடுவிக்கப்பட்டன.

திருக்குறள், திருக்கோவையார், நன்னூல்விருத்தியுரை, தொல்காப்பியச் சொல்லதிகாரம், சேனாவரையருரை முதலியநூல்கள் இவராற்றிருத்தி, அச்சிடப்படா திருக்குமாயின், இக்காலிலும் அவற்றைநாமோலைப் புத்தகங்களிலேயே படித்துச் சங்கடப்பட்டுமலையவேண்டியவர்களாவேம். இந்நூல்களைச் சுத்தபாடமாக்கித் தரும்பொருட்டு இவர் அவதாரஞ்செய்தாரென்றே நாம் கொள்ளுதல் வேண்டும். இவர் அவதாரஞ்செய்திலரேல், அவற்றை நாம் இக்காலத்திற்காண்பதுமில்லையாம்.

இவர், யாழ்ப்பாணத்தில்மாத்திரமன்று, சிதம்பரத்திலும் ஒருவித்தியாசாலை ஸ்தாபித்து, அதுவுந்தளராமல் நடைபெறும்பொருட்டு அதற்கும் முதனிதியமைத்து வைத்தார். அவ்வித்தியாசாலையும், யாழ்ப்பாணத்து வித்தியாசாலையைப்போலவே, தளராமல் நடைபெற்றுவருகின்றது. இவர் தமிழபிவிருத்தியின் பொருட்டும், சைவசமயாபிவிருத்தியின் பொருட்டும் தம்மாயுட்கால முழுவதையும் போக்கியவர். இவர் தாமீட்டிய செல்வத்தையெல்லாம் ஒருசிறிதும் புறத்தே போகாவண்ணம் இவ்விரண்டற்குமே ஆக்கிவைத்தார். இவ்விரண்டையும் பரிபாலிக்கும் பொருட்டே தஞ்சுற்றத்தாருடைய தொடர்பை முற்றத்துறந்தார். ஏனைய கல்விமான்களைப்போலச் சைவசீலங்களைப்பேச்சளவிற் காட்டாமல், தம்மொழுக்கத்தாலும்எடுத்துநாட்டினவர். இறக்கும்போதிவருக்குவயசு 57. இவர் எவ்விஷயங்களையும் ஐயந்திரிபற வெடுத்துமாணவர்க்குப்போதிப்பதிலும், சமயவிஷயமேயாயினும் பொதுவிஷயமேயாயினும் ஒன்றையெடுத்துத் நிரவிசாரித்துத் தர்க்க முறையாகப் பிரமாணத்தோடு எப்பெருஞ்சபையிலும் எத்துணைப் பெருமாற்றலுடையோரும் மற்றெத்திறத்தினரும் அங்கீகரிக்கும்வண்ணம் நாட்டிப் பிரசங்கிக்கும் சாதுரியத்திலும், கேட்போருள்ளத்தைப்புறஞ் செல்ல விடாது தம்மாட்டுக்கவரும் வாக்கு வன்மையிலும், கடன்மடைதிறந்தாலொப்பச் சொற்பஞ்சமின்றி வாக்குமழை பொழியும் அற்புத ஆற்றலிலும், இவர்க்கிணையாவாரொருவரை நாம் இன்னுங் காண்கிலேம்.

ஆளவந்தார்—இவர் வீரைமா நகரத்திலே விளங்கிய புலவர். ஞானவாசிட்டத்தைத் தமிழிலே ஈராயிரம் விருத்தங்களாற் பாடிய புலவர்.

இவர் ஜாதியிலே பிராமணர்.

சரவணப்பெருமாளையர்-- இவர் திருத்தணிகையிலே வீரசைவர் குலத்திலவதரித்துச் சென்னையிலேயிருந்து தமிழ்க்கலைவளர்த்து இற்றைக்கு முப்பத்தைந்து வருஷங்களுக்குமுன்னே அருவுடம்பு கொண்டவர். நாலடியார், நன்னூல், நைஷதம், திருவள்ளுவமாலை, நன்னெறி முதலிய நூல்களுக்குரையும், பூகோளதீபிகை, பாலபோத இலக்கண முதலிய நூல்களும் செய்தவர் இவரே. இவர் செய்த திருவள்ளுவமாலையுரை மிக்க திட்பநுட்பமமைந்து புலவோருள்ளத்திற்கு அதிசயானந்தம் பயப்பது.

இவர் செய்த நைஷதவுரை முற்றுப்பெற்றிருக்குமாயின் அதற்கிணை பிறிதொன்றெக்காலத்துமுளதாகாது.

மீனாக்ஷிசுந்தரம்பிள்ளை - இவரும் ஆறுமுகநாவலரும்ஒரே காலத்தவர்கள். இவர் மகாவித்துவான் என்னும்பட்டாபிதானம் பூண்டவர். இவர் பாடும் வன்மையிலே கம்பரினுஞ் சிறந்தவரென்னலாந்தகுதிவாய்ந்தவர். இவர் பாடிய பாடல்களுக்குக்கணக்கில்லை.

இவர் ஆசு மதுரம் சித்திரம் வித்தாரம் என்னும்நால்வகையும் பாடவல்லவர். இவர் நாகைக் காரோணபுராணம், மாயூரபுராணம், குடந்தைப்புராணமுதலிய ஐம்பது நூல் பாடினர். இவர் திரிசிரபுரத்திலே பிறந்து திருவாவடுதுறை மடாலயத்திலே கலைபயின்று அம்மடத்து ஆதீனவித்துவானாகி அநேகமாணாக்கரைச்சேர்த்துத் தமிழ்க்கலை பயிற்றி அவர்மூலமாகத் தென்னாடெங்கும் தமிழ்ப்பயிர் வளர்த்தவர்.

வில்லிபுத்தூராழ்வார்—தமிழிலே விருத்தப்பாவாற் பாரதம்பாடிய புலவர். இவர் ஆட்கொண்டான்என்னுஞ் சனியூர் அரசனுக்கு அபிமானப்புலவர். இவர் ஆயிரம்வருஷங்களுக்கு முன்னுள்ளவர். இவர்சரித்திரத்தை"வரந்தருவான்"என்பதனுட்காண்க.

குறிப்பெழுத்துவிளக்கம்.

அ—அணுவமிசம்.
அம்—அங்கதேசராஜவமிசம்.
இ, இக்ஷு } —இக்ஷுவாகுவமிசம்.
கா—காசிராஜவமிசம்.
குரு—குவமிசம்.
த—தநுவமிசம் (தானவர்)
திதி—திதிவமிசம். (தைத்தியர்.
நரி—நரிஷியந்தவமிசம்.

பா—பாஞ்சாலவமிசம்.
பூ—பூருவமிசம்.
பிரி—பிரியவிரதவமிசம்.
பிர—பிருகதிஷுவமிசம்.
ம—மகததேசராஜவமிசம்.
மி—மிதிலைராஜவமிசம்.
ர, ரா } —ராக்ஷசவமிசம்.
ரி—இருஷிகள்.]
வை—வைவிருதம்.

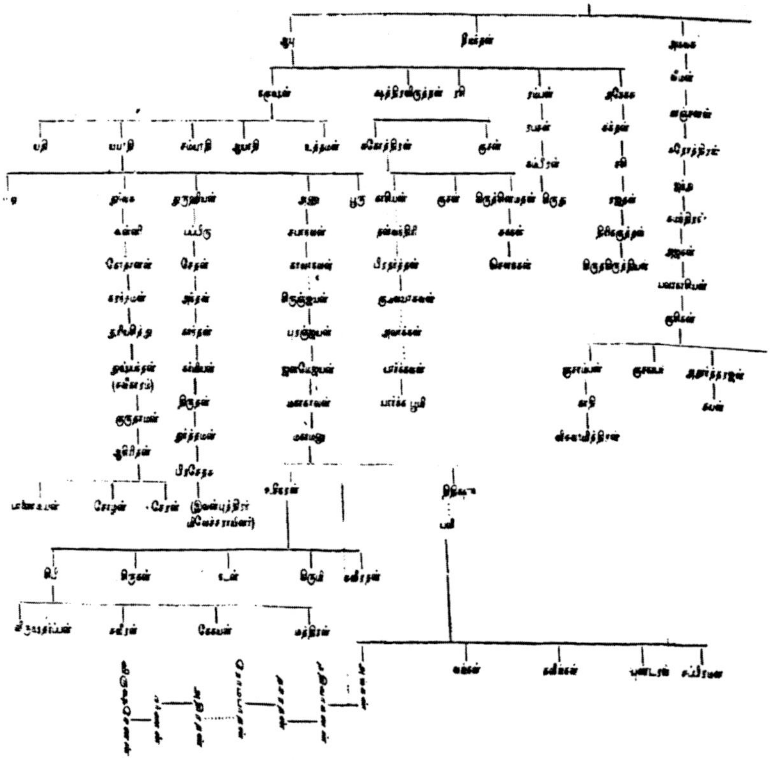

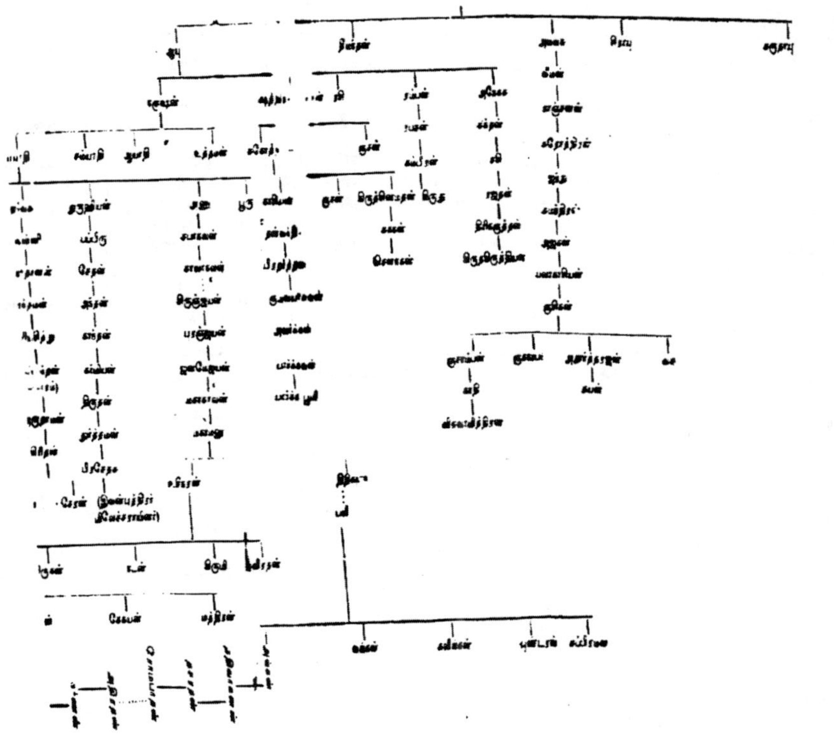

(அ)

பிரமா.

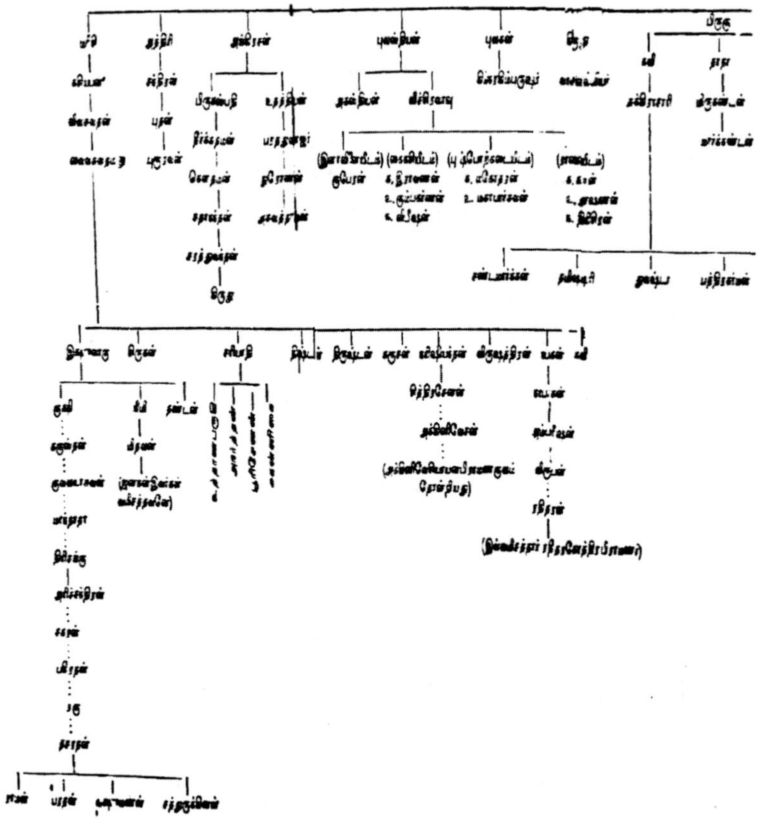

பிரமா.

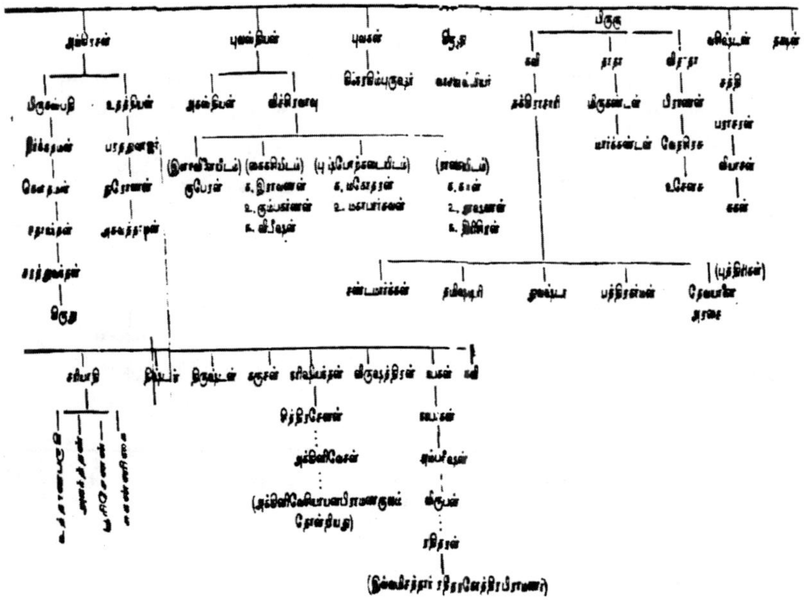

புலஸ்தியன்
புலகன்
பிருகு
அகஸ்தியன்
(கைகசியிடம்)
க. இராவணன்
உ. கும்பகர்ணன்
ங. விபீஷணன்
(புஷ்போற்கடையிடம்)
க. மகோதரன்
உ. மகாபார்சுவன்
குபேரன்
சுக்கிராசாரி
சத்தி
பராசரன்
வியாசன்
சுகன்
(புத்திரிகள்)
தேவயானி
அரஜை

புரூரவன்

(கூ)

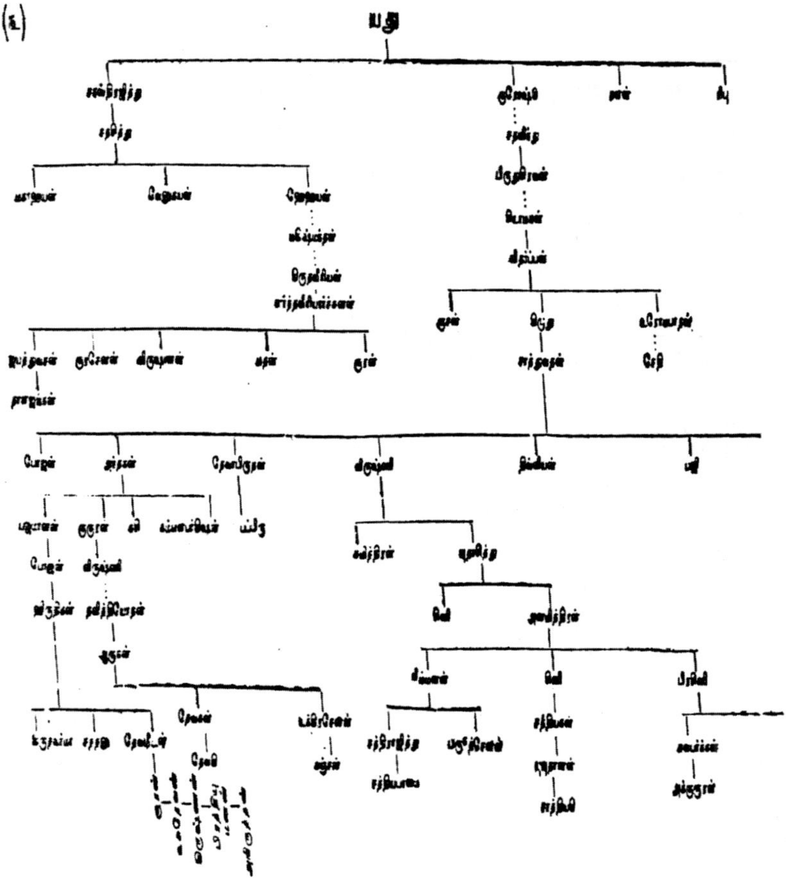

புரூரவன்

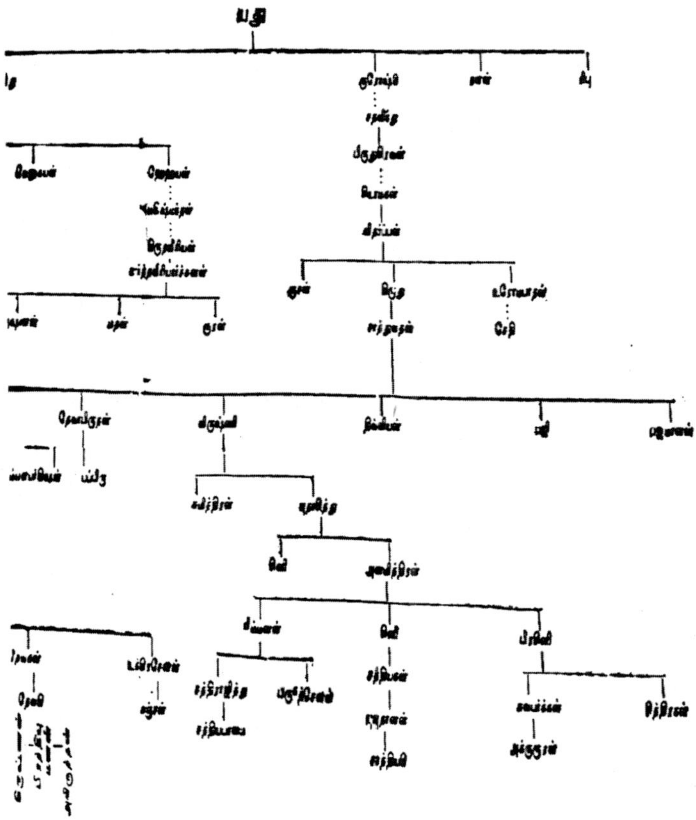